Trăng Non
new moon

STEPHENIE MEYER

TỊNH THỦY dịch

NHÀ XUẤT BẢN TRẺ

Kính tặng bố, Stephen Morgan -
Người lúc nào cũng yêu con và giúp đỡ con
nhiệt thành nhất trên đời.
Con cũng yêu bố vô cùng.

MỤC LỤC

Ôi, những say mê cuồng nhiệt
thường lại đi chung bởi những
kết thúc thảm khốc,
Dương lúc khải hoàn kia
cũng lại chính là
lúc dương tàn đời đấy,
Nào có khác lửa và thuốc súng đâu,
Hễ bén nhau là bùng lên rồi tắt lịm.

(Romeo và Juliet, hồi II, cảnh VI)

MỞ ĐẦU

Tôi có cảm giác như mình đang bị kẹt giữa một trong những cơn ác mộng ghê rợn nhất thế gian, cơn ác mộng mà trong đó, guồng chân của ta cứ xoay tít, xoay đến mức không còn có thể nhanh hơn được nữa, và hai lá phổi của tôi cứ như muốn nổ tung ra; thế mà vẫn không kịp. Dường như càng lúc, bước chân của tôi càng lơi dần, lơi dần, khi tôi cố len qua khỏi đám đông thờ ơ, vô tâm, trong khi hai cây kim trên cái tháp đồng hồ khổng lồ kia vẫn không hề chậm lại. Một cách tàn nhẫn và lạnh lùng, hai cây kim ấy thản nhiên chuyển dịch đến nấc cuối cùng - mọi kết thúc đều nằm cả ở đấy.

Nhưng đây đâu phải là giấc mơ, đâu phải là ác mộng; cũng chẳng phải là tôi đang phải chạy bán sống bán chết để cứu lấy mạng sống của mình - không, tôi phải chạy thục mạng vì một vật quý báu nhất đời. Mạng sống của tôi bây giờ cũng không có ý nghĩa đến như vậy.

Alice đã nói rằng chúng tôi rồi cũng sẽ phải lìa đời ở chốn này. Tuy nhiên, kết quả có thể sẽ khác đi nếu cô bạn của tôi không bị mắc kẹt giữa quầng sáng mặt trời rực rỡ như thế, còn tôi là người duy nhất có thể an toàn chạy giữa vầng thái dương chói lòa, trên quảng trường đông đúc.

Và tôi đã không thể đuổi kịp thời gian.

Mọi thứ như sụp đổ trước mắt tôi, khi mà vây quanh chúng tôi giờ đây chính là những kẻ thù cực kỳ nguy hiểm. Chiếc đồng hồ bắt đầu chùng chình ở thời khắc cuối cùng, hai bàn chân chậm chạp của tôi run lên bần bật. Tôi biết mình đã trễ - Song, tôi sẽ vui xiết bao nếu như đằng sau những chái nhà kia có một kẻ khát máu nào đó đang chờ đợi tôi. Thất bại trong chuyện này... tôi không còn muốn sống nữa.

Đồng hồ đã điểm, mặt trời đã vào đến giữa bầu trời.

I. BUỔI TIỆC

Tôi chắc chắn tới chín mươi chín phết chín phần trăm là tôi đang mơ.

Và đây là những lý do khiến tôi dám đoan quyết về điều đó: thứ nhất, tôi đang đứng giữa một biển nắng chói lòa rực rỡ - một hiện tượng chưa bao giờ xảy ra ở thị trấn Forks, tiểu bang Washington, quê hương mới của tôi; và thứ hai, tôi đang nhìn bà ngoại Marie của tôi. Ngoại đã mất được sáu năm rồi, thế nên đây là bằng chứng rõ rệt nhất cho thấy là tôi đang mơ.

Trông ngoại hầu như không có gì thay đổi, khuôn mặt của bà vẫn y nguyên như trong trí nhớ của tôi. Da dẻ của bà vẫn mềm mại, tuy đã có phần khô héo và hẳn đầy những nếp nhăn. Ngoại chẳng khác gì một trái mơ khô, có khác chăng là mái tóc trắng, óng ả như mây mà thôi.

Cả hai cái miệng - miệng của ngoại móm mém và dúm dó, và miệng của tôi - cùng há hốc ra vì ngạc nhiên. Hình như ngoại cũng không ngờ là có ngày lại được gặp tôi.

Tôi toan mở miệng hỏi ngoại; tôi có nhiều câu hỏi lắm... Rằng ngoại đang làm gì trong giấc mơ của tôi? Rằng trong sáu năm qua, ngoại đã làm gì? Và, ông Pop có khỏe không, ông bà đã gặp nhau chưa, hai người hiện đang ở đâu? - thì ngoại cũng toan mở miệng hỏi tôi, tôi kìm mình lại để ngoại lên tiếng trước. Nhưng ngoại cũng dừng lại, hai bà cháu nhìn nhau, mỉm cười, ngượng nghịu.

- Bella?

Không phải là tiếng của ngoại gọi tôi, cả bà cả cháu đều cùng nhất loạt quay lại, chú mục nhìn người mới đến, muốn xen vào cuộc hạnh ngộ của hai bà cháu. Tôi không còn xa lạ gì với người có tiếng nói ấy; đó là tiếng nói mà dẫu có đi đâu, ở trong hoàn cảnh nào, dù là đang thức hay đang ngủ..., thậm chí là cả khi chết nữa, tôi vẫn nhận ra, tôi dám đoan chắc điều đó... Giọng nói ấy đã đeo đuổi tôi trong những lần tôi bị sốt cao - hay ít ra cũng là trong những lúc tôi lội bì bõm trong nước, trong cái lạnh và dưới những cơn mưa không bao giờ dứt... mỗi ngày.

Edward.

Như thường lệ, trống ngực tôi lại đập lên rộn ràng mỗi khi trông thấy anh, dù là trong tiềm thức... khi tôi tin chắc rằng mình đang mơ như thế này, hoảng hốt... anh đang tiến về phía chúng tôi, ung dung đĩnh đạc bước đi giữa ánh mặt trời chói lọi.

Tôi hoảng hốt vì ngoại không hề biết rằng tôi đã phải lòng một chàng ma-cà-rồng - không một ai biết điều đó cả. Làm sao tôi có thể giải thích với ngoại bây giờ, về sự phát tán của ánh sáng thành hàng ngàn cầu vồng nhỏ xíu trên làn da của anh - tựa hồ như anh là một khối pha lê hay kim cương?

Ưm, chắc ngoại thấy lạ lắm về việc bạn trai của con phát sáng lấp lánh. Dưới ánh sáng mặt trời thì anh ấy mới như vậy thôi, ngoại à. Ngoại đừng hoảng sợ nhé...

Nhưng anh đang làm gì ở đây vậy? Lý do quan trọng nhất khiến anh chọn thị trấn Forks, vùng đất tứ thời đắm mình trong mưa, một nơi có thể được coi là âm u nhất thế giới, là vì ở đó, anh có thể ung dung đi lại trên đường phố giữa ban ngày mà không làm lộ bí mật của gia đình kia mà. Ấy vậy mà anh lại xuất hiện ở đây, thong thả chuyển dịch từng bước chân lịch lãm về phía tôi - với nụ cười rạng rỡ trên bộ mặt đẹp không khác gì một thiên thần - như thể trong mắt anh, tôi là người duy nhất đang hiện hữu vậy.

Trong giây phút đó, tôi ao ước mình không còn là kẻ ngoại lệ, kẻ không thuộc ảnh hưởng của năng lực đặc biệt của anh nữa; bao lâu nay, tôi vẫn lấy làm vui khi mình là người duy nhất anh không thể đọc được suy nghĩ. Nhưng bây giờ thì tôi lại mong anh có thể làm được điều đó, có thể nghe thấy lời cảnh báo đang vang vọng trong đầu tôi.

Hoảng hốt, tôi ngoái đầu nhìn ngoại, và tự hiểu rằng điều tôi lo ngại đã hiển hiện rõ ràng. Ngoại cũng vừa quay sang nhìn tôi, ánh mắt lộ rõ vẻ thảng thốt giống hệt như ánh mắt của tôi.

Edward - vẫn nụ cười hồn hậu làm chấn động trái tim tôi, buộc nó phải đập liên hồi như muốn lao ra khỏi lồng ngực - choàng hai tay lên vai tôi và quay sang nhìn ngoại.

Ngoại vẫn giữ kiểu nhìn ngạc nhiên đó dành cho tôi. Nhưng thay vì kinh hãi, ngoại lại ngượng ngùng, hấp háy mắt như thể đang chờ đợi đứa cháu gái quở trách... Và thế đứng của ngoại, đó là một thế đứng lạ lùng, ngoại đưa một tay ra, khoanh lại như thể đang ôm một ai đó mà tôi không thể nhìn thấy được, một người nào đó đang tàng hình...

Chỉ lúc ấy, tôi mới đảo mắt nhìn quanh quất, và bất giác nhận ra rằng ngoại tôi đang ở trong một cái khung gỗ cực lớn. Không thể hiểu được, tôi buông bàn tay đang ôm Edward ra, vươn về phía ngoại. Ngoại cũng bắt chước làm theo y như thế, không khác một mảy may nào. Tay hai bà cháu chúng tôi chạm vào nhau, không, đó không phải là những ngón tay của ngoại, mà là một tấm kính lạnh ngắt...

Cơn váng vất bất ngờ ập đến, giấc mơ của tôi đã trở thành ác mộng.

Không phải là ngoại.

Mà là *tôi*. Tôi ở trong gương. Tôi - một bà lão, da nhăn nheo và lọm khọm.

Edward đang đứng ở bên cạnh tôi, không bộc lộ một cảm xúc nào, vẫn rạng ngời trong cái tuổi mười bảy thơ mộng.

Một cách dịu dàng, anh đặt đôi môi hoàn hảo, lạnh giá lên chiếc má đầy những vết hằn thời gian của tôi.

- Chúc mừng sinh nhật - Anh thì thào.

Tôi choàng tỉnh - đôi lông mày giãn ra hết cỡ, hai mắt mở căng - tôi thở hổn hển. Một thứ ánh sáng xám ngoét, ánh sáng quen thuộc của một ngày đầy mây, đã chiếm mất chỗ của ánh mặt trời rực rỡ trong giấc mơ của tôi.

Chỉ là mơ thôi. Tôi tự nhủ. *Chỉ là một giấc mơ thôi mà.* Hít vào một hơi thật sâu, tôi bừng tỉnh lần nữa khi tiếng chuông của chiếc đồng hồ báo thức bắt đầu réo vang. Phần lịch nhỏ nơi góc chiếc đồng hồ đập vào mắt tôi, nhắc nhở cho tôi biết ngày hôm nay là ngày mười ba tháng Chín.

Chỉ là một giấc mơ, nhưng đồng thời cũng là một hình ảnh tiên tri, ít ra là như vậy. Hôm nay là sinh nhật của tôi. Tôi đã thực sự bước sang tuổi mười tám.

Ngày qua tháng lại, cứ càng gần đến ngày này là tôi lại càng sợ chết khiếp.

Đã qua rồi một mùa hè tuyệt vời - một mùa hè hạnh phúc nhất mà tôi từng có, mùa hè hạnh phúc nhất mà mọi người, ở khắp mọi nơi, đều được tận hưởng, đồng thời cũng là mùa hè nhiều mưa nhất trong lịch sử của bán đảo Olympic - Cái ngày này đã ẩn nấp thật kỹ trong màn mưa, nó kiên nhẫn chờ tôi, và giờ thì nó rất hả lòng hả dạ.

Ngày mười ba tháng Chín đã xuất đầu lộ diện, nó tệ hơn cả trong trí tưởng tượng của tôi nữa. Tới lúc này, tôi mới thật sự cảm nhận về nỗi sợ hãi bấy lâu nay vẫn hằng chờn vờn trong tâm trí của mình - tôi đã lớn. Đúng, mỗi ngày, tôi lại một lớn lên thêm, nhưng cái ngày này thì khác, so với các ngày trong năm, đây là ngày tệ nhất, vì nó là ngày được chỉ điểm gọi tên. Ngày đánh dấu tuổi của tôi... Tôi đã mười tám tuổi.

Còn Edward thì mãi mãi không bao giờ bước qua tuổi mười bảy.

Tôi vào nhà tắm đánh răng, ngạc nhiên là gương mặt của mình trong gương chẳng có gì thay đổi. Tôi nhìn chằm chặp vào chân dung của mình, chú tâm tìm kiếm thật kỹ những nếp nhăn trên làn da màu ngà. Và kìa, tôi phát hiện ra một chỗ duy nhất có nếp nhăn... đó là cái trán, dĩ nhiên tôi cũng thừa hiểu là khi không còn nhăn nhó nữa thì những nếp nhăn ấy sẽ biến mất ngay lập tức. Nhưng tôi không thể. Trong bức chân dung của tôi, trên đôi mắt nâu long lanh chứa đầy nỗi lo lắng là đôi lông mày đang nhíu lại với nhau.

Chỉ là một giấc mơ thôi, tôi lặp lại để tự trấn an mình. Chỉ là một giấc mơ... đồng thời cũng là một cơn ác mộng đáng sợ nhất.

Không muốn ăn sáng, lúc này, tôi chỉ muốn ra khỏi nhà càng sớm càng tốt. Tất nhiên, tôi không thể nào tránh gặp bố được, nên đành phải chịu đựng vài phút đeo cái mặt nạ tươi cười vào. Nhưng thực lòng mà nói, quả là tôi cũng đã thật sự tươi tỉnh được ít nhiều khi đề nghị bố đừng tặng cho tôi một món quà nào cả, vậy mà không hiểu sao cứ mỗi lần ngoác miệng ra cười, tôi lại có cảm giác như là mình đang òa khóc.

Cố gắng giữ bình tĩnh khi lái xe tới trường, hình ảnh của ngoại - tôi sẽ không nghĩ đó là mình nữa - cứ lởn vởn mãi trong đầu tôi. Trong tôi lúc này không tồn tại bất kỳ một cảm xúc nào, ngoại trừ duy nhất cái cảm giác tuyệt vọng. Cuối cùng, khi bánh xe đã bon vào bãi đậu xe quen thuộc phía sau Trường trung học Forks, và trông thấy Edward đang đứng tựa lưng vào chiếc xe Volvo màu bạc bóng láng của anh - vẫn là thế đứng im lìm quen thuộc cũ, nhưng nhờ vậy, vẻ đẹp thiên sứ của anh lại hiển hiện rõ nét hơn bao giờ hết - tôi mới sực tỉnh. Giấc mơ đêm vừa rồi của tôi đã không công bằng với anh. Anh vẫn đứng chờ tôi như thường lệ.

Mọi nỗi tuyệt vọng ngay tức khắc tan biến đi, thay vào đó là nỗi ngượng ngùng muôn thuở. Tới giờ, sau hơn nửa năm làm bạn với anh, tôi vẫn không dám tin là mình lại xứng đáng được anh để mắt đến.

Bên cạnh Edward lúc này là Alice, em gái của anh, cô ấy cũng đang đứng chờ tôi.

Tất nhiên Edward và Alice không phải là anh em ruột (Ở Forks, ai cũng biết anh em nhà Cullen đều là con nuôi của bác sĩ Carlisle Cullen và vợ, bà Esme; cả hai đều còn quá trẻ để có những đứa con ở tuổi thanh thiếu niên như thế này), nhưng nước da của cả hai đều trắng y như nhau, y như nhau cả màu mắt vàng lạ lùng và những quầng thâm bên dưới mắt nữa. Gương mặt của Alice, cũng như của Edward, đều đẹp rạng rỡ đến mức lạ lùng. Đối với những ai biết chuyện - như tôi đây - trước những đặc điểm như vậy, đều có thể kết luận được họ thực sự là ai.

Thái độ của Alice ở bên cạnh Edward - đôi mắt màu vàng nâu của cô ấy ngời sáng nét hào hứng, phấn khích với một chiếc hộp vuông vức gói giấy bạc trên tay - khiến tôi không khỏi chau mày. Tôi đã bảo Alice rằng tôi không cần gì cả, không cần bất kỳ một thứ gì, là quà hay là một sự quan tâm này nọ trong ngày sinh nhật. Vậy là rõ ràng điều mong muốn của tôi đã bị lờ phắt đi.

Tôi đóng sầm cửa xe lại - chiếc xe tải Chevy đời 1953 - hậu quả là ngay lập tức, một đám bụi gỉ sắt lất phất rơi xuống mặt đường ẩm ướt. Một cách chậm rãi, tôi tiến về phía Edward và Alice. Alice bước lên trước để đón tôi, mái tóc đen cố tình làm rối của cô bạn càng khiến cho gương mặt đẹp như thiên thần của cô thêm sinh động.

- Chúc mừng sinh nhật Bella!

- Suyt - Đôi mắt của tôi liếc ngang liếc dọc để kiểm tra xem có ai nghe thấy Alice vừa nói gì không. Tôi vốn thực lòng không mong muốn ngày sinh nhật của mình được mọi người xem là một sự kiện đặc biệt quan trọng.

Alice cứ thản nhiên phớt lờ thái độ đó của tôi.

- Bạn muốn mở quà ngay bây giờ hay để sau nào? - Cô bạn hào hứng hỏi khi chúng tôi cùng sải chân bước lại phía Edward vẫn đang đứng chờ.

- Không muốn quà nào cả - Tôi lầm bầm phản đối.

Có vẻ như cuối cùng, Alice cũng đành phải để ý đến tâm trạng của tôi.

- Đồng ý... Vậy là để sau nhé. Bạn có thích quyển album mẹ bạn tặng không? Và chiếc máy ảnh, quà tặng của bố bạn nữa?

Tôi thở dài. Dĩ nhiên là Alice biết tất tần tật mọi món quà dành cho tôi. Trong gia đình Cullen, Edward không phải là người duy nhất có năng lực đặc biệt. Alice có khả năng nhìn thấy mọi dự định của bố mẹ tôi ngay khi bố mẹ vừa quyết định làm điều đó.

- Ừ ừ. Rất tuyệt.

- Mình thấy ý tưởng đó rất hay. Bạn đã là học sinh năm cuối rồi. Cần phải lưu lại những kỷ niệm chứ.

- Thế bạn đã là học sinh năm cuối bao nhiêu lần rồi?

- Úy, cái đó thì khác à nha.

Chúng tôi đã đến chỗ của Edward, anh đưa tay cho tôi. Một cách nhiệt thành, tôi nắm lấy, tức thì quên bẵng tâm trạng rầu rĩ lúc đầu. Làn da của anh vẫn vậy, vẫn mượt mà nhưng lạnh giá. Anh khẽ siết nhẹ tay tôi. Đôi mắt màu hoàng ngọc dịu dàng của anh, như thường lệ, lại khiến tim tôi nhảy múa trong lồng ngực. Nghe rõ mồn một tiếng động thình thịch liên hồi đó, anh mỉm cười.

Rất nhẹ nhàng, ngón tay của anh lại lần theo bờ môi của tôi.

- Như em đã giao hẹn từ trước, anh không được phép chúc mừng sinh nhật của em, đúng không?

- Vâng, đúng như vậy - Không bao giờ tôi có thể nói được một cách du dương, ngọt ngào như anh, chất giọng chỉ xuất hiện ở hồi đầu thế kỷ trước.

- Xem nào - Edward gãi gãi đầu - Hẳn em đã thay đổi quyết định rồi. Hầu hết mọi người đều ưa thích những thứ như sinh nhật và quà tặng mà.

Alice bật cười, tiếng cười êm như tiếng chuông ngân nga trong gió.

- Rồi bạn sẽ thích cho mà xem. Hôm nay, mọi người sẽ làm theo mọi ý thích của bạn, Bella ạ. Không lẽ có điều gì khiến cho bạn không vui hay sao? - Cô bạn lại dùng kiểu nói hoa mỹ chỉ có trong các quyển tiểu thuyết kinh điển.

- Già đi! - Cuối cùng tôi cũng nói thật lòng mình, cố gắng để cho giọng nói của mình thật điềm tĩnh.

Đang đứng sát bên tôi, nụ cười của Edward đột nhiên trở nên se sắt.

- Mười tám tuổi, nào có gì là già đâu - Alice trả lời - Không phải con gái đến tuổi hai mươi chín mới bắt đầu không thích sinh nhật sao?

- Nhưng mình lớn tuổi hơn Edward rồi - Tôi lầm bầm và nghe rõ tiếng Edward thở dài.

- Ưm, có gì đâu - Giọng nói của cô bạn vẫn ngọt ngào như vốn dĩ - Chỉ hơn có một tuổi thôi mà.

Tôi rơi vào nỗi trầm tư của mình... Không biết tương lai có diễn ra như tôi mong đợi hay không, không biết tôi có được sống đời bên Edward, Alice và những thành viên khác trong gia đình Cullen hay không (tất nhiên đừng để đến lúc tôi trở thành một bà lão nhỏ thó, hom hem, lụ khụ là được)... Nếu được sống bên họ, thì dẫu tôi có lớn hơn Edward một tuổi hay hai tuổi, miễn là đừng nhiều quá, cũng sẽ chẳng có ý nghĩa gì đối với tôi. Nhưng Edward luôn luôn gạt bỏ tất cả những gì có thể làm thay đổi tôi, từ chối tất cả những gì khả dĩ sẽ khiến tôi giống như anh - đó là được bất tử.

Một sự bế tắc - như có lần anh đã từng bảo.

Thật lòng mà nói thì tôi vẫn thực sự không hiểu vấn đề của Edward. Cái chết thì có gì tuyệt vời chứ? Trở thành ma-cà-rồng nào có phải là chuyện gì khủng khiếp lắm đâu - chẳng phải gia đình Cullen vẫn tự chủ tốt được đó sao.

- Mấy giờ bạn sẽ đến chơi? - Alice lại hỏi, cô bạn quyết định thay đổi đề tài, và cô ấy đề cập ngay đến điều tôi đang cố tránh.

- Mình không nghĩ là mình có kế hoạch đến đó.

- Trời ơi, coi Bella kìa - Alice phàn nàn - Bạn không tính phá hủy niềm vui của tất cả bọn mình đấy chứ, có phải không nào?

- Mình nghĩ rằng mình muốn làm gì trong ngày sinh nhật của mình cũng được kia mà.

- Tan học, anh sẽ xin phép ông Charlie để đưa Bella về nhà mình - Edward trả lời Alice, không quan tâm tới ý kiến của tôi.

- Em còn phải đi làm - Tôi nhất quyết phản đối.

- Không, hôm nay bạn không cần phải đi làm đâu - Alice trả lời một cách đắc ý - Mình đã xin phép bà Newton rồi. Bà ấy sẽ đổi ca cho bạn, và nhờ mình chuyển lời chúc mừng sinh nhật tới bạn đấy.

- Nhưng mình... mình... mình vẫn không thể đến được - Tôi lắp bắp, cố động não tìm một lý do khác - Mình, à, mình vẫn chưa xem *Romeo và Juliet* cho môn Quốc văn.

Alice khịt khịt mũi rồi thở phì phì.

- Nhưng bạn đã thuộc nằm lòng *Romeo và Juliet* rồi còn gì.

- Nhưng thầy Berty bảo rằng bọn mình phải xem các diễn viên thể hiện để có một cái nhìn toàn diện về tác phẩm... Đó cũng là tinh thần chung của Shakespeare...

Edward bắt đầu đảo mắt.

- Nhưng bạn cũng đã xem phim rồi - Alice bắt đầu "buộc tội".

- Nhưng mình chưa xem bản của thập niên 1960. Thầy Berty nói bản đó là hay nhất.

Cuối cùng, Alice cũng đánh rơi nụ cười đắc thắng, chỉ biết đứng im mà nhìn tôi chằm chằm.

- Chuyện này rất đơn giản, hoặc cũng rất khó khăn, Bella à, muốn nó dễ hay nó khó, tất cả đều tùy thuộc...

Edward đường đột cắt ngang lời Alice:

- Không sao đâu, Alice. Nếu Bella muốn xem phim thì cứ để cho cô ấy xem. Hôm nay là sinh nhật của Bella mà.

- Đúng đấy - Tôi hưởng ứng.

- Nên khoảng bảy giờ, anh sẽ đưa Bella về nhà mình - Edward tiếp tục nói - Em cũng cần thời gian mà chuẩn bị mọi thứ, phải không nào?

Tiếng cười vui vẻ của Alice lại bắt đầu cất lên.

- A, thế thì tốt quá rồi. Hẹn tối nay gặp lại bạn nhé, Bella! Vui lắm, rồi bạn sẽ thấy - Rồi Alice toét miệng ra cười rất tươi, những chiếc răng trắng bóng, đều đặn, hiện ra lấp lánh, và thật nhanh, cô bạn hôn nhẹ lên má tôi, sau đó, quay gót đi đến lớp học đầu tiên, bước chân thật uyển chuyển trước khi tôi kịp lên tiếng đáp lời.

- Edward, em xin anh... - Tôi bắt đầu nài nỉ nhưng nhanh như cắt, anh đặt một ngón tay lên môi tôi.

- Thảo luận sau đi. Không khéo chúng mình lại vào lớp trễ mất.

Mọi người không còn giữ cái kiểu nhìn chằm chặp vào Eward và tôi, khi chúng tôi cùng sóng bước bên nhau đi đến chỗ ngồi quen thuộc nơi cuối lớp nữa (giờ thì hầu như ở lớp nào, hai chúng tôi cũng có chung giờ với nhau - thật ngạc nhiên là Edward đã chiếm trọn được cảm tình của cô quản lý). Anh và tôi ở bên nhau nhiều đến độ cuối cùng, chúng tôi cũng không còn là một đề tài bàn tán xôn xao của đám học sinh trong trường. Ngay đến Mike Newton cũng chấm dứt những ánh nhìn rầu rĩ dành cho tôi, khiến tôi không còn mặc cảm tội lỗi như lúc đầu. Bây giờ thì hễ thấy tôi ở đâu là Mike lại cười thật tươi; tôi thấy vui vì anh chàng đã chấp nhận xem tôi chỉ là một người bạn. Suốt mùa hè vừa qua, Mike đã thay đổi - những nét tròn trĩnh, trẻ con trên gương mặt của Mike đã biến mất, phần xương má vì thế mà lộ rõ hơn, mái tóc vàng vuốt keo dựng đứng quen thuộc cũng không còn nữa, Mike để tóc dài hơn trước để tạo kiểu tóc rối bù có chủ đích. Nhìn cách ăn mặc hiện thời của anh bạn là hiểu ngay cái ý tưởng của sự thay đổi ấy - nhưng dáng vẻ của Edward đâu phải ai bắt chước cũng giống được.

Trong suốt buổi học, cái đầu của tôi chẳng dung nạp được một mảy may kiến thức nào, nhưng những suy nghĩ mông lung tìm cách không đến nhà Edward vào buổi tối thì đầy ăm ắp. Làm sao có thể có được một buổi tối vui vẻ khi trong lòng ta đầy những rối ren. Và tệ hơn cả là những món quà cùng sự quan tâm khiến tôi lúc nào cũng cảm thấy ngại ngùng.

Được quan tâm chẳng bao giờ là điều tốt lành, những ai hay gặp tai nạn như tôi hẳn cũng sẽ đồng ý với quan điểm này. Chẳng ai muốn phải hứng những ánh mắt chằm chặp chĩa vào mình trong khi mình đang phải ngượng chín cả người vì lỡ tay làm đổ bể một cái gì đó.

Và năm nay, tôi đã khẩn khoản đề nghị - ừm, chính xác thì là yêu cầu - mọi người đừng tặng bất cứ một món quà nào cho tôi. Nhưng xem ra, "bà Renée" và "ông Charlie" nhà tôi không phải là người duy nhất phớt lờ mong muốn đó.

Chưa bao giờ tôi có nhiều tiền, và tôi cũng chưa bao giờ thấy phiền lòng vì điều đó. Mẹ đã nuôi dạy tôi bằng đồng lương còm cõi của một cô giáo nuôi dạy trẻ. Bố tôi cũng chẳng giàu có gì với công việc của mình - bố là cảnh sát trưởng được phân công công tác ở cái thị trấn tỉnh lẻ Forks này đây. Thu nhập cá nhân của tôi hiện thời đều trông cả vào công việc phụ bán hàng trong một cửa hàng chuyên bán đồ thể thao trong vùng, tôi làm ở đây mỗi tuần ba ngày. Trong một cái thị trấn bé xíu xìu xiu như thế này, có thể nói là tôi đã rất may mắn nên mới có được việc làm này. Từng đồng từng cắc kiếm được, tôi đều cho cả vào cái "ngân sách để học đại học" cỏn con của tôi (Đại học chỉ là kế hoạch B thôi. Hiện tôi vẫn đang nuôi hy vọng cho kế hoạch A, nhưng Edward cứ bướng bỉnh bắt tôi phải làm một người bình thường...).

Edward có rất nhiều tiền - tình thật, tôi không muốn nghĩ nhiều về điều đó. Tiền đối với Edward, cũng như những thành viên còn lại trong gia đình của anh, chẳng hề có nghĩa lý gì. Đó chỉ là kết quả tất yếu của những năm tháng tích lũy vốn khi người ta không bị giới hạn về mặt thời gian, đã vậy, anh lại còn có cô em gái có một năng lực thần kỳ, biết trước được những thay đổi trong thị trường chứng khoán. Edward dường như không hiểu vì sao tôi lại từ chối không cho anh chi tiền mua sắm những món này món nọ cho tôi, vì sao tôi lại không cảm thấy thoải mái khi anh đưa tôi đến những nhà hàng sang trọng ở Seattle, vì sao anh không được phép mua tặng tôi một chiếc xe hơi để có thể chạy được vận tốc trên năm mươi lăm dặm một giờ, hay vì sao tôi không cho anh chia sẻ gánh nặng "ngân sách cho việc học đại học" của tôi (anh rất nhiệt tình ủng hộ kế hoạch B của tôi). Và Edward cho rằng tôi là người khó tánh chưa từng thấy.

Nhưng làm sao tôi có thể để anh tốn kém tiền bạc cho tôi khi mà tôi không có một thứ gì để đáp lại? Vì một lý do bí ẩn nào đó, anh cứ muốn luôn luôn ở bên cạnh tôi. Và vì thế, tất cả những điều anh làm cho tôi đã khiến cho chúng tôi càng lúc càng bị đẩy xa khỏi trạng thái cân bằng.

Ngày học cứ thế trôi đi, chẳng thấy Edward lẫn Alice đả

động gì đến ngày sinh nhật của tôi nữa, tôi bắt đầu cảm thấy nhẹ nhõm được đôi chút.

Chúng tôi lại cùng ngồi ăn trưa ở chiếc bàn quen thuộc.

Dường như ở cái bàn ăn này đang tồn tại một "thỏa ước ngừng bắn" thì phải. Ba người chúng tôi - Edward, Alice và tôi - ngồi ở phía cuối bàn. Anh chị của Edward, những người có phong cách khiến người khác phải sờ sợ (điển hình là Emmett), đều đã tốt nghiệp trung học; chỉ còn lại Alice và Edward, hai người có dáng vẻ không đến nỗi quá dữ dằn là vẫn tiếp tục đến trường. Và chúng tôi không hề ngồi lẻ loi. Những người bạn khác của tôi, Mike và Jessica (hai người đang ngượng ngùng trong việc thể hiện sự quan tâm đến nhau trên mức bạn bè một chút), Angela và Ben (mối quan hệ của họ, trải qua suốt mùa hè, vẫn còn được duy trì), Eric, Conner, Tyler và Lauren (người không bao giờ biết đến "phạm trù" bạn bè với tôi) cũng ngồi chung bàn với chúng tôi... nhưng là ở phía đầu bàn bên kia, như thể chiếc bàn đã bị phân chia ranh giới. Nhưng phải nói thêm một chút, đó là trong những ngày nắng ấm, khi Edward và Alice không thể đến trường, ranh giới này mới bị phá vỡ, và cũng chỉ có khi đó, tôi mới có dịp trò chuyện xởi lởi với các bạn ấy.

Tuy nhiên, cả Edward lẫn Alice đều không lấy thế làm buồn hay cảm thấy bị tẩy chay. Cả hai người đều không quan tâm đến điều đó. Còn đối với toàn bộ học sinh trong trường trung học Forks, tất cả họ đều cảm thấy rất ngại nếu phải tiếp xúc với anh em nhà Cullen, dù rằng bản thân họ cũng chẳng hiểu được lý do này. Duy chỉ có tôi là một trường hợp ngoại lệ. Và tất nhiên, chính thái độ dạn dĩ, hay quan tâm tới Edward của tôi thi thoảng cũng khiến anh lo lắng. Anh cho rằng mình đã quá mạo hiểm khi ở gần tôi - đó là một quan điểm luôn bị tôi kịch liệt phản đối mỗi khi anh đề cập đến.

Buổi chiều hôm ấy trôi qua thật nhanh. Tan trường, cũng như thường lệ, Edward lại bước theo tôi đến chỗ chiếc xe tải. Nhưng lần này, anh mở cái cửa xe ở phía bên ghế ngồi cạnh người lái và có ý đợi tôi. Vậy là Alice đã lái xe của anh về nhà, để anh ở lại canh chừng không cho tôi bỏ trốn.

Tôi khoanh tay lại, đứng thừ người ra, không muốn chui ngay vào xe để tránh cơn mưa dài bất tận.

- Hôm nay là sinh nhật của em, em không được lái xe à?

- Anh sẽ coi như hôm nay không phải là sinh nhật của em, đúng như em đã mong muốn.

- Nếu như hôm nay không phải là sinh nhật của em, vậy thì tối nay, em không phải đến nhà anh...

- Thôi được rồi.

Tiếp theo câu nói đó là tiếng đóng sầm của cánh cửa xe. Edward đi vòng qua tôi, mở cửa xe dành cho người lái.

- Chúc mừng sinh nhật em!

- Suyt - Tôi nhắc anh, và một cách miễn cưỡng, tôi chui vào cabin, tôi đã hy vọng rằng anh sẽ nói câu khác kia đấy.

Trong lúc tôi lái xe, Edward hý hoáy vặn vặn cái radio, rồi lắc đầu, le lưỡi:

- Chiếc radio của em bắt sóng ẹ quá.

Tôi chau ngay đôi mày lại. Tôi không thích những lời nhận xét chê bai kiểu đó của anh mỗi khi anh ngồi vào chiếc xe của tôi. Chiếc xe tải của tôi rất tuyệt vời, ít ra thì cũng chẳng có chiếc xe nào... giống như nó.

- Anh muốn nghe âm thanh nổi à? Thế thì cứ việc lái xe của anh đi - Tôi rất lo lắng trước những dự định của Alice, tâm trạng tôi trở nên thật tệ hại, lời lẽ của tôi gắt gỏng đến mức bản thân tôi cũng không ngờ. Tôi đã cáu kỉnh với Edward, cách nói của tôi làm cho anh phải mím chặt môi lại, không còn có thể cười nổi.

Cuối cùng, tôi cũng dừng xe trước cửa nhà của bố Charlie, Edward dùng cả hai tay để giữ lấy mặt tôi. Mỗi lần đụng chạm như vậy, anh đều rất cẩn trọng, những đầu ngón tay của anh để nhẹ nhàng lên thái dương, lên má và lên quai hàm của tôi, như thể tôi là một một vật dễ vỡ. Và đúng như vậy, ít ra là đối với anh.

- Em nên vui vẻ mới phải, hôm nay là một ngày đặc biệt mà - Edward thì thào. Hơi thở thơm mát của anh phả nhẹ lên mặt tôi.

- Thế nếu em không muốn vui vẻ thì sao? - Tôi hỏi vặn lại, hơi thở của tôi bắt đầu đứt quãng.

Đôi mắt vàng của anh đanh lại đầy giận dữ:

- Thì quá tệ!

Ngay lập tức, đầu óc của tôi trở nên quay cuồng, Edward rướn người tới, ấn nhẹ đôi môi giá lạnh lên môi tôi. Mỗi lúc như vậy, chắc chắn là tôi sẽ đánh rơi mọi nỗi lo lắng để chỉ tập trung vào mỗi một việc là làm sao cho sự điều hòa hít vào và thở ra vẫn giữ được như bình thường.

Đôi môi của Edward như muốn nuốt chửng lấy môi tôi - lạnh giá, êm mượt và dịu dàng. Một cách vô ý thức, tôi khẽ quàng tay qua cổ anh, kéo anh vào sát mình hơn... Và tôi hoàn toàn cảm nhận được đôi môi anh run rẩy khi cố thoát ra khỏi gương mặt của tôi, đôi tay của tôi.

Lúc nào Edward cũng cẩn thận trước mọi sự đụng chạm với tôi, anh luôn luôn muốn bảo toàn tính mệnh của tôi. Và mặc dù tôi vẫn luôn nhớ giữ khoảng cách an toàn giữa da tôi và làn da sắc như dao cạo cùng những chiếc răng chứa đầy nọc độc của anh, nhưng không hiểu sao mỗi lần được anh hôn, tôi lại quên sạch những điều mà theo anh, cần phải "khắc cốt ghi tâm" như thế.

- Bình tĩnh nào, Bella - Hơi thở của anh lại phả vào má tôi. Và một lần nữa, anh lại nhẹ nhàng ấn môi mình vào môi tôi, sau đó lại quay đi, đặt hai tay của tôi ngay ngắn lên bụng.

Tiếng đập của trái tim tôi phát ra cả hai lỗ tai. Bất giác tôi đưa tay đặt lên ngực. Tim tôi dường như đang muốn nhảy ra khỏi chỗ dành cho nó.

- Anh nghĩ là rồi em sẽ quen thuộc với cảm xúc này, phải không? - Tôi hỏi Edward, nhưng chủ yếu là tự hỏi bản thân mình - Một lúc nào đó, tim em sẽ thôi không còn bị kích động nữa mỗi khi anh chạm vào em?

- Thực lòng, anh hy vọng là không - Edward trả lời, nụ cười đắc ý lại mở rộng đến tận mang tai.

Tôi đảo mắt, hỏi:

- Giờ chúng ta đi xem mối cừu thù của dòng họ Capulet và dòng họ Montague nhé, được chưa nào?

- Mong muốn của tiểu thư là mệnh lệnh của tôi.

Edward nằm dài ra trên ghế xôpha, trong lúc tôi dán mắt lên màn ảnh, tua nhanh phần giới thiệu ở đầu phim. Xong, tôi ngồi hờ lên mép ghế, phía trước Edward, ngay lập tức, anh vòng tay qua thắt lưng của tôi, kéo tôi ngồi sát vào ngực anh. Bộ ngực cứng cáp của anh vốn vẫn lạnh toát nhưng hoàn mỹ - tựa như một khối băng được chạm trổ công phu, tỉ mỉ - không thể nào sánh được với độ mềm mại của chiếc nệm trên ghế xôpha, nhưng tôi lại thấy êm ái vô cùng. Anh kéo tấm phủ lưng ghế đan bằng len đã cũ choàng qua người tôi... để tôi không bị run lên cầm cập khi áp sát vào thân thể của anh.

- Em biết không, anh không thể nào chịu đựng được cái tên Romeo ấy - Edward buông lời chế nhạo ngay khi vào đầu phim.

- Romeo có làm gì sai đâu? - Tôi hỏi vặn lại, cảm thấy bất bình đôi chút. Romeo là một trong những mẫu nhân vật yêu thích nhất của tôi. Trước khi gặp Edward, tôi vẫn luôn bị ám ảnh về hình tượng này.

- Ừm, trước tiên là anh ta yêu Rosaline... Em không nghĩ là anh ta có chút gì đó không chung thủy sao? Và sau đó thì sao, chỉ sau đám cưới có vài phút, anh ta đã giết chết người anh họ của Juliet. Hay ho, tài giỏi ở chỗ nào nào? Sai lầm này lại tiếp nối đến sai lầm khác. Còn cách thức nào hoàn hảo hơn cách phá hủy niềm hạnh phúc của đời mình theo cái lối đó không?

Tôi thở dài.

- Anh có muốn em ngồi xem một mình không?

- Không, dù sao thì anh cũng sẽ xem cùng em - Những

ngón tay thon dài của Edward mơn nhẹ lên làn da ở cánh tay tôi...

Tôi nổi da gà vì lạnh buốt.

- Em có khóc không?

- Chắc là có - Tôi thật thà thú nhận - Nếu em thả hồn theo bộ phim.

- Vậy thì anh sẽ không quấy quả em nữa - Ngay sau câu nói ấy, tôi cảm nhận rõ mồn một trên mái tóc mình là nụ hôn của anh.

Bộ phim đã cuốn hút toàn bộ tâm trí của tôi, và trong hầu hết quãng thời gian xem phim, Edward đã thì thầm lời thoại của Romeo vào tai tôi - giọng nói du dương, êm mượt như nhung của anh bỗng chốc làm cho giọng nói của nam diễn viên chính trong phim trở nên trầm đục, mất hết sức sống. Và tôi đã khóc - trước thái độ thích thú của Edward - khi Juliet tỉnh dậy và nhận ra người chồng mới cưới của mình đã chết.

- Thú thật, anh thấy ghen tị với anh ta ở điểm đó đấy - Edward lên tiếng, dịu dàng nâng mái tóc của tôi lên và lau khô những giọt nước mắt nóng hổi trên má tôi.

- Vì... cô ấy quá đẹp?

Giọng nói của Edward tức thì trở nên bực bội:

- Anh đâu có cà nanh cà tị cái chuyện vớ vẩn đó... Cái anh ghen tị là anh ta có thể tự tử được một cách dễ dàng kìa - Edward giải thích bằng một giọng nói châm chọc - Con người như em có thể làm được điều đó hết sức dễ dàng! Tất cả những gì cần phải làm là ném cái lọ nhỏ chứa hóa chất xuống đất...

- Gì kia? - Tôi thở hổn hển, hỏi.

- Đó là điều ít nhất anh phải một lần nghĩ đến, và từ kinh nghiệm của Carlisle, anh hiểu rằng điều đó thật chẳng dễ chút nào. Anh không biết đã bao nhiêu lần Carlisle cố gắng kết liễu đời mình trong những ngày đầu... khi ông nhận ra mình đã trở thành "thứ gì"... - Giọng nói nghiêm nghị của Edward bỗng chốc trở nên nhẹ hẵng - Cơ bản là sinh lực của ông quá mạnh...

Tôi xoay người lại, ngắm nhìn gương mặt của anh, để có thể cảm nhận được tâm trạng của anh.

- Anh đang nói đến chuyện gì vậy? - Tôi hỏi gặng - Cái gì mà đó là điều ít nhất anh phải một lần nghĩ đến chứ?

- Mùa xuân rồi, khi em... gần như đã bị giết chết... - Edward dừng lại, hít vào một hơi thật sâu, cố gắng chuyển sang giọng nói bông đùa - Tất nhiên anh luôn tập trung vào mọi động thái cho thấy là em vẫn còn sống, nhưng một phần tâm trí của anh lại nghĩ đến những chuyện khác. Như anh đã nói với em rồi đấy, điều con người có thể dễ dàng làm được lại trở nên quá khó khăn đối với anh...

Ngay trong giây phút ấy, những ký ức mà tôi đã cố gắng giấu vào quên lãng lại một lần nữa trỗi dậy... Chuyến đi gần đây nhất của tôi đến Phoenix... Đầu óc của tôi trở nên váng vất. Mọi hình ảnh kinh hoàng của cái ngày đen tối đó lại hiện ra một cách rõ ràng - mặt trời tỏa từng quầng nắng chói lọi, cái nóng như thiêu như đốt muốn cày tung cả mặt đường nhựa... Tôi khi đó đang lao mình đến gặp một tên ma-cà-rồng tàn bạo, kẻ sau đó đã hành hạ tôi đau đớn muốn chết đi sống lại - James. Hắn đã chờ tôi trong một căn phòng đầy gương cùng với một con tin - không ai khác chính là mẹ tôi - ít ra thì hắn cũng đã khiến được cho tôi tin là như vậy. Tất nhiên tôi đã không thể biết được rằng đó là một thủ đoạn đánh lừa đơn giản, nhưng lại là một cú lừa ngoạn mục, cho tới khi tôi gặp hắn. Cũng như James không hề biết rằng Edward đã chạy đua với thời gian... chạy đua với thần chết để đến cứu tôi; Edward đã đến kịp lúc, nhưng khi đó, mắt tôi đã nhắm nghiền... Nghĩ đến đó, bất giác tôi mân mê vết sẹo hình mảnh trăng lưỡi liềm trên mu bàn tay. Vùng da ở chỗ đó lạnh hơn bất kỳ chỗ nào khác trên cơ thể tôi.

Khẽ lắc đầu như thể hành động đó có khả năng xua tan tất cả những ký ức không mấy dễ chịu, tôi cố gắng tập trung vào từng lời nói của Edward. Bụng tôi bắt đầu nôn nao... Thật khó chịu.

- Những chuyện khác? - Tôi hỏi lại.

- Ờm, là anh sẽ không sống nữa nếu không có em - Edward đảo mắt như thể vừa thốt ra một điều thật ngô nghê và trẻ con lắm - Nhưng anh thật sự không biết cách làm điều đó. Anh biết Emmett và Jasper sẽ chẳng bao giờ chịu giúp anh đâu... Anh đã nghĩ đến chuyện đi Ý và làm một điều ngớ ngẩn nào đó để chọc tức Volturi.

Tôi không muốn tin rằng Edward đang nói nghiêm túc, nhưng đôi mắt vàng của anh long lanh đầy cảm xúc thế kia, anh như đang nhìn về nơi nào đó xa xôi... khi nhớ lại mình đã quyết định tìm đến cái chết như thế nào. Tinh thần của tôi ngay lập tức bị kích động.

- *Volturi* là ai? - Tôi tò mò hỏi.

- Volturi là một gia đình - Edward trả lời, đôi mắt vẫn đắm

chìm trong cõi mơ hồ, xa xăm - Một gia đình rất có thế lực và lâu đời... cùng thuộc loại người như anh. Ừm, nếu mà nói theo thế giới của em thì chắc phải gọi họ là gia đình hoàng tộc. Những năm đầu trong cuộc sống mới, Carlisle đã sống với họ ở Ý, sau này ông mới tìm đường sang châu Mỹ - em còn nhớ câu chuyện anh kể không?

- Tất nhiên là em vẫn nhớ.

Không bao giờ tôi có thể quên được cái ngày đầu tiên đặt chân đến nhà Edward, một căn biệt thự trắng toát nằm biệt lập với thế giới bên ngoài, giữa một khu rừng sâu hun hút, bên cạnh một con sông hiền hòa, hay căn phòng nơi bác sĩ Carlisle - bố của Edward theo nhiều nghĩa - treo vô số những bức họa mô tả cuộc đời ông. Trong số đó, bức tranh sơn dầu là sống động nhất, gợi nhiều cảm xúc nhất, được vẽ vào khoảng thời gian bác sĩ Carlisle ở Ý. Tôi vẫn nhớ như in một nhóm bốn thanh niên có phong thái điềm đạm, mỗi người một vẻ tuấn tú khác nhau, nhưng tựu chung là vẻ đẹp thánh thiện chỉ có ở thiên thần; cả bốn người đứng trên bao lơn cao nhất, điềm tĩnh nhìn xuống một đám đông đang náo loạn được miêu tả đầy màu sắc. Bức họa đã tồn tại hàng thế kỷ, thế nhưng bác sĩ Carlisle - thiên sứ tóc vàng - vẫn không có nét gì thay đổi. Tôi nhớ đến ba người còn lại, những người bạn đầu tiên của bác sĩ Carlisle. Edward chẳng bao giờ dùng đến cái từ *Volturi* để gọi bộ ba đó cả - hai người tóc đen, còn một người tóc trắng như tuyết. Anh chỉ gọi họ là Aro, Caius, và Marcus, những vị thần bóng đêm - đề tài nghiên cứu của nghệ thuật...

- Dù sao, em cũng không được chọc giận *Volturi* - Edward

tiếp tục nói, phá tan cơn mơ màng của tôi - Trừ phi em muốn chết, hay những gì đại loại như vậy - Giọng nói của anh vẫn điềm tĩnh, đều đều, khiến bất kỳ người nghe nào cũng cảm thấy nản chí.

Nỗi tức giận của tôi bỗng chốc chuyển sang sợ hãi. Tôi ghì chặt lấy gương mặt của anh.

- Không bao giờ, không bao giờ, không bao giờ anh được nghĩ đến những chuyện đại loại như vậy nữa, anh có nghe em nói không? - Tôi nói như hét lên - Dù cho em có xảy ra bất cứ chuyện gì, anh cũng *không được phép* làm tổn thương đến mình!

- Anh sẽ chẳng bao giờ đặt em vào vòng nguy hiểm nữa, đó mới là vấn đề quan trọng.

- *Đặt em vào vòng nguy hiểm?* Em nhớ chúng mình đã thảo luận cái vận rủi ấy là do lỗi của em mà! - Nỗi tức giận trong tôi lại nổi lên mạnh mẽ - Sao anh dám nghĩ đến chuyện đó chứ? - Cái ý nghĩ Edward không còn tồn tại nữa, dù cho là khi đó tôi đã chết rồi, bất chợt làm cho lòng tôi quặn lại vì đau đớn.

- Thế giả dụ anh lâm vào hoàn cảnh của em thì em sẽ làm gì?

- Cái đó khác.

Có vẻ như không hiểu được sự khác biệt đó, Edward phá ra cười thành tiếng.

- Nếu anh mà có mệnh hệ nào... - Mặt tôi hốt nhiên tái nhợt đi vì cái ý nghĩ khủng khiếp ấy -... Anh có muốn em *kết liễu* đời mình không?

34

Gương mặt hoàn mỹ của Edward ngay lập tức sắt lại, đôi mắt long lanh lẩn khuất những đau khổ.

- Có lẽ anh đã hiểu được tâm trạng của em... một chút - Edward thú nhận - Nhưng anh biết phải làm sao đây nếu như không có em?

- Anh hãy trở về là một Edward của ngày nào, trước khi em xuất hiện và làm xáo tung cuộc sống của anh.

Edward thở dài, nói:

- Em làm như dễ lắm ấy.

- Sẽ là như vậy thôi, anh ạ. Thật sự em không phải là người đặc biệt đến độ anh phải khổ sở như thế đâu.

Edward sửng cồ lên, định vặn lại, nhưng anh đã lại dịu xuống.

- Để sau hãy bàn tiếp - Anh hứa hẹn rồi ngồi bật dậy, cách tôi một quãng để cả hai không chạm vào nhau nữa. Tư thế của anh lại lịch lãm như vốn dĩ.

- Bố em ư? - Tôi hỏi dò.

Anh chỉ mỉm cười, không đáp. Một lúc sau, tôi nghe thấy tiếng xe tuần tra của cảnh sát lăn bánh vào khuôn viên nhà. Tôi đưa tay ra nắm lấy bàn tay giá lạnh của anh. Bố hay hài lòng về điều đó.

Và bố bước vào nhà với một hộp bánh pizza trên tay.

- À, hai đứa - Bố cười toe toét với tôi - Hôm nay là sinh nhật của con, bố nghĩ con cần phải nghỉ nấu nướng hay rửa chén một bữa. Đói chưa?

- Rồi ạ. Con cảm ơn bố.

Bố không có ý kiến gì về sự kiêng ăn của Edward. Bố đã quá quen với việc Edward hay bỏ ăn bữa tối.

- Thưa ông, tối nay, cháu có thể "mượn" Bella được không ạ?- Edward lên tiếng hỏi khi tôi và bố đã ăn xong.

Với ánh mắt tràn trề hy vọng, tôi nhìn sang bố. Có lẽ trong quyển từ điển của bố, sinh nhật đồng nghĩa với ở nhà, là quây quần bên gia đình - đây lại là buổi sinh nhật đầu tiên tôi đón với bố, buổi sinh nhật đầu tiên kể từ ngày mẹ Renée của tôi tái hôn và chuyển đến sống ở Florida. Không biết bố sẽ quyết định thế nào... Hồi hộp quá.

- Không có vấn đề gì cả - tối nay, đội Thủy thủ sẽ chơi với đội Bít tất - Bố giải thích, dập tắt niềm hy vọng cuối cùng của tôi - Nên có lẽ bố sẽ khó mà chơi với các con được... Đây! - Nói rồi, bố giơ ra một cái máy ảnh mà bố đã mua theo yêu cầu của "bà Renée" (vì tôi cần phải có hình để lồng vào quyển album của mẹ tặng), đoạn tung nó cho tôi.

Lẽ ra bố phải biết từ trước rồi mới phải - đó là tôi luôn gặp rắc rối với sự phối hợp giữa mắt, tay và chân. Chiếc máy ảnh chỉ kịp sượt qua đầu ngón tay của tôi rồi rơi xuống... Trời... Nhưng may sao, trước khi có tiếng "cộp" xảy ra trên tấm vải sơn lót sàn nhà, Edward đã nhanh như cắt ra tay chụp lấy nó.

- Khá đấy, quả là một pha cứu nguy trông thấy - Ngài cảnh sát trưởng nhà tôi bình phẩm - Tối nay có gì vui thì phải chụp lại ngay đấy nhé, Bella. Giá mà con biết là mẹ mong chờ hình của con như thế nào trước cả khi con chụp chúng cơ đấy.

- Dạ vâng, thưa ông Charlie - Edward trả lời và đưa máy ảnh cho tôi.

Tôi bật máy ảnh, nhắm vào Edward, bấm máy.

- Ưm, máy chụp tốt lắm.

- Vậy là được rồi. À, gửi lời chào của bố đến Alice nhé. Lâu rồi, con bé không thấy lại đây chơi - Bố trễ môi xuống khi nói.

- Mới có ba ngày thôi mà bố - Tôi nhắc cho bố nhớ. Chẳng là bố rất quý mến Alice. Bố đã gắn bó với cô bạn của tôi từ dạo xuân qua, khi cô ấy luôn túc trực bên cạnh tôi giúp đỡ trong lúc tôi bị thương; và trên hết là bố biết ơn Alice đã giúp đứa con gái đang trưởng thành còn nhiều xốc nổi của bố thôi không thể hiện mình nữa - Con sẽ chuyển lời của bố ạ.

- Được rồi. Hai đứa đi chơi vui nhé - Rõ ràng là "đuổi khéo" đây mà. Nói rồi, bố bước thẳng ra phòng khách, chiếc tivi đang đợi bố.

Edward mỉm cười, vẫn là cái kiểu cười hí ha hí hửng muôn thuở khi nắm lấy tay tôi và kéo ra khỏi gian bếp.

Đến chỗ chiếc xe tải, anh lại mở cửa xe ở phía ghế ngồi bên cạnh người lái cho tôi, lần này thì tôi không thể cãi lời anh được nữa. Trời tối rồi, tôi đâu có nhìn ra được con đường rẽ vào nhà anh.

Edward lái xe lên phía bắc của thị trấn Forks, hiển nhiên là tiếp tục tỏ rõ thái độ bực bội vì cái vận tốc chậm như rùa bò của chiếc Chevy tiền sử của tôi. Động cơ xe kêu rên, khóc lóc thảm thiết hơn thường lệ khi anh lên ga tới vận tốc năm mươi dặm một giờ.

- Bình tĩnh, bình tĩnh nào - Tôi nhắc nhở anh.

- Em có chắc là em biết mình đang cần gì không đấy? Một chiếc xe hơi Audi-coupé. Máy êm, mạnh...

- Chiếc xe tải của em chẳng có vấn đề gì cả. Anh chỉ nghĩ đến chuyện vứt tiền ra ngoài cửa sổ thôi, nếu anh biết điều gì là tốt cho anh thì anh đã chẳng phung phí tiền bạc vào mấy món quà sinh nhật rồi.

- Anh chẳng bỏ ra một đồng nào cả.

- Tốt!

- Em làm giúp anh một chuyện được không?

- Cái đó còn tùy vào việc gì đã chứ.

Edward thở dài, gương mặt rạng rỡ bỗng chốc nghiêm lại:

- Bella à, buổi sinh nhật đúng nghĩa cuối cùng mà bọn anh tổ chức là cho Emmett vào năm 1935. Hôm ấy, tất cả mọi người đã khá buồn. Nhưng tối nay, bọn anh đều vui vì em, vì vậy, em đừng khó tánh nữa.

Cứ mỗi lần anh đả động đến những chuyện đại loại như vậy là tôi lại buồn.

- Được rồi, em sẽ cố gắng.

- Có lẽ anh cần phải nói với em rằng... ừm...

- Anh cứ nói đi.

- Khi anh nói rằng bọn anh đều vui vì em... thì điều đó có nghĩa là cả gia đình anh đấy.

- Cả gia đình anh? - Cổ họng tôi như nghẹn lại - Em tưởng Emmett và Rosalie đang ở châu Phi - Tất cả "thần dân" của thị trấn Forks này (tất nhiên là trừ tôi ra) đều đinh ninh rằng anh chị của Edward đã vào đại học, và hiện đang ở Dartmouth.

- Emmett thích ở đây.

- Nhưng còn... Rosalie?

- Anh biết rồi, Bella à. Nhưng em đừng lo, chị ấy sẽ biết cách cư xử sao cho phải.

Tôi không trả lời, cố làm ra vẻ như không lo lắng gì, điều đó quá dễ dàng. Không giống như Alice, người chị gái "ruột dư" của Edward, cô gái tóc vàng có vẻ đẹp thần thánh, là người không hề thích tôi. Nói chính xác thì Rosalie không cảm thấy thoải mái khi có sự hiện diện của tôi hơn là không thích tôi. Trong đôi mắt của Rosalie, tôi chỉ là một kẻ xâm phạm bí mật đời tư của gia đình chị ấy không hơn không kém.

Một cảm giác có lỗi ngay lập tức tràn ngập cả người, có lẽ nào sự vắng mặt kéo dài bấy lâu nay của Rosalie và Emmett lại là vì tôi, dù rằng trong thâm tâm tôi cũng cảm thấy khuây khỏa khi không còn phải nhìn thấy chị ấy. Còn Emmett, người anh mang khí khái một con gấu của Edward, lại là người tôi rất nhớ. Về nhiều mặt, Emmett giống như một người anh cả mà lúc nào tôi cũng ước ao được có... hơn là sợ anh ta.

Edward thay đổi đề tài:

- Ừm, nếu em không để anh mua tặng em một chiếc Audi thì không lẽ em không thích một thứ gì cả trong ngày sinh nhật của mình hay sao?

Những lời lẽ đáp lại không khác gì là lời thì thầm:

- Anh biết em muốn gì mà.

Vầng trán vốn dĩ phẳng lì của Edward lập tức nhăn lại. Đó là biểu hiện cho thấy anh đã hối hận khi không nói tiếp về chuyện Rosalie.

Dường như hôm nay chúng tôi đã nói với nhau quá nhiều về chuyện này.

- Đừng bàn chuyện đó vào tối nay, Bella, anh xin em đấy.

- Ừm, có lẽ Alice sẽ tặng em thứ em cần.

Edward gầm gừ trong họng - đó là một âm thanh trầm đục, dọa dẫm.

- Hôm nay chưa phải là ngày sinh nhật cuối cùng của em đâu, Bella - Edward khẳng định như đinh đóng cột.

- Thật không công bằng với em.

Hình như tôi vừa nghe thấy bên tai mình tiếng hai hàm răng của anh nghiến lại thì phải.

Và chúng tôi đã đến nhà của Edward. Tất cả các cửa sổ ở tầng trệt đều sáng choang ánh đèn. Ở mái hiên gie ra có treo một hàng dài những chiếc đèn lồng Nhật Bản, thứ ánh sáng nhẹ nhàng, dịu mắt ấy hắt cả lên những cây tuyết tùng mọc xung quanh nhà. Còn trên những bậc cầu thang dẫn lên cửa ra vào là những bó hoa - toàn những đóa hồng tươi mơn mởn.

Tôi phát run lên, miệng lầm bầm rên rỉ.

Bên cạnh tôi, Edward hít thở thật sâu... để lấy lại bình tĩnh.

- Hôm nay là sinh nhật của em - Anh nhắc cho tôi nhớ - Cố gắng làm một người dễ thương nhé.

- Em biết rồi - Tôi lẩm bẩm.

Anh bước xuống xe, đi vòng qua bên phía tôi ngồi để mở cửa, đoạn chìa tay ra.

- Em vẫn còn một câu hỏi.

Edward đề phòng ngay lập tức.

- Nếu em tiếp tục chụp cuốn phim này - Tôi mân mê chiếc máy chụp hình trong tay - anh có chịu đứng vào khung hình không?

Edward bật cười ngặt nghẽo. Anh giúp tôi bước ta khỏi cabin và dắt tôi lên mấy bậc thang, cho tới tận lúc mở cửa cho tôi, anh vẫn chưa ngớt cười.

Đằng sau cánh cửa ra vào ấy, tất cả mọi người đều đang tề tựu đợi tôi trong căn phòng khách quét vôi trắng, rộng thênh thang. Khi tôi vừa bước chân qua khỏi ngưỡng cửa, họ đồng thanh hét vang: "Chúc mừng sinh nhật Bella!" Mặt mũi đỏ bừng, tôi chỉ còn biết cúi gầm mặt xuống đất. Trong phòng, chỗ nào cũng thấy những chiếc lọ pha lê cắm đầy hoa hồng lẫn với những ngọn nến hồng lung linh tỏa sáng. Hình như tác giả của vụ này không ai khác ngoài Alice, tôi đoán như vậy. Cạnh chiếc đàn đại dương cầm của Edward là một cái bàn trải khăn trắng muốt, bên trên có đặt một ổ bánh sinh nhật màu hồng, bày rất nhiều hoa hồng, một chồng đĩa thủy tinh và những hộp quà gói giấy bạc.

Vậy là tệ hơn cả trăm lần tôi tưởng tượng.

Cảm nhận được tâm trạng của tôi, Edward quàng tay qua thắt lưng tôi và hôn lên đỉnh đầu của tôi.

Bố mẹ của Edward, bác sĩ Carlisle và vợ ông, bà Esme - trẻ trung, duyên dàng đến không ngờ - đang đứng ở gần cửa ra vào nhất. Một cách thận trọng, bà Esme ôm lấy tôi, mái tóc mềm mại màu nâu nhạt của bà quệt nhẹ lên má tôi khi bà hôn chúc phúc lên trán tôi, sau đó đến lượt bác sĩ Carlisle, ông đặt cả hai tay lên vai tôi.

- Xin lỗi cháu chuyện này nhé, Bella - Ông nói khe khẽ nhưng cố ý để người khác nghe thấy - Mọi người không thể ngăn Alice không làm thế được.

Rosalie và Emmett đứng bên cạnh họ. Rosalie không mỉm

cười, nhưng ít ra thì chị ấy cũng không còn giữ vẻ mặt cau có và gườm gườm nhìn tôi nữa. Gương mặt của Emmett thì bành ra vì nụ cười nở quá rộng. Dễ có đến mấy tháng rồi, tôi mới được gặp lại họ; tôi gần như không còn nhớ đến vẻ đẹp kiêu sa, rạng rỡ của Rosalie - giờ gặp lại, tôi không khỏi chạnh lòng vì tủi thân. Còn Emmett thì vẫn luôn... *to lớn* như thế.

- Trông cô chẳng thay đổi gì cả - Emmett nói bằng một giọng rầu rầu như đang thất vọng - Tôi cứ mong là cô sẽ khác kia, ai dè vẫn là cái gương mặt đỏ ửng như mọi khi.

- Cảm ơn anh, Emmett - Tôi rất cảm kích trước lời động viên của người anh cả, nhưng mặt tôi vì thế lại càng đỏ hơn nữa.

Emmett được dịp cười đến muốn vỡ cả bụng.

- Thôi, tôi phải ra ngoài một lát đây - Emmett lên tiếng rồi nháy mắt với Alice - Đừng có tổ chức sớm trong lúc tôi vắng mặt đấy.

- Em sẽ cố gắng.

Bỏ tay ra khỏi bàn tay của Jasper, Alice bước lại gần tôi, những chiếc răng trắng tinh của cô bạn lại hiện ra lấp lóa. Jasper cũng mỉm cười, song vẫn giữ khoảng cách với tôi. Anh ta, với mái tóc vàng, dài, chỉ dám đứng tựa mình vào lan can cầu thang. Trong suốt những ngày chúng tôi buộc phải giam chân ở Phoenix, tôi những tưởng Japser đã vượt qua được cái phần bản ngã xấu xa trong con người của anh ta rồi. Hóa ra là không phải, Jasper vẫn hành động không khác gì lần đầu tiên tôi đến chơi nhà anh ta - đó là tạo khoảng cách với tôi, càng xa xàng tốt - anh ta đã trở lại là một Jasper không được đứng gần tôi, khi mà nhiệm vụ bảo vệ tôi đã không còn nữa. Tôi biết Jasper không muốn cư xử với tôi như vậy, đây chỉ là sự phòng xa, và tôi cố gắng không quá chú tâm vào điều đó. Dù sao, Jasper vẫn còn gặp nhiều khó khăn hơn so với những thành viên còn lại trong gia đình mình về vấn đề kiêng khem; mùi máu người vẫn còn có năng lực cám dỗ anh ta - Jasper nín nhịn chưa được bao lâu.

- Đã đến lúc mở quà rồi - Alice dõng dạc tuyên bố. Cô bạn nắm lấy khuỷu tay tôi, dẫn lại chỗ cái bàn có đặt ổ bánh kem cùng những hộp quà gói bằng giấy bạc.

Mặt tôi lúc này trông không khác gì kẻ đang bị một chứng bệnh nào đó hành hạ triền miên.

- Alice, mình nhớ rằng mình đã nói với bạn là mình không cần gì cả kia mà...

- Nhưng mình đâu có nghe - Cô bạn cắt ngang, mỉm cười tự đắc - Bạn mở quà đi.

Vừa nói, cô bạn vừa tước lấy cái máy ảnh trong tay tôi rồi ấn vào tay tôi một chiếc hộp to, màu bạc, vuông vức.

Chiếc hộp nhẹ tênh như thể trong đó chẳng chứa một cái gì. Miếng nhãn dán trên hộp cho biết đây là quà của Emmett, Rosalie và Jasper. E lệ, ngượng ngùng, tôi run run bóc lớp giấy bên ngoài rồi nhìn chằm chằm vào chiếc hộp.

Hình như là một món quà điện tử, với hàng loạt những con số trên màn hình. Rất hồi hộp, tôi mở chiếc hộp ra, chờ đợi gương mặt của mình được dịp bừng sáng. Nhưng chiếc hộp... trống không.

- Ơ... cảm ơn.

Rosalie không giấu một nụ cười vừa nở. Jasper thì không cần giữ ý, phá ra cười như nắc nẻ.

- Đó là một chiếc máy nghe nhạc âm thanh nổi - Anh ta giải thích - Emmett đang đặt nó vào chiếc xe tải của cô, để cô khỏi đem trả lại ấy mà.

Lúc nào Alice cũng đi trước tôi một bước.

- Cảm ơn Jasper, Rosalie - Tôi lên tiếng, bất giác mỉm cười khi nhớ lại những lời than phiền của Edward về chiếc radio cũ mèm chiều nay, thì ra mọi việc đều đã có kế hoạch hẳn hoi - Cảm ơn Emmett - Tôi gọi rõ to.

Đáp lại lời của tôi là một tràng những tiếng cười đắc ý vọng lại từ chiếc xe tải. Tới lúc này thì tôi không thể không bật cười.

- Giờ thì mở quà của mình và của Edward đi - Alice nhắc nhở, giọng nói vút cao vì hào hứng. Cô bạn cầm lên một hộp quà xinh xắn hình vuông.

Tôi quay ngoắt sang Edward, ném cho anh một ánh nhìn "dọa nạt":

- Anh đã hứa rồi đấy!

Trước khi Edward kịp trả lời, đã thấy bóng Emmett xuất hiện, đứng choán ngay ở cửa ra vào.

- Oa, vừa kịp lúc! - Anh ta reo mừng, vội vã xáp lại gần, đứng sau lưng Jasper lúc này cũng đã tiến đến gần hơn để trông cho rõ.

- Anh chẳng bỏ ra một đồng nào cả - Edward vẫn lặp lại câu nói cũ và đưa tay lên vén nhẹ một lọn tóc vừa vướng vào mặt tôi, tôi lại bắt đầu run lên trước sự đụng chạm của anh.

Hít vào thật sâu để lấy lại tinh thần, tôi quay sang Alice.

- Đưa cho mình - Tôi nói kèm theo một tiếng thở dài.

Một cách thích thú, Emmett bật cười khúc khích.

Tôi đón lấy món quà từ tay cô bạn, đưa mắt liếc nhìn Edward lần nữa trong khi ngón tay khẽ luồn vào một góc giấy, bứt nó ra.

- Ui da - Tôi buột miệng kêu lên khi bị mép giấy cứa vào ngón tay. Một cách vội vã, tôi đưa ngón tay lên kiểm tra. Một lằn máu nhỏ đang rỉ ra khỏi vết thương.

Mọi chuyện sau đó diễn ra thật nhanh.

- Không!

Tôi nghe thấy tiếng của Edward thét lên rất thảng thốt.

Và nhanh như cắt, anh lao người tới chỗ tôi, hất tôi bay qua khỏi cái bàn. Cái bàn đổ chổng kềnh, tất nhiên, ổ bánh kem, những món quà, cùng hoa và đĩa rơi thẳng xuống đất. Tôi đứng giữa những mảnh pha lê vỡ tan tành.

Jasper lao vào Edward, âm thanh của sự va chạm vang lên chói tai, hệt như tiếng của hai khối đá khổng lồ vừa tông thẳng vào nhau.

Tiếp theo đó là những tiếng gầm gừ ghê rợn thoát ra từ lồng ngực của Jasper. Jasper giãy giụa, cố gắng đẩy thân người của Edward ra, những chiếc răng trắng lóe của anh ta liên tiếp đớp hụt vào mặt của Edward.

Trong chớp mắt, Emmett từ đằng sau ôm gọn lấy Jasper, khóa cứng anh ta bằng hai bắp tay lực lưỡng cứng như thép; Jasper vẫn vùng vẫy cố sức thoát ra, đôi mắt vô hồn của anh ta nhìn xoáy thẳng vào tôi.

Trên cả sự kinh hoàng là một nỗi đau khổ bắt đầu ùa vào

45

hồn tôi. Bất giác tôi lảo đảo ngã vật xuống sàn, ngay bên cạnh chiếc đàn đại dương cầm. Một cách tự nhiên, hai cánh tay của tôi xoãi ra, rơi thẳng xuống những mảnh thủy tinh nhọn hoắt, sắc lẻm. Cơn đau như hàng ngàn mũi kim chích vào da thịt bắt đầu chạy dọc từ cổ tay lên đến khuỷu tay của tôi.

Trong nỗi hãi hùng, đôi mắt ngây dại của tôi cứ nhìn chằm chằm vào một vệt máu dài, đỏ thẫm, đang chảy thành dòng trên cánh tay của mình. Rồi đôi mắt ngây dại ấy từ từ chuyển hướng tới những ánh nhìn đầy kích động của sáu con ma-cà-rồng đang bị kích thích cái bản ngã khát máu.

2. NHỮNG NỖI ĐAU

Bác sĩ Carlisle là người duy nhất còn giữ được bình tĩnh. Giọng nói không bị pha cảm xúc của ông là bằng chứng rõ rệt nhất cho thấy ông đã có hàng thế kỷ làm việc trong phòng cấp cứu, đó là giọng nói của một người có khả năng làm chủ trong mọi tình thế.

- Emmett! Rose! Đưa Jasper ra ngoài đi.

Với vẻ mặt cương nghị, Emmett gật đầu như một phản xạ tự nhiên.

- Đi nào, Jasper.

Jasper vẫn giãy giụa liên hồi trong cái khóa tay không gì có thể bẻ gãy nổi của Emmett. Anh ta quay phắt lại, tấn công người anh em của mình không thương tiếc, những chiếc răng trắng tinh của anh ta liên tục chĩa vào người Emmett, đôi mắt của anh ta không còn một chút tình cảm nào.

Mặt của Edward giờ đây trắng bệch như một tờ giấy; anh khom người xuống - đây là một tư thế phòng vệ quen thuộc đã có lần tôi được trông thấy - và lao tới phía tôi. Tiếng gầm gừ cảnh cáo của anh lại thoát ra từ hai hàm răng đang nghiến chặt lại vì căng thẳng. Tôi có thể khẳng định một cách chắc chắn rằng vào lúc này, anh đang cố nín thở để không phải cảm nhận được mùi máu của tôi.

Còn Rosalie, trên khuôn mặt đẹp như thiên thần ấy bỗng nở một nụ cười tự mãn khó hiểu, chị ta nhẹ nhàng tiến lại phía Jasper - với thái độ cẩn thận dè chừng trước những chiếc răng đáng sợ của anh ta - để cùng Emmett đưa Jasper ra ngoài qua lối cửa kính đã được bà Esme mở sẵn, một tay của bà đang ôm lấy mặt vì sững sờ.

Có thể thấy rõ khuôn mặt trái xoan của bà Esme đang ẩn chứa một nỗi ngượng ngùng, xấu hổ.

- Thành thật xin lỗi cháu, Bella.

Tiếp theo đó là những lời lẽ thịnh nộ dành cho những người con khi bà rảo chân bước nhanh ra ngoài sân.

- Để đấy cho bố, Edward - Bác sĩ Carlisle thì thầm.

Edward vẫn giữ nguyên tư thế căng thẳng, mãi một lúc sau mới chịu gật đầu, và từ từ thả lỏng người.

Bác sĩ Carlisle quỳ xuống bên cạnh tôi, tỉ mẩn quan sát vết thương trên tay tôi. Tôi hoàn toàn có thể cảm nhận được nỗi kinh hoàng đang đông cứng lại trên gương mặt của chính mình. Tôi cố hết sức trấn tĩnh lại.

- Thưa bố đây ạ - Alice lên tiếng, cô đưa cho bác sĩ Carlisle một cái khăn.

Vị bác sĩ khe khẽ lắc đầu.

- Vết thương có nhiều mảnh vụn thủy tinh quá - Nói rồi, ông xé toạc một góc khăn trải bàn trắng tinh, làm thành một cái garô quấn quanh tay tôi. Mùi tanh của máu khiến cho đầu óc tôi trở nên váng vất. Hai lỗ tai của tôi ù hẳn đi.

- Bella - Bác sĩ dịu dàng gọi tôi - Cháu có muốn tôi đưa đến bệnh viện không, hay tôi sẽ chăm sóc cháu ngay ở đây?

- Dạ, ở đây ạ - Tôi thì thào đáp. Nếu bác sĩ Carlisle mà đưa tôi tới bệnh viện thì thể nào chuyện này chẳng đến tai ngài cảnh sát trưởng nhà tôi.

- Để con đi lấy túi cứu thương của bố - Alice lên tiếng.

- Chúng ta cần phải đưa cô bé đến chỗ bàn ăn - Bác sĩ Carlisle nói với Edward.

Chẳng cần phải tỏ ra gắng sức, Edward bế xốc tôi lên một cách nhẹ hẫng, trong lúc bác sĩ Carlisle vẫn giữ lấy vết thương hầu cầm máu ở tay tôi.

- Bây giờ cháu cảm thấy thế nào, Bella? - Bác sĩ hỏi tôi.

- Cháu vẫn ổn ạ - Giọng nói của tôi vẫn bình thường như không, tôi hài lòng với mình về điều đó.

Gương mặt của Edward thì đanh cứng lại như một tảng đá.

Alice đang có mặt ở đó. Chiếc túi màu đen của bác sĩ Carlisle đã được đặt sẵn trên bàn. Trên tường có gắn một chiếc đèn nhỏ nhưng sáng rực. Một cách dịu dàng, Edward đặt tôi ngồi xuống một chiếc ghế; bác sĩ cũng nhắc lấy cho mình một chiếc ghế khác, ông ngồi xuống và bắt tay ngay vào việc.

Edward đứng bên cạnh tôi canh chừng nhưng vẫn không dám thở.

- Anh đi được mà, Edward - Tôi khẽ thở dài.

- Không sao, anh vẫn chịu được - Edward khăng khăng, trong khi hai quai hàm của anh vẫn còn siết cứng lại; đôi mắt anh rực sáng với cơn khát nhưng vẫn cố kìm nén. Trông anh lúc này còn đáng sợ hơn tất cả những người còn lại.

- Anh không cần phải chứng tỏ mình là một anh hùng như thế đâu - Tôi nói - Bác sĩ Carlisle có thể lo cho em được mà. Anh ra ngoài hít thở khí trời đi.

Ôi chao, bác sĩ Carlisle vừa làm gì đó khiến tay tôi đau buốt, tôi bất giác nhăn mặt lại.

- Anh sẽ ở đây - Edward vẫn kiên quyết.

- Vì sao anh cứ phải ngoan cố như thế mới được kia chứ? - Tôi lầm bầm một cách thê thiết.

Tới nước này thì bác sĩ Carlisle buộc phải can thiệp vào:

- Edward, con hãy đi tìm Jasper đi, trước khi nó bỏ đi đâu đó quá xa. Bố chắc chắn rằng hiện giờ nó đang rất buồn đấy, nó sẽ chẳng nghe lời ai ngoại trừ con đâu.

- Đúng rồi - Tôi phụ họa - Anh đi tìm Jasper đi.

Đôi mắt của Edward ngay lập tức tối sầm lại khi nhận ra chúng tôi đã trở thành đồng minh của nhau, nhưng rồi cuối cùng anh cũng phải gật đầu đồng ý và nhanh nhẹn thoát ra ngoài theo lối cửa bếp. Chắc hẳn rằng từ lúc ngón tay của tôi bị cắt, anh đã chẳng dám hít thở lấy một lần.

Một cảm giác tê cóng, ớn lạnh đột ngột lan truyền khắp cánh tay của tôi. Mặc dù không còn thấy đau buốt nữa, nhưng tôi vẫn không thể quên hẳn được cái cảm giác mất máu đáng sợ này. Tôi ngắm nhìn gương mặt của bác sĩ Carlisle một cách chăm chú, ngõ hầu có thể quên đi sự hoạt động nhanh thoăn thoắt của đôi bàn tay ông đang thực hiện những thao tác chuyên môn trên cánh tay của tôi. Bác sĩ hơi chúi đầu xuống, ánh đèn chiếu thẳng vào những lọn tóc vàng khiến chúng sáng rực lên. Một cảm giác nôn nao bỗng dậy lên từ lõm thượng vị của tôi, tôi cố dằn xuống, quyết không để cho cơn buồn nôn quen thuộc khống chế mình. Giờ thì không còn đau đớn nữa, trong người tôi lúc này chỉ còn độc mỗi một cảm giác ơn ớn ở cánh tay mà tôi đang cố sức lờ đi. Không, tôi không được yếu ớt theo kiểu trẻ con như thế.

Nếu Alice không đang hiện hữu sẵn trong tầm mắt của

tôi, thì có lẽ tôi đã chẳng nhận ra rằng cô bạn cũng đã đầu hàng và bây giờ đang khẽ khàng lẻn ra khỏi phòng. Với nụ cười gượng gạo ra chiều xin lỗi, cô bạn biến mất theo lối cửa sau.

- Mọi người đi cả rồi - Tôi thở dài - Cháu sẽ dọn dẹp phòng.

- Đây không phải là lỗi của cháu - Bác sĩ Carlisle an ủi tôi, rồi phá ra cười ròn rã - Bất cứ ai cũng có thể bị như vậy.

- Ấy là *có thể* thôi - Tôi lặp lại - Nhưng với cháu thì thường xuyên.

Vị bác sĩ lại cười một cách hồn nhiên.

Sự bình thản của ông thật đáng kinh ngạc, nó trái ngược hoàn toàn với phản ứng của tất cả mọi người ở đây. Tôi tuyệt nhiên không nhìn thấy bất cứ một biểu hiện gì trên gương mặt của ông cho thấy là ông đang cố gắng cả. Bác sĩ làm việc thật nhanh, mọi động tác đều chuẩn xác. Âm thanh duy nhất hòa cùng tiếng thở đều đều của chúng tôi chỉ là các tiếng *lanh canh* của những mẩu thủy tinh rơi từng mảnh, từng mảnh xuống bàn.

- Sao ông có thể làm được như thế? - Tôi hỏi - Ngay cả Alice và Esme... - Tôi ngập ngừng, khẽ lắc đầu nghĩ ngợi. Tất cả những người còn lại cũng đã kiêng khem được tuyệt đối như bác sĩ, nhưng chỉ có ông là người duy nhất có thể chịu được mùi máu của tôi mà không phải tỏ ra là đang khổ sở chống lại sự cám dỗ cuồng nhiệt đó. Rõ ràng điều đó khó hơn rất nhiều so với những gì mà bác sĩ Carlisle đang cố thể hiện.

- Năm này qua năm khác... tôi đã cố gắng kiên trì tập luyện đấy, cô bé ạ - Ông trả lời - Hầu như tôi không còn quan tâm, chú ý đến mùi hương đó nữa.

- Ông có nghĩ rằng nếu như ông tạm thời rời bệnh viện để đi du lịch một thời gian dài, thì điều này có lại trở nên khó khăn không, một khi ông không còn quẩn quanh bên những thứ gì có dính dáng đến máu nữa?

- Cũng có thể - Bác sĩ khẽ nhún vai, nhưng hai bàn tay của ông vẫn hoạt động bình thường - Song, tôi chưa bao giờ cần phải xin nghỉ phép để đi du lịch cả - Ông nhìn thẳng vào mắt tôi, cười hồn hậu - Tôi rất thích công việc của mình.

Lanh canh, lanh canh, lanh canh. Không ngờ trong tay tôi lại có nhiều thủy tinh đến như vậy. Nỗi tò mò lại dâng lên trong tôi, tôi những muốn nhìn xuống mặt bàn một chút, chỉ để xem những mảnh thủy tinh ấy nhiều đến cỡ nào, nhưng rồi lại thôi, thế nào hành động đó cũng sẽ chẳng có ích gì cho sự cố gắng chống nôn mửa của tôi lúc này.

- Vậy, cái ông thích là gì ạ? - Tôi lại hỏi. Thú thật là tôi không hình dung nổi về bác sĩ Carlisle - những năm tháng đấu tranh với chính bản ngã của mình, chịu đựng sự ép xác khổ hạnh để có thể đạt được cái ngưỡng dễ dàng trơ với mùi máu như thế.

Đôi mắt đen tuyền của vị bác sĩ thật điềm tĩnh và trầm tư khi trả lời:

- Ừmmm. Điều tôi thích nhất... đó là khi những năng lực đặc biệt mà tôi vốn không muốn có này lại có thể giúp tôi cứu được người khác, những người hầu như không còn hy vọng gì sống nữa. Biết được điều đó thật dễ chịu biết bao. Nhờ có sự tồn tại của tôi mà những bệnh nhân của tôi được khỏe mạnh trở lại. Còn những cảm nhận về máu gớm ghiếc kia thì lại có ích trong việc chẩn đoán bệnh tình, may thay...

- Một bên khóe miệng của bác sĩ hơi nhếch lên, tạo thành một nụ cười nửa miệng tuyệt đẹp.

Tôi thử người ra, trong lúc nghiền ngẫm về những gì bác sĩ vừa thổ lộ, thì ông vẫn loay hoay gắp bằng hết những mảnh thủy tinh bám trên tay tôi. Cuối cùng, bác sĩ lần tay vào trong chiếc túi cứu thương của mình, tìm thêm vài dụng cụ mới. Tôi cố gắng không để cho đầu óc của mình mường tượng đến cây kim và sợi chỉ...

- Ông đã cố gắng sửa chữa cái lỗi lầm mà không phải do chính ông gây ra - Tôi chợt hiểu, cùng lúc đó, tôi cảm nhận được phần da chỗ vết thương đang bị kéo căng - Ý cháu là ông đâu có mong đợi một cuộc sống như thế. Ông đâu có chọn cho mình cách sống này, cho dù ông đã nỗ lực làm mọi thứ để trở thành một người tốt đúng nghĩa.

- Tôi không biết là mình đang sửa chữa cái lỗi lầm nào đấy - Bác sĩ Carlisle nhẹ nhàng phản đối - Cũng bình thường như vạn vật trên cõi đời này thôi, tôi chỉ muốn dùng những gì được ban cho để làm những việc mình yêu thích.

- Nghe qua thì thấy rất dễ dàng...

Bác sĩ Carlisle kiểm tra lại tay tôi lần nữa.

- Ổn rồi - Ông nói, đoạn cầm kéo cắt đứt sợi chỉ - Xong rồi đấy, cô bé ạ - Nói xong, ông chậm chậm miếng gạc to quá khổ đẫm màu xirô lên vết thương vừa được khâu. Mùi cồn thật khó chịu, nó khiến đầu óc tôi quay cuồng, váng vất. Chất lỏng này in màu xuống làn da của tôi.

- Nhưng sao lúc đầu - Tôi lên tiếng khi bác sĩ Carlisle bắt đầu đặt một miếng gạc khác vào vết thương - ông lại nghĩ đến một cách sống khác?

Đôi môi của bác sĩ thoáng ẩn hiện một nụ cười tư lự:

- Edward chưa kể với cháu chuyện này ư?

- Dạ rồi. Nhưng cháu rất muốn biết khi ấy, ông đã nghĩ gì...

Sắc mặt của bác sĩ Carlisle đột nhiên nghiêm lại, tôi thắc mắc không biết liệu ông có đoán ra suy nghĩ của tôi không. Tôi tự hỏi không biết mình sẽ nghĩ sao một khi mà - tôi không muốn dùng từ *nếu* - bản thân bị rơi vào hoàn cảnh như thế.

- Cháu đã biết cha tôi là một mục sư - Bác sĩ trầm tư khi lau dọn cái bàn, ông cẩn thận miết tấm gạc ẩm xuống mặt bàn, cứ thế lau đi lau lại nhiều lần. Mùi cồn đậm đặc sộc vào mũi tôi - Ông nhìn cuộc đời bằng một đôi mắt cực đoan, tính cách ấy của cha tôi đã ám ảnh tôi trước khi tôi bị biến đổi - Bác sĩ Carlisle cho tất cả những mảnh thủy tinh vỡ cùng miếng gạc bẩn vào một cái chén pha lê. Tôi hoàn toàn không có một ý niệm nào, ngay cả khi bác sĩ đánh một que diêm. Sau đó, ông ném que diêm vào giữa những miếng gạc đẫm cồn, ngọn lửa phừng phực cháy làm cho tôi giật nảy mình.

- Xin lỗi cháu - Bác sĩ lên tiếng - Nhưng cần phải làm thế... Và tôi đã không đồng ý với cách đặt niềm tin đó của cha mình. Nhưng quả thật chưa bao giờ, chưa bao giờ trong suốt gần bốn trăm năm qua, kể từ lúc ra đời đến nay, tôi lại nghi ngờ về sự tồn tại của Chúa. Dù chỉ là một ý nghĩ nhỏ bé nhất.

Tôi vờ ngắm nghía từng đường khâu trên cánh tay của mình hòng che giấu nỗi ngạc nhiên về bác sĩ. Sau khi đã cân nhắc mọi điều, tôi có thể khẳng định rằng tôn giáo là điều tôi không dám tin tưởng nhất. Bản thân tôi vốn cũng không có đức tin. Ngài cảnh sát trưởng nhà tôi thì tự nhận mình là người theo giáo phái Luther, chỉ đơn giản là vì ông bà nội của tôi theo tân giáo, thế nhưng vào mỗi chủ nhật, "ngài" lại đi lễ ở... bờ sông với một cái cần câu cá trong tay. Còn "bà Renée" thì bây giờ cũng chẳng còn đến nhà thờ nữa, mối quan tâm chính của mẹ tôi hiện giờ chỉ là quần vợt, gốm thủ công, yoga và các lớp học tiếng Pháp mà lúc này mẹ đang rất say mê, chỉ thiếu điều quên ăn quên ngủ nữa thôi... Nhưng tất nhiên tôi biết tỏng chúng chỉ là cái "mốt nhất thời" của mẹ.

- Tôi biết tất cả những điều này thật khôi hài, nhất là khi chúng được phát ra từ miệng của một tên ma-cà-rồng - Bác sĩ Carlisle cười thật tươi, hiểu rằng cái kiểu dùng từ huych toẹt như thế của họ chẳng khi nào lại không khiến cho tôi nao lòng - Nhưng tôi vẫn mong đó hãy còn là cứu cánh duy nhất của cuộc đời này, ngay cả với những kẻ như chúng tôi. Đây chỉ là hy vọng mong manh, tôi thừa nhận điều đó - Bác sĩ vẫn tiếp tục nói thật tự nhiên - Chẳng phải người ta vẫn nói những kẻ như chúng tôi là đáng bị nguyền rủa đấy ư. Nhưng sao tôi vẫn hy vọng, có lẽ là mất trí rồi cũng nên, rằng chúng tôi sẽ được ghi nhận vì những nỗ lực, cố gắng bấy lâu...

- Cháu không cho rằng đấy là mất trí - Tôi lầm bầm phản đối. Quả thực trên đời này, tôi không thể tưởng tượng được là có người nào, bao gồm cả thần thánh, lại không kính phục Carlisle. Mà thật ra, cái định nghĩa về thiên thần, trong tâm tưởng của tôi, sẽ phải có cả Edward nữa - Và cháu cũng không cho rằng người ta nghĩ ngược lại với cháu.

- Thật ra, chỉ có cháu là người duy nhất đồng ý với tôi mà thôi.

- Những người còn lại không nghĩ như vậy sao, thưa ông? - Tôi buột miệng hỏi ngay tức khắc, ngỡ ngàng, trong đầu nghĩ ngay đến con người cá biệt đó.

Và bác sĩ Carlisle hoàn toàn đọc được cái suy nghĩ ấy của tôi.

- Edward cũng có cùng quan điểm với tôi. Chúa và thiên đường là có thực... địa ngục cũng vậy. Nhưng nó không tin là những kẻ như chúng tôi lại có thế giới bên kia - Giọng nói của bác sĩ Carlisle vẫn ngọt ngào và êm dịu; ông dõi mắt ra ngoài ô cửa sổ rộng lớn để tâm tư đắm chìm vào bóng tối mênh mông - Cháu biết không, nó luôn nghĩ rằng chúng tôi đã bán đứng linh hồn của chính mình.

Bất giác văng vẳng bên tai tôi vang lên rành rọt những lời nói lúc ban chiều của Edward: *Trừ khi em muốn chết - hay những gì đại loại như vậy.* Mọi thứ chợt hiện ra sáng rõ.

- Đó mới chính là lý do, phải không ông? - Tôi hỏi dò - Đó là nguyên nhân khiến anh ấy bướng bỉnh, không chịu chiều theo ý cháu.

Một cách điềm đạm, bác sĩ Carlisle trả lời:

- *Con trai tôi...* Sức khỏe của nó, lòng hào hiệp của nó, sự thông minh sắc sảo của nó sáng ngời qua phong thái - nó hoàn toàn xứng đáng với niềm hy vọng đó, với niềm tin đó hơn bất cứ ai hết. Trên đời này, liệu còn có ai tài hoa cho bằng Edward không?

Tôi gật đầu đồng ý một cách nhiệt thành.

- Một khi tôi đã tin như vậy... - Vị bác sĩ nhìn tôi bằng

một đôi mắt cực kỳ bí hiểm - Một khi cháu đã tin như vậy...
Liệu cháu có thể hủy hoại linh hồn của *nó* được hay không?

Cái kiểu đặt câu hỏi của bác sĩ quả là khiến cho người khác lâm vào tình cảnh "há miệng tất sẽ mắc quai". Chẳng thà ông hỏi tôi có chấp nhận rũ bỏ linh hồn của mình vì Edward không, thì câu trả lời chắc chắn sẽ là "hiển nhiên rồi". Đằng này, ông lại hỏi tôi có sẵn sàng thí bỏ linh hồn của Edward hay không? Buồn bã, tôi mím chặt môi lại. Cái câu hỏi này của ông thật là mắc mứu.

- Cháu hiểu vấn đề rồi đấy.

Tôi lắc đầu, cố bướng bỉnh đến cùng.

Bác sĩ Carlisle cũng lắc đầu.

- Đó là sự chọn lựa của cháu - Tôi khăng khăng.

- Nhưng Edward cũng có sự lựa chọn của mình - Bác sĩ khoa tay khi chợt nhận ra là tôi đang sẵn sàng tranh luận - Liệu nó có chịu làm điều đó cho cháu hay không?

- Anh ấy không phải là người duy nhất có khả năng làm được việc đó - Tôi đưa mắt nhìn bác sĩ một cách đầy ẩn ý.

Đột ngột bác sĩ bật cười, tâm trạng của ông bỗng nhiên trở nên sôi nổi hẳn lên:

- Ôi không đâu! Cháu đi mà bàn bạc với nó - Nhưng hốt nhiên bác sĩ lại thở dài - Ừm, dẫu sao thì tôi đâu thể nào chắc chắn chuyện này được. Nếu có xảy ra chuyện gì, tôi nghĩ tốt nhất là tôi cứ nên làm tốt phần việc của mình. Nhưng không lẽ lại bắt người khác phải chịu chung số phận bất hạnh của mình là đúng à? Thật tình, tôi cũng không biết phải thế nào nữa.

Tôi không đáp... Tôi chẳng hình dung nổi cuộc đời của tôi sẽ như thế nào nếu như bác sĩ Carlisle cứ giữ nguyên thái độ cự tuyệt việc làm thay đổi số phận cô đơn của chính mình... Bất giác tôi rùng mình.

- Chính mẹ của Edward đã quyết định thay tôi - Giọng nói của bác sĩ Carlisle gần như là một lời thì thầm. Đôi mắt lẫn vẻ mặt của ông bỗng trở nên xa xăm khi nhìn ra ngoài cửa sổ, để hồn đắm vào trong bóng tối muôn trùng.

- Mẹ của anh ấy ư? - Tôi nhớ cứ mỗi lần hỏi Edward về bố mẹ của anh là y như rằng anh chỉ lặp đi lặp lại duy nhất một câu trả lời, rằng cả hai đã mất từ lâu lắm rồi, và rằng ký ức của anh không còn giữ nhiều hình ảnh về họ nữa. Vậy ra trí nhớ của bác sĩ Carlisle về bố mẹ của Edward, dù rằng ông chỉ gặp gỡ họ trong một thời gian ngắn ngủi thôi, cũng đủ khiến ông cả đời không bao giờ quên được.

- Phải. Bà ấy tên là Elizabeth. Elizabeth Masen. Còn bố của nó, ông Edward Senior, thì hôn mê suốt trong bệnh viện, không hề có một lần nào tỉnh lại. Ông ấy chết khi bệnh cúm bắt đầu tràn vào nước Mỹ. Elizabeth thì chỉ cầm cự được đến gần hết trận đại dịch. Edward giống mẹ nhiều hơn - bà ấy có một mái tóc sạm màu đồng thiếc rất kỳ lạ, và đôi mắt của bà ấy, chính xác là màu xanh lục, giống thằng bé.

- Mắt của anh ấy màu xanh ư, thưa ông? - Tôi thì thào, cố gắng mường tượng hình ảnh của Edward ngày trước.

- Đúng như vậy đấy... - Bác sĩ Carlisle trả lời, đôi mắt màu đất non lại trở nên xa xăm - Nỗi lo lắng cho con trai của mình nơi Elizabeth đã trở thành một sự ám ảnh. Bà từ bỏ cả cơ hội sống của mình, không chịu nằm an dưỡng trên giường bệnh, để chăm nom cho thằng bé. Tôi những tưởng rằng thằng bé sẽ đi trước, sức khỏe của nó quá tệ, tệ hơn người mẹ rất nhiều. Thế nhưng Elizabeth lại ra đi trước, đi rất nhanh. Ấy là lúc bóng chiều vừa buông, tôi khi đó đã được nhận vào làm việc ở bệnh viện để chia sẻ bớt gánh nặng với các bác sĩ đang không có lấy một phút ngơi tay. Đó là cả một quãng thời gian đầy khó khăn và khổ sở khi cứ phải đóng kịch - có rất nhiều việc phải làm, và tôi thì không cần phải nghỉ ngơi. Tôi ghét làm sao cái chuyện phải về nhà, náu mình trong bóng đêm mà giả vờ là đang ngủ, giữa lúc bao con người đang nằm chờ chết.

Tôi đã đến kiểm tra cho Elizabeth và con trai của bà trước tiên. Càng lúc tôi càng gắn bó với con người, suy cho cùng thì đó vẫn là một điều nguy hiểm, vì dẫu sao, con người cũng rất mong manh và dễ vỡ. Tôi nhận ra ngay lập tức là tình trạng sức khỏe của bà Elizabeth đã có chuyển biến xấu. Cơn sốt đã hoành hành vượt quá mức kiểm soát, mà cơ thể của bà ấy thì đã yếu lắm rồi, không còn đủ sức để chống chọi với bệnh tật nữa.

Vậy mà Elizabeth không tỏ vẻ gì cho thấy là mình đang yếu sức cả, bà chỉ nằm đó, nhìn tôi trân trối.

- Làm ơn cứu lấy nó! - Người mẹ khốn khổ khẩn cầu tôi, giọng nói của bà khản đặc; hẳn là phải khó khăn lắm, cuống họng của bà mới xoay trở để thốt ra được bằng ấy tiếng.

- Tôi sẽ làm hết sức - Tôi hứa với người phụ nữ, và nhẹ nhàng đặt tay lên tay bà. Cơn sốt đã lên quá cao, Elizabeth thậm chí không còn sức để thắc mắc về làn da lạnh một cách bất thường của tôi nữa. Mọi thứ khi ấy, bà chạm vào đều lạnh cả.

- Anh phải cứu - Người mẹ khốn khổ nhấn đi nhấn lại, bà nắm lấy tay tôi, mạnh đến nỗi tôi cũng không rõ có phải là bà đang lên cơn không nữa. Đôi mắt Elizabeth mau chóng trở nên thất thần, cứng đờ như đá, hệt như những viên ngọc lục bảo - Anh phải làm mọi cách trong khả năng *của anh*. Những gì mà người khác không thể làm được, anh phải làm để cứu lấy Edward của tôi.

Từng lời, từng lời nói của bà ấy khiến tôi sợ hãi. Người phụ nữ nhìn tôi bằng đôi mắt sắc nhọn như dao, và, trong giây phút ấy, tôi có thể chắc chắn một điều rằng Elizabeth đã biết bí mật của tôi. Sau đó, cơn sốt đã hoàn toàn trấn áp được bà, bà không còn lấy mảy may một chút ý thức nào nữa. Và một tiếng đồng hồ sau, người phụ nữ xấu số ấy trút bỏ hơi thở cuối cùng.

Đã bao thập kỷ trôi qua, trong tôi luôn nung nấu một ý tưởng là tạo ra cho mình một người bạn đồng hành. Chỉ cần một người hiểu rõ tôi, một người tôi có thể chia sẻ mọi vui buồn mà không phải đóng kịch. Nhưng tôi không thể đối xử với người khác theo cái cách mà tôi đã bị đối xử, dù cho lời bào chữa đó có là thế nào.

Và Edward nằm thiêm thiếp ở đó, đang hấp hối. Chỉ nhìn thôi là cũng hiểu rằng thằng bé chỉ còn ở trần thế này có vài giờ nữa. Bên cạnh nó, người mẹ đáng thương, gương mặt của bà ấy đầy nỗi dằn vặt, bà Elizabeth đã ra đi trong trạng thái không có được một chút thanh thản nào.

Bác sĩ Carlisle bùi ngùi hồi tưởng lại quá khứ, ký ức của ông không hề bỏ sót bất kỳ một chi tiết nào, dẫu đã trải qua bao nhiêu năm tháng; gần một thế kỷ trôi qua rồi chứ có ít đâu. Trong đầu tôi, ngay phút chốc, hiện lên hàng loạt những hình ảnh theo từng lời kể của bác sĩ - một bệnh viện ngập tràn nỗi tuyệt vọng, một bầu không khí sặc mùi tử khí. Cả người Edward nóng hổi vì sốt, cuộc sống của anh đang mất dần, mất dần theo từng giây... Tôi lại rùng mình, cố xua đuổi những hình ảnh thê lương đó ra khỏi tâm trí.

- Lời cầu xin khẩn khoản của Elizabeth bỗng vang vọng trong đầu tôi. Làm sao bà lại đoán biết được tôi có thể làm gì cơ chứ? Không lẽ có người lại muốn con của mình thành ra như vậy sao?

Tôi lại nhìn Edward. Ngay cả trong lúc ốm đau và sắp chết, nó cũng vẫn rất đẹp. Gương mặt thằng bé toát lên sự tốt bụng và thánh thiện không thể tả. Đó là gương mặt mà tôi luôn muốn là của con trai tôi.

Sau chừng đó năm thiếu quả quyết, bỗng dưng hôm ấy, tôi quyết định liều thử một phen. Trước tiên, tôi đẩy thi hài của Elizabeth vào nhà xác, rồi quay trở lại ngay với thằng bé. Không một ai nhận ra rằng nó vẫn còn thở. Chẳng ai còn tay, còn mắt đâu mà để ý xem những bệnh nhân đang cần gì nữa. Ít ra thì trong nhà xác, chỉ toàn là người chết không thôi. Tôi đánh cắp thằng bé ra ngoài theo lối cửa sau, đưa nó đi qua các nóc nhà để về nhà mình.

Khi ấy, tôi cũng không biết là mình cần phải làm gì nữa. Tôi chỉ đơn thuần là làm cho thằng bé bị thương giống như tôi đã từng bị hồi nhiều thế kỷ về trước, lúc tôi còn ở Luân

Đôn. Và rồi tình hình có vẻ như tệ đi. Thằng bé chịu đau đớn hơn và cuộc biến đổi kéo dài quá mức cần thiết.

Dù sao thì tôi cũng không hối hận. Tôi không hối hận vì đã cứu Edward - Bác sĩ Carlisle chậm rãi lắc đầu, và trở về với thực tại. Ông mỉm cười với tôi, đề nghị - Có lẽ bây giờ tôi nên đưa cháu về thì hơn.

- Con sẽ làm việc đó - Edward đột ngột lên tiếng. Anh bước ra khỏi căn phòng khách tối như bưng, vẻ mặt vẫn bình thường, không tỏ rõ một thái độ nào, nhưng trong đôi mắt ấy hẳn phải đang có ẩn chứa một nỗi niềm - một nỗi niềm mà anh đang cố gắng giấu đi. Bụng tôi bỗng thắt lại.

- Bác sĩ Carlisle đưa em về được rồi - Tôi nói, mắt khẽ nhìn xuống chiếc áo sơ mi đang mặc, chiếc áo vải bông xanh thẳm sạch sẽ là vậy mà giờ đây đang dính dáp và lấm lem những máu. Khoảng áo bên vai phải thì thẫm đỏ.

- Anh ổn mà - Giọng nói của Edward vẫn bình thường như không - Dù sao thì em cũng cần phải thay áo, chứ nhìn bộ dạng em thế kia, thể nào bố em cũng lên cơn đau tim cho mà xem. Để anh bảo Alice lấy cho em bộ đồ mới - Dứt lời, Edward lại sải chân bước ra khỏi khung cửa gian bếp.

Tôi băn khoăn quay sang bác sĩ Carlisle:

- Anh ấy đang rất buồn.

- Đúng - Bác sĩ đồng ý ngay với tôi - Quả thật, sự việc diễn ra vào buổi tối hôm nay là điều nó sợ nhất. Cháu lại bị đặt vào vòng nguy hiểm... vì cái bản chất của chúng tôi.

- Nhưng không phải là lỗi của anh ấy.

- Cũng hoàn toàn không phải là lỗi của cháu, cô bé ạ.

Tôi vội quay sang chỗ khác để thoát khỏi đôi mắt khôn ngoan, hoàn mỹ của bác sĩ. Tôi không thể đồng ý với ý kiến đó.

Một cách nhẹ nhàng, bác sĩ Carlisle đưa tay tới phía tôi... một nhã ý muốn giúp tôi đứng dậy. Tôi bước theo ông vào phòng khách. Bà Esme cũng đã quay lại từ lúc nào, bà đang lúi húi lau dọn chỗ tôi vừa ngã lúc nãy - cố gắng tẩy cho sạch cái mùi tanh tanh đầy ấn tượng ấy.

- Thưa bà Esme, bà hãy để đấy cháu làm ạ - Tôi hoàn toàn có thể cảm nhận được gương mặt của mình đang đỏ ửng.

- Sắp xong rồi cô bé - Người phụ nữ mỉm cười nhìn tôi - Cháu cảm thấy trong người thế nào?

- Cháu vẫn ổn ạ - Tôi nói quả quyết - Cháu chưa thấy bác sĩ nào khâu nhanh bằng bác sĩ Carlisle.

Cả bố và mẹ của Edward đều bật cười thành tiếng.

Ngay lúc ấy, từ phía cửa sau, Alice và Edward cùng đồng thời vừa bước vào phòng. Alice tiến nhanh tới chỗ tôi, còn Edward thì có ý lưỡng lự thấy rõ, vẻ mặt của anh lúc này quả thực rất khó dò.

- Đi nào - Alice lên tiếng - Mình sẽ lấy cho bạn bộ đồ khác... đỡ khủng khiếp hơn...

Và cô bạn tìm cho tôi một chiếc áo của bà Esme, màu sắc khá giống với chiếc áo tôi đang mặc hiện giờ. Bố sẽ không nhận ra đâu, tôi dám chắc như thế. Khi không còn bị chảy máu ròng ròng nữa, thì miếng gạc dài, trắng muốt bó chặt trên cánh tay của tôi trông cũng chẳng đến nỗi nào. Dẫu sao thì việc trên người tôi có bị trầy trụa, băng bó, bố cũng chẳng bao giờ... ngạc nhiên (quen quá rồi mà!)

- Alice à - Tôi lên tiếng đúng vào lúc cô bạn đang tính dợm bước ra cửa.

- Ừ? - Giọng nói của Alice cũng nhỏ không kém gì tôi. Cô bạn nhìn tôi một cách tò mò, cái đầu hơi nghếch sang một bên.

- Mọi chuyện rồi sẽ ra sao? - Tôi không biết lời thì thầm của mình có trở thành công cốc hay không nữa. Bởi lẽ, dù cho ngay cả khi chúng tôi có ở trên lầu, với cánh cửa khép chặt, thì Edward vẫn hoàn toàn có thể nghe thấy hết cuộc trao đổi của chúng tôi.

Gương mặt của cô bạn tôi lập tức trở nên căng thẳng:

- Mình cũng không biết nữa.

- Jasper thì sao?

Alice thở dài:

- Anh ấy rất buồn, buồn với chính bản thân mình. Đó là một thử thách quá lớn đối với Jasper, anh ấy rất ghét cái cảm giác không làm chủ được mình như thế.

- Không phải là lỗi của anh ấy. Bạn hãy nói với Jasper là mình không giận gì anh ấy cả, không một chút nào, bạn nhé?

- Ừ, tất nhiên rồi.

Edward đang đứng chờ tôi ở ngay cửa trước. Khi tôi vừa đặt chân xuống những bậc thang cuối cùng, anh chỉ lẳng lặng mở cửa ra mà không nói một lời nào.

- Đem theo quà này, Bella! - Alice gọi với theo khi thấy tôi đang thận trọng đi lướt qua Edward. Cô bạn ôm vội lấy hai gói quà, một gói đã được mở dở dang, cùng với cái máy ảnh của tôi đang nằm dưới chiếc đàn đại dương cầm, đặt cả vào cánh tay lành lặn của tôi - Hãy cảm ơn mình sau, sau khi bạn đã mở quà ra nhé.

Bà Esme và bác sĩ Carlisle đều chúc tôi ngủ ngon, vẻ mặt của hai người không được tự nhiên cho lắm. Tôi nhận ra bố mẹ của Edward đang thay phiên nhau liếc nhìn gương mặt không có tý chút cảm xúc nào của anh, giống y như tôi vậy.

Ngoài trời thật dễ chịu. Đôi chân của tôi nhanh nhẹn đi qua những chiếc đèn lồng cùng những bó hồng rực rỡ mà giờ đây đã trở thành những kỷ vật đau buồn. Edward chỉ cắm cúi bước theo tôi, hoàn toàn im lặng. Rồi như thường lệ, anh lại mở cửa xe cho tôi, lần này thì tôi ngoan ngoãn leo vào, không dám kêu ca, phàn nàn gì.

Trong xe, trên cái bảng đồng là một chiếc nơ to màu đỏ, được gắn hờ vào một cái máy nghe nhạc âm thanh nổi. Tôi tháo chiếc nơ, ném bừa xuống sàn. Từ phía cửa xe bên kia, Edward vừa luồn người vào; một cách vội vã, tôi hất chiếc nơ vào gầm ghế của mình.

Anh không hề liếc nhìn tôi hay cái máy hát. Cả hai chúng tôi, chẳng ai có ý định bật máy lên. Thật kỳ lạ, tiếng gầm rống của động cơ xe càng lúc lại càng khiến cho bầu không khí im lặng trở nên đáng ngại. Edward phóng xe thật nhanh trong màn đêm, giữa con đường quanh co uốn lượn.

Sự im lặng kéo dài làm cho tôi bất giác trở nên thảng thốt.

- Anh nói gì đi - Cuối cùng, tôi phải lên tiếng khi Edward bắt đầu cho xe ra xa lộ.

- Em muốn anh nói gì bây giờ? - Anh hỏi lại tôi bằng một chất giọng hoàn toàn dửng dưng, không có chút xúc cảm nào.

Như một phản xạ tự nhiên, ngay lập tức, tôi co rúm người lại trước thái độ xa cách đó.

- Hãy nói với em rằng anh sẽ tha thứ cho em.

Ngay tức khắc, vẻ mặt điềm tĩnh kia đã có được sự thay đổi - một nỗi cáu giận hiện ra hừng hực trên gương mặt của Edward.

- *Tha thứ* cho em? Tha thứ chuyện gì kia chứ?

- Nếu em cẩn thận hơn thì đã chẳng có chuyện gì xảy ra rồi.

- Bella, em cắt phải tay - thế mà suýt chút nữa đã phải trả giá bằng cả mạng sống của mình đấy.

- Nhưng dẫu sao, đó vẫn là lỗi của em.

Lời nói của tôi không ngờ lại có tác dụng đến vậy, Edward mau chóng trút bỏ hết tâm sự của mình:

- Lỗi của em ư? Nếu như em cắt phải tay ở nhà Mike Newton, bên cạnh Jessica và Angela hay những người bạn bình thường khác của em thì điều tồi tệ nhất có thể xảy ra sẽ là gì chứ? Có lẽ là họ sẽ chẳng tìm thấy cho em một miếng gạc đâu, đúng không? Còn nếu chẳng may em xảy chân, ngã ngay vào chồng đĩa thủy tinh - mà không phải do người ta ném em vào - vậy thì điều tồi tệ nhất có thể xảy ra là gì? Em sẽ bị chảy máu, trong khi các bạn đang tức tốc đưa em đến phòng cấp cứu, đúng không? Mike Newton sẽ ở bên cạnh, dịu dàng nắm lấy tay em, trong lúc họ khâu cho em - mà chẳng phải khổ sở kìm nén cái tư tưởng giết chết em. Đừng tự đổ lỗi cho mình nữa, Bella. Điều đó chỉ càng khiến cho anh căm ghét bản thân mình hơn mà thôi.

- Mike Newton... Vì sao mà anh cứ phải kéo Mike Newton vào giữa chúng ta mới chịu được vậy? - Tôi nổi dóa.

- Anh nhắc đến Mike Newton là vì ở bên cái tên đó, em luôn được an toàn - Edward cầu nhàu.

- Em thà chịu chết còn hơn là ở bên Mike Newton - Tôi phản kháng - Em thà chịu chết còn hơn là ở bên bất cứ ai khác, ngoài anh.

- Em làm ơn đừng có nói cường điệu lên như thế.

- Được thôi, anh cũng đừng có lố lăng như thế nữa.

Edward lặng im, không trả lời. Việc làm duy nhất của anh lúc này chỉ là hầm hè quan sát đường sá qua cái kính chắn gió, gương mặt của anh thật u ám.

Nhìn thấy anh như vậy, ngay tức khắc tôi dịu lại, cố vắt óc tìm cách cứu vãn tình hình. Thế mà mãi cho tới tận khi xe đã đậu ngay ở trước cửa nhà tôi rồi, tôi vẫn chưa nghĩ ra được điều gì cho nên hồn.

Edward tắt máy, nhưng hai bàn tay của anh vẫn còn ôm khư khư lấy cái vô lăng không chịu rời.

- Tối nay, anh ở lại với em nhé? - Tôi ướm lời.

- Anh nên về nhà thì hơn.

Đó là điều tôi không bao giờ mong muốn, tôi không muốn anh phải vì tôi mà hối hận bất cứ chuyện gì.

- Sinh nhật của em mà - Tôi cố ý nhấn mạnh.

- Em không thể đi nước đôi như vậy được - em có muốn mọi người quên ngày sinh nhật của em hay không nào? Em chỉ được quyền chọn một trong hai mà thôi.

Giọng nói của Edward vẫn sắc lạnh, song, không còn cái

vẻ nghiêm nghị như trước nữa. Nhẹ nhõm được phần nào, tôi khẽ thở phào, an tâm:

- Được rồi. Em quyết định rằng em không muốn anh không quan tâm đến ngày sinh nhật của em nữa. Gặp lại anh trên lầu nhé.

Nói xong, tôi nhảy phóc xuống xe, xoay người lại, ôm bằng hết những gói quà xuống. Edward cau mày tỏ vẻ không đồng ý.

- Em không cần phải làm như thế đâu.

- Em thích tất cả các gói quà này - Tôi đáp không chút lưỡng lự, nhưng sau đó lại tự hỏi không biết có phải là anh đang nói khích tôi hay không nữa.

- Không, không. Carlisle và Esme mua tặng em một món quà khá đắt giá đấy.

- Có sao đâu - Một cách vụng về, lóng ngóng, tôi quơ hết tất cả quà vào cánh tay lành lặn rồi đóng sầm cửa xe lại. Anh cũng nhào ra khỏi xe, chạy ùa đến bên cạnh tôi trong chưa đầy một tích tắc.

- Ít ra cũng để anh mang phụ chứ - Edward lên tiếng và giành hết các gói quà về tay mình - Anh sẽ đem lên phòng em.

Tôi mỉm cười hài lòng:

- Cảm ơn anh.

- Chúc mừng sinh nhật em - Anh thở dài và khom mình xuống, khẽ đặt đôi môi hoàn mỹ của mình lên môi tôi.

Một cách tự nhiên, đúng lúc anh đứng thẳng người lên, tôi nhón chân để nụ hôn được kéo dài thêm chút nữa. Anh mỉm cười, vẫn là cái kiểu cười ranh mãnh mà tôi hằng yêu thích, rồi lững thững bước vào bóng đêm.

Trận đấu bóng hóa ra vẫn còn. Khi vừa bước chân qua ngưỡng cửa, tôi đã nghe thấy giọng nói của bình luận viên truyền hình đang huyên thuyên lớn tiếng, át cả những tiếng reo hò, huýt sáo của đám đông.

- Bell hả? - Ngài cảnh sát trưởng nhà tôi cất tiếng hỏi.

- Dạ, con đây, bố - Tôi trả lời và bước vào phòng. Cố gắng làm ra vẻ bình thường, tôi hơi ép tay vào sát người mình. Cơn đau tức thì bột phát khiến tôi phải nhăn nhăn mũi. Hình như thuốc tê đang dần dần tan.

- Sao rồi con? - Bố đang nằm xoài trên ghế, đôi chân trần gác cả lên tay ghế, mái tóc xoăn màu nâu lòa xòa trên tay ghế bên kia.

- Alice rất nhiệt tình, bố ạ. Hoa, bánh, nến, quà... đủ thứ hết.

- Thế mọi người tặng con cái gì?

- Một máy hát âm thanh nổi dành cho chiếc xe tải của con - Và còn mấy thứ khác nữa mà con chưa mở nên chưa biết!

- Ồ, thích nhỉ.

- Vâng - Tôi gật đầu tán thành - Ưmmm, thôi, con phải đi ngủ sớm đây.

- Vậy, sáng mai gặp lại con nhé.

Tôi vẫy tay chào bố:

- Vâng, hẹn gặp bố vào sáng mai.

- Tay con sao vậy?

Đỏ bừng mặt vì lúng túng, tôi thầm nguyền rủa mình.

- Con chẳng may vấp chân nên bị ngã ạ. Nhưng không sao đâu bố.

- Chậc chậc, Bella ơi là Bella - Bố thở dài, và không quên kèm theo cái lắc đầu.

- Chúc bố ngủ ngon.

Tôi ba chân bốn cẳng chạy vào phòng tắm, nơi tôi vẫn treo bộ pijama chỉ mặc vào những buổi tối đặc biệt như hôm nay, buổi tối có anh. Tôi tròng vào người chiếc áo ngủ vừa vặn cùng chiếc quần vải bông, thay cho chiếc quần thủng mấy chỗ mà tôi vẫn mặc lúc đi ngủ - lại không khỏi nhăn mặt khi một cử động nhỏ ở tay thôi cũng ảnh hưởng đến mấy mũi khâu nơi vết thương. Sau đó, tôi rửa mặt và đánh răng chỉ bằng một tay, xong xuôi, tôi lò dò bước về phòng.

Edward đang ngồi chễm chệ ngay chính giữa giường của tôi, tay mân mê một hộp quà gói giấy bạc.

- Chào em - Anh lên tiếng, giọng nói đượm buồn, lơ đãng.

Bước lại phía giường, tôi nhẹ nhàng nhấc hộp quà lên, đoạn ngồi lọt thỏm vào lòng anh.

- Chào anh - Tôi rúc đầu vào vồng ngực cứng và lạnh như thép của Edward, thủ thỉ - Bây giờ em mở quà ra nhé?

- Sao tự dưng em lại trở nên hăng hái, nhiệt tình như thế nhỉ? - Edward trố mắt nhìn tôi.

- Tại anh khiến em trở nên háo hức đấy.

Nói rồi, tôi nhấc lấy một gói quà hình chữ nhật khá dài, có vẻ là quà của bác sĩ Carlisle và bà Esme.

- Để anh giúp em nhé - Edward đề nghị. Anh cầm lấy hộp

quà, xé thật ngọt lớp giấy bạc ra, bóc thật nhanh lớp giấy bọc. Rồi anh đặt trở lại chiếc hộp trắng vào tay tôi.

- Anh nghĩ là em mở được cái nắp hộp hả? - Tôi lầm bầm phản đối nhưng Edward vẫn ngồi im như không nghe thấy.

Trong hộp là một tấm giấy dày, phủ kín những chữ là chữ. Phải mất cả phút sau, tôi mới nắm được nội dung in trên tấm giấy đó.

- Chúng mình sẽ đi Jacksonville ư? - Trong phút chốc, cả người tôi như lơ lửng trên mây. Đó là một tấm phiếu đã được trả tiền từ trước, có thể đổi lấy hai vé máy bay... cho tôi và Edward.

- Ừ, đúng vậy.

- Em không dám tin vào mắt mình nữa. Mẹ sẽ mừng lắm cho mà xem! Anh sẽ không sao, phải không? Trời sẽ ngập nắng, và anh sẽ phải ở trong nhà suốt thôi.

- Anh nghĩ là mình có thể xoay xở được - Edward trả lời và bỗng chau mày - Giá mà anh biết trước là em sẽ vui với món quà này thì anh đã để cho em mở nó ra trước mặt Carlisle và Esme rồi. Anh cứ nghĩ rằng em sẽ phản đối ghê lắm cơ.

- Ummm, tất nhiên món quà này quá tốn kém. Nhưng em được đi với anh là thích rồi!

Edward phá ra cười thành tiếng.

- Giờ anh thấy tiếc là đã không mua tặng cho em một món quà nào đó. Anh đâu có biết là em sẽ đáng yêu đến như thế này.

Tôi đặt tấm phiếu sang một bên, đoạn với tay cầm lấy hộp quà của anh, tính hiếu kỳ lại bột phát. Một lần nữa, Edward lại bóc lớp giấy gói quà hộ tôi.

Và anh đặt trở lại vào tay tôi một hộp đĩa CD tuyệt đẹp, với một cái đĩa CD sáng bóng duy nhất nằm bên trong.

- Đĩa gì vậy anh? - Tôi hỏi, ngờ ngợ.

Edward không trả lời, anh chỉ nhẹ nhàng cầm lấy chiếc đĩa, nhoài người, với tay tới chiếc máy nghe đĩa đặt trên nóc tủ đầu giường, rồi đặt đĩa nhạc vào trong máy. Anh nhấn nút PLAY, hai đứa chúng tôi cùng im lặng chờ đợi. Tiếng nhạc bắt đầu cất lên.

Tôi lắng nghe, hai mắt mở to, một nỗi nghẹn ngào dâng lên trong lòng. Vẫn biết anh đang chờ đợi phản ứng của tôi nhưng tôi không thể nói nổi nên lời. Nước mắt đã muốn tràn mi,... tôi chỉ kịp đưa tay lên quệt ngang trước khi chúng kịp rơi xuống.

- Tay em lại đau ư? - Anh hỏi một cách lo lắng.

- Không, em không đau tay. Tuyệt vời quá, anh Edward. Anh sẽ không thể tặng em một món quà nào mà em thích bằng món quà này đâu. Em thật chẳng dám tin nữa - Cổ họng tôi chợt ngưng bặt, tôi chỉ muốn lắng nghe tiếng nhạc mà thôi.

Đĩa nhạc là giai điệu sáng tác của anh. Bản nhạc đầu tiên trong đĩa CD chính là bài hát ru em mà anh đã viết cho riêng tôi.

- Anh không nghĩ là em sẽ đồng ý cho anh mua tặng em một cây đàn piano, để anh có thể dùng nó mà ru em ở đây - Edward giải thích.

- Anh nghĩ thế là đúng đấy.

- Tay em sao rồi?

- Em không sao hết, anh à - Thật ra thì bên dưới miếng gạc, tôi đã bắt đầu cảm thấy nhưng nhức. Tôi muốn có đá.

Cũng dễ dàng thôi nếu áp vào tay anh, song đó lại là bằng chứng tố cáo tôi nói dối rõ rệt nhất.

- Để anh lấy cho em vài viên thuốc Tylenol.

- Thôi nào, em không cần gì cả - Tôi lên tiếng phản đối, nhưng anh đã kịp bế tôi ra khỏi lòng anh và lao người ra phía cửa phòng.

- Nhưng Charlie - Tôi hét lên nho nhỏ để cảnh báo. Bố tôi vẫn chưa hay biết rằng Edward vẫn thường xuyên ở lại nhà mình. Chẳng may nếu bố phát hiện được điều đó thì thể nào bố cũng sẽ lên cơn đau tim. Nhưng dẫu sao, tôi vẫn không cảm thấy quá tội lỗi vì đã dối gạt bố. Không phải là vì tôi và Edward muốn làm trái ý bố... Ôi, bố và Edward...

- Bố không phát hiện ra anh đâu - Edward đáp một cách chắc nịch và tức khắc biến mất không một tiếng động sau cánh cửa... Rồi chỉ trong chớp mắt, anh đã quay lại, giữ lấy cánh cửa trước khi cái lẫy của nó kịp tra vào chốt. Một tay anh cầm ly nước lấy trong nhà tắm, còn tay bên kia là một lọ thuốc.

Đón nhận mấy viên thuốc từ tay anh, tôi không hề biểu hiện bất kỳ một thái độ phản ứng nào - Tôi hiểu nếu mình có cãi anh thì cũng cầm bằng thất bại mà thôi. Vả lại, cánh tay của tôi cũng bắt đầu giở chứng rồi.

Khúc nhạc ru em của riêng tôi vẫn đang ngân vang, từng cung đàn êm dịu và thanh thoát lan tỏa khắp căn phòng nhỏ bé, êm đềm.

- Khuya rồi đấy - Edward lên tiếng nhắc nhở. Anh bế bổng tôi lên khỏi mặt giường chỉ bằng một tay, còn tay kia chỉnh lại tấm khăn trải giường, rồi anh đặt tôi nằm xuống gối, kéo mền đắp cho tôi. Xong xuôi, một cách nhẹ nhàng, Edward nằm xuống bên cạnh tôi, bên trên cái mền - để tôi không bị lạnh - và quàng tay ôm lấy tôi.

Gục đầu vào vai anh, tôi trút ra một hơi thở sâu, hạnh phúc.

- Cảm ơn anh - Tôi thì thầm

- Chẳng có gì phải cảm ơn anh cả.

Thời gian như kéo dài thêm trong lúc tôi uống từng âm điệu cuối cùng của bài hát ru em. Bản nhạc khác lại bắt đầu. Tôi nhận ra đó là bản nhạc yêu thích của bà Esme.

- Anh đang nghĩ gì thế? - Tôi lại thì thầm lên tiếng hỏi.

Edward ngập ngừng đôi chút trước khi trả lời:

- Anh đang nghĩ xem điều gì là đúng và điều gì là sai.

Một cơn ớn lạnh tức thì chạy dọc theo sống lưng của tôi.

- Anh có nhớ em đã quyết định không muốn anh *không* quan tâm đến ngày sinh nhật của em không? - Tôi hỏi ngay tấp lự, hy vọng rằng anh không nhận ra đây là trò đánh trống lãng quá lộ liễu.

- Ừ, có - Edward trả lời, trong giọng nói của anh dường như có chứa đựng sự cảnh giác.

- Ưm, lúc đó em đã nghĩ rằng khi vẫn còn là ngày sinh nhật của em thì... ưm, em muốn hôn anh một lần nữa.

- Sao mà tối nay em tham lam thế nhỉ...

- Vâng... Nhưng đồng thời em cũng mong anh đừng làm bất cứ điều gì mà anh không muốn - Tôi nói thêm, cảm thấy bị chạm tự ái.

Edward bật cười khanh khách, rồi thở dài:

- Lạy trời cho anh đừng làm bất cứ điều gì anh không muốn - Anh nâng cằm tôi lên, hướng nó về phía anh, rồi thốt ra những lời đầy vẻ hối tiếc lạ lùng.

Nụ hôn lại bắt đầu như thường lệ - Edward vẫn cẩn trọng như mọi khi và trái tim bé bỏng của tôi lại dồn dập đập như vốn dĩ. Bất chợt có một cái gì đó tự dưng đi trái lại với quy luật... Môi anh đột ngột trở nên khẩn khoản hơn, cánh tay còn lại của anh luồn vào tóc tôi, kéo tôi vào sát anh hơn. Và tay tôi, không biết tự lúc nào, cũng đang vần vò mái tóc của anh; tôi chỉ biết mỗi một điều là mình đã bước qua lần ranh an toàn mà anh đã cố gắng vạch ra cho tôi... Lần đầu tiên trong đời, anh không cản tôi lại. Cái lạnh buốt giá từ thân người anh truyền cả sang cái mền mỏng, nhưng tôi vẫn áp mình vào người anh, thiết tha...

Bất ngờ, anh dừng lại, đôi cánh tay rắn chắc, nhưng dịu dàng khẽ đẩy tôi ra.

Cả người tôi như mềm nhũn, tôi há hốc miệng vì kinh ngạc, đầu óc quay cuồng. Một ký ức mơ hồ từ lâu tôi đã cố chôn chặt trong tâm trí bất chợt hiện về, khuấy đảo hồn tôi...

- Anh xin lỗi - Edward lên tiếng, anh vẫn nín thở - Chúng mình đã đi quá giới hạn.

- Không sao - Tôi hổn hển nói.

Ngay cả trong bóng đêm, tôi vẫn cảm nhận được cái chau mày của anh dành cho mình.

- Cố ngủ đi em, Bella.

- Không, em muốn hôn anh một lần nữa cơ.

- Em đang đánh giá quá cao khả năng tự chủ của anh rồi đấy.

- Điều gì cám dỗ anh hơn, máu của em hay bản thân em? - Tôi lại hỏi.

- Cả hai, như nhau - Edward cười rộng miệng rồi lại nghiêm mặt ngay - Giờ thì sao em không chịu thôi liều thử vận may mà ngủ đi?

- Được thôi - Tôi đồng ý và lại rúc vào người anh. Toàn bộ sức lực trong tôi hiện giờ đã hoàn toàn kiệt quệ. Hôm nay quả là một ngày dài đúng nghĩa, đến tận cuối ngày rồi, vậy mà tâm hồn của tôi vẫn không có được một chút bình yên. Có thể ngày mai sẽ có một cái gì đó tồi tệ hơn. Thật là một linh cảm ngớ ngẩn - liệu còn điều gì có thể tồi tệ hơn cả ngày hôm nay nữa? Chẳng qua là mình hãy còn bàng hoàng quá đấy thôi - Tôi tự nhủ - chắc chắn là như vậy rồi.

Một cách khéo léo, tôi khẽ áp cánh tay bị thương lên vai anh, làn da lạnh buốt của anh sẽ làm dịu cơn đau như lửa đốt này. Quả nhiên là đúng như vậy.

Giấc ngủ đến với tôi không được trọn vẹn, chính xác hơn thì tôi chỉ mê mải trong miền vô thức, khi dư âm nụ hôn của anh bỗng gợi lại một hồi ức trong tôi: mùa xuân qua, khi anh bị buộc phải tạm rời xa tôi để đánh lạc hướng James, anh đã hôn tạm biệt tôi, một nụ hôn ẩn chứa biết bao gửi gắm, biết bao nỗi niềm, không biết là phải chờ đến bao giờ - hay không biết là liệu còn có cơ hội nào - để chúng tôi gặp lại nhau. Nụ hôn vừa rồi của anh, vì lý do nào đó mà tôi không thể hình dung được, cũng đong đầy những đau đớn như vậy. Khẽ rùng mình trong cơn mê, tôi có cảm tưởng như mình đang sắp phải đối mặt với một cơn ác mộng mới.

3. KẾT THÚC

Sáng hôm sau, cả người tôi mệt rã rời. Suốt đêm qua, tôi chỉ ngủ chập chờn; cánh tay thì tê buốt, còn cái đầu thì nhức như búa bổ. Tuy nhiên, tất cả những trở ngại đó không ngăn được tôi ngắm nhìn gương mặt của Edward - gương mặt điềm tĩnh và tự nhiên - khi anh hôn nhẹ lên trán tôi rồi phóng ra khỏi phòng theo lối cửa sổ. Bất giác tôi cảm thấy sợ, tôi sợ khoảng thời gian mình thiếp đi, sợ anh nghĩ đến điều đúng, điều sai trong lúc canh cho tôi ngủ. Mối lo âu càng lúc càng lớn dần trong tâm trí, bùng nổ khắp đầu tôi.

Edward vẫn đứng chờ tôi ở trường, như thường lệ, nhưng gương mặt của anh lại mang đầy vẻ đăm chiêu. Một điều gì đó ẩn hiện thấp thoáng trong mắt anh, tôi không rõ đó là điều gì, song nó làm cho tôi có cảm giác bất an. Tôi hoàn toàn không muốn khơi gợi lại những chuyện tối hôm qua, nhưng nếu trốn tránh vấn đề thì mọi việc có thể sẽ trở nên tồi tệ hơn chăng? Tôi không biết nữa.

Edward mở cửa xe cho tôi.

- Hôm nay em cảm thấy thế nào?

- Em rất thoải mái - Tôi nói dối, khẽ rùng mình khi cánh cửa xe đóng sầm lại và cái âm thanh nặng nề ấy còn vang rền khá lâu trong đầu tôi...

Chúng tôi cùng bước đi bên nhau trong yên lặng, anh thu bước chân của mình ngắn lại để có thể sóng bước cùng tôi.

Vẫn còn quá nhiều điều tôi muốn hỏi, nhưng đành phải chờ, vì chúng là những câu hỏi chỉ nên dành cho Alice: Sáng nay, Jasper thế nào rồi? Sau khi tôi ra về, mọi người đã nói những gì? Rosalie có nói gì không? Và điều quan trọng nhất, đó là với khả năng kỳ diệu nhìn trước được tương lai, Alice đã thấy được những gì? Cô có thể biết Edward đang nghĩ gì không, tại sao anh lại rầu rĩ như thế? Phải chăng chỉ là do bản năng mà những nỗi sợ hãi mơ hồ nào đó cứ ám mãi lấy tôi không chịu buông, dù cố rũ bỏ cách mấy cũng chẳng thể được?

Buổi sáng hôm ấy trôi qua thật lâu. Tôi nóng lòng muốn gặp Alice, dẫu biết rằng có mặt Edward ở đó thì tôi cũng sẽ chẳng hỏi han được gì. Suốt cả buổi, Edward vẫn tỏ vẻ xa cách. Thảng hoặc, anh lại hỏi thăm cánh tay của tôi, và tôi lại nói dối.

Alice vẫn thường có mặt ở bàn ăn trước chúng tôi; bản thân tôi cũng không muốn để cô bạn phải chờ đợi một kẻ chậm như rùa là mình. Nhưng hôm nay, Alice đã không đến, cô bạn ấy không chờ chúng tôi với một khay thức ăn mà cô chẳng bao giờ đụng đến.

Edward không hề giải thích một lời nào về sự vắng mặt của Alice. Tôi chỉ đinh ninh rằng lớp học của cô bạn ra trễ - cho đến lúc tôi trông thấy Conner và Ben, hai người bạn cũng học chung lớp tiếng Pháp với Alice ở tiết học thứ tư.

- Alice đâu rồi, anh? - Tôi lo lắng hỏi Edward.

Anh đang ngắm nghía thanh ngũ cốc, mân mê nó trên tay và chậm rãi nghiền nát từng mảng một.

- Cô ấy đi với Jasper rồi.

- Anh ấy vẫn ổn chứ?

- Jasper phải đi xa một thời gian.

- Hả? Đi đâu cơ?

Edward nhún vai:

- Chẳng có nơi nào đặc biệt cả.

- Vậy là Alice cũng đi - Tôi thẫn thờ tuyệt vọng. Tất nhiên là khi Jasper cần, Alice sẽ đi cùng với anh ta thôi.

- Ừ. Alice sẽ đi xa một thời gian. Cô ấy đã cố thuyết phục Jasper đến Denali.

Denali là nơi ở của một nhóm ma-cà-rồng khác - những ma-cà-rồng tốt bụng, giống như gia đình nhà Cullen. Đó gia đình bà Tanya. Thỉnh thoảng tôi lại được nghe kể về gia đình của bà. Mùa đông năm ngoái, khi sự xuất hiện của tôi khiến thị trấn Forks trở thành một địa ngục trần gian đối với Edward, anh đã chạy đến với họ. Rồi sau đó, Laurent, kẻ còn giữ được phép lịch sự tối thiểu trong nhóm ma-cà-rồng của James, cũng đã chọn tới sống với họ hơn là đứng về phía James chống lại gia đình Cullen. Vì vậy cho nên Alice khuyến khích Jasper đến với họ cũng là lẽ đương nhiên.

Tôi khẽ nuốt không khí vào trong họng, cố đẩy cơn nghẹn bất ngờ kéo lên cổ xuống. Cảm giác tội lỗi khiến tôi cúi gằm mặt xuống bàn, đôi vai so lại lúc nào không hay. Tôi đã khiến họ phải bỏ nhà ra đi, giống như trường hợp của Rosalie và Emmett vậy. Tôi chính là đại họa của đời họ.

- Tay em lại đau à? - Edward hỏi một cách lo lắng.

- Ai mà thèm quan tâm tới cái tay đáng ghét này chứ? - Tôi làu bàu giận dữ.

Anh chỉ ngồi im, không bộc lộ một thái độ phản kháng nào, còn tôi thì gục hẳn đầu xuống mặt bàn.

Đến cuối ngày, sự im lặng đã trở nên kỳ cục hết chỗ nói. Tôi không muốn là người "vẫy cờ trắng" đầu tiên, nhưng mà hình như chỉ có cách đó thì Edward mới chịu nói chuyện trở lại với tôi thì phải.

- Hôm nay anh hãy đến trễ một chút nhé! - Khi cùng anh đi tới chỗ chiếc xe tải, tôi quyết định lên tiếng. Ngày nào cũng vậy, cứ sau giờ học là anh lại đến nhà tôi.

- Trễ à?

Anh ngạc nhiên nhìn tôi... Vậy là tốt rồi.

- Em phải làm việc. Hôm qua em nghỉ, em đã đổi ca với bà Newton.

- Ồ - Edward hơi ngớ người.

- Vậy, khi nào em về đến nhà thì anh hẳng đến. Thế nhé - Tôi rất không thích ở trong tình trạng không biết chắc chắn về chuyện đó.

- Nếu em muốn.

- Lúc nào em cũng cần anh cả - Tôi nhắc để Edward nhớ, hình như có hơi thiết tha hơn một cuộc nói chuyện thông thường.

Những tưởng anh sẽ phá ra cười hay đơn thuần chỉ là mỉm cười, hoặc chí ít thì cũng có một phản ứng nào đó trước những lời tôi nói. Đằng này...

- Ừ - Anh chỉ trả lời một cách thờ ơ.

... Rồi Edward hôn lên trán tôi một lần nữa trước khi đóng cửa xe lại... Và thế là anh quay gót, bước đi một cách lịch lãm đến chiếc xe hơi của mình.

Cố nén lòng để cơn kích động khỏi bột phát, tôi cố giữ

bình tĩnh khi lái xe ra khỏi bãi, nhưng đang lúc trên đường tới cửa hàng nhà Newton thì mọi thứ chợt vỡ òa, tôi hổn hển thở như vừa suýt bị chết ngạt xong.

Edward cần có thời gian, tôi tự nhủ với chính mình. Rồi anh ấy sẽ vượt qua được chuyện này. Có lẽ anh đang buồn vì từng người thân trong gia đình mình ngày một ly tán... Nhưng Alice và Jasper rồi sẽ sớm quay trở về kia mà, Rosalie và Emmett cũng sẽ vậy thôi. Nếu cần, tôi sẽ sẵn sàng rời xa căn nhà to trắng muốt tọa lạc bên bờ sông - tôi sẽ không bao giờ đặt chân vào căn nhà đó nữa. Chuyện đó đối với tôi không có ý nghĩa lắm. Tôi vẫn sẽ được gặp Alice ở trường. Bạn ấy rồi sẽ đi học trở lại, phải không nhỉ? Ừ, dầu sao thì bạn ấy cũng sẽ đến đằng nhà tôi chơi. Alice đâu có muốn bố Charlie buồn vì sự vắng mặt của bạn ấy.

À, vẫn còn một điều khác, một điều chắc chắn, đó là tôi sẽ vẫn còn được gặp lại bác sĩ Carlisle - trong phòng cấp cứu.

Cuối cùng thì những gì đã xảy ra vào tối hôm qua chẳng là gì cả. Chẳng có gì xảy ra cả. Nghĩ đến đây, tôi nghe lòng mình dịu xuống - chung quy cũng chỉ tại cái số tôi nó thế. Nếu so với mùa xuân vừa rồi thì chuyện này chỉ bé bằng cái móng tay. Khi ấy, James đã tra tấn, hành hạ tôi, còn tôi thì chỉ biết nằm gục trong vũng máu chờ chết - vậy mà Edward đã sắp xếp thế nào đó được vào ở bệnh viện cả tháng trời để chăm sóc cho tôi, anh ấy đã làm tốt hơn bây giờ rất nhiều... Ừm, hay là tại vì lần này, người anh phải chống đối hòng bảo vệ tôi không phải là kẻ thù? Bởi vì lần này, người ấy lại chính là anh trai của anh?

Có lẽ mọi chuyện sẽ ổn thỏa hơn nếu anh đưa tôi đi, ừ,

như thế sẽ tốt hơn, chứ ai lại để cho gia đình phải phân tán như vậy. Càng một mình suy tư, tôi lại càng cảm thấy đau lòng. Chỉ cần anh học hết năm nay thôi thì bố sẽ không còn cấm đoán nữa. Anh và tôi sẽ sống xa nhà để học đại học, không thì giả vờ là như vậy cũng được, giống như Rosalie và Emmett trong năm học này. Dĩ nhiên rồi, Edward chắc chắn sẽ đợi được một năm. Một năm đối với một người bất tử thì có nghĩa lý gì đâu? Ngay cả đối với tôi, nó cũng chẳng to tát gì mấy.

Sau một hồi độc thoại, tôi cuối cùng cũng lấy lại được một chút điềm tĩnh gọi là để có thể mở được cửa xe và mạnh dạn bước chân vào bên trong cửa hàng. Hôm nay, trong giờ thể dục, Mike đã thắng tôi; vừa nhác thấy tôi đến, ngay tức khắc, anh ta giơ tay lên vẫy. Chụp vội lấy cái áo vét, tôi khẽ gật đầu về phía Mike - lúc này trong đầu tôi vẫn còn đang tràn ngập những viễn cảnh thi vị, trong đó có tôi, có Edward và những vùng đất tuyệt vời mà hai chúng tôi sẽ cùng nhau viếng thăm.

... Và mạch suy tưởng đó của tôi đã bị Mike cắt đứt:

- Sinh nhật của cậu thế nào?

- Ôi - Tôi lầm bầm - Mình rất vui là nó đã kết thúc đấy.

Mike kín đáo khẽ liếc mắt nhìn tôi như thể tôi là kẻ mất trí vậy.

Thời gian làm việc trôi qua một cách chậm chạp. Tôi đang mong ngóng được gặp lại Edward, lòng thầm cầu nguyện cho đến lúc tôi gặp lại anh, anh đã vượt qua được giai đoạn khó khăn nhất của mình, cho dù đã gặp phải chuyện gì đi chăng nữa. Sẽ không có chuyện gì đâu - tôi cứ lặp đi lặp lại với chính mình - Mọi thứ rồi sẽ trở lại bình thường thôi mà.

Trở lại con đường quen thuộc dẫn về nhà, tôi như trút được gánh nặng. Nhưng kìa... nơi cửa nhà tôi, chiếc xe hơi màu bạc sáng bóng của Edward đang đậu sừng sững như đập vào mắt. Bực bội quá thể...

Chạy ùa qua cửa trước, tôi gào to trước khi ló mặt vào trong nhà:

- Bố? Edward?

Khi cất tiếng kêu lên như vậy, tôi đã nghe thấy bên tai cái tiếng nhạc hiệu quen thuộc của chương trình thể thao vọng ra từ phòng khách.

- Trong này này - Bố gọi vọng ra.

Treo chiếc áo đi mưa lên mắc xong, tôi tất tả bước vào phòng.

Edward đang ngồi trong chiếc ghế bành, còn bố tôi thì ngồi trên ghế xôpha. Cả hai người đang chú mục vào chiếc tivi. Ngài cảnh sát trưởng nhà tôi thì xưa nay vẫn thế rồi. Chỉ có Edward là không chú tâm lắm.

- Vâng - Tôi lên tiếng một cách yếu ớt.

- Bella đây rồi - Bố trả lời, mắt vẫn không rời khỏi màn hình chiếc tivi - Edward và bố mới ăn pizza xong. Hình như vẫn còn bày trên bàn đấy.

- Vâng ạ.

Tôi ngập ngừng ở ngưỡng cửa, chờ đợi. Và Edward, cuối cùng cũng ngước mặt lên nhìn, nở một nụ cười nhã nhặn.

- Anh sẽ ra với em ngay - Anh lên tiếng. Đôi mắt lại ngay tức thì trở về với cái màn hình của chiếc tivi.

Đứng thừ ra một lúc, tôi có cảm giác ớn lạnh. Dường như

không một ai nhận biết. Tôi cảm nhận rõ một luồng cảm xúc, dường như là đau khổ, đang dần dần dâng lên đến ngực mình. Thẫn thờ, tôi rảo bước vào bếp.

Chẳng còn tinh thần đâu mà "pi" với "za". Tôi ngồi trên chiếc ghế của riêng mình, rút cả hai chân lên, vòng tay bó gọn lấy hai cái đầu gối. Dường như đang xảy ra chuyện gì đó không hay, dường như có cái gì đó tệ hại hơn tôi tưởng nhiều... Và ngoài kia là tiếng cười đùa, hò hét vui vẻ phát ra từ chiếc tivi...

Tôi cố gắng trấn tĩnh lại lòng mình, cố gắng thuyết phục bản thân mình. *Liệu điều tệ hại nhất có thể xảy ra là gì?* Tôi ngập ngừng. Không, câu hỏi này không đúng lắm. Không hiểu tại sao dạo này tôi lại cứ hay có những suy nghĩ lộn xộn thế không biết.

Thôi được rồi, tôi tự nói với mình, *điều tệ hại nhất mà mình có thể chịu đựng được là gì?* Câu hỏi này tôi cũng không thích nốt. Nhưng biết sao được, hôm nay, tôi đã nghĩ đến tất cả những khả năng có thể xảy ra rồi.

Hãy tránh xa gia đình của Edward ra. Tất nhiên anh cũng không muốn Alice phải rời xa tôi. Nhưng nếu Jasper bị cấm không được đến gần tôi thì tôi cũng đâu còn có dịp được gặp Alice thường xuyên nữa. Tôi khe khẽ gật đầu với chính mình - ừ, được rồi, tôi làm như vậy được mà.

Hoặc là đi xa. Có lẽ Edward không muốn đợi đến hết năm học, có lẽ là tôi và anh sẽ phải đi xa ngay lúc này đây.

Trước mặt tôi, nằm im lìm, chỏng chơ trên bàn ăn là hai món quà của bố mẹ tặng tôi hôm sinh nhật, chiếc máy ảnh không có cơ hội chụp hình tôi chung với gia đình Cullen đang nằm một cách lạnh lẽo bên cạnh quyển album. Chạm tay lên mặt bìa tuyệt đẹp, láng o của tập album, tôi thở dài vì không khỏi chạnh lòng nghĩ tới mẹ. Sống xa mẹ, nhưng không đến độ quá xa xôi cách trở như hiện tại thì dẫu sao tôi cũng còn cảm thấy dễ thở hơn, nhưng rồi mai đây... Còn bố, bố sẽ vẫn ở đây, lại tiếp tục vò võ một mình với cuộc sống hiu quạnh. Cả hai người sẽ bị tổn thương biết dường nào...

Nhưng hai chúng tôi sẽ trở lại mà, phải không nhỉ? Hai chúng tôi sẽ về thăm bố mẹ, tất nhiên là thế rồi, đúng không?

Nhưng tôi không thể chắc chắn về câu trả lời.

Buồn bã, tôi tựa cằm lên đầu gối, mắt không rời khỏi hai món quà chứa đựng biết bao tình yêu thương của bố mẹ. Trước đây, chẳng phải tôi đã biết trước là con đường tôi chọn sẽ chông gai lắm đó sao. Và không tránh khỏi phản ứng tự nhiên, tôi lại nghĩ đến trường hợp tệ hại nhất - trường hợp tệ hại nhất mà tôi có thể sẽ phải chịu đựng.

Tay lại mân mê quyển album, tôi lơ đãng giở trang bìa: một tấm ảnh mẫu đang nằm giữa những mẩu kim loại nhỏ đặt ở các góc. Trong này sẽ lưu lại một phần đời của tôi - một ý tưởng không tệ chút nào. Lòng tôi bỗng dưng nao nao đến lạ. Từ hồi đặt chân đến Forks tới giờ, tôi chưa hề có cảm giác như thế.

Trong lúc loay hoay, nghịch ngợm cái sợi dây buộc vào máy ảnh, tôi mơ màng nghĩ đến tấm ảnh chụp đầu tiên. Liệu những tấm ảnh ấy sẽ có giống hệt ngoài đời không nhỉ? Chưa thể biết được. Chỉ thấy là Edward dường như không quan tâm lắm đến việc tấm ảnh đầu tiên chụp mình có thể bị hỏng. Bất giác tôi bật cười khi nhớ lại tiếng cười vô tư lự của Edward trong buổi tối hôm qua. Và rồi tiếng cười của tôi hốt nhiên tắt ngúm. Mọi thứ đã thay đổi quá nhiều và quá đột ngột. Nghĩ đến đây, đầu óc của tôi trở nên váng vất, tưởng chừng như tôi đang đứng trên một đỉnh núi cao ngất trời.

Không muốn để đầu óc vẫn vơ vơ vẩn nữa, tôi chụp ngay lấy cái máy ảnh, nhanh chân rảo bước lên lầu.

Căn phòng của tôi chẳng thay đổi gì mấy so với cái hồi cách đây mười bảy năm, khi mẹ hãy còn ở đây. Vẫn là những bức tường màu xanh lơ, vẫn là cái màu vàng của những tấm màn cửa có viền đăng-ten treo trước cửa sổ. Chỉ có cái giường là vật duy nhất mới thay cho cái giường cũi của trẻ con; không hề gì, mẹ vẫn có thể nhận ra được cái mền - món quà của bà ngoại - đang nằm vắt ngang trên giường.

Thôi không nghĩ ngợi nữa, tôi đưa máy ảnh lên chụp một "pô" căn phòng của mình. Tối nay cũng chẳng có nhiều việc cho tôi làm - ngoài trời đã tối lắm rồi - trong lòng tôi, cảm xúc mỗi lúc một dày thêm lên; gần như là giữa lúc này đây, tôi đang tự ép buộc mình thì phải. Ừ, cần phải ghi lại mọi điều về Forks, tôi sắp phải đi xa kia mà.

Sự thay đổi vẫn đang tiếp diễn. Tôi hoàn toàn có thể cảm nhận được điều đó... Tương lai rồi đây sẽ chẳng vui vẻ gì, mà làm sao có thể vui vẻ nổi khi mà cuộc sống hiện tại của tôi đang diễn ra vô cùng tốt đẹp.

Tôi bước xuống cầu thang, lăm lăm trong tay chiếc máy chụp ảnh, cố gắng phớt lờ cảm giác đói run người khi chợt chạnh lòng nghĩ đến cái khoảng cách lạ lùng mà tôi từng nhìn thấy trong mắt Edward. Rồi anh sẽ vượt qua được chuyện này. Không chừng anh đang lo lắng rằng tôi sẽ buồn nếu anh đề nghị tôi cùng đi xa với anh cũng nên - tôi thầm đoán định như thế. Nhất định tôi sẽ không xen vào, để anh được tự nhiên nghiền ngẫm. Điều cần duy nhất cho tôi lúc này là chuẩn bị trước tinh thần để đón nhận lời đề nghị của anh.

Nghĩ rồi, tôi lên phim, nhưng khi bước vào phòng khách thì bỗng dưng tôi lại trở thành một kẻ lén la lén lút thế nào ấy. Vẫn biết khó lòng mà chụp lén được Edward, nhưng xem kìa... anh vẫn không ngừng mặt lên. Một cơn lạnh không rõ từ đâu bỗng cuộn xoắn lấy bụng của tôi; tiếp tục "diễn tuồng phớt tỉnh Ăng-lê", tôi đưa máy ảnh lên, bấm nút.

Cả hai người lập tức đều cùng lúc ngước lên nhìn tôi. Đôi lông mày của ngài cảnh sát trưởng cau lại ra chiều phản đối. Còn gương mặt của Edward thì vẫn điềm nhiên, chẳng để lộ bất kỳ một cảm xúc nào.

- Con đang làm gì đấy, Bella? - Bố cầu nhàu.

- Con có làm gì đâu - Tôi cố cười thật tươi rồi tiến đến phía chiếc ghế xôpha mà bố đang ngồi trong tư thế uể oải. Tôi nhẹ nhàng ngồi xuống đất, sát bên chân của bố - Bố cũng biết là thể nào mẹ cũng sẽ gọi điện thoại hỏi xem con có đang sử dụng những món quà sinh nhật của mình không mà. Con phải làm ngay trước khi mẹ bắt đầu cảm thấy "tủi thân tủi phận" chứ.

- Thế nhưng tại sao con lại chụp hình bố? - Bố phàn nàn.

- Vì bố của con rất điển trai - Tôi trả lời, vẫn cố gắng giữ nụ cười tươi tỉnh trên môi - Còn nữa, là vì từ lúc bố mua máy ảnh cho con, bố hiển nhiên đã trở thành một trong những đề tài của con rồi.

Bố loáng thoáng làm bầm mấy câu gì đó rất khó hiểu.

- Edward - Tôi cố nói bằng chất giọng tự nhiên nhất - Chụp cho em một tấm với bố đi.

Dứt lời, tôi tung chiếc máy ảnh về phía Edward, cẩn trọng lảng tránh ánh mắt của anh, rồi ngồi khom gối bên cạnh tay ghế, nơi bố đang chống cằm ở đó. Ngài cảnh sát trưởng thở dài thườn thượt.

- Em cười lên, Bella - Edward khe khẽ yêu cầu.

Tôi toét miệng cười thật tươi, cùng lúc đó, chiếc máy ảnh cũng vừa nhá đèn.

- Để ta chụp cho hai đứa nào - Bố bất ngờ đề nghị (Bố chỉ muốn cái ống kính ấy không còn hướng vào mình nữa đấy mà).

Edward đứng ngay dậy, trao chiếc máy chụp ảnh vào tay bố.

Tôi đứng lên, bước về phía Edward - thế chụp này vừa nghi thức, lại cũng vừa lạ lẫm đối với tôi. Anh nhẹ nhàng đặt một tay lên vai tôi, và tôi cũng chỉ choàng một tay ôm hờ quanh thắt lưng của anh. Tôi rất muốn ngước nhìn lên gương mặt của Edward, nhưng tôi lại sợ...

- Cười lên, Bella - Lần này là bố nhắc tôi.

Hít vào một hơi thật sâu, tôi lại tạo một nụ cười trên môi. Ánh đèn lóe lên bất thần khiến tôi chói mắt.

- Tối nay chụp thế là đủ rồi - Bố nói rồi ấn bừa chiếc máy ảnh vào một khe nệm trên ghế xôpha và lại xoài người ra ghế - Hiện thời, con không cần phải chụp cả cuộn phim đâu.

Cánh tay của Edward buông thõng xuống, rời khỏi vai tôi một cách tự nhiên, và cũng tự nhiên như thế, anh khẽ lách mình thoát khỏi vòng tay của tôi. Anh trở về chỗ ngồi của mình là chiếc ghế bành.

Ngập ngừng một lúc, tôi quyết định đến ngồi lại ở chỗ chiếc ghế xôpha, và bất giác lo lắng về nỗi đôi tay của mình sẽ run lẩy bẩy. Cố khoanh chặt hai tay vào bụng hòng che giấu cảm xúc đang có nguy cơ hiển hiện rành rành ra bên ngoài, tôi tựa cằm lên gối, mắt đăm đăm dõi vào màn hình tivi đang ở ngay trước mặt, nhưng tôi nào có thể nhìn thấy được cái gì ở đó...

Mãi đến khi chương trình tivi kết thúc, tôi vẫn không mảy may nhúc nhích lấy một xăngtimét. Loáng thoáng tôi nhận ra Edward đã đứng lên.

- Thưa ông, có lẽ đã đến lúc cháu phải về rồi - Anh lên tiếng.

Bố vẫn không rời mắt khỏi chương trình quảng cáo.

- Ừ, gặp lại cậu sau nhé.

Tôi líu quíu đứng dậy - sau một hồi lâu ngồi bất động, đôi chân của tôi trở nên co cứng - Tôi lẽo đẽo bước theo Edward ra cửa trước. Edward cứ cắm đầu mà đi, tiến thẳng ra chỗ đậu xe.

- Anh có ở lại với em không? - Tôi hỏi, giọng nói không còn một chút hy vọng nào.

Tôi đã đoán trước được câu trả lời của anh... Nên dẫu có đau lòng thì điều đó cũng không đến nỗi nhiều quá.

- Tối nay thì không.

Tôi chẳng buồn hỏi lý do vì sao lại như thế.

Edward nhanh chóng ngồi vào xe, khởi động máy và phóng

đi, trong khi tôi vẫn ngây dại đứng đấy, im lìm. Hình như trời đang mưa. Tôi vẫn cứ đứng như vậy mà đợi, cũng không rõ là mình đang đợi cái gì, mãi cho đến khi cánh cửa sau lưng tôi bỗng bật mở.

- Bella, con đang làm gì đấy? - Bố cất tiếng hỏi, sửng sốt khi thấy tôi đứng trơ trọi một mình, từ đầu tới chân ướt mềm.

- Dạ, không có gì - Tôi quay người lại, thất thểu lê bước vào nhà.

Đêm hôm ấy thật dài, thế nhưng để nghỉ ngơi thì thật sự chỉ rất ngắn.

Tôi bừng tỉnh ngay khi tia nắng yếu ớt đầu tiên rọi vào cửa sổ. Tôi lật đật mặc bộ quần áo đến trường như một cái máy, và đợi cho bầu trời sáng sủa hơn. Lúc còn đang nhấm nháp tô ngũ cốc, tôi bỗng nhận ra rằng ngoài trời cũng đã đủ sáng để chụp mấy bức ảnh. Nghĩ là làm, tôi chụp một tấm chiếc xe tải của mình, rồi một tấm chụp mặt chính diện của ngôi nhà mà tôi đang sống cùng với bố. Tiện thể, tôi quay sang chụp thêm vài "pô" khu rừng ở phía trước nhà nữa. Tôi cảm thấy vui lên khi thấy nó chẳng có vẻ gì gọi là u ám hay ma quái như lúc thường ngày... và chợt hiểu rằng tôi sẽ nhớ lắm - nhớ cái màu xanh bạt ngàn, cái cảnh sắc thiên thu, cái huyền bí của khu rừng. Tôi sẽ nhớ, nhớ, nhớ tất cả về nó.

Tôi cẩn thận bỏ cái máy ảnh vào túi xách trước khi lên xe đến trường, và cố gắng tập trung đầu óc vào những kế hoạch mới để khỏi phải miên man nghĩ đến Edward, khỏi phải nghĩ đến sự thật rằng cuối cùng thì cho đến tối hôm qua, anh vẫn chưa vượt qua được tất cả mọi chuyện.

Song song với nỗi lo lắng, sợ hãi mơ hồ, tôi bắt đầu trở nên mất bình tĩnh. Khi nào đây, đến khi nào thì chuyện này mới chịu kết thúc?

Suốt cả buổi sáng hôm ấy, mọi chuyện vẫn không có chút thay đổi nào, vẫn tiếp tục trôi qua trong nặng nề. Edward lặng lẽ bước đi bên cạnh tôi, không có vẻ gì là đang chú ý đến tôi cả. Còn tôi thì chỉ biết cố gắng chú tâm vào bài vở, ấy vậy mà ngay cả đến môn ruột - môn Quốc văn - tôi cũng không làm sao tập trung tâm trí cho được. Thầy Berty phải lặp lại câu hỏi về phu nhân Capulet[1] những hai lần, tôi mới nhận thức được là thầy... đang hỏi tôi. Edward khe khẽ cất tiếng "nhắc tuồng" cho tôi, xong, lại im bặt, diễn tiếp cái màn ngậm hột thị và lờ phất tôi đi.

Trong bữa ăn trưa hôm ấy, sự im lặng vẫn tiếp diễn. Tôi khổ sở đến mức có cảm tưởng như mình sắp sửa không kìm được lòng mà hét lên cho hả, nhưng cuối cùng, để làm nguội mình, và cũng để tạm thời quên đi cơn hờn mát, tôi nhoài người sang ranh giới vô hình để nói chuyện với Jessica.

- Jess này?

- Chuyện gì vậy Bella?

- Bồ làm giúp mình một việc được không? - Miệng hỏi, tay tôi với lấy chiếc túi xách - Mẹ mình muốn mình chụp vài tấm ảnh bạn bè để cho vào tập ảnh. Bồ chụp ảnh mọi người dùm mình nhé?

Nói xong, tôi đưa chiếc máy ảnh cho cô bạn.

∗

[1] Phu nhân Capulet là mẹ của Juliet, một nhân vật trong vở kịch nổi tiếng *Romeo và Juliet* của Shakespeare.

- Tất nhiên rồi - Jessica trả lời, gương mặt rạng rỡ hẳn lên với nụ cười kéo dài đến... tận mang tai, rồi cô quay ngoắt lại, chụp ngay một kiểu ảnh Mike đang ngậm đầy một miệng thức ăn.

Rồi sau đó, đúng như tôi dự liệu, ở bên kia "biên giới" bắt đầu xảy ra "chiến tranh". Mọi người nhao nhao hẳn lên, chiếc máy ảnh nhanh chóng được chuyền tay hết người này đến người kia, cả bàn rộn rã những thang âm của cảm xúc, cười rúc rích có, hậm hẹ nhau có, kể cả những lời phàn nàn, ta thán đòi được chụp hình cũng có. Tất thảy mọi người không khác gì những đứa trẻ. Mà dường như hôm nay, trong ngôi trường này, chỉ có duy một mình tôi là bất ổn mà thôi.

- Úy, chết chưa - Jessica lên tiếng bằng một giọng nói ngậm ngùi khi đưa trả lại tôi chiếc máy ảnh - Chắc bọn mình đã chụp hết phim của bồ rồi.

- Không sao đâu. Mình nghĩ có lẽ mình đã có được những bức ảnh mình cần rồi đấy.

Tan trường, Edward vẫn tiếp tục giữ thái độ lặng thinh trong lúc đưa tôi đến bãi đậu xe. Chiều nay tôi lại phải làm việc, và lần đầu tiên kể từ hôm sinh nhật, tôi cảm thấy thực sự vui. Thật ra, với tôi mà nói thì thời gian lúc này quả thật chẳng giúp ích được gì, nhưng chắc hẳn nếu được ở một mình thì sẽ dễ chịu hơn.

Trong lúc lái xe đến cửa hàng nhà Newton, tôi dừng lại ở Thriftway nhờ rửa hình và hẹn sau giờ làm việc sẽ đến lấy. Về đến nhà, tôi chỉ: "Thưa bố con mới về!", xong, chụp đại một thanh ngũ cốc trong nhà bếp, rồi ba chân bốn cẳng chạy thẳng lên phòng, trên tay vung vẩy xấp hình mới rửa.

Ngồi chễm chệ ở giữa giường, tôi hồi hộp mở phong bì. Thật buồn cười, không dưng tôi lại lo canh cánh không yên rằng tấm hình đầu tiên sẽ bị hỏng.

Tôi rút xấp hình ra, miệng há hốc. Edward trong ảnh đẹp không khác gì ngoài đời, đôi mắt hiền hòa, ấm áp mà từ hôm đó đến nay tôi không còn được trông thấy nữa đang âu yếm nhìn tôi. Thật tình, khó mà tin nổi trên đời này lại có ai khác đẹp... hoàn mỹ đến thế. Không có giấy bút, lời lẽ nào có thể tán dương một cách chính xác, đầy đủ về tấm hình này.

Tôi vội vàng nhanh tay giở sang những tấm hình khác, lựa ra ba tấm hình đặt riêng xuống giường, ngay bên cạnh mình.

Tấm hình đầu tiên chụp Edward trong nhà bếp, đôi mắt ấm áp của anh lấp lánh biết bao tình yêu thương và lòng bao dung. Tấm hình thứ hai chụp Edward và ngài cảnh sát trưởng đang xem chương trình thể thao. Sự khác biệt trong cảm xúc của anh hiện rõ mồn một. Đôi mắt của anh tỏ ra dè chừng, chịu đựng. Vẻ đẹp thần thánh vẫn còn y nguyên, nhưng gương mặt của anh thì đã trở nên lạnh lùng, hệt như một bức tượng đã thiếu đi cái thần vậy.

Tấm hình cuối cùng chụp Edward và tôi sượng sùng đứng cạnh nhau. Gương mặt của Edward vẫn không thay đổi, vẫn lạnh lùng và không khác gì một pho tượng. Nhưng đó không phải là điểm nổi bật nhất của tấm hình. Chính sự tương phản một trời một vực giữa chúng tôi mới là điều đáng nói. Trông anh không khác gì một vị thánh trên thiên đường. Còn dung nhan của tôi thì trên mức tầm thường không được bao nhiêu,...

93

rất khờ khạo và... hết sức ngố. Thất vọng xen lẫn với một chút bực bội, tôi khẽ búng ngón tay vào tấm hình.

Tối nay, thay vì làm bài tập, tôi thức tới tận khuya lơ khuya lắc để lồng các tấm hình vào quyển album và không quên cầm cây bút bi, viết nguệch ngoạc vài chữ chú thích bên dưới tấm hình, tên người và ngày tháng. Riêng đối với tấm hình chụp Edward và tôi thì tôi không dám ngắm đi ngắm lại lâu, vì thế, tôi gấp nó lại làm hai và nhét vào cái khe hẹp, để hiện ra ngoài phần hình có Edward.

Xong xuôi, tôi cho xấp hình rửa thêm vào một cái phong bì mới, hì hụi viết một bức thư cảm ơn thật dài để gửi cho "bà Renée".

Edward vẫn không đến. Tôi không muốn phải thừa nhận rằng đó chính là lý do khiến tôi thức khuya, nhưng sự thật lại đúng là như vậy. Tôi cố hồi tưởng lại lần cuối cùng anh không đến... cũng giống y hệt như lần này, không nói rõ lý do, không điện thoại. Tất cả những hành động đó, anh chưa hề chọn lấy một.

Một lần nữa, tôi lại không có được một đêm an giấc.

Không khí ở trường vẫn y đúc như hai ngày vừa qua, vẫn là sự im lặng đáng lo ngại, khiến người ta phải nản lòng và bực bội. Nhác trông thấy bóng Edward đang đứng đợi tôi trong bãi đậu xe, tôi cảm thấy nhẹ nhõm được đôi chút, nhưng cảm xúc này trôi qua rất nhanh. Edward vẫn không hề thay đổi, nếu không muốn nói là đã trở nên xa cách hơn.

Quả tình là bây giờ mà nhớ lại nguyên do chính của mọi thứ rắc rối này cũng chẳng dễ dàng gì. Ngày sinh nhật của tôi đã trở thành một quá khứ xa thẳm thẳm nào rồi. Chỉ cần

Alice quay trở lại - Thật sớm - Trước khi mọi chuyện không còn có thể kiểm soát được nữa.

Nhưng tôi không thể trông chờ vào điều đó. Tôi đã đi đến quyết định: nếu hôm nay, tôi không nói chuyện được với anh - một cuộc nói chuyện thật sự - thì ngay ngày mai, tôi sẽ đến gặp bác sĩ Carlisle. Tôi phải làm một cái gì đó.

Tan trường, nhất định sẽ phải làm rõ chuyện này với Edward, tôi tự nhủ với lòng mình như vậy. Tôi sẽ không chấp nhận một lời xin lỗi nào hết.

Trên đoạn đường sánh bước cùng Edward tiến tới phía chiếc Chevy, tôi lại dặn lòng rằng một khi đã quyết thì phải làm cho bằng được.

- Em có thể dành toàn bộ thời gian còn lại cho anh được không? - Edward đột ngột cất tiếng hỏi, trước khi chúng tôi đến được chiếc xe tải.

- Tất nhiên là được.

- Ngay bây giờ ấy cơ? - Anh mở cửa xe cho tôi, đề nghị tiếp.

- Được mà - Tuy không thích cái giọng nói hối hả, rất vội vã của anh, nhưng tôi vẫn cố giữ cho giọng nói của mình thật tự nhiên - Nhưng em cần phải bỏ thư cho mẹ đã. Em sẽ gặp lại anh sau.

Edward liếc nhìn phong thư dày cộp đang nằm trên ghế, ngẫm nghĩ điều gì đó thật nhanh và bất thình lình, anh chồm qua người tôi để chộp lấy nó.

- Để anh làm cho - Edward nói ngắn gọn - Anh sẽ gặp em ở nhà nhé - Anh lại nở một nụ cười tinh quái, nụ cười vẫn hằng làm mê đắm hồn tôi, nhưng lần này không còn nguyên vẹn như trước nữa. Đôi mắt của anh không hề cười với tôi.

- Vâng - Tôi gật đầu đồng ý, không còn tâm trạng để mỉm cười đáp lại. Edward nhẹ nhàng đóng cửa xe cho tôi rồi khoan thai tiến đến phía chiếc Volvo.

Anh chờ tôi ở nhà thật. Khi vừa lái xe vào khuôn viên nhà, tôi đã nhận ra chiếc Volvo của anh đang nằm ngay ngắn trong chỗ đậu xe quen thuộc của bố. Không hay rồi. Vậy là anh không có ý định ở lại. Chán nản, tôi lắc đầu và khẽ hít vào một hơi thật sâu, cố lấy lại dũng khí.

Edward bước ra khỏi xe cùng lúc với tôi bước xuống khỏi chiếc xe tải. Anh tiến tới đón tôi, đôi tay đỡ lấy chiếc túi đựng sách vở - rất bình thường. Nhưng rồi anh lại đặt chiếc túi trở lại vào xe - Chuyện này thì bất bình thường rồi.

- Đi dạo với anh đi - Edward đề nghị, anh dịu dàng nắm lấy tay tôi, nhưng trong giọng nói thì không để lộ một chút cảm xúc nào.

Im lặng. Tôi không nghĩ ra được một lời nào để phản đối; chợt nhận ra rằng mình cũng đang muốn như vậy. Nhưng... tôi lại không thích điều đó. *Tệ rồi đây, tệ rồi đây* - giọng nói từ thế giới nội tâm của tôi bỗng cất lên, vang vang khắp trong đầu tôi, và nó cứ ra rả chỉ mỗi một cái điệp khúc ấy.

Mà thật ra Edward cũng đâu cần biết đến câu trả lời của tôi. Anh cứ thế kéo tôi đi về phía đông, rẽ ngoặt ra khỏi khoảnh sân trước nhà, hướng thẳng vào khu rừng. Tôi thấy se sắt cả cõi lòng trong lúc đôi chân miễn cưỡng bước theo anh. Chẳng phải mình cũng muốn như vậy đó sao, tôi tự chất vấn mình. Anh đã chủ động chọn thời gian lẫn không gian để tôi có thể giãi bày mọi uẩn khúc còn vương mắc trong lòng. Thế thì tại sao, tại sao lòng tôi bất giác lại đau đớn như đang có ai vò xé thế này?

Edward giữ thái độ im lặng khi dẫn tôi đi ngang qua vài thân cây, sau đó thì dừng lại. Chúng tôi chỉ mới ngấp nghé có vài bước trên con đường mòn - Ở đây, tôi vẫn hoàn toàn trông thấy rõ được ngôi nhà.

Đi... chứ đâu có dạo.

Rất điềm tĩnh, Edward tựa lưng vào một thân cây rồi nhìn tôi trân trối, vẻ mặt của anh thật khó hiểu.

- Được rồi, mình nói chuyện đi - Cuối cùng, không nhịn được nữa, tôi lên tiếng. Hóa ra giọng nói của tôi cũng có thể rành rọt, vượt ra ngoài sự tưởng tượng của chính tôi.

Anh hít vào một hơi thật dài, nói:

- Bella à, thật ra thì... cũng đã đến lúc phải rời khỏi đây rồi.

Tôi cũng hít vào một hơi thật sâu. Đúng, đây là sự lựa chọn mà tôi đã chấp nhận từ trước. Tất nhiên là tôi cũng đã chuẩn bị tinh thần rồi... Nhưng gì thì gì, tôi vẫn cần phải hỏi lại:

- Tại sao hả anh? Hay chăng chờ thêm một năm nữa hãy...

- Bella à, đã đến lúc rồi. Cuối cùng thì gia đình anh còn có thể ở lại Forks này trong bao lâu nữa đây? Carlisle lẽ ra đã phải qua tuổi ba mươi rồi, chính xác thì phải là ba mươi ba tuổi... Em hiểu không, đã đến lúc cần phải ra đi...

Quả là tôi không lường trước được câu trả lời này, khó hiểu quá đi mất. Tôi vẫn đinh ninh mục đích của chuyến đi là để gia đình anh được sống trong yên bình. Vậy thì tại sao chúng tôi lại phải ra đi trong khi gia đình anh cũng ra đi? Tôi nhìn anh đăm đăm, cố hiểu những gì anh vừa nói.

Edward cũng trân trối nhìn đáp trả lại tôi, gương mặt của anh lạnh băng.

Trong phút chốc, bụng tôi bỗng sôi lên, tôi nhận ra là mình đã hiểu lầm.

- Anh nói rằng đã đến lúc cần phải ra đi... - Tôi bần thần cả người, giọng nói trở nên lí nhí.

- Đó là anh muốn nói đến gia đình anh, trong đó có anh - Giờ đây, từng lời nói của anh đã quá rõ ràng, và phân định hẳn hòi.

Bất giác, tôi lắc đầu quầy quậy, cố xua đuổi sự thật phũ phàng đó ra khỏi tâm trí. Anh vẫn đứng đợi, không hề tỏ ra một chút dấu hiệu nào cho thấy là đang mất dần kiên nhẫn. Và tôi, phải mất cả một lúc lâu sau, mới có thể định thần lại được.

- Được rồi - Tôi trả lời - Em sẽ đi với anh.

- Không được đâu, Bella. Nơi bọn anh sẽ đến... Không, nó không phù hợp với em đâu.

- Anh ở đâu thì nơi đó cũng đều phù hợp với em hết.

- Nhưng anh không phù hợp với em, Bella.

- Đừng đối xử ác với em như vậy - Tôi những muốn hét lên cho hả, nhưng những lời lẽ của tôi chẳng khác những lời van xin - Anh đã là một phần rất-rất quan trọng trong cuộc đời của em.

- Thế giới của anh không phải để dành cho em - Edward trả lời một cách dứt khoát.

98

- Chuyện xảy ra với Jasper... chẳng có nghĩa lý gì cả, Edward! Chẳng có nghĩa lý gì hết!

- Không sai - Anh gật đầu đồng ý - Điều đó chính xác như lời em nói.

- Anh cũng đã hứa rồi mà! Hồi ở Phoenix, anh đã hứa rằng sẽ luôn ở bên...

- Ấy là khi điều đó còn tốt cho em - Edward cắt ngang lời tôi.

- *Không đúng*! Đây là vấn đề linh hồn của em, có phải vậy không? - Tôi hét lên, bây giờ thì có thể bộc lộ sự giận dữ được rồi, những lời lẽ mang nặng nỗi bực tức trong những ngày qua đột ngột được giải thoát... Nhưng không hiểu sao chúng vẫn không khác những lời van xin là mấy - Bác sĩ Carlisle đã đề cập với em chuyện đó rồi, và em không quan tâm, anh Edward ạ. Em không quan tâm! Anh nắm giữ linh hồn của em mà. Không có anh, em cũng không cần nó làm gì... Nó hoàn toàn là của anh!

Edward hít vào một hơi thật sâu, rồi cúi đầu nhìn đăm đăm xuống đất một lúc; đôi mắt của anh tối sầm lại, môi mím chặt đến có hằn. Rồi sau đó, anh ngước mặt lên, đôi mắt đã có sự chuyển biến, tàn nhẫn và khắc nghiệt hơn - cái màu vàng hổ phách long lanh dường như đã đông cứng lại rồi.

- Bella, anh không muốn em đi cùng anh - Edward phát âm rành rọt từng tiếng một, cặp mắt lạnh lùng ghim thẳng vào tôi, quan sát từng thái độ khi tôi tiếp thu từng lời anh nói.

Im lặng. Trong đầu tôi, từng lời nói của anh cứ vang vang

không ngừng nghỉ, như muốn nhấn đi nhấn lại cái ý nghĩa của chúng.

- Anh... không... còn... cần... em... nữa ư? - Cuối cùng, tôi cũng trệu trạo được vài tiếng, mà chính bản thân cũng tự cảm thấy bối rối trước âm điệu nghẹn ngào này của mình.

- Ừ.

Tôi chỉ còn biết có mỗi việc là trố mắt ra nhìn anh, nhìn thật sâu vào đôi mắt đang hiện hữu ngay trước mặt mình. Anh cũng nhìn đáp lại, không một chút bứt rứt hay hối hận nào. Đôi mắt màu hoàng ngọc - sắc lạnh, trong veo nhưng sâu thăm thẳm. Tôi có cảm giác như ánh mắt của mình đang chìm đắm vào một không gian sâu hun hút đến hàng dặm, không tìm thấy đáy; không, tôi không đọc được bất cứ một dấu hiệu nào, dù chỉ là cỏn con, cho thấy là lòng anh hoàn toàn ngược lại với những gì anh vừa thốt ra.

- Ừm, điều đó thì lại có thể làm đảo lộn mọi thứ - Đáp lời Edward xong, bản thân tôi cũng tự cảm thấy ngạc nhiên về nỗi giọng nói của mình vẫn còn có thể bình thản và tỉnh táo đến như vậy. Cũng phải thôi, bởi vì cả con người tôi lúc này đã hoàn toàn tê liệt mọi cảm xúc lẫn tri giác. Tôi không còn biết anh đang nói gì nữa. Tất cả, dẫu sao, cũng chẳng còn ý nghĩ gì.

Edward quay mặt đi, mắt đăm đắm dõi vào những thân cây, những tán lá và lặp lại điều anh vừa mới thốt ra:

- Thật lòng mà nói thì anh cũng... vẫn còn yêu em. Nhưng rồi chuyện xảy ra vào tối hôm ấy khiến anh nhận ra rằng đã đến lúc cần phải thay đổi mọi thứ. Bởi lẽ, ngay chính bản thân anh cũng đã... *mệt mỏi* với việc cứ phải tự mình huyễn hoặc mình, cứ mãi phải sắm vai một nhân vật vốn không phải là anh, Bella ạ. Anh vốn không phải là một con người thực thụ - Nói tới đây, anh quay lại nhìn tôi, gương mặt tuyệt mỹ trở nên thật xa xôi và lạnh lẽo, người bình thường dù có lạnh lùng cách mấy cũng không thể nào lạnh lùng hơn thế được - Và anh đã đẩy chuyện này đi quá xa rồi, anh có lỗi với em trong chuyện đó.

- Đừng... - Giọng nói của tôi không khác gì một lời thì thầm; nhận thức đang dần dần hồi phục trở lại trong con người tôi... từng chút, từng chút một... Tôi cảm nhận rõ sự chua cay đang thấm trong từng mạch máu - Đừng đối xử với em như vậy.

Edward vẫn đứng đấy, mắt không rời khỏi tôi, nhưng trong đôi mắt sâu thẳm ấy, tôi chợt nhận ra rằng những lời nói của mình lúc này chỉ là gió thoảng mây trôi, tất cả đã quá muộn màng. Anh đã trở nên không còn gì có thể lay chuyển được nữa rồi.

- Em không phải là người để dành cho anh, Bella ạ - Anh nhanh chóng kết luận, và tôi thì không thể phản bác lại được. Hơn ai hết, tôi cũng tự thừa biết mình không xứng với anh kia mà.

Tôi mở miệng, toan nói một điều gì đó, nhưng rồi ngậm ngay lại. Edward kiên nhẫn chờ đợi, trên gương mặt tuyệt nhiên không có một cảm xúc. Tôi đành phải lên tiếng:

- Nếu như... quả thực lòng anh muốn vậy.

Anh gật đầu ngay tức khắc.

Toàn thân tôi trở nên tê buốt. Không hiểu sao từ cổ trở xuống, tôi không còn một chút xíu cảm giác nào.

- Anh chỉ mong em làm giúp anh một chuyện, dù rằng chuyện này thật ra cũng chẳng phải là điều to tát gì.

Không lẽ anh đã đọc được điều gì trên gương mặt của tôi? Bởi vì có một cử động nào đó chợt thoáng hiện, nhưng rồi lại vụt tắt ngay... rất nhanh, trên gương mặt anh. Và trước khi tôi kịp nhận ra đó là cảm xúc gì thì anh đã mau chóng mang trở lại bộ mặt lạnh lùng như trước.

- Vâng, em sẽ làm bất cứ điều gì anh muốn - Tôi nói chắc như đinh đóng cột, giọng nói có hơi mạnh mẽ lên được đôi chút.

Và kìa, sự buốt giá trong đôi mắt ấy bỗng chợt tan chảy. Trước mặt tôi là một đôi mắt long lanh, rừng rực những cảm xúc đang muốn thiêu cháy cả lòng tôi.

- Làm việc gì cũng phải cẩn thận, tuyệt nhiên không được làm những chuyện dại dột - Edward nhấn giọng, giọng nói của anh không còn xa cách nữa - Em có hiểu anh đang nói gì không?

Tôi gật đầu một cách bất lực.

Ngay vào giây phút ấy, đôi mắt của anh lại trở nên xa xăm và hoàn toàn lạnh lẽo.

- Đó là anh nghĩ đến chú Charlie. Chú ấy cần em. Em phải biết tự bảo trọng... vì bố.

Tôi lại gật đầu.

- Em biết rồi - Tôi thì thào.

Edward có vẻ như nhẹ nhõm được đôi chút.

- Để đáp lại, anh cũng hứa chắc với em một điều - Anh tiếp tục nói - Anh xin hứa đây là lần cuối cùng em còn phải

102

gặp anh. Anh sẽ không bao giờ trở lại. Anh cũng sẽ không bao giờ đặt em vào một tình huống tương tự như thế này nữa. Em cứ hãy tiếp tục cuộc sống của mình, một cuộc sống yên bình, không bị bất kỳ một trở ngại nào từ phía anh. Mọi chuyện rồi sẽ trở về đúng với trật tự của nó, như thể anh chưa hề tồn tại trên cõi đời này.

Hai đầu gối của tôi bắt đầu run lẩy bẩy, bởi lẽ tôi nhìn thấy cây cối xung quay mình đang bắt đầu nghiêng ngả. Tôi cảm nhận rõ mồn một phía sau tai mình, máu đang lưu chuyển với tốc độ cực nhanh. Tiếng nói của anh bất chợt lại trở nên xa xăm...

... Rồi anh mỉm cười thật hiền từ, nói tiếp:

- Em đừng nên lo lắng. Em là một con người thực thụ... Trí nhớ của em rồi sẽ chẳng hơn gì một chiếc rây đâu. Thời gian đối với em, cũng như những người như em, là phương thuốc hữu hiệu nhất có thể chữa lành mọi vết thương.

- Thế còn trí nhớ của anh? - Tôi không thể không hỏi lại. Giọng nói run rẩy, đứt quãng, tựa hồ như cuống họng đã bị tắc, tôi sắp sửa nghẹt thở đến nơi.

- Ừm - Edward chỉ ngập ngừng trong đúng một giây ngắn ngủi - Anh sẽ không bao giờ quên. Nhưng mà *những kẻ như anh*... dễ dàng tìm được niềm vui mới lắm - Anh lại mỉm cười, một nụ cười thanh thản nhưng vẫn không sao hòa được vào với ánh mắt của anh đang nhìn tôi.

Edward lùi lại một bước.

- Tất cả chỉ có vậy thôi. Bọn anh sẽ không quấy rầy em nữa đâu.

Câu nói cuối cùng này của anh bất giác khiến tôi chú ý. Tôi ngạc nhiên tột độ; vậy ra, tôi đã bỏ sót...

- Alice sẽ không bao giờ quay lại - Bây giờ tôi mới nhận ra điều này. Không rõ anh nghe được bằng cách nào... bởi những lời kia chỉ thốt ra trong câm lặng... nhưng dường như anh đã hiểu.

Edward lắc đầu một cách chậm rãi, nãy giờ anh vẫn không rời mắt khỏi tôi.

- Ừ. Mọi người đã đi cả rồi. Chỉ còn mỗi một mình anh ở lại để chào em.

- Alice đi rồi ư? - Giọng nói của tôi đầy ắp nỗi hoang mang, ngờ vực.

- Cô ấy cũng muốn chào em, nhưng anh không cho, anh bảo rằng nếu đoạn tuyệt thì sẽ tốt cho em hơn.

Cơn váng vất quen thuộc bất ngờ ập đến, thật khó mà tập trung được vào điều gì. Từng lời anh nói cứ lượn lờ, len lỏi và bám chặt lấy đầu óc tôi... Chợt, thoang thoáng bên tai tôi có lời nào nghe như của vị bác sĩ ở bệnh viện bang Phoenix hồi mùa xuân vừa rồi... Khi ấy, ông đang chỉ cho tôi xem mấy tấm phim chụp... *Cháu thấy không, đứt hẳn này,* vừa nói, ngón tay của ông lướt dọc theo hình ảnh chụp những khúc xương gãy của tôi. *Thế là tốt lắm. Nó sẽ dễ lành hơn, và còn mau hơn nữa cơ đấy.*

Tôi cố gắng thở lại một cách bình thường. Mình cần phải tập trung – tôi tự nhủ với chính mình, chỉ có như vậy thì mới mong tìm được đường thoát ra khỏi cơn ác mộng đáng sợ này.

- Vĩnh biệt Bella! - Giọng nói của Edward lại cất lên, thật nhẹ nhàng và êm ái.

- Khoan đã! - Tôi vội vã lên tiếng, tay vươn tới với một hy vọng mong manh rằng đôi chân đã tê liệt mọi cảm giác này có thể tiến tới được vài bước.

Dường như anh cũng rướn người về phía tôi... song, thật ra, đó chỉ là một hành động để giữ lấy hai cổ tay của tôi, giữ chúng nằm yên ở hai bên sườn. Và anh cúi xuống, đặt vội đôi môi giá lạnh lên trán tôi, thật nhanh, rất nhanh. Mắt tôi nhắm nghiền lại.

- Em ráng bảo trọng nhé - Anh thở ra, hơi thở mơn nhẹ lên da thịt của tôi.

Một làn gió lạ ở đâu phả đến. Tôi mở bừng mắt. Những chiếc lá trên cây gỗ thích khẽ run rẩy, xao động theo làn gió hiền hòa ở lại phía sau anh.

Edward đã đi rồi.

Chỉ còn lại một mình tôi... với đôi chân không còn đủ sức để chống đỡ mọi sức nặng, với sự thật là tôi hoàn toàn bất lực, không bao giờ có được cơ hội để bắt kịp anh, vậy mà vẫn cứ phải lầm lũi bước đi. Xung quanh tôi, khu rừng đã nhanh chóng xóa nhòa mọi dấu vết về anh. Không một dấu chân, những chiếc lá cũng đã thôi xao động; mặc kệ tất cả, tôi vẫn bước đi, bàng hoàng và vô định. Tôi không thể làm được việc gì khác cả. Tôi cần phải tiến sâu vào rừng. Nếu như vào thời khắc này đây, tôi thôi tìm kiếm anh, có lẽ tất cả những gì thuộc về tôi sẽ chấm dứt ngay mất.

Tình yêu, cuộc sống... nào có là gì đâu.

Tôi cứ bước đi, bước đi... lừng lững tiến sâu vào khoảng rừng cây tầng thấp, bỏ quên thời gian đang lạnh lùng lướt qua. Dường như quả địa cầu dưới chân tôi đã chuyển động vòng xoay của nó hàng tiếng đồng hồ rồi, mà cũng có thể là mới chỉ được vài giây ngắn ngủi. Thời gian như ngừng trôi, bởi lẽ tôi có dấn bước sâu vào rừng đến thế nào thì cả khu rừng cũng vẫn không có sự thay đổi lớn. Trong lòng tôi, một nỗi bất an đang dần dần thành hình, liệu phải chăng từ nãy tới giờ, tôi chỉ đi loanh quanh hoài có một chỗ, một cái vòng tròn bé tẹo teo giữa một khu rừng mịt mùng, âm u... Vậy thì đã sao? Bước chân của tôi vẫn không chùn lại. Thảng hoặc, tôi lại trượt chân, trời càng lúc càng tối, tôi lại càng té ngã nhiều hơn...

Cho tới lúc chân tôi vấp phải một vật gì đó - bao quanh tôi lúc này đã là một không gian tối om om, tôi không có ý niệm gì về vật vừa ngáng chân mình - Tôi ngã sấp mặt xuống đất. Trở người lại cho dễ thở, tôi nằm thu lu trên đám dương xỉ ẩm ướt.

Tôi cứ nằm yên như thế, cảm nhận rất rõ ràng rằng thời gian đã trôi qua nhiều hơn tôi tưởng rất nhiều. Không thể nhớ nổi là hoàng hôn đã buông màn xuống được bao lâu rồi. Phải chăng ở đây, cứ tối đến là cả khu rừng lại khoác lên mình tấm áo choàng đen kịt như thế này? Hiển nhiên một điều là theo lẽ tự nhiên, ánh trăng trên cao kia vẫn có thể len lỏi được giữa những tầng mây, giữa những kẽ hở của vòm lá cây dày rậm mà xua tan được ít nhiều bầu không khí âm u, phẳng lặng trên mặt đất này kia mà.

Không, không phải hôm nay. Hôm nay là một ngày tối đen

như mực. Hình như đêm nay không có trăng - có thể là nguyệt thực, cũng có thể là trăng non.

Trăng non ư. Bất giác tôi rùng mình, không phải là do lạnh.

Trời tối đen, đen, đen lâu lắm rồi... Tai tôi vừa thoáng nghe thấy có tiếng gọi.

Ai đó đang gọi tên tôi. Tiếng kêu không vang vọng, nó bị chặn lại ở lưng chừng giữa một không gian đặc nghẹt những cây là cây, nhưng rõ ràng là tên tôi. Không thể nhận ra giọng nói của ai. Tôi có nghĩ đến việc trả lời, nhưng quả thực tôi ngạc nhiên quá, mãi đến một lúc lâu sau, tôi mới quyết định rằng mình nên trả lời. Nhưng đúng lúc ấy, tiếng kêu kia lại im bặt.

... Một lúc sau, tôi choàng tỉnh... Mưa, mưa đã đánh thức tôi dậy. Tôi không tin rằng mình đã ngủ quên; tôi chỉ tạm thời bị mụ mị đầu óc, cơn mê ấy đã trì níu toàn bộ sức mạnh còn tồn tại trong cơ thể tôi, làm tê cứng mọi tri giác để tôi không phải nhận thức được điều tôi không muốn biết.

Mưa khiến tôi bực bội đôi chút. Lạnh, lạnh thấu cả hồn tôi. Tự giải thoát mình ra khỏi cái thế nằm bó gối, tôi đưa hai tay lên bưng lấy gương mặt của mình.

Rồi tiếng kêu ấy lại cất lên. Lần này thì nó ở khoảng cách xa hơn, đôi lúc lại giống như có vài người cùng gọi tên tôi cùng một lúc. Cố gắng hít vào thật sâu, tôi nhớ rằng mình đã quyết định là sẽ trả lời, nhưng lại không tin lắm rằng người ta sẽ nghe thấy tiếng của mình. Tôi có còn đủ sức để hét lớn không đây?

Bỗng dưng, xung quanh tôi lại vang lên một tiếng động khác, một tiếng động kỳ lạ, ở rất gần. Nghe như tiếng khụt khịt... là tiếng của một con thú. Lớn lắm. Tôi có sợ không? Tôi cũng không chắc nữa. Tôi chỉ tự biết là toàn thân mình đang đông thành đá. Nhưng cuối cùng, chẳng có chuyện gì xảy ra. Tiếng khụt khịt ấy xa dần, xa dần rồi biến mất.

Mưa vẫn tiếp tục rơi, tôi cảm nhận rõ mồn một từng giọt nước lạnh buốt rơi lã chã trên má mình. Và đúng ngay lúc ấy, lúc đang cố gắng thu gom toàn bộ sức mạnh để ngoảnh mặt sang phía khác thì tôi trông thấy một luồng sáng.

Thoạt đầu, luồng ánh sáng này chỉ mới lờ mờ quét lên những bụi cây phía xa xa. Rồi mỗi lúc, luồng sáng ấy lại mạnh hơn, lan ra nhanh hơn, soi rõ cả một khoảng rừng lớn, hoàn toàn không giống với ánh đèn pin một chút nào. Sau đó, bụi cây gần tôi nhất bỗng rực sáng, trong giây phút ấy, tôi nhận ra đó là chiếc đèn xách tay chạy bằng khí prôpan[1], nhưng tôi chỉ biết được có thế - luồng sáng quá mạnh khiến tôi bị lóa mắt mất cả một lúc lâu.

- Bella.

Giọng nói rất trầm và hoàn toàn xa lạ, nhưng có vẻ như lại biết rõ về tôi. Người mới đến gọi tên tôi không phải để kiếm tìm hú họa, mà chính xác là anh ta đã biết tôi đang ở đâu.

Tôi mở mắt thao láo, nhìn lên gương mặt sạm đen ở phía trên mình - dường như anh ta rất cao. Nhưng đó chỉ là áng chừng thôi, vì tôi vẫn còn đang trong trạng thái nằm bẹt ở dưới đất.

✳

[1] Prôpan là chất khí không màu, không mùi, công thức hóa học là C_3H_8 - có trong tự nhiên và dầu lửa, dùng làm nhiên liệu đốt.

- Cô bị thương ư?

Tôi nghe hết, hiểu hết những gì anh ta nói, nhưng bởi vẫn chưa hết ngạc nhiên nên tôi cứ lặng thinh, chỉ biết nhìn anh ta chằm chằm. Làm thế nào mà ở ngay giữa rừng già, một con người hoàn toàn xa lạ lại có thể hỏi tôi một câu như thể đã biết được chính xác tình trạng của tôi?

- Tôi là Sam Uley, Bella.

Không thấy cái tên này gợi lên một ký ức thân quen nào cả.

- Chú Charlie bảo tôi đi tìm cô.

Charlie ư? Cả người tôi run bắn lên như bị điện giật, tôi chú ý hơn vào những gì người lạ mặt này vừa giải thích. Vậy là bố đã biết từ trước, nếu không có trường hợp ngoại lệ.

Người thanh niên có thân hình rất cao này đưa tay cho tôi. Và tôi lại nhìn chăm chăm vào đôi bàn tay ấy, không biết mình phải làm gì nữa.

Người thanh niên ngắm nghía tôi bằng đôi mắt đen lay láy trong đúng một giây, sau đó, anh ta khẽ nhún vai, rồi bằng một động tác thật nhanh nhẹn - chẳng tỏ ra là đang lấy sức chút nào - anh ta kéo tôi dậy và bế xốc tôi trong vòng tay.

Tôi nằm yên, toàn thân mềm nhũn không còn một chút sinh lực, mặc cho anh ta đưa tôi lao đi giữa cánh rừng ướt đẫm. Một chút tỉnh táo còn sót lại trong tôi bảo cho tôi biết rằng nên lấy làm khó chịu mới phải - ai lại dễ dàng để cho một người không quen không biết tự nhiên ôm mình thế này.

Vậy mà lạ thay, tôi tuyệt không hề cảm thấy có một chút bực dọc nào cả.

Chẳng mấy chốc, trước mắt tôi loáng thoáng xuất hiện những ánh đèn, trong không gian vang lên khe khẽ nhiều giọng nói của đàn ông. Guồng chân của Sam Uley cũng bắt đầu chậm lại, anh ta từ tốn bước về phía "đội cứu hộ".

- Cháu tìm thấy cô bé rồi! - Sam hét lên rất to.

Tiếng ồn hốt nhiên ngưng bặt, nhưng chỉ được vài giây, ngay sau đó, trong không gian lại vang lên tiếng người trao đổi bàn tán, lần này thì ồn ã hơn. Rồi rất đột ngột, những gương mặt lạ hươ lạ hoắc lần lượt hiện ra phía bên trên đầu của tôi. Giọng nói của Sam hóa ra lại dễ nghe nhất, có lẽ là do tai tôi đang áp chặt vào ngực của anh ta chăng?

- Không, cháu không nghĩ là cô bé bị thương - Người thanh niên giải thích với ai đó - Chỉ nghe cô bé cứ lặp đi lặp lại mãi là "Anh ấy bỏ đi rồi" mà thôi.

Chẳng lẽ tôi đã nói lớn tới vậy sao? Ngay lập tức, tôi bặm môi lại thật chặt.

- Bella, con ơi, con có làm sao không?

Giọng nói duy nhất tôi quen thuộc - dẫu cho đang ở bất cứ đâu, trong bất cứ hoàn cảnh nào đi nữa, vẫn nhận ra - cất lên đầy lo lắng.

- Charlie? - Giọng nói của tôi thốt ra nghe yếu xìu và xa lạ.

- Bố ở ngay đây, con gái à.

Ngay sau câu nói đó là hai cánh tay của một người vừa đưa ra đỡ lấy lưng tôi, mang theo mùi da thuộc không lẫn đi đâu được của chiếc áo cảnh sát trưởng mà bố vẫn hay mặc. Và... hẵng một cái, bố có phần hơi loạng choạng khi đã đón trọn thân hình của tôi.

- Chú cứ để cháu bế cô ấy cho - Sam Uley đề nghị.

- Thôi, cứ để chú - Tôi nghe bố trả lời, hơi thở có phần hổn hển.

Và một cách chậm rãi, bố bước đi, người gồng lên thấy rõ. Tôi rất muốn nói với bố rằng hãy đặt tôi xuống, để tôi tự bước đi, nhưng không hiểu sao giọng nói của tôi lại biến đi đằng nào mất tăm mất tích.

Cả cánh rừng bỗng nhiên rực sáng, đâu đâu cũng thấy đèn đuốc sáng choang; bao quanh hai bố con là một đám đông, tay người nào người nấy đều lăm lăm một cây đèn, họ đang bước theo bố. Quang cảnh trông chẳng khác gì một cuộc duyệt binh, chí ít thì cũng như một đoàn người đang đi đưa tang vậy. Tôi nhắm nghiền mắt lại.

- Chúng ta sắp về đến nhà rồi, con gái à - Thỉnh thoảng bố lại lẩm bẩm.

Lách cách... Đó là tiếng mở khóa cửa... Tôi mở bừng cả hai mắt. Chúng tôi đang ở ngay hàng hiên, người thanh niên cao ráo, có nước da sậm màu tên Sam Uley đang giữ cửa cho bố, một tay anh ta đưa hờ về phía bố con tôi, tựa hồ như đã chuẩn bị sẵn sàng đỡ lấy tôi bất kỳ khi nào bố có lỡ tay... đánh rơi tôi xuống đất.

Nhưng bố đã xoay xở được khá tài tình để đưa tôi vào nhà, đưa được cả cái thân hình của tôi đến chiếc ghế tràng kỷ kê trong phòng khách.

- Thôi bố, cả người con đang ướt mem mà - Tôi phản kháng một cách yếu ớt.

- Như vậy cũng có sao đâu con - Bố trả lời ngay. Rồi bố quay ngay sang người nào đó đang đứng gần - Mấy tấm mền nằm trên nóc tủ chén ấy, phải leo lên lầu mới với tới chúng được.

- Bella? - Lại là giọng nói của một người khác. Tôi ngước nhìn người đàn ông có mái tóc hoa râm đang cúi lom khom xuống chỗ mình, phải đến vài giây sau, tôi mới nhận ra được ông ta.

- Bác sĩ Gerandy? - Tôi thì thào.

- Đúng rồi, cháu bé - Người đàn ông trả lời - Cháu có bị thương ở đâu không, Bella?

Phải đến cả phút đồng hồ sau đó, tôi mới nắm được toàn bộ vấn đề. Tôi hơi khó hiểu khi nhớ lại câu hỏi của Sam Uley ở trong rừng, câu hỏi ấy cũng tương tự như câu hỏi của vị bác sĩ. *Cô bị thương ư?* Anh ta đã hỏi như vậy. Hai câu hỏi giống nhau, nhưng không hiểu sao tôi lại cảm nhận được ở đây vẫn có một điểm nào đó khác biệt.

Bác sĩ Gerandy kiên nhẫn chờ đợi. Một bên lông mày của ông hơi nhướng lên, những vết nhăn trên trán lại hằn sâu hơn bao giờ hết.

- Cháu không bị đau ở đâu cả - Tôi nói dối. Mà xét cho cùng thì tôi cũng đâu có nói sai, thực tế, thân thể của tôi không hề có một vết trầy xước nào kia mà.

Bàn tay ấm áp của vị bác sĩ đặt hờ lên trán tôi, những ngón tay của ông cũng đồng thời khẽ ấn vào cổ tay tôi. Miệng ông khe khẽ đếm, mắt thì dõi vào mặt chiếc đồng hồ đeo tay.

- Cháu gặp phải chuyện gì vậy? - Bác sĩ Gerandy hỏi một cách bâng quơ...

... Nhưng cũng đủ để toàn thân tôi phải cứng đờ trong giây lát, bao nỗi hốt hoảng đã cố dồn nén vào tận đáy lòng lại một lần nữa dâng lên chẹn ngang lấy cổ họng của tôi.

- Cháu bị lạc trong rừng ư? - Vị bác sĩ tiếp tục bắt chuyện.

Và tôi hoàn toàn ý thức được rằng tất thảy những người hiện có mặt xung quanh tôi đang dỏng tai lên hết cỡ chờ đợi câu trả lời của tôi. Ba người thanh niên dong dỏng cao có làn da sậm màu kia chắc hẳn là những người Quileute đến từ La Push, vùng đất dành riêng cho người da đỏ ở bãi biển, tôi thầm đoán, và Sam Uley là một trong số họ. Cả ba đứng tụm lại với nhau thành một nhóm riêng, sáu con mắt của họ nãy giờ cứ dán vào tôi không rời. Ông Newton cũng có mặt, ông đi cùng Mike và ông Weber - bố của Angela - tất thảy mọi người chỉ len lén nhìn tôi, không ai nhìn theo cái kiểu chằm chặp như mấy người lạ mặt kia cả. Đâu đó trong bếp và ngoài cửa trước phát ra những tiếng nói trao đổi ồm ồm khác... Vậy ra có đến cả một nửa cái thị trấn này đã bủa đi tìm tôi...!?!

Ngài cảnh sát trưởng là người đang đứng ở gần tôi nhất. Bố lom khom cúi xuống để lắng nghe câu trả lời của tôi.

- Vâng - Tôi thì thào - Cháu đi lạc.

Bác sĩ Gerandy gật đầu, vẻ mặt đăm chiêu, những ngón tay của ông lại ấn nhẹ vào mấy cái mạch nằm phía bên dưới quai hàm của tôi. Gương mặt của bố tức thì trở nên căng thẳng.

- Cháu có thấy mệt trong người không? - Bác sĩ Gerandy lại hỏi.

Tôi gật đầu và ngoan ngoãn nhắm mắt lại.

- Tôi nghĩ cô bé không bị làm sao đâu - Một lúc sau, tôi nghe thấy vị bác sĩ thì thầm mấy lời với bố như vậy - Chỉ bị kiệt sức thôi. Hãy cứ để cho cô bé ngủ đi, ngày mai, tôi sẽ đến kiểm tra lại - Nói đến đây, ông dừng lời. Nhưng ngay sau đó, ông lại nói thòng thêm một câu, chắc hẳn là do đã nhìn vào đồng hồ - Ừm, giờ cũng trễ rồi.

Bác sĩ vừa dứt lời thì tiếng cót két đồng thời cũng vang lên khi cả hai người đàn ông cùng lúc nhổm dậy khỏi chiếc ghế tràng kỷ.

- Có thật như vậy không? - Tôi nghe tiếng bố thì thầm với vị bác sĩ. Giờ thì tiếng nói của cả hai người đã ở một khoảng cách khá xa chỗ của tôi rồi. Tôi cố căng rộng đôi tai ra hết cỡ - Họ đã đi rồi ư?

- Bác sĩ Cullen có nhờ chúng tôi giữ kín chuyện này - Bác sĩ Gerandy nói - Lời đề nghị quá đột ngột; và họ phải quyết định ngay. Carlisle không muốn sự ra đi của họ trở thành một đề tài ầm ĩ trong thị trấn.

- Nhưng mà nói trước thì vẫn hay hơn chứ - Bố cau nhàu.

Dường như bác sĩ Gerandy cũng không thoải mái lắm khi phải đáp lại, giọng nói của ông nghe có vẻ nhát gừng:

- Vâng, ưm, nhưng mà trong hoàn cảnh này, có nói trước cũng không xong đâu, dễ bị xì xầm này nọ lắm.

Tôi không muốn nghe thêm một lời nào nữa. Sẵn có tấm mền đã được ai đó đắp cho, tôi kéo lên quá tai của mình.

Chẳng mấy lúc sau, tôi đã chìm vào trạng thái nửa tỉnh nửa mê. Tôi nghe thấy bố cảm ơn "đội cứu hộ", từng người, từng người một khi họ ra về. Rồi sau đó, tôi cảm nhận rõ mồn một những ngón tay của bố đặt lên trán mình, một lát sau, lại có thêm một tấm mền nữa đắp lên người tôi. Chuông điện thoại bất ngờ reo vang, bố vội vã chạy đến nhấc máy, sợ tôi thức giấc. Tôi nghe thấy tiếng bố thì thầm thông báo:

- Vâng, chúng tôi đã tìm thấy con bé rồi. Nó không sao cả. Chỉ bị lạc thôi. Giờ thì nó ổn rồi - Bố lặp đi lặp lại những lời ấy.

Rồi có tiếng ken két rên rỉ của chiếc ghế bành... Bố vừa ngả người lên đấy, mệt nhoài.

Vài phút sau, điện thoại lại đổ chuông.

Bố làu bàu khi bị buộc phải đứng dậy, uể oải... nhưng rồi như chợt nhớ đến tôi, bố cuống cuồng chạy nhanh vào bếp, vội vã đến suýt bị ngã. Tôi thì chỉ làm mỗi một việc duy nhất: đó là rúc đầu thật sâu vào cái mền để mấy lời đối thoại mà bố cứ phải nhai đi nhai lại mãi kia thôi lọt vào lỗ tai.

- À vânggg ạ - Bố trả lời, vừa nói vừa ngáp dài.

Nhưng bất chợt, giọng nói của bố bỗng thay đổi rõ rệt, bố trở nên tỉnh táo hẳn.

- Ở đâu cơ? - Bố dừng lại - Cô chắc là nó ở ngoài vùng đất riêng chứ? - Lại ngừng - Nhưng cái gì cháy ở đó mới được chứ nhỉ? - Giọng nói của bố chứa đầy nỗi hoang mang lẫn lo lắng - Được rồi, tôi sẽ gọi xuống dưới đó và kiểm tra ngay.

Có chuyện rồi đây... Hồi hộp, tôi cố dỏng tai lên nghe ngóng, bố đang bấm lóc cóc vào bàn phím số điện thoại.

- A, Billy, tôi Charlie đây... Xin lỗi đã gọi sớm thế này nhé... À không, con bé không sao. Nó đang ngủ... Cảm ơn anh, nhưng mà tôi không gọi để nói chuyện đó. Bà Stanley vừa gọi cho tôi xong, bà ấy bảo là trông thấy lửa ở chỗ mấy vách đá ngoài biển, từ cửa sổ tầng hai, nhưng quả thật tôi không... Ồ! - Giọng nói của bố đột nhiên thay đổi về âm vực... có vẻ như bất ngờ, mà cũng có thể là do tức giận - Sao bọn trẻ lại làm thế? Ờ, ờ. Thế cơ á? - Câu hỏi đặc sệt sự mỉa mai - Ừm, đừng xin lỗi tôi thế. Vâng, vâng. Nhưng cẩn thận, đừng để lửa lan ra đấy nhé... Tôi biết rồi, biết rồi, nhưng mùa này mà tụi nhỏ lại đi đốt cái này cái nọ thì tôi cũng lấy làm lạ đấy.

Ngài cảnh sát trưởng ậm ừ thêm một lát rồi nói tiếp một cách miễn cưỡng:

- Cảm ơn anh đã bảo Sam và mấy nhóc kia đến nhé. Anh nói đúng, tụi nhỏ biết rành rẽ khu rừng hơn bọn tôi ở đây nhiều. Chính Sam đã tìm ra con bé đấy, tôi rất biết ơn anh... Vâng, nói chuyện với anh sau nhé - Bố đáp lại, giọng nói có phần cáu gắt. Sau đó, bố gác máy.

Vừa lê bước trở ra phòng khách, bố vừa lầm bầm tiếng được tiếng mất.

- Có chuyện gì vậy bố? - Tôi cất tiếng hỏi.

Nghe thấy tiếng động, bố vội vã tiến ngay đến bên chiếc ghế tràng kỷ.

- Ôi, bố xin lỗi đã làm cho con thức giấc.

- Có cái gì cháy hả bố?

- Không có gì đâu con - Bố quả quyết - Người ta đốt lửa ăn mừng ở ngoài bãi đá ấy mà.

116

- Đốt lửa ăn mừng? - Tôi bất giác hỏi lại. Giọng nói của tôi không hề mảy may có lấy một chút hiếu kỳ, mà lạnh lẽo, không có trọng âm.

Bố nhíu mày, đáp:

- Tụi nhỏ ở vùng đất riêng đang nhảy múa, hò hét, làm ầm ĩ cả lên - Bố giải thích.

- Sao vậy bố? - Tôi lại hỏi, giọng nói vẫn đều đều, không cảm xúc.

Và tôi dám khẳng định rằng bố không muốn trả lời. Bố cứ dán mắt xuống nền nhà, trầm ngâm.

- Chúng ăn mừng tin tức - Giọng nói của bố run rẩy, xót xa.

Bản thân tôi thì chỉ quan tâm tới mỗi một thông tin thôi... chính là cái tin mà tôi đang cố dằn lòng không muốn nghĩ tới ấy. Và cuối cùng thì tôi cũng đã không thể kềm chế được mình...

- Vì gia đình Cullen đã bỏ đi - Tôi thì thào - Ở La Push, người ta không thích nhà Cullen đâu... Tự dưng con lại quên mất điều đó.

Người Quileute có cả một kho truyện cổ về "người máu lạnh" hay những ma-cà-rồng - được xem là kẻ thù truyền kiếp của bộ tộc - những câu chuyện này cũng như những truyền thuyết khác về trận đại hồng thủy và nguồn gốc tổ tiên người sói của họ, đã cùng thời gian, tồn tại từ rất lâu đời. Hầu hết chỉ là những câu chuyện hoang đường, là những truyện kể dân gian. Nhưng mà có một số người lại tin tưởng một cách mù quáng vào chúng. Đơn cử là ông Billy Black, người bạn chí cốt của bố tôi - khi mà ngay cả con trai ông, Jacob, vẫn một mực cho rằng đó chỉ là những chuyện tầm phào, và rằng bố mình là hình tượng tiêu biểu nhất của týp người mê tín dị đoan - thì chính ông Billy chứ ai, là người đã "khuyến cáo" tôi không được kết giao với nhà Cullen...

Cullen... cứ nhắc đến cái tên này, tâm hồn tôi lại dậy sóng, lòng nhói đau như có ai vò ai xé,... dù tôi cũng tự hiểu rằng bản thân mình không hề muốn đối mặt.

- Hừ! Thật buồn cười hết chỗ nói - Bố nói bằng giọng mũi.

Cả hai bố con, không ai nói với ai một câu nào nữa, cứ thừ người ra trong im lặng. Ngoài kia, bầu trời đã không còn tối đen. Dường như sau cơn mưa, mặt trời đã bắt đầu ló dạng.

- Bella? - Bố bất ngờ xóa tan bầu không khí im lặng.

Với cảm giác bất an, tôi đưa mắt nhìn bố.

- Nó bỏ con lại giữa rừng à? - Bố hỏi dò.

Tôi tảng lờ, hỏi lái sang chuyện khác:

- Làm sao bố biết con ở đâu mà tìm thế? - Lý trí của tôi đồng thời cũng đang tìm cách xua đuổi cái nhận thức đang mau chóng khôi phục lại rất nhanh, càng lúc càng nhanh này.

- Thì con viết giấy để lại kia mà - Bố trả lời, ngạc nhiên tột độ trước câu hỏi của cô con gái. Nói đoạn, bố đưa tay ra sau, mò mẫm rút trong túi quần jean ra một mảnh giấy. Mảnh giấy bẩn thỉu, ướt mềm và nhăn nhúm bởi đã được mở ra gấp lại nhiều lần. Một cách cẩn thận, bố lại mở nó ra và "hùng hồn" giơ "bằng chứng" lên. Nét chữ cua bò này giống với tuồng chữ của tôi như hệt:

Con đi dạo với Edward, chỗ đường mòn - mảnh giấy viết - *Sẽ về nhà sớm, B.*

- Thế là khi thấy con không về, bố liền gọi ngay đến nhà Cullen, nhưng không có ai bắt máy cả - Bố trả lời, giọng nói hạ thấp xuống - Bố bèn gọi cho bệnh viện thì được bác sĩ Gerandy cho hay là bác sĩ Carlisle đã đi rồi.

- Họ đi đâu hả bố? - Tôi trệu trạo hỏi.

Bố nhìn tôi chằm chằm:

- Bộ Edward không nói với con sao?

Tôi khẽ lắc đầu, bất giác co rúm người lại. Nghe nhắc đến tên anh, lòng tôi lại thấy trĩu nặng, quặn đau - cơn đau bấu chặt lấy hai lá phổi, mọi hoạt động hô hấp trong phút chốc bỗng ngưng trệ, hơi thở bị tắc nghẽn. Không ngờ chỉ một cái tên của anh thôi cũng đã có sức mạnh tác động đến tôi như vậy.

Bố trân trối nhìn tôi, ánh mắt lộ rõ vẻ nghi hoặc, nhưng cũng trả lời:

- Bác sĩ Carlisle đến làm cho một bệnh viện lớn ở Los Angeles. Bố ngờ là người ta trả cho ông ấy rất nhiều tiền.

Thành phố Los Angeles ngập tràn ánh nắng ư... Không, đó không bao giờ là nơi họ chọn để định cư. Tôi hốt nhiên nhớ lại cơn ác mộng của mình với chiếc gương... ánh sáng mặt trời lấp lánh trên da thịt của anh...

... Và gương mặt của anh... Nhớ đến đây, nỗi đau khổ trong phút chốc dâng cao đến đỉnh như muốn xé toạc cả hồn tôi.

- Bố muốn biết có phải Edward đã bỏ con lại một mình ở giữa rừng không? - Bố khăng khăng hỏi cho bằng được câu hỏi đó.

Tên anh một lần nữa lại khiến lòng tôi quặn thắt. Tôi lắc đầu, tâm can buốt đau, tuyệt vọng, không sao khống chế được nỗi đau này.

- Tất cả là lỗi tại con. Anh ấy tạm biệt con trên con đường mòn, ngay trước nhà... nhưng con cứ cố bước theo anh ấy.

Bố mở miệng, toan nói một câu gì đó; nhưng như một đứa trẻ con, tôi bịt ngay hai tai lại.

- Thôi, con không muốn nói chuyện này nữa đâu, bố. Bây giờ, con chỉ muốn về phòng thôi.

Nói là làm, trước khi bố kịp có phản ứng, tôi lồm cồm ngồi dậy, rời khỏi chiếc ghế tràng kỷ, ủ rũ lê từng bước chân lên cầu thang.

Ai đó đã bước vào nhà và để lại lời nhắn cho bố tôi, chính là cái mẩu giấy đã "chỉ điểm" tôi cho bố, để bố đi tìm tôi. Vừa chợt nghĩ đến đó, một cảm giác ngờ ngợ rợn tóc gáy bỗng loang ra khắp đầu tôi. Bổ nháo bổ nhào vào phòng, tôi ngay lập tức đóng cửa phòng lại, chưa đủ... phải khóa trái nữa; việc kế tiếp của tôi là kiểm tra ngay chiếc máy nghe đĩa đang nằm lạnh ngắt ở trên giường.

Xem chừng như mọi thứ vẫn còn nguyên vẹn trong lúc tôi không có mặt ở đây. Có đúng thật là thế không? Tôi ấn nhẹ tay vào cái chốt trên máy, cái lẫy tức thì bật ra và nắp máy từ từ được nâng lên.

Trống rỗng!?!

Còn gì nữa không... Quyển album mẹ tặng đang nằm đơn độc dưới sàn nhà, ngay bên cạnh chân giường. Tay run run, tôi giở tấm bìa lên.

Trang đầu... chỉ trang đầu thôi là đủ rồi, không cần phải

lật thêm nữa. Những mấu kim loại nho nhỏ nằm chơ vơ, tấm hình đã không cánh mà bay. Trang giấy hoàn toàn trống trơn, ngoại trừ duy nhất một dòng chữ nguệch ngoạc của tôi ghi ở dưới cùng: *Edward Cullen, gian bếp của bố Charlie, ngày 13 - tháng Chín.*

Tôi dừng tay ở đó. Chắc chắn là anh đã không bỏ sót bất kỳ một tấm hình nào.

Như thể anh chưa hề tồn tại trên cõi đời này - chẳng phải anh đã hứa chắc với tôi như vậy đó sao.

Thoạt đầu, tôi cảm nhận rõ rệt đầu gối của mình đang tỳ lên sàn nhà lót gỗ, nhưng rồi dần dần, hai lòng bàn tay của tôi cũng cảm nhận được độ nhẵn thín của thớ gỗ... từng nấc một, từng nấc một... cuối cùng, cả phần da mặt của tôi cũng cảm nhận được cái sàn nhà láng o ấy. Ước sao cho lúc này tôi có thể ngất đi được, nhưng thất vọng thay, mọi tri giác lẫn cảm xúc của tôi lại không hề bị sứt mẻ đi lấy một mẩu nhỏ. Những đợt sóng khổ đau đang ngấp nghé ngang người tôi bất chợt trỗi dậy, dâng cao, cao, cao mãi và bất thần đổ ập xuống đầu tôi, nhấn chìm tôi xuống tận dưới đáy...

... Tôi không sao ngoi lên được.

THÁNG MƯỜI

THÁNG MƯỜI MỘT

THÁNG MƯỜI HAI

THÁNG GIÊNG

4. TỈNH GIẤC

Thời gian cứ thế trôi đi. Đã có lúc tôi tưởng chừng như mình không thể chịu đựng nổi. Đã có lúc, từng vết khâu trên cánh tay bị thương của tôi lại buốt nhói như cơ thể đang lành lặn bỗng dưng bị một vết bầm. Ngày nối ngày trôi qua trong lặng lờ, trong bầu không khí thê lương, tròng trành những cảm xúc; nhưng mà thời gian vẫn cứ trôi. Tôi vẫn cứ phải tồn tại trên đời này như thế.

Ngài cảnh sát trưởng dộng mạnh tay xuống bàn:

- Thế đấy, Bella! Bố sẽ trả con về nhà.

Tạm rời mắt khỏi tô ngũ cốc, tôi ngước mặt lên nhìn bố, sững sờ, chính xác thì từ nãy tới giờ, tôi đang chìm đắm trong suy tưởng hơn là tập trung cho việc xúc từng muỗng thức ăn lên đút vào miệng. Vậy là... từ nãy tới giờ, tôi cũng đã để ngoài tai những lời nói của bố, tôi quên mất là cả hai bố con tôi đang chuyện trò - Nhưng bố nói gì, sao nghe khó hiểu quá.

- Con đang ở nhà mà - Tôi lí nhí đáp, mắt trố ra vì ngạc nhiên.

- Bố sẽ trả con về với Renée, tức là Jacksonville ấy - Bố giải thích rõ hơn. Và bố tức tối nhìn vẻ mặt ngù ngờ, chậm chạp của tôi khi hiểu ra ý tứ của bố.

- Con đã làm gì sai hả bố? - Tôi cảm nhận rõ ràng rằng mặt mình đang nhăn lại. Thật vô lý. Trong suốt bốn tháng qua, tôi chưa hề làm gì để cho ai phải phàn nàn kia mà. Sau cuộc chia tay với Edward - cả hai bố con tôi, ai cũng tránh đề cập đến chuyện không vui này - điểm số của tôi ở trường vẫn cao. Tôi chưa hề vi phạm "giờ giới nghiêm" - tức chưa la cà ở đâu lâu tới mức phải về trễ giờ mà bố đã quy định. Và họa hoằn lắm tôi mới không ăn hết phần ăn.

Gương mặt cau có của bố vẫn chưa giãn ra:

- Con chẳng làm gì cả. Và đó mới là chuyện đáng nói. Con chẳng làm gì cả.

- Bố muốn con dính líu vô những thứ rắc rối ư? - Tôi không khỏi thắc mắc, đôi lông mày nhíu lại, nặng trịch những hoang mang khó hiểu. Tập trung lúc này, với tôi mà nói, quả là một nỗ lực lớn lao. Mọi chuyện thật không dễ chút nào. Chẳng gì thì tôi cũng đã bắt đầu quen với việc bỏ ngoài tai mọi thứ rồi, đôi tai của tôi bắt đầu lùng bùng.

- Chẳng thà con mắc míu với những rắc rối còn tốt hơn cái tình trạng hiện nay... Lúc nào cũng ủ rũ!

Tôi thật sự bị chạm tự ái. Trong suốt quãng thời gian vừa qua, tôi đã cố gắng giữ gìn, và một chút dáng vẻ gọi là rầu rĩ, ủ ê kia đâu có lộ ra ngoài...

- Con có ủ rũ gì đâu, bố.

- Ừ, bố đã dùng từ sai - Bố miễn cưỡng thừa nhận - Ủ rũ thấy còn tốt hơn, ít ra là còn hoạt động này nọ. Còn con, con... như người chết biết thở ấy, Bella ạ. Có lẽ từ đó thì đúng hơn.

Lời cáo buộc này thì đúng phóc rồi. Tôi thở dài, cố hết sức thổi vào giọng nói của mình một chút... sinh khí.

- Con xin lỗi bố - Lời xin lỗi của tôi nghe có vẻ ngang phè, ngay cả tôi cũng còn nhận thấy nữa là. Tôi hoàn toàn ý thức được rằng bấy lâu nay mình đang đóng kịch trước bố. Không để bố phải suy nghĩ này nọ là cả một nỗ lực đáng kể của tôi. Giờ đây, khi hiểu rằng tất cả công sức của mình đã đổ sông đổ bể, làm sao không buồn cho được.

- Bố không cần con phải xin lỗi.

Tôi lại thở dài:

- Vậy bố cho con biết là bố muốn con phải làm sao?

- Bella à - Bố ngần ngừ trong giây lát, quan sát cặn kẽ phản ứng của tôi trước những lời lẽ tiếp theo của mình - Con gái, con không phải là người đầu tiên phải hứng chịu những chuyện như vậy, con có hiểu không.

- Con biết mà - Câu nói hùa theo của tôi nghe sao yếu xìu và chẳng đọng lại chút ấn tượng nào.

- Con nghe bố này, con gái. Bố nghĩ là... là con cần được giúp đỡ.

- Giúp đỡ ư?

Bố dừng lại một lúc, ngẫm nghĩ để tìm từ diễn đạt.

- Hồi mẹ con bỏ đi - Bố tiếp tục lên tiếng, vẻ mặt tư lự - đưa con đi theo - Bố hít vào một hơi thật sâu - Ừm, khoảng thời gian đó đối với bố, thật tệ hại.

- Con hiểu, bố ạ - Tôi lầm bầm.

- Nhưng bố đã tự tìm cách xoay xở lấy - Bố vạch ra vấn đề - Còn con, con gái, con không tìm cách giải quyết vấn đề của mình. Bố đã chờ đợi, đã hy vọng rằng mọi chuyện rồi sẽ tốt hơn - Nói đến đây, bố lại chằm chằm nhìn tôi, nhanh như cắt, tôi cụp mắt xuống - Bố nghĩ là cả hai bố con ta đều biết mọi chuyện rồi sẽ chẳng tiến triển gì.

- Con không sao mà bố.

Nhưng bố phớt lờ tôi đi:

- Có lẽ, ừm, có lẽ con nên tâm sự với ai đó về vấn đề của mình... Một chuyên gia.

- Bố muốn con đến gặp bác sĩ tâm lý ư? - Giọng nói của tôi cất cao, nghe có hơi the thé một chút, khi bất ngờ nhận ra bố muốn ám chỉ đến chuyện gì.

- Biết đâu sẽ có ích.

- Mà cũng có khi chẳng giúp ích được gì.

Nói thực là tôi không rành ba cái trò phân tích tâm lý, tôi chỉ biết đại khái là nếu không kể thật với người ta vấn đề của mình thì sẽ chẳng thể nào có hiệu quả. Lẽ tất nhiên tôi có thể kể thật với họ - nếu tôi muốn dành cả quãng đời còn lại của mình trong căn buồng có bốn bức tường lót đệm (chuyên dùng để nhốt người điên).

Sau một hồi quan sát, chắc hẳn bố đã nhận ra thái độ khó bảo của tôi, chẳng thế mà bố chuyển sang thế tấn công khác:

- Chuyện này khó cho bố rồi, Bella. Có lẽ mẹ con...

- Bố à - Tôi xẹt ngang, ngắt lời bố bằng cái giọng ngang phè - Tối nay con sẽ ra ngoài, nếu bố muốn vậy, con sẽ gọi cho Jess hoặc là Angela.

- Nhưng bố đâu có muốn như vậy đâu - Bố nạt lại tôi, trên mặt lộ rõ vẻ thất vọng - Chỉ là bố không nghĩ rằng mình có thể sống vui vẻ được khi ngày ngày cứ phải thấy con nỗ lực thể hiện mình theo cái kiểu đó. Bố chưa từng thấy ai cố gắng hết mình như thế cả. Thấy con như vậy, bố đau lòng lắm, con có biết không?

Làm ra bộ ngây ngô, tôi cúi gằm mặt xuống bàn:

- Con không hiểu gì hết, bố ạ. Đầu tiên thì bố giận điên lên vì con cứ ì ra đó, không chịu hoạt động, nhưng rồi bố lại nói rằng bố không muốn con ra ngoài.

- Bố muốn con hạnh phúc... À không, không dám ao ước lớn lao như vậy. Bố chỉ mong con không phải khổ sở như thế thôi. Và bố cho rằng nếu con ra khỏi Forks, con sẽ có một cơ hội khác tốt hơn.

Mắt tôi tức thì bừng sáng, một chút cảm xúc còn đọng lại của những buổi đầu tiên đặt chân đến cái thị trấn nhỏ bé này bất chợt hiện về. Đã có cả một quãng thời gian tương đối dài tôi từng trù tính đến chuyện này.

- Con sẽ không đi đâu cả - Tôi trả lời dứt khoát.

- Tại sao lại không chứ? - Bố hỏi gặng.

- Con đang học học kỳ cuối mà, mọi thứ đã đâu vào đấy rồi, không thay đổi được đâu.

- Nhưng con là học sinh giỏi, con theo kịp bài vở mấy hồi.

- Con không muốn xen vào giữa mẹ và dượng Phil.

- Mẹ đang sầu héo, mong mỏi con về kia kìa.

- Florida nóng lắm.

"Rầm"... bố lại động tay xuống bàn.

- Cả bố và cả con đều biết điều gì đang diễn ra ở đây, Bella. Chúng ta đều biết nó không tốt cho con - Bố hít vào một hơi thật sâu - Đã mấy tháng trôi qua rồi. Không điện thoại, không thư từ, không liên lạc. Con không thể cứ mãi chờ đợi thằng nhóc đó.

Tôi lừ mắt nhìn bố, cảm nhận rất rõ rệt gương mặt của mình đang dần dần nóng lên. Đã lâu lắm rồi, tôi chưa có dịp đỏ mặt vì một cảm xúc nào cả.

Đây là chuyện nên tránh đề cập đến, và bố hoàn toàn biết rõ điều đó.

- Con không chờ đợi gì cả. Con cũng không mong đợi gì cả - Tôi lí nhí trả lời bố, giọng nói vẫn đều đều.

- Bella... - Bố lại cất tiếng, giọng nói thật đanh.

- Con phải đến trường đây - Tôi cắt ngang lời bố, đứng bật dậy, giật phắt lấy phần ăn sáng còn nguyên mà đổ thẳng vào bồn rửa chén và hì hục rửa lấy rửa để bộ đồ ăn, không nói thêm một lời nào nữa.

- Con sẽ có chút chuyện với Jessica - Vừa khoác túi xách vào vai, tôi vừa dõng dạc thông báo, không màng nhìn bố lấy một lần - Nên có lẽ con sẽ không ăn tối ở nhà. Tụi con sẽ đến Port Angeles xem phim.

Rồi cứ thế, tôi xăm xăm bước thẳng ra cửa, trước khi bố kịp có bất kỳ một phản ứng nào.

Vội vội vàng vàng tránh mặt bố, tôi nghiễm nhiên trở thành một trong những học sinh đến trường sớm nhất. Đi học sớm có lợi lắm, ấy là tôi tìm được cho mình một chỗ đậu xe vô cùng ưng ý. Nhưng còn cái đáng phàn nàn là chẳng có việc gì làm, mà tôi thì lại đang muốn tránh để tay chân nhàn rỗi bằng mọi giá.

Thật nhanh, trước khi trí óc kịp nghĩ đến những lời buộc tội của bố, tôi rút ngay quyển "Tích phân - Vi phân" ra, loạt xoạt lật đến phần bài sẽ học hôm nay, tìm hiểu trước. Thật ra, cái việc đọc toán còn tệ hơn là nghe giảng về toán, nhưng hiện thời, tôi đang học rất khá môn này. Mấy tháng nay, tôi rất siêng học toán, tôi dành thời gian cho môn toán gấp mười lần bình thường. Và kết quả là những điểm A trừ. Tôi biết thầy Varner cho rằng sự tiến bộ của tôi có được là đều nhờ cả vào phương pháp dạy học "siêu đẳng" của thầy. Và nếu điều đó khiến thầy vui vẻ thì tôi sẽ cố gắng không để thầy vỡ mộng.

Cứ thế, tôi buộc mình phải dán mắt vào trang sách đến tận lúc bãi đậu xe bắt đầu đông người mới chịu dời bước đi đến lớp Quốc văn. Mấy hôm nay, chúng tôi đang thảo luận dở dang tác phẩm *Trại súc vật* của George Orwell, một đề tài tương đối dễ "tiêu hóa". Cá nhân tôi chẳng nghĩ ngợi gì về chủ nghĩa cộng sản; đây chỉ là một sự thay đổi đề tài nhằm làm mới chương trình giảng dạy, hòng thay thế những tác phẩm lãng mạn đã khai thác đến cũ mòn mà thôi. Tôi ngồi ngay ngắn ở giữa ghế, hài lòng để bài giảng của thầy Berty làm xao lãng tâm trí đang rối bời của mình.

Khi tôi còn ở trường học, thời gian trôi qua có bớt nặng nề hơn. Chuông reo, dường như sớm hơn bình thường. Tôi lật đật sắp xếp lại sách vở, cho tất cả vào túi xách.

- Bella?

Tôi nhận ra ngay giọng nói của Mike, và biết được liền lời lẽ tiếp theo của anh chàng, trước khi anh ta kịp chính thức đề cập đến:

- Ngày mai cậu có làm việc không?

Tôi ngước mắt lên. Mike đang nhoài người qua lối đi, tâm

trạng lo âu hiện rõ trên nét mặt. Thứ Sáu nào anh chàng cũng hỏi tôi một câu duy nhất như vậy. Không lẽ gương mặt của tôi lại u ám đến vậy sao. Ừm, mà cũng có thể lắm, song, chỉ trong những tháng vừa qua thôi. Nhưng mà không có lý gì anh bạn này lại cứ nhìn tôi với cùng một kiểu mặt không hề thay đổi như vậy. Tôi là một nhân viên vô cùng gương mẫu kia mà.

- Mai là thứ bảy, phải không nhỉ? - Tôi hỏi lại. Và đúng như ngài cảnh sát trưởng nhà tôi đã "phán quyết", tôi nhận ra giọng nói của mình quả là uể oải và thiếu sức sống.

- Ừ, đúng rồi - Mike gật đầu đồng ý - Hẹn gặp cậu ở giờ học tiếng Tây Ban Nha nhé - Nói rồi, anh ta vẫy vẫy tay trước khi quay lưng bỏ đi, không còn làm cái đuôi bám theo tôi đến các lớp học nữa.

Còn tôi thì lầm lũi lê bước đến lớp Tích phân – Vi phân, trong lòng đã nung nấu sẵn quyết tâm. Chẳng gì thì đây là lớp học mà trong đó, tôi sẽ ngồi cạnh Jessica.

Đã mấy tuần lễ, à không, hình như cả tháng trời đã trôi qua rồi, kể từ khi Jess còn chào tôi, lúc tôi đi ngang qua cô bạn ở quán ăn. Tôi biết cái thái độ khó gần của mình đã khiến cho cô bạn bị tổn thương. Và Jessica đang giận. Giờ thì sẽ không còn sự dễ dàng khi nói chuyện, đặc biệt là khi nhờ vả cô ấy nữa. Trong lúc còn đang thơ thẩn ở bên ngoài lớp học, tôi cẩn trọng cân nhắc từng lựa chọn một với ít nhiều ngần ngại.

Đó là việc tôi lại tiếp tục không dám đối diện với bố, khi mà trong tay chưa có "thành tích" nào cho thấy là tôi đã hòa đồng với xã hội trở lại để mà "báo cáo". Tôi biết mình không thể nói dối, dù cho lúc này, cái ý nghĩ rằng tôi sẽ phải một mình lái xe – về Port Angeles - đang sôi sục trong đầu (để phòng khi ngài cảnh sát trưởng có kiểm tra bảng đồng hồ xe hiển thị số dặm đã đi thì còn khớp). Nhưng khổ nỗi, trong cái thị trấn nhỏ bé này, mẹ của Jessica lại là một cái "thông tấn xã di động" lớn nhất, không chóng thì chầy, ngài cảnh sát trưởng cũng sẽ ào ào lao đến nhà bà Stanley thôi. Và như vậy thì làm sao mà ngài lại có thể bỏ qua cho cái chuyến đi kia. Trò dối trá thế là lòi đuôi.

Khẽ thở dài, tôi đẩy cửa, bước vào lớp.

Thầy Varner ném cho tôi một cái nhìn chứa đầy sấm sét - thầy đã bắt đầu bài giảng của mình từ lúc nào rồi. Tôi líu ríu bước chân đến chỗ ngồi của mình, lục tục ngồi vào ghế. Jessica vẫn không hề một lần ngước mắt, tỏ thái độ gì cho thấy là có quan tâm đến sự hiện diện của tôi. Kể ra cũng may, tôi đã có tới năm mươi phút để chuẩn bị tinh thần cho tình huống này rồi.

Giờ Toán hóa ra còn trôi qua nhanh hơn cả giờ Quốc văn. Một phần cũng là do tôi đã xem bài trước trong xe tải - nhưng phần lớn là do một sự thật đáng buồn rằng cứ hễ mỗi lần lòng tôi đang lo canh cánh phải làm việc gì là y như rằng bánh xe thời gian cứ thế quay tít thò lò.

Rồi cuối cùng, thầy Varner cũng kết thúc bài giảng của mình, hôm nay, thầy cho cả lớp nghỉ sớm năm phút. Thầy mỉm cười vì đã dễ dãi với học sinh, còn tôi thì không khỏi nhăn nhó, hiển nhiên rồi, chẳng phải bàn cãi gì nữa.

- Jess này? - Sống mũi của tôi giần giật, cả người co rúm lại khi chờ đợi tín hiệu trả lời của cô bạn.

Jessica tức thì xoay người lại để đối diện với tôi, đôi mắt đầy ngờ vực xoáy thẳng vào kẻ ngồi cùng bàn:

- Bồ đang nói chuyện với mình đấy à, Bella?

- Đúng rồi - Tôi mở mắt tròn xoe, tạo ra dáng vẻ ngây thơ nhất có thể được.

- Sao thế? Bồ muốn hỏi mình về Tích phân, Vi phân à? - Giọng nói của cô bạn bất thần cất cao, the thé như một đứa trẻ.

- Không - Tôi lắc đầu - Thực ra, mình chỉ muốn hỏi là liệu bồ có muốn... có muốn đi xem phim với mình tối nay không? Hôm nay, mình chỉ muốn bọn con gái tụi mình đi đâu đó chơi thôi - Giọng nói của tôi cứng quèo, y như đang đọc diễn văn, và cô bạn của tôi thì lại càng được dịp nghi ngờ hơn nữa.

- Nhưng tại sao bồ lại mời *mình*? - Jessica tiếp tục thắc mắc, gương mặt vẫn giữ nguyên thái độ thiếu thiện cảm.

- Bồ là người trước tiên mình nghĩ đến những lúc muốn sẻ chia những chuyện vu vơ - Tôi mỉm cười, hy vọng người nhận nụ cười sẽ thấy được ít nhất một chút sự thành thật trong đó. Mà có khi là như vậy thật. Ít ra thì Jessica cũng là người đầu tiên tôi nhớ đến, mỗi khi tôi muốn tránh mặt ngài cảnh sát trưởng nhà tôi. Rốt cuộc thì lúc nào cũng thế cả.

Và cô bạn của tôi có vẻ như cũng đã dịu xuống được một chút:

- Ừm, mình không biết nữa.

- Bồ có kế hoạch khác rồi hả?

- Không... Ờ, chắc là mình sẽ đi với bồ. Mà bồ muốn coi phim gì?

- Mình cũng không biết người ta đang chiếu phim gì nữa - Tôi ấm ớ. Rắc rối rồi đây. Tôi cố động não, gần đây, tôi có nghe nhắc đến phim nào không nhỉ? Tôi có thấy tấm ápphích nào không?... - À, hay tụi mình đi xem cái phim gì có nhân vật nữ tổng thống ấy nhé?

Cô bạn lập tức nhìn tôi như nhìn một kẻ mới từ trên trời rơi xuống.

- Bella à, bộ phim đó hết chiếu từ cái đời tám hoánh nào rồi.

- Ồ - Tôi thoáng cau mày - Thế bồ đã để ý tới phim nào chưa?

Những chủ ý từ trước của Jessica cũng chỉ chờ có thế là phát ra liền tắp lự, sự năng nổ, nhiệt tình vốn có của cô ta cũng theo đó mà bộc lộ ra luôn, cho dù cô bạn đang cố tình "ém" thật kỹ.

- Ừa, hiện các rạp đang chiếu một bộ phim hài tình cảm, nhiều người đi coi lắm. Mình cũng muốn xem phim ấy. À, mà bố mình cũng vừa mới coi phim *Đường cùng* xong, bố mình thích phim đó lắm.

Tôi chộp ngay cái tựa phim đầy hứa hẹn này:

- Phim đó nói về cái gì vậy bồ?

- Hình như về những thây ma sống lại hay sao ấy. Bố mình bảo đó là phim đáng sợ nhất trong lịch sử đi xem phim của bố mình.

- Nghe hấp dẫn quá ta - Lúc này, tôi chẳng thà chọn coi những thây ma còn hơn là xem chuyện tình lãng mạn.

- Ở - Xem ra, Jessica ngạc nhiên thật sự về câu trả lời của

tôi. Còn tôi thì cố rà soát lại trí nhớ xem có thật là mình thích phim kinh dị hay không, và câu trả lời là không biết chắc - Bồ có muốn mình đến đón sau khi tan học không? - Cô bạn hỏi với ý mời mọc.

- Tất nhiên là có rồi.

Và Jessica mỉm cười, một nụ cười thân thiện nhưng có phần gượng gạo, không được tự nhiên cho lắm, trước khi bước ra khỏi lớp. Tôi cũng mỉm cười đáp lại, hơi chậm một chút nhưng tôi nghĩ là cô bạn đã kịp nhìn thấy.

Những giờ học còn lại trong ngày chóng vánh trôi qua, mọi nghĩ suy của tôi có được đều dồn cả vào buổi hẹn tối hôm nay. Và tôi cũng hiểu ra một điều, hiểu từ kinh nghiệm thôi, đó là một khi đã bắt chuyện lại được với Jessica, thì kể từ giờ phút này trở đi, tôi sẽ không còn phải chịu đựng những câu trả lời "thiếu âm lượng" và nhát gừng của cô ấy, mỗi khi nghe tôi hỏi chuyện này chuyện nọ nữa. Và muốn cho mọi việc êm xuôi thì cũng từ bây giờ, tôi chỉ cần cứ giữ gìn tốt mối quan hệ xã giao tối thiểu này là được.

Nói thêm một chút về trạng thái tinh thần của tôi, đầu óc của tôi trong suốt thời gian qua đã rối rắm, chẳng nghĩ được cái gì cho nên hồn, giờ đây, thỉnh thoảng tôi lại còn bị mắc thêm chứng mơ mơ màng màng, hay lẫn lộn. Tôi đã thật sự ngạc nhiên khi nhận ra rằng mình đang hiện diện ở trong phòng, chẳng nhớ được mình đã lái xe từ trường về nhà ra sao, cũng như là đã mở cửa bước vào nhà từ hồi nào. Tuy nhiên, tôi chẳng bận tâm đến điều đó lắm. Mất ý niệm về thời gian, đó mới chính là điều tôi cần nhất trong cuộc đời này.

Mặc kệ cái đầu mụ mị; đôi khi, con người ta cũng cần để cho cơ thể của mình mất đi cảm giác ở một vài chỗ. Tôi bước đến tủ quần áo. Khi cánh cửa tủ vừa bật mở, để lộ một đống vật dụng bừa bãi nằm bên trái tủ, ở dưới chồng quần áo đã lâu rồi không có bàn tay người đụng tới, tôi mới chịu bừng tỉnh...

... Tôi vẫn không thèm ghé mắt đến một bao đựng rác màu đen có đựng món quà sinh nhật tặng tôi hồi mấy tháng trước, không thèm quan tâm đến hình dáng của chiếc máy hát âm thanh nổi đang lộ rõ mồn một phía sau lớp nhựa đen, cũng như tôi phớt lờ chuyện mười đầu ngón tay của mình đã từng rách bươm, be bét máu trong khi bứt, tháo, cố lôi nó ra khỏi cái bảng đồng hồ trong xe tải.

Kia, cái hầu bao ít khi được rờ tới đang toòng teng lạnh lẽo nơi đinh móc. Tôi chộp ngay lấy rồi đóng sầm cửa tủ lại một cách... hơi thô bạo.

Vừa đúng lúc đó, trong không gian vang lên tiếng còi xe. Nhanh như cắt, tôi dốc hết tiền trong ví vẫn hay để trong túi xách đi học vào cái hầu bao. Tôi cuống qua cuống quýt, cứ như thể nếu mình nhanh tay nhanh chân thì buổi tối cũng sẽ "bắt chước" mà trôi qua nhanh hơn...

Nhưng gì thì gì, tôi cũng không quên liếc nhìn lại mình một chút trong gương trước khi mở cửa, tôi cần phải "tút" lại vẻ mặt cho tươi tỉnh để nở một nụ cười thật tươi, và cố gắng giữ nguyên cái nét mặt ấy.

- Cảm ơn bồ đã đến đón mình - Tôi lên tiếng khi chui vào trong xe, ngồi cạnh Jessica, ráng sức nói cho thật diễn cảm, để cô bạn thấy là tôi đang rất biết ơn. Đã lâu rồi, trước khi nói gì với ai, ngoài ngài cảnh sát trưởng nhà tôi, tôi cũng đều phải "uốn lưỡi bảy lần" cả. Mà cô bạn này của tôi thì đã trở nên khó tính hơn. Bởi vậy, tôi cũng không dám chắc đâu là cảm xúc thật, đâu là cảm xúc giả nữa.

- Được rồi. Giờ thì hãy cho mình biết tại sao lại như vầy? - Jessica cất tiếng hỏi khi bắt đầu lái xe xuống đường.

- Tại sao lại như vầy gì cơ?

- Tức là tại sao khi không bỗ lại quyết định... đi chơi? - Có vẻ như cô bạn tôi đã sửa đổi lại một chút ý nghĩa của câu hỏi.

Tôi nhún vai, nói:

- Mình chỉ muốn thay đổi, thế thôi.

Chợt nhận ra một bài hát đang phát trên radio, tôi tức thì đưa tay lên nút chỉnh tần số.

- Được không bỗ? - Tôi hỏi.

- Được chứ. Bỗ cứ tự nhiên.

Cứ thế, tôi hí hoáy dò đài, một lúc sau, tôi cũng bắt được một đài ưng ý, nội dung vô thưởng vô phạt. Vậy là một bài hát mới lại réo rắt vang lên trong xe hơi, tôi liếc trộm Jessica.

Cô bạn lác cả mắt:

- Bỗ nghe nhạc rap từ hồi nào vậy?

- Mình không biết nữa - Tôi thành thật trả lời - Cũng được một thời gian rồi.

- Bỗ thích hả? - Cô bạn hỏi lại một cách hồ nghi.

- Ừ, thích.

Tôi gật gù theo từng phách nhạc. Khó rồi đây, khi vừa thưởng thức bài hát rộn rã, lại vừa phải trò chuyện với Jessica.

- Ờ... - Jessica chẳng còn biết làm gì khác ngoài việc phóng tầm mắt ra ngoài ô cửa kính chắn gió, mắt mở to hơn bao giờ hết.

- Bồ với Mike dạo này sao rồi?

- Bồ gặp hắn còn nhiều hơn mình đó.

Câu hỏi này của tôi xem ra chẳng gợi chuyện được Jessica như tôi mong đợi.

- Lúc làm việc cũng khó bắt chuyện lắm - Tôi lầm bầm, rồi hỏi tiếp câu khác - Gần đây bồ có đi chơi với ai không?

- Không thường lắm. Thỉnh thoảng mình có đi chơi với Conner. Hai tuần trước thì mình đi chơi với Eric - Nói đến đây, cô bạn đảo mắt (vậy là có chuyện gì đó rồi!). Tôi nhanh chóng chớp lấy cơ hội.

- Eric *Yorkie* à? Ai rủ ai?

Ngay lập tức, cô bạn của tôi rên rỉ, rồi ngay sau đó lại sôi nổi hẳn lên:

- Hắn chứ ai! Lúc ấy, mình không nghĩ ra được cách gì hay để từ chối.

- Thế anh ta đã đưa bồ đi đâu? - Tôi hỏi tới, trong lòng biết chắc một điều là cô bạn sẽ rất sẵn sàng để giải tỏa tính hiếu kỳ của tôi - Kể cho mình nghe đi.

Và cô bạn được dịp thao thao bất tuyệt về chuyện của mình. Tôi sửa lại dáng ngồi cho thật thoải mái, chỉ có lúc này mới thực sự cảm thấy dễ chịu hơn. Giờ thì tôi đã toàn tâm toàn ý lắng nghe nỗi lòng của Jessica, lúc thì xuýt xoa vì đồng cảm, khi lại hổn hển thở vì sợ hãi, có lúc lại như sắp sửa phải la làng đến nơi. Kể xong chuyện của Eric, cô bạn tiếp tục đá sang Conner, so sánh Conner và Eric, nhưng tuyệt nhiên không hề bêu xấu một ai.

Phim tối nay chiếu sớm, vậy nên Jessica đề nghị cả hai đứa để mắt thưởng thức những cảnh rùng rợn trước, rồi sẽ ăn tối sau. Tôi rất sẵn lòng đi đến bất cứ nơi đâu mà cô bạn của mình mong muốn; rốt cuộc thì tôi đã đạt được điều mình muốn rồi - ngài cảnh sát trưởng ở nhà không còn là nỗi lo canh cánh bên lòng của tôi nữa.

Và cứ thế, tôi để Jessica tự nhiên "độc thoại", mặc cho trên kia, màn ảnh đang liên tục chiếu những phân đoạn giới thiệu phim, bởi nhờ vậy, tôi mới phân tâm được phần nào. Nhưng rồi khi bắt đầu vào phim, tôi mới hoảng thật sự. Một đôi tình nhân trẻ đang dung dăng trên bờ biển, cả hai đang trao nhau những câu ân tình bền lâu, nghe ủy mị nhưng toàn là những lời chót lưỡi đầu môi. Cố kềm nén cái ý muốn bịt cả hai tai lại đang thôi thúc trong lòng, tôi bắt đầu làu bàu. Tôi đâu có chọn xem phim tình cảm đâu, sao bây giờ lại...

- Tưởng là bọn mình chọn xem phim kinh dị chứ - Tôi nói như rít lên với Jessica.

- Thì đây là phim kinh dị mà.

- Thế tại sao chẳng thấy ai bị ăn thịt hết vậy? - Tôi đặt thẳng vấn đề.

Cô bạn trân trối nhìn tôi, gần như là phát hoảng.

- Chắc chắn là sẽ có thôi - Cô bạn thì thầm.

- Mình đi mua bắp rang đây. Bồ có muốn đi ăn luôn không?

- Không, cảm ơn bồ.

Có tiếng của ai đó ở phía sau đang "Suýt! Suýt!" chúng tôi.

Và cứ thế, tôi đứng nấn ná ở quầy hàng, mắt nhìn đồng hồ, đầu thì nhẩm tính xem với một bộ phim chín mươi phút thì phân đoạn lãng mạn dài cỡ bao nhiêu. Cuối cùng, tôi quyết định chờ khoảng mười phút, thà thừa còn hơn thiếu, rồi lò dò bước vào trong khuôn viên rạp xinê để đợi... cho chắc ăn. Và kia, trong không gian bất chợt vang lên ầm ĩ những tiếng thét hoảng loạn biểu thị nỗi sợ hãi tột cùng, vậy là hiểu, tôi đã chờ đủ số thời gian cần thiết.

- Bỏ lỡ mất mọi thứ rồi - Jessica thông báo khi tôi đã ngồi ngay ngắn vào chỗ của mình - Hầu hết mọi người đều đã là thây ma hồi sinh rồi đó.

- Phim còn dài mà - Nói rồi, tôi đưa mời Jessica gói bắp rang. Cô bạn vốc lấy một nắm.

Phần còn lại của bộ phim gồm toàn những xác người đi "khủng bố" người ta, cùng những tiếng thét không bao giờ dứt của những người còn sống, mà số người sống đó lại mỗi lúc một giảm hẳn đi. Trước lúc xem phim, tôi cứ đinh ninh rằng những cảnh trong phim dù có rùng rợn đến đâu cũng đừng hòng "hù dọa" được tôi. Nhưng kỳ thực không phải vậy, ngay khi mắt vừa tiếp nhận những hình ảnh kinh dị là khắp người tôi đã nôn nao khó chịu rồi... Cũng đành chịu thôi, tôi không thể hiểu được mình nữa.

Chưa đến cuối phim, khi trên màn ảnh bắt đầu xuất hiện một thây ma hốc hác, phờ phạc đang lầm lũi lê bước theo sau kẻ cuối cùng còn sống sót, tiếng thét hoảng loạn của nạn nhân vang vọng khắp khán phòng, vang vọng cả vào tâm thức của tôi, chỉ có đến lúc đó, tôi mới hiểu được tâm trạng của mình. Gương mặt kinh hoàng của cô gái, bộ mặt sắc lạnh, vô hồn của kẻ bám theo cô cứ liên tục xuất hiện đan xen trên màn hình, càng lúc càng rút ngắn dần khoảng cách.

Và tôi bất thần nhận ra hình ảnh của nhân vật nào là ứng với mình nhất.

Tôi đứng bật dậy.

- Bồ đi đâu nữa vậy? Còn có hai phút nữa là hết phim rồi. - Jessica thì thào.

- Mình đi uống nước - Tôi lầm bầm trả lời rồi ba chân bốn cẳng chạy vù ra cửa.

Ra đến bên ngoài rạp chiếu phim, tôi lầm lũi chọn lấy một chiếc ghế, ngồi xuống, cố gắng thôi không nghĩ đến những hình ảnh trêu ngươi. Nhưng cái bộ phim ấy rõ ràng là đang mỉa mai, cười nhạo tôi thật, mọi thứ rõ rành rành như thế còn gì, đấy, cuối cùng thì tôi cũng sẽ trở thành một *thây ma biết đi*. Bấy lâu nay, tôi không nhận ra rằng mình đang từ từ từng bước một tiến dần đến cái đích đó.

Thật ra, cũng chẳng phải là chưa có lần nào tôi nghĩ đến chuyện mình sẽ trở thành một quái vật đã đi vào huyền thoại cả - chỉ có điều nhất định không phải là một xác chết dị hợm biết đi đứng, và hành động một cách quái gở mà thôi. Hoảng hốt, tôi lắc đầu quầy quậy, cố gắng trục xuất ra khỏi đầu một loạt những suy tưởng không đâu vào đâu. Không được, không được, không thể cứ tơ tưởng đến cái mơ ước của ngày trước nữa.

Jessica cuối cùng cũng bước chân ra khỏi rạp chiếu phim, ngần ngừ, có lẽ đang suy tính xem tôi có thể lê la đến chỗ nào. Rồi khi phát hiện ra tôi, cô bạn trông khuây khỏa hẳn, nhưng mà chỉ được một lát thôi. Vì ngay sau đó, cô tỏ ra là đang cáu thực sự.

- Bồ sợ phim đó đến vậy hả? - Jessica cất tiếng hỏi.

- Ừưư - Tôi xác nhận - Hình như mình là đứa yếu bóng vía.

- Lạ thật đấy - Cô bạn tôi chau mày - Mình đã không nghĩ là bồ sợ... Mình thì hét suốt, còn bồ thì chẳng thấy hét lần nào. Vậy nên mình chẳng hiểu tại sao bồ lại bỏ ra ngoài.

Tôi nhún vai:

- Tại mình quá sợ đấy thôi.

Cô bạn cũng dịu xuống được một chút.

- Đây là phim kinh dị nhất mà mình được xem đấy. Mình cược là thể nào đêm nay, tụi mình cũng sẽ nằm mơ thấy ác mộng cho mà coi.

- Chứ còn gì nữa - Tôi đáp lời Jessica, cố giữ giọng bình thản. Chắc chắn là tôi sẽ mơ thấy ác mộng rồi, nhưng sẽ không phải về các xác người hồi sinh đâu. Cô bạn thoáng mở bừng mắt nhìn tôi, nhưng rồi lại quay sang hướng khác, thật nhanh. Chắc là cái giọng nói của tôi lại phản bội tôi rồi.

- Bồ muốn ăn ở đâu nào? - Jessica lại hỏi.

- Mình không biết.

- Thôi được rồi.

Chúng tôi bước đi bên nhau, Jessica luôn miệng kể về vai nam chính trong bộ phim vừa chiếu. Tôi thì chỉ biết có mỗi việc gật đầu khi nghe cô bạn "tả" một thôi một hồi về vẻ hấp dẫn của anh ta, chứ chẳng thể nhớ nổi là có nam tài tử nào thủ vai người sống cả.

Và cứ thế, cứ thế, tôi để mặc cho đôi chân bước đi theo Jessica, trong khi tâm trí thì hoàn toàn không hề đặt vào đường sá. Tôi chỉ ngờ ngợ nhận ra rằng trời lúc này đã tối sẫm và không gian xung quanh đã im ắng hơn. Mãi đến một lúc sau, tôi mới hiểu ra được cái lý do của sự tĩnh lặng đó. Ra là Jessica đã ngưng công việc của "đài phát thanh" tự lúc nào rồi. Tôi nhìn cô bạn, hối hận, mong rằng cô không bị tổn thương.

Jessica không hề nhìn tôi. Gương mặt của cô bạn đang lộ rõ vẻ căng thẳng, cứ nhìn thẳng mà bước, vội vàng. Rồi bất chợt, nhanh như cắt, Jessica phóng đôi mắt sang phía bên kia đường, nhưng chỉ một thoáng rồi thôi, ánh mắt của cô bạn lại chú mục về phía trước.

Chỉ có đến lúc này tôi mới chịu quan sát xung quanh.

Chúng tôi đang bước đi trên một vỉa hè nhỏ hẹp, tối tăm. Các cửa hiệu nho nhỏ ở hai bên đường đều đã cửa đóng then gài từ lúc nào, đèn đóm tắt ngóm, các ô cửa sổ tối om. Nhưng ở khá xa, trước mặt chúng tôi lại là một đoạn đường sáng đèn, và thấp thoáng ở phía xa xa ấy là cái bảng hiệu hình vòng cung sáng rực rỡ của cửa hàng McDonald's; Jessica đang xăm xăm dẫn tôi đến đó.

Còn ở bên kia đường, chỉ có duy nhất một cửa tiệm đang hoạt động. Các ô cửa sổ đều buông rèm kín mít, như muốn che phủ mọi hoạt động đang diễn ra ở bên trong; bên ngoài, trước cửa tiệm là mấy cái biển hàng gắn đèn nê-ông, những dòng chữ quảng cáo bán đủ các thứ bia bọt hiện ra rực rỡ, đập vào mắt những kẻ đi đường. Và điều được ghi chú lớn nhất, chói sáng trong thứ ánh sáng màu xanh lục chính là cái tên của tiệm rượu: Pete Chột. Cái tên này gợi cho tôi sự thắc mắc, không biết bên trong quán có cái gì mang hơi hướm của hải tặc không... Cánh cửa bằng kim loại đang mở sẵn, phía bên trong chỉ sáng tù mù, hắt ra âm thanh rì rầm nghe tiếng được tiếng mất của nhiều giọng nói pha lẫn với tiếng đá lanh canh va vào thành ly vang lên khe khẽ giữa không gian tĩnh mịch, vọng sang cả bên này đường. Và kia, thơ thẩn bên ngoài cửa tiệm, loanh quanh bên cửa ra vào là bốn người đàn ông.

Tôi quay lại liếc nhìn Jessica. Đôi mắt của cô bạn tôi vẫn không rời khỏi con đường trước mặt lấy một milimét, trong lúc đôi chân vẫn thoăn thoắt bước đi. Thần sắc không có vẻ gì cho thấy là cô ấy đang hoảng sợ - tất cả chỉ đơn thuần là cảnh giác, cố gắng không gây bất kỳ một chú ý nào mà thôi.

Bất giác tôi dừng chân, nhìn đăm đăm bốn người đàn ông, tận sâu trong tiềm thức của tôi bỗng trỗi lên một cảm giác ngờ ngợ. Không gian khác, thời gian cũng khác, nhưng sao tình cảnh lại hoàn toàn giống nhau đến thế kia. Một kẻ trong bọn cũng thấp người và có nước da đen nhánh như vậy. Tôi thừ người ra, rồi một cách chậm rãi, quay sang quan sát họ, người kia cũng bắt đầu ngước mắt lên, chú ý đến tôi.

Đôi mắt của tôi găm thẳng vào hắn, toàn thân bỗng chốc trở nên cứng đờ, tôi đứng như tượng trên vỉa hè.

- Bella? - Jessica thì thầm - Bồ đang làm gì vậy?

Tôi lắc đầu, hoàn toàn không còn ý thức gì về hành động của mình nữa.

- Mình nghĩ là mình có biết họ - Tôi lẩm bẩm đáp.

Tôi đang làm gì vậy kìa? Lẽ ra, sau khi nhớ lại rồi, tôi phải chạy hộc tốc, sẽ phải tống khứ hình ảnh của bốn gã thanh niên lang thang đêm nào ra khỏi tâm trí, sẽ phải đề phòng, phải tự vệ đang trong lúc điếng người như thế này kia chứ. Đằng này, tại sao tôi lại cứ lừng lững bước xuống đường, đầu óc hoàn toàn mụ mẫm như vậy?

Sự đời quả thực có lắm trùng hợp oái oăm, tôi lại tiếp tục hiện diện trên một con đường tăm tối ở Port Angeles, nhưng lần này, bên cạnh tôi còn có Jessica. Đôi mắt của tôi cứ tập trung vào gã thanh niên thấp người, cố gắng nhận ra dáng vẻ quen thuộc của hắn qua hình ảnh của kẻ đã khiến tôi phải hoảng sợ vào một buổi tối cách đây gần một năm. Tôi nghi ngại, không biết có cách nào khả dĩ nhận ra hắn không, có phải đấy thực sự là hắn không? Những chi tiết quan trọng của buổi tối đặc biệt ấy đã theo năm tháng nhạt nhòa từ lâu rồi. Hiện thời, chỉ còn có cơ thể của tôi là khả dĩ tìm lại được ký ức tốt hơn tôi mà thôi. Đấy, có xa lạ gì đâu với đôi chân tê cứng khi cố quyết định xem nên đứng lại hay chạy đi, có lạ lẫm gì đâu với cái cổ họng bỗng chốc nghẹn cứng lại và hoàn toàn khô khốc khi cố sức bật thét thật to. Quen thuộc làm sao với phần da ở các khớp ngón tay nhanh chóng căng ra hết cỡ khi nắm tay đang siết lại thật chặt, và có chết tôi cũng không tài nào quên được cái lạnh ở sau ót khi gã thanh niên tóc đen gọi tôi là "cưng"...

Không gian hốt nhiên lượn lờ một làn khí đe dọa tỏa ra từ những gã đàn ông đã chưa kịp làm gì tôi vào buổi tối hôm đó. Nó hiển hiện mỗi lúc một rõ nét hơn trong cái tình trạng hiện thời khi họ là người lạ, nơi đây lại tăm tối, và nhất là khi bọn họ lại đông hơn hẳn hai đứa tôi - tất cả chỉ có thể... nhưng cũng đã đủ để khiến cho giọng nói của Jessica vỡ òa vì hốt hoảng khi giục tôi:

- Bella, *đi thôi!*

Nhưng tôi phớt lờ cô bạn của mình, cứ chậm rãi bước tới, trong đầu không có bất kỳ một ý niệm nào về đôi chân của mình. Tôi không hiểu căn cứ tại sao, chỉ duy nhất nhận thức được rằng chính mối đe dọa sâu thẳm của những gã đàn ông này đã cuốn tôi về phía họ. Một sự bốc đồng ngớ ngẩn hết chỗ nói, nhưng đã từ lâu rồi, tôi mất đi cảm giác này... nay lại có trở lại, tôi muốn đi theo... đến cùng...

Có cái gì đó lạ lạ bỗng đập rộn ràng trong các tĩnh mạch của tôi. Là chất adrenalin, tôi bất chợt nhận ra, sau một thời gian dài vắng bóng trong cơ thể tôi, nay, nó đang đập thình thịch trong các mao mạch, hòng chống lại sự lảng tránh tức thời của cảm xúc. Quá đỗi lạ lùng - cớ sao adrenalin lại xuất hiện vào lúc này, khi tôi không còn tý chút cảm giác nào gọi là sợ hãi cả? Dường như đây chính là dư âm của lần cuối cùng tôi đứng như thế này, trên một con đường vắng, tối om om ở Port Angeles, cùng những kẻ lạ mặt.

Không có lý do gì để mà phải sợ hết, tôi nhận ra điều đó. Mà kỳ thực, tôi cũng không thể tưởng tượng ra được rằng trên mặt đất này còn sót lại điều gì đáng sợ, chí ít cũng là về mặt tự nhiên - một trong số hiếm hoi lợi thế mà một kẻ đã thất bại về mọi thứ như tôi còn có được.

Tôi cứ lùi lũi bước tới, có lẽ đã ra được đến tim đường thì Jessica bắt kịp, cô bạn chộp ngay lấy tay tôi.

- Bella! Bồ không vào quầy rượu được đâu! - Cô bạn của tôi rít lên.

- Mình không đặt chân vào đó đâu - Tôi trả lời một cách lơ đãng, giật tay ra khỏi tay cô bạn - Mình chỉ muốn kiểm tra một chuyện thôi...

- Bồ có mất trí không đấy? - Jessica thì thào - Bộ bồ tính tự sát hả?

Câu hỏi bất ngờ đó đã gõ trúng vào cánh cửa tiềm thức của tôi, tôi quay sang nhìn Jessica:

- Không, mình không có ý định đó - Giọng nói của tôi cất lên đầy cảnh giác, mà quả thực cũng đúng là như vậy. Tôi không có ý định tự tử. Thậm chí là ngay từ hồi đầu, khi cái chết rõ ràng là một sự giải thoát, thế mà tôi còn không nghĩ đến nữa là. Tôi nợ bố quá nhiều. Trách nhiệm đối với mẹ của tôi cũng còn quá lớn. Tôi phải nghĩ đến bố mẹ của tôi.

Mặt khác, tôi cũng đã hứa là sẽ không làm điều gì dại dột hay là khinh suất. Chính vì tất cả những lý do đó mà cho tới nay, tôi vẫn còn hít vào thở ra được đều đều trên cõi đời này.

Bất chợt nhớ đến lời hứa kia, trong tôi bỗng dâng trào những cắn rứt của tội lỗi, tuy nhiên, điều tôi đang làm lúc này đâu có tính vào đấy được. Nó đâu có giống như việc tôi đang cầm dao mà cứa vào cổ tay của mình.

Jessica tròn xoe mắt nhìn tôi, miệng há hốc. Câu hỏi của cô bạn về tự tử là quá cường điệu, vậy mà tôi vẫn điềm nhiên trả lời, tôi đã hiểu ra vấn đề một cách quá trễ.

- Bồ đi ăn đi - Tôi khuyến khích cô bạn, vẫy vẫy tay về phía cửa hàng bán thức ăn nhanh. Tôi không thích cái kiểu cô bạn nhìn tôi như vậy - Mình sẽ đuổi theo bồ ngay.

Nói rồi tôi quay đi, bước chân lại hướng về những gã đàn ông đang dõi nhìn chúng tôi bằng những cặp mắt hiếu kỳ, hào hứng.

- Bella, thôi ngay đi!

Các cơ bắp trên người tôi hốt nhiên tê liệt, toàn thân tôi bỗng chốc như dại hẳn đi. Không phải là Jessica đang quở trách tôi, mà là một giọng nói du dương, quen thuộc - dẫu đang tức giận nhưng vẫn êm mượt như nhung.

Đó chính là giọng nói của *anh* - tôi nhận ra ngay, nhưng vẫn cẩn thận không nghĩ đến tên *anh* - Tôi ngạc nhiên về nỗi âm thanh ấy đã không khiến cho tôi phải khuyu gối, không khiến cho tôi phải gục ngã trên mặt đường, trong nỗi đau khổ vì đã chia lìa. Không, không hề đau, không gì cả.

Mà ngay khi tôi nghe thấy tiếng của *anh*, mọi thứ xung quanh tôi chợt hiện ra sáng rõ. Tựa hồ như đầu tôi vừa ngoi lên khỏi mặt nước đen kịt. Tôi nhận thức được nhiều hơn - quang cảnh, âm thanh, cảm giác về bầu không khí lạnh buốt đang lướt như khứa qua da mặt mình mà nãy giờ tôi không nhận thấy, cả những mùi vị phát ra từ tiệm rượu đang mở cửa kia nữa.

Tôi ngó dáo dác, sững sờ.

- Trở lại với Jessica đi - Giọng nói êm ái kia lại ra lệnh, âm điệu cho thấy vẫn còn đang giận lắm - Em đã hứa rồi, không được làm điều gì dại dột cả.

Tôi chỉ trơ trọi có một mình. Jessica đang đứng cách tôi vài bước chân, ngó sững vào tôi bằng một đôi mắt không còn hồn vía. Bên kia đường, đang tựa lưng vào tường, những người lạ mặt cũng đang nhìn tôi, lấy làm lạ, không biết tôi định làm gì mà lại đứng trơ trơ, bất động giữa tim đường như vậy.

Tôi lắc đầu quầy quậy, cố sức hiểu ra vấn đề. Tôi biết anh không hề hiện diện ở đây, tất nhiên anh cũng không thể ở bên tôi nữa, sau lần... sau lần gặp nhau cuối cùng ấy. Cơn thịnh nộ lẩn quất những lo âu, vẫn là cơn giận quen thuộc của ngày nào - mà cả đời, chưa có ai, ngoài *anh*, nói với tôi như thế.

- Em phải giữ lời hứa - Giọng nói loang dần, loang dần rồi biến mất như kiểu người ta hay vặn nhỏ lại âm lượng của chiếc radio.

Tôi bắt đầu ngờ vực, chắc tôi đang bị ảo giác không chừng. Ký ức - cái cảm giác ngờ ngợ, cái tình cảnh quen thuộc nhưng ở vào tình thế khác... phải rồi, tất cả đều do ký ức mà ra.

Nhanh như cắt, tôi rà soát lại trí óc của mình, cố gắng tìm ra những khả năng gần với thực tế nhất.

Khả năng thứ nhất: Tôi bị mất trí. Đây là thuật ngữ người ta hay dùng để chỉ những người nghĩ rằng mình đã nghe thấy những lời nói nào đó, nhưng kỳ thực là chẳng có lời nói nào cả.

Cũng có thể.

Khả năng thứ hai: Chính tiềm thức đã nói thay những điều nó nghĩ là tôi cần nghe. Đây đơn thuần chỉ là một ước mơ đã được tái hiện lại đầy đủ - một "khúc củi giữa dòng" mà tôi đang cố bám víu hòng thoát khỏi nỗi đau; không sai, tôi đang cố bám víu vào điều huyễn hoặc rằng *anh* lúc nào cũng nơm nớp lo lắng cho sự an nguy của tôi. Tôi cứ tự vẽ ra trong đầu mình những điều *anh* sẽ nói, giả như: A) Anh có mặt ở đây, và B) Anh lo lắng trước những điều không may xảy đến với tôi.

Chắc hẳn là như vậy.

Tôi không nghĩ ra được khả năng thứ ba, thế nên tôi chỉ hy vọng trường hợp của mình rơi vào khả năng thứ hai, thà rằng tiềm thức sâu thẳm trong con người tôi đang cuống cuồng cả lên, còn hơn là tôi cần phải nhập viện cấp kỳ.

Nhưng khổ nỗi, cái phản ứng của tôi hiện thời cũng khó mà tin được là đang bình thường, tôi đang cảm thấy... *dễ chịu*. Bấy lâu nay, tôi vẫn lo canh cánh rằng sẽ quên mất giọng nói của *anh*, vì thế, hơn lúc nào hết, lúc này đây, trong tôi tràn ngập một niềm biết ơn khôn xiết, khi biết rằng trạng thái vô thức của tôi đã lưu giữ được giọng nói của *anh* tốt hơn cái đầu óc tỉnh táo của tôi ngày thường.

Nhưng tôi không được nghĩ đến *anh*. Đây là điều tôi buộc lòng phải nghiêm khắc với bản thân mình nhất. Nhưng rồi tôi đã không đạt được đến độ tuyệt đối như vậy; tôi cũng chỉ là một con người thôi mà. Song, không hiểu sao tôi lại cảm thấy khá hơn, đồng hành với điều đó, nỗi đau khổ mà tôi tránh né được bao lâu nay bỗng chốc ẩn hiện trong cõi lòng. Ngày trước, khi đứng giữa "ngã ba đường", giữa đau khổ và vô ưu, tôi đã chọn lấy vô ưu; để rồi chính sự quyết định đó đã khiến cho cảm xúc trong con người tôi càng lúc càng chết dần chết mòn.

Ngay trong lúc này đây, tôi đang chờ đợi nỗi đau thương kéo đến. Các xúc cảm trong người đã không còn bị đóng băng - mà ngược lại, mọi dây thần kinh cảm xúc sau nhiều ngày ngày ngật trong vô vọng, giờ đã sống dậy một cách khác thường

- chỉ có điều, nỗi khổ đau thông thường không hề ló mặt. Chỉ có duy nhất một nỗi đau, đó chính là nỗi thất vọng vì giọng nói của *anh* đang phai dần mà thôi...

... Suy đi tính lại... chỉ đúng một giây...

Hành động khôn ngoan nhất lúc này là hãy chấm dứt ngay những suy tưởng nhất thời trong tiềm thức kia đi - tất nhiên là sẽ không tốt cho tinh thần về sau. Chỉ có kẻ ngốc mới đi khuyến khích, cổ vũ cho những ảo giác như vậy.

Nhưng giọng nói của *anh* mỗi lúc mỗi nhạt nhòa thế kia...

Tôi lại bước tiếp một bước nữa, thăm dò.

- Bella, quay lại đi! - Anh cằu nhằu.

Tôi thở dài, khuây khỏa. Điều tôi muốn nghe chính là giọng nói gầm ghè từ *anh* - dẫu rằng *anh* lo lắng cho tôi chỉ là giả, là hư ảo, là một giấc mơ đáng ngờ từ tiềm thức của tôi mà thôi.

Vài giây ngắn ngủi trôi qua... Tôi đã quyết định xong đâu vào đấy. Nhóm "khán giả" của tôi vẫn đang dõi mắt theo tôi, hiếu kỳ. Toàn thân tôi như đang run lên cầm cập khi quyết định xem có nên đi tiếp về phía họ hay không. Làm thế nào mà họ đoán ra được tôi đang trở thành gàn dở nhỉ? Tôi không có hành động gì rõ ràng, chỉ đứng yên một lúc thôi mà.

- Xin chào - Một tên trong bọn lên tiếng, giọng nói của hắn vừa đĩnh đạc, vừa mang một chút kiêu ngạo. Da hắn trắng, tóc vàng hoe, và hắn đứng theo cái tư thế của những kẻ tự phụ, cứ tự cho rằng mình bảnh bao lắm. Mà kỳ thực, tôi cũng không biết hắn có thật sự như vậy không nữa. Tôi vốn là kẻ hay có thành kiến.

Tôi chỉ trả lời... trong đầu, một tiếng trả lời khiêu khích. Rồi tôi mỉm cười, gã thanh niên "ta đây" có vẻ như tin đấy là sự cổ vũ.

- Tôi có thể giúp gì cho em không? Hình như em bị lạc đường? - Hắn nháy mắt, nụ cười xếch lên đến tận mang tai.

Một cách cẩn thận, tôi bước qua rãnh nước... thứ nước đen ngòm lặng lẽ chuyển mình vào bóng đêm.

- Không, tôi không đi lạc.

Giờ thì tôi đã tới gần "bè lũ bốn tên" - ánh mắt của tôi chú mục vào họ một cách khá sỗ sàng - Tôi nhìn kỹ gương mặt của gã da đen thấp người. Hoàn toàn xa lạ. Một cảm giác ngỡ ngàng bao phủ toàn thân. Anh ta hoàn toàn không phải là gã thanh niên tồi tệ đã bám theo tôi gần một năm trước.

Giọng nói ở trong đầu tôi cũng đã lặng tiếng.

Người thanh niên có chiều cao khiêm tốn ấy đã nhận ra cái nhìn chằm chằm của tôi.

- Tôi mời em một ly nhé? - Anh ta lên tiếng, vẻ tự tin, dường như lấy làm hãnh diện vì tôi chỉ chăm chú nhìn có mỗi anh ta.

- Tôi chưa đủ tuổi - Tôi trả lời liền tắp lự.

Người thanh niên khựng lại - thắc mắc vì sao vô can vô cớ tôi lại bước sang đây. Và tôi bị lâm vào tình huống không thể không giải thích.

- Ở bên kia đường, tôi thấy anh giông giống với một người... quen. Tôi xin lỗi, tôi đã lầm.

Mối đe dọa đã lôi tôi bước sang bên này đường hoàn toàn

tan biến. Những người này hoàn toàn không phải là đám thanh niên nguy hiểm dạo nào. Có lẽ họ là những người tử tế, đàng hoàng. Tôi không còn việc gì ở nơi này nữa.

- Ồ, không sao - Người thanh niên tóc vàng "ta đây" trả lời - Các em cứ ở lại đây chơi, giết thời giờ với chúng tôi.

- Cảm ơn, nhưng tôi không thể - Jessica đang ngập ngừng ở giữa tim đường, đôi mắt của cô bạn mở to, chứa đầy vẻ tức tối và khiếm nhã.

- Ừm, chỉ một lúc thôi.

Tôi khẽ lắc đầu và quay lại với Jessica.

- Bọn mình đi ăn đi - Tôi đề nghị, và liếc nhìn cô bạn. Dù rằng chỉ trong một lúc, tôi không còn khoác lên người dáng vẻ vật vờ của một thây ma hồi sinh nữa, nhưng trông tôi cũng chẳng khác gì một kẻ đã chết rồi. Đầu óc tôi cứ bị ám ảnh bởi những chuyện đâu đâu. Cái cảm giác "bất cần đời", chai lỳ mọi cảm xúc đã không còn hiện diện ở nơi tôi nữa, càng lúc tôi lại càng lo lắng khi mỗi phút giây cứ thế trôi qua mà không trở lại.

- Lúc đó, bồ đã nghĩ cái gì vậy? - Jessica bắt đầu nạt nộ - Bồ không quen biết họ kia mà... Họ có thể là mấy tên điên đấy!

Tôi nhún vai, hy vọng cô bạn sẽ cho qua mọi chuyện:

- Mình cứ ngỡ là mình biết một người.

- Bồ kỳ quặc thật đấy, Bella Swan ạ. Mình không còn nhận ra bồ nữa.

- Mình xin lỗi - Tôi chẳng còn biết nói câu nào khác hơn.

Sau đó, chúng tôi sánh bước bên nhau đến quán ăn

McDonald's trong im lặng. Tôi dám cược rằng giữa lúc này đây, cô bạn của tôi đang ao ước là phải chi ngay khi vừa rời khỏi rạp chiếu phim, chúng tôi đã leo lên chiếc xe của cô mà bon bon thay vì phải đi bộ một quãng đường như thế này, và cô sẽ cầm lái suốt... cho an toàn. Giờ thì cô bạn, cũng như tôi hồi lúc đầu... đang mong cho buổi tối mau mau kết thúc.

Trong lúc thưởng thức mấy món ăn, tôi có thử bắt chuyện với Jessica vài lần, nhưng lần nào, cô bạn cũng tỏ ra lãnh đạm, thờ ơ. Vậy là tôi đã làm tổn thương đến cô ấy nhiều lắm rồi đấy.

Đến khi ngồi được vào xe, Jessica bắt đầu chỉnh chiếc radio sang đài phát thanh yêu thích của mình, rồi vặn nút âm lượng lên thật lớn để khỏi phải nói chuyện với tôi.

Nhưng tôi không còn phải nỗ lực phớt lờ tiếng nhạc đi như thường lệ nữa. Cho dù ít nhất là một lần, đầu óc của tôi không còn bị tê liệt với những trống rỗng, mịt mờ. Tôi có quá nhiều thứ phải ngẫm nghĩ, chẳng còn tâm trí đâu mà chú ý đến lời ca tiếng nhạc.

Và tôi chờ đợi cơn mụ mẫm quay trở lại, cũng như đón chờ những khổ đau. Bởi lẽ những khổ đau đang trên đường đến với tôi. Tôi đã vi phạm những nguyên tắc do chính mình đặt ra mất rồi. Thay vì phải trốn tránh những ký ức, tôi lại tiến thẳng đến mà đón nó. Trong tâm trí, tôi đã nghe rõ mồn một giọng nói của *anh*. Và vì vậy, tôi sẽ phải trả giá, tôi hoàn toàn chắc chắn về điều đó. Đặc biệt là khi tôi không thể phục hồi lại cái thần trí âm u như ngày thường để tự bảo vệ mình. Ngược lại, tôi lại hoàn toàn tỉnh táo, chính điều đó đã làm cho tôi cảm thấy sợ hãi.

Cái cảm xúc mạnh nhất hiện thời có ở trong tôi chính là sự khuây khỏa - khuây khỏa trong tận cõi lòng, từ tận cùng sự tồn tại của tôi.

Và đang trong lúc nỗ lực để không nghĩ đến *anh*, tôi đồng thời cố tìm mọi cách để không phải *quên anh*. Tôi lo lắm - đêm nay, khi cơn mất ngủ bòn rút hết toàn bộ sức lực của tôi, đập vỡ hoàn toàn khả năng chống chọi của tôi - tất cả những gì thuộc về *anh* sẽ bị cuốn đi sạch bách. Rồi đầu óc của tôi sẽ chỉ là một cái rây không hơn không kém, và một ngày nào đó, tôi không còn nhớ được chính xác màu mắt của *anh*, không còn nhớ được chính xác cái cảm giác khi chạm vào làn da buốt giá của *anh*, hay sự trầm bổng, mượt mà chứa đựng trong giọng nói của *anh*. Tôi *không được nghĩ* đến những điều đó, nhưng đồng thời tôi lại phải *khắc ghi* những chi tiết đó ở trong tim.

Tất cả chỉ bởi một lý do duy nhất... Tôi phải tin để mà còn có thể tiếp tục sống được trong cuộc đời này - tôi phải biết rằng *anh* vẫn tồn tại. Chỉ cần có thế thôi. Còn tất cả những thứ khác, tôi đều có thể chịu đựng được. Miễn là *anh* còn tồn tại...

Đó chính là lý do khiến tôi cố "bám rễ" sâu hơn vào thị trấn Forks so với ngày trước, đó chính là lý do khiến tôi tranh cãi với bố đến cùng khi ông muốn tôi thay đổi nơi sống. Thật lòng mà nói, xét cho cùng thì hành động của tôi chẳng có nghĩa lý gì cả; sẽ chẳng có ai quay trở lại Forks đâu.

Nhưng nếu như tôi đến Jacksonville, hay bất cứ nơi nào khác xa lạ và tràn ngập ánh sáng mặt trời, thì làm sao mà tôi có thể tin chắc rằng *anh* là có thật đây? Ở một nơi mà tôi không còn có thể mường tượng ra *anh*, lòng tin của tôi sẽ bị mai một... và rồi tôi sẽ chết dần chết mòn mất thôi.

Không được nhớ, lại sợ quên - thật là một lằn ranh mỏng manh khó bước.

Và tôi ngạc nhiên khi nhận ra là Jessica đã đỗ xe ngay trước cửa nhà tôi. Cuốc xe không mất nhiều thời gian, nhưng có vẻ như chóng vánh quá, tôi đã không nghĩ rằng Jessica có thể chịu im hơi lặng tiếng được trong suốt chuyến đi.

- Cảm ơn bồ đã đi chơi với mình, Jess à - Tôi vừa nói vừa mở cửa xe - Mình rất... *vui* - Tôi mong cho cái từ *vui* đó dùng ở đây là thích hợp.

- Ờ - Cô bạn tôi lầm bầm.

- Mình xin lỗi về... sau buổi xem phim.

- Được rồi, Bella - Cô bạn nhìn trân trối ra ngoài ô cửa kính chắn gió, không thèm quay sang nhìn tôi. Vậy là cô ấy thà để cho cơn giận lấn át mình mà khó chịu, còn hơn là cho qua mọi chuyện để nhẹ nhõm.

- Thứ Hai, gặp lại bồ nhé?

- Ờ. Tạm biệt.

Thua... Tôi đóng cửa lại. Jessica phóng xe đi, vẫn không thèm nhìn tôi lấy một lần.

Và tôi thì quên luôn cô bạn ngay khi vừa đặt chân vào nhà.

Ngài cảnh sát trưởng đang chờ tôi ngay giữa nhà, ngài khoanh hai tay thật chặt trước ngực, hai bàn tay siết lại... muốn nổi gân.

- Ồ, bố - Tôi lên tiếng như thể... vừa nhớ ra khi đi vòng

qua bố, hướng đến cầu thang. Hôm nay tôi đã nghĩ về *anh* nhiều quá rồi, tôi chỉ muốn về phòng trước khi những hệ quả ấy đuổi kịp mình mà thôi.

- Con la cà ở đâu, giờ mới về? - Ngài cảnh sát trưởng hỏi gặng.

Tôi nhìn bố, ngạc nhiên:

- Con đi xem phim ở Port Angeles với Jessica. Hồi sáng, con đã nói với bố rồi mà.

- Hừm - Bố thở ra.

- Con đi được chưa ạ?

Bố cẩn thận quan sát sắc mặt của tôi, đôi mắt hốt nhiên sáng bừng lên như thể vừa nhận ra một điều gì đó.

- Ờ, được rồi. Con đi xem phim có vui không?

- Dạ vui lắm - Tôi trả lời - Tụi con xem phim về mấy xác chết hồi sinh ăn thịt người. Hay hơi là hay.

Đôi mắt của ngài cảnh sát trưởng tức thì sa sầm xuống.

- Chúc bố ngủ ngon.

Và bố để cho tôi đi. Tôi hối hả về phòng.

Vài phút sau, tôi đặt lưng xuống giường, cam chịu... Nỗi khổ đau cuối cùng cũng đã lộ diện...

... Tôi nhanh chóng bị đốn ngã, tựa hồ như ngực tôi bị thủng một lỗ lớn, lục phủ ngũ tạng bị cắt hết, chỉ còn trơ lại những vết cắt mới khó lành, rách bươm, nằm quanh miệng những vết thương cũ cũng đang bắt đầu nứt toạc, tóe máu... cho dù thời gian đã trôi qua khá lâu. Những gì tôi còn nhận thức được là hai lá phổi vẫn còn y nguyên, bằng chứng là tôi hãy còn thở lấy thở để được, còn cái đầu thì quay mòng

155

mỏng như chong chóng, trong một cảm giác bất lực hoàn toàn... Và trái tim của tôi thì chắc chắn vẫn đang hoạt động như thường, nhưng không hiểu sao tai tôi không còn nhận ra nhịp đập của nó nữa; đôi tay cũng buồn, tê tái với những buốt giá. Co người lại, tôi tự vòng tay ôm lấy mình, quyết dứt khoát giữa u mê và tỉnh táo. Nhưng rồi, ở cả hai trạng thái này, tôi đều cảm thấy chơi vơi.

Bất chợt tôi nhận ra rằng mình vẫn có thể vượt qua được. Tôi như tỉnh ra, hoàn toàn nhận thức được nỗi đau hiện tại - những đau đớn tỏa ra từ lồng ngực, vỗ những cơn sóng buốt nhói cả tâm can đến hai tay, hai chân, và cả đỉnh đầu nữa - song, tôi vẫn có thể khống chế được. Tôi sẽ sống chung với nó. Không phải là vì theo thời gian, nỗi đau đã thuyên giảm rồi, mà đơn giản là vì tôi đã mạnh mẽ hơn để có thể chịu đựng được nó...

... Chính là nhờ có buổi tối hôm nay - nhờ có những thây ma, nhờ có chất adrenalin, hoặc cũng có lẽ là nhờ những ảo giác... - mà tôi tỉnh lại.

Và lần đầu tiên trong suốt một thời gian dài, tôi không biết mình đang trông chờ điều gì vào buổi sáng ngày mai.

5. KẺ NUỐT LỜI

- Bella, sao cậu còn chưa về đi? - Mike lên tiếng hỏi, anh bạn nhìn sang bên cạnh chứ không nhìn tôi trực diện.

Tôi cũng không biết là mình đã quên để ý tới giờ giấc được bao lâu rồi.

Đó là một buổi chiều buồn tẻ ở nhà Newton. Lúc này, trong cửa hàng chỉ có mỗi hai người khách quen, hai du khách balô vô cùng sành sỏi, chỉ cần nghe qua cách họ trò chuyện với nhau thôi cũng đủ kết luận được về điều đó. Nãy giờ, Mike đã theo dõi hết cuộc tranh luận của hai người. Chẳng là giữa lúc anh chàng đang tính tiền, họ trò chuyện với nhau về những gì mắt thấy tai nghe trong chuyến đi, ai cũng cho rằng mình có kinh nghiệm hơn người kia. Cũng nhờ vậy mà Mike thư giãn được đôi chút.

- Mình ở lại thì có sao đâu - Tôi trả lời. Tôi đã không còn giam mình trong cái vỏ ốc mà sầu đời nữa, hôm nay, mọi thứ có vẻ như xa lạ và ồn ã quá, tựa hồ như tôi đã rút bông gòn ra khỏi lỗ tai vậy. Tôi cố bỏ ngoài tai cuộc trò chuyện của hai vị khách bộ hành đang cười đùa, chòng ghẹo nhau, nhưng không thành công.

- Tôi cho cậu hay - Vị khách đậm người có bộ râu hung đỏ, hoàn toàn chẳng hợp "tông" chút nào với mái tóc màu nâu sẫm, nói - Tôi đã từng thấy bọn gấu xám Bắc Mỹ loanh quanh ở Yellowstone rồi, nhưng bọn chúng chẳng có vẻ gì gọi là hung dữ cả - Đầu tóc của người đang nói rối bù, bộ quần áo trông như đã mặc vài ngày rồi chưa thay. Anh ta vừa mới đi núi về.

- Không dám đâu. Gấu đen thì làm sao mà to bằng đó được. Còn mấy con gấu xám Bắc Mỹ mà cậu nhìn thấy chắc chỉ là gấu con thôi - Vị khách thứ hai vặn lại bạn mình. Anh ta cao, ốm nhom ốm nhách, gương mặt sạm nắng, dãi dầu gió sương.

- Mình nói thật đấy, Bella à, khi hai anh chàng này ra khỏi cửa hàng là mình cũng đóng cửa luôn - Mike thì thầm.

- Được thôi, nếu cậu muốn mình về... - Tôi nhún vai.

- Chắc chắn là nó cao hơn cậu - Vị khách để râu vẫn khăng khăng (còn tôi thì gói ghém đồ đạc của mình lại) - To như cái nhà và đen như hắc ín. Tôi phải báo cho đơn vị bảo vệ rừng biết mới được. Mọi người cần phải được cảnh báo: "COI CHỪNG - ĐỪNG LÊN NÚI" - cái bảng cần phải để ở trước đầu đường vài dặm.

Vị khách có nước da rám nắng bật cười:

- Để coi... Lúc đó cậu đang đi trên đường à? Chắc cả tuần qua, cậu đã chẳng ăn, ngủ cho ra hồn, phải không?

- Hừưưưm, ủa Mike, xong rồi hả? - Vị khách có râu sực tỉnh, nhìn sang chúng tôi.

- Hẹn thứ Hai gặp lại cậu nhé! - Tôi lầm bầm.

- Vâng, xong rồi - Mike trả lời, ngoảnh mặt về phía hai người khách.

- Này, gần đây, ở khu vực này, có cảnh báo gì không... về gấu đen ấy?

- Không ạ. Nhưng tốt nhất là hãy luôn đề phòng và bảo quản thực phẩm đúng cách (!) À, hai anh đã thấy mặt hàng mới chưa: lựu đạn cay phòng gấu? Nặng chưa tới một kilôgram đâu...

Cánh cửa trượt mở, tôi bước ra ngoài mưa, nép mình trong chiếc áo khoác, hối hả chạy tới chỗ chiếc xe tải. Mưa giội xối xả xuống chiếc mũ trùm đầu của tôi, nghe ồn đến lạ thường, nhưng rồi... khi tiếng động cơ xe vang lên, mọi tiếng ồn xung quanh... đều "chìm nghỉm" hết.

Tôi không vội về nhà ngay, căn nhà vắng vẻ, hiu quạnh lắm. Đêm qua, tôi đã thất kinh hồn vía rồi, không còn muốn tìm lại cảm giác từ cõi chết trở về nữa đâu. Cho dù là sau khi nỗi đau đã lắng xuống, tôi hoàn toàn có thể chợp mắt được rồi, thì mọi chuyện vẫn chưa kết thúc. Đúng như tôi đã nói với Jessica sau khi xem phim xong, đó là một trăm phần trăm tôi sẽ gặp ác mộng.

Hiện thời, tôi vẫn thường xuyên nằm mơ thấy ác mộng, đêm nào chúng cũng "đến thăm" tôi. Thật ra thì không hẳn là ác mộng, cũng chẳng phải là nhiều ác mộng lắm cho cam, mà lúc nào cũng chỉ có một ác mộng *duy nhất*. Những tưởng sau nhiều tháng trời mệt mỏi chịu đựng, tôi đã miễn nhiễm được với nó rồi chứ. Ai ngờ, nó chẳng bao giờ thất bại khi "hù dọa" tôi, nó chỉ bỏ đi ngay khi tôi ngồi bật dậy và gào thét ầm nhà. Ngài cảnh sát trưởng bây giờ cũng chẳng thèm đến phòng của tôi mà kiểm tra xem có chuyện gì không nữa, "ngài" tin chắc chắn rằng chẳng có kẻ gian nào lẻn được vào nhà mà bóp cổ tôi hay là có chuyện gì ghê gớm đại loại như vậy - "ngài" đã quá quen với chuyện đó rồi.

Mà ác mộng của tôi chắc cũng chẳng làm cho ai khác, ngoài tôi ra, sợ được. Chắc chắn chẳng có ai thèm ngồi bật dậy mà khóc thét "A!" rồi "Hu hu!" đâu. Chẳng có xác chết nào hồi sinh, chẳng có bóng ma nào vật vờ, lại càng không có những kẻ tâm thần. Hoàn toàn không có gì cả. Sự thật là như vậy, không có gì cả. Tất cả chỉ là một mê cung bất tận của hằng ha sa số những cây xanh phủ đầy rêu, không gian im ắng não nề đến mức hóa thành một thứ áp lực khó chịu ép vào hai thái dương. Trời mờ tối, hệt như lúc chạng vạng của một ngày đầy mây, chút ít ánh sáng còn sót lại cũng chẳng đủ sức soi rõ một thứ gì. Trong cái khung cảnh u ám ấy, tôi nhỏ bé đang vội vã, loanh quanh không tìm được lối đi, cứ mãi tìm kiếm, tìm kiếm và tìm kiếm. Thời gian cứ thế lạnh lùng lướt qua, tinh thần của tôi cũng theo đó mà giảm sút, mọi sức lực có được đều dồn cả cho đôi chân, chạy, chạy, phải chạy nhanh hơn nữa... cho dẫu càng gia tăng tốc lực thì tôi lại càng lóng ngóng, vụng về... Và rồi tôi cũng đến được tâm điểm của giấc mơ - hiện giờ, tôi cũng còn cảm nhận được là ác mộng đang đến với mình, vậy mà chẳng thể nào tỉnh lại được kịp lúc để khỏi phải "đụng độ" với nó - Vào đúng cái lúc tôi đã quên mất là mình đang tìm kiếm cái gì, thì cũng là lúc mà tôi chợt nhận ra rằng chẳng có cái gì để mình tìm, chẳng có cái gì để mình kiếm cả. Xung quanh chẳng có gì khác ngoài khung cảnh vắng lặng, ảm đạm đến thê lương, chẳng có gì khác dành cho tôi... không một cái gì, ngoại trừ chính cái sự thật là không có cái gì ấy...

... Và tiếp theo đó là tiếng thét thật dài...

Nãy giờ tôi không để tâm xem là mình đang phóng xe đi

đâu - cứ tự nhiên thả ga trên những con đường vắng vẻ, ướt mềm... không dẫn về nhà - bởi lẽ tôi cũng chẳng biết phải đi đâu cả.

Lúc này, tôi lại ước sao cho mình được tê liệt mọi cảm xúc, nhưng lại không sao nhớ được là trước đây, mình đã xoay xở điều ấy như thế nào. Cơn ác mộng vẫn làm tình làm tội đầu óc tôi, buộc tôi lại lan man nghĩ về những điều đã khiến mình đau khổ. Tôi không muốn nhớ lại cánh rừng một chút nào. Rồi khi nhận ra là trong tâm trí của mình không còn hiện lên một hình ảnh nào nữa, tôi mới ý thức được rằng đôi mắt của mình đã mọng đầy những nước, nỗi đau lại bắt đầu nhoi nhói trong khắp lồng ngực. Một tay giữ lấy vôlăng, tay kia, tôi ôm ghị lấy những chỗ đau.

Như thể anh chưa hề tồn tại trên cõi đời này. Lời nói từ quá khứ chợt hiện về khuấy đảo tâm trí tôi, nhưng không còn rõ ràng như trong ảo giác của tôi tối hôm qua nữa. Tất cả chỉ còn là những từ ngữ, không kèm theo âm thanh, tựa như những chữ in trên một tờ giấy. Chỉ là những từ ngữ thôi, ấy vậy mà chúng xé toạc được những chỗ tấy đau nơi lồng ngực, cho vết thương loang ra, loang ra. Một cách nặng nề, tôi đạp chân vào phanh, hiểu rằng mình không nên tiếp tục cầm lái trong tình trạng kiệt cùng sức lực như thế này.

Đổ gục người xuống, tôi mặc nhiên để gương mặt mình tỳ lên vôlăng mà cố gắng điều hòa hơi thở cho trở lại bình thường.

Tôi không biết nỗi đau này có thể tồn tại trong bao lâu. Có lẽ vào một ngày nào đó, sau nhiều năm trôi qua - khi đau khổ đã thuyên giảm đến mức mà tôi có thể chịu đựng được - tôi sẽ hồi tưởng lại quãng thời gian vài tháng ngắn ngủi ấy, một thời kỷ niệm đẹp nhất trong cuộc đời của tôi. Giả như nỗi đau chịu lắng dịu để tôi làm được điều đó, thì tôi tin chắc một điều rằng tôi sẽ vô cùng biết ơn *anh*, về những tháng ngày *anh* đã dành cho tôi - nhiều hơn những gì tôi mong đợi, nhiều hơn những gì tôi xứng đáng được hưởng. Có lẽ vào một ngày nào đó, tôi sẽ nhìn lại cuộc đời của mình, chỉ theo hướng này mà thôi.

Nhưng nếu chẳng may sự thể lại không khá hơn thì sao? Ngộ nhỡ những vết thương lòng không bao giờ chịu khép miệng thì sao? Lỡ "liều thuốc độc tinh thần" này thay vì có thể tan biến đi, lại trường tồn mãi mãi thì sao?

Tôi bấu chặt lấy lồng ngực. *Như thể anh chưa hề tồn tại trên cõi đời này* - tôi "tua" lại câu nói ấy trong tận cùng nỗi tuyệt vọng. Thật là một lời hứa ngốc nghếch và vô lý chưa từng thấy! *Anh* tự tiện lấy các bức ảnh của tôi, lại còn đem đi mất những món quà mà *anh* đã tặng cho tôi nữa; mà những việc làm đó có làm thay đổi được mọi thứ, biến mọi thứ trở về như cũ, như từ trước khi tôi gặp *anh* đâu cơ chứ. Bằng chứng hiển nhiên nhất chính là trạng thái tinh thần không lúc nào ổn của tôi đây. Tôi đã thay đổi, tính cách của tôi quay ngược đúng một trăm tám mươi độ, chẳng còn ai nhận ra cái con Bella – tôi – trước kia nữa. Còn diện mạo thì khỏi phải nói, khác xưa hoàn toàn - gương mặt xanh xao, trắng bệch, ngoại trừ mấy cái quầng thâm ở dưới mắt do những cơn ác mộng hành hạ. Hiện tại, đôi mắt của tôi đã chuyển sang màu đen, đủ mức để "chõi" với nước da tái xanh tái xám rồi - giá mà tôi được trời ban cho nhan sắc, thì nhìn từ xa, có lẽ tôi còn vượt quá cả ma-cà-rồng nữa. Đằng này, tôi là một đứa con gái không đẹp, thế nên tôi giống một thây ma biết đi hơn.

Như thể anh chưa hề tồn tại trên cõi đời này? Thật là điên rồ. Đó là một lời hứa chẳng bao giờ *anh* giữ được, một lời hứa mà ngay khi *anh* vừa nói ra, đã trở nên vô nghĩa rồi.

Tôi khẽ dộng đầu vào cái vôlăng, mong sao có thể làm vơi đi cơn nhức nhối.

Rồi tôi chợt nhận ra là mình cũng ngớ ngẩn không kém gì cái lời hứa kia của *anh*, vì khi không tôi lại quyết tâm giữ đến cùng lời hứa của mình. Hợp lý ở chỗ nào khi tôi thì cứ chăm chăm làm theo giao ước, còn "người ta" thì đã vi phạm ngay từ đầu? Ai mà thèm kiểm chứng xem tôi có làm điều gì khinh suất và dại dột không? Chẳng có lý do nào buộc tôi phải không được làm gì khinh suất, chẳng có nguyên do gì khiến tôi không được có hành động nào dại dột.

Tôi bật cười, cười một cách chua chát, cười với chính bản thân mình, miệng vẫn còn hổn hển thở. Khinh suất ở thị trấn Forks... - trong cơn tuyệt vọng, tôi chợt nảy ra một ý định...

Cái ý nghĩ cay độc ấy đã làm xao lãng được tâm trí của tôi, xóa sạch mọi cơn đau, không chừa lại một chút dấu vết nào. Hơi thở của tôi trở nên nhẹ nhàng hơn, và tôi đã có thể ngồi dậy mà tựa lưng vào thành ghế. Tiết trời hôm nay lạnh, nhưng trên trán của tôi đã bắt đầu lấm tấm mồ hôi.

Và cứ như vậy, tôi "tua" đi "tua" lại cái ý nghĩ đen tối vừa nảy sinh trong đầu, bởi tôi không muốn bị rơi trở lại vào cái bể ký ức khổ đau đó nữa. Khinh suất ở Forks à, thế thì phải có nhiều sáng tạo vào - nhiều hơn những gì mình đang có hiện thời, tôi thầm nhủ. Ước gì tôi có thể tìm được một cách mà... Ừmmm, có lẽ tôi sẽ cảm thấy nhẹ nhõm hơn khi rũ bỏ giao ước, khi đắm mình vào trong nỗi cô độc. Tôi đã chính thức trở thành một kẻ hứa mà không giữ lời rồi cũng nên. Chậc, nhưng mà làm sao tôi có thể biến mình thành một kẻ cố tình quên hết mọi thề hẹn, khi mà ở đây, trong cái thị trấn bé con con này luôn bình yên, hiền hòa được chứ? Lẽ tất nhiên, không phải Forks *lúc nào* cũng an lành, nhưng hiện tại, chính xác thì nó đang *như vậy đấy*. Nó buồn tẻ, nên nó bình an vô sự.

Tôi nhìn chằm chặp ra ngoài ô cửa kính chắn gió một đỗi khá lâu, thế mà những suy nghĩ cũng chẳng chịu nhanh lên hộ cho - đã vậy, những ý nghĩ đó hình như cũng chẳng dẫn tới đâu cả. Chán nản, tôi đưa tay tắt máy xe, tội nghiệp cho cái xe, nãy giờ nó cũng đã kêu gào đến rát cả "cuống họng" rồi, tôi tất bật bước ra ngoài mưa.

Cơn mưa phùn lạnh lẽo mau chóng thấm vào tóc tôi, từng giọt nước nhẹ nhàng lăn dài xuống má, hệt như nước mắt. Thế cũng hay, nhờ vậy mà đầu óc của tôi được gột rửa hoàn toàn. Chớp chớp mắt để giữ sạch nước mưa đọng trên khóe mắt, tôi thẫn thờ bước sang phía bên kia đường.

Sau đúng một phút định thần nhìn kỹ khung cảnh xung quanh, tôi mới nhận ra được là mình đang ở đâu. Tôi đã đậu xe ở... ngay chính giữa một con đường nhỏ – một nhánh nhỏ trên đại lộ Russell, nằm về phía bắc thị trấn. Hiện tôi đang đứng trước cửa nhà Cheney - còn chiếc xe tải của tôi thì nằm án ngữ ngay trước lối vào nhà họ - bên kia đường là căn hộ của anh em nhà Marks. Tôi hiểu rằng mình phải "di dời" chiếc xe tải, và mình phải trở về nhà. Thật không nên chút nào khi cứ thơ thẩn như thế này ở ngoài đường, đầu óc thì để mãi tận đâu đâu, còn cơ thể thì mệt nhoài, đã vậy lại còn muốn "phá làng, phá xóm", để cho chiếc xe tải gầm rú khắp thị trấn Forks này nữa. Mặt khác, thế nào cũng có người sớm nhận ra tôi và "báo cáo" lại với ngài cảnh sát trưởng cho mà xem.

Tôi hít vào một hơi thật sâu, toan bỏ đi, thì bất chợt, cái biển hiệu trong sân nhà Marks đập vào mắt tôi - thật ra, nó chỉ là một miếng bìa cạc-tông đang dựa tạm vào chân thùng thư đặt trước nhà. Miếng bìa viết nguệch ngoạc mấy chữ cái in hoa.

Đôi khi, những gặp gỡ tình cờ lại trở thành định mệnh.

Trùng hợp chăng? Cớ sao lại như thế chứ? Tôi không rõ nữa, nhưng xem ra cũng có hơi vớ vẩn một chút khi cho rằng đấy là do số phận, rằng mấy chiếc xe gắn máy rỉ sét, xiêu vẹo trong sân nhà Marks, bên cạnh cái tấm biển viết tay "BÁN XE" kia vốn đã được định sẵn cho một sự việc nào đấy rất ghê gớm, vì rằng chúng đang đứng sừng sững ngay đó để thu hút mối quan tâm của tôi.

Có lẽ cũng chẳng phải là do định mệnh. Có lẽ đấy là tất cả những gì có thể dẫn đến khinh suất mà tôi nhìn ra được, trong lúc này.

Khinh suất và dại dột. Chẳng phải đó là những từ mà ngài cảnh sát trưởng vẫn thường xuyên sử dụng để gán cho xe máy đó sao?

Thật ra, nếu so với những cảnh sát ở các thị trấn lớn hơn, thì công việc của bố tôi chưa đến nỗi gọi là bận luôn tay, không có thời gian để thở, nhưng nói vậy cũng không phải là bố chưa xử lý một vụ tai nạn giao thông nào. Trên những xa lộ dài tít tắp, trơn trợt, đầy những đoạn ngoằn ngoèo đâm xuyên qua rừng, lắm ngã rẽ khó nhận thấy cứ liên tục tiếp nối nhau, thì làm sao mà thiếu được các pha hành động nghẹt thở kia chứ? Khi những chiếc xe tải khổng lồ chở gỗ lạc tay lái ở các khúc cua, thì hầu hết các số phận là phải vĩnh biệt thị trấn Forks. Ngoại trừ các trường hợp đó ra thì... phần lớn tai nạn đều xảy ra ở xe máy. Ngài cảnh sát trưởng đã từng thấy một vụ tai nạn có rất nhiều nạn nhân, hầu hết là trẻ em mới lớn, nằm la liệt trên đường quốc lộ. Và bố đã buộc tôi phải hứa, từ trước khi tôi đón sinh nhật lần thứ mười kia lận, rằng không bao giờ được vi vu trên xe máy. Ngày ấy, chẳng cần phải suy tính gì cho lôi thôi, tôi gật đầu hứa ngay. Ai mà thèm lái xe máy *ở đây* chứ? Và cũng không ngần ngại gì, tôi cũng hứa luôn : chỉ được đi xe sáu-mươi-dặm-một-giờ.

Nhiều lời hứa quá...

... Và tất cả như được sắp sẵn đâu vào đấy cho tôi. Tôi muốn dại dột và khinh suất, tôi không muốn giữ lời hứa nữa. Việc gì cứ phải ép mình chịu khổ mãi như vậy?

Tôi chỉ nghĩ được đến đấy thôi. Rồi tôi bì bõm lội mưa đến trước cửa nhà Marks, bấm chuông.

Một người vội vã bước ra mở cửa, đó là người em, cậu ta hiện đang là học sinh năm thứ nhất của trường trung học. Tên của cậu ấy thì tôi quên mất rồi. Mái tóc hung hung đỏ của cậu chàng chỉ xấp xỉ lưng chừng vai tôi.

Khác với tôi, cậu chàng vừa nhìn thấy tôi đã nhận ra ngay tức khắc:

- Chị Bella Swan? - Cậu ta lên tiếng, giọng nói đầy ắp sự ngạc nhiên.

- Em bán chiếc xe bao nhiêu? - Tôi hổn hển hỏi, ngón cái vung về phía tấm biển, ra hiệu.

- Chị hỏi thật chứ? - Cậu ta hỏi lại tôi.

- Ừ, thật.

- Nhưng chúng không chạy được nữa đâu.

Đó là điều tôi đã đoán được từ trước, khi nhìn tấm biển - tôi thở dài sốt ruột :

- Bao nhiêu hả em?

- Nếu chị thích thì cứ lấy đi. Mẹ em bảo bố em đem chúng ra đường để nhân viên vệ sinh... quẳng chúng vào xe rác đấy mà.

Tôi liếc nhìn hai chiếc xe máy lần nữa, chúng đang đứng trên mảnh sân chất đầy những củi và gỗ.

- Thật hả em?

- Thật mà, chị có muốn hỏi mẹ em không?

Có lẽ tốt hơn hết là đừng có mắc míu gì đến người lớn, lỡ họ sẽ "báo cáo lại tình hình" với ngài cảnh sát trưởng thì khốn.

- Không, chị tin em.

- Để em giúp chị nhé? - Marks em đề nghị - Chúng không nhẹ đâu.

- Ừ, cảm ơn em. Nhưng mà... chị chỉ cần một chiếc thôi.

- Thôi, chị lấy luôn cả hai chiếc dùm em đi - Cậu ta trả lời - Biết đâu chị cần lấy một vài bộ phận.

Nói rồi, Marks em bước ra ngoài mưa, cùng tôi vần hai chiếc xe nặng trịch lên thùng xe tải. Cậu ta có vẻ rất hăm hở khi "tống khứ" được cả hai chiếc xe, nên tôi cũng bằng lòng nhận lấy luôn cả hai.

- Chị tính làm gì với chúng vậy? - Marks em hỏi - Gia đình em đã không đụng đến chúng mấy năm nay rồi.

- Chị cũng đoán như vậy - Tôi trả lời, khẽ nhún vai. Chợt tôi nảy ra một ý định bất ngờ không dự tính trước, kế hoạch ban đầu của tôi vẫn sẽ không thay đổi - Chắc chị sẽ đem chúng đến nhà Dowling.

Marks em bày tỏ ngay thái độ:

- Nhà Dowling sửa xe lấy giá mắc thấy mồ.

Vấn đề đó thì tôi không thể phủ nhận. Ông John Dowling vốn "khét tiếng" vì kiểu tính phí; không ai dám tìm đến ông ta, trừ trường hợp bất khả kháng. Hầu hết mọi người thích sửa xe trên Port Angeles hơn, nếu xe của họ còn có thể chạy lên đến đó được. Nghĩ đến điều ấy, tôi tự cảm thấy mình thật may mắn - khi bố tặng tôi chiếc xe tải "sắp vào viện bảo tàng", là cái xe của tôi hiện giờ đây, tôi đã lo lắng không yên. Nhưng ơn trời, nó chưa bị "ốm đau, sụt sùi" gì cả, chỉ phải mỗi tội "gào thét" quá to và chạy tối đa là năm-mươi-lăm dặm một giờ thôi. Về dáng vẻ bề ngoài thì nó đã được Jacob Black chăm chút kỹ từng li từng tý, ấy là khi nó còn là của cha cậu, ông Billy...

Một ý nghĩ chợt xuất hiện chớp nhoáng trong đầu tôi - hệt như một ánh chớp lóe lên ngang bầu trời - đúng rồi, không tệ chút nào.

- À, em biết không, chị có quen một người biết lắp ráp xe hơi.

- Ôôô. Thế thì tốt quá - Marks em mỉm cười nhẹ nhõm.

Và cho đến tận lúc tôi lái xe đi, Marks em vẫn còn đứng vẫy tay chào tạm biệt. Quả là một người đáng mến biết bao.

Giờ thì tôi lái xe đã có chủ định hẳn hoi, tôi phải nhanh chân trở về nhà trước bố, dẫu vẫn biết rằng tầm này mà ngài cảnh sát trưởng tan sở là một sự kiện hiếm hoi nhất trong các sự kiện hiếm hoi. Và vừa đặt chân vào nhà là tôi nhảy bổ ngay đến cái điện thoại, chùm chìa khóa vẫn còn cầm trên tay.

- Cho cháu gặp ngài cảnh sát trưởng Swan - Tôi nói vội khi ngài phó cảnh sát trưởng bốc máy trả lời - Cháu là Bella.

- Ồ, ra là Bella - Ngài phó cảnh sát trưởng Steve niềm nở trả lời - Để chú đi kêu bố cháu.

Tôi chờ đợi.

- Có chuyện gì thế Bella? - Ngài cảnh sát trưởng hỏi liền ngay khi vừa chụp lấy cái ống nghe.

- Chẳng lẽ không có chuyện gì cần kíp thì con không được gọi cho bố ư?

Bố tôi im lặng khoảng một phút.

- Trước đây, con chưa bao giờ gọi cho bố cả. Có chuyện gì quan trọng không con?

- Dạ không. Con chỉ muốn hỏi bố đường đến nhà bác Black... Con e là mình không nhớ rõ lắm. Con muốn đến thăm Jacob. Mấy tháng rồi, con không gặp cậu bé ấy.

Và ngài cảnh sát trưởng lên tiếng, giọng nói của "ngài" hoạt bát, vui vẻ hẳn lên:

- Đúng rồi đó Bells. Con có bút ở đó chưa?

Đường sá xem ra cũng rất đơn giản. Tôi hứa chắc với bố rằng sẽ sớm quay về nhà ăn tối, dù rằng bố bảo không có gì phải vội vàng, và bố cũng muốn đến La Push cùng tôi, nhưng tôi khước từ.

169

Chuyện đã thành ra như vậy nên tôi phải lái xe thật nhanh, ngõ hầu có thể trở về nhà cho kịp dùng bữa tối với bố. Xe tôi lao đi giữa cơn giông mù mịt trên đường ra khỏi thị trấn. Tôi hy vọng sẽ được gặp riêng Jacob. Chứ nếu một khi ông Billy đã biết được tôi định làm gì, thể nào ông cũng sẽ "lên lớp" tôi một thôi một hồi cho mà xem.

Cứ thế, tôi phóng xe đi, trong lòng hơi nhấp nhổm, lo lắng một chút về thái độ của ông Billy sẽ dành cho mình. Ông sẽ *rất - rất - rất* hài lòng. Dù gì thì trong suy nghĩ của ông, chắc chắn, mọi chuyện đã kết thúc một cách mỹ mãn, hơn hẳn những gì mà ông mong đợi. Nỗi thanh thản, nhẹ nhõm của ông sẽ chỉ gợi cho tôi nhớ lại một người mà tôi không tài nào chịu đựng nổi khi nhớ về người ấy. *Hôm nay đừng để mình rơi trở lại trạng thái đó, Bella ơi* - tôi cầu xin mình trong câm lặng. Tôi không còn một chút sức lực nào nữa.

Ngôi nhà của gia đình Black trông hơi quen quen, đó là một căn nhà gỗ nhỏ với những ô cửa sổ rất hẹp, cái màu sơn đỏ đã xỉn làm cho nó trông giống như một cái kho thóc bé tẻo teo. Jacob ló đầu nhìn ra ngoài cửa sổ từ trước khi tôi kịp bước ra khỏi cabin. Không sai chút nào, chính cái tiếng gầm rống quen thuộc của động cơ xe đã báo tin cho cậu ta biết là tôi đến. Ngày ấy, Jacob đã vui mừng xiết bao khi ngài cảnh sát trưởng nhà tôi mua lại chiếc xe tải của ông Billy để tặng cho tôi, "ngài" đã cứu Jacob một bàn thua trông thấy... để cậu khỏi phải lái chiếc xe này khi đã đủ tuổi. Tôi thì rất thích chiếc xe tải của mình, nhưng Jacob thì không - bởi cái tốc độ quá hạn chế của nó.

Cậu ta chạy ra đón tôi.

- Bella! - Nụ cười tươi rói của Jacob nở ra hết cỡ.

Màu răng trắng bóng tương phản rõ rệt với nước da màu nâu đỏ của cậu. Hầu như Jacob lúc nào cũng cột tóc kiểu đuôi ngựa. Nhưng hiện thời, tóc của cậu đang buông xõa, tôi có cảm tưởng như mái tóc buông xõa bị cái gáy rẽ ra làm đôi kia là hai mảnh satanh mượt mà, đen huyền đang phủ đều hai bên má của Jacob.

Jacob bắt đầu "trổ mã" từ tám tháng trước. Cậu đã vượt qua cái ngưỡng của một đứa trẻ bình thường "nhổ giò", giã biệt các cơ bắp mềm mại của tuổi thơ để bước vào cuộc đời của một thanh thiếu niên: cao ráo và cứng cáp. Dưới lớp da nơi cánh tay và nơi mu bàn tay của Jacob, những đường gân nổi lên lồ lộ. Gương mặt của cậu ta vẫn giữ được vẻ ngây thơ, hồn nhiên của tuổi ấu thơ, hệt như trong trí nhớ của tôi, dù rằng giờ đây, gương mặt ấy cũng đã săn lại - hai bên má đã bằng phẳng hơn, quai hàm trở nên góc cạnh; tất cả những nét bầu bĩnh của tuổi thơ đã "đội nón ra đi".

- A, Jacob! - Nhìn nụ cười của cậu bạn nhỏ, trong tôi bỗng dưng dâng trào một niềm thiết tha, sôi nổi. Tôi chợt nhận ra rằng quả tình mình rất vui khi lại được gặp Jacob. Sự nhận biết này khiến chính tôi tự lấy làm ngạc nhiên.

Tôi cũng mỉm cười đáp lại. Không gian hốt nhiên im ắng lạ thường, tựa như cả hai chúng tôi đều đang tự hỏi về nhau vậy. Tôi đã quên mất là mình từng quý mến Jacob như thế nào rồi.

Cậu bạn người da đỏ chợt dừng lại, cách tôi chừng vài bước chân. Tôi nhìn sững vào cậu ta, ngạc nhiên thêm lần nữa, rồi bất giác ngước đầu lên... để nhìn cho rõ hơn, thế là bị những giọt mưa nặng trĩu rơi đầy mặt.

- Em lại cao lên nữa! - Tôi buột miệng trong nỗi sửng sốt tột cùng.

Jacob bật cười khanh khách, nụ cười làm cho khóe miệng xếch lên đến tận mang tai.

- Một-mét-chín-mươi-lăm - Cậu "bé" thông báo, vẻ mặt có phần tự mãn. Giọng nói của cậu đã trầm hơn, trước đây tôi nhớ là nó chỉ hơi khàn khàn.

- Liệu em có ngừng cao không nhỉ? - Tôi lắc đầu ngờ vực - Em đúng là người khổng lồ.

- Khổng lồ đâu, em vẫn ốm mà - Jacob nhăn nhó - À, vào nhà đi chị! Chị ướt hết rồi kìa.

Dứt lời, Jacob xoay người lại đi trước dẫn đường, hai tay túm gọn mái tóc lại. Rồi cậu rút từ trong túi ra một sợi dây thun, cột tóc lại thành một cái đuôi.

- Bố ơi, bố ơi - Jacob gọi to khi vừa khom lưng bước vào nhà - Bố xem ai đến thăm chúng ta này.

Ông Billy đang ngồi trong căn phòng khách vuông vức, chỉ bé như cái mắt muỗi, đang cầm trong tay một quyển sách. Trông thấy tôi, ông đặt vội quyển sách xuống lòng rồi lăn xe tiến tới gần.

- Trời ơi, thật là bất ngờ! Rất vui được gặp lại cháu, Bella.

Chúng tôi bắt tay nhau. Bàn tay tôi nằm lọt thỏm trong bàn tay to lớn của ông.

- Ngọn gió nào đưa cháu đến đây?! Charlie vẫn ổn chứ?

- Dạ thưa bác, bố cháu hoàn toàn ổn ạ. Cháu muốn ghé

thăm Jacob... Đã lâu lắm rồi, cháu không gặp cậu ấy.

Đôi mắt của Jacob sáng rực lên theo từng lời nói của tôi. Nụ cười của cậu lại căng ra hết cỡ. Chắc đôi má của cậu đang đau lắm đây!

- Cháu ở lại ăn tối cùng gia đình bác nhé? - Ông Billy nói rất thiết tha.

- Dạ không được đâu, bác ạ, cháu còn phải về nấu ăn cho bố cháu nữa, bác cũng biết rồi đấy.

- Để bác gọi cho bố cháu - Ông Billy đề nghị - Bố cháu luôn luôn được hoan nghênh ở đây.

Tôi bật cười thành tiếng hòng che giấu nỗi lo lắng.

- Bác cứ làm như sẽ chẳng bao giờ còn trông thấy cháu nữa vậy. Cháu sẽ lại sớm đến đây chơi, bác ạ... Rồi bác sẽ thấy mệt với cháu cho mà xem - Muốn gì thì gì, dẫu Jacob có đã sửa xong chiếc xe máy, thì tôi cũng cần phải... học lái nữa chứ!?!

Ông Billy phá ra cười ha hả:

- Rồi, vậy thì lần sau vậy.

- Ồ, chị Bella, chị thích làm gì nào? - Jacob cất tiếng hỏi.

- Làm gì cũng được. Ủa, mà nãy giờ, lúc trước khi chị đến, em đang làm gì vậy? - Ở nơi đây, tôi bỗng cảm thấy thoải mái một cách lạ thường. Bầu không khí mới thân tình làm sao, không hề có chút giả tạo, xa cách nào. Không ai hỏi han tôi về những chuyện buồn đã qua.

Jacob ậm ừ trong giây lát.

- Em đang hí hoáy lắp ráp chiếc xe hơi của em, nhưng không sao đâu, chúng ta làm gì khác cũng được...

- Không đâu, tuyệt vời lắm! - Tôi ngắt lời cậu bạn nhỏ người da đỏ - Chị rất muốn chiêm ngưỡng chiếc xe hơi của em.

- Vâng - Jacob đồng ý, nhưng có vẻ không dứt khoát - Nó ở ngoài kia kìa chị, trong gara ấy.

Thế thì càng tốt - tôi nghĩ trong đầu, rồi vẫy tay chào ông Billy:

- Cháu xin phép bác. Hẹn gặp lại bác sau ạ.

Cái gara của Jacob nằm khuất nẻo sau rặng cây um tùm và những thân cây đại thụ. Nó chẳng khác gì hai cái nhà kho đã bị đập bỏ mấy bức tường ngăn cách để nới rộng thêm diện tích. Bên trong chỗ ẩn náu này, nằm sừng sững bên trên mớ sắt vụn... hình như là cái xe hơi. Ít ra thì tôi cũng nhận diện được cái biểu tượng trên tấm lưới bảo vệ.

- Chiếc Volkswagen này thuộc loại nào vậy em?

- Rabbit, đời 1986, loại cổ điển.

- Em làm tới đâu rồi?

- Gần xong rồi chị - Jacob nói như reo. Nhưng rồi ngay sau đó, giọng nói của cậu ta chợt hạ xuống - Đó là nhờ bố em đã thực hiện lời hứa hồi mùa xuân vừa qua.

- À - Tôi chỉ biết đáp lại có bấy nhiêu.

Dường như Jacob cũng hiểu tôi chẳng vui chút nào khi cậu nhắc lại chuyện cũ đó. Tôi đã cố gắng thôi không nghĩ đến buổi vũ hội vào tháng Năm vừa qua. Bố của Jacob đã nhờ cậu đến truyền đạt lời nhắn gửi của ông cho tôi, đổi lại, ông sẽ cho cậu tiền và mấy cái phụ tùng xe hơi. Ông Billy muốn tôi tránh xa người quan trọng nhất với tôi trong cuộc đời. Nhưng cuối cùng thì sự lo lắng của ông đã thành ra không cần thiết nữa. Hiện giờ thì tôi đã an toàn lắm rồi - Nhưng tôi đang tìm cách thay đổi cái điều đó đây.

- Jacob à, em có biết gì về xe máy không? - Tôi hỏi.

Cậu bạn nhỏ nhún vai.

- Em cũng có biết chút ít. Chẳng là bạn em, Embry, có một chiếc xe máy rất hay "làm nũng". Thỉnh thoảng, bọn em vẫn cùng ngồi sửa chung với nhau. Mà có việc gì vậy hả chị?

- Ờm... - Tôi mím môi lại, cân nhắc. Tôi không chắc Jacob có thể kín mồm kín miệng được không, nhưng xem ra, tôi chẳng còn sự lựa chọn nào khác - Mới vừa rồi, chị kiếm được hai chiếc xe máy, nhưng mà chúng không được tốt lắm. Chị không biết em có thể làm cho chúng chạy lại được không...

- Tuyệt lắm - Có vẻ như Jacob rất hài lòng trước thử thách này. Gương mặt của cậu ta rạng rỡ hẳn lên - Em sẽ cố gắng.

Tôi giơ một ngón tay lên nhắc nhở.

- Nhưng vấn đề là... - Tôi giải thích - Bố chị không thích xe máy. Sự thật là nếu bố chị biết chuyện này, thế nào bố cũng bị đứt mạch máu não ngay. Thế nên, em đừng kể gì với bác Billy nhé.

- Em biết, em biết - Jacob mỉm cười - Em hiểu mà.

- Chị sẽ trả tiền cho em.

Câu nói này của tôi đã khiến cho cậu bạn nhỏ người da đỏ phật ý:

- Không. Em chỉ muốn giúp chị thôi. Chị không được làm thế đối với em.

- Ừmmm, vậy thì phải đền bù cho em bằng cách nào nhỉ? - Tôi bước đi loanh quanh, đăm chiêu suy nghĩ... và rồi cũng tìm ra được một cách xác đáng - Chị chỉ cần một chiếc xe máy thôi... Chị cũng cần phải học lái nữa, có gì thì em chỉ cho chị nhé.

- Tờơơ... Tuyyyệt - Chỉ có một từ thôi, mà Jacob cũng phát âm thành hai âm tiết.

- Chờ một ch... Em đã đến tuổi lái xe máy chưa nhỉ? Em sinh ngày tháng năm nào?

- Chị quên mất tiêu rồi kìa - Cậu bạn nhỏ người da đỏ lộ ý muốn chọc ghẹo tôi: đôi mắt thu hẹp lại ra chiều giận ghê lắm - Em đã mười sáu tuổi rồi.

- Tại bây giờ em quá cao so với tuổi của mình nên chị không chắc lắm - Tôi lầm bầm - Xin lỗi em.

- Không sao đâu. Em lúc nào cũng nhớ tuổi của chị. Bốn mươi rồi, phải không?!

Tôi khịt mũi:

- Còn lâu nhé.

- Ừm, vậy là sửa xe xong, chúng ta sẽ thành một cặp vi vu.

- Sao nghe giống hẹn hò quá.

Đôi mắt của Jacob bừng sáng lên sau câu nói đó.

Tôi cần phải điều chỉnh lại sự nhiệt tình quá mức này trước khi cậu nhóc hiểu lầm mới được - tất cả cũng tại lâu lắm rồi tôi mới tìm lại được sự nhẹ nhõm và vui vẻ trong lòng. Cảm xúc hiếm hoi lắm mới có được này thật khó điều khiển.

- Có lẽ khi xe sửa xong rồi thì... chị em mình sẽ lại tiếp tục công việc của riêng mình thôi.

- Vâng. Khi nào thì chị đem xe đến?

Tôi bặm môi, không giấu được sự bối rối.

- Chúng đang ở trên... xe tải - Tôi bèn lên thú nhận.

- Tuyệt quá! - Jacob nói một cách thành tâm.

- Nếu chúng ta đưa nó vào đây thì liệu bác Billy có nhìn thấy không?

Cậu bạn nhỏ người da đỏ dễ mến tức thì nháy mắt:

- Chúng ta phải nhẹ nhàng, cẩn thận lắm mới được.

Nói xong, Jacob và tôi đi bọc theo hướng đông, len lỏi qua những thân cây to, làm ra vẻ như đang đi ngắm cảnh, ấy là để đề phòng trường hợp có người từ trong nhà nhìn ra ngoài và bắt gặp thôi. Một cách nhanh nhẹn, Jacob vần hai chiếc xe máy xuống đất rồi dắt từng chiếc một vào bụi cây – chỗ trú ẩn của tôi ở đấy. Trông cậu ta chẳng phải gắng sức gì - trong khi tôi biết rõ rành rành rằng hai chiếc xe rất nặng, nặng ơi là nặng.

- Hai chiếc xe này không hề tệ chút nào đâu - Jacob nhận định khi chúng tôi dắt xe đi giữa những lùm cây - Chiếc xe này, sau khi được em nhúng tay vào, sẽ đáng giá lắm đấy... Đừng coi thường nha, nó là chiếc Harley "nước rút" đó.

- Thế thì chiếc này là của em.

- Thật ư?

- Chắc chắn rồi.

- Nhưng dù sao thì hai chiếc xe này cũng sẽ ngốn một khoản tiền đấy - Jacob lại nhận định, cậu cau mày nhìn xuống chiếc xe đen xì - Chúng ta phải để dành tiền mua phụ tùng đã.

- Không cần đâu - Tôi lắc đầu phản đối - Nếu em muốn làm không công thì chị sẽ trả các khoản mua phụ tùng.

- Em không biết... - Jacob lẩm bẩm.

- Chị có tiền để dành mà. "Ngân sách để học đại học", em hiểu không - *Đại học, đại hiếc* gì chứ - tôi thầm nhủ với chính mình. Rốt cuộc thì tôi để dành tiền cũng là hòng có thể đến một nơi nào đó đặc biệt mà thôi, vả lại, tôi cũng chẳng còn mong muốn rời bỏ Forks nữa. Mà cũng có đáng kể gì đâu nếu bây giờ tôi rút ra chút đỉnh tiền để tiêu xài.

Jacob lặng lẽ gật đầu. Với cậu, như thế là vẹn cả đôi đường.

Cuối cùng thì chúng tôi cũng về lại cái gara tạm bợ một cách an toàn. Bất giác tôi rơi vào trạng thái trầm tư mặc tưởng, cứ suy nghĩ miên man về số phận. Trên đời này chỉ có duy nhất một cậu bé đang trưởng thành đồng ý làm chuyện này vì tôi thôi: giấu diếm bố sửa hai chiếc xe máy rất nguy hiểm đối với thanh thiếu niên, và chịu dùng số tiền học đại học của tôi để mua phụ tùng thay thế. Cậu ta không hề thấy chuyện này có gì là sai trái cả. Jacob quả là một món quà mà thượng đế đã dành tặng cho tôi.

6. NHỮNG NGƯỜI BẠN

Hai chiếc xe máy ấy chẳng cần phải giấu kỹ hơn nữa làm gì, chỉ cần để nó trong xưởng làm việc của Jacob là đủ. Chiếc xe lăn của ông Billy không thể lăn bánh trên mặt phẳng mấp mô được, thế nên ông ấy sẽ chỉ ru rú trong nhà mà thôi.

Jacob bắt đầu mó đến chiếc xe đầu tiên - chiếc xe màu đỏ, dành riêng cho tôi - cậu ta tháo rời nó ra thành nhiều mảnh một cách hết sức chuyên nghiệp. Chợt dừng tay, cậu mở cửa chiếc xe Rabbit để tôi ngồi vào, đỡ khỏi phải ngồi trên đất. Trong lúc làm việc, Jacob nói cười luôn miệng, ra chiều rất vui vẻ, còn tôi chỉ cần thi thoảng lại "vỗ nhẹ" một câu để cuộc trò chuyện luôn diễn ra rôm rả. Jacob kể cho tôi nghe về việc học của cậu ở trường - với "cấp bậc" là một học sinh năm thứ hai của trường trung học, về việc chạy tới chạy lui giữa các lớp học và về hai người bạn chí thân.

- Quil và Embry? - Tôi cắt ngang lời của Jacob - Hai cái tên này nghe lạ quá, không phổ biến chút nào.

Jacob bật cười khúc khích.

- Quil nghĩa là "hàng rẻ tiền" đấy, còn cái tên Embry, em nghĩ là bắt chước tên của một kép hát nào đó. Mà thôi, em cũng chẳng cần dài dòng làm chi. Chỉ cần chị kêu tên hai đứa bạn của em, đảm bảo là hai đứa nó sẽ lăn xả vào giúp chị hết mình... đồng cam cộng khổ cùng chị cho mà coi.

- Tốt quá - Tôi nhướng một bên mày lên.

- Vâng, nhưng cũng còn tùy. Chị chỉ cần đừng chòng ghẹo tên của hai đứa nó là được.

Jacob vừa dứt lời, trong không gian bỗng văng vẳng tiếng gọi:

- Jacob ơi?

- Bác Billy gọi em hả? - Tôi hỏi.

- Không phải đâu - Jacob cúi đầu xuống, nét ửng hồng bực bội ẩn hiện trên làn da màu nâu đỏ - Địa ngục đã cất tiếng... - Cậu lầm bầm -... Lũ quỷ sắp xuất hiện.

- Jake? Cậu có ở đó không? - Tiếng nói mỗi lúc một gần hơn.

- Ờ! - Jacob cũng hét to lên đáp lời, rồi thở dài.

Chúng tôi chờ đợi trong giây lát, rồi từ một góc khuất, hai thiếu niên rất cao, nước da ngăm đen, xuất hiện, bước vào xưởng làm việc.

Một trong hai người vừa đến có vóc dáng xương xương, chiều cao cũng xấp xỉ Jacob. Mái tóc đen nhánh của cậu ta dài đến cằm, chẻ ngôi giữa, một bên tóc được vén ra sau tai, một bên để xõa tự nhiên. Cậu con trai thấp hơn lại có vóc người vạm vỡ. Đằng sau làn vải thun trắng của chiếc áo cậu ta đang mặc, nổi rõ mồn một vồng ngực vạm vỡ, mà trông cậu ta dường như cũng có vẻ tự hào về điều đó lắm. Mái tóc của cậu được cắt rất ngắn, có lẽ chỉ cần tỉa tót lại một chút xíu nữa thôi là sẽ thành đầu đinh chính hiệu ngay.

Nhác trông thấy tôi, cả hai chàng thiếu niên đều đứng chựng lại. Cậu con trai ốm nhom ốm nhách hết liếc nhìn Jacob lại liếc nhanh sang nhìn tôi, trong khi cậu con trai cơ bắp kia thì cứ chú mục vào tôi, đôi môi khẽ nở một nụ cười.

- Xin chào - Jacob chào đón hai người bạn của mình không được nhiệt tình cho lắm.

- Chào Jake - Chàng trai có vóc người thấp hơn trả lời, mắt vẫn chẳng rời tôi lấy một milimét. Buộc lòng tôi phải mỉm cười đáp lại - cái cười toe toét của cậu ta rất tinh quái. Thấy tôi cười, cậu chàng này nháy mắt - Xin chào.

- Quil, Embry... đây là bạn tôi, Bella.

Quil và Embry, tôi chẳng biết ai là ai cả, nên cứ nhìn qua nhìn lại hai người.

- Chị là con gái của chú Charlie, đúng không? - Người con trai vạm vỡ hỏi tôi, chìa một tay ra mời bắt.

- Ừ - Tôi xác nhận, bắt lấy tay cậu ta. Cái bắt tay của cậu chàng này rất chặt và cứng, tôi có cảm tưởng như cậu ta vừa mới gồng mình lên.

- Em là Quil Ateara - Cậu ta tự giới thiệu trước khi buông tay tôi ra.

- Rất vui được gặp em, Quil.

- Chị Bella. Còn em tên là Embry, Embry Call... mà chắc chị cũng đã đoán được rồi - Embry mỉm cười, một nụ cười có vẻ ngượng ngập; cậu ta đưa tay lên vẫy vẫy, rồi đút tay vào túi quần.

Tôi gật đầu.

- Chị cũng rất vui được gặp em.

- Hai người đang làm gì vậy? - Quil hỏi, ánh mắt vẫn dán dính vào tôi.

- Bella và tôi sẽ sửa lại hai chiếc xe máy này - Jacob giải thích không được chính xác lắm. Nhưng *xe máy* dường như là một cái từ rất thần bí. Vì Jacob vừa mới dứt lời, cả hai chàng thiếu niên mới đến lập tức bước sát tới xem, và liên tục đặt ra rất nhiều câu hỏi với người bạn nhỏ của tôi. Trong đó, có những từ ngữ mà tôi không sao hiểu nổi, nhưng chí ít thì tôi cũng hiểu được một điều tối thiểu rằng nếu tôi có nhiễm sắc thể Y thì khả dĩ sẽ lý giải được cái sự sôi nổi ấy.

Ba cậu bạn người da đỏ cứ thế chụm đầu vào nhau bàn tán xôn xao về những máy này máy nọ, động cơ này động cơ kia, liên hồi kỳ trận, không lúc nào ngớt... để cuối cùng, tôi nhận ra là mình phải trở về trước khi ngài cảnh sát trưởng có mặt ở nhà. Thở dài, tôi chui ra khỏi chiếc Rabbit.

Chỉ cho đến lúc đó, Jacob mới ngước mắt lên, bối rối vì cảm thấy có lỗi.

- Tụi em làm chị chán lắm, phải không?

- Không đâu - Và quả thực, đó không phải là lời nói dối. Tôi đang *rất vui* - lạ lùng làm sao - Chị phải về lo bữa tối cho bố.

- Ồ... vâng, tối nay em sẽ tháo tất tần tật hai chiếc xe máy này ra, rồi xem chúng ta cần phải sửa chữa những gì. Chị muốn khi nào thì bắt tay vào làm?

- Ngày mai chị quay lại nhé, được không? - Chủ Nhật vốn là thời điểm lên ngôi của sự suy sụp trong tôi. Vậy mà bài tập về nhà thì chẳng bao giờ đủ để tôi tập trung cho quên đi những nỗi muộn phiền.

Quil huých vào tay Embry, rồi cả hai cùng ngoác miệng ra cười với nhau.

Jacob thì mỉm cười vui sướng.

- Tuyệt cú mèo!

- Nếu kịp, em cứ liệt kê ra những thứ cần phải thay nhé, chúng ta sẽ cùng đi mua - Tôi đề nghị.

Gương mặt của Jacob xịu xuống một chút:

- Em không chắc sẽ để cho chị chi trả hết mọi thứ đâu.

Tôi lắc đầu:

- Không được. Chị là người cấp vốn, còn em chịu trách nhiệm về mặt nhân lực và kỹ thuật!

Embry đảo mắt nhìn sang Quil.

- Xem ra, chẳng hợp lý tý nào - Đến lượt Jacob lắc đầu.

- Jake à, nếu chị đem hai chiếc xe này ra cho thợ máy thì người ta sẽ tính giá bao nhiêu, em có biết không? - Tôi chỉ ra vấn đề.

Jacob mỉm cười:

- Thôi được rồi, chúng ta thỏa thuận như vậy nhé.

- Ấy là còn chưa kể đến vụ tập lái đấy - Tôi nói thêm.

Quil lại ngoác miệng ra đến tận mang tai cười với Embry rồi thì thầm một câu gì đó, tôi không nghe được. Chỉ thấy Jacob vung tay đánh "bốp" vào đầu cậu bạn.

- Đi ra ngay - Người bạn nhỏ của tôi làu bàu.

- Không, không sao, đã đến lúc chị phải đi rồi - Tôi phản đối, và xăm xăm bước ra cửa - Hẹn mai gặp lại em nhé, Jacob.

Chân tôi vừa mới bước ra ngoài thì đã nghe thấy tiếng Quil và Embry đồng thanh cất lên:

- Úuuuuu!

Và tiếp ngay sau đó là loáng thoáng những âm thanh nghe như ẩu đả.

- Huych!

- Ui da!

- Ê này!

Rồi thì...

- Ngày mai, chỉ cần hai thằng mi đặt một ngón chân vào đất của nhà ta thôi, thì... - Tôi nghe thấy tiếng Jacob dọa nạt. Sau đó, tiếng nói ngừng bặt khi tôi bước qua những lùm cây.

Tôi cười khúc khích một mình. Tiếng cười bất chợt ấy khiến tôi cũng phải ngạc nhiên, tròn mắt. Tôi đang cười, quả là tôi đang cười thật, nhưng không một ai nhìn thấy cả. Cảm giác thanh thản, nhẹ nhàng lại làm tôi bật cười, cười để có thể lưu giữ cái cảm xúc ấy lâu hơn.

Tôi có mặt ở nhà trước ngài cảnh sát trưởng. Khi "ngài" bước vào nhà, tôi đang lấy miếng gà chiên ra khỏi chảo, đặt nó lên mấy tờ giấy thấm dầu.

- A, bố - Tôi đón chào bố bằng một nụ cười rất tươi.

Một thoáng sững sờ hiện ra trên gương mặt của bố tôi, nhưng ngay sau đó, bố cũng lấy lại được ngay sự điềm nhiên như thường nhật.

- À, con gái - Bố lên tiếng, giọng nói vẫn còn tỏ ra ngờ vực - Hôm nay, đến chỗ Jacob có vui không con?

Tôi bắt đầu dọn thức ăn ra bàn:

- Dạ vui lắm, bố ạ.

- Ờ, thế thì tốt - Bố vẫn cảnh giác - Thế các con đã làm gì?

Lần này thì đến lượt tôi... cảnh giác.

- Con vào gara của Jacob, xem cậu ấy làm việc. Bố có biết Jacob đang lắp ráp một chiếc Volkswagen không?

- Ờ có, bố nhớ mang máng là ông Billy đã kể cho bố nghe chuyện đó rồi.

Cuộc "thẩm vấn" buộc phải gác lại khi ngài cảnh sát trưởng bắt đầu nhai, tuy nhiên, "ngài" vẫn còn để tâm theo dõi sắc mặt của tôi kỹ lắm.

Sau bữa ăn tối, tôi cứ cảm thấy thấp tha thấp thỏm trong lòng, nên quyết định lau chùi gian bếp... những hai lần; xong, tôi lôi bài tập về nhà ra ngoài đằng trước làm, thật chuyên chú, thật cẩn thận để tránh sai sót, còn bố tôi thì dán mắt vào chiếc tivi, theo dõi trận khúc côn cầu. Cứ thế,... thời gian chậm chậm trôi qua..., tôi ngồi trong yên lặng, tự muốn thử thách lòng kiên nhẫn của mình đến cùng, nhưng rồi tới lúc bố cũng phải lên tiếng nhắc rằng đã khuya lắm rồi. Thấy tôi không nói không rằng, bố đứng dậy, vươn vai một đỗi rồi bỏ đi, không quên tắt đèn. Một cách miễn cưỡng, tôi cũng đứng lên theo.

Đặt chân lên cầu thang, bao cảm giác khỏe khoắn khác lạ hồi chiều chợt tiêu tán đi đằng nào mất, thế vào chỗ trống đó là một nỗi sợ hãi mơ hồ, về nỗi tôi phải tiếp tục hành trình chịu đựng cuộc sống...

Không còn cái cảm giác tê liệt mọi cảm xúc nữa, tôi hiểu một cách chắc chắn rằng đêm nay rồi cũng sẽ đáng sợ như đêm qua. Vừa đặt lưng xuống giường, tôi đã thu tròn người lại, chuẩn bị sẵn tư thế cho những đợt công kích mới. Nhắm nghiền mắt lại, điều duy nhất tôi còn nghĩ đến được lúc này chính là... buổi sáng ngày mai.

Tôi mở bừng mắt, chú mục vào thứ ánh sáng mờ nhạt rọi qua khung cửa sổ, đầu óc bất chợt trở nên váng vất.

Lần đầu tiên kể từ hơn bốn tháng qua, tôi đã có được một giấc ngủ không mộng mị - Cả không có mộng mị lẫn không có chuyện khóc thét. Hiện thời, tôi cũng không biết là cảm xúc nào chiếm ưu thế hơn - là sự thanh thản hay nỗi sững sờ?

Tôi vẫn nằm ườn ra trên giường dễ có đến vài phút, để chờ đợi... Bởi vì chắc chắn có một thứ sẽ phải quay trở lại với tôi. Nếu không là niềm đau khổ thì cũng sẽ là nỗi tê buốt. Tôi cứ đợi, cứ đợi, nhưng rồi đã chẳng có gì xảy ra; mà ngược lại, tôi cảm thấy vô cùng thanh thản, thanh thản hơn lúc nào hết...

Nhưng tôi vẫn không tin trạng thái này sẽ tồn tại được lâu. Nó đơn thuần chỉ là một sợi dây mỏng manh, trơn trợt mà tôi đang tạm thời giữ được thăng bằng, rồi nó cũng sẽ hất tôi rơi xuống đất thôi, cũng chẳng cần mất nhiều thời gian lắm đâu. Đôi mắt của tôi đột nhiên trở nên tinh anh hẳn lên, tôi đảo mắt nhìn khắp một lượt căn phòng - bất thần nhận ra chốn riêng tư của mình đột nhiên trở nên xa lạ: sao lại có thể ngăn nắp đến như thế, như thể tôi chưa từng ở đây vậy - kỳ lạ, kỳ lạ thật.

Cố xua đuổi cái suy nghĩ không hay ấy ra khỏi đầu và định thần lại, tôi ngồi dậy thay quần áo, hôm nay, tôi có hẹn với Jacob. Cái ý nghĩ ấy khiến tôi... tràn trề hy vọng. Có lẽ nó cũng giống như ngày hôm qua. Có lẽ tôi sẽ không còn phải luôn tâm niệm rằng mình lúc nào cũng phải trông tươi vui, phải gật đầu và mỉm cười đúng lúc - như cái cách vẫn ứng xử với mọi người hàng ngày. Có lẽ... nhưng thôi, tôi không tin tâm trạng này sẽ tồn tại được lâu. Không nên tin nó cũng sẽ giống như ngày hôm qua, làm gì lại có chuyện dễ dàng như thế được. Đừng nên hy vọng, để rồi phải thất vọng...

Trong bữa ăn sáng, ngài cảnh sát trưởng vẫn tỏ ra cẩn trọng. "Ngài" cứ nhìn lom lom vào đĩa trứng của mình, đây chỉ là hành động ngụy trang thôi, chứ thật ra là "ngài" đang quan sát nhất cử nhất động của tôi đấy. Cuối cùng, khi cho rằng tôi chẳng chú ý gì đến "ngài", "ngài" mới chịu thôi.

- Hôm nay con định làm gì? - Bố tôi lên tiếng hỏi, đôi mắt nhìn hờ lên cổ tay áo, tựa hồ như chẳng quan tâm lắm đến câu trả lời của tôi vậy.

- Con sẽ lại xuống chỗ Jacob chơi ạ.

Bố gật đầu, mặt vẫn không ngước lên.

- Ồ - Bố chỉ trả lời... có bấy nhiêu.

- Được không bố? - Tôi vờ tỏ ra lo lắng - Con có thể ở...

Ngài cảnh sát trưởng lập tức ngẩng mặt lên, một vẻ hoang mang ẩn hiện trong đôi mắt của "ngài".

- Không, không! Con cứ đi đi. Dù sao thì ông Harry cũng muốn lên xem mấy trận đấu với bố.

- Bác ấy sẽ chở bác Billy đi cùng, phải không bố? - Tôi đề nghị... một cách có chủ đích hẳn hoi. Càng ít... nhân chứng thì càng tốt chứ sao.

- Ừ nhỉ, ý kiến hay đấy chứ.

Tôi cũng chẳng rõ liệu mấy trận đấu kia có thực sự là lý do khiến bố đẩy tôi ra khỏi nhà hay không, nhưng quả thực bố đang rất phấn chấn. Bố vội vã nhào đến bên cái điện thoại, còn tôi thì quàng vào người chiếc áo đi mưa. Bất giác, tôi cảm thấy bồn chồn với tập séc đang nằm gọn trong túi áo. Tôi chưa bao giờ dùng đến nó cả.

Bên ngoài, trời mưa như trút nước. Buộc lòng tôi phải lái xe chậm lại; ấy vậy mà phải căng mắt ra hết cỡ, tôi mới nhìn ra được mấy chiếc xe hơi đang chạy trước mũi xe của mình. Cứ như vậy, tôi lái xe đi... Cuối cùng thì cũng đi hết bằng đó quãng đường mờ mịt, ướt mèm để đến được nhà của Jacob. Chưa kịp đưa tay tắt máy xe, cánh cửa của nhà cậu bạn nhỏ người da đỏ đã bật mở, Jacob chạy ào ra ngoài, tay cầm một cái dù đen to đùng...

... Và cậu đứng trực sẵn bên ngoài cửa xe, che chắn, trong lúc tôi chuẩn bị mở cửa.

- Hồi nãy, chú Charlie có gọi điện thoại... nói rằng chị đang trên đường tới đây - Jacob giải thích với một nụ cười kéo lên đến tận mang tai.

Rất dễ dàng, và hoàn toàn không có một mệnh lệnh nào đối với cơ miệng, tôi cũng toét miệng ra cười, rất tự nhiên. Tôi đã bước ra khỏi xe, từng giọt nước lạnh giá bắn xối xả vào hai bên má của tôi, thế mà không hiểu sao tôi lại cảm nhận rất rõ có một làn hơi ấm đang dâng lên một cách lạ thường trong cổ họng của mình.

- Chào Jacob.

- Cũng đúng lúc ghê, bố chị lại mời bố em lên chơi - Nói rồi, Jacob giơ tay lên, chờ đợi. Bàn tay ở cao quá...

... Buộc tôi phải rướn người lên mới vỗ được vào cái bàn tay ấy... "Cháp", Jacob bật cười.

Chỉ vài phút sau, ông Harry xuất hiện để đón ông Billy. Trong lúc chờ đợi để thoát khỏi những cặp mắt "cú vọ", Jacob dẫn tôi đi tham quan căn phòng bé xíu của cậu.

- Bây giờ chúng ta đi đâu, đến ông Goodwrench, hả em? - Tôi cất tiếng hỏi ngay khi ông Billy vừa bước chân ra khỏi nhà.

Jacob rút ngay trong túi ra một tờ giấy đã được gấp lại cẩn thận, nhẹ nhàng mở ra.

- Tụi mình thử ra bãi phế thải trước, để xem thần may mắn có mỉm cười không đã, chị nhé. Chứ cái này cũng hơi mắc mỏ đấy - Jacob cảnh báo tôi - Để hoạt động lại được, hai chiếc xe này cần phải sửa chữa hơi bị nhiều. Thấy trên gương mặt của tôi chưa xuất hiện một vẻ lo lắng nào, cậu bạn nhỏ lại nói tiếp - Ý em muốn nói là có khi phải mất tới hơn một trăm đôla không chừng.

Thấy cậu bạn người da đỏ đang tỏ ra lo lắng, tôi rút tập séc ra, phe phẩy:

- Không sao đâu, chúng ta có cái này "yểm trợ" rồi.

Hôm nay thật là một ngày khác thường. Tôi đang rất vui, dẫu có phải ra bãi phế thải, trong cơn mưa dài, dai dẳng không lúc nào ngớt và phải lội trong thứ nước sình, nước bùn ngập lên tới mắt cá chân. Lần đầu tiên, tôi bắt đầu thắc mắc: liệu đây có phải là dư chấn của "hiện tượng" mất đi những u mê trong cảm xúc chăng? Có lẽ vậy, nhưng tôi lại không cho đấy là một câu trả lời đầy đủ.

Tôi bắt đầu nghĩ đến Jacob, có lẽ phần lớn là do cậu bạn này. Bởi vì bất kỳ khi nào trông thấy tôi, cậu ta cũng vui ư? Không phải. Hay vì cậu ta không hề đề phòng, chú ý xem tôi có làm điều gì cho thấy là tôi đang mất trí hay suy nhược thần kinh? Cũng không phải nốt. Không, hoàn toàn không phải vì những lý do đó.

Chỉ bởi vì chính bản thân Jacob. Đơn giản chỉ vì Jacob là một người vui vẻ, trạng thái vui tươi luôn hiện hữu và lúc nào chúng cũng sẵn sàng tỏa ra từ chính bản thân cậu ấy; và cậu sẻ chia niềm vui, hạnh phúc đó cho bất kỳ ai ở gần mình. Tựa như mặt trời sưởi ấm trái đất, bất cứ ai nằm trong "vùng ảnh hưởng" của Jacob đều được cậu sưởi ấm hết. Đây là năng lực bẩm sinh, là tính cách của con người cậu. Cho nên chẳng có gì là lạ khi tôi lại nôn nóng muốn gặp Jacob đến như vậy.

Thậm chí ngay cả khi cậu bạn nhỏ thắc mắc về cái chỗ trống trên bảng đồng hồ, tôi cũng không còn cảm thấy đau lòng như vốn dĩ nữa.

- Cái máy hát bị hư hả chị? - Jacob hỏi.

- Ừ - Tôi nói dối.

Cậu bạn người da đỏ quơ quơ tay vào cái học trống, hỏi tới:

- Thế ai lấy nó ra hả chị? Nguy hiểm lắm...

- Chị - Tôi thú nhận.

Jacob bật cười khanh khách:

- Có lẽ chị không nên chạm tay quá nhiều vào xe máy.

Theo Jacob thì chúng tôi đã gặp may ở bãi phế thải. Cậu hào hứng hẳn lên khi kiếm được vài miếng kim loại đen kịt, cong queo, và dính đầy dầu mỡ; còn tôi thì chỉ bất ngờ khi nghe cậu giải thích chúng sẽ được dùng vào việc gì mà thôi.

Từ bãi phế thải, chúng tôi đi xe đến một cửa hàng chuyên bán phụ tùng xe ở Hoquiam. Với vận tốc hiện có của chiếc xe tải thì chúng tôi sẽ mất khoảng hai giờ đồng hồ lái xe về phía Nam, trên một xa lộ nhiều khúc quanh, nhưng ở bên cạnh Jacob thì thời gian chẳng có nghĩa lý gì quan trọng. Cậu ta cứ luôn miệng kể về ngôi trường cùng những người bạn của mình, tôi bất ngờ nhận ra rằng mình đã lên tiếng hỏi người bạn "nhỏ" khá nhiều, đã bị cuốn hút thật sự vào các câu chuyện của cậu, mà hoàn toàn không hề có chút đóng kịch nào cả.

- Sao nãy giờ có mình em độc thoại không vậy - Người bạn nhỏ của tôi bắt đầu phàn nàn sau một hồi kể về Quil và về chuyện Quil đã gây ra khi mời bạn gái của một "đàn anh", học sinh năm cuối đi chơi - Sao vẫn chưa tới lượt chị nhỉ? Chuyện ở Forks thì sao hả chị? Chắc chắn nó sẽ hấp dẫn hơn nhiều chuyện ở La Push.

- Không đâu - Tôi thở dài - Chẳng có chuyện gì cả, thật đấy. Những người bạn của em thú vị hơn bạn của chị rất nhiều. Chị thích các bạn của em. Quil thật vui tính.

Jacob lập tức cau mày, nói:

- Em nghĩ Quil cũng thích chị nữa.

Tôi bật cười:

- Quil nhỏ tuổi hơn chị nhiều mà.

Jacob lại nhíu mày nhiều hơn nữa:

- Cậu ta không nhỏ hơn chị nhiều đâu. Chỉ một năm, mấy tháng thôi hà.

Có lẽ không nên nói về Quil nữa, tôi thầm nhủ. Và tôi cố nói bằng một giọng nhẹ nhàng, bông đùa:

- Ừ, chắc chắn là thế rồi, nhưng mà con trai và con gái khác nhau nhiều lắm về mức độ chín chắn, em đã tính theo cách của loài chó chưa? Lúc đó thì sao nào, chị hơn cậu ta những mười hai tuổi đấy nhé?

Người bạn nhỏ của tôi bật cười khanh khách:

- Được rồi, nhưng nếu chị thích tính kiểu vòng vo tam quốc như thế thì chị cũng phải tính trung bình cả về... chiều cao nữa chứ. Chị thấp quá chừng, em phải trừ hao đi mười năm của chị mới được.

- Một mét sáu mươi ba là chiều cao trung bình mà - Tôi khịt mũi - Ai bảo em cao quá làm chi, chứ có phải lỗi tại chị đâu.

Cứ thế, chúng tôi chòng ghẹo nhau, mãi cho đến lúc tới tận Hoquiam rồi, tôi và Jacob vẫn còn chưa thôi tranh cãi về cách tính tuổi - Tôi bị mất hai tuổi vì không biết... thay lốp xe, nhưng rồi được lấy lại một tuổi vì là... phải quản lý mọi hoạt động chi tiêu trong nhà - Đến khi cả hai bước chân vào cửa hàng thì cuộc tranh luận mới tạm ngưng, do Jacob cần phải tập trung trở lại. Chúng tôi cùng nhau tìm kiếm các phụ tùng có trong danh sách của Jacob, cậu bạn người da đỏ lại được dịp "lên mặt" một tý vì cậu biết tường tận cách sử dụng các món hàng ấy.

Cuối cùng, khi chúng tôi về đến La Push, thì tôi... hai mươi ba tuổi, còn người bạn nhỏ của tôi đã ba mươi. Rõ ràng là cậu ta rất có "năng khiếu" trong việc chinh phục cảm tình của người khác.

Tuy nhiên, tôi vẫn không quên cái lý do đến La Push của mình. Dù rằng tôi rất vui, vui hơn những gì tôi có thể tưởng tượng, nhưng cái ước muốn lúc ban đầu trong tôi vẫn không hề phai lạt. Tôi muốn thất hứa. Điều này rõ là ngớ ngẩn, nhưng mặc, tôi chẳng quan tâm. Tôi sẽ bất cẩn, sẽ khinh suất đến tận mức nào còn có thể được ở Forks. Tôi sẽ không còn là kẻ đơn phương giữ mãi một giao ước vô nghĩa nữa. Còn niềm vui khi ở bên cạnh Jacob, đó chỉ là một điềm may, lớn hơn những gì tôi trông đợi mà thôi.

Ông Billy vẫn chưa về nhà, vì thế, tôi và người bạn nhỏ cứ tự do tháo dỡ, vận chuyển những phụ tùng mua được vào gara mà không phải lo có người phát hiện. Ngay khi mọi thứ đã nằm đâu vào đó trên tấm nhựa, bên cạnh hộp đồ nghề, Jacob bắt tay ngay vào việc; miệng vẫn cười nói vui vẻ, nhưng những ngón tay của cậu ta thì hoạt động hết công suất, thoăn thoắt lắp ráp những phụ tùng lại với nhau trông rất chuyên nghiệp.

Đôi tay của Jacob thật điêu luyện. Chúng quá thô so với những công việc đòi hỏi độ khéo léo, ấy vậy mà đôi tay ấy lại làm rất chính xác mà chẳng tỏ ra là đang cố gắng một chút nào. Khi làm việc, trông Jacob rất nhẹ nhàng và mau mắn, hoàn toàn không giống với lúc cậu đứng lên, khi ấy, chiều cao lẫn đôi chân quá khổ của cậu khá nguy hiểm đối với tôi.

Không thấy Quil và Embry xuất hiện, xem ra, lời đe dọa hôm qua của Jacob là... thật!?

Thời gian trôi qua chóng vánh. Vừa liếc mắt ra ngoài cửa đã thấy trời tối đen; ở bên Jacob, tôi hoàn toàn không còn chú ý gì đến thời gian nữa, ngay lúc đó, trong không gian bỗng vang lên lanh lảnh tiếng của ông Billy gọi chúng tôi.

Giật nảy người, tôi nhào đến, mong giúp Jacob thu dọn "hiện trường", nhưng lại ngại ngần - liệu tôi có nên đụng tay vào hay không?

- Cứ bỏ đó đi chị - Người bạn nhỏ của tôi nói - Tối nay, em còn làm tiếp mà.

- Nhưng em không được quên làm bài tập về nhà hay gì gì khác đâu đấy - Tôi nhắc nhở, cảm thấy bứt rứt. Tôi không muốn Jacob gặp rắc rối chỉ vì giúp tôi.

- Bella ơi?

Cả hai cái đầu của chúng tôi đều cùng nhất loạt ngước lên, giọng nói không lẫn với ai được của ngài cảnh sát trưởng đang vang vọng từ giữa những tàn cây... gần hơn khoảng cách từ gara vào nhà.

- Ôi trời ơi - Tôi lầm bầm - Con đến ngay! - Tôi cất tiếng trả lời.

- Đi thôi chị - Jacob mỉm cười, có vẻ rất vui trong cái trò chơi ú tim với người lớn này. Cậu ta nhanh tay tắt đèn, và ngay tức khắc, tôi chẳng còn nhìn thấy được cái gì với cái gì nữa, ngoài duy nhất cảm nhận được bàn tay của người bạn nhỏ đang nắm lấy tay mình để dẫn ra cửa, đi xuyên qua những lùm cây. Đôi chân của người dẫn đường đã quá quen thuộc với địa hình nên bước đi rất dễ dàng. Bàn tay của cậu thô ráp, và ấm áp.

Trời tối quá, nên dù là đang bước đi trên con đường mòn nhưng thẳng hoặc, tôi và Jacob vẫn phải "chụp ếch" vài lần. Cuối cùng, trước mặt chúng tôi, ngôi nhà cũng hiện ra, và cả hai chúng tôi đều cười phá lên. Tiếng cười không lâu, nhè nhẹ và nho nhỏ, nhưng vẫn vui. Tôi biết chắc người bạn của mình sẽ không chú ý thấy trạng thái hưng phấn vẫn còn ở mức mờ nhạt này. Tôi vốn không hay cười, nên thứ âm thanh khúc khích ấy nghe nó vừa giống như một tiếng cười nhưng đồng thời cũng lại chẳng giống một chút nào.

Ngài cảnh sát trưởng đang đứng ở hành lang sau nhà, ông Billy thì ngồi ngay trên bậu cửa, ở phía sau.

- A, bố - Chúng tôi đều nhất loạt đồng thanh nói, và thế là lại phá ra cười.

Ngài cảnh sát trưởng mở to mắt nhìn tôi, sững sờ trong giây lát, chợt ánh mắt của "ngài" đưa xuống, nhận ra cánh tay của Jacob đang giữ rịt lấy tay tôi, "ngài" lại sững sờ thêm lần nữa.

- Ông Billy mời bố con mình ăn cơm - Bố lên tiếng như chợt nhớ ra.

- Món mì spaghetti ruột của tôi đấy. Đây là món ăn gia truyền, đã có từ lâu lắm rồi - Ông Billy lên tiếng, giọng nghiêm nghị.

Jacob tức thì khụt khịt mũi.

- Trời, con đâu có biết là món Ragu ấy đã qua nhiều đời đến thế.

Căn nhà đông đúc hẳn lên. Ông Harry Clearwater và gia đình - bà Sue, vợ ông; tôi ngờ ngợ nhận ra bà qua trí nhớ của thuở ấu thơ, thuở cứ mỗi mùa hè là tôi lại về Forks thăm bố - và hai người con của ông Harry Clearwater cũng ở lại. Leah cũng là học sinh cuối cấp như tôi, nhưng lớn hơn tôi một tuổi. Cô gái đẹp một cách lạ lùng - với nước da màu đồng tuyệt mỹ, mái tóc đen nhánh óng ả và đôi lông mày thanh mảnh, mềm mượt như lông chim - cô ấy lúc nào cũng giữ một phong thái hoàn toàn thoải mái. Khi chúng tôi bước vào nhà, cô đang sử dụng điện thoại của ông Billy, và chưa có ý định buông ra. Còn Seth thì mười bốn tuổi, cậu bé nuốt lấy từng lời của Jacob, đôi mắt lộ rõ vẻ ngưỡng mộ, tôn sùng.

Bàn ăn rõ ràng là không thể lèn nổi từng ấy người, vì vậy, bố Charlie và ông Harry phải nhấc hết ghế ra ngoài sân, thế là chúng tôi ăn spaghetti theo kiểu "dã chiến", đĩa đặt trên lòng, và ăn trong thứ ánh sáng tù mù từ trong nhà hắt ra. Những người đàn ông luôn miệng bàn tán về những trò chơi, những giải đấu, mãi cho tới khi đề tài muôn thuở ấy đã cạn kiệt thì ông Harry và ngài cảnh sát trưởng mới bàn tiếp sang chuyện câu, và hẹn hôm nào sẽ cùng đi câu cá với nhau. Bà Sue thì trêu chồng đang có thừa cholesterol, và cố gắng (nhưng không thành công) làm cho ông sợ mà ăn nhiều rau xanh và ngũ cốc. Jacob thì hầu như chỉ trò chuyện với tôi và Seth - cậu bé mỗi khi thấy nguy cơ Jacob sắp bỏ quên mình là lại lên tiếng ngắt lời đàn anh. Ngài cảnh sát trưởng vẫn luôn quan sát tôi, tất nhiên là rất kín đáo, đôi mắt lộ rõ vẻ hài lòng, nhưng vẫn còn thận trọng lắm.

Cả không gian tràn ngập tiếng nói cười ồn ã, thẳng hoặc, người này lại chẳng hiểu người kia nói gì vì câu nói đã bị lạc luôn trong giọng nói của ai đó đang lớn tiếng hơn, rồi tiếng cười "hô hô" của người này lại cắt ngang mạch kể chuyện của người nọ. Tôi không phải nói thường xuyên, nhưng cười thì nhiều lắm, mà tôi cũng chỉ biết có cười thôi, và trong lòng bất chợt dậy lên một cảm xúc...

... Tôi không muốn rời khỏi nơi này.

Thế nhưng, nơi đây vẫn là bang Washington, và cuối cùng, cơn mưa quá đỗi quen thuộc ở đây đã phá tan buổi chuyện trò rôm rả; phòng khách nhà ông Billy lại càng trở nên nhỏ bé, chẳng thích hợp để làm nơi tổ chức "hội nghị bàn tròn" một chút nào. Ông Harry đã đưa bố xuống đây chơi, vì vậy, bố con tôi sẽ phải rong ruổi về nhà trên chiếc xe tải. Bố hỏi về buổi đi chơi của tôi, và tôi kể - tất nhiên là không kể hết - rằng Jacob đã cùng tôi đi mua phụ tùng, và tôi ngồi xem người bạn nhỏ làm việc trong gara.

- Con định sẽ lại xuống đó chơi nữa chứ? - Ngài cảnh sát trưởng hỏi, "ngài" cố tỏ ra tự nhiên.

- Dạ ngày mai, sau giờ học ạ - Tôi thật thà thú nhận - Con sẽ mang bài tập về nhà theo, bố đừng lo,

- Con đã nói rồi đấy nhé - "Ngài" nói cứng giọng, thực chất là để che đậy sự hài lòng của mình.

Vừa vào đến nhà, tôi đã lo lắng trở lại. Tôi không muốn bước chân lên cầu thang. Bao ấm áp do sự có mặt của Jacob đang nhạt nhòa dần, và lấp dần khoảng trống đó chính là mối khắc khoải không yên. Tôi hiểu đêm nay, mình sẽ không còn được yên ổn, sau hai đêm liền đã trải qua bình yên.

Để rút ngắn giờ ngủ, tôi bắt đầu kiểm tra thư điện tử, chỉ có một thông điệp duy nhất của "bà" Renée.

Mẹ kể về cuộc sống của mình, rằng mẹ đã tham gia vào một câu lạc bộ sách, để thay thế cho lớp thiền vừa mới nghỉ sau khi học khoảng một tuần ở lớp hai, rằng mẹ rất nhớ các em bé ở nhà trẻ. Còn dượng Phil thì đang hăng say với công việc mới, ở vị trí huấn luyện viên. Dượng và mẹ dự định sẽ đi hưởng tuần trăng mật lần thứ hai ở Khu vui chơi giải trí Disney.

Tôi có cảm tưởng như mình đang đọc nhật ký thường ngày

của mẹ chứ không phải là một bức thư đúng nghĩa. Một nỗi xót xa, ân hận bất giác dâng lên, ngập tràn cả hồn tôi, cuốn trôi cả mớ bòng bong phiền muộn về phía sau. Tôi là đứa con gái như thế nào đây...

Rất chóng vánh, tôi viết thư trả lời mẹ, trước tiên là chú mấy lời vào mỗi đoạn thư của mẹ, rồi kể về mình - kể về buổi ăn spaghetti ở nhà ông Billy, và kể cho mẹ biết rằng tôi đã cảm thấy thế nào khi trông thấy Jacob lắp ghép một cách thành thạo những chi tiết máy bé nhỏ vào với nhau - đó là lòng kính nể có xen chút đố ky. Tôi không dám so sánh bức thư này với những bức thư đã gửi cho mẹ trong vài tháng qua, nhưng tôi vẫn còn nhớ được trong đầu nội dung cái bức thư gần đây nhất đã gửi cho mẹ, ấy là vào tuần trước, nó không hề có lấy một chút nhiệt tâm nào, nếu không muốn nói là rất hời hợt. Càng nghĩ nhiều về điều đó, tôi lại càng cảm thấy bứt rứt, có lỗi; tôi cần phải quan tâm, lo lắng nhiều hơn đến mẹ mới phải.

Gửi thư cho mẹ xong, tôi thức thêm một chút nữa để làm thêm mấy bài tập về nhà - những bài không bắt buộc. Nhưng rồi cả việc thức khuya đến mụ mị cả đầu óc lẫn một ngày thật vui bên Jacob cũng chẳng xua đuổi được những cơn ác mộng, chúng chỉ muốn tạm buông tha cho tôi có hai ngày mà thôi.

Tôi giật mình thức giấc, tiếng thét của tôi nhờ có cái gối mà được chặn lại ở lưng chừng.

Bên ngoài cửa sổ, khi thứ ánh sáng mờ nhạt đã bắt đầu xuyên thủng lớp sương mù dày đặc, tôi vẫn đang nằm bẹp trên giường mà cố thoát hẳn ra khỏi cơn mơ. Giấc mơ lần này hơi khác so với những lần trước, khác ở chỗ nào nhỉ? Tôi đang lục lại trí nhớ của mình đây.

Ừm, ấy là tôi không còn đơn thương độc mã trong rừng nữa. Sam Uley - người thanh niên đã đưa tôi ra khỏi khu rừng trong cái đêm mà thần trí của tôi bị suy sụp hoàn toàn, không còn tỉnh táo để mà suy nghĩ được điều gì cho nên hồn - cũng có mặt ở đó. Thật là một sự thay đổi kỳ quặc, chẳng ai ngờ được. Đôi mắt đen huyền của người thanh niên ấy đầy ắp sự thù địch, và ẩn chứa trong đó là một bí mật mà có vẻ như anh ta không hề muốn chia sẻ cùng ai. Tôi nhìn chằm chằm vào Sam Uley - một cái nhìn man dại nhất có thể có. Tôi cảm thấy khó chịu, khó chịu hơn cả những lúc phải mang tâm trạng hoang mang, thắc thỏm. Có lẽ là bởi vì khi tôi không nhìn trực diện vào anh ta, trong nhỡn giới của tôi, dường như cái bóng của anh ta đang run rẩy và động đậy liên hồi. Trong khi đó, bản thân anh ta thì lại không hề có bất kỳ một hoạt động nào, anh ta chỉ đứng đó và trừng trộ nhìn tôi. Anh ta không hề có ý định giúp đỡ tôi, hoàn toàn khác với lúc chúng tôi gặp nhau ngoài đời thực.

Trong suốt bữa ăn sáng, bố cứ chú mục vào tôi, còn tôi thì cố gắng phớt lờ đi. Dẫu sao, tôi cũng đáng bị như thế lắm. Tôi không thể mong bố đừng lo lắng cho tôi được. Có khi phải vài tuần nữa bố mới thôi nhìn tôi theo cái kiểu hiếu kỳ, canh chừng xem khi nào thì tôi quay về nguyên dạng là một cái xác biết đi; còn tôi sẽ phải cố gắng không để điều đó ảnh hưởng đến mình. Mà suy cho cùng thì tôi cũng đang chờ xem khi nào mình lại sẽ trở thành thây ma hồi sinh đây. Hai ngày là một khoảng thời gian khó có thể coi là đủ để bảo rằng tôi đã hồi phục hoàn toàn được tinh thần.

Ở trường thì mọi chuyện diễn biến ngược lại. Bây giờ thì tôi đã nhận ra, đó là chẳng ai thèm để ý đến tôi cả.

Tôi vẫn còn nhớ như in cái ngày đầu tiên khi tôi mới chân ướt chân ráo bước vào Trường trung học Forks - lúc ấy, tôi đã dám ước "độc" rằng toàn bộ con người mình sẽ biến thành một màu xám xịt, cho đồng màu với cái vỉa hè tráng bêtông đang sũng sĩnh nước, giống như một con tắc kè bông ngoại cỡ vậy. Một năm trời đã trôi qua, xem ra, điều ước ấy đã trở thành sự thật.

Sự thể cứ như là tôi chẳng hề hiện diện ở ngôi trường này vậy. Ngay cả các thầy giáo của tôi cũng thế, đôi mắt của các thầy vẫn lướt ngang qua chỗ ngồi của tôi, nhưng cơ hồ như trong mắt các thầy, chiếc ghế đó luôn luôn bỏ trống.

Sáng hôm nay, tôi chú tâm lắng nghe, để ý đến lời nói của tất cả mọi người xung quanh mình. Tôi thật lòng muốn cố gắng, muốn nắm bắt những sự việc đang diễn ra, nhưng rồi các cuộc đối thoại diễn ra rời rạc quá, thế là tôi lại thôi, chẳng để tâm vào chuyện gì nữa.

Trong giờ học "Tích phân – Vi phân", Jessica không hề ngước mắt lên khi tôi ngồi xuống bên cạnh cô ấy.

- Chào Jess - Tôi lên tiếng, cố tình giữ giọng hờ hững - Mấy ngày nghỉ cuối tuần của bồ ra sao?

Lúc này, cô bạn của tôi mới chịu ngước mặt lên, đôi mắt lộ rõ vẻ nghi hoặc, cảnh giác. Cô bạn vẫn còn giận tôi sao? Hay Jess tự nhận ra rằng cô ấy đã mất hẳn tính kiên nhẫn khi cứ phải chơi với một kẻ mất trí là tôi?

- Tuyệt vời - Jessica chỉ trả lời có bấy nhiêu rồi lại dán mắt vào quyển sách.

- Thế thì tốt - Tôi cũng chỉ biết lầm bầm có vậy.

Mà xem ra, cái kiểu nói chuyện *lạnh lẽo* này đã bắt đầu ám vào tôi theo đúng nghĩa của từ đó. Mấy lỗ thông khí ấm dưới sàn nhà vẫn tỏa hơi đều đặn, ấy thế mà tôi bất giác lại cảm thấy lạnh run. Vừa mới quàng chiếc áo khoác lên lưng ghế xong, tôi lại kéo ra, mặc lại vào người.

Giờ học thứ tư hôm nay tan trễ, bởi thế, khi tôi bước chân vào quán ăn tự phục vụ, chiếc bàn ăn trưa mà tôi vẫn hằng ngồi đã gần như kín hết chỗ. Này là Mike, Jessica và Angela, Conner, Tyler, Eric và Lauren. Katie Marshall, cô học sinh lớp dưới có mái tóc hoe hoe đỏ sống cùng phố với tôi, đang ngồi với Eric, và Austin Marks - anh của người đã tặng tôi hai chiếc xe gắn máy - đang ngồi bên cạnh cô. Tôi không biết mọi người đã ngồi như thế này được bao lâu rồi, cũng như không thể nhớ được rằng từ khi nào mà chiếc bàn này được sắp xếp ngồi như thế, hay phải chăng đây là ngày đầu tiên họ mới bắt đầu chính thức ngồi như vậy?

Tôi bắt đầu bực bội với chính mình. Hình như tôi đã bị liệt vào danh sách những kẻ sống trên mây từ học kỳ trước rồi thì phải.

Không một ai thèm ngước mặt lên khi tôi ngồi xuống bên cạnh Mike, thậm chí cả khi tôi kéo chiếc ghế ra sau, các chân ghế miết trên lớp vải sơn lót sàn nhà vang lên những tiếng rin rít nghe khá to.

Tôi cố gắng theo dõi cuộc chuyện trò của tất cả mọi người.

Xem nào, Mike và Conner đang bàn luận sôi nổi về thể thao

- thôi, dẹp sang một bên, tôi đầu hàng vô điều kiện về mấy cái vụ này.

- Ben đâu? - Lauren đang hỏi Angela. Tôi quay sang tức thì, cảm thấy hào hứng rõ rệt. Liệu như thế có phải là Angela và Ben vẫn còn chơi với nhau không nhỉ?

Và chỉ có lúc ấy tôi mới chú ý đến Lauren. Cô ấy đã cắt phăng mái tóc màu vàng bắp óng ả rồi ư - hiện tại, Lauren đang để kiểu tóc ngắn cũn cỡn, ở phía sau thì cạo nhẵn, trông như con trai. Thật tình mà nói... Lauren đã làm chuyện kỳ cục chưa từng thấy. Ước gì tôi biết được lý do của sự xuống tóc đó. Liệu có phải là do cô ấy ăn kẹo gôm bất cẩn để cho nó dính đầy tóc chăng? Hay là do người ta đã trả giá khá cao cho mái tóc của cô ấy? Hay là tất cả những người thường xuyên bị cô ấy chơi xấu đã "đoàn kết" lại, chặn đường cô ấy sau giờ thể dục mà trả đũa? Nhưng rồi tôi chợt nhận ra rằng mình thật là xấu khi nghĩ toàn những điều không tốt cho Lauren như vậy. Căn cứ vào những gì tôi vừa được chứng kiến thì lúc này, Lauren đã trở nên tử tế hơn.

- Ben bị đau bụng - Angela nhẹ nhàng trả lời, giọng vẫn điềm đạm như ngày nào - Hy vọng chỉ trong hai mươi bốn giờ thôi. Tối qua, cậu ấy đau dữ lắm.

Angela cũng đã thay đổi mái tóc của mình. Hiện thời, cô ấy đang để kiểu tóc nhiều tầng.

- Cuối tuần vừa rồi, hai bồ đã làm gì vậy? - Jessica cất tiếng hỏi, nhưng không có vẻ gì cho thấy là đang quan tâm đến câu trả lời. Tôi dám cược rằng Jessica hỏi thế chỉ là để mào đầu cho chuyện của chính cô ấy mà thôi. Nhưng liệu cô ấy có kể chuyện đi Port Angeles xem phim với tôi không?

Liệu mọi người có xem tôi "có cũng như không" mà tha hồ phán xét tôi đang trong lúc tôi có mặt ở đây không?

- Thật ra, thứ Bảy rồi, tụi mình tính đi dã ngoại, nhưng rồi... tụi mình thay đổi quyết định - Angela trả lời. Giọng nói của cô bạn đột nhiên nghẹn lại khiến tôi chú ý.

Jess, xin bồ đừng kể nhiều nhé!

- Tệ quá nhỉ - Jessica nhận xét, và cũng để chuẩn bị đá sang chuyện của mình. Nhưng may thay, không chỉ có tôi là người duy nhất nhận ra sự thay đổi trong giọng nói của Angela.

- Có chuyện gì vậy bồ? - Lauren hỏi một cách sốt sắng.

- Ừm - Angela lại lên tiếng, hốt nhiên trở nên ngập ngừng, dù rằng cô vốn là người "tỉnh Ănglê" - Tụi mình lái xe lên phía bắc, cũng gần gần chỗ suối nước nóng ấy... nơi ấy đẹp lắm, chỉ cần đi bộ khoảng một dặm thôi. Nhưng rồi khi đi được nửa đường thì... tụi mình thấy... thấy...

- Thấy cái gì? Thấy cái gì vậy? - Đôi lông mày của Lauren nhíu sát vào nhau. Ngay cả Jessica bây giờ cũng tỏ ra hiếu kỳ.

- Mình không biết nữa - Angela trả lời - Bọn mình *nghĩ* đó là một con gấu. Nó đen thui, nhưng mà... nó lớn lắm.

Lauren khịt khịt mũi, nói:

- Ôi trời, mà không chỉ có bồ đâu! - Đôi mắt của Lauren nheo nheo đầy vẻ chế nhạo. Đúng là tính cách của Lauren chẳng chịu thay đổi như cái mái tóc của cô ta - Tyler cũng đã cố gắng thuyết phục mình tin chuyện ấy đấy.

- Bồ sẽ không thể tìm thấy được một con gấu nào ở gần khu nhà nghỉ đâu - Jessica vào hùa với Lauren.

- Mình nói thật mà - Angela phản đối lại hai cô bạn, nhưng giọng nói yếu xìu, cô đăm chiêu nhìn xuống bàn - Bọn mình cùng nhìn thấy nó.

Lauren phá ra cười khúc khích. Mike vẫn đang mải nói chuyện với Conner nên không để ý đến chuyện con gấu. Đến lúc này thì tôi quyết định sẽ không để cho cô ta phải nghi ngờ như vậy nữa.

- Không phải đâu, bồ ấy nói đúng đấy - Tôi nói vào một cách sốt sắng - Mới thứ Bảy vừa rồi nè, bọn mình cũng có một vị khách trông thấy gấu, Angela ạ. Anh ấy bảo nó đen thui và bự ơi là bự, ở ngoài thị trấn có bao xa đâu, có phải thế không, Mike?

Một thoáng im lặng. Mọi cặp mắt của những người ngồi cùng bàn đều đổ dồn về phía tôi, sững sờ. Thành viên mới, Katie, thì há hốc miệng nhìn tôi cơ hồ như vừa chứng kiến xong một vụ nổ. Không một ai cử động.

- Mike? - Tôi lầm bầm, ngượng chín cả mặt - Cậu có nhớ anh thanh niên kể chuyện con gấu không?

- Ờ... ờ - Mike cà lăm sau đúng một giây bị bất ngờ.

Chẳng hiểu tại sao mà anh chàng lại nhìn tôi lạ lùng như thế. Tôi chỉ hỏi Mike chuyện ở cửa hàng thôi mà, có đúng không nhỉ? Có đúng như vậy không? Tôi nghĩ là...

Cuối cùng, Mike cũng tỉnh ra.

- Ờ đúng rồi, có một anh bảo là đã trông thấy một con gấu đen, rất to, ở đầu đường mòn... Ờ, nó to... to hơn gấu xám Bắc Mỹ ấy - Mike gật đầu xác nhận.

- Hừmmm - Lauren vội quay đầu sang Jessica vì... đôi vai

đã cứng đờ không cử động được, để đổi đề tài - Bồ đã nghe phản hồi gì từ Đại học phía Nam bang California chưa? - Cô ta hỏi.

Cùng lúc ấy, mọi người cũng bắt đầu "giải tán" mấy ánh mắt săm soi nhìn tôi, chỉ còn lại hai đôi mắt chứa đầy sự quan tâm là Mike và Angela. Angela mỉm cười ngập ngừng, và tôi vội vàng mỉm cười đáp lại cô bạn.

- Cuối tuần rồi, cậu làm gì thế, Bella? - Mike hỏi, tỏ ra hiếu kỳ, nhưng có vẻ như vẫn thận trọng một cách kỳ lạ.

Tất thảy mọi người lại chĩa những cặp mắt "ngáo ộp" về phía tôi, trừ Lauren, chờ đợi tôi trả lời.

- Tối thứ Sáu, Jessica và mình có đến Port Angeles xem phim. Còn tối thứ Bảy, và nguyên ngày Chủ Nhật thì mình xuống La Push.

Những cặp mắt nhất loạt chiếu vào Jessica, và rồi ngay tức khắc lại trở về với tôi. Jessica nổi cáu. Chẳng rõ là do Jessica không muốn mọi người biết chuyện cô ấy đã đi xem phim cùng tôi hay là cô ấy muốn mình được "độc quyền" kể lại.

- Các cậu xem phim gì? - Mike hỏi tới, nụ cười bắt đầu xuất hiện trên môi.

- "*Đường cùng*", phim về những thây ma hồi sinh - Tôi toét miệng cười, ra vẻ đã hòa đồng trở lại. Đấy là hành động bồi thường đầu tiên của tôi dành cho các bạn sau mấy tháng... nhập vai hồn ma.

- Mình nghe nói đó là phim kinh dị. Có phải như vậy không, Bella? - Mike vẫn háo hức hỏi chuyện.

- Đến cuối phim, Bella đã phải tháo chạy ra ngoài đó, bồ ấy quá hoảng sợ - Jessica nói thêm vào với một nụ cười ma mãnh.

Tôi gật đầu xác nhận, và cố làm ra vẻ bối rối.

- Ừ, đáng sợ lắm.

Cứ thế, Mike không ngừng đặt câu hỏi cho tôi, mãi cho tới tận khi bữa ăn trưa kết thúc. Dần dần, những người khác cũng lãng đi, bắt đầu những cuộc trò chuyện của riêng mình; dù rằng thi thoảng, họ cũng có liếc mắt về phía tôi, quan sát. Angela thì hầu như chỉ nói chuyện với Mike và tôi. Cuối cùng, khi tôi đứng lên cất khay, cô bạn cũng lẽo đẽo bước theo sau.

- Cảm ơn bồ nha - Angela lên tiếng khi chúng tôi đã rời xa khỏi chiếc bàn.

- Ủa, bồ cảm ơn về chuyện gì?

- Vì bồ đã nói chuyện trở lại, vì bồ đã bảo vệ mình.

- Đâu có gì đâu.

Cô bạn nhìn tôi, ra chiều lo lắng, nhưng không tỏ vẻ gì gọi là khó chịu hay bực bội cả, cô ấy vẫn tử tế với tôi như hồi nào.

- Bồ có sao không?

Đây chính là lý do vì sao tôi lại rủ Jessica đi xem phim mà không phải là Angela đấy - dù rằng tôi luôn quý Angela hơn. Angela là người rất sâu sắc và nhạy cảm.

- Mình không ổn lắm - Tôi thật thà thú nhận - Nhưng dù sao cũng đã cảm thấy khá hơn rồi.

- Mình vui lắm - Cô bạn bộc bạch - Đã lâu rồi, mình không được nói chuyện với bồ.

Vừa lúc ấy, Lauren và Jessica đi ngang qua chúng tôi, tôi nghe thấy Lauren thì thầm một câu khá lớn:

- *Vui* quá ha. Bella nhà ta đã trở về rồi.

Angela trố mắt nhìn họ, và mỉm cười như thể muốn chia sẻ mọi phiền muộn với tôi.

Tôi thở dài. Vậy là đã đến lúc tôi phải đối mặt trở lại với mọi chuyện rồi.

- Hôm nay là ngày mấy vậy bồ? - Thình lình tôi hỏi.

- À, mười chín tháng Một.

- Ừmmm.

- Sao vậy? - Angela hỏi lại.

- Hôm qua là kỷ niệm một năm ngày mình định cư ở thị trấn Forks - Tôi trầm ngâm suy tưởng.

- Vậy mà chẳng có gì thay đổi - Angela thì thầm, mắt nhìn dõi theo Lauren và Jessica.

- Ừ, mình biết - Tôi gật đầu đồng ý - Mình đang nghĩ đến những điều không thay đổi ấy đấy.

7. TÁI DIỄN

Tôi cũng không rõ là mình đang làm cái quái quỷ gì ở nơi này nữa.

Chẳng phải là tôi đang muốn đẩy mình trở lại tình trạng ngơ ngơ ngẩn ngẩn như người mất hồn đấy sao? Nếu chẳng phải là tôi đang điên cuồng - muốn nếm lại cái cảm giác đau đớn - thì hành động tôi đang làm lúc này phải gọi là cái gì mới được chứ? Lẽ ra tôi đã phải lái xe thẳng xuống La Push. Ở bên cạnh Jacob, tôi cảm thấy khỏe khoắn biết bao nhiêu. Còn cái nơi này thì chẳng hề làm cho tôi dễ chịu lấy một mảy may.

Vậy mà tôi vẫn thản nhiên cho xe tiến vào con đường nhỏ khúc khuỷu, ngoằn ngoèo, hai bên đường mọc đầy những cây là cây, mà hầu hết là những cây to. Trên cao kia, các tán lá dày, rậm, đan vào nhau, khiến tôi có cảm giác như mình đang đi vào một đường hầm. Hai cánh tay của tôi bắt đầu run lên bần bật, tôi vội ôm ghì lấy cái vôlăng, bám vào nó chặt hơn.

Tôi cũng nhận thức được rằng một phần lý do khiến tôi làm như vậy là vì cơn ác mộng - tất nhiên, bây giờ thì tôi đã tỉnh như sáo rồi; nhưng cái hư vô đáng sợ của những cơn mê ấy vẫn từng ngày, từng ngày gặm nhấm tinh thần tôi, hệt như con chó đang nhay một khúc xương vậy. Hằng đêm, tôi vẫn lang thang đi tìm... Có một thứ luôn nằm ngoài tầm với của tôi, tôi có cố với thế nào cũng chẳng tới nổi, nhưng tôi không quan tâm, tôi đã phát cuồng thật sự... *Anh*, nhất định là *anh* phải đang hiện diện ở một nơi nào đó. Tôi cần phải tin như vậy.

Và phần lý do còn lại chính là sự tái diễn lạ lùng mà tôi đã cảm nhận được ở trường hôm nay, đó chính là sự trùng hợp về ngày tháng. Tôi có cảm giác như mình phải bắt đầu lại từ đầu - giống như ngày đầu tiên đến trường, khi tôi là nhân vật đặc biệt nhất trong quán ăn vào cái buổi trưa hôm ấy.

Những lời nói quen thuộc chợt xuất hiện trong đầu tôi, nghe sao yếu ớt, như thể tôi đang đọc chúng chứ không phải là chúng đang nói với tôi:

Như thể anh chưa hề tồn tại trên cõi đời này.

Viện dẫn hai lý do để được đến đây, quả thực, tôi đang tự lừa dối bản thân mình. Nhưng tôi muốn chối bỏ cái động cơ thật sự đã thúc đẩy tôi làm điều đó. Bởi lẽ, nó không tốt cho tinh thần của tôi.

Sự thật là tôi muốn được nghe lại giọng nói của *anh*, như tôi đã từng nghe trong ảo giác vào tối hôm thứ Sáu. Khi ấy, giọng nói của *anh* vang vọng từ trong tận cùng cõi vô thức của tôi, nghe thật ngọt ngào, êm dịu, chứ không phải là những dư âm còn sót lại mà thần trí thường ngày của tôi vẫn cố tái hiện - Chỉ khi ấy, tôi mới có thể nhớ đến *anh* mà không phải chịu đau đớn, khổ sở. Tôi biết là điều đó không tồn tại được lâu, nỗi khổ đau sẽ mau chóng ùa đến; tôi biết cái giá phải trả cho cái mục đích ngớ ngẩn ấy chứ. Nhưng giọng nói ấy quyến rũ quá, tôi không sao cưỡng lại được. Tôi phải tìm cách lặp lại cảm giác cũ... hay nói cách khác, nghe êm dịu hơn: tôi đang tìm lại kỷ niệm xưa.

Và tôi hy vọng điều tôi đang nghĩ ra đây là giải pháp. Thế nên mới có chuyến đi này... chuyến đi đến nhà *anh*, nơi mà tôi đã không dám tìm đến kể từ sau buổi sinh nhật bất hạnh... Cũng đã mấy tháng trôi qua rồi...

Những rặng cây rậm rạp cứ chậm rãi lướt qua các ô cửa xe. Chiếc Chevy vẫn lặng lờ lăn bánh. Bắt đầu bực bội, tôi nhấn ga tăng tốc. Tôi đã lái xe được bao lâu rồi? Sắp đến nơi chưa? Đám cây rừng mọc um tùm như muốn nuốt chửng cả con đường, làm cho cảnh vật trở nên xa lạ.

Nếu tôi tìm không ra nhà thì sao? Bất giác tôi bủn rủn cả người. Ngộ nhỡ tất cả đã biến mất không còn một vết tích gì thì tôi sẽ ra sao nhỉ?

Rất đột ngột, khoảng rừng trống tôi đang kiếm tìm bỗng hiện ra, tuy không còn rõ rệt như xưa nữa. Hệ thực vật ở vùng này đâu cần mất nhiều thời gian để chiếm cứ những mảnh đất đã lâu không có người trông coi. Những cây dương xỉ đã thâm nhập qua cánh đồng cỏ bao bọc quanh nhà, chúng mọc chen chúc, giành đất của những cây tuyết tùng, và cả cái hiên nhà rộng thênh thang nữa. Cánh đồng cỏ của tôi đã thay đổi rồi, cỏ đã lên cao đến ngang thắt lưng, cứ mấp mô, dập dềnh như những con sóng.

Và căn nhà vẫn ở nguyên đấy, nhưng không còn như xưa nữa, dù rằng hình dáng bên ngoài chẳng có vẻ gì đổi thay. Sự trống trải, im lìm đến lặng người bên trong ngôi nhà đã đổ tràn ra từng ô cửa sổ. Thật đáng sợ. Giờ thì ngôi nhà mới thật sự giống sào huyệt của ma-cà-rồng.

"Kéttt", tôi hãm phanh, mắt ngó ngay sang chỗ khác. Tôi sợ mình sẽ không còn làm chủ được mình.

Nhưng rồi đã chẳng có chuyện gì xảy ra. Trong đầu tôi chẳng có một giọng nói nào.

Một cách vội vàng, tôi cứ để máy xe nổ mà lao mình ra khỏi cabin, lao mình vào biển dương xỉ. Biết đâu, cũng giống như tối hôm thứ Sáu, nếu tôi cứ tiến về phía trước...

Một cách chậm rãi, tôi tiến về phía căn nhà bỏ hoang, im ắng, bỏ mặc chiếc xe tải đang gầm rống ở phía sau. Vào thời điểm này đây, giữa bầu không gian cô tịch, não nề, cái tiếng "ầm ầm", "brừm brừm" ấy bỗng chốc đáng yêu đến lạ... Và đây, cũng vẫn là những bậc thang dẫn lên hàng hiên; chợt tôi dừng lại, ở đây chẳng có gì hết. Không có một dấu hiệu nào, dù là mỏng manh, in dấu sự hiện hữu của mọi người... in dấu sự hiện hữu của *anh*. Ngôi nhà vẫn uy nghi và vững chãi, nhưng chẳng giúp gì được cho tôi. Khối bêtông đồ sộ ấy chẳng thể xua tan được cõi hư vô, nặng nề trong giấc mơ của tôi.

Tôi vẫn chỉ dừng chân trước những bậc cầu thang, không muốn tiến đến gần hơn, không muốn nhìn vào những ô cửa sổ. Tôi không rõ là mình sẽ không chịu nổi điều gì nếu nhìn vào. Nhưng giả như những căn phòng trống rỗng, thì âm thanh của sự im lặng ấy sẽ khiến lòng tôi tê tái lắm. Bất giác tôi nhớ đến tang lễ của bà ngoại, hôm ấy, mẹ cứ khăng khăng bắt tôi đứng ở mé ngoài, trong suốt giờ hành lễ. Mẹ bảo tôi không nhất thiết phải nhìn ngoại trong tình cảnh ấy, bởi lẽ những hình ảnh đó sẽ in đậm vào tâm trí tôi, sẽ lấn át tất cả những kỷ niệm tươi đẹp của tôi đã có với ngoại, khi ngoại còn sống.

Nhưng nếu những căn phòng kia không có gì thay đổi,

thì tâm trạng của tôi sẽ không trở nên tồi tệ đi, có phải như vậy không? Giả như những chiếc ghế tràng kỷ vẫn ở nguyên trạng như lần cuối cùng tôi còn được trông thấy chúng, giả như những bức tranh vẫn còn y nguyên ở trên tường - và trên hết là chiếc đàn đại dương cầm vẫn đứng chễm chệ trên một phần nền nhà đắp cao thì sao? Chắc chắn rằng tôi sẽ rất đau khổ... nhưng là chỉ khi nào mà toàn bộ ngôi nhà biến mất, toàn bộ những dấu ấn, kỷ niệm về mọi người cũng theo đó mà tan vào hư vô. Và kia, đồ đạc vẫn còn y nguyên, nhưng đã hoàn toàn chìm vào quên lãng, mọi người đã bỏ lại sau lưng tất cả...

... Trong đó có tôi...

Quay ngoắt người lại, tôi bước về phía chiếc xe tải, rời bỏ chốn lạnh lẽo, tịch liêu. Tôi bước đi như chạy. Tôi đang nóng lòng muốn rời khỏi chốn này, đang nóng lòng muốn quay về với thế giới con người của tôi. Lòng tôi hiện đang trống trải vô cùng, tôi muốn gặp Jacob. Có lẽ trong tôi đang định hình một trạng thái không ổn khác về tinh thần, lại thêm một kiểu ngơ ngẩn khác, giống như cơn mụ mị đầu óc trước đây. Nhưng tôi không quan tâm. Hiện thời, tôi chỉ biết rằng tôi vừa dấn thân vào một tình thế khó khăn mới, rằng tôi phải lùi chiếc xe tải lại thật nhanh, và chạy xa khỏi nơi đây càng sớm càng tốt, thế thôi.

Jacob đang đợi tôi. Trông thấy cậu bạn nhỏ, lồng ngực của tôi đang căng tức chợt dịu xuống, hơi thở mau chóng trở nên dễ dàng hơn.

- Chào chị Bella - Jacob gọi to.

Tôi mỉm cười nhẹ nhõm.

- Chào Jacob - Tôi đáp lại, rồi vẫy tay chào ông Billy, ông ta đang nhìn ra ngoài cửa sổ.

- Làm việc nào, chị! - Cậu bạn người da đỏ nói khe khẽ nhưng đầy hào hứng.

Không hiểu làm sao mà tôi cũng bật cười thành tiếng được.

- Em vẫn chưa phát khổ phát sở vì chị à? - Tôi hỏi.

Và Jacob, sau câu nói ấy, hẳn là đang lầm bầm trong bụng - xót xa, thất vọng lắm đây - vẻ mặt của cậu thiểu não đến thế kia mà. Tôi đến đây chỉ để tìm sự an ủi của một người bạn, vậy thôi.

Jacob dẫn tôi đi vòng qua nhà, đến cái gara của cậu.

- Chưa. Vẫn chưa.

- Nhưng hễ khi nào mà em cảm thấy mệt mỏi vì chị thì nhớ cho chị hay nhé. Chị không muốn trở thành gánh nặng của em.

- Đồng ý - Người bạn nhỏ bật cười khanh khách, giọng cười rất khàn - Nhưng em sẽ không để chị phải nín thở chờ đợi đến lúc đó đâu.

Và tôi bước vào gara, sững sờ... Chiếc xe máy màu đỏ đang đứng sừng sững ngay trước mắt tôi, đích thị là một chiếc xe máy hẳn hoi, không còn mang một chút vết tích nào cho thấy đã từng là một khối kim loại rỉ sét bị người ta quẳng đi nữa.

- Jake, em khiến cho người khác phải ngạc nhiên, thật đấy.

Jacob lại phá ra cười.

- Một khi đã có kế hoạch gì là em thường hay bị ám ảnh về điều đó lắm - Cậu bạn nhỏ nhún vai - Chỉ cần có ý tưởng thôi thì em làm có chút xíu là xong hà.

- Sao hay vậy?

Người bạn nhỏ của tôi vội cúi mặt xuống đất, tư lự một lúc lâu đến độ tôi cũng phải tự hỏi, phải chăng là cậu ấy không nghe thấy câu hỏi của tôi. Nhưng cuối cùng thì Jacob cũng lên tiếng, đó không phải là một câu trả lời, mà là một câu hỏi:

- Chị Bella, nếu em nói với chị rằng em không thể sửa được hai chiếc xe này thì chị sẽ nghĩ sao?

Tôi không thể trả lời ngay được, người bạn nhỏ ngước mắt lên, chăm chú quan sát sắc mặt của tôi.

- Chị chỉ nghĩ rằng... điều đó thật tệ, nhưng chị cuộc là chúng ta sẽ tìm được việc gì khác để làm. Nếu quả thực chúng ta không thể sửa được hai chiếc xe thì chúng ta vẫn có thể làm bài tập về nhà.

Jacob mỉm cười, đôi vai cũng dịu xuống. Cậu ngồi xuống bên cạnh chiếc xe máy, nhặt cái cờlê lên.

- Vậy thì khi em đã hoàn tất việc sửa xe, chị cũng vẫn sẽ đến chứ?

- Vậy ra đó là điều em đang bận tâm ư? - Tôi khẽ lắc đầu - Chị có cảm giác như mình đang *lợi dụng* lòng tốt của em vậy, sửa xe mà không lấy phí... Nhưng miễn là em còn cho chị đến, thì chị vẫn sẽ đến chơi với em.

- Để mong gặp Quil chứ gì? - Người bạn nhỏ của tôi chòng ghẹo.

- Em gài bẫy chị thì giỏi lắm.

Jacob cười khinh khích.

- Chị thật lòng thích ở bên em lắm ư? - Cậu lại hỏi, có vẻ ngạc nhiên.

- Ừ, rất thích. Rồi chị sẽ chứng minh cho em xem. Ngày mai, chị phải làm việc rồi, nhưng thứ Tư, chị em mình sẽ làm gì khác nhé, không đụng đến máy móc nữa.

- Chẳng hạn như cái gì hả chị?

- Chị cũng chưa biết. Nhưng chúng ta hẹn nhau ở chỗ chị nhé, để em không bị ám ảnh nữa. Em hãy mang bài tập ở trường theo... Chắc em bỏ bê bài vở nhiều rồi, và chị biết mình chính là nguyên nhân của chuyện đó.

- Làm bài tập về nhà... cũng vui - Jacob lắc đầu, le lưỡi, và tôi không thể không tự hỏi rằng cậu bạn này đã bỏ không làm bao nhiêu bài tập vì tôi rồi?

- Ừ - Tôi gật đầu đồng ý - Đôi khi chúng ta cũng phải biết chịu trách nhiệm về bản thân mình một tý, không thì bác Billy và ngài cảnh sát trưởng nhà chị sẽ không dễ dàng bỏ qua chuyện này đâu - Câu nói này cũng đồng nghĩa rằng tôi đã xem Jacob là đồng minh của mình, và rằng chúng tôi đã về cùng một phe. Có vẻ như người bạn nhỏ rất khoái chí, gương mặt của cậu ta rạng rỡ hẳn lên.

- Vậy thì làm bài tập mỗi tuần một lần thôi nha chị? - Cậu đề nghị.

- Có lẽ hai tuần một lần thì tốt hơn - Tôi nhẹ nhàng chỉnh lại, bất giác nghĩ đến một núi bài tập được giao hôm nay.

Thở dài não nuột, Jacob vươn tay qua chiếc hộp đựng đồ nghề, với lấy chiếc túi giấy. Lôi ra hai lon nước ngọt, cậu mở trước một lon đưa cho tôi, rồi mới mở tới lon của mình, trịnh trọng đưa lên cao.

- Chúc mừng... trách nhiệm làm bài tập của chúng ta - Jacob hô to - Hai tuần một lần.

- Những ngày còn lại trong tuần sẽ không lo nghĩ gì hết - Tôi phụ họa thêm.

Jacob cười toe toét, rồi cụng lon với tôi.

*

* *

Tối hôm ấy, tôi về nhà trễ hơn dự kiến, ngài cảnh sát trưởng không đợi tôi, đã đặt sẵn bánh pizza rồi. Tôi toan lên tiếng xin lỗi thì...

- Không sao đâu - Bố mở lời trước tôi - Dù gì thì con cũng xứng đáng được nghỉ nấu nướng một bữa.

Tôi biết bố đã nhẹ lòng khi thấy tâm tính của tôi trở lại được bình thường, và tất nhiên là bố không hề muốn tình thế sẽ bị đảo ngược.

Trước khi bắt tay giải quyết các bài tập, tôi quyết định kiểm tra thư điện tử, để xem nào... À, mẹ đã hồi âm rồi, chà, thư dài quá, cảm xúc của mẹ mênh mông thật, mẹ rất hài lòng vì tôi đã tường thuật cho mẹ một cách chi tiết về cuộc sống của tôi ở Forks, kể cả những điều nhỏ nhặt nhất. Biết "sở thích" của mẹ, tôi hồi âm lại ngay, và kể nhiều hơn nữa, kể đủ điều, ngoại trừ chiếc xe máy. Bởi vì cho dù mẹ có là người vô tư lự đến thế nào đi chăng nữa, một khi biết được chuyện đó, mẹ cũng sẽ nổi cơn tam bành lên cho mà xem.

Thứ Ba, trường học vẫn cứ thăng trầm như vậy. Angela và Mike đã niềm nở trở lại với tôi - xem chừng hai người họ đã quên hẳn lối cư xử khác thường của tôi trong mấy tháng qua. Jessica thì "kiên gan" hơn. Hay là cô bạn muốn tôi chính thức viết thư tạ lỗi cho vụ việc ở Port Angeles nhỉ? Tôi không rõ nữa.

Trong lúc làm việc, Mike trở nên sôi nổi và chuyện trò với tôi nhiều hơn. Lúc nào cũng thấy cái miệng của anh chàng hoạt động hết công suất, cơ hồ như chuyện của cả học kỳ bấy lâu nay được Mike cất giữ trong lòng, tới bây giờ mới có dịp để giải tỏa. Tôi nhận ra là mình đã có thể cười với đủ mọi hình thái, từ cười mỉm cho đến cười khanh khách, với người bạn dễ mến này, tuy rằng vẫn không được tự nhiên cho lắm, nếu so với Jacob. Nhưng như thế cũng đã tạm coi là đủ để được xem là thật lòng... mãi cho đến lúc cửa hàng đóng cửa.

- Tối hôm nay vui quá - Mike nhận xét với một niềm phấn khích.

- Ừ - Tôi gật đầu đồng ý với anh bạn, dù rằng trong thâm tâm, tôi vẫn thích được ở gara hơn.

- Mình thấy tiếc là tuần trước, cậu đã ra khỏi rạp chiếu phim sớm quá.

Ngay tức khắc, tôi bắt đầu bối rối trước suy nghĩ của Mike. Tôi nhún vai:

- Có lẽ mình là đứa nhát gan...

- Vậy nên ý mình là... cậu nên đi xem một bộ phim khác nhẹ nhàng hơn, phim mà cậu thấy thích ấy - Anh bạn có tấm lòng hiệp sĩ giải thích.

- Ồ - Tôi chỉ biết... lầm bầm có bấy nhiêu, vẫn còn thấy khó hiểu.

- Như là... ừm, chẳng hạn như là vào thứ Sáu này. Với mình. Tụi mình đi xem phim nào mà không có cảnh kinh dị ấy.

Tôi bặm chặt môi lại.

Thật lòng, tôi không muốn làm tổn thương Mike, nhất là khi anh chàng lại là một trong những người đã tha thứ cho tôi về lối cư xử đáng bị ghét bỏ. Nhưng chuyện mời mọc này... thì lại đi quá xa. Nó diễn ra y hệt như năm ngoái. Vả lại lần này, tôi đang có lỗi với Jessica...

- Giống như là hẹn hò? - Tôi hỏi lại. Có lẽ trong trường hợp này, thành thật là thượng sách. Mọi chuyện cần phải được làm cho rõ ràng, để người khác hiểu lầm về mình là một sự không nên.

Mike nhận ra ngay lập tức âm điệu trong giọng nói của tôi.

- Nếu cậu muốn như vậy. Nhưng không nhất thiết phải như thế cũng được.

- Mình thì không hẹn hò đâu - Tôi trả lời chậm rãi từng tiếng một, chợt nhận ra một sự thật tê tái đang diễn ra trong lòng. Toàn bộ thế giới này sao mà xa lạ với tôi quá.

- Chỉ như bạn bè thôi - Mike lại đề nghị, đôi mắt xanh lơ đã tắt hẳn mọi háo hức. Tôi cũng chỉ mong người bạn dễ mến này nghĩ và làm đúng như lời nói, đó là chỉ xem tôi như một người bạn đúng nghĩa mà thôi.

- Chắc chắn sẽ vui lắm đây. Ừm, thứ Sáu này, mình có kế hoạch khác rồi; tuần sau, được không Mike?

- Cậu có kế hoạch gì vậy? - Mike hỏi tới, nhưng giọng nói vẫn điềm nhiên, điềm nhiên hơn cả tôi tưởng.

- Làm bài tập. Mình đang... học chung với một người bạn.

- Ồ. Thôi được. Vậy thì tuần sau nhé.

Và Mike đưa tôi ra chiếc xe tải, không còn hồ hởi như trước nữa. Bất giác, tôi nhớ lại mấy tháng đầu đến Forks. Bây giờ thì tôi đã trở về điểm xuất phát rồi, mọi thứ hiện tại chỉ như một tiếng vang - một tiếng vang nhạt nhẽo, vắng bóng hẳn một niềm vui nho nhỏ mà tôi từng được có.

Tối hôm sau, ngài cảnh sát trưởng không còn tỏ ra một xíu xìu xiu nào ngạc nhiên khi trông thấy Jacob và tôi nằm xoài ra trên sàn nhà trong phòng khách, sách vở để ngổn ngang xung quanh. Vậy là hiểu rồi, ông Billy và "ngài" đã bàn tán sau lưng chúng tôi chứ còn gì.

- Này các con, xong rồi kìa - Ngài cảnh sát trưởng lên tiếng gọi, mắt "ngài" liếc vào gian bếp. Mùi thơm từ món mì trộn sốt cà chua, thịt và phomát mà tôi đã nấu sẵn hồi chiều - khi ấy, Jacob có đứng xem và thỉnh thoảng lại nếm thử một miếng - đang bay ngào ngạt ra ngoài đằng trước; tôi đang cố gắng ngoan ngoãn để chuộc lại lỗi về cái vụ bánh pizza.

Jacob ở lại dùng bữa tối với bố con tôi, và đem một phần mì về cho ông Billy. Cuối cùng thì cậu bạn nhỏ cũng phải miễn cưỡng tặng thêm một tuổi cho tôi vì tôi biết nấu ăn ngon.

Ngày thứ Sáu, chúng tôi lại hẹn gặp nhau ở gara, đến thứ Bảy, sau ca trực của tôi ở cửa hàng nhà Newton là làm bài tập. Thấy đã có thể yên tâm về tâm trạng của tôi được rồi, ngài cảnh sát trưởng đi câu cá cùng ông Harry. Đến khi "ngài" trở về đến nhà, tôi và Jacob đã giải quyết xong đâu vào đấy tất cả các bài tập - tự dưng tôi cảm thấy lòng thanh thản và tự thấy mình trưởng thành hơn - nên hiện thời, hai chúng tôi đang coi phóng sự về *Gara Khổng lồ* phát trên kênh Khám phá.

- Chắc em phải về rồi - Jacob thở dài - Giờ giấc trôi qua nhanh hơn em tưởng.

- Ừ, được rồi - Tôi lầm bầm - Để chị đưa em về.

Jacob phá ra cười ngặt nghẽo khi trông thấy gương mặt không sẵn lòng của tôi - Cậu ta rất hài lòng về điều đó. Thế mới lạ chứ.

- Ngày mai lại bắt tay vào công việc nhé - Tôi lên tiếng khi đã cùng Jacob ngồi ngay ngắn trong chiếc xe tải - Mấy giờ thì chị đến được hả em?

Nụ cười rộng mở của Jacob ánh lên một niềm vui nào đó không giải thích được.

- Để rồi em sẽ gọi cho chị, thế nhé?

- Ừ - Tôi cau mày với chính mình, suy ngẫm, tò mò không biết có chuyện gì.

Và nụ cười của người bạn nhỏ lại được dịp nở rộng hơn.

Hôm sau, tôi hì hục lau nhà - trong lúc chờ điện thoại của Jacob, đồng thời cũng là để rũ bỏ cơn ác mộng đáng sợ tối hôm qua. Cảnh vật trong mơ đã có sự thay đổi. Lần này, tôi độc hành trong biển dương xỉ, rải rác đây đó là những cây độc cần khổng lồ. Ở đây cũng vẫn chẳng có gì khác, tôi vẫn lạc đường, cứ lang thang, lang thang... và không tìm kiếm gì nữa. Chẳng phải tuần trước, tôi đã quyết tâm đi đến cánh đồng ngớ ngẩn đó bằng được là gì. Một cách kiên quyết, tôi cố xua đuổi cơn ác mộng ra khỏi cái thần trí tỉnh táo, hy vọng nó sẽ bị nhốt vào đâu đó, mãi mãi không thoát ra được.

Ngài cảnh sát trưởng đang cọ rửa chiếc xe tuần tra ở ngoài sân, vậy nên khi điện thoại đổ chuông, tôi liền quẳng ngay cái bàn chải chà nhà vệ sinh xuống sàn, ba chân bốn cẳng chạy xuống lầu, nhấc ống nghe, trả lời điện thoại.

- Alô? - Tôi lên tiếng, thở chẳng ra hơi.

- Thưa chị Bella! - Jacob trả lời, giọng nói nghe kiểu cách một cách lạ lẫm.

- A, chào Jake.

- Em nghĩ rằng... đã đến lúc chúng ta phải gặp nhau - Người bạn nhỏ của tôi trả lời, âm điệu trầm trầm nghe như đang che giấu một điều gì đó...

... Mà phải đúng một giây sau tôi mới nhận ra:

- Em sửa xong rồi hả? Trời ơi, chị không thể tin được! - Ôi, một kỷ lục về thời gian. Cũng thật may mắn cho tôi, tôi đang tìm cách làm sao cho tâm trí của mình có thể xao lãng, thoát khỏi những cơn ác mộng và những hư vô thì nhận được cái tin vui này...

- Dạ, chúng chạy được rồi, xong xuôi hết rồi, chị!

- Jacob, em đúng là... à, thật sự giỏi giang và tuyệt vời hơn tất cả những người chị biết đấy. Em được thêm mười tuổi cho chuyện này.

- Hay quá! Bây giờ thì em được ở tuổi trung niên rồi.

Tôi bật cười khanh khách:

- Còn chị thì vẫn đang lớn lên.

Ném vội các dụng cụ chà rửa xuống dưới gầm kệ đựng đồ trong nhà tắm, tôi chộp lấy chiếc áo khoác.

- Lại đến chỗ Jake - Ngài cảnh sát trưởng nói với theo khi tôi đi ngang qua "ngài". Chính xác thì đó không phải là một câu hỏi.

- Vâng ạ - Tôi trả lời rồi nhảy phóc lên chiếc xe tải.

- Hôm nay, bố phải đến sở làm đấy - Bố nói to với theo, thông báo cho tôi biết.

- Vâng, con biết rồi - Tôi cũng đáp vọng lại, đồng thời đưa tay vặn xoay chiếc chìa khóa.

Bố tôi còn nói thêm một điều gì nữa, nhưng tôi không thể nghe thấy được trong tiếng động cơ nổ to như sấm thế này. Hình như, hình như là:

- Sao nó lại hớn hở như thế không biết?

Tôi cho xe đậu ngay bên hông nhà gia đình Black, gần chỗ mấy lùm cây... để tiện bề dắt xe máy ra. Rồi tôi nhảy phóc xuống đất, sững sờ; những màu sắc tươi rói đập vào mắt tôi - trước mắt tôi là hai chiếc xe máy sáng bóng, một chiếc màu đỏ, một chiếc màu đen, đang nằm chờ trong bóng mát của một cây vân sam, đặc biệt là chúng nằm khuất tầm nhìn của căn nhà. Jacob đã chu đáo chuẩn bị sẵn đâu vào đấy...

... Rất ngộ nghĩnh. Mỗi bên tay lái có buộc một dải nơ xanh!?! Tôi bật cười thích thú... và kia, Jacob cũng đang ba chân bốn cẳng chạy ra khỏi nhà.

- Chị đã sẵn sàng chưa? - Người bạn nhỏ của tôi hỏi khẽ, đôi mắt sáng ngời.

Tôi đưa mắt qua vai Jacob, chăm chú quan sát, không thấy bóng dáng ông Billy đâu cả.

- Rồi - Tôi trả lời, nhưng đột nhiên không còn thấy hào hứng như trước nữa; tôi đang thử hình dung xem tôi mà cưỡi lên xe máy thì trông sẽ như thế nào.

Một cách nhẹ nhàng, Jacob dắt hai chiếc xe máy lên thùng xe, cẩn thận dựng hai chiếc ra sát phía thành xe để không bị ai chú ý.

- Đi, chị! - Jacob lên tiếng, âm điệu trong giọng nói bỗng cao hơn thường lệ, và đầy hào hứng - Em biết một nơi hay lắm... rất an toàn, không bị bắt đâu.

Và chiếc xe tải của tôi lăn bánh xuống phía Nam, ra ngoài thị trấn. Con đường đất lúc thì dẫn ra, lúc lại dẫn vào rừng - thi thoảng, tôi chẳng thấy gì khác ngoài những cây là cây, và rồi bất thình lình hiện ra bờ biển Thái Bình Dương xám xịt dưới bầu trời đầy mây, trải dài ngút ngàn đến tận chân trời. Chúng tôi đang lướt đi trên những sườn đá bao bọc quanh bãi biển, và trước mắt chúng tôi là đất trời rộng bao la.

Tôi giữ vận tốc thật chậm, để thỉnh thoảng lại an tâm phóng tầm mắt ra phía đại dương mênh mông, con đường dưới chân tôi cũng mỗi lúc một tiến gần hơn đến những vách đá nhô ra biển. Bên cạnh tôi, Jacob vẫn đang luôn miệng kể về việc sửa xe, kỳ thực là tôi cũng có chú tâm nghe, nhưng khổ nỗi, cậu dùng nhiều thuật ngữ kỹ thuật quá, tôi cứ như vịt nghe sấm nên dần dà chẳng còn tập trung vào việc nghe được nữa...

Đó cũng là lúc tôi nhìn thấy bốn người đang đứng trên một gờ đá, rất gần với miệng vực có vách đá dựng đứng. Ở khoảng cách xa như thế này, tôi hoàn toàn không thể đoán được tuổi của họ, nhưng có thể chắc chắn họ là những chàng thanh niên. Mặc dù hôm nay rét run, nhưng hình như họ chỉ mặc độc có mỗi chiếc quần soọc.

Rồi người cao nhất bước đến gần miệng vực hơn. Tự dưng, tôi giảm tốc độ, bàn chân cứ ngập ngừng trên cái phanh.

Đột ngột, người thanh niên ấy lao mình xuống vực.

- Không! - Tôi thét lên, chân dậm mạnh xuống thắng. "Kéttt".

- Có chuyện gì thế? - Jacob hoảng hốt, hét lên.

- Anh ta... anh ta vừa mới nhảy xuống khỏi vách đá! Tại sao không ai ngăn lại? Chúng ta phải gọi xe cứu thương thôi.

Tôi mở tung cánh cửa và lao ngay ra ngoài, nhưng rồi tôi đã phải đứng chựng lại. Con đường ngắn nhất đến chỗ điện thoại là... trở lại nhà của ông Billy. Vả lại, bỗng nhiên tôi không dám tin vào điều vừa chứng kiến ấy. Có lẽ từ tận sâu thẳm của tiềm thức, tôi đã mường tượng đến một sự thật khác, một sự thật mà không có lấy một tấm kính chắn gió nào cản lại.

Jacob bật cười, tôi quay phắt lại nhìn cậu bạn nhỏ, một cái nhìn sừng sộ đến hoang dại. Làm sao người bạn của tôi lại có thể nhẫn tâm đến như vậy được, làm sao mà cậu ta lại có thể lạnh lùng đến mức độ đó chứ?

- Bella ơi là Bella, người ta tìm cảm giác mạnh đấy. Chỉ là giải khuây thôi. Ở La Push, làm gì có chỗ vui chơi nào đâu, chị biết mà - Jacob giải thích với giọng bông đùa, nhưng lẩn khuất trong giọng nói ấy, tôi nhận ra một nỗi niềm nào đó rất lạ.

- Tìm cảm giác mạnh ư? - Tôi lặp lại, trong chốc lát, đầu óc bỗng tê dại hẳn. Tôi nghi ngại nhìn ba người còn lại, người thứ hai cũng đã bước đến gần miệng vực, dáng vẻ cho thấy rất thoải mái... Và rồi cũng như người thứ nhất, anh ta bung mình vào khoảng không. Thời gian đối với tôi như kéo dài ra vô tận trong thời điểm ấy, cuối cùng thì anh ta cũng buông mình vào những con sóng xám xịt ở bên dưới, rất ngọt.

- Ôi trời ơi. Cao quá - Tôi leo trở lại vào ghế ngồi, đôi mắt vẫn mở to nhìn chằm chặp vào hai thành viên cuối cùng trong nhóm - Dễ có đến ba mươi mét chứ ít gì.

- À, vânggg, hầu hết bọn em chỉ nhảy thấp hơn, tầm tầm với vách đá nhô ra biển kia kìa - Vừa nói, Jacob vừa chỉ tay ra ngoài cửa sổ bên phía của cậu. Tôi nhìn theo chỗ cậu vừa chỉ, xem ra, đỡ "sởn tóc gáy" hơn rất nhiều - Mấy người này chắc mất trí hết rồi. Hẳn là muốn khoe mẽ ta đây gan lì như thế nào đây. Ừm, hôm nay lạnh thật chứ chẳng giỡn. Nhiệt độ của nước không dễ chịu đâu - Người bạn nhỏ tỏ ra bực bội đôi chút, cơ hồ như mấy người gan cóc tía kia đã đụng chạm đến lòng tự ái của cậu. Điều này khiến tôi ngạc nhiên. Bấy lâu nay, tôi cứ tưởng Jacob là người không bao giờ biết giận.

- *Em* mà cũng chơi cái trò tìm cảm giác mạnh đó hả? - Tôi không hề bỏ sót cái từ "bọn em".

- Chứ sao - Người bạn nhỏ của tôi nhún vai, và lại ngoác miệng ra cười toe toét - Vui lắm đó chị. Chỉ hơi sợ một chút thôi, vì muốn nói gì thì nói, nó cũng vẫn là trò chơi liều mạng mà.

Tôi nhìn trở lại bãi đá, người thứ ba cũng đang ung dung bước tới miệng vực. Cả đời tôi chưa từng chứng kiến một hành động nào "bất cần đời" đến như vậy. Mắt tôi mở thật rộng, và bất giác tôi mỉm cười.

- Jake à, em phải hướng dẫn chị chơi cái trò tìm cảm giác mạnh đó.

Người bạn nhỏ chau mày nhìn tôi, gương mặt tỏ rõ vẻ "không đời nào!".

- Bella à, chẳng phải chị vừa mới muốn gọi xe cứu thương

cho Sam đấy sao - Cậu nhắc lại cho tôi nhớ. Nhưng kể cũng lạ thật, ở khoảng cách xa như thế này, làm sao Jacob có thể nhận ra là ai chứ.

- Chị chỉ muốn thử thôi - Tôi khăng khăng, người nhấp nhổm, chuẩn bị ra khỏi xe một lần nữa.

Người bạn nhỏ vội nắm lấy cổ tay của tôi.

- Nhưng không phải là hôm nay, chị nhé? Ít ra thì chúng ta cũng phải đợi cho trời ấm lại đã chứ.

- Ừ, thôi được - Cuối cùng tôi cũng đồng ý. Ấy là vì cửa xe đang mở, một làn gió rét chợt ùa vào cabin làm cho tôi nổi da gà nên tôi mới không dám cứng đầu nữa.

- Cũng mau thôi mà - Người bạn nhỏ trả lời và rồi ngay sau đó là trố mắt nhìn tôi - Thỉnh thoảng chị cũng hơi lạ đấy, Bella ạ. Chị có biết điều đó không?

Tôi thở dài:

- Biết.

- Và em nói trước là không có chuyện leo lên đỉnh cao nhất mà lao đầu xuống đâu đấy.

Tôi lại quan sát, hoàn toàn bị hớp hồn, người thứ ba đang bắt đầu guồng chân, anh ta chạy tới rồi tung mình vào khoảng không, xa hơn hai người trước mình. Trong không trung, anh ta làm đủ mọi động tác, từ xoay vòng cho tới lộn nhào, y hệt như chơi nhảy dù vậy. Trông anh chàng mới tự do làm sao - không lo nghĩ và hoàn toàn không sợ bất cứ một điều gì.

- Ừ - Tôi lại đồng ý, nhưng... - Nhưng không phải là cho lần thử đầu tiên.

Jacob tiếp tục thở dài.

- Bây giờ, chúng ta có tập xe máy không, hay là thôi nào? - Người bạn nhỏ hỏi gặng.

- Có chứ, có chứ - Tôi vội vã trả lời, mắt thôi không quan sát người cuối cùng đang đứng chờ bên vách đá nữa. Buộc dây an toàn trở lại vào người, tôi đưa tay đóng cửa xe. Nãy giờ, động cơ xe vẫn đang nổ, à không, vẫn gầm rú. Chúng tôi lại tiếp tục băng băng trên con đường của mình.

- Những người đó là ai vậy em... Những người chẳng biết sợ là gì ấy? - Đi được một quãng, tôi lại cất tiếng hỏi.

Jacob hầm hừ một lúc trong cổ họng rồi mới chịu trả lời:

- Băng La Push đấy.

- Ở chỗ em mà cũng có băng đảng hả? - Tôi hỏi ngay tắp lự, và nhận ra là mình đang hoàn toàn bị kích động.

Người bạn nhỏ bật cười ngặt nghẽo trước cái phản ứng ấy của tôi.

- Không giống như vậy đâu. Em thề đấy, họ trông giống những kẻ nổi loạn thật. Nhưng họ không đi gây chuyện đâu, mà ngược lại, họ bảo vệ hòa bình - Jacob khụt khịt mũi - Lần ấy, ở vùng này xuất hiện một tay anh chị, trông đáng sợ lắm, hình như hắn từ lãnh địa của người Makah xuống đây thì phải. Rồi nghe đâu hắn bán thuốc cho bọn trẻ, Sam Uley cùng các *chiến hữu* của mình đã đuổi cổ hắn ra khỏi vùng đất của bọn em. Giờ thì bọn họ là *anh hùng* của vùng đất này, là *niềm kiêu hãnh của bộ tộc* em đấy... nghe buồn cười muốn chết. Nhưng điều tệ hại nhất là Hội đồng đã ngả theo họ. Embry nói rằng Hội đồng đã gặp riêng Sam - Kể đến đây, người bạn nhỏ lắc đầu, gương mặt cau lại đầy vẻ tức giận - Embry nghe Leah Clearwater kể lại là Hội đồng đã gọi họ là "những chiến binh" hay cái gì gì đấy, đại loại như vậy.

Hai bàn tay của Jacob siết lại thật chặt, cơ hồ như đang muốn đập phá. Đây là lần đầu tiên, tôi thấy cậu bạn bộc lộ "mặt trái" của mình.

Đồng thời, tôi cũng rất bất ngờ khi nghe đến cái tên Sam Uley. Thật lòng, tôi không hề muốn những hình ảnh quái gở về anh ta trong cơn ác mộng đêm nào hiện về. Thế là ngay lập tức, tôi buông một lời nhận xét để làm xao lãng tâm trí của mình:

- Em không hề thích họ. Đúng không?

- Ủa, điều đó bộc lộ rõ ràng lắm hả chị? - Người bạn nhỏ hỏi lại một cách hóm hỉnh.

- Ờ... nghe như họ đã làm một điều gì đó tệ lắm - Tôi cố gắng làm dịu Jacob, cố gắng để cậu vui vẻ trở lại - Ừ, mà mấy người ra vẻ ta đây thường khó chịu lắm.

- Vâng. Dùng từ "khó chịu" là chính xác đấy. Bọn họ thường xuyên khoe mẽ đó chị... giống như cái trò chơi tìm cảm giác mạnh vừa nãy đấy. Họ hành động cứ như là... cứ như là, em cũng không biết nói sao nữa. Chặc, giống như là dai sức lắm vậy. Có lần, em với Embry và Quil ghé đến một cửa hàng, vào học kỳ trước ấy, lúc đó, Sam cũng tình cờ đi ngang qua... anh ta với hai *tên nịnh thần* Jared và Paul. Quil có nói một câu gì đó, chị biết Quil là đứa hay khoe khoang khoác lác thế nào mà, và điều đó đã khiến cho Paul nổi sùng. Mắt hắn tối sầm lại, rồi hắn nhoẻn cười... à không, hắn nhe răng ra chứ không có cười... giống như là hắn đang tức giận đến run bắn cả người. Nhưng rồi Sam xen vào, anh ta chỉ khẽ đặt tay lên ngực hắn và nhè nhẹ lắc đầu. Paul nhìn anh ta trong khoảng một phút đồng hồ, rồi thì nỗi kích động nguội xuống. Giống như là Sam đã ngăn hắn lại vậy, chứ không thì dám đụng phải thứ gì là hắn cũng sẽ xé cho tanh bành hết lắm - Jacob rên rỉ - Trông mà cứ tưởng như là đang xem phim cao bồi viễn tây ấy. Chị biết không, Sam ra dáng thủ lãnh lắm, anh ta đã hai mươi tuổi rồi. Nhưng tên Paul kia thì chỉ mới có mười sáu tuổi như em mà thôi chứ có gì mà ghê gớm, hắn lùn hơn em, lại đâu có được lực lưỡng như Quil đâu. Em nghĩ đứa nào trong tụi em cũng có thể hạ đo ván hắn được cả.

- Đúng là dai sức thật - Tôi gật đầu đồng ý. Qua lời kể của người bạn nhỏ, tôi đã nhận ra điều đó, nó khiến tôi nhớ lại một chuyện... trong căn phòng khách ở nhà bố tôi... Bộ ba thanh niên cao ráo, đen nhẻm, nghiêm nghị, đứng riêng một nhóm với nhau. Tôi cứ tưởng hình ảnh ấy sẽ không lưu lại trong trí nhớ của mình, bởi lẽ khi ấy, tôi đang nằm bẹp dí trong lòng chiếc ghế tràng kỷ, bác sĩ Gerandy và bố đang cúi xuống xem xét cho tôi... Thì ra đó là băng của Sam ư?

Cố xua đuổi cái ký ức ảm đạm ấy, tôi lại vội vã lên tiếng:

- Chẳng phải Sam đã hơi quá tuổi cho mấy cái chuyện đó sao em?

- Vâng. Lẽ ra anh ta đã phải vào đại học rồi, nhưng anh ta cứ trì hoãn. Mà cũng chẳng có ai nhắc nhở anh ta chuyện đó. Hồi chị em từ chối không nhận học bổng bán phần mà đi lấy chồng, cả Hội đồng đã xúm vào làm ầm ĩ cả lên. Vậy mà Sam Uley thì có bị gì đâu, anh ta làm gì mà chả đúng.

Gương mặt của Jacob đanh lại vì bị tổn thương - tổn thương...
vì một chuyện khác nữa mà tôi đã không nhận ra từ đầu.

- Ừ, khó chịu thật đấy, mà cũng... lạ nữa. Nhưng mà chị
không hiểu vì sao em lại chú ý quá nhiều vào điều này - Nói
đến đây, tôi khẽ liếc trộm người bạn nhỏ, hy vọng cậu không
phiền lòng vì câu nói này của tôi. Và đúng như vậy thật,
Jacob bỗng nhiên dịu xuống, cậu ngó đăm đăm ra ngoài cửa
sổ.

- Chị vừa mới bỏ qua một ngã quẹo - Người bạn nhỏ lên
tiếng, giọng nói nhẹ hẫng.

Nghe thấy vậy, tôi lập tức đánh lại một vòng chữ U... một
chữ U lớn với vòng cua khá rộng. Úy! Chiếc xe của tôi trượt
khỏi con đường... Ái chà! Suýt chút nữa là đâm sầm vào một
cái cái cây rồi.

- Cảm ơn em vì đã chỉ đường cho chị - Tôi lẩm bẩm khi
cho xe lưu thông được trở lại trên đường.

- Em xin lỗi vì đã không chú ý.

Im lặng một lúc.

- Tới đây rồi thì chị dừng xe ở chỗ nào cũng được.

Một cách nhanh nhẹn, tôi cho xe tấp vào lề đường, rồi tắt
máy. Không gian lại chìm trong im lặng, tai tôi bắt đầu ong
ong. Chúng tôi lục tục bước xuống xe, Jacob đi vòng ra sau
để dắt hai chiếc xe máy xuống. Tôi cố gắng đọc cho được
cảm xúc hiện thời của người bạn đồng hành. Có một chuyện
gì đó đã khiến cậu ấy bực mình. Và tôi chính là nguyên nhân
đã đẩy cậu vào tâm trạng ấy.

Một cách miễn cưỡng, người bạn nhỏ nhoẻn cười khi dắt
chiếc xe màu đỏ lại phía tôi.

- Chúc mừng sinh nhật... muộn. Chị đã sẵn sàng chưa?

- Chị nghĩ là rồi - Đến lúc nhận ra là mình sắp sửa cưỡi xe máy, tự dưng tôi cảm thấy chiếc xe máy mới hung dữ và đáng sợ làm sao.

- Chúng ta sẽ lái chậm chậm thôi - Người bạn nhỏ hứa hẹn. Một cách cẩn thận, tôi dựng xe vào cái chắn bùn của chiếc Chevy, trong lúc Jacob đi lấy chiếc xe của mình.

- Jake à... - Tôi ngập ngừng khi người bạn nhỏ bước lại phía mình.

- Dạaa?

- Có điều gì khiến em không vui vậy? Ý của chị là chuyện về Sam ấy. Còn có chuyện gì khác hả em? - Tôi chú mục vào gương mặt của người bạn đồng hành. Cậu ta nhăn nhó, nhưng không có vẻ gì gọi là đang tức giận cả. Jacob cúi gằm mắt xuống đất, chân đá đá vào cái bánh xe trước, giống như đang nhịp chân...

... Rồi cậu thở dài...

- Chỉ là vì cái cách... họ đối xử với em thôi. Điều đó khiến em khó chịu - Jacob bắt đầu trút bầu tâm sự của mình - Chị biết không, trong vùng đất của bọn em, Hội đồng được lập ra là để quyết định mọi việc lớn, nhỏ của bộ tộc, nhưng khi cần phải có quyết định cuối cùng, quyết định sống còn, hay những việc tối quan trọng thì họ luôn luôn hỏi bố em. Em không hiểu tại sao bố em lại được coi trọng đến như vậy. Tại sao ý kiến của bố em lại luôn luôn là quan trọng nhất. Có lẽ là vì sợi dây ruột thịt giữa ông và bố của ông. Ông nội em, ông Ephraim Black, là vị tù trưởng cuối cùng của bộ tộc, có lẽ vì lý do đó mà họ thuận theo ý kiến của bố em.

Nhưng mà em thì cũng giống như tất cả mọi người thôi. Hồi nào tới giờ, chẳng có ai đối xử với em một cách đặc biệt cả... cho đến hiện nay.

Tôi bắt đầu chú ý.

- Vậy là Sam đối xử với em đặc biệt lắm hả?

- Vâng - Người bạn nhỏ gật đầu xác nhận, cậu nhìn tôi bằng một đôi mắt có ẩn chứa sự bực tức - Anh ta cứ nhìn em như thể đang chờ đợi một điều gì đó... như là sớm muộn gì thì rồi em cũng sẽ phải gia nhập vào cái băng ngớ ngẩn của anh ta thôi. Anh ta chú ý đến em nhiều hơn những đứa khác. Em ghét điều đó lắm.

- Chẳng có việc gì mà em phải gia nhập vào băng này băng nọ cả - Giọng nói của tôi đanh lại, đầy nỗi tức giận. Đây là điều khiến Jacob bực bội, cũng là điều khiến tôi tức điên lên. Mấy gã "chiến binh" ấy đang nghĩ mình là ai kia chứ?

- Dạaa - Jacob vẫn đá nhịp đều đều vào cái bánh xe.

- Không biết có còn xảy ra chuyện gì nữa không? - Tôi nhận ra là chuyện này không chỉ dừng lại ở đó.

Người bạn nhỏ của tôi lập tức nhăn mặt, đôi lông mày của cậu nhíu lại trông buồn và lo lắng hơn là tức giận.

- Là Embry đấy. Gần đây, cậu ta tránh mặt em.

Vậy là tôi đã đoán trật lất, nhưng liệu tôi có phải là nguyên nhân khiến cho Jacob khúc mắc với người bạn của cậu không?

- Dạo này em dành thời gian cho chị nhiều quá - Tôi nhắc người bạn nhỏ, và nhận ra mình thật ích kỷ. Tôi đã "độc chiếm" Jacob cho riêng mình.

- Không, không phải tại chuyện đó đâu. Không chỉ với em...

mà Quil cũng bị như vậy, mọi người đều bị như thế. Cả tuần liền, Embry không đến trường, khi tụi em cố gắng tìm cậu ta thì cậu ta cũng chẳng thèm về nhà luôn. Rồi khi Embry xuất hiện trở lại, trông cậu ta cứ như... trông cậu ta cứ như là bị mất hồn rồi ấy. Dễ sợ lắm. Quil và em đã thử hỏi chuyện Embry rồi, hỏi xem cậu ta đang gặp phải chuyện gì, nhưng Embry nhất định không chịu nói chuyện với tụi em.

Tôi ngó sững vào Jacob, đôi môi bặm vào nhau, lo lắng - người bạn đồng hành của tôi đang cực kỳ hoảng sợ. Nhưng cậu vẫn không nhìn tôi. Cậu cứ chú mục vào bàn chân đang đá nhịp vào cái bánh xe như thể bàn chân ấy là của ai đó khác chứ không phải là của cậu vậy. Nhịp độ ấy mỗi lúc một dày hơn.

- Thế rồi tuần này, chẳng phải là nơi nào xa lạ, Embry đang lang thang với Sam và đám "tín đồ" của anh ta. Hôm nay, cậu ta cũng chơi cái trò tìm cảm giác mạnh ấy đấy - Giọng nói của Jacob thật trầm và căng thẳng.

Cuối cùng, cậu bạn nhỏ ngước mắt lên nhìn tôi.

- Chị Bella, họ làm phiền cuộc sống của Embry còn tệ hơn là làm phiền cuộc sống của em nữa. Cậu ta có việc gì phải dây mơ rễ má với họ đâu. Giờ thì Embry đã đi theo Sam như thể cậu ta đã chính thức gia nhập vào một giáo phái nào đó rồi vậy.

Chuyện của Paul cũng đã xảy ra y chang như vậy. Không sai một tí ti nào. Hắn vốn đâu phải là bạn của Sam. Ấy vậy mà hắn cũng trốn học mất vài tuần, rồi khi hắn xuất đầu lộ diện trở lại, thì răm rắp nghe theo lời của Sam. Em không biết toàn bộ chuyện này có ý nghĩa gì. Em không thể hiểu nổi chuyện đó, nhưng em cần phải tìm cho ra, bởi vì Embry là bạn em và Sam nhìn em rất lạ... và... và... - Người bạn nhỏ của tôi ngừng lời.

- Em đã kể với bác Billy chuyện này chưa? - Tôi lên tiếng hỏi. Nỗi sợ hãi của người bạn nhỏ đã lan sang tôi. Tôi bắt đầu cảm thấy tóc gáy của mình sởn lên.

Nhưng Jacob đột ngột chuyển sang giận dữ.

- Rồi - Cậu khụt khịt mũi - Có ích lắm.

- Thế bố em bảo sao?

Gương mặt của Jacob lộ rõ vẻ mỉa mai, sau đó, cậu trả lời tôi, giọng nói hạ thấp xuống cho giống với giọng của ông Billy:

- Con chẳng cần phải lo lắng như thế đâu, Jacob. Vài năm nữa, khi con không... chà chà, rồi bố sẽ giải thích cho con hiểu sau - Cậu bạn nhỏ trở lại tông giọng của mình - Bố nghĩ thế nào về em vậy kia? Phải chăng bố muốn nói rằng đó là do tâm lý ngớ ngẩn của tuổi dậy thì? Bộ đó là do tuổi tác sao? Chuyện này khác mà. Chuyện này không đúng như vậy.

Jacob cắn vào môi dưới thật chặt, tay cậu cũng đã siết lại thành nắm đấm. Dường như người bạn nhỏ của tôi đang sắp sửa òa khóc.

Bùi ngùi, tôi ôm chầm lấy Jacob, nhưng tôi chỉ có thể ôm ngang thắt lưng và gục đầu vào ngực của cậu. Khổ người của Jacob khá vậm vạp, tôi có cảm tưởng như mình chỉ là một đứa trẻ đang ôm lấy một người lớn.

- Ồ Jake, sẽ không sao đâu! - Tôi hứa - Nếu mọi chuyện diễn biến tệ hơn, em hãy đến sống với chị và chú Charlie.

Em đừng sợ nữa, chúng ta hãy nghĩ đến điều khác đi nhé!

Jacob đông cứng lại đúng một giây, và rồi một cách ngập ngừng, ngượng nghịu, đôi tay dài ngoằng của cậu ôm lấy tôi.

- Cảm ơn Bella - Giọng nói của người bạn nhỏ bỗng khàn hơn thường lệ.

Chúng tôi cứ đứng yên như thế đến cả một lúc lâu, tôi không cảm thấy mảy may một chút khó chịu nào, mà ngược lại, sự tiếp xúc này lại khiến cho tôi có cảm giác được an ủi hơn. Tâm trạng này hoàn toàn khác với lần cuối cùng tôi còn được ôm ấp, vỗ về. Đây là một tình bạn đích thực. Và Jacob là một người bạn nhiệt thành.

Điều này quả thật là quá lạ lẫm đối với tôi, đây là một sự gần gũi do tác động của tình cảm chứ không phải theo kiểu quan hệ bạn bè thông thường, dù rằng quan hệ bạn bè thông thường của tôi cũng không có chuyện gần gụi đến như vậy. Nó trái ngược hoàn toàn với tính cách thường ngày của tôi. Tôi chẳng dễ dàng kết thân với ai bao giờ.

Trừ... những nhân vật đặc biệt.

- Nếu mà chị hay phản ứng như vậy thì từ giờ trở đi, em sẽ năng xúc động hơn mới được - Giọng nói của Jacob lại nhẹ nhàng và bình thường trở lại, tiếng cười của cậu lại vang lên ròn rã bên tai tôi. Những ngón tay của người bạn nhỏ khẽ đặt lên tóc tôi, mân mê, ngập ngừng...

Ừm, một tình bạn đúng nghĩa của tôi.

Một cách lanh lẹn, tôi lùi ra sau, cùng bật cười với người bạn đồng hành của mình, nhưng cũng đồng thời thận trọng kiểm tra xem cậu ấy đã thật sự trở lại bình tĩnh hay chưa.

- Chị thấy khó tin là chị lớn hơn em hai tuổi đấy - Đứng gần Jacob như thế này, tôi phải ngửa đầu ra sau mới trông thấy được mặt của cậu.

- Chị quên mất rồi sao, em đã bốn mươi tuổi cơ mà.

- Ờ ha, đúng rồi.

Và người bạn nhỏ đưa tay vỗ nhè nhẹ lên đầu tôi.

- Chị giống như búp bê vậy - Jacob nhận xét - Một em búp bê bằng sứ bé tí teo.

Tôi đảo mắt, lùi lại thêm một bước nữa.

- Thôi, chúng ta đừng đùa về những thứ bạch tạng nữa.

- À, em hỏi thật nhé, chị Bella, chị chắc là chị không bị chứ? - Vừa hỏi, Jacob vừa đưa cánh tay màu nâu đỏ ra so với tay tôi. Sự khác biệt một trời một vực này chẳng có gì đáng để tự hào - Em chưa bao giờ thấy ai trắng hơn chị hết đó... à ừm, ngoại trừ... - Người bạn nhỏ im bặt, còn tôi thì quay đi, cố gắng không hiểu điều cậu muốn đề cập đến.

- À, bây giờ tụi mình sẽ tập lái xe hay là làm gì khác hả chị?

- Ừ, tập lái xe đi - Tôi gật đầu đồng ý, lại cảm thấy hứng khởi hơn so với nửa phút trước đó. Câu nói bỏ lửng của Jacob đã khiến cho tôi nhớ lại cái lý do mà tôi có mặt ở đây.

8. ADRENALINE

- Được rồi, côn xe đâu?

Tôi chỉ vào cái cần ở tay lái bên trái. Không giữ lấy tay lái quả là không xong. Chiếc xe máy đồ sộ này cứ chao chao ở bên dưới như muốn hất tôi văng ra khỏi cái yên, nó mới vừa lòng. Tôi lại nắm lấy tay lái một lần nữa, cố giữ cho thật thẳng.

- Jacob à, nó cứ nghẻo nghẻo thế nào ấy, chẳng chịu thẳng gì cả.

- Khi chị chạy rồi thì sẽ ổn thôi - Người bạn nhỏ hứa hẹn - Thế thắng nằm ở đâu nào?

- Phía sau chân phải ấy.

- Sai bét.

Trả lời xong, Jacob nắm lấy tay tôi, bắt tôi phải giữ lấy cái cần nằm bên trên van tiết lưu.

- Nhưng ban nãy em nói là...

- Hiện thời, chị chỉ cần cái thắng này thôi. Đừng có đụng đến cái thắng sau, chỉ khi nào chị lái rành rẽ rồi thì mới dùng tới nó.

- Nghe vô lý quá chừng - Tôi nghi ngờ, cãi lại - Chẳng phải cả hai cái thắng đều quan trọng hay sao?

- Quên cái thắng sau đi, được chưa? Đây... - Nói rồi, Jacob điều khiển cho tay tôi bóp vào cái thắng trước - Đây mới là cái thắng của chị. Không được quên đấy - Người bạn nhỏ lại bắt tôi bóp thắng thêm một lần nữa.

- Được rồi - Tôi gật đầu đồng ý.

- Thế tay ga ở chỗ nào?

Tôi vặn vặn tay lái bên phải.

- Còn cần sang số?

Tôi chỉ ngay xuống chỗ để chân trái.

- Rất tốt. Em nghĩ là chị đã nắm được hết các bộ phận, chức năng của xe máy rồi đấy. Bây giờ thì chỉ còn... chạy thử nữa thôi.

- Ừm-Ừ - Tôi lầm bầm, sợ phải nói thêm nữa. Bụng tôi đang sôi lên sùng sục một cách quái lạ, và thể nào giọng nói của tôi cũng sẽ vỡ òa ra. Hồn vía tôi đang lên mây. Tôi đành tự nhủ với mình rằng chẳng có gì phải sợ cả. Điều tệ hại nhất, tôi cũng đã từng trải qua rồi còn gì. Đấy, thế thì tại sao tôi còn phải sợ kia chứ? Tôi hoàn toàn có thể cười ngạo nghễ trước cái chết được cơ mà.

Nhưng cái bụng của tôi vẫn không chịu nghe theo.

Tôi nhìn chằm chặp xuống con đường trải dài tít tắp, hai bên đường dày đặc những cây là cây. Con đường đầy cát và ẩm ướt, nhưng chưa tới độ thành bùn.

- Bây giờ, em muốn chị bóp lấy côn xe - Jacob hướng dẫn.

Tôi ngoan ngoãn làm theo.

- Bây giờ, đến điều quan trọng này, chị Bella - Jacob nhấn mạnh - Chị đừng thả côn xe ra nhé, được không? Hãy coi như em đang đưa chị cầm một trái lựu đạn. Chốt an toàn đã tháo rồi, và chị đang phải bóp cái mỏ vịt.

Nghe thấy thế, tôi siết chặt ngay lấy cái côn xe.

- Tốt lắm. Bây giờ, chị có thể đạp máy được không?

- Bây giờ mà chị nhúc nhích cái chân là sẽ bị té đấy - Tôi nghiến răng trả lời Jacob, những ngón tay vẫn siết chặt lấy... trái lựu đạn sống.

- Được rồi, để em làm cho. Đừng có thả cái côn xe ra đấy nhé.

Người bạn nhỏ lùi lại một bước rồi đạp thật mạnh lên cần đạp... Chỉ có mỗi một tiếng "bạch" ngắn ngủn, và cú đạp chân ấy của Jacob đã khiến cho chiếc xe tức thì ngả sang một bên. Tất nhiên là tôi cũng đổ người theo, nhưng nhanh như cắt, người bạn đồng hành của tôi đã kịp thời giữ chiếc xe lại, trước khi nó kịp cho tôi nằm đo đường.

- Mạnh mẽ lên nào - Jacob cổ vũ - Chị vẫn nắm lấy cái côn xe đó chứ?

- Ừ - Tôi bắt đầu thở dốc.

- Chị chống chân đi... Em sẽ thử lại lần nữa - Tuy nói vậy nhưng Jacob vẫn giữ lấy yên sau cho chắc chắn.

Nhưng rồi Jacob đã phải đạp thêm tới bốn lần nữa, động cơ xe mới chịu hoạt động. Chiếc xe nổ ì ầm hệt như một con thú dữ. Vẫn kiên gan, tôi bóp chặt lấy cái côn xe, đến mức các ngón tay bắt đầu đau ê ẩm.

- Chị thử lên ga đi - Người bạn nhỏ đề nghị - Nhẹ thật nhẹ thôi. Nhưng đừng có bỏ cái côn xe ra đấy.

Một cách ngập ngừng, tôi vặn cái nắm tay lái bên phải. Chỉ là một cử động nhẹ, ấy vậy mà chiếc xe máy đã bắt đầu gào rú lên. Con thú bắt đầu đói và nổi giận rồi. Jacob mỉm cười hài lòng.

- Chị có nhớ cách vào số không? - Người bạn nhỏ của tôi hỏi.

- Có.

- Ừ, thế thì làm đi.

- Được rồi.

Vài giây sau.

- Chân trái, chân trái - Jacob nhắc nhở.

- Biết rồi - Tôi trả lời, hít vào một hơi thật sâu.

- Chị có chắc là chị muốn chạy xe không đấy? - Người bạn đồng hành của tôi lại hỏi - Trông mặt chị tái mét kìa.

- Chị chẳng sợ gì cả - Tôi đáp lại một cách cáu kỉnh, rồi vào số một.

- Tốt lắm - Jacob khích lệ tôi - Nào, từ tốn thôi nhé, chị thả côn xe ra đi.

Nói xong, người bạn nhỏ lùi lại một bước.

- Em muốn chị thả trái lựu đạn ra hả? - Ngờ vực, tôi hỏi lại. Đúng vậy rồi, cậu ta đang lùi lại thêm nữa kia kìa.

- Thì như vậy mới chạy được chứ chị. Từ từ, từ từ thôi nhé.

Một cách nhẹ nhàng, tôi lơi tay dần, và sửng sốt... Một giọng nói không phải từ miệng người con trai đang đứng ở bên cạnh tôi bỗng cất lên.

- Thật khinh suất, trẻ con và ngớ ngẩn quá, Bella ạ - Giọng nói êm ái đang đanh lại vì tức giận.

- Ôi trời ơi - Tôi thở hổn hển như sắp chết ngạt đến nơi, tay tôi buông hẳn cái côn xe ra.

Ngay tức khắc, chiếc xe nhảy chồm lên, giật phắt tôi về phía trước rồi đổ ập xuống đất, đè dí lên người tôi, động cơ tắt ngúm.

- Bella? - Jacob vội vàng xốc chiếc xe dậy - Chị có bị thương ở đâu không?

Có nghe, nhưng tôi không để tâm lắm.

- Thấy chưa, anh đã nói với em rồi - Giọng nói ngọt ngào, trong vắt kia lầm bầm.

- Bella? - Jacob lay lay vai tôi

- Chị vẫn ổn - Tôi khẽ đáp, hồn vía lại được dịp lên mây.

Hơn cả ổn nữa. Giọng nói trong đầu tôi đã trở lại. Nó đang vang vọng bên tai tôi những âm thanh êm dịu, mượt mà.

Ngay lập tức, thần trí của tôi bắt đầu hoạt động, nó liên tưởng đến những giả thuyết khả dĩ dẫn đến hiện tượng này. Nơi đây hoàn toàn chẳng có gì thân thuộc - tôi chưa từng nhìn thấy con đường này bao giờ, cũng như chưa bao giờ tôi ngồi lên xe máy - chắc chắn một trăm phần trăm là như thế. Vậy là ảo giác này đến từ một tác động khác... Tôi cảm nhận rõ mồn một chất adrenaline đang luân chuyển ào ạt trong các tĩnh mạch, có lẽ đó chính là câu trả lời. Ảo giác ấy chỉ là kết quả của sự gặp gỡ giữa chất adrenaline và mối nguy hiểm cận kề, nếu không thì cũng là do tôi bị hồn siêu phách lạc mà thôi.

Jacob đỡ tôi dậy.

- Chị có thấy đau ở đầu không? - Người bạn nhỏ hỏi.

- Không, chị nghĩ là không -Vừa nói, tôi vừa gục gặc cái đầu để kiểm tra - Cái xe không bị làm sao chứ? - Tôi chỉ lo cho cái xe thôi. Tôi muốn thử lại một lần nữa. Bất cẩn, khinh suất, hành động tôi đang thực hiện đây chính là vì mục tiêu đó mà, nó diễn ra rất tốt, tốt hơn những gì tôi đã nghĩ nữa. Ấy vậy mà trong phút chốc, tôi lại quên đi mất cái lý do chính đứng đằng sau chuyện này, đó là phải phá bỏ giao ước với *anh*. Mọi suy nghĩ của tôi lúc này đều chỉ dồn cả vào những ảo giác, hình như tôi biết cách khôi phục lại chúng rồi - điều đó mới thực sự quan trọng hơn đối với tôi.

- Không sao, chị chỉ làm xe chết máy thôi - Jacob trả lời, cắt đứt mạch suy nghĩ của tôi - Chị buông côn xe ra nhanh quá.

Tôi gật đầu, đề nghị:

- Chúng ta thử lại một lần nữa đi.

- Chị chắc chứ? - Jacob hỏi.

- Hoàn toàn chắc chắn.

Lần này, tôi muốn tự mình đạp máy. Cũng phức tạp thật; tôi hầu như phải nhảy xuống cái cần đạp mới đủ lực, và mỗi lần làm như vậy, cái xe lại như muốn hất tôi văng ra khỏi nó. Nhưng không sao, Jacob đang ở bên cạnh... trực sẵn, bàn tay của cậu bạn nhỏ cứ lượn lờ ở chỗ tay lái, áng chừng sẽ đỡ xe cho tôi bất cứ khi nào.

Sau vài lần hăm hở đạp máy, lẫn những lần đạp máy một cách ủ ê, cuối cùng, chiếc xe cũng hoạt động, động cơ bắt đầu gầm lên. Nhớ lại lời dặn dò của Jacob, tôi siết chặt lấy cái "mỏ vịt", rồi lên ga một cách thành thục. Con thú dữ chỉ dám gầm rú ở âm lượng nhỏ nhất. Tôi quay sang Jacob, nụ cười của tôi đồng điệu cùng nụ cười của người bạn nhỏ.

- Nhẹ nhàng thả cái côn xe ra thôi nhé - Cậu ta nhắc nhở.

- Bộ em tính tự sát hả? Toàn bộ chuyện này là gì vậy? - Giọng nói kia lại cất lên, âm điệu vẫn khe khắt như lúc đầu.

Tôi mỉm cười khiêu khích - sẽ không có chuyện bỏ cuộc đâu - và lờ phất đi những câu hỏi bực dọc. Nhất định Jacob sẽ không để cho bất cứ chuyện gì xảy đến với tôi.

- Về nhà đi - Giọng nói kia lại ra lệnh, thang âm gay gắt, nhưng cái tố chất êm dịu vẫn không hề mất đi, thật kỳ lạ. Tôi sẽ không cho phép trí nhớ của mình bỏ sót bất kỳ một chi tiết nhỏ nào về nó, dù có phải trả bằng bất cứ giá nào.

- Thả ra từ từ thôi, chị nhé - Jacob vẫn ở bên cạnh cổ vũ tôi.

- Ừ - Tôi trả lời, và nhất thời bực bội đôi chút khi nhận ra mình vừa trả lời cho cả hai tên con trai cùng một lúc.

Giọng nói của *anh* vẫn rền rĩ, như muốn át cả tiếng động cơ xe.

Tôi đã quyết tâm rồi, lần này, tôi sẽ toàn tâm toàn ý lái xe, không để cho dư âm của *anh* chi phối tinh thần nữa. Từng chút, từng chút một, tôi lơi tay dần. Và rồi một cách bất ngờ, chiếc xe bỗng lăn bánh, đưa tôi lao về phía trước.

Tôi đang bay.

Chưa bao giờ tôi lại được hứng gió nhiều và mạnh như thế, gió dồn dập ùa vào mặt tôi, làm căng lớp da đầu và thổi tung tóc về phía sau, mạnh đến nỗi tôi có cảm tưởng như ai đó đang kéo tóc của mình. Giờ thì tôi đang gan cùng mình rồi, chất adrenaline tuôn chảy ào ạt trong cơ thể tôi, bên dưới lớp da, các tĩnh mạch bỗng nóng ran, nhưng nhức như bị kim châm. Những thân cây cứ thế thi nhau lao vùn vụt ngược lại phía tôi, rồi nhanh chóng trở thành một bức tường xanh lục mờ ảo.

Nhưng mà... mới chỉ là số một thôi!?! Tôi ấn chân xuống, vào số mới, đồng thời tăng thêm ga.

- Không được, Bella - Giọng nói ngọt ngào nhưng lại vang

lên một cách giận dữ bên tai tôi - Trời ơi, coi em đang làm gì kìa!

Tiếng kêu bất ngờ của *anh* cuối cùng cũng kéo tôi thoát khỏi cơn mê tốc độ... để mà nhận ra một khúc cua hẹp ở phía bên trái đường... nhưng bi kịch là ở chỗ tôi vẫn đang hăm hở lao vùn vụt về phía trước. Trời ạ, Jacob chưa hề chỉ cho tôi cách bẻ cua.

- Thắng lại, thắng lại - Tôi lầm bầm với chính mình, và rồi như một phản xạ tự nhiên, tôi dập mạnh chân, đó là kiểu đạp thắng mà tôi vẫn hay làm khi rong ruổi trên chiếc xe tải.

"Kítttt", chiếc xe máy đột ngột thay đổi nhịp chuyển động, nó rùng mình không ngớt, hết nghiêng sang trái lại nghiêng sang phải. Và cái tình trạng đó cứ giữ nguyên như vậy, nó trượt đi, mang theo tôi, nhắm thẳng vào những thân cây bên đường mà xông bừa vào, với một tốc độ... không thể không chóng mặt. Hết sức cố gắng, tôi bẻ quặt tay lái sang hướng khác, lại thay đổi chuyển động (!), lần này, cả người lẫn xe cùng đổ vật xuống đất, nhưng theo đà, vẫn còn lao tiếp tới phía những thân cây...

... Một lần nữa, chiếc xe máy lại đáp xuống người tôi, trong lúc động cơ của nó vẫn còn gầm rú không biết chán, cứ thế, nó kéo lê tôi xềnh xệch trên nền cát ướt... mãi cho đến khi va phải một cái gì đó mới chịu dừng lại. Tôi không còn nhìn thấy gì nữa. Toàn bộ gương mặt tôi lúc này đang vục hẳn trong rêu. Tận dụng hết sức lực còn lại trong người, tôi cố nhấc đầu lên, nhưng không xong, có một cái gì đó đang chặn tôi lại.

Rồi cơn chóng mặt mau chóng ập tới, đầu óc tôi quay cuồng, không còn nhận ra được rõ ràng một điều gì. Trong trạng thái mơ hồ, tôi loáng thoáng nhận ra ba thứ âm thanh: tiếng chiếc xe máy đang rú rít trên người tôi, giọng nói của *anh*, và một âm thanh nào đó khác...

- Bella! - Jacob thét lên gọi tôi, tôi lờ mờ cảm nhận được tiếng của một động cơ xe máy khác nhưng mau chóng bị tắt ngang.

Cuối cùng, chiếc xe máy cũng thôi không còn đè nghiến tôi xuống dưới đất nữa, tôi được lật thẳng người lại để thở. Mọi thứ âm thanh đột nhiên mất hút.

- Ồ - Tôi lầm bầm. Tự dưng toàn thân run lên. Đúng rồi, chỉ có nó thôi, công thức của ảo giác chính là adrenaline cộng với nguy hiểm và cộng tiếp với ngu ngốc, hay một thứ gì đó gần gần như vậy.

- Bella! - Jacob cúi xuống một cách lo lắng - Bella, chị còn sống không?

- Chị vẫn ổn mà! - Tôi tự "ca" mình và tự thu tay thu chân lại - Mình làm lại đi.

- Em không nghĩ như vậy - Jacob vẫn giữ cái giọng run run đầy lo lắng - Em thấy tốt hơn hết là đưa chị vào bệnh viện.

- Chị có sao đâu.

- Hả? Trên trán của chị vừa "mọc" thêm một vết cắt bự chảng kìa, nó đang chảy máu tóe loe đấy - Người bạn nhỏ báo cho tôi biết.

Nghe thấy thế, tôi quáng quàng rờ tay lên trán. Thôi đúng

rồi, cái trán ươn ướt và nhớp nháp thế này. Tuy vậy, tôi lại chẳng ngửi thấy mùi vị gì khác ngoại trừ cái mùi hăng hắc của rêu phong; kể cũng may, mùi rêu đã át hẳn cái mùi gây buồn nôn ấy.

- Ôi trời ơi, chị xin lỗi em nhé, Jacob - Tôi quệt mạnh vết thương, như thể làm như thế thì máu sẽ chảy ngược lại vào trong đầu.

- Tại sao chị lại xin lỗi vì bị chảy máu như thế? - Vừa hỏi, Jacob vừa choàng cánh tay dài ngoằng qua thắt lưng của tôi, kéo tôi đứng dậy - Đi nào. Em sẽ lái xe - Người bạn nhỏ đưa tay kia ra, chờ đợi tôi đưa chìa khóa.

- Thế còn hai chiếc xe máy? - Tôi hỏi ngược lại, trong lúc đưa chùm chìa khóa cho Jacob.

Người bạn nhỏ chỉ suy nghĩ trong đúng một giây.

- Chờ em ở đây nhé. À, cầm lấy cái này - Nói xong, Jacob cởi vội chiếc áo thun lấm tấm máu, trao cho tôi. Tôi đón lấy chiếc áo, cuộn lại và ấn vào vết thương. Mùi máu lúc này cũng bắt đầu xộc vào mũi tôi; kinh hãi, tôi chuyển sang thở bằng miệng, cố tập trung vào việc khác.

Jacob nhảy phóc lên chiếc xe máy màu đen, đạp máy chỉ đúng một lần duy nhất, rồi lao vùn vụt xuống đường, bỏ lại đám cát bụi và sỏi đá mù mịt ở phía sau. Rạp mình trên tay lái, đầu cúi thấp, mắt nhìn thẳng, mái tóc óng ả tương phản rõ rệt với nước da màu nâu đỏ trên tấm lưng trần, trông chàng thiếu niên da đỏ thật lực lưỡng và chuyên nghiệp làm sao. Như một phản ứng tự nhiên, tôi nheo mắt lại một cách... ghen ty. Chắc chắn cái tướng của tôi khi ngồi trên xe máy sẽ chẳng khi nào có thể khỏe khoắn được như thế.

Nhưng cũng ngạc nhiên thật, không ngờ là tôi đã chạy xe được xa đến như vậy. Khó khăn lắm tôi mới nhìn ra Jacob khi cậu cuối cùng đã đến được chiếc xe tải. Người bạn nhỏ gần như đã ném chiếc xe máy vào thùng xe rồi nhảy phóc lên cabin...

Sau đó, Jacob lao xe như phá đến chỗ tôi, tiếng động cơ chiếc Chevy vang lên ầm ầm như muốn đánh thức cả không gian rộng lớn, nhưng thật tình, tôi chẳng có bất cứ một cảm giác khó chịu nào. Đúng ra thì cái đầu có hơi nhưng nhức, cái bụng thì nôn nao, nhưng vết cắt trên trán không hề nghiêm trọng. Mấy vết thương ở đầu cũng chỉ chảy máu qua loa. Sự cuống cuồng của Jacob quả là không cần thiết.

Bỏ chiếc xe tải đang nổ máy ở đấy, người bạn nhỏ ba chân bốn cẳng chạy đến chỗ tôi, quàng tay qua thắt lưng tôi một lần nữa.

- Nào, để em đưa chị lên xe.

- Thực tình là chị không bị làm sao cả - Tôi khẳng định lại một lần nữa với Jacob khi cậu giúp tôi ngồi vào cabin - Chỉ có một chút máu thôi mà.

- Chỉ có *một đống* máu thì có - Tôi nghe thấy người bạn đồng hành lầm bầm như vậy khi trở lại lấy chiếc xe máy của tôi.

- Nào, chúng ta hãy suy nghĩ một chút nhé - Tôi lên tiếng lúc Jacob leo trở vào cabin - Nếu em đưa chị đến bệnh viện trong tình trạng này thì chắc chắn là bố chị sẽ biết đấy - Tôi đưa mắt nhìn xuống chiếc quần jean bám đầy đất cát.

- Bella, em nghĩ vết thương của chị cần phải được khâu lại. Em sẽ không để chị phải mất máu đến chết đâu.

- Chị sẽ không bị như thế đâu mà - Tôi hứa với Jacob - Trước tiên, chúng ta phải đem cất hai chiếc xe máy này cái đã, sau đó sẽ đến nhà của chị để chị "phi tang" chứng cứ, rồi khi ấy hãy đến bệnh viện.

- Thế còn chú Charlie?

- Bố chị bảo rằng hôm nay ông phải đến sở.

- Chị thật sự chắc như thế chứ?

- Tin chị đi. Chị dễ bị chảy máu lắm. Nhưng không đến nỗi thảm khốc lắm đâu.

Tôi cố tạo ra chất hóm hỉnh trong câu nói của mình, nhưng Jacob không vui - miệng cậu cứ há hốc ra và nhăn nhó trông rất khó coi - nhưng vẫn phải làm theo mong muốn của tôi, bởi lẽ người bạn nhỏ không muốn tôi vướng vào rắc rối. Tôi nhìn chằm chằm ra ngoài cửa sổ, tay vẫn cầm chiếc áo thun mà rịt lấy vết thương, trong lúc đang được đưa về Forks.

Chiếc xe máy coi vậy mà được việc ghê, hơn tất cả những gì tôi mong đợi nữa. Nó đã đáp ứng được mục đích cơ bản của tôi. Tôi đã thành công - đã xóa bỏ lời hứa, đã "vô địch" về coi thường mạng sống. Vậy đó, nhưng sao tôi bỗng cảm thấy ngậm ngùi đôi chút khi lời hứa đều bị cả hai bên nuốt đánh ực.

Dẫu sao thì bù lại, tôi cũng đã tìm ra được chìa khóa để mở cánh cửa của những ảo giác! Ít ra thì tôi cũng đã từng luôn trông chờ vào điều này. Rồi ngay khi có thể, tôi sẽ thử lại giả thuyết này một lần nữa. Những vết thương trên cơ thể của tôi chắc sẽ được các bác sĩ khâu nhanh thôi, vậy thì tối nay, tôi sẽ thử...

Ngẫm lại, thấy cái trò phóng như bay trên đường kể cũng

đáng ngạc nhiên thật. Cái cảm giác bị gió thổi thốc vào mặt, tốc độ lẫn sự tự do... tất cả những chi tiết đó bỗng gợi cho tôi nhớ lại quãng thời gian tươi đẹp, cái giây phút được *anh* cõng trên lưng, rồi cùng *anh* lao đi như tên bắn, lướt nhanh trong cánh rừng già rậm rịt... Tôi chỉ nghĩ được đến đó, rồi thôi, ký ức ngọt ngào chợt vỡ tan trong nỗi đau khổ đột ngột ùa đến.

- Chị vẫn ổn chứ? - Jacob lên tiếng hỏi, để kiểm tra.

- Ừưư - Tôi cố nói một cách quả quyết như trước.

- Nhân tiện - Người bạn nhỏ nói thêm - Tối nay, em sẽ vô hiệu hóa cái thắng chân của chị

Về đến nhà, tôi tức tốc kiểm tra mình trong gương - cũng có hơi khủng khiếp thật. Máu đang khô lại thành một đường dày bám trên má, trên cổ tôi, và thành từng mảng trên mái tóc đầy bùn đất của tôi. Một cách chóng vánh, tôi kiểm tra lại các vết thương trên cơ thể mình, lòng tự nhủ máu chỉ là màu vẽ... cho cái bụng đỡ nôn nao, đồng thời không quên thở theo đường miệng; vậy là có thể yên tâm được rồi.

Xong xuôi, tôi đi rửa ráy mình mẩy qua loa, bộ quần áo dơ, dính đầy máu được tôi cẩn thận giấu xuống đáy giỏ đựng quần áo chuẩn bị giặt, và tròng vào người chiếc quần jean mới cùng chiếc áo sơ mi cài cúc (áo không có cúc thì tôi đâu có chui đầu vào được). Cẩn thận hơn, tôi chỉ làm bằng một tay, để tay kia cầm máu, có như thế, quần áo mới không bị dây bẩn.

- Nhanh lên chị - Jacob gọi to, giục giã.

- Ra ngay, ra ngay - Tôi cũng nói to đáp lại. Và sau khi đã chắc chắn rằng mình không để lại bất cứ một "vật chứng" nào có thể tố cáo mình được, tôi mới an tâm bước xuống cầu thang.

- Trông chị thế nào? - Tôi hỏi người bạn nhỏ.

- Tốt hơn rồi - Cậu ta trả lời.

- Nhưng liệu chị có giống như bị vấp ngã trong gara của em, rồi đầu va phải cái búa không?

- Giống, em nghĩ là giống lắm.

- Vậy thì chúng ta đi thôi.

Jacob lại cuống quýt hẳn lên, cứ luôn miệng giục tôi phải bước cho nhanh, và khăng khăng đòi cầm lái tiếp. Đi đến bệnh viện được nửa đường, tôi mới nhận ra là người bạn đồng hành của mình vẫn chưa có áo.

Tôi chau mày lại, cảm thấy mình có lỗi.

- Lẽ ra chị phải lấy cho em cái áo khoác mới phải.

- Như thế là "lạy ông con ở bụi này" đấy chị - Jacob thản nhiên nói - Vả lại trời cũng đâu có lạnh lẽo gì.

- Em đùa đấy à? - Vừa rùng mình, tôi vừa chỉnh thêm số ở hệ thống sưởi.

Rồi tôi quan sát Jacob, xem cậu có biểu hiện gì cho thấy là đang lạnh hay không, để tôi có thể an tâm, đỡ phải lo lắng, nhưng quả thật người bạn nhỏ của tôi trông vẫn có vẻ như "không biết lạnh là gì". Cậu còn thoải mái gác một tay lên lưng ghế của tôi, trong khi tôi thì đang ngồi co ro để giữ ấm.

Càng nhìn Jacob, tôi mới càng thấy là cậu bạn này lớn hơn cái tuổi mười sáu của mình nhiều lắm - chưa đến độ bốn mươi, nhưng có lẽ là lớn hơn tôi. Nói về khoản lực lưỡng thì

Quil chẳng hơn Jacob bao nhiêu, mặc dù vậy nhưng so với Quil, trông Jacob vẫn có vẻ ốm tong teo. Các cơ bắp trên người của cậu sắp xếp theo chiều dài, hơi cuộn lên dưới lớp da mềm mại. Nước da của cậu phải thừa nhận là rất đẹp, điều đó làm cho tôi phải ghen tị thêm một lần nữa.

Bất chợt Jacob nhận ra cái nhìn của tôi.

- Sao thế chị? - Người bạn nhỏ cất tiếng hỏi, giọng nói lộ rõ vẻ e dè, ngượng nghịu.

- Không có gì. Chỉ là trước đây, chị không nhận ra thôi. Em cũng rất đẹp đấy, biết không?

Những lời cuối cùng vừa thốt ra xong, tôi mới giật mình lo ngại, có khi nào người bạn nhỏ nghĩ việc quan sát trong lúc bốc đồng của tôi theo hướng xấu không nhỉ?

Jacob tròn xoe mắt:

- Chắc hồi nãy chị bị va vào đầu nặng lắm, đau lắm phải không chị?

- Chị nói thật mà.

- Ồ, ừm, cảm ơn chị.

Tôi toét miệng ra cười.

- Không có chi.

Vết thương ở trán cuối cùng cũng bị khâu tới bảy mũi. Sau khi được gây tê cục bộ, tôi không còn cảm thấy đau nữa. Trong lúc bác sĩ Snow khâu cho tôi, Jacob luôn đứng túc trực và nắm lấy tay tôi, còn tôi thì chỉ biết cố gắng thôi không nghĩ đến cái tình huống mỉa mai hiện tại.

Chúng tôi cùng ở bên nhau trong bệnh viện. Ngay sau khi được khâu xong, tôi đưa Jacob về nhà, rồi vội vã chạy về lo bữa tối cho bố. Có vẻ như bố tin chuyện tôi bị ngã trong gara của Jacob. Cũng phải thôi, vì nếu không có sự giúp đỡ của Jacob thì làm sao tôi có thể một thân một mình tìm đến phòng cấp cứu được chứ.

Đêm hôm ấy không đến nỗi tệ hại như đêm đầu tiên, sau khi tôi được nghe lại giọng nói êm dịu ở Port Angeles. Lỗ thủng tiềm ẩn trong lồng ngực của tôi vẫn bộc phát như những lần tôi tạm rời xa Jacob, nhưng lần này, nó không lan tỏa ra xung quanh những đợt sóng đau thương như hồi nào nữa. Mà dù gì thì tôi cũng đã quyết định rồi, tôi sẽ đương đầu với vết thương lòng ấy, tôi sẽ bất chấp tất cả để mở nhiều cánh cửa ảo giác hơn; tôi đã phát cuồng thật sự. Nhưng tôi biết rằng ngày mai rồi sẽ khá hơn, bởi tôi sẽ lại được gặp Jacob. Chỉ nghĩ tới mỗi điều đó thôi đã khiến nỗi lòng thê lương và cơn đau quen thuộc trong tôi trở nên dễ chịu đựng hơn, tâm trạng cũng nhẹ nhõm được phần nào. Cả cơn ác mộng cũng vậy, nó cũng đã giảm được phần nào cái "ác". Như mọi khi, điều khiến tôi sợ hãi chính là cái hư vô trong cõi mộng, nhưng lần này, lòng tôi bỗng bùng nổ một cảm xúc khác, tôi nóng lòng, nóng lòng một cách kỳ lạ mà chờ đợi cái giây phút sẽ thức tỉnh mãi mãi. Cơn ác mộng nào rồi cũng phải có lúc kết thúc.

Thứ Tư, trước khi tôi chuẩn bị rời bệnh viện về nhà, bác

sĩ Gerandy đã gọi cho bố tôi, cảnh báo rằng tôi có khả năng bị chấn động, và rằng ban đêm, cứ mỗi hai tiếng đồng hồ, bố nên đánh thức tôi dậy để đảm bảo rằng không có chuyện gì nghiêm trọng cả. Đôi mắt ngài cảnh sát trưởng đang bình thường bỗng nheo nheo đầy nghi ngờ khi nghe lời giải thích tội nghiệp của tôi về chuyến đi đến nhà Jacob.

- Chắc từ nay, hai đứa đi ra ngoài chơi chứ đừng ở trong gara nữa, Bella ạ - "Ngài" khuyên nhủ tôi khi hai bố con đang ngồi ăn tối ở nhà.

Tôi bắt đầu thấy bất an, lo rằng bố sắp sửa ban hành một chỉ dụ mới là không được xuống La Push chơi, thế là phải chia tay với chiếc xe máy. Nhưng tôi sẽ không đầu hàng đâu - hôm nay, ảo giác của tôi lại xuất hiện, và là ảo giác khiến tôi ngạc nhiên nhất. Giọng nói êm mượt như nhung ấy lần này đã la hét om sòm đến khoảng gần năm phút trước khi tôi bóp thắng đột ngột và rồi cả cái thân hình của tôi bay vào một thân cây. Tôi đã quyết định từ lâu rồi, vì giọng nói kia, tôi sẽ sẵn sàng đón nhận mọi cơn đau xảy ra vào buổi tối mà không mở miệng oán trách lấy một lời.

- Nhưng lần này thì con đã không bị té ở trong gara ạ - Tôi lên tiếng "xác nhận" lại một cách mau mắn - Bọn con đi bộ vượt địa hình và rồi con vấp phải một hòn đá.

- Con bắt đầu luyện tập cái môn thể thao đó từ khi nào vậy? - Ngài cảnh sát trưởng hoài nghi hỏi lại.

- Làm việc ở cửa hàng nhà Newton cũng có lúc con bị thương mà bố - Tôi giải thích cho bố hiểu.

Mỗi ngày, phải ở ngoài đường khuyên răn đạo đức hết

người này đến người kia, ấy vậy mà cuối cùng bố cũng là người tò mò...

Ngài cảnh sát trưởng trân trối nhìn tôi, mối nghi ngờ càng lớn lên thêm.

- Con sẽ cẩn thận hơn - Tôi hứa với bố, rồi lén lút bắt chéo hai ngón tay ở dưới gầm bàn... cầu mong được may mắn.

- Bố không bực mình về chuyện con đi đứng ở La Push, nhưng mà con nên loanh quanh ở gần thị trấn thôi, được không?

- Vì sao vậy ạ?

- Dạo gần đây, bên bố nhận được nhiều báo cáo, phàn nàn về thú hoang này nọ lắm. Ban kiểm lâm sẽ phải vào cuộc, nhưng tạm thời lúc này...

- A, con gấu khổng lồ - Tôi nhớ ra, vội lên tiếng ngay lập tức - Mấy tay đi bộ đường trường hay ghé vào cửa hàng nhà Newton cũng bảo là có trông thấy nó. Nhưng bố thực sự nghĩ rằng vùng mình đang có một con gấu bị đột biến gen sao?

Cái trán của ngài cảnh sát trưởng hơi nhăn nhíu lại.

- Nơi đây đang xảy ra một chuyện gì đó. Con chỉ nên loanh quanh đâu đó chơi ở gần thị trấn thôi, có được không?

- Tất nhiên rồi, tất nhiên rồi ạ - Tôi trả lời gấp gáp. Nhưng có thể thấy rõ rằng bố không hề có vẻ gì gọi là đã an tâm cả.

- Bố chị đang nghi ngờ đấy - Tôi phàn nàn với Jacob khi đến gặp cậu vào ngày thứ Sáu, sau khi tan trường.

- Có lẽ chúng ta nên làm nguội tình hình một thời gian -

Nhìn thấy vẻ mặt chống đối của tôi, người bạn nhỏ nói thêm
- Ít nhất là một tuần, hay nhiều hơn một chút. Chị có thể
tránh xa bệnh viện trong khoảng một tuần mà, đúng không?

- Thế thì chúng ta sẽ làm gì? - Tôi nhăn nhó hỏi.

Jacob mỉm cười hớn hở:

- Làm gì cũng được, miễn là điều chị muốn là được rồi.

Tôi thừ người ra suy nghĩ mất cả phút - tôi muốn làm cái
gì nhỉ?

Tôi rất ghét cái suy nghĩ phải xa rời những ký ức ngọt
ngào - những ký ức tự nó đến, không phải do tôi nhớ ra,
dẫu chỉ là vài giây ngắn ngủi. Nếu không có xe máy, tôi sẽ
phải tìm ra con đường khác dẫn đến hiểm nguy và chất
adrenaline. Trong giai đoạn này, nếu không làm gì cả thì sẽ
buồn đến chết mất. Hay là tôi đã rơi vào trạng thái chán nản
trở lại, ngay cả khi ở bên Jake sao? Cần phải luôn luôn bận
bịu thôi, không còn cách nào khác.

Có lẽ vẫn còn có một con đường khác, còn có một cách
thức khác... còn có một nơi nào đó khác.

Không còn nghi ngờ gì nữa, căn nhà là một sai lầm. Nhưng
sự tồn tại của *anh* hẳn vẫn còn lưu giữ lại ở một nơi nào
đó, một nơi nào đó khác ngoài lòng tôi. Chắc chắn trên đời
này có nơi đó, nơi *anh* sống thật nhất, chứ không phải là
những chốn thông thường, nơi đã in dấu trong ký ức của
nhiều người khác.

Đúng rồi, có một nơi như vậy, ở nơi đó, *anh* sống thật với
mình nhất. Nơi đó chỉ thuộc về *anh*, chứ không là ai khác -
một nơi thần tiên, ngập tràn ánh sáng. Đấy chính là cánh
đồng cỏ tươi đẹp mà đã có lần tôi ghé thăm, một cánh đồng

cỏ sáng ngời ánh mặt trời, lấp lánh, phản chiếu thành muôn vàn màu sắc trên làn da của *anh*.

Hựưư... Ý nghĩ này không ngờ lại đem đến một kết quả ngược lại với sự mong đợi - nỗi đau trong lòng tôi trở nên nghiêm trọng hơn. Mới chỉ nghĩ đến thiên đường ấy thôi là lồng ngực của tôi đã quặn thắt với những trống trải trong tâm hồn. Giữ cho mình cứng cỏi, không để lộ cảm xúc thật của lòng mình mới khó làm sao. Nhưng không còn nghi ngờ gì nữa, chính là nơi đó, đó là nơi chắc chắn tôi có thể nghe lại được giọng nói của *anh*. À, mà sao nhỉ, chẳng phải tôi đã "khoe" với bố rằng tôi đang đi bộ đường trường đó sao...

- Chị nghĩ gì mà trông có vẻ lung thế? - Jacob lên tiếng hỏi.

- Ờ ừm... - Tôi bắt đầu trả lời một cách chậm rãi - Có lần chị vào rừng và đã tìm được một nơi. Lúc đó chị đang đi... ừm... đi bộ đường trường. Đấy là một cánh đồng cỏ nho nhỏ, một nơi đẹp nhất thế gian. Chị không biết một mình mình thì có thể tìm lại được nó hay không. Có lẽ là phải cố gắng vài lần...

- Tụi mình có thể dùng la bàn và một tấm bản đồ địa hình là được - Jacob reo vui một cách tự tin - Chị còn nhớ đường đến khu rừng đó không?

- Có chứ, nó ở cuối quốc lộ Một trăm mười, gần với con đường mòn. Chị nghĩ là ở phía nam.

- Tuyệt vời. Tụi mình sẽ tìm ra nó - Lúc nào cũng vậy, Jacob luôn hào hứng tham gia vào mọi trò vì tôi, cho dẫu chuyện đó có kỳ quặc đến mức nào đi nữa cũng mặc.

Thế là chiều thứ Bảy, tôi náo nức xỏ chân vào đôi giày ống chuyên dùng để đi bộ - một đôi giày mới toanh tôi mua hồi sáng, với lần đầu tiên sử dụng "quyền nhân viên" để được giảm giá hai mươi phần trăm - và không quên chộp thêm tấm bản đồ địa hình bán đảo Olympic, rồi cứ thế mà phóng xe thẳng đến La Push.

Nhưng chúng tôi chưa thể lên đường ngay. Trước tiên, Jacob nằm xoài ra phòng khách, choán hết cả chỗ, để hì hụi vẽ đường đi theo những cột mốc đã có sẵn trên bản đồ... mất những hai mươi phút, còn tôi thì ngồi trên một chiếc ghế vốn dĩ của nhà bếp mà trò chuyện với ông Billy. Ông Billy có vẻ chẳng hề quan tâm chút nào đến chuyến đi bộ của chúng tôi. Tôi ngạc nhiên khi biết rằng Jacob đã "khai" toàng toạc với mọi người nơi chúng tôi sẽ đi, nên đã được những người hay quan trọng hóa mọi vấn đề mách bảo về sự xuất hiện của con gấu. Tôi rất mong ông Billy đừng "báo cáo" gì với ngài cảnh sát trưởng về chuyện đó, nhưng lại sợ rằng khi nói ra cái đề nghị mang tính chất nhờ vả ấy thì thể nào cũng được đón nhận kết quả ngược lại.

- Chắc tụi mình sẽ nhìn thấy con gấu khổng lồ ấy đấy - Jacob nói đùa, mắt vẫn không rời bản vẽ.

Ngay tức khắc, tôi đưa mắt sang ông Biilyy, chờ đợi cái phản ứng cùng một kiểu với "ông" Charlie.

Nhưng ông Billy chỉ bật cười ha hả trước câu nói của cậu con trai:

- Nếu muốn vậy thì con hãy mang theo một bình mật ong nhé.

Jake phá ra cười khanh khách:

257

- Em hy vọng đôi giày mới của chị có thể đi nhanh được, Bella ạ. Một cái bình mật nho nhỏ chẳng khiến con gấu đói mất công lắm đâu.

- Chị chỉ cần nhanh hơn em là được rồi.

- Em cũng cầu sao cho được như vậy! - Jacob trả lời, mắt đảo vài vòng khi gấp tấm bản đồ lại - Đi nào.

- Đi chơi vui nhé - Ông Billy nói to, rồi lăn xe đến chỗ cái tủ lạnh.

Thật ra thì ngài cảnh sát trưởng nhà tôi không đến nỗi khó tính đến độ người khác không sống được, ông bố nào cũng vậy thôi, nhưng so với tôi, xem ra, Jacob rất hồn nhiên, và điều đó đã khiến cho cuộc sống của cậu dễ chịu hơn cuộc sống của tôi nhiều lắm.

Tôi cứ thế cho xe băng băng về phía cuối con đường đất, rồi đỗ xịch lại gần cái bảng gỗ nhỏ dẫn lối vào đường mòn. Đã lâu lắm rồi, tôi không đặt chân đến nơi này nữa, bụng tôi chợt thắt lại, bồn chồn, lo lắng. Có lẽ sẽ có những chuyện không hay xảy ra. Nhưng tôi sẵn sàng trả giá, chỉ cần được nghe lại giọng nói của *anh* là đủ rồi.

Bước ra khỏi cabin, tôi nhìn sững vào rừng cây rậm rạp.

- Hồi ấy, chị đã đi vào lối này - Tôi lầm bầm, chỉ tay về phía trước.

- Hmmm - Jacob chỉ biết đáp lại có thế.

- Em sao vậy?

Người bạn nhỏ nhìn theo hướng tôi chỉ, rồi lại nhìn sang cái bảng gỗ chỉ đường, cứ nhìn đi nhìn lại như thế mãi.

- Lẽ ra em phải hiểu chị là người thích mở một con đường mòn mới phải.

- Không phải thế - Tôi mỉm cười một cách chán chường - Chị chỉ là kẻ hay nổi loạn thôi.

Jacob bật cười ngặt nghẽo, rồi rút tấm bản đồ ra.

- Chờ em một chút nhé - Vừa nói, người bạn nhỏ vừa giữ chiếc la bàn một cách điệu nghệ, đồng thời xoay tấm bản đồ theo hướng cậu đã chọn.

- Được rồi, đường đầu tiên trên bản đồ. Chúng ta đi nào.

Có thể nói rằng tôi bị bộ chậm hơn Jacob rất nhiều, ấy vậy mà cậu không hề ta thán. Đi trong khu rừng này cùng một người bạn đồng hành mới, tôi cố gắng không day đi day lại hình ảnh về chuyến đi ngày trước. Những ký ức tưởng chừng như bình thường ấy hóa ra rất nguy hiểm. Nếu tôi không giữ được mình, thì đến khi tôi bấu chặt tay lên ngực, miệng thở hổn hển như sắp chết ngạt đến nơi, lúc ấy, tôi biết sẽ phải giải thích với Jacob như thế nào đây?

Nhưng kể cũng may, ép mình chỉ được tập trung vào hiện tại thôi cũng không phải là quá khó khăn đối với tôi. Cánh rừng này cũng giống y hệt như những cánh rừng khác trên bán đảo và tính cách của Jacob cũng hoàn toàn khác với tính cách của *anh*.

Người bạn nhỏ vui vẻ huýt sáo một giai điệu nào đó rất lạ, và hồn nhiên khoa tay, nhún nhảy theo điệu nhạc, cứ thế ung dung đi dưới những tán cây rậm rịt, che khuất cả bầu trời. Dường như bóng râm cũng không còn trở nên quá tối tăm nữa. Chẳng phải bên cạnh tôi đang là một mặt trời đấy sao.

Cứ độ vài ba phút, Jacob lại kiểm tra la bàn một lần, để giữ cho chúng tôi luôn đi thẳng theo hướng mà cậu đã định sẵn trên la bàn. Có vẻ như người bạn nhỏ nắm rất rõ việc mình đang làm. Tôi định lên tiếng khen ngợi cậu, nhưng đã kịp thời kìm ngay lại. Thể nào cậu bạn cũng lấy cớ đó mà tự thêm tuổi cho mình rồi lấy làm tự đắc mà cho xem.

Càng dấn bước sâu vào rừng, đầu óc tôi càng lan man, rồi bất giác tôi lại trở nên hiếu kỳ. Tôi vẫn không quên câu chuyện Jacob đã kể với tôi ở những vách đá ngoài biển - Tôi vẫn chờ cậu nói tiếp đề tài đó, nhưng có vẻ như chuyện đó sẽ không tự xảy ra...

- À... Jake này? - Tôi ngập ngừng lên tiếng.

- Dạaa?

- Chuyện với... Embry sao rồi? Bạn em đã trở lại bình thường chưa?

Jacob im lặng cả phút đồng hồ, đôi chân vẫn sải những bước dài. Đến khi đi được khoảng mười bước, cậu bạn đứng chững lại, kiên nhẫn đợi tôi.

- Chưa, cậu ta vẫn chưa trở lại được bình thường, chị ạ - Jacob lên tiếng khi tôi tiến lại phía cậu, người bạn nhỏ hơi trễ môi xuống và cứ đứng yên như thế, không chịu bước tiếp. Tôi cảm thấy hối hận vì đã khơi mào câu chuyện của cậu.

- Vậy là vẫn giao du với Sam.

- Vâng.

Nói xong, cậu quàng tay lên vai tôi, trông người bạn nhỏ thiểu não đến độ tôi không tin là mình có thể xoa dịu được nỗi buồn trong lòng cậu, bởi lẽ chính bản thân tôi lúc này, trong lòng cũng đang ngập tràn những ưu tư khác.

- Họ vẫn nhìn em lạ lắm phải không? - Tôi hỏi, gần như là một lời thì thầm.

Jacob nhìn sững vào những thân cây, đáp:

- Cũng thi thoảng.

- Còn bác Billy?

- Tỏ ra giúp đỡ hơn bao giờ hết - Cậu trả lời bằng một giọng gắt gỏng, tức tối đến độ tôi cũng phải cảm thấy bối rối.

- Chiếc ghế tràng kỷ ở nhà chị bao giờ cũng chờ em - Tôi thẽ thọt.

Jacob phá ra cười ngặt nghẽo, thoát khỏi vẻ âu sầu không phù hợp với tính cách của cậu.

- Để xem... chú Charlie sẽ rơi vào tình thế ra sao nhỉ, khi mà quý ngài Billy gọi điện thoại báo cho cảnh sát hay rằng cậu con quý tử của ngài đã bị bắt cóc.

Tôi cũng phá ra cười thành tiếng, trong lòng lại nhen nhóm những niềm vui vì tâm trạng của Jacob đã cân bằng trở lại.

Hai người chúng tôi dừng bước khi Jacob thông báo rằng chúng tôi đã đi được sáu dặm đường, đành phải rẽ về phía tây một quãng ngắn nữa rồi đối diện với một con đường khác mà cậu đã vẽ sẵn trên bản đồ. Cảnh vật xung quanh hiện ra y hệt với lúc đi vào, có vẻ như cái yêu cầu ngớ ngẩn của tôi đã sắp đi đời nhà ma. Cũng phải chấp nhận điều đó thôi, bởi khu rừng đang càng lúc càng xuống bóng, một ngày âm u không có mặt trời sắp sửa nhường lối cho một buổi tối không sao, ngày đã tàn, ấy vậy mà người bạn nhỏ của tôi vẫn tỏ ra rất tự tin.

- Miễn là chị chắc chắn chúng ta đã vào đúng đường... - Cậu ta cúi mặt xuống, nhìn tôi.

- Chị chắc mà.

- Vậy thì chúng ta sẽ tìm ra thôi - Jacob buông một lời hứa chắc nịch, rồi chộp lấy tay tôi, kéo tôi bước qua một đám dương xỉ ngổn ngang đang cản đường. Và kia, chiếc xe tải của tôi đang nằm buồn xo ở một góc đường. Cậu bạn nhỏ xăm xăm dẫn tôi đi về phía nó, dáng vẻ vô cùng hãnh diện - Hãy tin ở em nhé.

- Em giỏi lắm, Jacob ạ - Tôi thật thà khen tặng - Lần sau, chúng ta phải nhớ đem theo đèn pin.

- Đúng thế, và từ giờ trở đi, cứ chủ nhật là tụi mình lại đi bộ đường trường nhé. Em không biết là chị đi chậm tới vậy.

Tôi giật phắt tay lại, lăm lăm đi về hướng cửa xe bên phía có vôlăng, bước chân giậm xuống đất... có phần hơi nặng, Jacob bật cười thích thú trước thái độ phản ứng ấy của tôi.

- Ngày mai, chị có tiếp tục đến nữa không? - Cậu hỏi, cũng bắt đầu leo vào cabin.

- Có. Nhưng nếu em không muốn đi cùng chị thì chị cũng không nỡ cột chân em vào với cái chân con rùa của chị đâu.

- Em chịu được mà - Jacob đáp một cách chắc nịch - Nếu đi bộ thì có lẽ chị nên lót một ít vải môletkin vào giày. Em cuộc rằng hiện giờ, hai cái chân của chị đang bắt đầu ê ẩm đấy.

- Ừ, có một chút thế thật - Tôi thú nhận, có cảm giác chân mình đang giộp lên, chứ không còn cảm giác thoải mái như lúc ban đầu nữa.

- Em hy vọng rằng ngày mai, chúng mình sẽ được nhìn thấy con gấu. Hôm nay, em có hơi thất vọng một chút.

- Ừ, chị cũng vậy - Tôi đồng ý một cách mỉa mai - Hy vọng ngày mai, chúng ta sẽ may mắn hơn và "được" một con thú nào đó ăn thịt!

- Gấu làm gì mà ăn thịt người chứ. Với lại, thịt người thì có ngon lành gì đâu mà ăn - Nói đến đây, người bạn nhỏ ngoác miệng ra cười, cabin xe tối om nhưng tôi vẫn nhận ra được điều ấy - Tất nhiên, chị là một ngoại lệ. Em cược rằng thịt chị rất ngon.

- Cảm ơn - Tôi trả lời, mắt lập tức nhìn sang hướng khác. Jacob không phải là người đầu tiên nói với tôi câu ấy.

9. KẺ THỨ BA

Thời gian bắt đầu trôi qua nhẹ nhàng và có vẻ chóng vánh hơn. Trường học, công việc, và Jacob - dù rằng không nhất thiết phải sắp xếp theo trình tự đó - đã tạo ra một "chu trình khép kín" quá dễ dàng và đơn giản, tôi chỉ có việc răm rắp làm theo mà không cần phải suy nghĩ gì. Ngài cảnh sát trưởng đã được như mơ ước, còn bản thân kẻ trong cuộc là tôi đây cũng không còn cảm thấy khổ sở như hồi nào nữa. Lẽ tất nhiên là tôi vẫn chưa thể hoàn toàn lừa phỉnh được chính bản thân mình. Những lúc quay trở về với con người thật của mình, điều tôi cố gắng không thực hiện quá thường xuyên, tôi vẫn không thể phớt lờ được cái lý do đã đưa đẩy tôi tới lối cư xử như hiện nay.

Tôi như một vầng trăng chết - thiên thể này đã bị hủy hoại trong cơn đại hồng thủy, khắp nơi đều hoang tàn, thê lương - ấy vậy mà vẫn phải tiếp tục quay tròn theo một quỹ đạo nhỏ bé, tù túng, bỏ lại cả một khoảng không rộng lớn ở phía sau, và hoàn toàn không bị ảnh hưởng bởi những định luật về lực hấp dẫn.

Tôi cũng đã bắt đầu trị được chiếc xe máy bất kham, nghĩa là đã ít bị băng bó hơn, nên ngài cảnh sát trưởng cũng đỡ lo lắng. Điều đó cũng có nghĩa là tiếng nói trong đầu tôi cũng đã phai nhạt đi, mãi cho đến lúc tôi không còn được nghe thấy nó nữa. Vắng lặng, tôi bồn chồn không yên. Thế là tôi lao vào tìm kiếm cánh đồng. Tôi ép buộc não bộ của mình, bằng mọi cách, phải sản xuất cho ra được chất adrenaline mới thôi.

Ngày nối ngày trôi qua, thế mà tôi lại chẳng chú ý gì - làm gì có lý do để mà chú ý. Hiện tại, tôi chỉ biết mỗi một điều rằng cần phải cố sống, thế thôi; khi đã đánh mất quá khứ, thì tương lai cũng chỉ là một chiếc bóng mờ. Vì vậy, tôi đã được dịp ngạc nhiên đến nơi đến chốn vào một ngày phải làm bài tập, theo thỏa thuận của Jacob và tôi. Khi vừa đánh xe vào đến trước cửa nhà của Jacob, tôi mới phát hiện ra rằng cậu ta đang rất sốt sắng chờ đợi mình.

- Chúc mừng ngày lễ tình nhân - Jacob lên tiếng kèm theo một cái mỉm cười, trong khi mặt thì cứ cúi gằm xuống đất...

... Rồi cậu bạn của tôi giơ ra một chiếc hộp nho nhỏ, màu hồng, đặt ở giữa lòng bàn tay. Những viên kẹo hình trái tim in biết bao nhiêu lời nhắn nhủ yêu thương.

- Trời ơi, chị có cảm giác như mình đang từ trên trời rơi xuống vậy - Tôi lẩm bẩm - Hôm nay đã là ngày lễ tình nhân rồi sao?

Jacob lắc đầu buồn bã:

- Sao quý cô lại có thể lơ đãng đến thế được nhỉ. Vâng, thưa quý cô, hôm nay là ngày mười bốn tháng Hai rồi đấy ạ. Vậy nên quý cô nhận lời làm bạn gái của tôi nhé? Bởi lẽ, quý cô đã chẳng thèm mua tặng tôi một hộp kẹo năm mươi xu, là điều tối thiểu mà quý cô có thể làm được.

Tôi bắt đầu cảm thấy bất tiện. Đồng ý rằng những lời lẽ ấy của cậu ta chỉ là đùa bỡn, nhưng thật ra, đó chỉ là vẻ bề ngoài mà thôi.

- Chính xác thì chị phải làm sao bây giờ? - Tôi tìm cách thoái thác.

- Cứ vẫn như cũ thôi... là nô lệ của cuộc sống này này, đấy, thế đấy.

- Ồ ồ, ừ, vậy thì cứ thế thôi... - Tôi nhận lấy hộp kẹo. Nhưng đồng thời cũng cố gắng tìm cách để vạch các ranh giới cho thật rõ ràng. Hình như ở phía Jacob, chúng bắt đầu mờ dần rồi thì phải.

- Thế ngày mai chúng ta làm gì hả chị? Đi bộ, hay là... vào bệnh viện?

- Đi bộ nhé - Tôi quyết định - Em không phải là người duy nhất hay bị ám ảnh đâu. Chị đang bắt đầu nghĩ rằng mình đã tưởng tượng ra nơi đó... - Tôi chau mày, mắt nhìn mông lung vào không trung.

- Chúng mình sẽ tìm ra nó - Jacob đoan quyết với tôi - Vậy thứ Sáu, mình tập xe há chị? - Cậu đề nghị.

Cơ hội đây rồi... Tôi chớp liền lấy nó mà không cần suy nghĩ lấy một giây.

- Thứ Sáu này, chị sẽ đi xem phim. Chị đã hứa với mấy người bạn hay ngồi ăn chung rằng chị sẽ năng ra ngoài chơi (Mike mà nghe được chắc sẽ hài lòng lắm!)

Nhưng Jacob thì xịu mặt xuống thấy rõ. Tôi cũng vừa kịp nhìn thấy vẻ u ám trong đôi mắt đen lay láy trước khi cậu cụp mắt xuống mà nhìn đăm đăm xuống mặt đất.

- Em cũng sẽ đi cùng, có phải vậy không? - Tôi mau mắn nói thêm - Hay quả là một cực hình khi phải đi chung với mấy học sinh năm cuối chán phèo ấy? - Tôi đã vận dụng cơ hội thành công, giữa chúng tôi bây giờ đã có khoảng cách khá rõ ràng rồi. Tôi không thể chịu đựng nổi nếu làm tổn thương Jacob; dường như càng lúc, chúng tôi càng gắn bó với nhau. Kỳ lạ thật, nỗi đau của cậu bạn ấy cũng khiến lòng tôi nao nao. Cái ý tưởng mời Jacob đi cùng cũng vậy, đúng là một sự thử thách không hơn không kém đối với cậu - tôi *đã hứa* với Mike - dù rằng chỉ nghĩ đến việc sẽ đi cùng với anh ta thôi là tôi đã thấy miễn cưỡng rồi - điều đó cũng làm cho lòng tôi buốt nhói.

- Chị muốn em đi cùng ư, với các bạn của chị hả?

- Ừ - Tôi thật thà thú nhận, đồng thời cũng biết rằng tự mình đang làm tổn thương mình - Chị sẽ vui hơn nếu có em ở đó. Nhớ rủ Quil theo nhé, đi theo nhóm sẽ vui lắm.

- Quil sẽ chết mê chết mệt cho mà xem. Ôi những nữ sinh năm cuối - Cậu phá ra cười giòn giã và chớp mắt liên hồi. Tôi không đả động gì đến Embry, và Jacob cũng vậy.

Tôi cũng phá ra cười theo.

- Chị sẽ cho cậu ta tha hồ lựa chọn.

Trong lớp Quốc văn, tôi mon men bắt chuyện với Mike.

- Mike này - Tôi lên tiếng khi lớp học vừa kết thúc - Tối thứ Sáu, cậu có rảnh không?

Người bạn hiệp sĩ ngước mắt lên, đôi mắt xanh lơ tức thì ngập tràn hy vọng:

- Có chứ. Cậu muốn ra ngoài chơi, phải không?

Một cách thận trọng, tôi trả lời:

- Mình đang nghĩ đến chuyện rủ *mọi người* - Tôi nhấn mạnh cái từ "mọi người" - cùng đi xem phim *Đầu ruồi* - Tôi đã thanh toán hết tất cả các bài tập về nhà rồi, thậm chí cũng đã đọc qua những bản đánh giá phim để chắc chắn là mình sẽ không rơi vào thế bị động như lần trước nữa. Đây là một phim tắm máu từ đầu đến cuối. Hiện tại, tôi vẫn chưa hoàn toàn hồi phục về mặt tinh thần, nên không thể chịu đựng nổi những bộ phim lãng mạn - Cậu thấy vui không?

- Ờ - Mike gật đầu đồng ý, nhưng vẻ thiểu não lại hiện rõ trên nét mặt.

- Tuyệt.

Sau đó chỉ đúng một giây, Mike lại hoạt bát hẳn lên, tuy không được mạnh mẽ như vừa nãy:

- Vậy chúng mình rủ Angela và Ben nhé? Hay là Eric và Katie?

Thật là đáng ngờ, hình như Mike đang có ý định biến buổi xem phim thành cuộc hẹn hò của cả hai cặp thì phải.

- Mình mời cả bốn bạn ấy nhé? - Tôi đề nghị - Thêm Jessica nữa. Cả Tyler, Conner, à, cũng nên mời Lauren luôn - Tôi miễn cưỡng dùng đến "chiến thuật" số đông. Tôi *đã hứa* với Quil rồi mà.

- Ờ - Mike lầm bầm, lại rơi vào trạng thái thiểu não.

- Với lại - Tôi tiếp tục đánh tiếp hiệp hai - mình cũng đã mời thêm hai người bạn ở La Push rồi. Có lẽ chúng ta sẽ phải dùng đến chiếc Suburban của cậu để đưa mọi người đến đó.

Đôi mắt của Mike nheo lại đầy nghi ngờ:

- Có phải là hai người bạn mà cậu đang học chung đấy không?

- Ừ, đúng rồi - Tôi trả lời một cách hớn hở - Tuy nhiên, cậu hãy hiểu cho rằng mình đang làm gia sư đấy nhé, hai nhóc kia chỉ là đàn em thôi.

- Ồ, thế à - Mike ngạc nhiên. Và sau một giây đăm chiêu nghĩ ngợi, anh bạn mỉm cười.

Nhưng cuối cùng, cũng chẳng phải dùng đến chiếc Suburban.

Jessica và Lauren, ngay khi vừa được Mike cho hay là tôi cũng tham gia vào chuyến đi, đã cùng lúc đồng thanh tuyên bố rằng: "Bận lắm, không đi được!". Eric và Katie thì đã có những kế hoạch khác - hình như là lễ kỷ niệm ba tuần quen nhau của hai người hay sao đó. Tyler và Conner thì đã bị Lauren "giật dây" từ trước, nên khi nghe Mike rủ, cả hai đều thoái thác là cũng rất bận. Rồi đến cả Quil cũng sẽ vắng mặt - với lý do là phải chuẩn bị cho một cuộc chiến tranh sắp sửa xảy ra ở trường. Vậy là buổi coi phim sẽ chỉ có Angela và Ben, và tất nhiên là thêm Jacob nữa đi cùng.

Tuy nhiên, số người tham gia quá ít ỏi này cũng không làm cho Mike buồn lòng. Ấy là theo như những gì anh bạn đã thổ lộ về buổi coi phim tối thứ Sáu.

- Cậu chắc là cậu không muốn xem phim *Ngày mai và mãi mãi* chứ? - Mike lên tiếng hỏi vào giờ ăn trưa, nói rõ rằng bộ phim hài lãng mạn này đang được khen ngợi rầm rộ trên một trang web thông tin phim ảnh khá nổi tiếng - Trang Cà chua thối đánh giá nó là phim đang được xem nhiều nhất hiện nay đấy.

- Mình muốn xem *Đầu ruồi* cơ - Tôi vẫn một mực khăng khăng - Mình thích phim hành động, có máu me, tim, gan, phèo, phổi!

269

- Ừ - Mike quay mặt đi rất nhanh, nhưng tôi vẫn kịp nhìn thấy được cái vẻ mặt chẳng hiểu mô tê gì, kiểu như cuối-cùng-thì-cô-ấy-đã-hóa-ra-mất-trí-rồi, của anh ta.

Tan trường, tôi về nhà, sững sờ, một chiếc xe hơi không lẫn vào đâu được đang đậu trước cửa nhà tôi. Jacob đang đứng tựa lưng vào ca-pô, hai khóe miệng cười xếch lên đến tận mang tai.

- Không thể như thế được! - Tôi hét lên và nhảy ào ra khỏi cabin - Em làm được rồi! Chị không thể tin được! Em đã lắp xong chiếc Rabbit rồi, trời ơi!

Người bạn nhỏ hếnh mũi lên, vẻ mặt rạng rỡ hơn bao giờ hết.

- Em làm xong từ tối hôm qua. Đây là lần lướt gió đầu tiên đấy.

- Thật tuyệt vời - Tôi đưa tay lên, chờ đợi.

Jacob tức thì vỗ vào tay tôi, và vẫn để nguyên như thế, những ngón tay của cậu bạn nhỏ từ từ cong lại, đan vào tay tôi.

-Vậy nên tối nay, cho em lái xe nhé?

- Chắc chắn là thế rồi - Tôi gật đầu đồng ý, rồi bất giác thở dài.

- Chị sao thế?

- Chị chịu thua rồi... Chị không thể hơn em được. Em đã thắng. Em lớn tuổi hơn.

Người bạn nhỏ chỉ nhún vai, không hề tỏ ra ngạc nhiên trước sự đầu hàng của tôi.

- Tất nhiên là thế rồi.

Trong không gian bất ngờ vang lên tiếng bình bịch khe khẽ của chiếc Suburban - Mike đang tới gần. Một cách vội vã, tôi rút tay ra khỏi tay Jacob, cậu nhăn mặt, tỏ vẻ bất bình trước việc tôi không muốn để cho ai trông thấy cái nắm tay thân mật ấy.

- Em nhận ra người bạn này của chị - Jacob thì thào khi Mike dừng xe bên kia đường - Đây là người cứ đinh ninh rằng chị là bạn gái của anh ta. Anh ta vẫn còn lầm lẫn như thế hả?

Tôi nhướng một bên mày lên:

- Trong cuộc sống, vẫn còn nhiều người kiên gan lắm.

- Vẫn còn ư - Jacob trở nên trầm ngâm - Đôi khi kiên gan lại đạt được kết quả đấy.

- Nhưng phần lớn là làm cho người ta ngại ngùng mà tìm cách tránh xa.

Mike đã ra khỏi xe, đang chuẩn bị bước qua đường.

- Chào Bella - Cậu bạn hiệp sĩ lên tiếng một cách vui vẻ, nhưng rồi ánh mắt lại chuyển sang đề phòng khi ngước mắt lên nhìn Jacob. Bất giác, tôi cũng hướng mắt lên nhìn người bạn nhỏ. Khách quan mà nói, Jacob chẳng có vẻ gì là học sinh lớp dưới cả. Cậu ta quá cao - cái đầu của Mike cũng chỉ dừng lại lưng chừng ở bả vai Jacob; còn tôi thì... không, tôi không muốn đọ xem mình đứng tới đâu Jacob - còn vẻ mặt thì già giặn hơn trước đây, dù rằng cậu ta mới chỉ bước qua cái tuổi mười sáu của mình được chừng một tháng.

- Chào Mike! Cậu còn nhớ Jacob Black không?

- Không nhớ rõ lắm - Mike chìa một tay ra.

- Một người bạn cũ của gia đình - Jacob tự giới thiệu rồi chìa tay ra bắt... Tôi trố mắt ra nhìn: đấy là cái bắt tay chặt quá mức cần thiết. Sau đó, cả hai người cũng buông tay nhau ra, Mike co co các ngón tay lại.

"Rengggg", tiếng chuông điện thoại trong bếp reo vang.

- Chờ mình một chút nhé, có lẽ là bố mình đấy - Tôi nói với cả hai người rồi quáng quàng chạy bổ vào trong nhà.

... Hóa ra là Ben. Angela bỗng dưng bị đau bụng, và Ben thì không muốn đi xem phim nếu như không có cô bạn gái của mình đi cùng. Cuối cùng, Ben xin lỗi vì đã để mọi người chờ đợi.

Tôi nặng nề lê từng bước chân ra ngoài, lắc đầu ngán ngẩm. Trong thâm tâm, tôi vẫn hy vọng cô bạn của tôi sẽ mau chóng khỏe lại, nhưng tôi vẫn phải thừa nhận rằng tôi có buồn bực một chút vì tình cảnh lại diễn ra theo hướng này. Chỉ có ba người thôi - Mike, Jacob và tôi - sẽ đi xem phim; sao mà lại tréo ngoe như thế được nhỉ, thật là một bức tranh châm biếm cay nghiệt chưa từng thấy.

Mà cơ chừng hình như trong khoảng thời gian tôi bỏ đi, Jake và Mike cũng chẳng hề có một động thái nào gọi là để thắt chặt tình bạn cả. Hai người đứng cách xa nhau đến vài mét, mỗi người nhìn về một phía mà chờ tôi. Gương mặt của Mike thì vô cùng sầu thảm, còn vẻ mặt của Jacob thì vẫn tươi roi rói như mọi khi.

- Ang bị ốm rồi - Tôi rầu rĩ thông báo - Vậy nên Ang và Ben sẽ không đến đâu.

- Mình nghĩ là bệnh cúm đang bắt đầu hoành hành ở đây

đấy. Hôm nay, Austin và Conner cũng đã bị dính rồi. Thôi, chắc tụi mình để khi khác đi - Mike lên tiếng đề nghị.

Và trước khi tôi kịp gật đầu đồng ý thì Jacob đã nhảy xổ vào:

- Tôi vẫn sẽ đi. Nhưng Mike à, nếu anh muốn ở lại thì...

- Không, tôi đi chứ - Mike cắt ngang lời Jacob - Chẳng qua là tôi nghĩ đến Angela và Ben thôi. Chúng ta đi nào - Dứt lời, Mike dợm bước đến chỗ chiếc Suburban.

- À Mike à, cậu để cho Jacob lái xe nhé? - Tôi lên tiếng - Hồi nãy, cậu ấy có hỏi mình và mình đã đồng ý... Chẳng là Jacob mới làm xong chiếc xe. Cậu ấy tự lắp ráp lấy tất cả các bộ phận đấy - Tôi bắt đầu khoe khoang, lấy làm tự hào giống các bà mẹ trong hội "phụ huynh và giáo viên" có con là học sinh ưu tú của trường.

- Được rồi - Mike nạt ngang.

- Vâng, vậy nhé - Jacob trả lời như thể mọi thứ diễn ra đúng theo kế hoạch. Trông cậu có vẻ thoải mái hơn hai kẻ còn lại rất nhiều.

Mike lẳng lặng ngồi vào ghế sau của chiếc Rabbit, vẻ mặt bực bội khó coi không thể tả.

Jacob thì vẫn rạng rỡ như mặt trời, luôn miệng kể chuyện mãi cho đến lúc tôi nguôi ngoai tất cả, trừ việc Mike đang im lặng, hờn dỗi một mình ở phía sau.

Cuối cùng, Mike cũng quyết định thay đổi "chiến lược". Anh ta nhoài người lên trước, tựa cằm lên vai ghế của tôi; chiếc má chỉ còn thiếu vài xăngtimét nữa thôi là chạm hẳn vào má tôi. Ngại ngùng, tôi thay đổi tư thế, xoay hẳn lưng ra phía cửa sổ.

- Cái radio không hoạt động được à? - Mike hỏi, cố nuốt ngược cục nóng vào trong, cắt ngang lời Jacob đang thao thao bất tuyệt.

- Được chứ - Jacob trả lời - Nhưng mà Bella không thích nghe nhạc.

Tôi ngó sững vào Jacob, hoàn toàn ngạc nhiên. Có bao giờ tôi nói với cậu ấy như thế đâu.

- Bella? - Mike hỏi, bắt đầu bực bội trở lại.

- Ừ, đúng vậy - Tôi lầm bầm, mắt vẫn chú mục vào gương mặt sáng ngời của Jacob.

- Làm sao mà cậu không thích nghe nhạc được? - Mike hỏi gặng.

Tôi nhún vai:

- Mình không biết nữa. Chỉ là nó khiến mình... không vui.

- Hừm hừm - Mike lại ngả người về đằng sau.

Và rồi chúng tôi cũng đến được rạp chiếu phim, Jacob dúi vào tay tôi tờ mười đôla.

- Cái gì thế này? - Tôi phản đối.

- Em chưa đủ tuổi xem phim này - Cậu nhắc tôi.

Tôi bật cười thành tiếng.

- Tuổi tác rắc rối quá nhỉ. Nếu chị lén cho em vào, chắc bác Billy sẽ giết chết chị quá hả?

- Ồ không. Em đã nói với bố rằng chị sẽ "lót tay" cho người ta để người ta cho em vào.

Tôi bật cười khúc khích, còn Mike thì sải nhanh chân bước về phía trước để theo kịp chúng tôi.

Thật lòng mà nói thì tôi cũng có mong muốn rằng Mike sẽ

chào tạm biệt tôi rồi ra về. Lúc này, anh chàng vẫn buồn thỉu buồn thiu - vậy thì làm sao có thể nói rằng đây là một nhóm bạn theo đúng nghĩa được. Nhưng mà đồng thời, tôi cũng chẳng mong muốn một kết cục rằng cuối cùng, tôi và Jacob đi chơi riêng với nhau. Điều đó cũng lại là chuyện tránh vỏ dưa, gặp vỏ dừa mà thôi.

Bộ phim diễn ra đúng theo những gì đã quảng cáo. Ngay trong đoạn mở đầu phim, đã thấy bốn người bị thổi tung lên cao, và một người thì đầu lìa khỏi cổ. Cô gái ngồi trước tôi ngay lập tức che mắt lại, đầu gục vào ngực của người bạn đi cùng. Chàng trai ấy vỗ nhè nhẹ vào vai cô bạn, nhưng thỉnh thoảng, chính anh ta cũng phải nhăn nhó trước những cảnh bạo lực trong phim. Mike thì trông chẳng có vẻ gì là đang xem phim cả. Gương mặt của anh chàng cứng đờ, mắt cứ đăm đăm nhìn vào mấy cái dây tua rua của tấm màn treo bên trên màn ảnh.

Còn tôi, ngồi rất ngay ngắn trên ghế, mắt chú ý đến hình ảnh và những chuyển động trên phim hơn là theo dõi cốt truyện, hình ảnh con người, xe cộ và nhà cửa - tôi quyết tâm sẽ chịu đựng bằng hết hai tiếng đồng hồ. Bỗng đột ngột, tôi nghe thấy tiếng Jacob đang cười thầm.

- Sao thế? - Tôi thì thầm hỏi.

- Ồ, không sao! - Cậu cũng thì thầm đáp lại - Máu trên người anh kia văng xa tới sáu, bảy mét. Xạo ơi là xạo.

Nói xong, Jacob lại phá ra cười khinh khích khi một cây cột cờ đâm xuyên qua một thân người rồi găm cứng ngắc vào một bức tường bêtông.

Khi ấy, tôi mới thực sự chú ý đến diễn biến của bộ phim,

và không khỏi phì cười cùng với Jacob. Cảnh hỗn loạn, chết chóc trên phim càng lúc càng lố bịch. Chợt... Làm sao tôi có thể kiên quyết chống lại những ranh giới giờ đã mờ nhạt giữa hai chúng tôi đây, nhất là khi tôi lại đang thích ở bên Jacob như thế này?

Ở hai bên cạnh của tôi, Jacob và Mike đều cùng "tận dụng" bằng được tay ghế. Tay của cả hai người đều để rất nhẹ, nhưng lòng bàn tay lại ngửa lên - một tư thế không tự nhiên chút nào. Hệt như cái bẫy thép bắt gấu đã mở sẵn để thộp con mồi. Jacob thì đã quá quen với việc nắm tay tôi rồi, ấy là khi hoàn cảnh phù hợp với việc đó; nhưng ở đây lại là rạp chiếu phim, đèn đóm đã tắt hết, vả lại, còn có Mike, cái nắm tay của cậu tất nhiên sẽ mang một ý nghĩa khác - tôi dám chắc cậu thừa hiểu như thế. Còn Mike thì tôi không tin rằng anh chàng cũng nghĩ như vậy, nhưng tại sao bàn tay của Mike lại để giống y hệt như tư thế bàn tay của Jacob thế nhỉ...

Tôi khoanh hai tay thật chặt trước ngực, hy vọng rằng hai bàn tay ở hai bên cạnh mình sẽ chán nản mà tự rụt về.

Cuối cùng, đã có kết quả... Mike rút lui đầu tiên. Phim mới chiếu được một nửa nhưng Mike đã giật phắt tay lại, cả thân người đổ ra trước, hai tay đưa lên che lấy mặt. Ban đầu tôi cứ nghĩ đó là phản ứng của Mike trước những cảnh bạo lực hãi hùng đang diễn ra trên màn ảnh rộng, nhưng rồi tôi chợt nghe thấy những âm thanh rên rỉ phát ra từ cổ họng của Mike.

- Mike à, cậu không sao chứ? - Tôi khẽ hỏi.

Nhưng đáp lại câu hỏi của tôi là một tiếng rên rỉ khác. Hai người ngồi đằng trước bắt đầu quay xuống nhìn Mike.

- Không - Mike thở hổn hển - Mình nghĩ là mình ốm rồi.

Trong thứ ánh sáng chập chờn, mờ ảo của màn hình, tôi bỗng nhận ra những giọt mồ hôi đang lấp lánh trên gương mặt của Mike.

Mike rên rỉ thêm một chút nữa rồi bổ nháo bổ nhào chạy ra ngoài cửa. Ngay lập tức, tôi đứng dậy, lao theo, rồi Jacob cũng hành động y như tôi vậy.

- Không, em ở lại đi - Tôi thì thầm - Chị chỉ muốn biết là anh ấy có bị làm sao không thôi.

Nhưng vô ích, Jacob vẫn nằng nặc đi theo tôi.

- Em không cần phải làm thế đâu. Em phải xem bằng hết các cảnh chiến địa cho bõ tám đôla chứ - Tôi vẫn khăng khăng khi chúng tôi bước đi giữa các dãy ghế.

- Được rồi. Chắc chắn chỉ có chị mới chịu nổi mấy cảnh đó thôi, Bella ạ. Phim này quả là kinh dị quá - Đang thì thào, giọng nói của Jacob bỗng chuyển sang âm điệu the thé.

Ngoài hành lang cũng chẳng thấy bóng dáng của Mike đâu, và tôi bỗng thấy biết ơn khi Jacob đã quyết định đi theo mình - cậu ta xộc vào nhà vệ sinh nam để tìm kiếm người bạn của tôi.

Chỉ độ vài giây sau, Jacob đã quay trở lại.

- Anh ta đang ở trong đó, yên tâm rồi - Jacob đảo mắt thông báo - Đúng là công tử bột có khác. Lần sau, chị nhớ rủ người nào khoẻ bụng hơn đi nhé. Mấy tên yếu như sên, khi nghe người nào mà cười trước cảnh máu me, thì sẽ nôn thốc nôn tháo ra đấy.

- Từ giờ, chị sẽ mở to mắt ra mà nhìn cho rõ những người như vậy.

Ngoài hành lang, chỉ trơ trọi có mỗi chúng tôi. Cả hai rạp xinê đều chỉ mới chiếu được phân nửa phim, không gian thật hiu quạnh - vắng lặng tới mức chúng tôi có thể nghe thấy cả tiếng bắp rang đang nổ "lốp bốp" trong mấy quầy bán thực phẩm.

Jacob mon men tiến đến chiếc ghế dài bọc nhung kê sát chân tường, cậu ngồi phịch xuống, tay vỗ vỗ vào phần ghế trống bên cạnh.

- Nghe như anh ta sẽ ở trong đó cả lúc nữa - Người bạn nhỏ vừa nhận xét vừa duỗi đôi chân dài ngoẵng ra, rồi thu chúng lại.

Thở dài, tôi cũng bước đến và ngồi xuống bên cạnh Jacob. Có vẻ như cậu đang nghĩ đến những ranh giới giờ đây đã mờ nhạt hơn. Thôi đúng rồi, không còn nghi ngờ gì nữa, ngay khi tôi vừa ngồi xuống, Jacob đã quàng tay khoác lên vai tôi.

- Jake à - Tôi phản đối, lảng người ra xa. Jacob vội vàng bỏ tay xuống, vẻ mặt không tỏ bất kỳ một thái độ nào cho thấy là đang phiền lòng trước cử chỉ tránh né đó. Nhưng rồi thật nhẹ nhàng, Jacob nắm lấy tay tôi, tay còn lại của cậu nắm lấy cái cổ tay ấy; vẫn kiên quyết, tôi rụt tay lại. Cậu ta lấy đâu ra cái sự tự tin ấy chứ?

- Nào Bella, chỉ một phút thôi mà - Jacob lên tiếng, giọng nói vô cùng bình tĩnh - Nói gì với em đi.

Tôi nhăn mặt. Tôi không thích cái sự việc này một chút nào. Không chỉ là không thích bây giờ, mà là không bao giờ thích. Hiện tại, cuộc sống của tôi không có một điều gì khả dĩ quan trọng cho bằng Jacob Black. Nhưng xem ra, cậu ta đang có ý định hủy hoại mọi thứ.

- Nói gì? - Tôi làu bàu một cách gắt gỏng.

- Chị thích em, đúng không?

- Em biết mà.

- Nhiều hơn cái tên đang nôn ra mật xanh mật vàng trong kia, phải không? - Jacob đưa mắt về phía nhà vệ sinh.

- Ừ - Tôi thở dài.

- Nhiều hơn tất cả những tên con trai khác mà chị biết chứ? - Jacob vẫn bình tĩnh, trầm lắng, cơ hồ như câu trả lời của tôi không quan trọng, cũng có thể là vì cậu ta đã biết trước câu trả lời rồi.

- Nhiều hơn cả những người bạn gái của chị - Tôi nói thêm.

- Nhưng chỉ có thế thôi - Jacob thì thầm, đó hiển nhiên không phải là một câu hỏi...

Nhưng cũng rất khó trả lời, khó bật môi để nói ra một từ nào đó. Ngộ nhỡ người bạn nhỏ sẽ bị tổn thương rồi tránh mặt tôi thì sao? Làm sao tôi có thể chịu đựng nổi điều đó cho được?

- Ừ - Tôi thì thào.

Jacob nhìn tôi, cười hớn hở:

- Thế là được rồi, chị biết không. Chỉ cần chị thích em nhất là được. Mà chị còn nghĩ là em điển trai nữa... à ừm, phần nào là như vậy. Em sẽ không ngại kiên gan đâu.

- Chị sẽ không thay đổi - Tôi trả lời, và dù rằng đã cố gắng giữ giọng nói của mình thật bình thường, nhưng rồi tôi vẫn nhận ra một nỗi buồn man mác lẫn vào trong đó.

Jacob chợt trở nên suy tư, không còn tỏ vẻ bông đùa như trước nữa:

- Vẫn là vì một người khác, phải không?

Tôi co rúm người lại. Kỳ lạ thay... Làm sao cậu ta lại biết được mà không nói ra cái tên ấy - cũng giống như lúc ở trong xe hơi, cậu ta biết rằng tôi không thích nghe nhạc. Cậu ta đã để ý, quan tâm đến từng chi tiết nhỏ về tôi, về cả những điều tôi không bao giờ nói ra.

- Chị không cần phải nói về điều đó cũng được - Jacob nói thêm.

Tôi gật đầu, cảm thấy biết ơn người bạn nhỏ vô hạn.

- Nhưng đừng lấy làm khó chịu khi em vẫn quanh quẩn bên chị nhé? - Vừa nói, Jacob vừa vỗ nhè nhẹ vào mu bàn tay của tôi - Bởi lẽ, em sẽ không đầu hàng đâu. Em có rất nhiều thời gian.

Tôi thở dài.

- Em không nên lãng phí thời gian vì chị - Tôi trả lời, và tin rằng lòng mình cũng mong muốn như vậy. Đặc biệt là khi cậu bạn này vẫn muốn tôi là con người của chính mình, một kẻ đầy những khiếm khuyết.

- Em muốn làm như vậy, miễn là chị vẫn còn thích ở bên cạnh em.

- Chị không thể tưởng tượng nổi rằng mình lại không thích ở bên cạnh em - Tôi thật thà thú nhận.

Nụ cười trên đôi môi của Jacob càng trở nên rạng rỡ hơn.

- Chỉ cần như vậy thôi là em đã mãn nguyện lắm rồi.

- Nhưng em đừng chờ đợi gì hơn - Tôi cảnh báo người bạn

nhỏ và cố rút tay mình ra. Song, Jacob vẫn kiên trì giữ lấy nó.

- Em làm thế này, chị không bực đâu, phải không? - Jacob hỏi gặng, siết chặt lấy mấy ngón tay của tôi.

- Không - Tôi thở dài. Mà sự thực cũng đúng như vậy thật. Tay cậu ta ấm hơn tay tôi rất nhiều; dạo này, tôi vẫn thường hay cảm thấy lạnh lẽo.

- Chị cũng không hề quan tâm xem *anh ta* nghĩ gì - Jacob trỏ ngón cái về phía nhà vệ sinh.

- Chị nghĩ là không.

- Vậy thì tại sao...?

- Vấn đề là - Tôi trả lời - với chị, điều đó có ý nghĩa khác, chứ không giống như em tưởng đâu.

- À - Jacob vẫn không hề thả lỏng tay tôi ra một chút nào - Vậy ra vấn đề là ở em, phải không nào?

- Ừ - Tôi lầm bẩm - Em đừng quên điều đó.

- Em sẽ không quên. Giờ thì với em, chốt an toàn của quả lựu đạn đã bị tháo ra rồi, có đúng như vậy không? - Jacob thúc vào sườn tôi.

Cả hai con mắt của tôi đều trố ra. Không biết có phải là cậu đang đùa hay không, nhưng dù sao thì thà như vậy cũng còn tốt hơn.

Jacob phá ra cười khúc khích đến cả phút, ngón tay út của cậu lơ đãng mân mê bàn tay tôi.

... Rồi đột ngột cậu lên tiếng:

- Vết sẹo ở đây lạ quá - Cậu ta lật tay tôi lại để kiểm tra - Làm sao mà chị bị như vậy được?

Nói xong, Jacob lướt ngón tay trỏ theo hình dáng mảnh trăng lưỡi liềm trắng toát của vết sẹo, đã gần như trùng màu với làn da của tôi.

Tôi lập tức cau có:

- Em muốn chị phải lục tung lại trí nhớ về kỷ niệm của từng vết sẹo à?

Và tôi chờ đợi, chờ đợi cái ký ức của mình sẽ lại hoạt động trở lại - sẽ mở bung cái lỗ hổng đang tạm thời khép miệng ở ngực ra. Nhưng rồi vẫn như thường lệ, sự có mặt của Jacob đã đem sự yên bình tĩnh tại đến cho tôi.

- Lạnh thật đấy - Cậu ta lầm bầm, khẽ ấn tay lên vết răng đầy nọc độc mà ngày ấy, James đã "tặng" cho tôi.

Và kia, Mike đang chuệnh choạng lê bước ra khỏi phòng vệ sinh, gương mặt tái mét đầm đìa những mồ hôi. Trông anh ta thật khổ sở.

- Ôi Mike - Miệng tôi há hốc.

- Cậu có buồn không nếu chúng mình về sớm?

Mike thì thào tiếng được tiếng mất:

- Không, tất nhiên là không rồi.

Tôi rút ngay tay lại và đi về phía Mike, sẵn sàng giúp đỡ. Anh ta lảo đảo, đứng cũng còn không vững.

- Bộ phim này quá sức chịu đựng của anh ư? - Jacob hỏi một cách tàn nhẫn.

Cái nhìn của Mike dành cho Jacob tất nhiên cũng chẳng có chút thiện cảm nào.

- Sự thật thì tôi chưa bao giờ xem loại phim này - Anh ta lẩm bẩm - Tôi đã muốn lộn mửa từ trước khi người ta tắt đèn lận.

- Thế tại sao cậu không nói gì? - Tôi trách móc trong lúc chúng tôi cùng lảo đảo bước đến cửa ra vào.

- Mình đã hy vọng rằng phản ứng ấy sẽ qua nhanh - Mike trả lời.

- Chờ một chút - Jacob sực nhớ ra điều gì đó khi chúng tôi vừa ra đến cửa. Cậu ta ba chân bốn cẳng chạy đến quầy bán thực phẩm.

- Cho em xin một cái bao không nha chị? - Jacob nói với cô gái bán hàng. Cô ta liếc nhìn Mike, rồi đưa cho Jacob một cái bao.

- Nhưng hãy đưa cậu ta ra ngoài nhé - Người bán hàng đề nghị một cách lịch sự. Có lẽ cô ta cũng đồng thời là người phụ trách luôn việc lau sàn thì phải.

Tôi dìu Mike ra ngoài trời, trở lại với bầu không khí lạnh giá, đầy hơi nước. Mike cố gắng hít thở thật sâu. Jacob ở ngay đằng sau chúng tôi. Cậu ta giúp tôi đưa người bạn của mình vào xe, ở hàng ghế sau, rồi đưa cho anh ta chiếc bao với một cái nhìn nghiêm nghị.

- Anh cầm lấy - Jacob chỉ nói có thế.

Xong, chúng tôi hạ tất cả cửa kính xuống, hy vọng bầu không khí rét mướt của buổi tối lùa vào trong xe có thể sẽ giúp Mike được phần nào. Còn tôi thì ngồi thu người lại, hai tay bó gối để giữ ấm.

- Lạnh ư? - Jacob hỏi, rồi không đợi nghe câu trả lời, cậu ta quàng ngay tay sang ôm lấy tôi.

- Em không thấy lạnh sao?

Jacob lắc đầu.

- Chắc chắn là em bị sốt hay bị gì rồi - Tôi lầm bầm. Trời đang rất lạnh. Tôi đặt nhẹ tay lên trán người bạn nhỏ. Rất nóng!

- Ôi trời ơi Jake, em sắp... cháy thành than rồi!

- Em thấy mình vẫn ổn mà - Cậu ta nhún vai - Em khỏe như vâm ấy.

Chau mày, tôi đặt tay lên trán người bạn nhỏ một lần nữa. Làn da của cậu hừng hực nóng dưới những ngón tay của tôi.

- Tay chị lạnh như đá ấy - Cậu ta phàn nàn.

- Chắc là do chị thật - Tôi chấp nhận giả thiết này.

Ở băng ghế sau, Mike lại rên rỉ rồi nôn ra cái bao. Tôi nhăn mặt, hy vọng cái bụng của mình có thể chịu đựng được âm thanh cùng cái mùi chua loen loét khó chịu ấy. Bên cạnh tôi, Jacob cũng ngoái lại đầy lo lắng, áng chừng cậu bạn muốn chắc chắn rằng chiếc xe của mình không bị làm vấy bẩn.

Dường như đường về trở nên dài hơn.

Lần đầu tiên tôi mới được trông thấy Jacob im lặng, trầm tư đến như vậy. Cậu ta cứ để yên cánh tay đang giữ ấm cho tôi, cánh tay thật ấm áp, cơn gió lạnh buốt đang ùa vào trong xe bỗng trở nên dễ chịu hơn.

Tôi nhìn chằm chặp ra ngoài ô kính chắn gió, trong lòng dâng lên một nỗi phiền muộn vì cảm giác có lỗi.

Thật là sai lầm khi cứ để cho Jacob xử sự như vậy. Đó là ích kỷ. Mọi nỗ lực nhằm phân định rõ vị trí của tôi xem ra chẳng đã công cốc rồi hay sao. Giả như cuối cùng, cậu ta lại ấp ủ hy vọng rằng giữa tôi và cậu ta có thể sẽ là một mối

284

quan hệ đặc biệt hơn tình bạn, thì rõ ràng là tôi đã chưa hoàn toàn dứt khoát và quyết liệt với cậu ta rồi.

Làm sao tôi có thể giải thích cho Jacob hiểu đây? Rằng tôi chỉ là một cái vỏ ốc trống rỗng, giống như một căn nhà bị bỏ hoang hàng tháng trời chẳng có ai thèm ở vậy. Hiện giờ thì tôi đã gượng dậy được một chút rồi, giống như căn phòng đằng trước đã được sửa sang lại. Nhưng chỉ đến mức ấy mà thôi - chỉ là một phần nhỏ trong toàn bộ căn nhà đồ sộ. Trong khi cậu bạn thì lại xứng đáng hơn thế - xứng đáng có nhiều phòng tốt hơn, hơn là phải cam chịu là một người thất bại ê chề khi cố công tu sửa lại toàn bộ căn nhà. Mọi nỗ lực của Jacob không thể nào kéo toàn bộ con người tôi trở lại được với cuộc sống bình thường.

Tuy nhiên, tôi sẽ không thể xua đuổi người bạn nhỏ của tôi, tôi thừa hiểu điều đó. Tôi vẫn còn rất cần đến cậu ấy, và tôi là một kẻ ích kỷ. Nhưng có lẽ tôi sẽ phải xử sự rõ ràng hơn, để cậu ấy hiểu mà tự động rời bỏ tôi. Ý nghĩ này đã bất chợt làm cho tôi rùng mình, vòng tay của Jacob ở quanh vai tôi lại siết chặt thêm.

Tôi lái chiếc Suburban để đưa Mike về nhà, còn Jacob thì vẫn lái chiếc Rabbit bám theo tôi. Suốt quãng đường về nhà tôi, Jacob vẫn không nói không rằng, chẳng biết có phải cậu ta đang có cùng suy nghĩ với tôi hay không nữa. Có lẽ người bạn nhỏ đã thay đổi suy nghĩ rồi.

- Em muốn vào nhà chị chơi lắm, bởi lẽ chúng mình về sớm quá - Jacob lên tiếng khi dừng xe ngay bên cạnh chiếc Chevy của tôi - Nhưng em nghĩ rằng chị nói đúng về vụ sốt. Em bắt đầu cảm thấy trong người mình... lạ lắm.

- Ôi trời ơi, hóa ra không chỉ có Mike! Em có cần chị đưa về nhà không?

- Không - Người bạn nhỏ lắc đầu quầy quậy, đôi lông mày nhíu sát lại vào nhau - Em vẫn chưa cảm thấy muốn bệnh. Chỉ có hơi... khác thường một chút thôi. Nếu có gì không hay, em sẽ tấp xe vào lề đường.

- Em sẽ gọi cho chị ngay khi về đến nhà chứ? - Tôi hỏi một cách lo lắng.

- Vâng, vâng, tất nhiên rồi - Jacob cau mày, mắt nhìn chằm chặp vào bóng đêm, môi bặm lại thật chặt.

Tôi mở cửa xe bước ra ngoài, nhưng chợt... người bạn nhỏ chộp ngay lấy tay tôi, giữ lại. Và tôi nhận ra, làn da của cậu ta nóng ran một cách khác thường.

- Có chuyện gì vậy Jake? - Tôi hỏi.

- Có một chuyện em muốn nói với chị, Bella ạ... nhưng mà, em nghĩ là nó ủy mị lắm...

Tôi thở dài. Chắc chắn nó sẽ giống mấy vở diễn trên sân khấu lắm đây.

- Em cứ nói đi.

- Chỉ là như thế này thôi, em biết chị buồn như thế nào. Và... có lẽ sẽ chẳng giúp ích được gì cả, nhưng mà em vẫn muốn chị biết rằng em sẽ luôn ở đây. Em sẽ không bao giờ bỏ rơi chị... Em xin hứa rằng chị có thể đặt niềm tin vào em. Ừm, nghe ủy mị quá. Nhưng chị biết mà, phải không? Rằng em sẽ không bao giờ, không bao giờ khiến chị bị tổn thương.

- Ừ, Jake ạ. Chị biết. Chị vẫn luôn tin ở em, nhiều hơn là em nhận thức được đấy.

Nụ cười lại chớm nở trên gương mặt của Jacob, hệt như mặt trời lúc bình minh, xua tan đám mây mù lạnh lẽo, và tôi im bặt, trong lòng lại giận bản thân mình ghê gớm. Những lời tôi nói ra, không hề có bất cứ một từ nào dối trá, nhưng tôi nên nói dối mới phải. Rằng sự thật không phải như vậy, để rồi cậu ta sẽ bị tổn thương. Và rằng *tôi* sẽ *bỏ rơi* cậu ta.

Gương mặt của Jacob bỗng ẩn hiện một thái độ khó hiểu.

- Thôi, em nghĩ đã đến lúc em nên về nhà rồi - Người bạn nhỏ nói một cách gấp gáp.

Thật lẹ làng, tôi bước ra khỏi xe.

- Nhớ gọi cho chị nhé! - Tôi nói to với theo khi Jacob phóng xe đi.

Rồi cứ thế, tôi đứng nhìn theo chiếc Rabbit, có vẻ như Jacob vẫn làm chủ được chiếc xe, ít ra là như vậy. Người bạn nhỏ đi rồi, con đường lại vắng vẻ, một cảm giác nao nao dậy lên trong lòng tôi, tôi như người muốn bệnh, nhưng không có triệu chứng nào gọi là cảm hay sốt thông thường cả.

Tôi mong ước làm sao Jacob Black là người do chính mẹ tôi sinh ra, là người em cùng chung máu mủ, ruột rà với tôi, để tôi có thể đường hoàng nói rõ lòng mình với cậu ấy mà không có bất cứ một áy náy nào trong lòng. Có trời chứng giám, tôi không bao giờ muốn lợi dụng Jacob, nhưng trong tôi lúc này không có gì khác ngoài một cảm giác tội lỗi, rằng chính tôi, chính tôi đang lợi dụng cậu ấy.

Và trên hết, tôi không hề có cảm xúc yêu đương với Jacob. Điều tôi biết rõ ràng nhất - biết từ tận cùng đáy lòng tôi, từ tận trong xương tủy của tôi, từ đỉnh đầu cho đến tận gót chân, từ cả lồng ngực trống rỗng nữa - rằng sức mạnh từ tình yêu có thể khiến mình bị hủy hoại như thế nào.

Tôi đã bị hủy hoại vô phương cứu chữa rồi.

Nhưng tôi đang rất cần Jacob, tôi cần cậu ấy như bị nghiện vậy. Jacob đã trở thành cái nạng của tôi từ lâu lắm rồi, càng lúc tôi càng dấn sâu vào mối quan hệ với cậu ấy, sâu hơn tất cả những gì tôi đã dự tính khi quyết định hòa nhập trở lại với bạn bè. Giờ thì tôi không thể chịu đựng được nếu như người bạn nhỏ của tôi bị tổn thương, nhưng đồng thời, tôi lại không thể không làm tổn thương cậu ấy được. Jacob vẫn một mực nghĩ rằng mưa dầm sẽ thấm lâu, nhưng tôi biết chắc một điều rằng cậu ấy đang sai, hoàn toàn sai, vậy mà... tôi cũng biết rằng tôi cứ sẽ để cho cậu ấy... cố gắng.

Jacob là người bạn thân nhất của tôi. Tôi sẽ mãi mãi yêu quý cậu ấy, và không bao giờ, không bao giờ dừng lại điều đó.

Tôi bước chân vào nhà để trực điện thoại, và để... cắn móng tay.

- Phim chiếu nhanh vậy? - Ngài cảnh sát trưởng ngạc nhiên khi thấy tôi về. "Ngài" đang ngồi bệt dưới đất, cách cái tivi vỏn vẹn đúng một bước chân. Chắc hẳn trận đấu có nhiều kịch tính lắm.

- Mike bị ốm, bố ạ - Tôi giải thích - Bụng dạ cậu ấy có vấn đề.

- Con không sao chứ?

- Con thấy vẫn ổn - Tôi đáp một cách hồ nghi. Chứ còn sao nữa, nếu không, tại sao bố lại hỏi thế.

288

Tôi đứng tựa lưng vào kệ bếp, cánh tay chỉ cách cái điện thoại có vài xăngtimét, cố gắng kiên nhẫn chờ đợi. Nhớ đến vẻ mặt khác lạ của Jacob trước khi phóng xe đi, những ngón tay của tôi hốt nhiên gõ liên hồi xuống kệ bếp. Lẽ ra, tôi phải kiên quyết đưa cậu ta về nhà mới phải.

Từng phút, từng phút trôi qua, ánh mắt của tôi cứ chú mục lên chiếc đồng hồ. Mười. Mười lăm. Với cái kiểu lái xe như bò ra mặt đường thì tôi cũng chỉ mất có mười lăm phút, đằng này, Jacob lại lái xe nhanh hơn tôi. Mười tám phút. Tôi nhấc ống nghe và bấm số.

Reng, reng, chuông đổ liên hồi. Hình như ông Billy đang ngủ. Mà cũng có khi là tôi quay số sai. Tôi thử lại lần nữa.

Reng... reng. Đến lần "reng" thứ tám, đúng lúc tôi định gác máy thì ông Billy trả lời.

- A lô? - Ông Billy lên tiếng. Trong giọng nói của ông chứa đầy vẻ cảnh giác, như thể ông đã chuẩn bị tinh thần để lắng nghe tin dữ.

- Bác Billy, cháu Bella đây ạ... Jake về nhà chưa hả bác? Cậu ấy rời nhà cháu được hai mươi phút rồi.

- Nó đây nè - Ông Billy trả lời một cách buồn bã.

- Jake bảo sẽ gọi cho cháu - Tôi bắt đầu bực bội - Lúc về, Jake không được khỏe nên cháu lo lắng.

- Nó... mệt quá nên không thể gọi được. Hiện thời, nó không ổn chút nào - Giọng nói của ông Billy nghe có vẻ lạnh nhạt. À, hẳn là ông muốn trở lại với cậu con trai.

- Bác có chuyện gì cần giúp đỡ thì cho cháu hay nhé - Tôi đề nghị - Cháu sẽ lái xe xuống ngay - Bất giác, tôi nghĩ đến cảnh ông Billy đang kẹt cứng trong chiếc xe lăn, còn Jake thì phải tự xoay xở lấy một mình...

- Không, không, đừng có xuống - Ông Billy đáp một cách khẩn cấp - Nhà bác không sao cả. Cháu cứ ở yên trong nhà nhé.

Cách ông Billy trả lời không được lịch sự cho lắm.

- Vâng - Tôi đồng ý.

- Tạm biệt Bella.

Títtttt... Ông Billy đã cúp máy.

- Tạm biệt bác - Tôi lầm bầm.

Ừm, ít ra thì Jacob cũng đã về được đến nhà. Nhưng lạ quá, sao tôi không ngớt lo lắng thế nhỉ... Tôi lê từng bước lên cầu thang, buồn bã. Có lẽ ngày mai, trước giờ làm việc, tôi sẽ phải ghé xuống xem cậu ta thế nào mới được. Tôi sẽ đem súp đến - trong nhà vẫn còn lon súp của hãng Campbell's thì phải, chắc là nó nằm ở đâu đó.

Nhưng sau đó, tôi lại ý thức được rằng mọi kế hoạch của mình đều phải bị hủy bỏ, ấy là vào sáng sớm hôm sau, khi tôi tỉnh giấc - chiếc đồng hồ báo cho biết đang là bốn giờ ba mươi phút - và tôi đã chạy hộc tốc hộc lôi vào trong nhà tắm. Nửa tiếng đồng hồ sau, ngài cảnh sát trưởng phát hiện ra tôi đang nằm sóng xoài trên sàn nhà, má tựa lên cái thành bồn tắm lạnh lẽo.

Bố chăm chú nhìn tôi dễ có đến cả một lúc lâu.

- Chắc là đau bụng - Cuối cùng, bố tôi cũng lên tiếng.

- Vâng - Tôi rên rỉ.

- Con có cần gì không? - Bố tôi hỏi.

- Bố gọi cho nhà Newton dùm con - Tôi đáp bằng một giọng nói lào khào - Nói với họ rằng con cũng bị giống như Mike, hôm nay, con không thể làm việc được. Và nói rằng cho con xin lỗi.

- Ừ, được rồi. Không sao đâu - Bố trấn an tôi.

Sau đó, tôi nằm trong... nhà tắm, đầu gối lên tấm khăn tắm nhàu nát và cuối cùng cũng thiếp đi được vài tiếng đồng hồ. Ngài cảnh sát trưởng bảo rằng "ngài" phải đi làm. Và ngài đã bỏ đi, sau khi để lại bên cạnh tôi một ly nước, để cô con gái của ngài không bị kiệt sức vì mất nước.

Rồi tiếng xe bố đi làm về đã khiến tôi thức giấc. Tôi nhận ra phòng mình tối om om - hoàng hôn đã tắt từ đời nào rồi. Bố nặng nề lê bước lên cầu thang để kiểm tra tình hình sức khỏe của tôi.

- Vẫn ổn chứ?

- Dạ.

- Con có cần gì không?

- Dạ không, cảm ơn bố.

Bố ngập ngừng, điều này rõ ràng không nằm trong chuyên môn của bố.

- Ừ - Bố đáp, rồi lại nặng nề lê bước xuống cầu thang, vào nhà bếp.

Vài phút sau, điện thoại đổ chuông ầm ĩ. Tôi nghe thấy tiếng bố rì rầm to nhỏ gì đó một lúc rồi gác máy.

- Mike khá hơn rồi - Bố gọi lên thông báo với tôi.

Ôi trời ơi. Mike "bị" trước mình khoảng tám tiếng đồng hồ. Vậy là thêm tám tiếng đồng hồ nữa. Ý nghĩ đó khiến bụng tôi lại nôn nao, tôi lại ngóc dậy, gục vào bồn cầu.

Và tôi lại thiếp đi trên tấm khăn, đến khi tỉnh dậy, tôi phát hiện ra mình đang nằm trên giường, bên ngoài cửa sổ, trời đã sáng; vậy là bố đã bế tôi về phòng, và không quên đặt ly nước trên chiếc bàn bên cạnh giường. Khát khô cổ, tôi vớ lấy ly nước, uống ừng ực, trong lòng cảm thấy vui sao khi thoát khỏi cái cảnh ngồi gật gù trong nhà tắm suốt đêm.

Nằm gà gật thêm một chút nữa, tôi mới chịu ngồi hẳn dậy, cố gắng dằn bụng không nôn ra nữa. Mệt lả người, miệng tôi nhạt thếch, nhưng cái bụng thì đã khá hơn. Tôi kiểm tra đồng hồ.

Hai mươi bốn tiếng đồng hồ vừa trôi qua, tôi đã đánh mất nguyên một ngày.

Cái bụng đói meo, nhưng tôi không dám chọn ăn gì khác ngoài một ít bánh mặn cho bữa sáng. Trông ngài cảnh sát trưởng nhẹ nhõm hẳn khi thấy tôi đã bình phục.

Và ngay khi nhận thức được rằng mình sẽ không phải "nghỉ mát" trong nhà tắm nữa, tôi gọi ngay cho Jacob.

Lần này thì Jacob bắt máy, nhưng nghe thấy giọng nói của người bạn nhỏ, tôi hiểu rằng cậu vẫn chưa khỏi bệnh.

- A lô? - Giọng nói của Jacob run run, vỡ òa.

- Ôi trời ơi, Jake - Tôi rên lên vì thương cảm - Giọng nói của em tệ quá.

- Em cảm thấy khó ở lắm - Người bạn nhỏ thều thào.

- Chị xin lỗi đã bắt em đi với chị. Tệ quá đi mất.

- Em rất vui vì được đi với chị kia mà - Giọng nói của Jacob vẫn lào thào như cũ - Chị đừng tự trách mình như thế. Không phải lỗi của chị đâu.

- Rồi em sẽ sớm khỏe lại thôi - Tôi đáp một cách đoan quyết - Chị mới tỉnh dậy sáng nay nè. Chị khỏe trở lại rồi.

- Chị bị ốm hả? - Người bạn nhỏ hỏi han bằng một giọng đều đều, mất cả trọng âm.

- Ừ, chị cũng bị ốm. Nhưng bây giờ thì khỏe lại rồi.

- Tuyệt quá - Người bạn nhỏ vẫn nói với cái giọng mất hết sức sống.

- Có lẽ vài tiếng đồng hồ nữa là em sẽ khỏe thôi - Tôi động viên.

Và khó khăn lắm tôi mới nghe được tiếng trả lời của Jacob:

- Em không nghĩ là mình bị ốm giống chị.

- Em không bị đau bụng ư? - Tôi hỏi, cảm thấy khó hiểu.

- Không. Cái này khác.

- Em bị làm sao?

- Em bị đau khắp chỗ - Người bạn nhỏ thều thào - Chỗ nào cũng đau cả.

Cơn đau ấy hiển hiện cả ra bên ngoài giọng nói của cậu.

- Chị có thể làm gì cho em không, Jake? Chị mang tới cho em cái gì được bây giờ?

- Em không cần gì đâu. Chị đừng có đến đây - Jacob trả lời gần như là ngay tức khắc. Bất giác, tôi nhớ tới lời của ông Billy tối hôm trước.

- Tức là em đã có mọi thứ cần thiết rồi, không cần tới chị nữa chứ gì - Tôi thẳng thắn chỉ ra.

Jacob phớt lờ đi:

- Khi nào khỏe lại, em sẽ gọi cho chị. Em sẽ cho chị hay lúc nào chị có thể xuống đây chơi được.

- Jacob...

- Đã đến lúc em phải gác máy rồi - Jacob cắt ngang lời tôi bằng một giọng khẩn thiết.

- Khi nào khỏe lại, nhớ gọi cho chị nhé.

- Được rồi - Người bạn nhỏ đồng ý, nhưng giọng nói gắt gỏng một cách khác thường.

Im lặng. Dễ có đến cả một lúc lâu, tôi đợi Jacob nói lời tạm biệt trước, nhưng cậu ta cũng đang đợi tôi y như vậy.

- Hẹn sớm gặp lại em.

- Chờ em gọi lại nhé - Jacob vẫn lặp đi lặp lại câu nói này.

- Được rồi... Tạm biệt Jacob.

- Bella... - Người bạn nhỏ thì thầm tên tôi, rồi gác máy.

10. CÁNH ĐỒNG

Jacob không gọi điện thoại.

Vậy là tôi buộc lòng phải làm việc đó. Ở lần gọi thứ nhất, ông Billy bắt máy, ông bảo rằng Jacob vẫn đang còn phải nằm trên giường. Cảm thấy có chuyện chẳng lành, tôi hỏi tới để nắm chắc rằng ông đã đưa Jacob đến bác sĩ. Ông Billy bảo rằng ông đã đưa con trai mình đi khám rồi; nhưng hình như ở đây có điều gì đó không được bình thường, và tôi không thể an tâm. Tôi không tin ông Billy. Bởi vậy, tôi gọi đi gọi lại... những hai ngày liền, mỗi ngày gọi vài bận, nhưng chẳng có ai nhấc máy trả lời.

Thứ Bảy, tôi quyết định xuống La Push thăm Jacob, hừm, hứa với chả hẹn... Thế nhưng trong căn nhà nhỏ màu đỏ kia chẳng có bóng dáng một ai. Tôi bắt đầu thấy sợ - không lẽ Jacob bị bệnh nặng đến độ phải vào bệnh viện? Thế là trên đường về nhà, tôi tạt vào bệnh viện dò hỏi tình hình, nhưng cô y tá ngồi ở bàn hướng dẫn lại cho biết rằng chẳng có ông Billy, lẫn cậu Jacob nào đến bệnh viện cả.

Tôi ngồi thừ ra, chờ đợi. Khi bố vừa bước chân vào nhà, tôi đã nhờ gọi cho ông Harry Clearwater để hỏi thăm về Jacob. Và tôi lại chờ đợi, trong lòng dậy lên trăm ngàn nỗi lo lắng, trong khi ngài cảnh sát trưởng cứ thản nhiên chuyện trò trên trời dưới đất với ông bạn vong niên; cuộc nói chuyện như kéo dài vô tận, vậy mà chẳng thấy nhắc nhở gì đến cái tên Jacob cả. Nhưng có vẻ như ông Harry đã đến bệnh viện... để kiểm tra tim. Cái trán của ngài cảnh sát trưởng đang phẳng phiu chợt nhăn lại, nhưng rồi ông Harry lại nói đùa để làm dịu tình hình, mãi cho đến khi ngài cảnh sát trưởng lại bật cười ha hả mới thôi. Và cuối cùng, điều tôi mong đợi đã đến, ngài cảnh sát trưởng bỗng hỏi thăm về Jacob; lúc này, mọi giác quan của tôi đều đổ dồn về phía bố cùng chiếc điện thoại. Tôi nghe thấy rất nhiều từ *ờ ờ* rồi thì *à vânggg*. Càng lúc càng sốt ruột, tay tôi lại bắt đầu gõ gõ lên kệ bếp, được vài cái thì ngài cảnh sát trưởng đặt tay lên tay tôi, ngăn lại.

Cuộc nói chuyện tràng giang đại hải tưởng vẫn còn tiếp tục thì ai dè lại kết thúc một cách đột ngột, ngài cảnh sát trưởng gác máy và quay sang tôi:

- Ông Harry nói rằng đường dây điện thoại có sự cố nên con gọi mà không ai bắt máy. Ở dưới đó, ông Billy đã đưa Jake đến bệnh viện rồi, hình như nó bị sốt cấp tính hay sao ấy. Giờ thì thằng bé mệt lắm, nên ông Billy không tiếp ai cả - Ngài cảnh sát trưởng thông báo.

- Không tiếp ai cả ư? - Tôi hỏi, không dám tin vào điều vừa được nghe.

Bố tôi tức thì nhướng một bên mày lên:

- Bells à, sao bây giờ con không lo làm việc của mình đi. Ông Billy biết điều gì là tốt nhất cho thằng Jake mà. Rồi nó sẽ sớm khỏe lại và chạy nhảy như cũ cho mà xem. Hãy kiên nhẫn nhé.

Tốt hơn hết là không nên nói thêm gì nữa. Ngài cảnh sát trưởng đang rất lo lắng cho ông Harry. Chuyện ông Harry bị ốm rõ ràng là quan trọng hơn rồi - nên đừng dại dột mà quấn quanh bên ngài cảnh sát trưởng rồi hỏi han linh tinh những chuyện của mình. Nghĩ như thế, tôi bước thẳng lên lầu, bật máy vi tính của mình lên, vào trang y học trực tuyến và gõ vào bàn phím cụm từ "sốt cấp tính" trong hộp tìm kiếm.

Và tất cả những gì tôi biết được là sốt cấp tính chỉ lây qua đường miệng khi hôn; điều này rõ ràng không phải là trường hợp của Jake. Một cách mau mắn, tôi lướt mắt lên phần triệu chứng của căn bệnh - căn bệnh sốt quái quỷ mà người bạn nhỏ của tôi đang phải gánh chịu - nhưng cái gì thế này? Ít nhất là trước khi từ rạp chiếu phim trở về nhà, Jacob đã không hề bị đau họng dữ dội, hoặc kiệt sức hay nhức đầu gì cả cơ mà. Tôi còn nhớ rất rõ cậu ấy đã bảo rằng "em khỏe như vâm". Không lẽ cơn sốt lại đến nhanh như vậy sao? Theo như bài viết này thì những cơn đau, nhức sẽ phải xuất hiện trước tiên...

Tôi nhìn chằm chằm vào màn hình, trong lòng dậy lên bao câu hỏi tại sao, đúng vậy, tại sao tôi lại làm như thế. Tại sao tôi lại cứ không thể không... *nghi hoặc* đến như vậy, cơ hồ như tôi không tin ông Billy? Và ông Billy nói dối ông Harry là vì cớ gì?

Có lẽ là vì tôi quá yếu đuối. Chỉ là do tôi quá lo lắng đấy thôi, và thật lòng mà nói thì tôi sợ sẽ không còn được phép gặp lại Jacob nữa - điều đó khiến bụng dạ tôi không yên.

Tôi tiếp tục đọc lướt qua bài viết, cố gắng tìm kiếm các chi tiết quan trọng hơn. Và rồi tôi dừng lại khi đôi mắt đụng phải hàng chữ ghi rằng sốt cấp tính sẽ diễn ra trên một tháng.

Một tháng ư? Miệng tôi há hốc ra.

Nhưng ông Billy không thể nào từ chối tiếp khách lâu đến như vậy được. Vả lại, Jake cũng sẽ hóa điên khi bị bó chặt vào cái giường mà không được trò chuyện cùng ai cả.

Và rốt cuộc thì ông Billy sợ cái gì vậy nhỉ? Bài viết nói rằng người bị sốt cấp tính cần tránh hoạt động mạnh, chứ có nói gì đến vụ tiếp khách khứa đâu. Bệnh này đâu có phải là dễ lây truyền.

Mình sẽ cho ông Billy một tuần - tôi quyết định - trước khi mình sẽ lại mò đến. Một tuần là hào phóng lắm rồi.

Một tuần thật là quá dài. Mới đến thứ Tư thôi mà tôi đã dám chắc chắn rằng mình không thể chờ đợi được tới thứ Bảy.

Khi quyết định sẽ "để yên" cho bố con ông Billy một tuần là bởi tôi không tin Jacob có thể xuôi theo quy định của bố mình. Mỗi ngày, cứ tan trường về nhà là tôi lại chạy đến cái điện thoại để kiểm tra lời nhắn. Nhưng chẳng hề có một lời nhắn nào.

Và tôi phải... thất hứa; tôi gọi điện thoại đến nhà ông Billy những ba lần, nhưng lần nào đường dây điện thoại cũng vẫn cứ nằm trong tình trạng trục trặc.

Vì thế, tôi chôn chân ở trong nhà, một mình gặm nhấm nỗi cô đơn. Không có Jacob, không có chất adrenalin cùng những hoạt động ngoài trời với người bạn nhỏ, những thứ bấy lâu nay tôi "đàn áp" được đã bắt đầu trỗi dậy. Những giấc mơ dần dà trở nên khó chịu hơn. Cái kết cuộc có hậu bao lâu nay tôi chờ đợi lại càng không bao giờ đến. Thay vào đó là những hư vô đáng sợ - phân nửa là khoảng thời gian tôi bị kẹt trong rừng, nửa còn lại là tôi lang thang trong biển dương xỉ mênh mông, nơi căn nhà trắng đã không còn tồn tại ở đó nữa. Thằng hoặc, Sam Uley lại xuất hiện ở trong rừng, vẫn tiếp tục quan sát tôi. Và tôi lờ phất anh ta đi, không muốn chú ý đến con người kỳ lạ đó - sự có mặt của anh ta chẳng làm cho tôi thoải mái được chút nào, nỗi cô độc cũng chẳng vì sự hiện diện của anh ta mà vơi bớt đi. Để cuối cùng, hết đêm này sang đêm khác, tôi lại tỉnh dậy với một tiếng thét kéo dài.

Tiếp nối theo những điều đó, lỗ thủng trong ngực tôi ngày càng chuyển biến xấu hơn. Bấy lâu nay, tôi những tưởng rằng đã khống chế hoàn toàn được nó rồi, nhưng ngày lại ngày, tôi ý thức được rằng mình đang nằm co quắp, đôi tay tự ôm chặt lấy mình mà thở lấy thở để.

Chỉ một thân một mình thôi, tôi không thể nào xoay xở tốt được.

Vào một buổi sáng thức giấc, tinh thần của tôi bỗng nhiên trở nên rất thoải mái, nhẹ nhõm vô cùng, cứ như là tôi vừa mới trút bỏ được một gánh nặng; tôi lại thét lên rất to... Tất nhiên rồi, làm sao tôi có thể quên hôm nay là ngày thứ Bảy được kia chứ. Hôm nay, tôi có thể gọi điện thoại cho Jacob được rồi. Và giả như đường dây điện thoại vẫn còn trục trặc, tôi sẽ phóng xe thẳng xuống La Push. Dẫu có thế nào đi chăng nữa thì hôm nay vẫn sẽ là ngày dễ thở hơn cả tuần thui thủi một mình vừa qua.

Tôi bấm số điện thoại, bình tĩnh chờ đợi, không còn căng thẳng như trước nữa... và tôi giật nảy mình khi nghe tiếng trả lời của ông Billy sau hồi chuông thứ hai.

- A lô?

- A, điện thoại hoạt động trở lại rồi! Cháu chào bác Billy. Cháu Bella đây ạ. Cháu gọi chỉ để hỏi thăm Jacob thôi. Cậu ấy đã có thể tiếp bạn được chưa hả bác? Cháu tính ghé...

- Ồ, bác rất tiếc, Bella - Ông Billy cắt ngang lời tôi, không biết có phải ông đang xem tivi hay không, nhưng nghe cung cách trong giọng nói ấy thì xem ra ông không chú tâm đến tôi lắm - Nó không có nhà.

- Ồ - Tôi khựng lại đúng một giây - Jake đã khỏe lại chưa bác?

- Ờ, rồiii - Ông Billy ngập ngừng, cố ngân dài giọng nói - Hóa ra là nó không bị sốt cấp tính. Bị virút gì gì ấy.

- Ồ. Thế... cậu ấy đi đâu rồi ạ?

- Nó chở mấy đứa bạn lên Port Angeles... Bác nghĩ là chúng nó đi xem phim hai xuất hay là gì ấy. Thằng Jake sẽ đi cả ngày.

- Thế ạ? Thế thì cháu an tâm rồi. Cháu cứ lo lắng mãi. Cháu rất vui là cậu ấy đã khỏe và đã ra ngoài được rồi - Giọng nói của tôi nghe giả tạo một cách bất ngờ.

Jacob đã khá hơn, nhưng vẫn chưa đủ mạnh để gọi điện thoại cho tôi. Cậu ta đang đi chơi với bạn bè, còn tôi thì giam mình ở nhà; mỗi giờ trôi qua lại càng nghĩ đến người bạn nhỏ nhiều hơn. Tôi cô độc, lo lắng, buồn chán... tinh thần bị bào mòn - và bây giờ là cảm giác bị bỏ rơi khi nhớ lại cả tuần lủi thủi một mình.

- Cháu có cần gì không? - Ông Billy hỏi một cách nhã nhặn.

- Dạ không, không có gì ạ.

- Ờ, bác sẽ nói lại với nó là cháu có gọi - Ông Billy hứa - Tạm biệt Bella.

300

- Tạm biệt bác - Tôi đáp lại, nhưng ông Billy đã gác máy rồi.

Tôi đứng thừ ra một lúc, chiếc điện thoại vẫn còn giữ khư khư trong tay.

Jacob hẳn đã thay đổi quyết định, và thực hiện cái điều tôi vẫn hằng lo sợ. Ấy là cậu sẽ nghe theo lời khuyên của tôi, không muốn lãng phí thời gian hơn nữa cho kẻ cứng đầu, không chịu hồi tâm chuyển ý trước tình cảm của cậu. Tôi cảm nhận rõ mồn một mặt mình dần dần không còn một hột máu.

- Có chuyện gì thế? - Vừa bước xuống cầu thang, bố tôi vừa cất tiếng hỏi.

- Dạ, không có chuyện gì cả, bố ạ - Tôi nói dối, và gác máy - Bác Billy nói rằng Jacob đã khỏe lại rồi. Không phải là sốt cấp tính. Thế là tốt rồi.

- Thế nó có tới đây không, hay là con sẽ xuống đó? - Bố bắt đầu lục mở tủ lạnh, hỏi một cách lơ đãng.

- Cái nào cũng không hết, bố! - Tôi thật thà "báo cáo" - Cậu ấy đi chơi với mấy người bạn rồi.

Âm điệu trong giọng nói của tôi cuối cùng đã khiến bố chú ý. Bố thoáng giật mình, ngước nhanh mắt lên nhìn tôi, hai cái tay đang ôm hộp phômai cắt lát tức thì đông cứng lại.

- Bây giờ chẳng phải là vẫn còn sớm để sửa soạn cơm trưa sao, bố? - Tôi cố sức xoay xở để giọng nói của mình thoát ra thật nhẹ nhàng, mong bố sẽ xao lãng chuyện này.

- À không, bố chỉ chuẩn bị vài thứ để ra sông...

- Ồ, hôm nay bố lại câu cá à?

301

- Ừ, ông Harry gọi điện thoại rủ bố... Vả lại, trời cũng không mưa - Vừa trả lời, bố vừa bày đầy một mớ thực phẩm, gói to, gói nhỏ đủ kiểu ra kệ bếp. Nhưng bỗng đột nhiên bố khựng lại như vừa ý thức được một điều gì đó, ánh mắt lại ngước lên - Nào, con có cần bố ở nhà với con không, khi Jake không tới?

- Dạ, không sao đâu bố - Tôi trả lời, vẫn cố gắng để giọng nói của mình chẳng có gì khác lạ - Thời tiết tốt thì cá sẽ cắn câu nhiều lắm đấy.

Bố nhìn tôi trân trối, vẻ lưỡng lự hiện rõ trên nét mặt. Tôi hiểu rằng bố đang lo lắng, sợ phải để tôi ở nhà một mình, có thể tôi sẽ lại "lên cơn".

- Con nói thật đấy bố. Có lẽ con sẽ gọi điện thoại cho Jessica - Tôi lại bị thần Nói Dối nhập. Chẳng thà tôi cô đơn một mình còn hơn là để cho cả ngày bị bố ra ra vào vào kiểm tra - Bọn con phải học bài để chuẩn bị làm kiểm tra môn "Tích phân – Vi phân". Có thể con sẽ nhờ bạn ấy chỉ giúp - Thật ra thì chỉ có cái phần sau là sự thật thôi. Phần còn lại thì tôi sẽ phải tự học lấy.

- Đúng rồi. Chứ con cứ chỉ chơi với Jacob mãi, những người bạn khác sẽ cho là con bỏ rơi họ đấy.

Tôi chỉ còn nước mỉm cười và gật đầu, như thể tôi cũng quan tâm đến suy nghĩ của các bạn.

Ngài cảnh sát trưởng đã quay đi, nhưng bất thình lình "ngài" quay lại, vẻ mặt lại đầy ắp nỗi lo lắng:

- À, mà con sẽ học ở đây, không thì ở nhà Jess thôi, phải không?

- Dạ, chứ còn có nơi nào khác nữa đâu bố?

- Ờ, chỉ là bố muốn con phải cẩn thận, không được tự ý vào rừng, như bố đã dặn từ trước rồi đấy.

Nãy giờ thần trí của tôi cứ lang thang mãi tận phương nào, nên phải mất cả phút sau tôi mới hiểu ra.

- Lại chuyện con gấu nữa hả bố?

Bố gật đầu, đôi lông mày cau lại.

- Chỗ chúng ta vừa có một người đi bộ vượt địa hình được thông báo là đã mất tích... Sáng sớm hôm nay, mấy nhân viên kiểm lâm đã tìm thấy lều của anh ta, nhưng chẳng thấy dấu vết gì của anh ta cả. Thay vào đó là những dấu chân của một con thú lớn... Tất nhiên là chúng có thể có sau, khi con thú đang đi đánh hơi kiếm mồi... Nhưng dù sao đi nữa thì người ta cũng đang đặt bẫy nó.

- Ồ - Tôi bày tỏ thái độ một cách bâng quơ. Kỳ thực, tôi không để ý lắm đến những lời cảnh báo của bố, tôi đang lo lắng về tình cảnh giữa Jacob và tôi hơn là chú tâm đến khả năng con gấu ăn thịt người.

Và tôi cảm thấy vui vì bố đang khẩn trương sắp xếp đồ đạc. Bố không có ý đợi tôi gọi điện thoại cho Jessica, nên tôi không cần phải diễn cái màn kịch đáng chê trách đó. Tôi từ tốn thu dọn sách vở trên bàn ăn, cho tất cả vào túi xách, nhưng chủ yếu là cứ đi tới đi lui không ngừng. Giả như ngài cảnh sát trưởng không háo hức nghĩ đến mẻ cá sẽ câu được thì thể nào mấy cái hành động đó cũng đánh động mối nghi ngờ từ phía ngài.

Tôi mải mê làm ra vẻ bận rộn đến độ cõi lòng trống trải vô hạn tạm thời chưa hành hạ tôi, mãi cho đến khi tôi nhìn theo chiếc xe của bố từ từ khuất bóng. Lơ đãng, tôi nhìn chằm

chằm vào cái điện thoại lạnh lẽo trong gian bếp, và chỉ sau đúng hai phút, tôi quyết định rằng sẽ không ở nhà ngày hôm nay. Ngay lập tức, tôi đưa ra vài lựa chọn.

Tôi sẽ không gọi điện thoại cho Jessica. Theo như tất cả những gì tôi biết thì Jessica đã "ghi danh" vào nhóm những kẻ ám muội rồi.

Tôi có thể lái xe xuống La Push để lấy chiếc xe máy của mình - một ý tưởng vô cùng hấp dẫn, ngoại trừ một vấn đề nho nhỏ: rủi có chuyện gì thì ai sẽ đưa tôi vào bệnh viện đây?

Hay là... trong chiếc xe tải của tôi vẫn còn cái la bàn và bản đồ địa hình. Tôi đã biết cách sử dụng hai cái đó rồi nên không lo bị lạc nữa. Và biết đâu hôm nay, tôi lại chẳng may mắn gạch bỏ được thêm hai đường đi nữa trên bản đồ mà không cần có sự hiện diện của Jacob... Biết đến bao giờ cậu ta mới quyết định gặp lại tôi đây? Tôi không muốn phỏng đoán xem khoảng thời gian đó sẽ lâu, mau thế nào. Cũng có thể tôi và cậu ta chẳng còn bao giờ gặp lại nhau nữa cũng nên.

Từ tận sâu thẳm trong tâm khảm, mặc cảm tội lỗi đã bắt đầu len lỏi ra bên ngoài, tôi hiểu bố sẽ cảm thấy thế nào về chuyện này, nhưng tôi quyết định sẽ lờ đi. Hôm nay, tôi không thể cứ tiếp tục ở nhà.

Chỉ trong vài phút sau, tôi đã vi vu trên con đường đất quen thuộc dẫn đến một nơi cũng chẳng còn xa lạ gì nữa. Hạ tất cả kính xe xuống, tôi cho xe phóng hết tốc lực, ngõ hầu tận hưởng bằng hết thú vui được hòa mình vào làn gió. Trời hôm nay đầy mây, nhưng vẫn khô ráo - thật là một ngày lý tưởng... đối với cái thị trấn Forks này.

Tất nhiên, chỉ với một mình tôi thì bước đầu tiên bao giờ cũng mất nhiều thời gian hơn Jacob. Sau khi đậu xe xong, tôi loay hoay những mười lăm phút mới hiểu được mối liên hệ giữa cây kim nhỏ xíu trên mặt la bàn và những cột mốc được dựng sẵn trên bản đồ. Đến khi đã chắc chắn được hướng cần phải đi, tôi bắt đầu dấn bước vào rừng.

Khu rừng hôm nay mang đủ các sắc thái của sự sống, dường như toàn bộ cư dân nhỏ bé của cánh rừng đều ló mặt ra hết để thưởng thức bầu không khí khô ráo, dễ chịu lâu lắm mới có được này. Nhưng không hiểu sao, vang vọng khắp trong không gian, những con chim đang ríu rít gọi nhau liên hồi, bầy côn trùng thì kêu râm ran không ngừng nghỉ; ở dưới đất, thảng hoặc lại thấy mấy con chuột đồng hối hả rúc vào bụi. Tất cả đang hãi sợ điều gì chăng. Quang cảnh đang diễn ra trước mắt chợt khiến tôi nhớ lại cơn ác mộng xuất hiện gần đây nhất. Sẽ chẳng có gì đâu, có lẽ là vì tôi đang cô độc đấy thôi, tôi đang nhớ đến cái dáng thảnh thơi, vô tư lự của người bạn nhỏ Jacob, nhớ tiếng huýt sáo cùng tiếng lóc bóc của hai đôi chân bước đi trên nền đất ướt át.

Càng tiến sâu hơn vào khu rừng, cảm giác rưng rưng trong tôi lại càng dâng lên. Việc hô hấp cũng theo đó mà trở nên khó khăn, chẳng phải do bản thân sự bất trắc của cánh rừng đang lần lượt tái hiện qua hàng ngàn các hoạt động, âm thanh xung quanh tôi, mà là do cái lỗ thủng vô hình trong ngực tôi lại bắt đầu giở chứng. Như một phản xạ tự nhiên, tôi tự vòng tay ôm lấy thân mình thật chặt, lý trí đồng thời lên tiếng ra lệnh cho cơ thể trục xuất cơn đau ấy đi. Đầu óc tôi hốt nhiên quay cuồng, nhưng tôi vẫn không dừng lại, tôi ghét việc phải lãng phí sức lực đang càng lúc càng bị cơn đau bào mòn này.

Cố gắng lên, cố gắng lên... tôi chậm chạp lê từng bước, từng bước một, dần dà, nhịp chân cũng làm chủ được tâm trí và chế ngự được nỗi đau. Hơi thở của tôi cũng theo đó mà điều tiết một cách nhẹ nhàng hơn - mình giỏi thật đấy, mình đã không bỏ cuộc - tôi tự khen ngợi mình. Việc đi bộ khiến tôi cảm thấy thoải mái, nhịp chân của tôi mỗi lúc một tăng nhanh...

... Và tôi hoàn toàn không thể xác định được là sự chuyển động này đã có tác dụng đến tâm trạng của bản thân như thế nào. Hình như tôi đã vượt qua được bốn dặm đường rồi thì phải, nhưng chưa đâu, vẫn chưa đến nơi, theo trí nhớ của tôi thì còn phải... Kia rồi, sự thảng thốt trong phút chốc khiến đầu óc tôi váng vất, hai cây gỗ thích quen thuộc đứng đan vào nhau, tôi hăm hở bước vào vòm lá xam um ấy - hồi hộp len qua đám dương xỉ cao ngang ngực - để vào với cánh đồng.

Vẫn là chốn xưa, tôi dám đoan chắc điều đó. Chưa bao giờ tôi thấy nơi nào lại có bố cục hình học hoàn hảo đến như vậy. Toàn bộ cánh đồng tròn vành vạnh, cơ hồ như tạo hóa đã cố tình vẽ nó là một vòng tròn hoàn mỹ, cây gỗ nào vô tình xâm phạm vào vòng tròn ấy cũng bị nhổ bật rễ, tuy vậy, lại không hề có bất cứ một dấu vết nào của hành động can thiệp bạo lực cả, từng làn sóng cỏ cứ rập rờn, rập rờn... Ở phía đông, thoảng nghe có lời ca của tiếng suối chảy, thì thầm, thì thầm.

Không có ánh sáng mặt trời, đồng cỏ hôm nay chưa thật lộng lẫy như trong tranh, nhưng vẫn đẹp và yên bình. Hiện thời chưa phải là mùa của những bông hoa dại; mặt đất đầy những thân cỏ mọc cao thản nhiên đu đưa, đu đưa theo làn gió thoảng trông giống như sóng gợn trên mặt hồ.

Cảnh vẫn như xưa... nhưng chẳng lưu lại những gì tôi đang cất công tìm kiếm.

Nhận thức được điều đó, nỗi thất vọng nhanh chóng ùa đến, chẳng mấy chốc đã tràn ngập khắp cõi lòng tôi. Váng vất, tôi đổ sụp người xuống, quỳ ngay bên mép cỏ và bắt đầu hổn hển thở.

Sau bao kiên trì, nhẫn nại để đến được đây, cuối cùng, tôi thu hoạch được gì? Không có gì cả, nơi này không có gì cả. Không có gì ngoài những ký ức mà tôi có thể nhớ lại bất cứ khi nào muốn cũng được; giả như nãy giờ tôi đã khống chế được nỗi đau, thì giờ đây, nỗi đau đã nuốt trọn được tôi, toàn thân tôi hoàn toàn buốt giá. Nơi này chẳng có gì đặc biệt nếu không có *anh*. Tôi không thể ý thức được rằng mình đang trông chờ điều gì, nhưng cánh đồng trống trải quá, trống trải trong bầu không khí thoáng đạt, trống trải giữa những thân cây, ngọn cỏ, làn gió mát và tiếng suối chảy rì rầm... Cánh đồng hóa ra cũng chẳng khác gì những nơi khác. Nó cũng y hệt như những cơn ác mộng của tôi mà thôi. Đầu óc tôi bắt đầu quay cuồng.

Nhưng ít ra thì tôi cũng đã đến một mình. Nhận thức được điều đó, lòng tôi có nhẹ nhõm hơn đôi chút. Nếu như tôi và Jacob cùng tìm lại được cánh đồng này... Ừ, chắc chắn chẳng thể nào tôi có thể lấp được cái vực thẳm mà bản thân đang lao đầu xuống như thế này. Làm sao tôi có thể giải thích về nỗi từng khớp xương trong người tôi đang bị gãy rời ra từng đoạn, và vì lý do gì đã khiến cho tôi phải co quắp người lại như thể là muốn bịt túm lấy cái lỗ hổng trống hoác đang xé nát người tôi ra đây? Không có "khán giả" nào lúc này, âu lại hóa hay biết bao.

Và nữa, tôi sẽ không thể giải thích với bất kỳ ai vì sao tôi lại hối hả bỏ đi như thế này. Jacob chắc hẳn phải nghĩ rằng, sau bao cố gắng tìm ra cái nơi ngớ ngẩn này, tôi sẽ muốn ở lại lâu hơn, chứ nào phải chỉ là vài giây ngắn ngủi như thế này. Đúng, tôi muốn bỏ đi, bỏ đi thật nhanh... Tôi cố huy động bằng hết sức lực còn lại trong người để dồn cho đôi chân, buộc bản thân phải lơi người ra mà đứng dậy. Cái nơi trống trải này đang gây nên nỗi đau quặn thắt trong lòng tôi; không thể chịu đựng thêm được một giây, một phút nào nữa - nếu cần, tôi sẵn sàng trườn, bò; lết đi cũng được, miễn là được thoát khỏi chốn này càng nhanh càng tốt.

May mắn làm sao, tôi chỉ trơ trọi một mình.

Trơ trọi một mình. Tôi lặp lại với một sự toại nguyện gần như thái quá, rồi gồng mình đứng dậy, bất chấp mọi cơn đau... Chính vào thời khắc ấy, ngay trước mặt tôi, cách tôi khoảng ba mươi bước chân, một người cũng vừa bước ra khỏi lùm cây...

Chỉ trong đúng một tích tắc, vậy mà tôi đã trải qua hàng ngàn cung bậc khác nhau của cảm xúc. Ban đầu là ngạc nhiên; tôi đang cách xa mọi con đường mòn (hầu như không có khả năng người bình thường có thể tìm được đến đây), và thật tình, tôi cũng không mong mình lại có một người bạn đồng hành. Nhưng rồi sau đó, mắt tôi dán chặt vào cái dáng người bất động, chú mục vào cái vẻ trầm tĩnh, nước da xanh xao... thất thần, bao hy vọng chợt vùng dậy trong tôi. Nhưng rồi cái hy vọng ấy đã bị giết chết một cách không thương tiếc. Tôi giống như một kẻ đang vùng vẫy chống chọi với những đợt sóng khổ đau sắc lẻm như dao đang khứa vào từng thớ thịt của mình, khi mắt tôi nhận diện ra khuôn mặt bên dưới mái tóc đen... Không phải là gương mặt của người tôi đang ao ước được gặp lại... Và rồi tiếp theo đó là nỗi sợ, đây không phải là gương mặt của người đã khiến tôi đau khổ, nhưng cũng đủ quen để tôi ý thức được rằng đây không phải là vị du khách đi lạc.

Cuối cùng...

- Ông Laurent! - Tôi thét lên với một tâm trạng nhẹ nhõm đáng ngạc nhiên.

Đó là một phản ứng cực kỳ phi lý! Lẽ ra, tôi nên biết thế nào là nín thở vì sợ mới phải.

Lần đầu tiên tôi biết đến Laurent là khi ông ta đang cùng hội cùng thuyền với James. Nhưng Laurent không hề tham gia vào chuyến săn mồi diễn ra ngay sau đó - chuyến đi săn mà tôi là con mồi duy nhất - chỉ vì ông ta sợ; lúc đó, tôi đang nằm trong vòng bảo vệ của một nhóm ma-cà-rồng khác có số đông áp đảo nhóm của ông ta. Giả như sự vụ không diễn ra như vậy thì có lẽ ông ta đã khác - ông ta sẽ săn đuổi tôi không thương tiếc, và tôi cũng đã là món ăn của ông ta rồi. Nhưng cũng có khi ông ta đã thay đổi, bởi lẽ, ông ta đã đến Alaska, sống chung với một nhóm ma-cà-rồng khác đã được "giáo hóa" - một gia đình ma-ca-rồng đã chấp nhận những chuẩn mực đạo đức mà từ bỏ lối sống hút máu người. Gia đình này cũng giống như... không, mình không được nhớ đến cái tên ấy, tôi tự nhủ với lòng.

Và, quả nhiên là thế, nỗi sợ hãi đã kích thích cho mọi giác quan trong tôi hoạt động mạnh hơn, nhưng tất cả những gì tôi có thể cảm nhận được lúc này là một sự hài lòng, một sự hài lòng nhanh chóng tràn ngập khắp cơ thể của tôi. Cánh đồng cỏ lại trở nên đẹp một cách lạ lùng, một vẻ đẹp chỉ có ở trong tranh, trong truyện cổ tích, đẹp hơn cả những gì tôi mong đợi, để có thể tin được rằng nó có thật... Đẹp quá, huyền ảo quá. Đây chính là điều mà bấy lâu nay, tôi vẫn cất công lặn lội tìm kiếm. Chứng cứ, phải, đấy là chứng cứ, tuy có xa xôi thật, nhưng tôi vẫn có thể tin rằng - ở đâu đó dưới vòm trời tôi đang hít thở không khí này đây - *anh* vẫn đang tồn tại.

Thật không thể tưởng tượng được, trông Laurent vẫn y như ngày xưa... Ôi trời, mình thật ngớ ngẩn lắm thay, tôi thầm nhủ, khi không, mình lại đem thuộc tính của con người để áp đặt vào những nhân vật đặc biệt. Nhưng dường như vẫn có một cái gì đó mà mình đang mong đợi... Hiện thời, tôi vẫn chưa thể nhận ra được.

- Bella? - Laurent hỏi lại, có vẻ như ông ta còn ngạc nhiên hơn cả tôi nữa.

- Ông vẫn còn nhớ sao? - Tôi mỉm cười. Thật ngớ ngẩn hết chỗ nói, tôi hoan hỉ hẳn lên chỉ vì tên mình vẫn còn nằm trong trí nhớ của một ma-cà-rồng!?!

Ông ta cười hể hả.

- Tôi không nghĩ là mình sẽ được gặp cô ở đây - Vừa nói, ông ta vừa bước chậm rãi lại phía tôi, trên mặt hãy còn vẻ sửng sốt.

- Chẳng phải là trái đất quay tròn đó sao? Hơn nữa, tôi cũng đang sống ở đây mà. Nhưng tôi nghĩ là ông đã đi Alaska rồi kia.

Chỉ còn cách tôi khoảng mười bước chân, Laurent đột ngột dừng lại, đầu hơi nghếch về một bên. Ông ta có một gương mặt đẹp toàn bích, một vẻ đẹp sẵn sàng đối đầu cùng thời gian (và bao giờ cũng thắng). Tôi chú mục vào dáng vẻ của Laurent với một tâm trạng nhẹ nhõm nhưng tha thiết đến khó hiểu. Đây là người tôi không phải đóng kịch - đây là người biết hết mọi điều, kể cả những điều mà tôi không bao giờ dám hé môi cùng ai.

- Cô nói đúng - Ông ta gật đầu đồng ý - Tôi đã đến Alaska. Tuy nhiên, tôi cũng không ngờ... Chỗ ở của Cullen trống không, chắc họ đã chuyển đi rồi.

- Ồ...

Tôi bắt buộc phải bặm chặt môi lại, cái tên vừa nghe ấy đã khiến cho những vết thương đang tạm thời se mặt trong tôi bỗng rung lên bần bật. Tôi lấy lại bình tĩnh chỉ vỏn vẹn đúng một giây. Laurent vẫn chờ đợi bằng một đôi mắt tò mò không hề che giấu.

- Họ chuyển đi rồi - Cuối cùng, tôi cũng đã có thể thông báo với kẻ đang đối diện với mình như thế.

- Hmmm - Ông ta lầm bầm - Tôi lấy làm ngạc nhiên là họ đã bỏ cô lại. Chẳng phải là họ đã rất quý cô đó sao? - Trong đôi mắt của ông ta chợt ẩn hiện một nỗi niềm mong đợi khó hiểu.

Tôi mỉm cười, một nụ cười méo mó đến tội nghiệp:

- Cũng gần gần như vậy.

- Hmmm - Ông ta lại lầm bầm, vẻ mặt trở nên trầm ngâm.

Vào đúng thời khắc đó, tôi mới nhận thức được chính xác

điều không thay đổi ở ông ta - rất, rất không thay đổi. Sau khi bác sĩ Carlisle báo cho chúng tôi biết rằng Laurent đã ở lại với gia đình bà Tanya, tôi đã bắt đầu mường tượng về ông ta - trong những lần hiếm hoi tôi nghĩ đến con người này - rằng ông ta có một đôi mắt màu hổ phách giống như... nhà Cullen - tôi buộc lòng phải nghĩ đến cái tên ấy và không khỏi nhăn mặt lại. Đó là điểm nhận biết về ma-cà-rồng *tốt*.

Một cách vô ý thức, tôi lùi lại, đôi mắt đỏ ngầu của ông ta vẫn bám sát từng cử động của tôi.

- Họ có vẫn hay về đây không? - Ông ta lại hỏi, rất tự nhiên, nhưng thân hình của ông ta bỗng di chuyển tới phía tôi.

- Em hãy nói dối đi - Giọng nói êm mượt chợt xuất hiện, thì thào trong đầu tôi.

Tôi chú tâm vào âm điệu của giọng nói ấy, nhưng nó không còn khiến cho tôi ngạc nhiên nữa. Tôi đang ở vào thế nguy hiểm ngàn cân treo sợi tóc. So với tình thế này thì chiếc xe máy chỉ bé bằng cái móng tay mà thôi.

Và tôi làm theo điều *anh* vừa nhắc nhở.

- Thỉnh thoảng vẫn về - Tôi cố giữ cho giọng nói của mình thật nhẹ hẫng, tự nhiên - Với tôi thì thời gian ấy hơi lâu. Ông không biết là họ quẫn trí như thế nào... đâu... - Tôi lại bắt đầu trệu trạo. Đầu óc tôi đang hoạt động hết công suất.

- Hmmm - Laurent lại nói - Hình như căn nhà bị bỏ hoang lâu rồi...

- Em phải nói dối hơn thế nữa, Bella - *Anh* lên tiếng với vẻ khẩn khoản.

Và tôi lại cố gắng...

- Tôi sẽ nói lại với bác sĩ Carlisle rằng ông có đến. Chắc ông ấy sẽ tiếc vì không về đúng lúc để gặp ông - Nói đến đây, tôi vờ làm ra vẻ đắn đo trong khoảng một tích tắc - Nhưng tôi nghĩ... ừm, có lẽ tôi không nên để... Edward hay chuyện này... - Xoay xở mãi, cuối cùng, tôi cũng nói được tên *anh*, cái tên ấy vừa thoát ra khỏi miệng, cũng cùng lúc lòng tôi quặn lại, mọi nỗ lực làm ra vẻ thật thà hiện đang đứng bên bờ "phá sản" -... tính khí của anh ấy... ừm, có lẽ ông vẫn còn nhớ. Anh ấy vẫn chưa quên những chuyện James đã làm - Nói đến đây, tôi đảo mắt, và phẩy tay, làm như thể tất cả những chuyện kia đã lùi vào dĩ vãng, nhưng giọng nói của tôi hơi có chút bấn loạn. Không biết kẻ đang đứng trước mặt tôi có nhận ra điều đó không...

- Cậu ta vẫn chưa quên thật à? - Laurent hỏi lại, âm điệu của giọng nói cho thấy ông ta đang hồ nghi.

Và tôi buộc phải trả lời thật ngắn, cố không để cho giọng nói của mình có cơ hội phản bội, tố cáo nỗi hoảng loạn đang diễn ra trong tâm tư của tôi.

- Mm-hmmm.

Lauren lại tiến tiếp thêm một bước, ánh mắt khẽ quét hết một vòng cánh đồng. Tôi vẫn rất tỉnh táo, bước chân ấy đã rút ngắn thêm khoảng cách giữa kẻ đang đối diện và tôi. Trong đầu tôi, giọng nói ngọt ngào kia đã bắt đầu càu nhàu.

- Chuyện ở Danali thế nào rồi, thưa ông? Bác sĩ Carlisle kể rằng ông đang sống với bà Tanya? - Âm vực giọng nói của tôi cất cao.

Câu hỏi khiến Laurent dừng lại.

- Tôi rất thích Tanya - Ông ta trầm ngâm - Tôi thậm chí còn thích cô Irina, con gái của bà hơn nữa... Chưa hề bao giờ tôi lại ở yên một chỗ lâu đến như vậy; tôi thích đi đây đi đó, khám phá nhiều điều mới lạ hơn. Nhưng mà, kiêng khem quả thực khó quá... Tôi ngạc nhiên là họ đã làm chủ được mình lâu đến như vậy - Kẻ đối diện mỉm cười với tôi, một nụ cười vô cùng bí ẩn - Thảng hoặc, tôi lại... buông xuôi.

Tôi không thể chịu đựng thêm một phút nào nữa. Tôi dợm lùi bước, đôi mắt đỏ lè của kẻ kia cũng vừa liếc xuống để bắt lấy cử động của đôi chân tôi, toàn thân tôi bỗng chốc đông cứng lại.

- Ồ - Giọng nói của tôi yếu ớt hẳn - Jasper cũng đang khổ sở vì điều đó.

- Đừng cử động - Giọng nói êm dịu như nhung lại thì thào. Và tôi cố gắng làm theo chỉ dẫn của *anh*. Thật khó khăn; bản năng bỏ chạy trong tôi đang gần như không còn kiểm soát được nữa.

- Thế à? - Laurent có vẻ thích thú - Đó là lý do khiến họ chuyển đi à?

- Không phải thế - Tôi thành thật trả lời - Ở nhà, Jasper luôn cẩn thận mà.

- À, đúng rồi - Laurent gật đầu đồng ý - Tôi cũng vậy.

Laurent lại tiến thêm một bước nữa, lần này cẩn trọng hơn.

- Victoria có tìm ông không? - Tôi lại hỏi, cố gắng làm cho kẻ đối diện xao lãng, hơi thở của tôi chợt dừng lại ở lưng chừng cuống họng. Đây là câu hỏi đầu tiên vụt hiện lên trong đầu tôi, và tôi đã hối hận ngay khi nó vừa kịp thoát ra đằng miệng. Victoria, kẻ đã từng bắt tay với James săn lùng tôi rồi sau đó biến mất, là người tôi không nên nghĩ tới trong tình huống nguy hiểm này.

Nhưng câu hỏi ấy lại khiến cho kẻ đối diện dừng bước.

- Có - Laurent trả lời, đôi chân ông ta bỗng ngập ngừng - Và "ta" đến đây là để giúp ả ấy - Chợt kẻ đối diện nhăn mặt - Ả ấy hẳn sẽ không vui vì chuyện này đâu.

- Chuyện gì? - Tôi hỏi một cách háo hức, chờ đợi kẻ đối diện tiếp tục. Laurent đang chú mục vào tất cả các ngả đường nằm xa tôi. Lợi dụng sự phân tâm của hắn, tôi len lén lùi lại một bước.

Laurent quay sang nhìn tôi, mỉm cười - điệu bộ giống y hệt như một thiên sứ chốn địa ngục.

- Chuyện ta sẽ kết liễu cuộc đời của "mi" - Kẻ đối diện trả lời bằng một giọng nói ngọt lịm như đường.

Loạng choạng, tôi lùi thêm một bước nữa. Đầu óc tôi quay cuồng vì hoảng loạn, lời nói của kẻ kia cứ lùng bùng trong tai, khó khăn lắm, tôi mới nắm bắt được từng tiếng một.

- Ả ấy muốn gỡ gạc lại một chút gì đó - Kẻ đối diện kể tiếp một cách hồn nhiên - Ả ấy muốn... ờ, muốn gặp mi, Bella.

- Tôi ư? - Giọng tôi trở nên the thé.

Laurent lắc đầu và phá ra cười khanh khách.

- Ta biết, ta tham gia vào trò chơi này kể ra có hơi muộn. Nhưng James là bạn tình của ả, thế mà Edward của mi lại giết chết hắn ta.

Không ngờ là ở đây, khi tôi đã cận kề bên cái chết rồi, mà tên của *anh* vẫn còn đủ sức xé toạc những vết thương lòng chưa lành trong tâm hồn tôi; cơn đau nhói lên từng đợt, nhưng dai dẳng, dứt dỉa, chẳng khác gì một lưỡi cưa đang liếm vào da thịt của tôi.

Laurent đã hoàn toàn quên bẳng đi phản ứng của tôi, cứ hồ hởi tiếp tục câu chuyện của mình:

- Cô ả nghĩ kết thúc cuộc đời của mi thì thích hợp hơn là kết thúc cuộc đời của tên Edward... Một hướng rẽ khá đẹp đấy chứ, tế bạn tình của mình bằng bạn tình của kẻ thù... Victoria đã nhờ ta tìm một vị trí thuận lợi cho ả, là vậy đấy. Nhưng điều ta không ngờ là gặp mi lại dễ đến thế. Kế hoạch của Victoria như vậy là đi tong rồi... cuộc trả thù đã không như ả mơ mộng, bởi lẽ một khi thằng nhãi kia bỏ ngươi ở lại, không thèm bảo vệ mi nữa thì có nghĩa là mi chẳng còn có ý nghĩa gì đối với hắn nữa rồi.

Cõi lòng tôi lại đau thốn như có ai xé, ai vò.

Laurent lại nhẹ nhàng tiến lên. Giật nảy người, tôi lùi lại.

Kẻ đối diện chau mày.

- Dù sao đi nữa, ả sẽ rất phẫn nộ.

- Thế thì tại sao ông không chờ cô ta? - Hỏi xong, cổ tôi muốn nghẹn lại.

Trên môi của Laurent chợt nở một nụ cười ranh mãnh.

- Chậc chậc, mi gặp ta không đúng lúc, Bella à. Ta đến *chỗ này* đâu phải là để giúp Victoria đâu, hiện ta đang đi săn đấy. Ta khát lắm, còn mi thì... mi thơm quá.

Kẻ đối diện nhìn tôi gật gù, cơ hồ như thể đã ca ngợi tôi hết lời.

- Đe dọa hắn đi em - Lời nói trong ảo tưởng kia lại vẽ đường, âm điệu cũng khi mờ khi tỏ trong kinh hãi.

- Anh ấy sẽ biết tác giả là ông - Tôi ngoan ngoãn thều thào - Ông sẽ không thoát được đâu.

- Tại sao lại không nhỉ? - Nụ cười của Laurent rộng mở. Hắn nhìn chằm chằm vào một lối nhỏ nằm giữa những lùm cây - Trận mưa tới sẽ tẩy sạch mọi loại mùi. Sẽ chẳng có ai tìm thấy xác mi đâu, rồi mi cũng sẽ được báo cáo là mất tích, giống như nhiều, nhiều thật nhiều, những kẻ khác vậy. Mà dẫu cho tên Edward kia có nổi máu anh hùng rơm lên mà đi điều tra với đi tìm hiểu thì hắn cũng chẳng có lý do gì mà nghĩ đến ta cả. Ta khẳng định lại với mi nhé, Bella, chẳng có manh mối nào để lại cả. Ôi, ta khát quá rồi.

- Cầu xin hắn đi - Ảo giác trong tôi lại khẩn khoản.

- Tôi xin ông.

Laurent lắc đầu, nhưng gương mặt lại tỏ ra... rất tử tế!?!

- Coi nào, Bella. Mi may mắn lắm mới gặp ta đấy.

- Tôi mà may mắn ư? - Tôi nhăn nhó, ngập ngừng lùi thêm một bước nữa.

Laurent bước theo, đôi chân rất nhẹ và dáng vẻ cực kỳ thanh nhã.

- Ừ - Kẻ đối diện ta khẳng định một cách rành rọt - Ta sẽ làm rất nhanh. Ngươi sẽ không cảm thấy gì đâu, ta hứa đấy. Ái chà, ta sẽ phải nói dối Victoria sau vậy, để mà xoa dịu ả. Nhưng giá mà mi mà biết được ả sẽ dành cho mi cái gì, Bella à... - Laurent chậm rãi lắc đầu, cơ hồ như điều đó đáng sợ lắm - Ta dám thề rằng mi sẽ phải cảm ơn ta đấy.

Tôi sửng sốt nhìn kẻ đối diện, toàn thân đông cứng lại.

Một làn gió nhẹ thổi lướt qua, tóc tôi khẽ lay động, thoảng bay về phía hắn, Laurent lập tức khụt khịt mũi.

317

- Ôi, thơm quá - Hắn lặp lại, đoạn hít vào sâu hơn.

Một luồng khí lạnh ở đâu bỗng ập tới, hoảng hốt, tôi co rúm người lại, ánh mắt láo liên; ở tận đâu đó xa xôi, tiếng gầm gừ dữ tợn của Edward cũng bắt đầu vang vọng. Edwarddd..., trong giờ phút sinh tử này, tên *anh* chợt nổ bùng trong tâm trí tôi, phá hủy toàn bộ bức tường bao lâu nay tôi đã dày công xây dựng nên để rào nhốt nó. *Edward, Edward, Edward. Em sẽ chết. Giờ thì em cứ nghĩ về anh thế này cũng không còn làm ảnh hưởng đến bất cứ điều gì nữa. Edward, em yêu anh.*

Đôi mắt tôi từ từ khép lại... nhưng tôi vẫn kịp nhận ra Laurent bỗng dừng phắt mọi cử động, hắn ngừng thở trong giây lát, rồi quay phắt sang trái. Sợ hãi, tôi không dám rời mắt khỏi Laurent, ghi nhận từng động thái của hắn, dẫu biết rằng hắn chẳng cần phải sử dụng tới thủ đoạn hay mưu mẹo gì ngõ hầu khống chế được tôi. Nhưng sao... Một cách chậm rãi, Laurent xoay lưng lại phía tôi... Nỗi ngạc nhiên quá lớn khiến tôi không cảm thấy nhẹ nhõm chút nào.

- Trời ơi, thật không thể tin được - Hắn ta lầm bầm, giọng nói của hắn nhỏ đến độ phải khó khăn lắm tôi mới nghe được.

Đến lúc này, tôi mới có dịp kiểm tra. Đảo mắt khắp cánh đồng, tôi cố gắng tìm kiếm sự vụ chỉ trong vài giây ngắn ngủi đã kéo dài được mạng sống của tôi. Ban đầu, tôi không nhận thức được gì cả, tôi vội đưa mắt ngược trở lại dõi theo Laurent... Ôi trời, hắn đang tháo chạy... chân nọ quàng vào chân kia, ánh mắt liếc ngang liếc dọc khắp khu rừng.

Chỉ vào đúng giây phút ấy, tôi mới nhận ra... từ giữa những lùm cây, bỗng lao ra một hình thù khổng lồ, đen ngòm, bước chạy rất nhẹ, tựa hồ như một chiếc bóng, đang thoăn thoắt đuổi theo gã ma-cà-rồng. Con vật rất to - cao không khác gì một con ngựa chiến, nhưng thon hơn và lực lưỡng hơn nhiều. Và gì kia, cái mõm dài của nó đã giương nanh, những chiếc răng nanh nhọn hoắt không thua gì dao găm hiện rõ mồn một, và, giữa hai hàm răng sắc lẻm ghê rợn ấy là những tiếng gầm gừ, trầm đục đầy đe dọa, ầm ì như tiếng sấm vọng từ đằng xa.

Con gấu. Không, không hẳn là gấu... Hay là... Thôi đúng rồi, hẳn đây chính là con vật đen ngòm mà bao ngày qua hằng khiến cư dân thị trấn Forks hoang mang. Đúng là nhìn từ xa, bất cứ ai cũng có thể chắc mẩm nó là gấu. Liệu còn con vật nào có thể to và mạnh đến như thế được chứ?

Xa quá... ước gì tôi có được may mắn để nhận diện ra nó. Và rồi, nhẹ tựa như bông, con thú lao đi vun vút giữa đám cỏ, cách tôi chỉ độ khoảng mươi bước chân.

- Em đừng cử động - Giọng nói của Edward lại cất lên, thì thào.

Hai con mắt tôi đổ dồn cả vào con vật khổng lồ, tâm trí phút chốc trở nên mù mờ khi tôi cố sức nhận định ra tên của nó. Với cái hình thù kia thì đích thị là giống chó rồi, cả cái cách di chuyển nữa, không sai một li. Đúng, không thể khác được, vừa nghĩ đến đây, toàn thân tôi đã co rúm lại vì kinh hoàng. Cả đời tôi chưa bao giờ tưởng tượng nổi là lại có một *con sói* lớn dường ấy.

Grrrừ, grừ... Cổ họng của con vật lại phát ra những âm thanh hung tợn, kinh hoàng, cả thân người tôi lại run lên bần bật.

Laurent đang cắm đầu cắm cổ chạy ra tới rìa cánh đồng, trong lúc tôi chìm ngập trong nỗi khiếp sợ và hồ nghi. Tại sao Laurent lại phải rút lui như thế? Cứ cho là con sói đó quá to đi, nhưng dẫu sao thì nó cũng chỉ là một con thú mà thôi. Vì cớ gì mà một ma-cà-rồng hung bạo lại có thể sợ một con vật chứ? Đúng, Laurent đang thất kinh cả hồn vía. Mắt hắn trợn trừng lên vì khiếp sợ, giống hệt như đôi mắt của tôi.

Và hình như câu hỏi của tôi đã có sự trả lời, con sói khổng lồ kia không hề đơn độc. Lảng vảng, rình rập ở hai bên rìa của cánh đồng... là hai con sói to lớn khác. Một con có màu xám đậm, một con có màu nâu, nhưng không có con nào cao như con đầu tiên cả. Con sói xám xuất hiện từ giữa những lùm cây chỉ cách tôi có vài bước chân, đôi mắt nó chưa một lần rời khỏi Laurent.

Rồi trước khi tôi kịp có bất cứ một cử động nào... thì... cánh đồng lại đón thêm hai vị khách nữa! Hai con sói khác thình lình xuất hiện, chúng theo chân của hai con sói kia, di chuyển thành hình chữ V - cái kiểu sắp xếp đội hình không lẫn vào đâu được của bầy ngỗng trời khi bay về phương nam trú rét. Điều đó cũng có nghĩa là con sói có màu nâu đỏ, con vật thứ năm có bộ lông dựng đứng, xù ra, đang... ở trong tầm với của đôi tay tôi!

Như một bản năng tự nhiên, tôi bắt đầu thở hổn hển và nhảy lùi lại - một hành động ngốc nghếch nhất trần đời... ấy vậy mà tôi vừa mới thực hiện nó. Cả người tôi lại được dịp đông cứng thêm lần nữa, tôi chờ đợi bầy sói sẽ chuyển hướng tấn công sang mình - một con mồi yếu ớt không đủ sức tự vệ. Trong tâm trạng bàng hoàng đó, tôi lại mong mỏi Laurent có thể xoay chuyển được tình thế, ông ta sẽ đánh tan được bầy sói - với sức lực siêu phàm của một ma-cà-rồng thì chuyện này với ông ta là dễ như bỡn; chứ còn đối với tôi thì, giữa hai kiểu chết, chắc chắn, làm mồi cho sói là sự lựa chọn kinh khủng nhất.

Con sói ở gần tôi nhất, con sói có bộ lông màu nâu đỏ, khẽ nghếch đầu lên như đếm nhịp cái hơi thở hổn hển của tôi.

Đôi mắt con sói màu đen, không, hơi hơi đen thôi. Nó thoáng nhìn tôi, chưa được một giây, nhưng cũng kịp để tôi nhận thức được rằng đôi mắt ấy thật sâu thẳm, và có hồn, quả thực khó có thể tin được đó là mắt của loài dã thú.

Khi con sói nhìn tôi, bất giác tôi nghĩ đến Jacob - một lần nữa - với một lòng biết ơn vô hạn. Ít ra là tôi đã mò đến nơi này một mình, một cánh đồng tuyệt đẹp như tranh vẽ lại đầy những loài vật xấu xa. Ít ra thì Jacob sẽ không phải chết chùm với tôi. Ít ra thì người bạn nhỏ ấy sẽ không phải chết trong tay tôi.

Grừừ, grrrừ... con sói đầu đàn lại gầm ghè, con sói màu nâu đỏ tức thì ngẩng cao đầu, quay phắt lại, lao đi vun vút về phía Laurent.

Thật kinh khủng, Laurent nhìn chằm chằm vào bầy sói với vẻ mặt sợ hãi xen lẫn với sửng sốt không hề che giấu. Ngay giây phút đó tôi mới hiểu ra. Đầu óc của tôi tức thì trở nên váng vất, gã ma-cà-rồng đang chạy bán sống bán chết, và thoắt một cái, hắn đã biến mất sau một lùm cây.

Hắn chạy trốn.

Nhưng năm con sói vẫn bám theo sát nút, chúng nhanh nhẹn phóng qua đám cỏ, chẳng thấy phải tốn một chút sức lực nào... Và rồi... theo phản ứng tự nhiên, tôi bịt chặt cả hai tai lại, cả khu rừng già rậm rịt như bị xé toạc giữa những tiếng kêu ghê rợn muốn sởn cả tóc gáy; tiếng gầm ghè, tiếng cắn xé, rồi cả tiếng ngoạm mồi khiếp đảm nữa. Thời gian như ngừng trôi... Lần lần, những âm thanh kinh khủng đó lụi dần, lụi dần rồi tắt hẳn, tất cả đã kết thúc...

Hai đầu gối của tôi nãy giờ đã tê cứng, tôi ngã vật xuống, cổ họng bắt đầu phát ra những tiếng nức nở.

Tôi cần phải đi, phải rời khỏi chốn này thôi. Ai mà biết được là lũ sói chỉ cần mất một khoảng thời gian bao lâu để tầm bắt Laurent rồi trở lại tìm tôi chứ? Hoặc cũng có thể là Laurent đã giải quyết xong bọn chúng rồi cũng nên? Và kẻ quay lại tìm tôi lại chính là hắn?

Nhưng tôi không thể cử động được một mảy may nào; hai tay, hai chân tôi đang run lẩy bẩy, và bản thân tôi cũng không còn đủ sức để mà đứng dậy trên hai chân của mình nữa.

Thần trí của tôi vẫn chưa vượt qua được nỗi kinh hoàng, sợ hãi và khó hiểu. Tôi vẫn chưa thể nhận thức được điều mình vừa chứng kiến.

Ma-cà-rồng sao lại có thể chạy trốn bầy sói to ngoại cỡ như vậy được nhỉ. Và giả như hàm răng của chúng khi vấp phải làn da cứng như đá granit của Laurent thì sẽ ra sao?

Vậy thì lũ sói sẽ tránh xa Laurent chứ sao - cho dẫu thân hình đồ sộ của chúng đã tạo cho chúng sự không biết sợ là gì - vì chúng có săn đuổi Laurent tới đâu thì cũng bằng không mà thôi; chúng chỉ có thể bắt được, chứ có làm hại được gì đối phương đâu. Nhưng tôi bắt đầu nghi hoặc, chắc hẳn làn da buốt giá như đá cẩm thạch của Laurent rất thơm, và hấp dẫn hơn rất nhiều so với mùi máu ấm của một sinh vật yếu ớt như tôi. Vì chỉ có như vậy thì bầy sói mới bị kích thích được chứ?

Ngừng lại... tôi không muốn nghĩ ngợi thêm nữa.

Một cơn gió nhẹ thổi qua cánh đồng, những ngọn cỏ lại bắt đầu lắc lư, nhưng lúc này, tôi không còn liên tưởng đến hình ảnh sóng vỗ nữa, mà chỉ có duy nhất một nỗi ám ảnh, đó là... có một con vật nào đó đang lướt đi trong cỏ mà thôi!

Lồm cồm bò dậy, tôi quay mặt đi, đó chỉ là một làn gió vô hại đang thổi qua người tôi... Vậy mà nó cũng khiến tôi hoảng hốt đến suýt ngã; quay phất người lại, tôi bắt đầu tháo chạy vào giữa những lùm cây.

Những giây phút trôi qua sau đó thật đáng sợ. Không tài nào hiểu nổi, cả ba lần chạy liên tiếp, mọi ngả đường của tôi đều dẫn về điểm xuất phát... ấy chính là cánh đồng. Khởi sự, tôi không hề để ý xem là mình đang chạy đi đâu, đầu óc tôi cứ tập trung vào mỗi một chuyện là mình cần phải chạy trốn. Mãi đến khi hoàn hồn lại được một chút, vừa đủ để nhớ đến chiếc la bàn thì tôi mới nhận ra là mình đang ở một chỗ xa lạ, xung quanh toàn cây rừng mù mịt, thăm thẳm và tối tăm. Thêm vào đó, đã mắc phải lắm chuyện rắc rối thì chớ, tôi lại còn gặp phải "cái eo" nữa... Tay tôi đang run lẩy bẩy, chiếc la bàn vì thế mà xoay loạn xạ. Cuối cùng, tôi đành phải đặt nó xuống đất mới có thể xem được. Thế là cứ độ dăm ba phút, tôi lại ngồi thụp xuống, đặt chiếc la bàn xuống đất, để tin chắc rằng mình vẫn đang đi về phía tây bắc, đồng thời tôi cũng dỏng tai lên hết cỡ mỗi khi bắt được - không phải là tiếng chân ì ọp đang dẫm loạn xạ xuống nền đất ẩm - mà là những tiếng thì thầm nghe khi được khi mất phát ra đằng sau những đám lá um tùm.

Và chợt... "héc, héc..." - tiếng chim giẻ cùi ở đâu đó cất lên. Giật thót mình, tôi lùi phắt lại, thế là ngã dúi vào một cây vân sam đang lớn. Vẫn chưa đủ tệ hại, trong lúc va quệt, tay tôi không có chỗ nào là không bị xây xát, còn tóc tai thì bị nhựa cây giữ chặt lại. Rồi bỗng "thịch" - một con sóc đang chạy tót lên cây độc cần, vậy mà tiếng động ấy cũng đủ khiến cho hồn vía của tôi bay lên mây, tôi thét lên thất thanh muốn thủng cả màng nhĩ... của chính mình.

Cuối cùng thì tôi cũng đã mò ra được tới bìa rừng, cây cối lần lần thưa thớt hẳn. Song, gì kia... tôi đang đối diện với một con đường vắng vẻ, chẳng có bóng dáng một ai, lẫn... cái xe của chính mình. Con đường dài cỡ một dặm, hóa ra tôi đã đi chệch hướng quá xa chiếc xe tải của mình rồi thì phải. Mệt lử người, nhưng tôi vẫn cố gắng lê bước lên đến đầu đường, cho đến lúc nhìn thấy nó... - chiếc xe tải của tôi. Một cách vội vàng, hấp tấp, tôi nhảy vào cabin, những gì phải chịu đựng từ nãy đến giờ bỗng vỡ òa ra trong chốc lát. Gần như đã trở nên man dại, tôi khóa cứng cửa xe những hai lớp khóa trước khi rút chùm chìa khóa trong túi ra. Tiếng gầm rú của động cơ xe cũng phát huy được sự hữu dụng, lòng tôi đã nhẹ nhõm hơn và đầu óc đã phần nào lấy lại được tỉnh táo. Đồng thời, trước tiếng kêu gào khản cổ của chiếc xe, những giọt nước mắt cũng kềm chế được, không rơi, trong lúc tôi phóng xe hết tốc lực ra con đường quốc lộ.

Và kia, căn nhà của bố Charlie hiện ra càng lúc càng rõ, tuy trong lòng vẫn còn ngổn ngang trăm mối, nhưng nhìn thấy nó là tôi đã thực sự bình tĩnh trở lại. Chiếc xe tuần tra của bố tôi đang nằm chễm chệ ngay bên lối dẫn vào nhà - quả tình, tôi không ngờ là đã trễ đến thế. Bầu trời bắt đầu tối đen.

- Bella phải không? - Bố tôi cất tiếng hỏi khi nghe tiếng đóng sầm của cửa trước và tiếng "lách cách" của chiếc chìa khóa tra vào ổ.

- Dạ, con đây ạ - Tôi lên tiếng, giọng nói run run thấy rõ.

- Con la cà ở đâu mà tới tận giờ này mới về? - Bố hét toáng lên, lầm lầm xuất hiện ngay ở cửa nhà bếp.

Tôi ngập ngừng. Có lẽ bố đã gọi điện thoại cho nhà Stanley rồi. Tốt nhất là mình nên kể sự thật, tôi tự nhủ.

- Dạ, con đi bộ - Tôi thật thà thú nhận.

Đôi mắt bố tức thì nheo lại đầy "tà khí".

- Trên đường đến nhà Jessica đã xảy ra chuyện gì vậy?

- Hôm nay, con không có hứng với "Tích phân – Vi phân", bố à.

Nghe thấy thế, bố khoanh tay lại trước ngực, hằm hừ:

- Bố nhớ là đã dặn con không được vào rừng rồi kia mà!

- Dạaa, con biết lỗi rồi. Bố đừng lo lắng nữa, con sẽ không dám tái phạm nữa đâu - Nói tới đây, tôi cảm thấy ớn lạnh, cả người run lên bần bật.

Và dường như chỉ có đến lúc ấy, bố mới thật sự quan tâm đến người ngợm của tôi. Nguyên cả ngày hôm nay, tôi đã phải chụp ếch nhiều lắm, ếch to, ếch nhỏ, đủ cả; bây giờ,

325

trông tôi hẳn chẳng khác gì một đứa mới từ dưới sình, dưới cống chui lên, tôi chắc mẩm như vậy.

- Có chuyện gì vậy? - Bố tôi hỏi gặng.

Một lần nữa, tôi lại quyết định sẽ kể thật, hoặc là... chỉ một phần sự thật thôi cũng được, đó là hành động khôn ngoan nhất. Vả lại, tôi cũng đang chẳng còn thần trí đâu mà giả vờ làm ra vẻ là đã trải qua một ngày tuyệt vời bên quả ngọt và trái ngon...

- Con đã trông thấy con gấu - Tôi cố gắng trả lời một cách điềm tĩnh, nhưng dẫu có cố gắng cách mấy thì cuối cùng, giọng nói của tôi vẫn cứ ở âm vực cao và run run - Nhưng thật ra, nó không phải là con gấu, bố à... Nó, nó thuộc giống chó sói. Có những năm con. Con màu đen, con màu xám, con màu nâu đỏ, con... con...

Đôi mắt của ngài cảnh sát trưởng trố ra vì kinh hoàng. Một cách vội vã, bố đi như chạy lại phía tôi, hai bàn tay ghì lấy đôi vai của tôi.

- Con vẫn ổn chứ?

Mệt nhoài, tôi khẽ gật đầu xác nhận.

- Kể cho bố biết chuyện gì đã xảy ra đi.

- Bọn chúng không chú ý đến con. Nhưng sau khi chúng vừa đi khỏi, con đã chạy bán sống bán chết về nhà, bởi vậy nên mới bị té lên té xuống như vầy.

Đôi tay của bố buông rời khỏi vai tôi để ôm chầm lấy tôi. Thời gian chầm chậm trôi qua, bố im lặng, không nói gì.

- Những con sói... - Rồi đến lúc bố cũng phải lên tiếng, giọng nói chẳng hơn gì là một lời thì thầm.

- Sao hả bố?

- Mấy nhân viên kiểm lâm cũng nói rằng dấu chân không phải của gấu... nhưng nếu là của sói thì lớn quá...

- Những con sói này thuộc hàng khổng lồ đấy, bố ạ.

- Con thấy bao nhiêu con?

- Dạ năm.

Bố tôi lắc đầu, đôi lông mày nhíu hẳn lại, rồi bố buông ra một câu bằng chất giọng đanh gọn để chấm dứt luôn cuộc tranh luận:

- Đừng đi bộ đường trường nữa.

- Vâng, thưa bố! - Tôi hứa một cách chắc nịch.

Sau đó, ngài cảnh sát trưởng điện ngay cho sở cảnh sát, thông báo những gì tôi đã trông thấy. Tất nhiên, tôi đã nói dối một chút, chỉ một chút thôi, về chính xác nơi tôi đã trông thấy lũ sói - ấy là khi tôi đang lang thang trên đường dẫn ra phía bắc của thị trấn. Thực tình, tôi không muốn bố biết là tôi đã bất chấp cả lời can ngăn của bố mà dấn bước sâu vào rừng như thế nào; và quan trọng hơn nữa là tôi không muốn cho bất kỳ ai lảng vảng ở gần nơi Laurent đã suýt chút nữa thì kết liễu đời tôi. Nội chỉ mỗi ý nghĩ ấy thôi cũng đủ khiến cho tôi muốn bệnh rồi.

- Con có đói không? - Bố hỏi tôi ngay khi vừa gác máy.

Chắc là tôi đói lắm thật, cả ngày hôm nay, tôi có ăn gì đâu, song, tôi vẫn lắc đầu.

- Con chỉ mệt thôi, bố! - Tôi trả lời bố, rồi quay bước về phía cầu thang.

- À này - Bố vội lên tiếng, trong giọng nói có lẩn khuất

một sự nghi ngờ - Chẳng phải con nói rằng Jacob đi chơi cả ngày sao?

- À, là bác Billy nói thế ạ - Tôi giải thích, câu hỏi của bố khiến tôi ngạc nhiên.

Bố ngắm nghía gương mặt của tôi trong một phút, thần thái có vẻ nhẹ nhõm hẳn:

- Ờ.

- Có chuyện gì hả bố? - Lần này thì tới phiên tôi hỏi lại. Có vẻ như bố đang cho rằng sáng nay tôi chỉ toàn nói dối bố. Ấy là ngoài chuyện học chung với Jessica, tôi còn leo lẻo dối trá chuyện khác nữa.

- Ờ, chỉ là khi bố đi đón ông Harry, bố có trông thấy Jacob ở ngoài cái cửa hàng bách hóa dưới La Push ấy, lúc đó, nó đang đứng với mấy đứa bạn. Bố có vẫy tay chào nó, nhưng mà nó... ừm, bố không biết là nó có nhìn thấy bố không nữa. Hình như nó đang cãi nhau ổm tỏi với mấy đứa bạn thì phải. Trông nó lạ lắm, giống như nó đang bực bội chuyện gì đó lắm thì phải. Và... còn một điều nữa rất không bình thường. Giống như con cũng biết rồi đấy, một đứa trẻ đang sức ăn sức lớn thì thân hình của nó sẽ phổng phao như thế nào. Nhưng ở đây, thằng Jacob này thì lại đang to ra một cách hơi không được bình thường cho lắm; chỉ mới có mấy ngày thôi mà...

- Ông Billy nói rằng Jake và mấy người bạn sẽ lên Port Angeles xem phim. Chắc là mấy đứa nó đang đợi ai đó.

- Ờ, ờ - Bố tôi gật gật đầu, rồi lại bước vào bếp.

Đứng ngay lối đi, tôi đăm chiêu suy nghĩ về điều Jacob có thể tranh cãi với đám bạn. Người bạn nhỏ đã "om sòm" với

Embry về chuyện Sam chăng? Có lẽ đấy chính là lý do khiến cậu ta không muốn giáp mặt tôi hôm nay - cậu ta muốn dành thời gian cho Embry... Vậy là tốt quá rồi, tôi như mở cờ trong bụng.

Và tôi lại tỉ mẩn kiểm tra các khóa cửa một lần nữa trước khi yên tâm đặt chân vào phòng. Rõ thật ngốc nghếch. Liệu cái khóa cửa có ăn nhằm gì với bầy quái vật mà tôi đã được trông thấy hồi chiều nay không? Ừ, đúng là mấy cái tay nắm cửa thì lũ sói chịu thua rồi, chúng đâu có ngón tay. Nhưng mà... ngộ nhỡ... Laurent đến đây...

Hay... *Victoria*. Như vậy thì...

Tôi nằm thử người ra trên giường, tinh thần của tôi hãy còn bấn loạn quá nên không dám hy vọng rằng sẽ chợp mắt được. Cuộn mình thật chặt trong chăn, tôi bị bắt buộc phải đối diện với những sự thật hãi hùng.

Sự thật là tôi không thể làm gì được cả. Tôi không thể tự vệ, cũng không có nơi nào để trốn đi. Không ai có thể giúp được tôi lúc này.

Và còn một sự thật nữa, bụng tôi chợt quặn lại khi nghĩ đến sự thật mười mươi này: tình trạng hiện thời của tôi chính là điều tệ hại nhất. Bởi lẽ, tất cả mọi chuyện đều sẽ dẫn đến bố tôi. Ôi bố của tôi, giờ này, có lẽ bố đã ngủ say rồi, trong căn phòng nằm cách xa căn phòng của tôi... Bố, bố chẳng có liên quan gì tới những rắc rối mà tôi đang vướng vào. Vậy mà mùi hương trên người tôi sẽ dẫn dụ bọn chúng đến đây, dù tôi có ở đây hay là không.

Toàn thân tôi lại run lên bần bật, hai hàm răng đánh vào nhau liên hồi.

Cố làm cho bản thân trấn tĩnh trở lại, đầu óc của tôi lãng đãng theo đuổi những điều viển vông: tôi tưởng tượng ra những con sói khổng lồ đã tóm gọn được Laurent, chúng hạ sát kẻ bất tử ấy cũng dễ dàng như hạ sát những con người bình thường khác. Rõ ràng đây là một niềm mong mỏi đầy huyễn hoặc, nhưng ước muốn đó đã an ủi tôi được rất nhiều. Nếu bầy sói đã tiêu diệt được hắn ta, vậy thì hắn ta vĩnh viễn sẽ không thể mách lại với Victoria rằng tôi đang ở đây, trơ trọi có một mình. Mà một khi hắn đã không thể trở lại, thì hẳn cô ta vẫn sẽ cho rằng tôi hãy còn được gia đình Cullen bảo vệ. Chỉ cần trong cuộc chiến đấu ấy, bầy sói đã chiến thắng...

Những ma-cà-rồng tốt bụng của tôi sẽ không bao giờ quay trở lại; dễ chịu làm sao nếu như những kẻ *khác* cũng biến mất y như thế.

Tôi khép chặt mắt lại, kiên nhẫn chờ đợi cõi vô thức lại đến với mình - tâm trạng gần như là nôn nóng, nôn nóng được bước chân vào cơn ác mộng thường ngày. Thà rằng như thế vẫn còn hơn là phải đối diện với một gương mặt trắng muốt, điển trai một cách hoàn hảo đang chờ đợi để mỉm cười với mình đằng sau mi mắt.

Trong cơn mộng mị của tôi, cặp mắt của Victoria đen kịt mở tròn thao láo, với một cổ họng khát khô, một cái miệng đang nhe ra những chiếc răng sáng lấp lóa, và một mái tóc đỏ rực như lửa, cứ lòa xòa trên gương mặt hoang dã, trắng phau.

Hốt nhiên, từng lời, từng lời một của Laurent bắt đầu vang vọng trong đầu tôi: *Giá mà mi biết được ả sẽ dành điều gì cho mi...*

Tôi ấn thật chặt nắm tay vào miệng, cố ngăn chặn một tiếng thét rất dài...

II. GIÁO PHÁI

Cứ mỗi buổi sáng mở mắt ra là tôi lại thấy ngạc nhiên, vậy ra mình còn sống sót thêm được một đêm nữa. Nhưng khi nỗi ngạc nhiên qua đi, tim tôi lại bắt đầu đập như chạy loạn, lòng bàn tay túa mồ hôi, lồng ngực nghẹn lại không sao thở được nữa; trạng thái ấy kéo dài mãi cho đến khi tôi ngồi dậy và biết chắc chắn rằng bố tôi vẫn còn tồn tại trên cõi đời này.

Và bố lo lắng cho tôi - khi phải chứng kiến cảnh tôi bật dậy với một tiếng thét lớn, rồi sắc mặt của tôi bỗng dưng tái mét mà không rõ nguyên do. Sau đó, suy luận từ những câu hỏi mà thỉnh hoặc bố lại đề xuất, tôi tự cho phép mình được hiểu rằng dường như bố cho là mọi thay đổi đều do sự vắng bóng của Jacob mà ra(!) Thật ra, điều chiếm tâm trí tôi nhiều nhất, trước nhất, chính là mối kinh hoàng, nó vẫn kiên trì bám riết theo tôi, ám ảnh tôi, khiến tôi không còn hơi sức đâu mà lo lắng cho cái sự thật rằng đã thêm một tuần nữa trôi qua, vậy mà Jacob vẫn không thèm gọi điện thoại cho tôi. Cho đến khi tôi có thể tập trung được đầu óc trở lại vào cuộc sống thường ngày - khi mà cuộc sống của tôi hiện vẫn chưa có gì thay đổi - thì hình ảnh của Jacob lại hiện lên chiếm hết tâm trí của tôi.

Tôi nhớ người bạn nhỏ ấy xiết bao.

Trước kia, khi mà tôi chưa bị đẩy vào tình huống cứ phải

nơm nớp lo sợ như bây giờ, thì nỗi cô đơn, vò võ một mình đối với tôi đã là đáng sợ lắm rồi. Hơn lúc nào hết, giờ đây, tôi mong mỏi làm sao được nghe lại tiếng cười thảnh thơi, cái nụ cười làm cho khóe miệng kéo xếch lên đến tận mang tai rất dễ "lây nhiễm" của người bạn nhỏ. Tôi thèm biết bao nhiêu cái cảm giác an toàn khi ở trong cái gara của cậu ấy, khi cái bàn tay ấm áp của cậu đan vào tay tôi...

Và tôi mòn mỏi trông chờ Jacob gọi điện thoại cho mình vào thứ Hai. Giả như giữa cậu ấy và Embry đã có tiến triển hay ngược lại, thì chẳng lẽ cậu ấy lại không muốn cho tôi biết hay sao? Tôi chỉ muốn tin rằng Jacob đang quá lo lắng cho người bạn của mình, nên không còn thời gian, chứ hoàn toàn không phải là vì cậu ấy đang tránh né, không muốn gặp lại tôi nữa.

Thứ Ba, tôi đường đột gọi điện thoại cho Jacob, nhưng không có ai bốc máy trả lời. Đường dây điện thoại lại bị trục trặc ư? Hay ông Billy đã biết người gọi là ai rồi?

Thứ Tư, cứ nửa tiếng đồng hồ một, tôi lại gọi điện thoại đến nhà Jacob... cứ thế cho đến tận mười một giờ đêm, và cái hy vọng được nghe lại giọng nói ấm áp của Jacob trong tôi đã thật sự tan biến sạch sành sanh.

Thứ Năm, tôi ở lỳ trong xe tải - cửa đã được khóa chắc chắn - chùm chìa khóa nằm gọn trong tay, tôi đã đậu xe trước cửa nhà mình được một tiếng đồng hồ rồi. Và trong tôi... đang có sự giằng xé dữ dội: lòng thì muốn xuống La Push, nhưng lý trí thì lại không cho phép thực hiện điều đó.

Hiện thời, có thể Laurent đã quay lại với Victoria rồi. Giả như tôi lò mò đến La Push, thì có khả năng một tên trong bọn đó cũng sẽ lần theo tôi. Ngộ nhỡ họ bắt được tôi, trong khi Jake lại ở gần đó thì sao? Thôi, mặc kệ tất thảy, tôi đau khổ thế nào cũng được, miễn tránh mặt tôi mà Jacob được an toàn là tốt rồi. Đúng, đúng như vậy, không gặp tôi, người bạn nhỏ sẽ được an toàn hơn.

Nhưng... còn bố tôi? Thật tệ hại khi tôi không tìm thấy cách gì khả dĩ bảo vệ được bố. Cứ mỗi khi màn đêm buông xuống, tôi lại nơm nớp lo sợ. Đó là khoảng thời gian thích hợp nhất để hai ác thần kia đi tầm bắt tôi, làm sao tôi có thể mở miệng mà nói với bố rằng: "Bố ơi, khuya rồi, bố đừng ở nhà nữa, bố đi tìm nhà khác mà ngủ đi!". Nếu tôi có kể với bố toàn bộ sự thật, thể nào mà bố chẳng tìm một căn phòng bốn bề lót đệm để nhốt tôi. Nhưng dẫu sao, tôi vẫn có thể chịu đựng được điều đó - ừ, vào thì vào, có chết ai đâu - miễn là bố còn được an toàn. Nhưng đằng này, khi tìm kiếm tôi, Victoria chắc chắn sẽ viếng thăm nhà bố trước tiên. Có thể, nếu cô ta thấy tôi rồi thì sẽ thôi. Cũng có thể sau khi xuống tay với tôi xong, cô ta sẽ bỏ đi không biết chừng.

Chạy trốn ư... Không, không xong đâu. Nếu chạy trốn, tôi biết chạy trốn đằng nào? Đến chỗ mẹ ư? Tôi rùng mình khi hình dung ra cảnh treo trên đầu mẹ lúc ấy là những hai cái lưỡi hái, mà không chỉ có mẹ thôi đâu, cả một thế giới ngập tràn ánh sáng mặt trời nữa. Không, không bao giờ tôi lại đành tâm đẩy mẹ vào chỗ chết người ấy.

Dần dần, nỗi lo lắng đã gặm thủng bụng tôi. Vậy là cả ngực lẫn bụng đã cân bằng rồi - trên, dưới đều bị nội thương hết...

Tối hôm đó, ngài cảnh sát trưởng quyết định giúp tôi, "ngài"

334

lại gọi điện thoại cho ông Harry, hỏi xem gia đình ông Black có ra ngoài thị trấn không. Ông Harry kể rằng tối hôm thứ Tư, ông Billy có đi họp bàn về những vấn đề của Hội đồng, nhưng chẳng thấy nói năng gì tới chuyện đi đâu cả. Thế là bố lại được dịp giáo dục tôi, bố khuyên tôi đừng tự làm khó mình nữa - Jacob rồi sẽ sớm gọi điện thoại cho tôi thôi, và thể nào rồi cậu ta cũng sẽ lại đến chơi với tôi không sớm thì muộn.

.Chiều thứ Sáu, tan trường, tôi lái xe về nhà, trong lòng đã bắt đầu nguôi ngoai ít nhiều.

Không chú tâm vào con đường quen thuộc, tôi cứ để mặc cho tiếng nổ rền rã của chiếc xe làm dịu bớt thần kinh và xoa dịu nỗi lo lắng của mình; đúng ngay lúc đó, tiềm thức trong tôi bắt đầu trỗi dậy, ra là bấy lâu nay nó vẫn âm thầm hoạt động, hoàn toàn không chịu sự chi phối của nhận thức trong tôi.

Ngay khi vừa hiểu ra, tôi đã nhận thấy ngay là mình quá ngu ngốc khi không phát giác ra điều đó từ sớm. Đúng rồi, trong đầu tôi chỉ toàn đặc nghẹt - những ma-cà-rồng nôn nóng ý định trả thù, những con sói khổng lồ do đột biến, và cái lỗ vô hình rách tả tơi ở giữa ngực - ấy vậy mà khi bức màn bí mật đang từ từ được vén lên, tôi lại chỉ thấy duy nhất có mỗi một nỗi bối rối mà thôi.

Xem nào: Jacob tránh mặt tôi. Ngài cảnh sát trưởng bảo rằng trông cậu ta rất lạ, dễ nổi nóng... Những câu trả lời úp úp mở mở, vô thưởng vô phạt của ông Billy...

Ôi thánh thần ơi, tôi đã biết chính xác điều gì đang xảy ra với Jacob rồi.

335

Chính là Sam Uley. Những cơn ác mộng tôi thấy hằng đêm đã cố gắng truyền cho tôi thông điệp đó. Sam đã nắm được mười mươi Jacob rồi. Điều đang xảy ra với những cậu con trai ở vùng đất riêng ấy đã lan đến chỗ người bạn nhỏ của tôi và đánh cắp mất cậu ta. Jacob đã gia nhập vào cái giáo phái quái gở của Sam mất rồi.

Vậy ra không phải là cậu ta từ bỏ tôi, tôi phát hiện ra sự thật đó với hàng ngàn những cung bậc của cảm xúc.

Tôi cứ để mặc cho chiếc xe nổ ầm ĩ như vậy ở trước hiên nhà. Tôi phải làm sao bây giờ? Tôi bắt đầu cân nhắc những tình huống nguy hiểm.

Nếu bây giờ tôi đi tìm Jacob, thể nào cũng có rủi ro là Victoria hay Laurent sẽ tóm được tôi, kèm theo món "quà khuyến mãi" là Jacob.

Nhưng nếu tôi không kéo Jacob về lại "đường ngay nẻo chánh" thì Sam càng lúc sẽ càng rủ quyến cậu ta, kéo cậu ta mỗi lúc mỗi dấn sâu hơn vào cái băng nhóm ngớ ngẩn nhưng thật đáng sợ ấy. Nếu tôi không ra tay ngay, sự thể thế nào cũng sẽ hết cách cứu chữa cho mà xem.

Đã một tuần trôi qua rồi, nhưng chẳng có ma-cà-rồng nào đến tìm tôi cả. Một tuần là khoảng thời gian quá thừa thãi để họ có thể quay trở lại tìm tôi rồi, vậy nên tôi không cần phải tự đặt mình vào tình trạng "báo động đỏ" nữa. Chắc chắn sự thể sẽ như tôi đã ngẫm nghĩ từ trước, ấy là nếu có tìm thì bọn họ sẽ tìm tôi vào ban đêm. Thế nên nguy cơ họ lần theo tôi đến La Push sẽ thấp hơn rất nhiều so với nguy cơ tôi đang mất Jacob về tay Sam.

Nhưng đường xuống La Push cũng dẫn qua cánh rừng...

Không sao, cũng đáng để liều thử một phen lắm. Cuộc viếng thăm này rất quan trọng để ghi nhận xem điều gì đang diễn ra. Tôi chẳng đã *biết* điều gì đang diễn ra đấy ư - một nhiệm vụ "giải thoát con tin" rõ ràng. Tôi phải đi nói chuyện với Jacob - nếu cần phải ra tay thì tôi sẽ bắt cóc cậu ta luôn. Có lần, tôi đã được xem mấy phương pháp người ta hay áp dụng để tẩy não ai đó trên kênh truyền hình thông tin đại chúng rồi. Với người bạn nhỏ của tôi cũng vậy thôi, chắc chắn sẽ có một cách chữa trị nào đó.

Nhưng trước tiên, tôi cần phải gọi điện thoại cho bố đã. Có lẽ phía cảnh sát cũng cần phải biết là tôi sẽ xuống La Push(!) Nghĩ rồi, tôi bổ nháo bổ nhào vào nhà.

Lần này thì bố là người bốc máy.

- Cảnh sát trưởng nghe đây.

- Bố ơi, con là Bella đây.

- Có chuyện gì thế?

Tôi đã quyết định xong đâu vào đấy cả rồi, hôm nay, tôi sẽ không để bố là người thốt ra lời phán quyết cuối cùng. Giọng nói của tôi run run:

- Con rất lo cho Jacob.

- Tại sao? - Bố hỏi, ngạc nhiên trước cái đề tài từ trên trời rơi xuống này.

- Con nghĩ là... là ở vùng đất riêng ấy, đang diễn ra một chuyện gì đó rất kỳ lạ. Jacob đã kể với con về những chuyện không bình thường đang xảy ra với những cậu con trai ở độ tuổi của cậu ấy. Giờ thì Jacob hành xử hệt như vậy, con sợ quá.

337

- Hành xử ra sao? - Bố bắt đầu dùng đến cái giọng nói nhà nghề của cảnh sát để hỏi tôi. Tốt rồi; bố đang rất nghiêm túc.

- Ban đầu là cậu ta sợ, thế rồi cậu ta tránh mặt con, và giờ thì... Con e rằng Jacob đã gia nhập vào cái băng đảng kỳ cục ở dưới đó, băng của Sam đó bố. Băng của Sam Uley.

- Sam Uley ấy hả? - Bố lặp lại, tỏ ra vô cùng ngạc nhiên.

- Dạ.

Và giọng nói của bố nhẹ nhõm hẳn đi thấy rõ.

- Bố nghĩ con là đang phạm phải sai lầm đấy, Bella ạ. Sam Uley là một cậu nhóc tuyệt vời. À quên, giờ nó đã trở thành một người đàn ông rồi - một chàng trai tốt bụng, hào hiệp. Giá mà con được nghe ông Billy nói về cậu ấy. Cậu ấy đang có những ảnh hưởng tuyệt vời đến lớp trẻ ở vùng đất riêng đấy. Sam Uley là người... - Bố chợt bỏ lửng câu nói, và tôi đoán ra được ngay lý do, bố đang sắp sửa thuyết giáo về vụ tôi từng đi lạc trong rừng đến tận khuya lơ khuya lắc hồi mấy tháng trước. Tôi phải lên tiếng chặn đường mới được.

- Bố à, sự thể không như những gì bố nghĩ đâu. Jacob *đã từng* sợ anh ta lắm.

- Con đã nói chuyện với ông Billy về điều đó chưa? - Giờ thì bố đang ra sức làm dịu tôi. Thôi, thế là rõ rồi, ngay khi tôi đề cập đến Sam là bố đã hùa về phe anh ta, coi như tôi cũng mất luôn bố.

- Ông Billy không can hệ vào chuyện này, bố à.

- Thôi được rồi, Bella, bố chắc chắn rằng mọi chuyện chẳng có gì đâu. Jacob hãy còn là một đứa trẻ; có thể là nó đang làm những việc tào lao. Nhưng bố dám chắc rằng nó chẳng bị làm sao cả. Rốt cuộc thì đâu phải lúc nào nó cũng nhất thiết cứ phải lẽo đẽo theo con.

- Đây không phải là chuyện về con, bố ơi - Tôi vẫn một mực khăng khăng, nhưng cuộc chiến... đã ngã ngũ.

- Bố nghĩ là con không cần phải lo lắng về vấn đề này nữa. Hãy để việc chăm sóc Jacob cho ông Billy đi.

- Bố Charlie... - Giọng nói của tôi bắt đầu chuyển sang thê thiết.

- Bells à, hiện thời lúc này, bố đang có cả núi công việc cần phải giải quyết. Thêm hai du khách nữa lại bị mất tích ở phía ngoài hồ lưỡi liềm - Giọng nói của bố thấm đẫm nỗi lo lắng - Chuyện sói siếc này đã vượt khỏi tầm kiểm soát của chúng ta rồi.

Tôi sững người - đầu óc trở nên váng vất - trước thông tin của bố, chuyện về Jacob bỗng chốc lắng xuống. Vậy là... trong trận quyết chiến với Laurent... không còn con sói nào sống sót trở về...

- Bố có biết họ gặp phải chuyện gì không ạ? - Tôi gấp gáp hỏi.

- Đáng sợ lắm con ơi. Có... - Bố ấp úng - Lại có dấu vết... và lần này thì có... cả máu nữa.

- Ôi trời ơi! - Thôi đủ rồi, chẳng cần phải hỏi rõ ngọn ngành làm chi nữa. Hẳn Laurent đã thoát khỏi bầy sói rồi, nhưng tại sao? So với những gì tôi đã được chứng kiến ở cánh đồng thì sự thể chẳng phải càng lúc càng trở nên kỳ quái đó ư; thật là... chỉ có thánh mới hiểu nổi.

- Thôi, bố phải cúp máy đây. Con đừng lo lắng cho Jake nữa, Bella nhé. Bố tin chắc rằng chẳng có chuyện gì đâu.

- Vâng - Tôi đáp xẵng, lòng rối bời, câu chuyện của bố lại khiến tôi trở về với trạng thái khủng hoảng - Tạm biệt bố - Tôi nói rồi cúp máy...

... Mắt tôi nhìn chằm chặp vào cái điện thoại đến cả một lúc lâu. Rõ là *quỷ tha ma bắt* - cuối cùng, tôi cũng quyết định xong.

Ông Billy trả lời sau tiếng chuông thứ hai.

- Allô?

- A, cháu chào bác Billy - Tôi gần như chua chát. Nhưng liền ngay sau đó, với cảm giác sượng sùng, tôi cố gắng đổi chất giọng cho thân thiện hơn - Cháu có thể nói chuyện với Jacob được không ạ?

- Thằng Jake không có ở đây, cháu ạ.

Ôi trời ơi!

- Bác có biết cậu ấy đi đâu không ạ?

- Nó ra ngoài với mấy đứa bạn - Trong giọng nói của ông Billy đang lẩn khuất một sự cảnh giác nào đó.

- Ồ thế ạ? Không biết cháu có biết ai trong số họ không? Quil phải không bác? - Tôi thừa ý thức rằng mình đang hỏi cái điều mà mình hề không nghĩ đến.

- À không - Ông Billy trả lời một cách chậm rãi - Bác không nghĩ là hôm nay nó đi với Quil.

Có lẽ mình nên đề cập thẳng tới cái tên Sam kia, liệu có nên không nhỉ.

- Vậy là Embry hả bác? - Tôi lại hỏi.

340

Lần này thì ông Billy nhẹ nhõm và vui vẻ thấy rõ khi trả lời:

- Ừ, đúng rồi, nó đi với Embry.

Vậy là đủ rồi. Embry là "tín đồ" mà, cậu ta chắc chắn là một trong số đó.

- Ưm, khi Jacob về, bác nói cậu ấy gọi lại cho cháu nha bác?

- Ờ ờ, tất nhiên rồi. Có gì đâu - "Cụp"

- Hẹn sớm gặp lại bác, bác Billy - Tôi thẫn thờ trả lời trong cái ống nói đã vang lên những tiếng "títttt" dài.

Tôi phóng xe xuống La Push, kiên quyết... đợi tới cùng. Nếu cần, tôi sẵn sàng ngồi chờ trước cửa nhà cậu bạn tới khuya luôn. Tôi sẽ "cúp" học. Còn Jacob kia thể nào mà lại chẳng về nhà lấy một lần, và khi cậu ta ló mặt, tôi sẽ nói chuyện với cậu ta.

Đầu óc tôi cứ thế ngập tràn những suy tư, đến độ cái chuyến đi đáng sợ, có thể trả giá bằng cả mạng sống này, có vẻ như chỉ trôi qua trong vài giây ngắn ngủi. Trước khi tôi kịp định thần về nó, thì cánh rừng đã bắt đầu thưa dần, thưa dần... Và tôi hiểu, mình sắp sửa nhìn thấy những căn nhà nhỏ bé đầu tiên trên vùng đất riêng.

Và kia, thấp thoáng xa xa, bên trái đường là một người con trai có thân hình cao ráo, trên đầu đội sùm sụp chiếc mũ bóng chày, đang lầm lũi bước đi...

Hơi thở đang tuần hoàn chợt dừng lại lưng chừng trong cuống họng của tôi, trong tôi lại dậy lên những tia hy vọng; ôi hay quá, ít nhất thì một lần trong đời, tôi cũng cần phải được biết thế nào là may mắn chứ. Cứ thế, chẳng cần phải có một nỗ lực nào, tôi lướt xe vượt qua Jacob. Nhưng... người con trai này hơi to ngang, và phần tóc thừa bên dưới cái mũ lại quá ngắn(!) Thôi, biết là ai rồi, dẫu chỉ là nhìn từ đằng sau, nhưng tôi vẫn có thể nhận ra đấy là Quil, dù rằng so với lần mới nhất tôi gặp, cậu ta đã to hơn trước khá nhiều. Những cậu con trai Quileute này là thế nào nhỉ? Có lẽ nào người ta đang nuôi các cậu bằng những kích thích tố tăng trưởng hay sao?

Thừa biết là sai mười mươi, nhưng tôi vẫn cho xe lấn sang bên kia đường, và đỗ xịch ngay bên cạnh người con trai đội mũ bóng chày. Cậu ta ngước mắt lên khi nhận ra tiếng sấm nổ dưới mặt đất đang nhắm thẳng về phía mình.

Vẻ mặt của Quil khiến tôi hốt hoảng hơn là ngạc nhiên. Gương mặt của cậu ta thất thần, ủ ê, vầng trán nhăn nhíu, hằn đầy những lo lắng.

- Ồ, chào chị Bella - Quil lên tiếng chào tôi bằng một giọng đều đều, buồn tẻ.

- Chào Quil... Em vẫn ổn chứ?

Cậu ta dùng cặp mắt "sầu đời" nhìn tôi chăm chú và đáp:

- Vâng.

- Chị cho em đi nhờ xe nhé - Tôi đề nghị.

- À, vâng - Người con trai lầm bầm. Cậu ta bước đi, nói một cách chính xác thì là lê bước, vòng qua chiếc xe tải rồi mở cửa, ngồi vào chiếc ghế trống bên cạnh tôi.

- Đi đâu nào?

- Nhà em ở mạn bắc, ngay phía sau cửa hàng bách hóa ấy - Quil cho tôi biết.

- Hôm nay em có gặp Jacob không? - Tôi hỏi liền ngay khi người ngồi bên cạnh vừa hoàn tất câu thông báo.

Tôi nhìn Quil một cách háo hức, chờ đợi người đồng hành trả lời. Cậu ta nhìn ra ngoài ô cửa kính chắn gió một lúc sau mới chịu lên tiếng:

- Từ đằng xa thôi chị.

- Từ đằng xa ư? - Tôi hỏi lại.

- Em đã cố gắng đi theo hai tên phản bội đó... Cậu ta và Embry - Giọng nói của Quil đã nhỏ, lại xen lẫn với tiếng ầm ì của chiếc xe nên càng khó nghe. Tôi hơi nghiêng người sang phía cậu ta - Em biết là Jacob và Embry thấy em, nhưng họ vẫn cố tình chuyển hướng, đi vào lùm cây rồi biến mất. Em không nghĩ là hai tên đó đi riêng với nhau đâu... Có lẽ Sam và đám bạn của anh ta cùng đi với họ. Em đã lang thang trong rừng cả tiếng đồng hồ rồi, vừa đi vừa gọi họ. Cuối cùng thì lại chui đầu ra đường cái và gặp chị.

- Vậy là Sam đã nắm được cậu ta rồi - Tôi thốt lên, giọng nói lạc hẳn, hai hàm răng nghiến chặt vào nhau.

Quil quay sang, trân trối nhìn tôi:

- Chị cũng biết chuyện này à?

Tôi gật đầu xác nhận:

- Jake có kể với chị... trước đây.

- Trước đây - Quil cũng lặp lại, đoạn thở dài.

- Giờ thì Jacob cũng kỳ lạ như những người khác, phải không em?

- Chưa bao giờ rời Sam lấy nửa bước - Quil tiết lộ, mắt nhìn trừng trừng ra ngoài ô cửa sổ để mở.

- Và trước đó, cậu ta cũng tránh không gặp ai? Tâm tính thì thất thường, khi mưa khi nắng, phải không?

Giọng nói của Quil hạ thấp xuống, và có phần gắt gỏng:

- Nhưng với mấy tên kia thì không. Hình như có một ngày Sam đến tìm cậu ta.

- Em có suy nghĩ đấy là gì không? Là ma túy hay là cái gì ấy?

- Em không tin Jacob hay Embry lại đi nghiện mấy cái thứ đó... nhưng thế thì vì cái gì mới được chứ? Liệu còn chuyện gì khác sao? Sao người lớn chẳng thấy ai lo lắng gì hết vậy kìa? - Quil lắc đầu, nỗi sợ sệt lúc này mới đong đầy trong ánh mắt - Jacob đã không muốn trở thành "tín đồ" của cái... giáo phái này. Em không thể hiểu nổi điều gì đã làm thay đổi cậu ta - Nói đến đây, người bạn đồng hành quay sang nhìn tôi, gương mặt se lại vì kinh hãi - *Em không muốn làm người tiếp theo đâu, chị.*

Tôi nào cũng có khá hơn, ánh mắt của tôi cũng phản ánh y hệt nỗi sợ của Quil. Đây là lần thứ hai tôi được nghe kể về cái giáo phái này. Tôi không ngăn khỏi cái rùng mình.

- Bố mẹ em có giúp gì không?

Quil lập tức nhăn nhó.

- Có chứ. Bố em cũng là thành viên trong Hội đồng như bố của Jacob mà. Sam Uley là chiến binh xuất sắc nhất từ trước tới giờ của vùng đất này, chừng nào mà anh ta hãy còn ở đây, chị phải hiểu như vậy.

Chúng tôi cùng trố mắt nhìn nhau trong một lúc. Chúng tôi đang ở trong địa phận của La Push, chiếc xe tải của tôi vẫn bò lê trên mặt đường vắng vẻ. Và kia, tôi đã nhận ra cửa hàng tạp hóa duy nhất của ngôi làng, không còn xa nữa.

- Cho em xuống ở đây đi - Quil lên tiếng - Nhà em ở ngay kia kìa - Vừa nói, người bạn đồng hành của tôi vừa chỉ vào một một căn nhà gỗ nhỏ, hình chữ nhật, nằm phía sau cửa hàng. Tôi tấp xe vào lề đường, và Quil nhảy ngay xuống.

- Chị sẽ đợi Jacob - Tôi khẳng định với Quil.

- Chúc chị may mắn - Quil đóng sầm cửa lại rồi thất thểu bước đi, đầu cúi gầm xuống đất, đôi vai cũng chẳng còn sinh khí, rũ hẳn xuống.

Gương mặt của Quil đã ám ảnh tôi; một cách vội vã, tôi cua ngược một vòng lớn, nhắm thẳng hướng nhà Black mà lên ga. Quil sợ sẽ phải là người tiếp theo. Ở đây đang xảy ra chuyện gì vậy?

Tôi dừng xe trước nhà Jacob, tắt máy xe rồi hạ mấy ô cửa bên phía mình ngồi xuống. Tiết trời hôm nay thật ngột ngạt, không có gió. Tôi co hai chân lên bảng đồng hồ, và bắt đầu thử người ra, chờ đợi.

Có một cái gì đó động đậy trong tầm mắt - Quay phắt người lại, tôi nhận ra ông Billy đang chăm chú nhìn tôi qua ô cửa sổ nhà trước, vẻ mặt vô cùng bối rối. Tôi vẫy tay, mỉm cười - một nụ cười gượng gạo... Và tôi cứ lì ở đấy.

Đôi mắt của ông Billy chợt tối lại; rồi ông buông tay, tấm màn cửa rơi xuống, mọi động tĩnh thế là khuất dạng.

Tôi đã chuẩn bị sẵn tinh thần từ trước rồi, tôi sẽ thi gan tới cùng, nhưng trong thời khắc này, tôi ước sao mình có một việc gì đó để mà làm. Lục lọi một hồi, tôi cũng lôi ra được dưới đáy chiếc balô một cây bút bi và một bài kiểm tra cũ. Thế là tôi bắt đầu hí hoáy viết viết vẽ vẽ lên mặt sau của tờ giấy.

Mới vẽ được một dãy hình thoi thì bên tai tôi vang lên chuỗi âm thanh "cộc -cộc -cộc -cộc -cộc", có ai đó đang gõ thình thịch vào cửa xe.

Giật nảy mình, tôi ngước mắt lên, chắc mẩm đó là ông Billy.

- Chị đang làm gì ở đây thế, Bella? - Jacob càu nhàu.

Tôi chằm chằm nhìn kẻ đang xuất hiện ở trước mặt, sửng sốt tột độ.

Sau vài tuần không gặp, người bạn nhỏ của tôi đã thay đổi hoàn toàn. Trước tiên là mái tóc, tôi phát hiện ra mái tóc lãng tử của cậu đã biến mất, thay vào đó là một mái tóc ngắn, đen nhánh, song vẫn không mất đi vẻ mượt mà như vải satanh. Gương mặt của cậu cứng lại, nhiều góc cạnh hơn... trông không khác gì một người trưởng thành thực thụ. Cả cái cổ lẫn bờ vai cũng đã khác, tất cả đều dày lên. Và kia, đôi bàn tay của cậu, đôi bàn tay đang ghì lấy khung cửa sổ xe, chẳng hiểu sao lại trở nên to lớn hơn, những đường gân và tĩnh mạch nổi rõ mồn một dưới lớp da màu nâu đỏ. Nhưng xét cho cùng thì đối với tôi, những thay đổi về mặt thể hình ấy cũng không quan trọng lắm...

... Chính cái thái độ của cậu ta đã khiến tôi suýt chút nữa thì không nhận ra đấy là người bạn nhỏ của tôi. Nụ cười thân thiện, rạng rỡ đã biến mất cùng với mái tóc, đôi mắt đen lay láy ấm áp ngày nào giờ rừng rực những lửa hận như muốn hủy hoại cả thế gian. Jacob hiện thời trước mặt tôi đang tỏa ra ngùn ngụt khí ám muội. Vầng thái dương trong lòng tôi như vậy là đã tắt lịm rồi.

- Jacob? - Tôi thì thào.

Cậu bạn nhìn tôi chòng chọc, ánh mắt giận dữ xen lẫn với căng thẳng.

Rồi tôi chợt nhận ra là chúng tôi không hề một mình. Sau lưng Jacob là bốn người nữa, tất cả đều cao ráo, có nước da màu nâu đỏ nhạt màu, và mái tóc đen húi cua giống y hệt Jacob. Nhìn mà cứ ngỡ họ là anh em - tôi chẳng nhận ra Embry có vẻ gì khác biệt so với những người bạn đang đứng cùng cậu ta cả. Ai cũng như ai, quá ấn tượng, ấn tượng đến mức khó thở, tất cả những thù hằn trên thế gian đều tập trung lại mà hiển hiện trên những cặp mắt này, những cặp mắt muốn nảy lửa khi nhìn xoáy vào tôi...

... Ngoại trừ một kẻ - kẻ lớn tuổi nhất bọn. Sam đứng sau cùng, gương mặt anh ta rắn rỏi, nhưng bình lặng. Bình tĩnh, bình tĩnh nào, tôi tự nhủ, và cố nuốt đánh "ực" xuống bụng cái cơn giận đang dâng lên đến cổ. Nhìn thấy gương mặt anh ta là tôi đã muốn lao tới uých cho một cú rồi. À không, tôi còn muốn nặng tay nặng chân hơn nữa cơ. Không, phải nhiều hơn thế nữa, tôi muốn mình trông phải thật hung hăng và tàn bạo đến độ ai nhìn thấy cũng phải chạy mất dép kìa. Cần phải làm cho cái gã Sam ngớ ngẩn kia sợ xanh mặt mới được.

Tôi muốn là một ma-cà-rồng.

Ôi... Cái ý muốn đẫm màu bạo lực ấy bất thần khiến tôi trơ ra như đá, gió thổi thốc vào người cũng không hay. Đây là điều tối ky, điều không bao giờ được nghĩ đến - cho dẫu chỉ là vì một hiềm khích cá nhân như thế này, hòng đè bẹp mọi ý chí chiến đấu của đối phương - bởi lẽ lòng tôi sẽ tan nát như bị trăm ngàn vết dao chém. Tương lai ấy đã vĩnh viễn vuột khỏi tầm tay tôi, trôi đến một phương trời nào đó xa lắm rồi. Tôi xoài người ra vôlăng, cố sức lấy lại tự chủ, cái lỗ thủng vô hình giữa lồng ngực tôi lại bắt đầu giở chứng.

- Chị muốn gì? - Jacob hỏi gặng, càng lúc càng tỏ ra bực bội khi nhận ra hàng ngàn những cung bậc của cảm xúc lần lượt diễn ra trên mặt tôi.

- Chị muốn nói chuyện với em - Tôi trả lời bằng một giọng yếu ớt. Tôi muốn đầu óc mình phải thật tập trung, nhưng tôi đang làm gì kìa? Tôi đang cố vùng vẫy thoát khỏi cơn mơ cấm ky.

- Thế thì nói đi - Jacob rít lên giữa hai hàm răng. Đôi mắt của cậu ta thật hằn học. Chưa bao giờ tôi thấy cậu nhìn ai như vậy cả, với tôi lại càng không. Trong giây phút ấy, đầu óc tôi như bùng nổ, mọi đau đớn đều đổ dồn ở đầu, thật đáng ngạc nhiên...

- Nói chuyện riêng cơ! - Tôi cũng rít lên, giọng nói đã mạnh mẽ hơn.

Jacob tức thì ngoái đầu ra sau, khỏi đoán cũng biết ánh mắt kia nhìn ai rồi. Mọi người cũng ngoái lại, trông chờ phản ứng của Sam.

Sam gật đầu, gương mặt đáng ghét kia hoàn toàn bình thản. Rồi anh ta trao đổi ngắn gọn với mọi người bằng một thứ tiếng lạ hoắc, nhưng du dương - tôi dám chắc đó không phải là tiếng Pháp hay tiếng Tây Ban Nha, ừm, có lẽ là tiếng Quileute. Sau đó, anh ta quay phắt lại, bước vào nhà của Jacob. Những người còn lại - Paul, Jared và Embry - cũng quay gót, nối bước vào theo.

- Được rồi - Jacob bớt phẫn nộ đôi chút khi những kẻ khó ưa kia đã đi khỏi. Gương mặt cậu ta trở nên điềm tĩnh hơn, nhưng đồng thời lại càng có vẻ kiên quyết, không còn hy vọng gì thay đổi được nữa. Đôi môi của cậu thì vẫn vậy, vẫn giữ nguyên cái kiểu trễ xuống khinh khỉnh.

Tôi hít vào một hơi thật sâu, nói:

- Em thừa biết chị muốn biết điều gì mà.

Jacob không trả lời, chỉ chằm chằm nhìn tôi bằng một cái nhìn chua chát.

Tôi cũng nhìn đáp trả lại cậu ta, bầu không khí im lặng càng lúc càng ngột ngạt. Nỗi đau khổ ẩn hiện trên vẻ mặt của người bạn nhỏ khiến tôi mất hết cả nhuệ khí. Cổ họng tôi đang dần dần nghẹn lại.

- Chúng ta đi dạo đi? - Tôi lên tiếng trước khi cái cổ họng kịp nghẹt lại hoàn toàn.

Jacob vẫn không trả lời, gương mặt vẫn không thay đổi.

Tôi bước ra khỏi cabin, cảm nhận rõ mồn một những cặp mắt đằng sau cánh cửa sổ đang xoáy thẳng vào mình. Bước chân tôi đã dẫm lên cỏ và bùn nhão, nằm sát cạnh con đường, tiếng "lóc bóc" lại vang lên, là thứ tiếng động duy nhất xua tan bầu không khí hiu quạnh lúc này. Ban đầu, tôi đã nghĩ là Jacob chẳng thèm bước theo tôi, nhưng rồi khi liếc nhìn lại, tôi nhận ra cậu ta đang ở ngay bên cạnh mình, bước chân của cậu ta nhẹ thênh, không hiểu sao cậu ta lại nhìn ra được những khoảng đất ít bùn hơn tôi.

Bước vào lùm cây, tôi cảm thấy dễ chịu hơn đôi chút, cái gã Sam kia làm sao còn có thể chĩa cặp mắt "cú vọ" vào chúng tôi được nữa. Đang trong lúc đôi chân vận động, đầu óc tôi suy nghĩ rất lung, tôi cố tìm ra lời lẽ thích hợp để nói với kẻ đang đồng hành với mình, nhưng rồi chẳng thể nghĩ ra được điều gì. Tôi chỉ biết một điều là cứ càng nghĩ thì tôi lại càng phẫn nộ hơn, tại sao Jacob lại lún sâu vào u mê ám chướng như thế... Vì sao ông Billy lại để yên chuyện này... và cái gã Sam kia vì sao lại có thể đứng đó mà điềm tĩnh và tự tin đến như vậy được.

Jacob đột nhiên tăng tốc độ, dễ dàng vượt qua tôi bằng đôi chân dài ngoẵng của mình, rồi quay phắt lại nhìn trực diện vào tôi, chặn đứng đường đi của tôi, bởi thế, tôi bắt buộc phải dừng lại.

Bất giác, đầu óc tôi quay cuồng, thật bất ngờ, dáng vẻ của Jacob hiện thời quá đẹp. Trước đây, ở bên tôi, cậu ta luôn vụng về, lóng ngóng trước hình thể không ngừng tăng trưởng của mình. Nhưng sự thay đổi này có từ khi nào vậy nhỉ?

Nhưng Jacob không để cho tôi có thời gian ngẫm nghĩ về điều đó.

- Chúng ta hãy thôi chuyện này đi - Cậu ta bất ngờ lên tiếng, giọng nói trầm đục có phần khe khắt.

Tôi im lặng chờ đợi. Cậu ta hoàn toàn biết tôi đang muốn gì.

- Mọi chuyện không như chị nghĩ đâu - Giọng nói của Jacob đột nhiên ngân lên như thể đã quá mệt mỏi - Mọi chuyện không như em đã nghĩ... Em đã hiểu lầm.

- Thế thì giải thích đi?

Jacob chú mục vào gương mặt của tôi, dò xét. Vẻ tức tối vẫn chưa hề biến mất khỏi đôi mắt của cậu ta.

- Em không thể kể với chị được.

Đôi quai hàm của tôi bỗng cứng lại, tôi nói như rít qua kẽ răng:

- Chị tưởng chúng ta đã là bạn.

- Đã từng là bạn mà thôi - Hình như cậu ta hơi lạm dụng quá vào cái thì quá khứ này.

- Nhưng em không cần phải có thêm bạn nữa - Tôi đáp lại một cách gắt gỏng - Đằng này, em lại giao du với Sam. Điều đó chẳng tốt chút nào... Anh ta cứ bám theo em một cách quá đáng.

- Trước đây em đã hiểu sai về anh ấy.

- Còn bây giờ thì em đã thấy những vầng hào quang? Ôi, phải hát bài ca ca ngợi Thiên Chúa mới được.

- Sự thể không như những gì em đã nghĩ. Sam không có lỗi gì cả. Anh ấy đang ra sức giúp đỡ em - Giọng nói của Jacob bắt đầu cáu kỉnh, rồi cậu ta nhìn qua đầu tôi, về phía xa xăm, mọi phẫn nộ bỗng chốc tan biến.

- Anh ta đang giúp đỡ em kia à? - Tôi lặp lại một cách hồ nghi - Tất nhiên rồi!

Nhưng dường như Jacob chẳng có vẻ gì là đang lắng nghe cả. Cậu ta chỉ đơn giản là đang... dồn sức cho việc hô hấp, cố gắng lấy lại bình tĩnh. Jacob đang phẫn nộ đến mức hai cánh tay run lên.

- Jacob, chị xin em đấy - Tôi nhỏ nhẹ - Sao em không kể cho chị nghe chuyện gì đã xảy ra? Biết đâu chị có thể giúp được gì đó cho em.

- Hiện nay, không ai có thể giúp em được đâu - Giọng nói

của Jacob chuyển sang âm điệu thê thiết, nó run run rồi bỗng chốc vỡ òa.

- Anh ta đã làm gì cho em? - Tôi hỏi gặng, mắt bắt đầu mọng nước. Vẫn như trước, tôi bước đến gần người bạn nhỏ, hai tay dang sẵn, ngập ngừng.

Nhưng lần này, Jacob co rúm người lại, hai tay đưa lên theo thế phòng thủ.

- Đừng có đụng vào người em - Cậu ta thì thào.

- Sam bảo thế à? - Tôi lẩm bẩm. Những giọt nước mắt ngốc nghếch đã tuôn rơi khỏi khóe mắt tự lúc nào. Thất vọng, tôi đưa mu bàn tay lên quẹt ngang dòng nước mắt, xong, khoanh tay lại thật chặt trước ngực.

- Chị thôi chỉ trích Sam đi - Những lời lẽ đó thốt ra thật nhanh, hệt như một phản xạ. Cậu bạn nhỏ đưa hai tay lên, tính mân mê một lọn tóc... nhưng rồi khựng lại, một thời tóc dài nay còn đâu(!) Hai cánh tay lại buông xuống một cách yếu ớt.

- Thế thì nên chỉ trích ai, hả? - Tôi vặn lại.

Jacob mỉm cười gượng gạo - một nụ cười ảm đạm, méo mó.

- Chị không muốn biết đâu.

- Không cái con khỉ! - Tôi nạt nộ - Chị muốn biết đấy, chị muốn biết, *ngay bây giờ.*

- Chị sai bét rồi! - Jacob cũng nạt trở lại.

- Em không được phép nói chị sai như vậy... Chị đâu có bị tẩy não như "ai kia" đâu! Em nói đi, lỗi tại ai nào, nếu không phải anh hùng Sam vĩ đại của em!

- Là chị bắt em phải nói đấy nhé - Jacob gầm ghè, đôi mắt

thấp thoáng những dã tâm - Nếu chị muốn chỉ trích ai đó, sao chị không chỉ thẳng mặt cái bọn chấy rận bẩn thỉu, *hôi tanh* mà chị luôn yêu quý đi?

Miệng tôi há hốc, hơi thở thoát ra bỗng có kèm theo những âm thanh "hộc, hộc, hộc...". Tôi đứng như trời trồng, ngây người trước lời lẽ như con dao hai lưỡi của Jacob. Buốt nhói, những vết thương lòng chưa kịp lên da non đã nứt toạc, cái lỗ hổng vô hình lởm chởm những vết cắt xoắn chặt lấy người tôi, như muốn lộn trái mặt từ trong ra ngoài; nhưng tất cả chỉ là phụ thôi, đầu óc tôi đang quay cuồng, hỗn loạn với những tạp âm. Không, lùng bùng quá, chắc mình nghe sai rồi, tôi tự nhủ. Gương mặt người đối diện với tôi không mảy may có một vẻ gì gọi là đang do dự cả. Trên gương mặt đó chỉ có độc mỗi một vẻ phẫn nộ mà thôi.

Miệng tôi vẫn chưa thể ngậm lại.

- Em đã nói trước là chị không muốn nghe điều đó rồi mà - Cậu ta lên tiếng.

- Chị không hiểu là em muốn ám chỉ ai - Tôi thều thào.

Jacob nhướng một bên mày lên, ngờ vực.

- Em nghĩ chị biết chính xác rằng em đang nói ai. Chị sẽ không bắt em nói huych tẹc ra chứ? Em không muốn làm chị bị tổn thương.

- Chị không hiểu là em muốn ám chỉ ai - Tôi lặp lại câu nói của mình như một cái máy.

- Là bọn *Cullen* - Jacob trả lời một cách chậm rãi, phát âm từng từ một, đôi mắt vẫn không rời khỏi gương mặt tôi - Em đã thấy điều đó... em có thể thấy điều đó trong đôi mắt của chị khi em nhắc đến tên bọn chúng, em hiểu bọn quỷ đó đã ảnh hưởng đến chị như thế nào.

Tôi lắc đầu quầy quậy, cố phủ nhận sự thật đó, đồng thời ra sức trấn tĩnh lại tinh thần. Làm sao cậu ta lại biết được chuyện đó chứ? Và làm sao chuyện đó lại liên quan đến "giáo phái" của Sam? Đây là câu lạc bộ của những anh hùng chân chính ghét ma-cà-rồng? Nhưng cớ sao lại phải thành lập một đoàn thể tựa như hội kín như vậy? Ở Forks đâu có còn ma-cà-rồng nữa? Mà tại sao bây giờ Jacob lại đâm ra tin những huyền thoại về nhà Cullen như thế, những chuyện đó đã kết thúc từ xa xưa rồi, có còn lặp lại nữa đâu?

Dễ có đến cả một lúc lâu sau, tôi mới tìm ra được câu trả lời xác đáng nhất.

- Đừng có nói với chị rằng em đang bắt đầu thấm những câu chuyện hoang đường của bác Billy đấy nhé - Tôi đáp trả, trong giọng nói có hàm ẩn một chút nhạo báng.

- Bố em biết nhiều hơn những gì em đã gán ghép cho bố.

- Đừng đùa nữa, Jacob.

Kẻ đối diện vẫn lừ mắt nhìn tôi, ánh mắt giữ nguyên vẻ công kích.

- Dẹp chuyện mê tín qua một bên đi - Tôi nói một cách gấp gáp - Chị vẫn không hiểu em buộc tội... nhà Cullen chuyện gì - (nhăn mặt) - Người ta bỏ đi hơn nửa năm nay rồi. Làm sao em có thể chỉ trích người ta vì những điều Sam đang làm thế?

- Sam chẳng *làm* gì cả, chị Bella ạ. Em đã biết lũ quỷ đó đi rồi. Nhưng thằng hoặc... một số thứ đã trở thành quy luật, và sự thể như vậy đã quá trễ rồi.

- Cái gì mà đã trở thành quy luật? Cái gì mà đã quá trễ kia chứ? Em buộc tội họ chuyện gì mới được?

Một cách bất ngờ, Jacob cúi người xuống để có thể nhìn trực diện vào mặt tôi, đôi mắt phẫn nộ chỉ cách mặt tôi có vài xăngtimét.

- Về sự tồn tại - Jacob rít lên.

Kinh ngạc, váng vất... tôi không hề hãi sợ, nhưng giọng nói cảnh báo của Edward vẫn cất lên.

- Thôi nào Bella. Đừng dồn cậu ta vào chân tường nữa - Edward thì thầm bên tai tôi.

Kể từ khi tên *anh* đã hủy hoại toàn bộ bức tường được tôi dày công xây dựng để hòng rào nhốt nó, tôi đã không còn cách nào có thể bắt lại cái tên oan nghiệt ấy được nữa. Hiện tại, tôi không hề đau đớn - thậm chí trước khi nghe giọng nói của *anh*, tôi cũng không hề cảm thấy đau đớn một chút nào.

Lừng lững trước mặt tôi, Jacob hệt như một toa tàu đang xịt khói đằng mũi, cậu ta đang run lên vì giận dữ.

Tôi không rõ nguyên do vì sao ảo giác về Edward lại đường đột xuất hiện. Jacob đang vô cùng cáu tiết, nhưng cậu ta chỉ là Jacob - không hề có chất adrenalin, không hề nguy hiểm.

- Giúp cậu ấy lấy lại bình tĩnh đi em - Giọng nói của Edward cứ đều đều vang lên.

Tôi lắc đầu quầy quậy, rối rắm quá.

- Thật lố bịch - Tôi nói... với cả hai người.

- Được thôi - Jacob trả lời, hơi thở nặng nề trở lại - Em sẽ không tranh cãi với chị làm gì nữa. Dẫu sao cũng chẳng còn chi quan trọng, rốt cuộc, nguy hiểm cũng đã qua rồi.

- *Nguy hiểm gì?*

Jacob không thèm đếm xỉa đến câu hỏi của tôi.

- Chúng ta trở về đi. Chẳng còn gì để nói nữa đâu.

Tôi há hốc miệng ra, hết sức kinh ngạc.

- Vậy là vẫn còn nhiều chuyện để nói lắm! Mà em thì vẫn chưa nói gì cả!

Nhưng Jacob vẫn thản nhiên đi lướt qua tôi, sải dài những bước chân trở về phía ngôi nhà.

- Hôm nay chị đã gặp Quil - Tôi thét lên sau lưng Jacob.

Jacob đang bước chợt dừng lại, nhưng vẫn không thèm xoay người lại phía tôi.

- Em vẫn còn nhớ đến bạn của em, Quil chứ? Ờơơ, cậu ấy đang thất kinh cả hồn vía đấy.

Bất thình lình, Jacob quay phắt lại để đối diện với tôi. Vẻ mặt của cậu ta cho thấy rõ một điều là cậu đang khổ sở và đau đớn.

- Quil...

- Cậu ấy rất lo lắng cho em. Quil giờ đây chẳng còn thần trí nào hết.

Jacob như đang nhìn về một nơi nào đó xa xăm, ánh mắt lộ rõ vẻ tuyệt vọng.

Tôi tức thì châm "thêm dầu" vào:

- Cậu ấy sợ mình sẽ là người tiếp theo.

Jacob vội níu lấy một thân cây cho khỏi loạng choạng, dưới lớp da màu nâu đỏ, gương mặt của Jacob bỗng ẩn hiện những sắc xanh.

- Quil sẽ không là người tiếp theo đâu - Jacob lẩm bẩm

với chính mình - Cậu ấy không thể là người như vậy. Mọi chuyện đã kết thúc rồi. Trò này không nên tái diễn nữa. Tại sao? Tại sao kia chứ? - Jacob động nắm tay vào thân cây. Cái cây không to lắm, khá mảnh, và chỉ cao hơn Jacob cỡ trên dưới một mét. Song, tôi vẫn ngạc nhiên khi trong không gian hốt nhiên vang lên một tiếng "ráccc" thật lớn, thân cây bỗng gãy gập xuống, đo đất dưới ngón đòn hiểm ác của đối thủ.

Jacob nhìn chằm chằm vào vết cây gãy rất nhẵn, vẻ mặt sửng sốt dần dần chuyển đổi thành nỗi kinh hoàng.

- Em phải trở lại đây - Jacob xoay phắt lại và lừng lững bỏ đi, bước chân thoăn thoắt đến độ tôi phải chạy theo mới đuổi kịp.

- Về với Sam đi!

- Chỉ có cách đó thôi - Hình như cậu bạn của tôi đã nói như vậy thì phải. Cậu ta trệu trạo, mặt quay hướng khác.

Cứ thế, tôi theo cậu ta đến chỗ chiếc xe tải.

- Khoan đã! - Tôi gọi với theo khi Jacob cứ thế xăm xăm đi thẳng vào trong nhà.

Cậu bạn quay vội người lại để đối diện với tôi, cánh tay vẫn còn run run.

- Về nhà đi, chị Bella. Em sẽ không đi chơi với chị nữa đâu.

Ngỡ ngẩn thay cho cái nỗi đau đột ngột kéo đến này. Nước mắt chợt dâng lên rồi trào ra khỏi hai khóe mắt của tôi.

- Em đang nói lời... chia tay đấy ư? - Lời lẽ vừa được thốt ra nghe không chính xác chút nào. Nhưng tôi chỉ nghĩ được có vậy để diễn đạt điều mình thắc mắc. Như vậy là đã rõ:

tình cảm giữa Jake và tôi đã thân thiết hơn những mối tình học trò, nó có phần sâu đậm hơn.

Jacob bất ngờ phá ra những tiếng cười chua cay:

- Coi nào. Nếu vậy thì em đã nói rằng "Chúng ta hãy chỉ là bạn thôi". Đằng này, em thậm chí còn không nói câu đó nữa kia mà.

- Jacob... tại sao? Sam không cho em có bạn à? Chị xin em đấy, Jake. Em đã hứa rồi. Chị cần có em! - Nỗi trống trải của tôi trước đây... trước khi Jacob gần như đã đánh đuổi được nó bất thần trỗi dậy và đối mặt với tôi. Nỗi cô độc bóp nghẹt lấy cổ họng của tôi.

- Xin lỗi Bella - Jacob phát âm từng tiếng, từng tiếng một cách rõ ràng, bằng một thứ giọng lạnh lùng tựa hồ như không phải là của cậu ta.

Không, tôi không tin đấy là những lời lẽ thật tâm của Jacob. Dường như trong sâu thẳm đôi mắt giận dữ kia đang muốn nói khác, nhưng tôi làm sao có thể đọc được những lời nói ấy.

Có lẽ chuyện này không liên quan gì đến Sam. Và cũng có lẽ nó chẳng dính dáng gì đến gia đình Cullen cả. Có lẽ Jacob chỉ đang cố gắng kéo bản thân mình ra khỏi tình trạng tuyệt vọng mà thôi. Có lẽ tôi nên để cho cậu ta làm điều đó, nếu như đó là điều tốt nhất đối với cậu ấy. Tôi nên làm như vậy. Đó là điều đúng đắn.

Nhưng sao thế kia... tôi bất ngờ khi nghe giọng nói của chính mình đang thốt ra khỏi miệng, giống như những lời thì thầm:

- Chị xin lỗi vì chị đã không thể... trước đây... Chị ước rằng mình có thể thay đổi những cảm xúc của mình về em, Jacob ạ - Tuyệt vọng, níu kéo, tôi đang đi quá xa với sự thật, nó gần như đã trở thành một lời nói dối - Có lẽ... có lẽ chị sẽ thay đổi. Có lẽ nên như thế, nếu như... nếu như em cho chị thời gian... còn bây giờ, xin em đừng tránh mặt chị, Jake. Chị không thể chịu đựng nổi.

Và vẻ mặt đằng đằng sát khí kia bỗng chuyển sang khổ đau. Jacob đưa tay về phía tôi, phẩy nhẹ.

- Không. Đừng nghĩ như vậy, Bella, em xin chị đấy. Đừng tự dằn vặt mình nữa, xin đừng nghĩ rằng đây là lỗi của chị. Tất cả là *tại em*. Em thề đấy, không phải tại chị đâu.

- Không phải tại em đâu, tại chị đấy - Tôi vẫn thì thầm - Tất cả hãy còn mới mẻ quá.

- Thôi nào, chị Bella. Em không phải là... - Jacob tiếp tục phản đối, giọng nói khàn hơn khi phải cố gắng kềm chế cảm xúc của mình. Đôi mắt cậu ta long lanh - Em không phải là người tốt, để trở thành bạn của chị hay là gì khác. Em không còn như trước nữa. Em không tốt.

- Sao cơ? - Tôi nhìn chằm chằm vào kẻ đối diện, hoảng hốt và khó hiểu - Em *đang nói* cái gì vậy? Em tốt hơn chị nhiều, Jake ạ. Em là người tốt! Ai bảo em không phải như vậy thế? Sam à? Đấy là một lời nói dối đầy ác ý, Jacob ạ! Đừng để anh ta nói với em như thế! - Đột nhiên tôi thét lớn.

Gương mặt của Jacob đanh lại và trở nên lạnh lùng:

- Chẳng có ai nói gì với em cả. Em thừa biết mình là ai.

- Em là bạn của chị, là vậy đấy! Jake ạ, em đừng như thế nữa!

Nhưng Jacob đã lùi lại.

- Xin lỗi Bella - Cậu ta lặp lại; lần này là những lời lẽ thì thầm và run rẩy. Rồi đột ngột, cậu ta quay phắt lại, chạy vụt vào nhà...

... Bỏ mặc tôi đứng chôn chân dưới đất, chú mục vào căn nhà nhỏ. Căn nhà bé tẹo tèo teo, ấy vậy mà che chắn đủ cho cả bốn thiếu niên vậm vạp và hai người đàn ông lớn hơn. Trong nhà hoàn toàn im hơi lặng tiếng, không thấy động tĩnh gì. Tấm màn cửa không hề nhúc nhích, không có tiếng nói hoặc hoạt động nào. Ngôi nhà trước mặt tôi không khác gì đang bị bỏ hoang cả.

Gió bắt đầu nổi lên, trời cũng bắt đầu rơi mưa. Mưa phùn... Những giọt nước mắt của tự nhiên ấy không còn rơi thẳng đứng từ trên cao mà cứ lất phất, bay bay theo gió thổi lại từ hướng tây, từ đại dương vào đất liền. Thoảng trong không gian, tôi chợt nhận ra vị mặn của biển khơi. Mưa vẫn rơi, vẫn rơi, tóc tôi phần phật bay theo gió, cứ thế quất vào mặt, dính vào những chỗ đã thấm nước, vướng cả vào mi mắt. Tôi vẫn chờ đợi, chờ đợi.

Cuối cùng, cánh cửa cũng bật mở; nhẹ nhõm, tôi tiến lên trước một bước.

Ông Billy đang lăn chiếc xe ra ngưỡng cửa. Đằng sau ông... không có một ai hết...

- Charlie mới gọi đấy, Bella. Bác nói với bố cháu là cháu đang trên đường về nhà - Đôi mắt của ông chứa đầy lòng trắc ẩn.

Lòng trắc ẩn... vậy là tất cả đã kết thúc. Không nói một lời nào, tôi lẳng lặng quay người lại và leo vào cabin. Nãy

360

giờ tôi cứ để cửa sổ mở, nên những ghế ngồi đều ướt mềm. Cũng chẳng có hề gì. Chẳng phải cả người tôi cũng đang sũng sĩnh những nước là nước rồi đây sao.

Không tệ đâu! Không tệ đâu! Thần trí của tôi đang ra sức an ủi chủ nhân của nó. Mà đúng như vậy thật. Chẳng tệ chút nào. Thế giới chẳng vì vậy mà kết thúc. Ừm, chỉ là kết thúc một chút hòa bình ở nơi đó mà thôi. Tất cả chỉ có thế.

Không tệ đâu, tôi gật đầu đồng ý, và thêm vào: *nhưng như thế là có tệ lắm đấy*.

Tôi đã từng nghĩ Jake là người khâu lại cái lỗ hổng trong tâm hồn tôi - hay ít ra là lấp đầy nó, không để nó hành hạ tôi bằng những cơn đau nữa. Nhưng hóa ra tôi đã lầm. Cậu bạn nhỏ đã tặng thêm cho tôi một lỗ thủng mới, góp phần biến tôi thành một miếng phomát Thụy Sĩ nổi tiếng thủng lỗ chỗ biết đi. Tôi ngạc nhiên về nỗi tại sao cho tới giờ phút này, tôi vẫn chưa vỡ tan thành trăm ngàn mảnh nhỏ?

Ngài cảnh sát trưởng đang đợi tôi. Ngay khi tôi vừa mới dừng xe, "ngài" đã tức khắc bước ngay ra ngoài trời để đón con gái.

- Ông Billy có gọi điện thoại cho bố. Ông ấy bảo con và Jake cự nhau... bảo rằng con rất buồn - Bố giải thích khi mở cửa xe giúp tôi.

Thế rồi bố nhìn săm soi vào mặt tôi. Vẻ ngỡ ngàng hiện rõ trên gương mặt. Lần này, tôi cố tình để hết ruột gan ra bên ngoài mặt, và nhận thức rõ rằng bố đã trông thấy hết; tôi hiểu ra là nó đã khiến cho bố nhớ lại cái gì.

- Sự việc không phải hoàn toàn như vậy đâu ạ - Tôi nói lí nhí.

Bố vòng tay qua người tôi, giúp tôi ra khỏi cabin, không nói một lời nào về bộ quần áo ướt mềm trên người tôi cả.

- Thế có chuyện gì vậy hở con?- Bố hỏi khi cả hai bố con đã vào đến trong nhà. Vừa hỏi, bố vừa rút cái khăn len phủ lưng ghế xôpha, choàng nó lên vai tôi. Bất giác, tôi nhận ra mình đang run cầm cập.

Giọng nói của tôi cũng không còn một miligam sức sống nào:

- Sam Uley bảo rằng Jacob không được làm bạn với con nữa.

Ngài cảnh sát trưởng lạ lùng nhìn sững vào tôi:

- Ai bảo con thế?

- Jacob ạ - Tôi trả lời ngay tắp lực, biết rằng chính xác thì cậu ta không nói như thế. Nhưng đó vẫn là sự thật.

Đôi lông mày của ngài cảnh sát trưởng tức thì nhíu vào nhau:

- Con thực sự nghĩ rằng cậu Uley ấy có vấn đề à?

- Vâng, con biết là như vậy, thế nhưng Jacob không chịu kể cho con nghe - Tai tôi hoàn toàn có thể nắm bắt được âm thanh của tiếng nước từ quần áo rỏ "lóc bóc" xuống nền nhà, và bắn tung tóe lên tấm vải sơn lót sàn - Con đi thay quần áo đây.

Đứng sát bên cạnh tôi, bố đang chìm đắm trong suy tưởng.

- Ờ - Bố chỉ đáp một cách vắn tắt.

Lạnh quá, tôi quyết định sẽ đi tắm, nhưng rồi thứ nước ấm từ vòi sen chẳng có tác dụng gì đối với làn da đã tê cứng lại của tôi. Rét, rét vẫn hoàn rét, cuối cùng, tôi đành phải chào thua, khóa vòi nước lại. Không gian hốt nhiên im ắng, tôi có thể nghe được rất rõ tiếng của bố đang nói chuyện với ai đó ở dưới nhà. Quấn xong chiếc khăn bông quanh người, tôi mở cửa nhà tắm.

Giọng nói của bố tôi oang oang đầy phẫn nộ:

- Tôi không thể chịu đựng thêm được. Chuyện đó chẳng có ý nghĩa gì cả.

Im lặng. Lúc bấy giờ, tôi mới nhận ra là bố tôi đang nói chuyện điện thoại. Một phút nặng nề trôi qua.

- Anh đừng có hòng mà đánh lừa con Bella! - Bố tôi đột nhiên hét lớn. Tôi giật nảy người. Nhưng rồi khi tiếp tục trở lại câu chuyện, giọng nói của bố đã điềm tĩnh và nhỏ nhẹ hơn - Từ đầu tới cuối, Bella đã xác định rõ rằng nó và Jacob chỉ là bạn... Hừ, nếu là như vậy, thì tại sao ngay từ đầu, anh không nói huych tẹc ra đi? Không, anh Billy ạ, tôi nghĩ con bé nó nói đúng đấy... Bởi vì tôi hiểu con gái tôi, và một khi mà nó nói rằng trước đây Jacob đã rất sợ...

Bố dừng lại nửa chừng, sau đó, bố lại hét váng lên:

- Anh nói vậy là sao, tôi mà lại không hiểu con gái mình như tôi vẫn hằng tưởng hả! - Bố lắng nghe trong đúng một giây ngắn ngủi rồi lại lên tiếng, lần này, giọng nói rất nhỏ, phải khó khăn lắm tôi mới nghe thấy được - Nếu anh nghĩ tôi sẽ nhắc nhở con gái tôi về chuyện đó thì ngay chính anh đấy, bản thân anh đấy, nên suy xét lại đi. Con gái tôi, nó chỉ mới bắt đầu vượt qua khó khăn, hầu như chỉ là nhờ có Jacob. Nếu Jacob vì cái tay Sam kia mà đẩy con bé trở lại tình trạng phiền muộn ngày nào, thì chính Jacob sẽ phải trả lời với tôi về chuyện đó. Anh là bạn tôi, anh Billy ạ, nhưng chuyện này đang làm tổn thương đến gia đình tôi.

Bố lại ngừng, ông Billy đang trả lời điện thoại.

- Anh cũng biết đấy nhỉ, lũ nhóc đó chỉ cần vi phạm có... một ngón chân thôi là tôi biết liền. Chúng tôi luôn để mắt theo dõi mọi động tĩnh, anh hãy cứ tin chắc như vậy đi.

Không, giọng nói này không còn là giọng nói của bố Charlie hiền lành nữa. Đúng là như thế, tôi không lầm đâu, đây đích thị là kiểu nói của ngài cảnh sát trưởng Swan khi thi hành công vụ!

- Rồi. Vâng. Chào anh - "Rầmmm", cái ống nghe nện mạnh xuống giá đỡ.

Một cách lanh lẹn, tôi rón rén rút về phòng riêng của mình. Ngài cảnh sát trưởng đang gầm ghè ở dưới bếp.

Vậy là ông Billy sẽ quở trách tôi dữ lắm đây. Tôi đã đẩy cậu con trai của ông đến chỗ ông hết chịu đựng nổi rồi.

Nhưng mà càng nghĩ lại càng thấy kỳ quặc, trước khi gặp Jacob, tôi đã lo lắng biết bao nhiêu, thế rồi đáp lại là gì... mấy lời giải thích hời ơi của cậu ta, thật không thể nào mà tin được. Chắc chắn mọi chuyện không chỉ đơn giản là một sự tuyệt giao thông thường, và ngạc nhiên thay cho ông Billy, ông lại chịu hạ mình mà nói dối để che đậy cho sự thật đó. Điều ấy chỉ càng làm cho tôi tin chắc một điều rằng cái bí mật mà họ đang ra sức che giấu kia còn ghê gớm hơn tất cả những gì mà tôi có thể tưởng tượng được. Nhưng ít ra thì bố cũng đã đứng về phe tôi rồi.

Tôi tròng vào người bộ pijama rồi nằm bò ra giường. Cuộc

sống hiện tại của tôi đen tối quá, đen tối đến mức tôi chấp nhận để mình tự huyễn hoặc mình. Cái lỗ hổng - à không, bây giờ đã là các lỗ hổng rồi - đang ra sức bắt chẹt, hành hạ tôi, mà làm sao có thể không được chứ? Tôi đang sục sạo lại từng ký ức - nhưng không phải là cái ký ức thật rất đỗi đau lòng, mà là những ảo giác về giọng nói của Edward hồi chiều này - tôi cứ "tua" đi "tua" lại những lời lẽ ngọt ngào ấy mãi cho đến khi giấc ngủ đến với mình, quên cả những giọt nước mắt lặng lẽ lăn dài khỏi khóe mắt.

Giấc mơ đêm nay hoàn toàn mới. Mưa vẫn rơi và Jacob vẫn bước đi bên cạnh tôi, êm ru không một tiếng động, dù rằng đôi chân của tôi giẫm trên nền đất cứ kêu lạo xạo hệt như đi trên sỏi khô vậy. Nhưng người đang đi bên cạnh không phải là Jacob của tôi, mà là một Jacob đã lột xác, đĩnh đạc, lịch lãm nhưng cũng thật chua cay. Dáng đi êm ái của cậu ta khiến cho tôi nhớ lại một người khác; ngờ vực, tôi nhìn lại, dáng vẻ của cậu ta đã bắt đầu thay đổi. Nước da màu nâu đỏ từ từ biến mất, thay vào đó là một gương mặt trắng toát như xương. Đôi mắt của cậu ta đột nhiên chuyển sang màu vàng, sau đó là một màu đỏ thẫm, rồi lại tiếp tục chuyển sang màu vàng. Mái tóc cắt ngắn của cậu ta rối mù trong gió, những chỗ gió chạm vào bỗng chuyển sang màu đồng thiếc. Và gương mặt ấy bỗng đẹp tuyệt trần làm tan nát trái tim tôi. Tôi tiến đến *anh*, nhưng con người ấy lùi lại, hai tay giơ lên làm động tác chống đỡ. Rồi Edward biến mất.

Tôi choàng tỉnh giấc, nhận ra rằng mình đang khóc, song, không chắc chắn lắm, không biết là mình chỉ vừa mới khóc thôi hay là trong lúc mình ngủ, nước mắt vẫn tiếp tục tuôn rơi tới tận bây giờ. Tôi chú mục vào cái trần nhà tối đen, hoàn toàn ý thức được rằng thời khắc đang là nửa đêm - và tôi vẫn còn đang nửa mê nửa tỉnh, nhưng có lẽ là mê nhiều hơn. Chán nản, tôi khép mắt lại, lòng thầm cầu nguyện được chìm vào giấc ngủ tiếp mà không phải mộng mị gì.

"Kít, kít, kít..." Tiếng động kỳ lạ vọng vào tai khiến tôi tỉnh giấc. Có cái gì đó đang bám vào cửa sổ phòng tôi, kèm theo một tiếng động ở âm vực cao, nghe như tiếng móng tay cào vào mặt kính.

12. KẺ KHÔNG MỜI MÀ ĐẾN

Tôi mở bừng mắt trong kinh hãi, mọi sức lực trong con người tôi đã cạn kiệt gần hết, thêm nữa, tôi còn đang ở trong trạng thái mơ hồ, không biết là mình đang tỉnh hay đang mơ.

"Kít, kít, kít..." lại có vật gì đó va quệt vào cửa sổ phòng tôi, âm thanh rất nhẹ và vẫn ở âm vực cao.

Thật là kỳ quặc và khó hiểu hết sức, tôi lồm cồm bò dậy, bước tới phía cửa sổ để xem rõ thực hư, đồng thời không quên chớp chớp mắt để rũ sạch những giọt nước mắt li ti còn nấn ná chưa rời khỏi khóe mắt.

Ôi trời ơi, gì thế kia... bên kia mặt kính là một bóng đen to lớn đang đu đưa, chập choạng, nó cứ tròng trành trước mặt tôi như sắp phá cửa tới nơi. Khiếp đảm, tôi loạng choạng lùi lại, cổ họng đang chùng chình một tiếng thét lớn.

... Vic vic to to ri ri a a... Victoria!

Cô ta đã tìm ra tôi.

Tôi sắp chết đến nơi rồi.

Không, cả Charlie nữa!

Đừng, đừng... tôi cố nuốt trở lại tiếng thét sắp sửa thành hình. Tôi cần phải giữ im lặng. Bằng cách này hay cách khác, tôi không được để cho bố phát hiện ra chuyện động trời này...

Và rồi liền ngay sau đó, một giọng nói khàn khàn quen thuộc phát ra từ bóng đen.

- Bella! - Kẻ kia rít lên - Úi! Quỷ tha ma bắt, mở cửa ra! Úi!

Phải mất tới hai giây sau mới trấn tĩnh lại được tinh thần, tôi lao như cắt đến cái cửa sổ, mở cửa kính ra. Trên cao, những đám mây chỉ sáng lờ mờ, nhưng cũng đủ để tôi nhận ra chính xác cái bóng đen ấy.

- Em đang *làm* cái trò gì vậy? - Tôi hổn hển thở.

Jacob đang bám cứng vào đầu ngọn cây vân sam mọc ngay chính giữa khoảnh sân bé xíu trước nhà bố tôi. Sức nặng của Jacob đã ghì cái cây nghiêng vào vách nhà, và lúc này, cậu ta đang đánh đu toòng teng trên đó - đôi chân cậu ta đung đưa cách mặt đất khoảng năm, sáu mét - và cách tôi không đầy một mét. Các nhánh nhỏ trên đầu ngọn cây quệt va quệt lại, cọ vào mặt tường nhà, những âm thanh "kít, kít" lại vang lên không ngớt.

- Em đang cố giữ... - Kẻ kia cũng đang hổn hển thở, cố đeo bám ngọn cây đến cùng, cái cây liên tục lắc lư, lắc lư -... lời hứa của mình!

Tôi chớp chớp đôi mắt mờ nước của mình, bất giác tin một cách chắc chắn rằng mình đang mơ.

- Em hứa leo lên cây nhà bố chị để lao đầu xuống đất tự tử hồi nào vậy?

Jacob khụt khịt mũi, tỏ vẻ khó chịu, hai chân vẫn đong đưa trong không trung để giữ thăng bằng.

- Chị tránh ra - Cậu ta ra lệnh.

- Cái gì?

Đáp lại câu trả lời của tôi là cái nhịp chân đưa tới đưa lui của Jacob... để lấy đà. Và tôi nhận ra ngay lập tức ý định của cậu ta.

- Không được, Jake!

Nói vậy nhưng tôi vẫn phải hụp người sang một bên để tránh, bởi lẽ đã quá trễ. Sau một tiếng cằn nhằn, Jacob lao người về phía ô cửa sổ đang mở.

Cổ họng tôi đã lại hình thành xong một tiếng thét khác... để phòng khi cậu ta rơi xuống đất, rồi bay lên thiên đàng - hay ít ra là bị trầy vi trớc vẩy khi va phải vách gỗ - thì... còn phát ra. Nhưng trước sự ngỡ ngàng của tôi, trong một dáng vẻ cực kỳ nhanh nhẹn, Jacob bật người về phía phòng tôi, và "uych", thành công.

Như một phản xạ tự nhiên, cả hai chúng tôi đều nhất loạt nhìn vào phía cửa phòng, mọi hơi thở trong giây phút này đều ngưng trệ, chờ xem tiếng ồn có đánh thức ngài cảnh sát trưởng dậy hay không. Vẫn im ắng... Tất cả những gì chúng tôi nhận thức được chỉ là những tiếng ngáy "khò khò" đang đều đặn vang lên.

Jacob tức thì nở một nụ cười kéo xếch lên tới tận mang tai; trông cậu ta rất hài lòng với chính mình. Nhưng đó không phải là nụ cười toe toét mà tôi đã từng được trông thấy hàng bao nhiêu lần và đã yêu quý - đây hoàn toàn là một kiểu cười mới, kiểu cười chế giễu chua cay, không còn vẻ chân thật, trên một gương mặt mới toanh đã thuộc về Sam.

Và như thế là đã quá sức chịu đựng của tôi rồi.

Tôi đã khổ tâm như thế nào... tôi đã lặng lẽ khóc một mình trong đêm là vì ai? Kiểu hắt hủi cay nghiệt của cậu ta đã giáng một đòn chí tử vào ngực tôi, và hiện giờ thì nó đã trở thành một lỗ thủng chứa bao nỗi đau đớn. Thêm nữa, cậu ta lại còn tặng cho tôi một cơn ác mộng mới, hệt như một căn bệnh truyền nhiễm, không phải do virút mà là do đau thương - giống như dư chấn sau khi bị tổn thương vậy. Thế mà bây giờ, cậu ta vẫn thản nhiên trong phòng tôi, cười cười như thể mọi chuyện như thế vẫn còn chưa đủ. Tệ hại hơn nữa là dù cho cái kiểu thăm viếng của cậu ta có "rầm rộ" và vụng về đến như vậy, thì nó vẫn khiến tôi nhớ đến Edward, nhớ cách hẹn hò của anh qua lối cửa sổ phòng tôi mỗi khi đêm xuống; những hồi tưởng ấy lại khơi dậy những vết thương lòng còn chưa khép miệng của tôi.

Tất cả những điều đó, gộp thêm với một sự thật là tôi đã mệt mỏi rã rời lắm rồi, nên chẳng còn hơi sức đâu mà duy trì lối nói chuyện thân thiện được nữa.

- Đi ra ngay! - Tôi rít lên, gom tất cả những gì chua chát có được dồn cả vào lời thì thầm đó.

Jacob hấp háy mắt, trên gương mặt chỉ còn độc một vẻ ngạc nhiên.

- Không - Cậu ta phản kháng - Em đến đây là để xin lỗi mà.

- Chị không *chấp nhận*!

Nói là... làm, tôi ra sức đẩy cái tên đáng ghét ấy ra ngoài cửa sổ - cuối cùng thì nếu như đây là một giấc mơ, hẳn cậu ta sẽ không bị thương đâu!? Nhưng cho dù có là như thế thật đi chăng nữa thì cũng... vô ích. Giống như lấy trứng mà chọi với đá, tôi chẳng đẩy cậu ta nhúc nhích được lấy một xăngtimét. Tôi hậm hực buông thõng tay xuống, bước ra xa khỏi Jacob.

Cậu ta không mặc áo, và luồng gió đang lùa vào cửa sổ kia không khỏi khiến cho tôi liên tiếp phải rùng mình, và lại, cũng thật là khó chịu khi tay tôi phải tiếp xúc với bộ ngực trần của cậu ta. Làn da của Jacob rất nóng, y hệt như cái trán của cậu ta trong lần cuối cùng tôi còn chạm tay vào. Cơ hồ như Jacob hãy còn bị sốt.

Nhưng nhìn dáng vẻ của con người mưa nắng thất thường ấy mà xem, chẳng thấy có chút xíu nào gọi là đang sốt cả. Cậu ta thật *cao lớn*. Cái hình hài khổng lồ ấy đang cúi xuống nhìn tôi lom lom, choán hết cả cửa sổ, và bị bất ngờ đến líu lưỡi trước thái độ cáu kỉnh của tôi.

Rồi bất thần, hơn tất cả những gì tôi còn có thể hiểu được bằng lý trí - dường như hậu quả của tất cả những đêm thiếu ngủ đang ồ ạt tấn công vào cơ thể tôi. Toàn thân tôi mệt mỏi, rã rời đến mức tôi có cảm giác như mình sắp gục ngã xuống sàn đến nơi. Loạng choạng, cả người tôi chao đảo, chông chênh, đôi mắt đang có chiều hướng khép lại vẫn cố chống chọi để có thể vẫn mở được ra thao láo.

- Bella? - Jacob thầm thì một cách lo lắng. Ngay khi tôi vừa chệnh choạng lần nữa, cậu ta liền chụp lấy khuỷu tay của tôi, hướng tôi trở lại phía chỗ ngủ êm ái. Và vừa chạm phải thành giường, đôi chân của tôi đã rã ngay ra, tôi nằm vật xuống tấm nệm, nhanh chóng trở nên mềm rũ, thiếu sức sống.

- Này, chị vẫn ổn đấy chứ? - Jacob hỏi tôi, vầng trán càng lúc càng nhăn lại, hẳn đầy nỗi âu lo.

Tôi ngước mắt nhìn cậu bạn, những giọt nước mắt vẫn chưa kịp khô, đang lăn dài trên má.

- Làm sao mà trong thế giới này, chị lại có thể ổn được, hả Jacob?

Ngay tức thì, vẻ gay gắt, cay nghiệt trên nét mặt kia bỗng được rũ bỏ, thay vào đó là một nỗi thống khổ tột cùng.

- Đúng vậy - Cậu ta lên tiếng thừa nhận, và hít vào một hơi thật sâu - Khỉ gió thật. Ừm... Em, em xin lỗi chị, chị Bella! - Lời xin lỗi rất thành thật, không còn nghi ngờ gì về điều đó nữa, dù rằng trên gương mặt của cậu ta vẫn còn đọng lại một chút giận dữ.

- Tại sao em lại đến đây? Chị không cần những lời xin lỗi của em, Jake ạ.

- Em biết - Cậu ta thì thầm - Nhưng em không thể cứ để mặc mọi chuyện như vậy sau những gì đã gây ra vào chiều nay. Thật kinh khủng. Em xin lỗi.

Tôi lắc đầu một cách mệt mỏi:

- Chị không hiểu gì cả.

- Em biết chứ. Em rất muốn giải thích với chị... - Nhưng vừa nói đến đây, cậu ta bỗng im bặt, cái miệng vẫn mở to, cơ hồ như có một vật gì đó đã chặn ngang hơi thở của cậu ta vậy. Và rồi, cậu ta lại hít vào một hơi thật sâu - Nhưng em không thể giải thích được - Cậu ta trả lời, lại lên cơn giận dữ - Ước gì em có thể kể được.

Tôi trở mình nằm nghiêng, cả người co quắp, hai tay ôm lấy đầu. Và trong tình trạng đó, câu hỏi bất thình lình được thốt ra, dù rằng cánh tay của tôi vẫn đang chặn ngay trước cửa miệng.

- Tại sao chứ?

Cậu ta im lặng... một lúc lâu. Tôi vẫn cứ giữ nguyên cái tư thế gục đầu như vậy - mệt mỏi quá nên không thể ngóc dậy nổi - mà quan sát người bạn của mình. Hoàn toàn ngạc nhiên. Đôi mắt của cậu ta láo liên, hai hàm răng nghiến chặt vào nhau, vầng trán nhíu lại trong một nỗ lực nào đó rất lớn.

- Em làm sao vậy?

Một cách nặng nhọc, Jacob cố làm dịu mình xuống, và tôi cũng bất chợt nhận ra rằng cậu ta đang nín thở.

- Em không thể làm điều đó được - Cậu ta thì thầm, dáng vẻ như đã hoàn toàn khuất phục một thế lực vô hình nào đó.

- Làm điều gì?

Jacob lờ phắt câu hỏi của tôi:

- Nào, Bella, có bao giờ chị có những bí mật mà không thể kể với ai không?

Miệng thì hỏi ngược lại như vậy, nhưng cậu ta đang chú mục vào tôi bằng một đôi mắt ra chiều biết rõ điều đó lắm; mọi suy nghĩ của tôi có được tự khắc đổ dồn vào gia đình Cullen. Tôi hy vọng nét mặt của mình không lộ ra vẻ gì tội lỗi.

- Những bí mật... ừm, không thể kể với chú Charlie hay với mẹ chị...? - Cậu ta nhấn mạnh - Những bí mật mà chị cũng không thể kể với em? Thậm chí là ngay cả vào lúc này?

Tôi cảm nhận rõ mồn một đôi mắt mình đang se lại. Tôi không thể trả lời câu hỏi của Jacob, dù rằng tôi thừa hiểu rằng cậu ta đã biết tỏng tòng tong điều đó rồi.

- Chị có hiểu không, em cũng đang ở trong... hoàn cảnh ấy? - Jacob lại nhăn nhó một cách khổ sở, có vẻ như đang cố

lục tung quyển tự điển trong đầu để tìm từ ngữ diễn đạt -
Có khi chị thực hiện điều đó vì lòng trung thành. Nhưng cũng
có khi đó không phải là bí mật của riêng chị nên chị không
thể kể.

Đã thế thì tôi không thể cãi lại cậu ta được lấy nửa lời
rồi. Cậu ta nói không sai - tôi có một bí mật, một bí mật kinh
người nhưng không phải là của mình nên không thể kể với
bất cứ ai, mà ngược lại, tôi phải bảo vệ nó bằng được - Một
bí mật mà, ôi trời, hình như cậu ta đã biết tất tần tật rồi thì
phải.

Nhưng tôi vẫn không hiểu nó có liên quan gì đến cậu ta,
đến Sam hay là ông Billy. Tất thảy những người này còn dây
mơ rễ má gì đến bí mật ấy chứ, chẳng phải gia đình Cullen
đã bỏ đi hết rồi đấy sao?

- Chị không biết tại sao em lại đến đây, Jacob ạ, khi mà
em chỉ úp úp mở mở những điều khó hiểu thay vì trả lời
thẳng vào vấn đề.

- Em xin lỗi - Cậu ta thì thầm - Em biết những lời em nói
ra rất dễ gây nản lòng.

Trong căn phòng tối tăm không ánh đèn, cả tôi, cả con
người cao lớn kia chỉ trố mắt nhìn nhau, cả hai gương mặt
cũng tối tăm như căn phòng, chẳng có lấy một tia hy vọng,
thời gian cứ thế trôi qua...

- Cái sự thật chết người ấy... - Đột nhiên Jacob lên tiếng -
... thật ra thì chị đã *biết* rồi. Em đã *kể* cho chị nghe không
sót một thứ gì rồi!

- Em đang nói gì vậy?

374

Hốt nhiên Jacob lại hít vào một hơi thở thật sâu, rồi cúi xuống người tôi, chỉ trong một tích tắc, vẻ mặt đang tràn ngập nỗi tuyệt vọng kia bỗng bừng sáng vì kích động. Cậu ta nhìn xoáy vào đôi mắt của tôi, đôi mắt cậu ta sáng quắc, trông thật dữ dội, giọng nói trở nên liến thoắng và gấp gáp. Cậu ta nhả từng tiếng vào mặt tôi, hơi thở của cậu ta cũng nóng hệt như làn da của cậu ta vậy.

- Hình như em đã biết cách mở sự thật này ra rồi, bởi vì chị đã nắm được điều đó, Bella à! Em không thể kể với chị, nhưng nếu chị *đoán* ra được...! Em không còn phải chịu khổ sở nữa!

- Em muốn chị đoán à? Nhưng *đoán* cái gì?

- Bí mật của em! Chị làm được... Chị biết câu trả lời!

Tôi chớp chớp mắt, cố làm đầu óc tỉnh táo trở lại. Tôi mệt đứ đừ. Những lời lẽ của cậu ta, chẳng có lời nào là có nghĩa hết.

Bỗng gương mặt của Jacob ngây ra, rồi ngay sau đó lại đanh lại với những nỗ lực mới.

- Nào, để em xem có thể giúp gì được cho chị không - Jacob lại lên tiếng. Chẳng rõ con người khó hiểu này đang làm gì, nhưng những điều cậu ta đang cố gắng thực hiện rõ ràng là rất khó khăn, bằng chứng là cậu ta đang thở hổn hển.

- Giúp? - Tôi không thể không hỏi lại, cố gắng để theo kịp những lời lẽ mơ hồ của kẻ đối diện. Mi mắt của tôi đã muốn cụp xuống lắm rồi, nhưng tôi vẫn đang cố gắng chống chúng lên.

- Dạaa - Jacob trả lời, hơi thở vẫn nặng nề, khó khăn - Giống như gợi ý ấy.

Nói xong, đôi bàn tay to lớn, ấm nóng của cậu ta ôm lấy khuôn mặt của tôi, để mặt tôi chỉ còn cách mặt cậu ta vài xăngtimét. Đoạn, nhìn xoáy thẳng vào đôi mắt tôi, Jacob thì thầm, tựa hồ như muốn truyền đạt một ý nghĩa gì đó phía sau những lời nói.

- Chị còn nhớ ngày đầu tiên chúng ta gặp nhau không... bãi biển ở La Push ấy.

- Tất nhiên là chị vẫn còn nhớ.

- Chị kể lại xem nào.

Hít vào một hơi thật sâu, tôi cố gắng tập trung lại tinh thần.

- Em hỏi về chiếc xe tải của chị...

Jacob khẽ gật đầu, giục tôi tiếp tục.

- Rồi chúng ta nói về chiếc Rabbit...

- Nữa đi.

- Sau đó, chúng ta đi dạo trên bãi biển - Càng nhớ lại, hai má tôi dưới đôi bàn tay của kẻ đối diện càng ấm lên, nóng hệt như làn da màu nâu đỏ ấy vậy, nhưng cậu ta sẽ chẳng bao giờ nhận ra. Tôi đã mở lời mời Jacob đi dạo với mình, một kiểu dụ dỗ hạng bét, ấy vậy mà lại thành công, mục đích là để cậu chàng bật mí cho tôi một vài thông tin.

Jacob gật đầu, càng lúc càng bồn chồn, sốt ruột.

Và giọng nói của tôi cũng càng lúc càng không có âm lượng.

- Em kể cho chị nghe những chuyện kinh dị... Những truyền thuyết của người Quileute.

Kẻ đối diện nhắm mắt lại, nhưng rồi sau đó lại mở bừng ra ngay.

- Đúng thế - Lời nói đong đầy nỗi căng thẳng, sôi sục, tựa hồ như cậu ta đang đứng bên ngưỡng cửa của một sự kiện nào đó ghê gớm lắm. Cậu ta nói thật chậm rãi, từng tiếng, từng tiếng một, rất rõ ràng - Chị còn nhớ em đã kể những gì không?

Cho dẫu là trong bóng đêm, nhưng chắc chắn kẻ đối diện vẫn có thể nhận ra từng sắc mặt một đang thay đổi trên gương mặt của tôi. Làm sao tôi có thể quên câu chuyện ấy được? Tôi không còn để ý quan sát Jacob nữa, đúng rồi, ngày ấy... ngày ấy, một cậu bé người da đỏ đã kể cho tôi nghe tất cả những gì tôi muốn biết - rằng Edward chính là ma-cà-rồng.

Jacob vẫn đang chú mục vào tôi bằng một đôi mắt am tường mọi sự.

- Nghĩ thôi cũng khó nhọc quá nhỉ - Cậu ta lên tiếng.

- Có, chị có nhớ - Tôi thở vào.

Jacob hít vào thật sâu, nội tâm như đang bị giằng xé.

- Chị có nhớ *tất cả* các câu... - Kẻ đối diện không thể hoàn tất được câu hỏi. Miệng cậu ta há ra, nhưng bỗng dừng lại lưng chừng như có một cái gì đó đang mặt kẹt lại trong cuống họng.

- Tất cả các câu chuyện hả? - Tôi hỏi thay.

Cậu ta lặng lẽ gật đầu.

Đầu óc tôi lại bị lục tung lên. Nhưng lục hoài thì tôi cũng chỉ tìm lại được có mỗi một câu chuyện. Tôi nhớ là Jacob đã kể nhiều lắm, nhưng câu chuyện mào đầu không ăn nhập gì tới vấn đề tôi đã quan tâm lúc ấy như thế nào nhỉ, tôi tuyệt nhiên không thể nhớ ra ngay được, nhất là khi đầu óc đang mù mịt đầy những mệt mỏi. Tôi bắt đầu lắc đầu quầy quậy.

Jacon rên rỉ và lập tức nhảy bật ra khỏi giường. Cậu ta ghị hai nắm tay vào trán như sắp sửa vò đầu bứt tóc đến nơi, hơi thở tuôn ra dồn dập, đầy giận dữ.

- Chị biết mà, chị biết mà - Jacob lầm bầm với chính bản thân mình.

- Jake? Jake à, chị xin em đấy, chị không còn một chút *sức lực* nào cả. Hiện thời, chị không khỏe đâu. Có lẽ là sáng mai...

Cuối cùng, Jacob cũng thở ra một cách bình thường, cậu ta gật đầu.

- Rồi trí nhớ sẽ trở lại với chị. Hình như em đã biết được lý do vì sao chị chỉ nhớ được có một chút thôi - Cậu ta nói bằng một giọng chế nhạo chua cay rồi lại gieo mình trở lại phần nệm trống bên cạnh tôi - Chị có giận không nếu em hỏi một câu thế này? - Jacob tiếp tục hỏi, vẫn bằng cái giọng mỉa mai - Em đang nóng lòng muốn biết lắm.

- Câu hỏi gì? - Tôi bắt đầu cảnh giác.

- Về chuyện ma-cà-rồng mà em đã kể với chị ấy.

Một cách thận trọng, tôi nhìn Jacob chăm chăm, không biết nên trả lời như thế nào cho phải. Nhưng cuối cùng thì cậu ta cũng thốt ra câu hỏi của mình.

- Có phải lúc ấy chị đã thật sự không biết không? - Cậu ta hỏi tôi, giọng bắt đầu khản đặc - Có phải em là người đã nói cho chị biết thân phận đặc biệt của hắn ta không?

Tại sao cậu ta lại biết điều đó? Tại sao cậu ta lại quyết định sẽ tin chuyện này, tại sao lại là *bây giờ*? Hai hàm răng của tôi nghiến chặt vào nhau. Tôi chỉ biết nhìn xoáy vào Jacob,

378

không có ý định sẽ lên tiếng. Và cậu ta cũng cảm nhận được điều đó.

- Đã hiểu điều em muốn ám chỉ về lòng trung thành chưa? - Jacob lẩm bẩm, giọng nói lại đục hơn trước - Về phần em, cũng tương tự như vậy, mà còn tệ hại hơn nữa. Chị không thể tưởng tượng được là em đã bị trói buộc đến mức nào đâu...

Tôi không thích điều đó - tôi không thích cái cách Jacob khép mắt lại, cơ hồ như thể đang phải chịu đựng mọi nỗi đau khổ, dằn vặt khi nói về những ràng buộc của chính mình. Còn hơn cả *không thích* nữa - tôi nhận ra rằng mình *ghét* điều đó, ghét những điều khiến cậu bạn phải đau lòng. Ghét, ghét, ghét ơi là ghét!

Và gương mặt của Sam dần dần hiện ra, lấp đầy tâm trí tôi.

Đối với tôi, bản chất của tự nguyện là như thế này, tôi bảo vệ bí mật của gia đình Cullen hoàn toàn vì tình yêu, không cần được đền đáp lại, và đó là điều đúng đắn. Còn tình thế của Jacob thì đâu có đúng như vậy.

- Em không tìm được cách nào khả dĩ giải thoát cho mình hay sao? - Tôi thì thào, khẽ vuốt nhè nhẹ mái tóc mới xén của người bạn nhỏ.

Đôi tay của Jacob run run, nhưng cậu ta vẫn không hề mở mắt.

- Không. Em bị ràng buộc suốt đời. Một án tù chung thân - Cậu ta khẽ nhếch miệng để phát ra một tiếng cười lạnh lẽo - Không, có lẽ là lâu hơn nữa không chừng.

- Không, Jake - Tôi nói một cách thê thiết - Nếu chúng ta

379

cùng nhau chạy trốn thì sao? Chỉ có em và chị thôi. Nếu chúng ta bỏ nhà, bỏ Sam lại, thì sao?

- Đó không phải là nguyên nhân khiến em chạy trốn, Bella ạ - Jacob nói thì thào - Nhưng nếu được, em cũng muốn chạy trốn cùng chị lắm - Giờ thì đôi vai của Jacob cũng bắt đầu run rẩy. Cậu ta hít vào một hơi thật sâu - Thôi, em phải đi rồi.

- Tại sao?

- Chỉ vì một lý do duy nhất thôi, trông chị như sắp chết đến nơi rồi ấy. Chị cần phải ngủ... Em cần chị "tra dầu" lại não bộ của chính mình. Chị sẽ hiểu em, chị cần phải hiểu em.

- Còn gì khác nữa không?

Jacob cau mày.

- Em phải đi thôi... Mọi người không biết là em lẻn đi gặp chị. Chắc họ đang tự hỏi xem em đang ở đâu đấy - Người bạn nhỏ lắc đầu, le lưỡi - Có lẽ em nên cho mọi người biết thì hơn.

- Em không cần phải khai báo với họ chuyện gì cả - Tôi rít lên.

- Cái đó cũng vậy thôi, chẳng ăn thua gì đâu, vậy nên em cần phải làm thế.

Trong tôi, lửa giận đã bốc lên ngùn ngụt:

- Chị *ghét* bọn họ!

Jacob trố mắt nhìn tôi, vẻ ngạc nhiên hiện rõ trên nét mặt.

- Không, không, Bella. Chị đừng ghét những người đó. Đây không phải là lỗi của Sam hay của ai khác đâu. Trước đây, em đã nói với chị rồi... tất thảy đều tại em, tại em mà ra. Thực chất, Sam... ừm, là một người tốt đến không ngờ. Jared và Paul cũng tốt lắm, dù rằng Paul có hơi... Còn Embry thì mãi mãi vẫn là bạn em. Mọi chuyện không có gì thay đổi cả... à, điều cơ bản nhất không hề thay đổi. Em thấy mình thật tệ khi đã quy cho Sam nhiều điều không hay...

Cái gì kia, tên Sam ấy là một người tốt, mà tốt đến không ngờ ư? Tôi trừng trợ nhìn Jacob, nhưng rồi quyết định không tranh cãi gì nữa.

- Thế tại sao mọi người không muốn em đi gặp chị? - Tôi hỏi gặng.

- Vì như thế không an toàn - Jacob lẩm bẩm, mặt cúi gằm xuống.

Những lời nói của Jacob bất ngờ gieo vào lòng tôi một nỗi sợ hãi.

Cậu ta cũng biết *chuyện* sao? Nhưng ngoài tôi ra, không một ai biết cớ sự này kia mà. Song, dẫu sao thì cậu ta cũng nói đúng - hiện giờ đang là nửa đêm, thời khắc tuyệt vời cho những chuyến đi săn tội lỗi. Jacob không nên ở trong phòng của tôi. Nếu tử thần đi tìm tôi, thì tôi cần phải ở một mình.

- Em nghĩ rằng sẽ rất... rất nguy hiểm - Jacob thì thầm - Em định không tới, chị Bella ạ - Nói đến đây, cậu ta nhìn tôi trân trối thêm một lần nữa - Nhưng em đã hứa với chị rồi. Em đã không hình dung được là lời hứa này lại khó giữ đến thế, nhưng điều đó không có nghĩa là em không cố gắng.

Rồi nhận ra vẻ ngờ nghệch trên mặt tôi, người bạn nhỏ tiếp lời:

- Sau khi xem xong cái bộ phim ngớ ngẩn đó - Jacon nhắc lại cho tôi nhớ - em có hứa là sẽ không bao giờ làm điều gì khiến cho chị phải bị tổn thương... Vậy mà chiều nay, em đã nuốt lời, đúng không chị?

- Chị biết em cũng không muốn làm điều đó, Jake ạ. Không sao đâu.

- Cảm ơn chị, Bella - Jacob nắm lấy tay tôi - Em sẽ làm tất cả những gì có thể trong khả năng của mình vì chị, như em đã hứa - Đột nhiên, Jacob ngoác miệng ra cười. Nụ cười không như đã từng dành cho tôi, nhưng cũng không như đã chịu ảnh hưởng từ Sam, mà là một sự kết hợp rất lạ lùng giữa hai trạng thái đó - Nhưng thực sự sẽ rất có ích nếu như chị tự mình tìm ra điều bí mật này, Bella ạ. Hãy cố gắng một chút, chị nhé.

Tôi khẽ nhăn mặt lại:

- Chị sẽ cố gắng.

- Em cũng sẽ cố gắng gặp lại chị sớm - Cậu ta thở dài - Và mọi người cũng sẽ ra sức khuyên em không nên gặp lại chị nữa.

- Em đừng nghe lời họ.

- Em sẽ cố gắng - Vừa nói, Jacob vừa lắc đầu, tựa hồ như cậu ta cũng nghi ngờ vào chính nỗ lực của bản thân mình - Khi chị tìm ra được bí mật rồi, hãy tới gặp em nhé - Dường như nội tâm của kẻ đối diện đang dậy sóng, chẳng thế mà tay cậu ta lại run run - Nếu chị... nếu chị còn *muốn* gặp em.

- Tại sao chị lại không muốn gặp em chứ?

Gương mặt của Jacob tức thì đanh lại đầy phẫn uất - gương mặt một trăm phần trăm là của Sam.

- Em cũng đoán được lý do đó - Cậu ta trả lời bằng một giọng cộc cằn - Thôi, em phải đi rồi. Chị có thể làm một việc cho em được không?

Tôi gật đầu, cảm thấy lo sợ trước những thay đổi xoành xoạch trong lòng cậu bạn.

- Trong trường hợp chị không còn muốn gặp lại em nữa... thì ít nhất, hãy gọi điện thoại cho em. Hãy cho em biết điều đó.

- Không có chuyện đó...

Jacob đưa một tay lên, ngắt lời tôi:

- Hãy cho em biết nhé.

Nói xong, cậu ta đứng dậy, lừng lững tiến tới phía cửa sổ.

- Đừng có ngốc thế, Jake à - Tôi phàn nàn - Em sẽ ngã gãy chân đấy. Đi lối cửa dưới nhà đi. Bố chị sẽ không biết đâu.

- Em sẽ không bị thương đâu - Jacob lầm bầm, nhưng cũng quay phắt người lại để... hướng ra phía cửa phòng. Khi đi lướt ngang qua tôi, cậu ta có hơi ngần ngừ, đôi mắt nhìn xoáy vào tôi như thể đang chịu đựng những vết thương. Cậu ta đưa một tay ra, chờ đợi...

Tôi nắm lấy bàn tay ấy. Ngay tức khắc, Jacob kéo phắt tôi dậy - rất mạnh, mà cũng rất thô bạo - ra khỏi giường. Mất đà tôi ngã vào vồng ngực của Jacob.

-... Cái này... để phòng khi... - Jacob thì thầm vào tóc tôi, ghì chặt lấy tôi, mạnh đến nỗi tôi những tưởng mình sắp bị gãy xương sườn đến nơi.

-... Khó... khó thở quá! - Tôi thở dồn dập.

Jacob buông tôi ra ngay tức thì, chỉ còn để lại một tay nơi

thắt lưng của tôi để tôi không bị gục ngã. Và rồi, rất dịu dàng, người bạn nhỏ đưa tôi trở lại chiếc giường.

- Chị ngủ đi, Bella. Nhưng chị phải động não nhé. Em biết chị có thể làm được điều này. Em *muốn* chị hiểu em. Em sẽ không bỏ rơi chị đâu, Bella ạ. Không phải vì chuyện đó.

Dứt lời, Jacob tiến tới phía cửa phòng tôi... chỉ đúng một sải chân, cậu ta mở cửa rất nhẹ, rồi biến mất. Trên cầu thang thoảng nghe có tiếng bước chân rất nhẹ, nhưng tuyệt nhiên chiếc cầu thang không hề vang lên một tiếng cọt kẹt nào.

Tôi nằm trở lại, đầu óc rối mù. Cuối cùng, tôi chẳng hiểu mô tê gì hết, mà cả người, cả tinh thần lẫn thể xác đều mệt rã. Tôi khẽ khép mắt lại, cố gắng mường tượng lại những gì Jacob đã từng kể, nhưng một cách nhanh chóng, vô thức cuốn tôi đi, mãnh liệt đến độ tôi mê đi, chẳng còn biết trời trăng gì nữa.

Đó không phải là một giấc ngủ an lành, không mộng mị, như tôi vẫn hằng mong ước - dĩ nhiên là thế rồi. Lần này, tôi vẫn ở trong rừng, và cũng vẫn lang thang như mọi khi.

Nhưng tôi nhận ra một cách chóng vánh rằng giấc mơ này không giống như những giấc mơ khác. Thứ nhất, tôi chẳng thấy mình cần phải đi đâu, hay phải tìm kiếm một thứ gì cả. Tôi đang dần dần thoát khỏi những lối mòn, bởi lẽ trong hiện thực, tôi cũng trông chờ vào điều này kia mà. Bao quanh tôi lúc này không phải là khu rừng quen thuộc. Mùi cũng khác và ánh sáng cũng khác. Trong không khí không phải là thứ mùi hăng hăng của đất ẩm, của cây rừng, mà là thứ mùi nồng nồng, mằn mặn của biển khơi. Ngửa cổ nhìn lên cao, tôi vẫn không thể thấy được bầu trời; nhưng có vẻ như mặt trời vẫn còn đang tỏa nắng - những đám lá dày trên cao đang một màu xanh ngọc bích.

Đây là khu rừng bao quanh La Push - và gần biển, tôi dám chắc điều đó. Và tôi hiểu, nếu mình tìm được đường ra tới biển, chắc chắn sẽ thấy được mặt trời, bám theo ý nghĩ đó, tôi vội vã dấn bước tiến lên phía trước, đi theo tiếng sóng rì rào vỗ vào bờ đá đâu đó không xa.

Jacob đang đứng sừng sững ở đó. Cậu ta nắm lấy tay tôi, kéo tôi trở lại khoảng rừng tối tăm nhất.

- Jacob, có chuyện gì vậy? - Tôi hỏi. Gương mặt của cậu bạn lúc này vẫn còn mang những nét trẻ thơ đang hãi sợ tột cùng, mái tóc của cậu ta vẫn đẹp, vẫn là kiểu tóc cột lại thành đuôi ngựa sau gáy. Jacob dùng hết sức để kéo tôi đi, nhưng tôi giằng lại; tôi không muốn dấn bước vào nơi tăm tối.

- Chạy đi, Bella, chị phải chạy đi! - Jacob thều thào trong hoảng loạn.

Tình cảnh này... tôi đã thấy ở đâu rồi nhỉ... cảm giác ngờ ngờ ấy mạnh đến mức suýt chút nữa thì khiến tôi tỉnh giấc.

Và rồi tôi chợt hiểu ra nguyên do khiến mình có cảm giác quen thuộc với nơi này. Đó là vì trước đây, tôi đã từng ở nơi này, trong một giấc mơ khác. Cuộc sống của tôi khi ấy cũng hoàn toàn khác, mọi chuyện đã trôi qua từ lâu lắm rồi, dễ có đến cả mười ngàn thế kỷ trôi qua rồi cũng nên. Giấc mơ này đã hiện ra trong cái đêm đầu tiên tôi biết được sự thật rằng Edward là ma-cà-rồng, sau khi tôi đi dạo với Jacob ngoài bãi biển. Cùng Jacob hồi tưởng lại ngày ấy hẳn đã kéo giấc mơ này ra khỏi miền ký ức đã bị chôn chặt của tôi.

Lúc này đây, đã nhận thức được đây là giấc mơ rồi, tôi sẽ nằm xem giấc mơ tái hiện ra sao. Từ phía biển, một luồng sáng bắt đầu di chuyển lại phía tôi. Vậy là chỉ trong chốc lát thôi, Edward sẽ bước ra từ giữa những tàn cây, làn da của anh sẽ phát sáng lấp lánh, đôi mắt anh sẽ đen kịt với đầy những hung hiểm. Rồi anh sẽ đưa tay lên ra hiệu cho tôi đến gần, không quên kèm theo một nụ cười quyến rũ trên môi. Sao nữa nhỉ? Edward vẫn luôn luôn đẹp đẽ như một thiên sứ, và rồi những chiếc răng của anh sẽ hiện ra lấp loáng, sắc lẻm...

Nhưng đấy chỉ là những hình ảnh mà tôi đang trông chờ được xem mà thôi. Trước đó, phải còn xảy ra một chuyện "động trời" khác nữa mới đúng.

Jacob buông tay tôi ra và tru lên những tiếng kêu hoang dại. Toàn thân cậu bắt đầu run rẩy, càng lúc càng nhanh, càng dữ dội đến độ cậu ngã lăn ra đất, tay chân thoắt một cái, co rút lại...

- Jacob! - Tôi thét lên, nhưng Jacob đã biến mất.

Thay vào chỗ của cậu là một con sói lớn có đôi mắt đen kịt, rất khôn lanh và bộ lông của nó có màu nâu đỏ.

Bộ phim của tôi đã diễn ra theo chiều hướng khác, hệt như đoàn tàu đã trệch khỏi đường ray.

Đây không phải là con sói trong giấc mơ của tôi ngày xưa, mà là một con sói khổng lồ có bộ lông màu nâu đỏ tôi đã trông thấy ở cánh đồng, lúc đang cận kề với cái chết, mới cách đây một tuần chứ có bao xa. Con sói "mang họ to đùng", bự hơn cả con gấu, trông rất cổ quái.

Con sói ấy cứ nhìn xoáy vào tôi, đôi mắt tinh khôn như

muốn gửi gắm cho tôi một thông điệp nào đó. Cái gì, cái gì đây... đôi mắt... đôi mắt màu nâu đen quen thuộc của Jacob Black chợt hiện về ám ảnh hồn tôi.

"A... a... a"... Tôi tỉnh giấc, tiếng thét quá to khiến cho hai lá phổi của tôi muốn vỡ ra...

Lần này thì ắt hẳn ngài cảnh sát trưởng sẽ đến phòng tôi kiểm tra. Tiếng thét này không còn giống như mọi khi nữa. Tôi úp gối lên mặt mình, ra sức dồn tất cả những hoảng loạn cùng tiếng thét man dại kia vào trong đó. Tôi ấn gối thật chặt vào mặt mình, chặt đến nỗi tôi cũng không biết liệu mình có thể không bị ngạt thở hay không nữa.

Nhưng ngài cảnh sát trưởng không đến... Bởi cuối cùng, tôi cũng đã hoàn toàn bóp nghẹt được âm thanh lanh lảnh thoát ra từ cổ họng của mình.

Giờ thì tôi đã nhớ lại được tất cả rồi - mọi từ, mọi ngữ mà Jacob đã kể với tôi trên bãi biển, thậm chí cả cái phần trước khi đề cập đến ma-cà-rồng - "người máu lạnh" - nữa... Và đặc biệt nhất là phần đầu tiên.

- Chị có biết mấy truyền thuyết xa xưa của tụi em không, về nơi tụi em từng ở rồi từ đó ra đi... em muốn nói đến những Quileute ấy - Cậu bé da đỏ hỏi tôi.

- Chị không biết nhiều lắm - Tôi thành thật nhìn nhận.

- Ừm, có rất nhiều truyền thuyết, một số kể về trận Đại hồng thủy... Lúc ấy, người Quileute bọn em đã buộc xuồng của mình lên những ngọn cây cao nhất mọc trên đỉnh núi để sống sót, giống ông Nôê và chiếc thuyền của mình ấy - Jacob dừng lại một chút và mỉm cười, cậu bé ra dáng đầy tự hào khi kể cho *tôi nghe về truyền thuyết của tổ tiên mình - Một truyền thuyết khác lại kể rằng bộ tộc của em vốn bắt nguồn từ loài sói... Và tới giờ, sói vẫn là anh em của bọn em. Bộ tộc đã ra luật là cấm giết sói đấy.*

"Và rồi lại có những chuyện khác kể về bọn người máu lạnh" - Kể đến đây, giọng nói của Jacob bỗng trầm hẳn xuống.

- Bọn người máu lạnh? - Tôi trố mắt ra, giờ thì không thể giấu được cảm xúc của mình nữa.

- Dạ. Chuyện về bọn người máu lạnh cũng lâu đời như truyền thuyết về sói vậy, nhưng mấy câu chuyện đó đã bị thất truyền nhiều rồi. Theo lời người lớn kể thì ông cố của em biết vài người trong số chúng. Chính ông đã thỏa thuận với chúng để buộc chúng không được đặt chân vào vùng đất của bọn em nữa - Jacob bỗng mở to mắt.

- Ông cố của em à? - Tôi cố gợi chuyện để cho cậu bé kể tiếp.

- Ông cố của em là tù trưởng, giống như bố em vậy. Chị biết không, bọn người máu lạnh là kẻ thù truyền kiếp của sói... ừm, cũng không hẳn là sói, vì sói đã biến thành người, giống như tổ tiên của em. Chị có thể gọi họ là người sói.

- Vậy là người sói có nhiều kẻ thù lắm à?

- Chỉ có một kẻ thù duy nhất thôi.

Cổ họng của tôi như có vật gì đó mắc kẹt, cứ nghền nghẹn, khó thở. Tôi cố gắng nuốt nó xuống, nhưng nó cứ ở lỳ ra đó, không chịu di dịch dẫu chỉ là một milimét. Vậy là tôi chỉ còn nước phun ra.

- Người sói - Tôi há hốc miệng vì kinh ngạc.

Đúng, đó là điều đang làm cho tôi khó thở đây.

Cả thế giới trong giây phút ấy bỗng trở nên chao đảo, tròng trành, như muốn long ra khỏi trục quay của nó.

Tóm lại thì đây là chốn nào nhỉ? Chẳng lẽ là thật sao khi thế giới này vẫn tồn tại những truyền thuyết cổ xưa, những truyền thuyết ấy đang được cất giữ trong các thị trấn bé tẻo teo, chẳng ai thèm đoái hoài tới, để còn đó những cuộc đối đầu giữa các nhân vật tưởng chừng đã đi vào huyền thoại? Nếu thế thì những chuyện thần tiên của các vùng đất khác nhau trên thế giới hóa ra cũng là có thật? Vậy thì cuối cùng, có nơi nào là bình thường hoặc là không có vấn đề hay không, hay mọi thứ đều là hoang đường và toàn những chuyện ma quỷ?

Tôi dùng đến cả hai tay để ôm lấy đầu, cố giữ cho nó không bị nổ tung.

Thế rồi một giọng nói nhỏ nhẹ, khô khốc vang lên trong đầu tôi, rằng chuyện này ghê gớm ở chỗ nào. Rằng chẳng phải tôi đã chấp nhận sự tồn tại của ma-cà-rồng trong suốt một khoảng thời gian dài đấy sao - mà lúc đó, tôi nào có phải hoảng loạn gì đâu?

Ừ, nói đúng lắm, tôi muốn quát nạt với cái giọng nói ấy. Thế chẳng phải chỉ cần một thần thoại có thật thôi là đã quá đủ với một người rồi, đủ cho suốt cuộc đời của người ta, nếu nói cho thật đầy đủ là như vậy?

Vả lại, chưa có một lần nào tôi lại thôi nhận thức rằng Edward Cullen luôn vượt xa, xa thật xa những cái được cho là bình thường. Cho nên khi phát giác ra sự thật về thân phận của anh, tôi không ngạc nhiên lắm - bởi lẽ, anh là một *nhân vật đặc biệt* đã quá rõ ràng từ lâu.

Còn Jacob? Jacob, làm sao chỉ có thể là mỗi một Jacob mà không có gì hơn thế nữa đây? Jacob, bạn tôi đấy ư? Jacob, con người thực thụ duy nhất mà tôi có thể kết thân...

Vậy mà rốt cuộc, cậu ta cũng không phải là một người bình thường.

Một cách chật vật, tôi cố kìm nén một tiếng thét mới.

Chung quy thì tôi là người như thế nào đây?

Lời đáp cho câu hỏi đó, tôi đã biết rồi. Đó là ở tôi có một thứ gì đó không giống, rất không giống, với người ta. Tại sao cuộc đời của tôi lại cứ phải gắn với những nhân vật khác thường chỉ có trong phim kinh dị thôi mà không là ai khác? Cớ sao tôi lại phải quan tâm, lo lắng cho họ nhiều đến độ khi họ quyết định thừa nhận cuộc sống hoang đường của chính mình, lòng tôi lại đau như bị xé thành từng mảnh, từng mảnh?

Trong đầu tôi, mọi thứ như quay cuồng và hoán đổi vị trí cho nhau, rũ bỏ những quan niệm cũ để lặp lại một trật tự mới với những nhìn nhận mới.

Không có giáo phái nào cả. Vốn dĩ đã chưa bao giờ tồn tại một giáo phái hay một băng đảng nào. Không, cớ sự còn tệ hơn thế nữa. Đó là một *đội*.

Một đội năm tên người sói khổng lồ, đa sắc, đã săn đuổi kẻ tử thù ngay trước mắt tôi, trên cánh đồng của Edward...

Bỗng dưng, tôi trở nên vội vã một cách khác thường. Tôi liếc mắt nhìn đồng hồ - vẫn còn sớm quá, nhưng tôi mặc kệ.

Tôi phải đi đến La Push *ngay*. Tôi phải gặp Jacob để cậu ta hiểu rằng tôi vẫn không quên những câu chuyện của cậu.

Tôi tròng vội vào người chiếc quần, chiếc áo sạch trông thấy đầu tiên, chẳng còn đầu óc đâu mà suy xét là chúng có hợp với nhau hay không nữa, rồi cứ thế, tôi phóng như bay xuống lầu, cứ hai bậc một, hai bậc một. Vội vội vàng vàng trong lúc đang cắm đầu cắm cổ nhào ra cửa, suýt chút nữa thì tôi đâm sầm vào ngài cảnh sát trưởng.

- Con tính đi đâu vậy? - Bố tôi lên tiếng, ngạc nhiên khi nhận ra rằng tôi chỉ vừa mới trông thấy bố - Con biết bây giờ là mấy giờ không?

- Dạ con biết. Con phải đi gặp Jacob.

- Bố nghĩ rằng chuyện với Sam...

- Không còn quan trọng nữa, bố à, con cần phải nói chuyện với cậu ta ngay bây giờ.

- Bây giờ hãy còn sớm quá - Bố cau mày khi nhận thấy tôi chẳng hề thay đổi thái độ - Con không muốn ăn sáng à?

- Con không đói - Những lời lẽ cứ tự nhiên thoát ra đằng miệng. Hiện thời, bố đang đứng chắn ngang lối ra. Tôi biết rằng mình cần phải nhanh chóng lủi ngang qua bố mà chạy ra cửa, nhưng rồi sau đó, tôi cũng phải giải thích với bố mà thôi - Con sẽ về sớm, thế nha bố?

Ngài cảnh sát trưởng nhăn mặt:

- Đi thẳng tới nhà Jacob? Không dừng lại chỗ nào trên đường, đúng không?

- Dạ, tất nhiên là như vậy rồi, con còn có thể dừng lại ở chỗ nào được nữa, hả bố? - Lời lẽ của tôi tuôn ra thật gấp gáp.

- Bố chẳng biết nữa - Ngài cảnh sát trưởng thật thà thú nhận - Chỉ là vì... ừm, lại thêm một cuộc tấn công mới... lũ sói ấy. Lần này là rất gần khu nhà nghỉ chỗ suối nước nóng... có cả nhân chứng nữa. Khi biến mất, nạn nhân chỉ cách đường cái có hơn mười mét thôi. Sau đó chỉ vài phút, người vợ của ông ta bửa đi tìm chồng và kêu gọi giúp đỡ thì trông thấy một con sói xám.

Bụng tôi bỗng chốc nôn nao đầy khó chịu như thể vừa mới chơi trò tàu lượn siêu tốc xong.

- Con sói đã tấn công ông ta?

- Chẳng còn thấy tăm hơi người đàn ông đâu cả... chỉ có một chút máu vương lại mà thôi - Mặt bố tôi nhăn nhó đầy khổ sở - Đội bảo vệ rừng sẽ dùng đến vũ khí, và đang tuyển mộ thêm những người tình nguyện. Rất nhiều thợ săn đang hăng hái tham gia... người ta đặt giải thưởng cao cho xác của lũ sói. Như vậy có nghĩa là trong rừng sẽ dày đặc những hỏa lực cho mà xem, bố lo lắm - Vừa nói, bố vừa lắc đầu - Một khi người ta càng thích thú thì tai nạn lại sẽ càng xảy ra...

- Họ sẽ bắn vào lũ sói hả bố? - Giọng tôi bỗng ngân cao thành ba quãng tám.

- Chúng ta còn biết làm gì khác đây? Có chuyện gì không ổn hả con? - Bố hỏi, đôi mắt căng thẳng nhìn chăm chú vào sắc mặt của tôi. Bỗng nhiên tôi cảm thấy chóng mặt, chắc hẳn mặt tôi lúc này đang trắng hơn cả lúc bình thường - Con không cần bố giữ cho vững đấy chứ, có phải không?

Tôi không tài nào cất tiếng trả lời nổi. Nếu như bố không đang nhìn tôi, chắc chắn tôi đã làm tư thế kẹp đầu vào giữa hai đầu gối rồi. Tôi đã quên khuấy chuyện những du khách bị mất tích, những vết chân có máu... Tôi đã không kết hợp những dữ kiện đó vào với sự phát hiện của tôi.

- Nào, con gái, đừng để cho những chuyện đó làm con sợ. Con cứ ở trong thị trấn, hoặc trên đường cao tốc - không dừng lại ở đâu cả - được không?

- Dạ được - Tôi trả lời bố một cách yếu ớt.

- Bố phải đi đây.

Lần đầu tiên tôi nhìn bố thật lâu và thật gần: thắt lưng của bố đã được giắt súng, hai chân của bố đã mang vào đôi giày ống chuyên dùng để đi bộ đường trường - bố đã tươm tất đâu vào đấy cho chuyến thi hành công vụ.

- Bố không định tới đó để lùng theo lũ sói đấy chứ, phải không bố?

- Bố phải giúp đỡ mọi người, Bells ạ. Mọi người đang lần lần mất tích mà.

Giọng nói của tôi bỗng lại trở nên khắc khoải, gần như là đã bị kích động hoàn toàn.

- Không! Không, bố đừng đi. Nguy hiểm lắm!

- Bố phải làm nhiệm vụ của mình, con gái à. Đừng bi quan như thế chứ... Bố sẽ không bị làm sao đâu - Nói xong, bố quay ra cửa, và giữ cửa mở, chờ tôi - Con cũng đi luôn chứ?

Tôi ngần ngừ, bụng tôi vẫn còn đang xoắn lại như cái ruột gà. Tôi biết nói gì để ngăn bố lại bây giờ? Tôi chóng mặt quá, không còn nghĩ ra được điều gì cho ra hồn nữa.

- Bells?

- Chắc là xuống La Push bây giờ hãy còn sớm quá thật - Tôi thều thào.

- Bố đồng ý - Bố đáp rồi đóng cửa lại, lừng lững bước ra ngoài trời mưa.

Ngay khi bố vừa đi khuất, tôi ngồi sụp xuống nền nhà và dúi đầu vào giữa hai đầu gối.

Tôi có nên đi theo bố không? Tôi sẽ phải nói gì bây giờ?

Thế còn Jacob thì sao? Jacob là người bạn thân nhất của tôi; tôi cần phải cảnh báo cậu ta. Nếu cậu ta thật sự là - tôi co rúm người lại, nhưng vẫn buộc mình phải dùng đến cái từ đó - *người sói* (tôi biết đấy là sự thật, tôi hoàn toàn có thể cảm nhận được điều này), thì mọi người sẽ chĩa súng bắn vào cậu ta! Tôi cần phải cảnh báo với Jacob và những người bạn của cậu ấy mới được, mọi người sẽ giết họ nếu họ cứ mang cái hình hài của những con sói khổng lồ mà chạy loanh quanh như vậy. Tôi cần phải ngăn họ lại.

Họ phải dừng lại! Bố tôi sẽ vào rừng. Họ có sợ điều đó không? Tôi tự hỏi... Cho tới tận giờ phút này, chỉ có những người lạ là mất tích. Điều đó có ý nghĩa gì không, hay chỉ là vô tình trùng hợp mà thôi?

Muốn gì thì gì, tôi phải cảnh báo Jacob.

Hay là...?

Jacob là người bạn thân nhất của tôi, nhưng đồng thời, cậu ta phải chăng cũng là một quái vật nữa? Phải chăng cậu ta một mặt là người, một mặt lại là ác quỷ? Tôi *có nên* mách nước không đây? Giả như cậu ta và những người bạn của cậu ta chính là... những *kẻ giết người* thì sao? Biết đâu chừng họ quả thực chính là những tên đao phủ hạ sát những du khách vô tội không gớm tay thì sẽ thế nào? Và giả như rốt cuộc, họ chính là những nhân vật chính chỉ có trong những bộ phim kinh dị, thì có sai lầm không khi ra sức bảo vệ họ?

Và, không thể tránh được, tôi bắt đầu so sánh Jacob cùng những người bạn của cậu ta với gia đình Cullen. Một cách khổ sở, tôi bấu rịt lấy ngực của mình, cố chịu đựng những lỗ hổng vô hình để mà nghĩ về họ.

Rõ ràng là tôi không biết một tý gì về người sói cả. Nếu phải mường tượng thì tôi sẽ chú ý đến mấy bộ phim - trong đó có những nhân vật lông lá nửa người nửa thú hay là gì khác - mà thôi. Vậy nên tôi chẳng thể nào biết được tại sao họ lại đi săn - vì đói, vì khát, hay là vì muốn thỏa mãn cái ý thích tội lỗi là giết người? Thật khó mà xét đoán khi trong tay chẳng có lấy một thông tin nào.

Nhưng chắc chắn sẽ không thể tệ hại hơn cái mà gia đình Cullen phải chịu đựng trên hành trình trở thành người tốt. Bất giác tôi nghĩ đến Esme - đôi mắt bỗng nhòe nước khi tôi nhớ đến gương mặt đáng yêu, thánh thiện của bà - bà quả là một người mẹ đúng nghĩa, giàu tình yêu thương xiết bao; bà đã phải ngưng thở trong nỗi xấu hổ khi phải rời xa tôi trong lúc tôi đang bị chảy máu. Không có gì còn có thể khó khăn hơn thế. Rồi tôi nghĩ đến bác sĩ Carlisle, nghĩ đến hàng thế kỷ ông đã phải chịu đựng và tranh đấu để có thể trơ được với mùi máu, để mà được sống cuộc đời của một bác sĩ. Không có gì có thể khó khăn hơn thế cả.

Vậy mà người sói đã chọn con đường ngược lại.

Và giờ đây, tôi - chính *tôi* đây - nên lựa chọn thế nào?

13. KẺ SÁT NHÂN

Nếu trường hợp này rơi vào bất kỳ ai khác chứ không phải là Jacob thì sao, tôi tự hỏi mình, rồi lắc đầu quầy quậy... Tôi đang bon bon trên đường cao tốc, đâm xuyên qua những cánh rừng để xuống La Push.

Tôi cũng không biết hành động của mình có đúng không nữa, chỉ biết là mình đang tự thỏa hiệp với chính mình.

Tôi không thể tha thứ cho những gì Jacob và đám bạn của cậu ta, *đội* của cậu ta, đang gây ra. Giờ thì tôi đã hiểu hồi đêm, cậu ta muốn ám chỉ điều gì - khi bảo rằng có lẽ tôi sẽ không còn muốn gặp cậu ta nữa, rằng tôi có thể gọi điện thoại cho cậu ta như lời cậu ta đã đề nghị - nhưng như thế thì hèn nhát quá. Ít ra thì tôi vẫn còn nợ cậu ta một cuộc nói chuyện thẳng thắn, mặt đối mặt. Tôi sẽ nói rõ với cậu ta rằng tôi sẽ không bỏ qua những gì đang diễn ra; rằng tôi sẽ không thể làm bạn với một kẻ sát nhân, và rồi sau đó sẽ không thèm nói gì nữa, cứ mặc cho những vụ giết người diễn ra... Để rồi đến lượt tôi cũng sẽ trở thành một ác quỷ luôn.

Nhưng tôi cũng không thể *không* cảnh báo cậu ta được. Tôi phải làm một điều gì đó trong khả năng để bảo vệ cậu ta.

Môi bặm chặt lại đến mức có hằn, tôi tấp xe vào nhà gia đình Black. Chuyện người bạn thân nhất của tôi là người sói đã là tệ lắm rồi. Liệu cậu ta có phải là quái vật thực sự không?

Căn nhà tối om om, cửa sổ chẳng thấy sáng ánh đèn, nhưng tôi không thấy phiền hà gì khi "phá" giấc ngủ của họ!? Tôi dộng cửa "rầm rầm" - khẩn cấp với ít nhiều tức tối; âm thanh nhanh chóng truyền đi giữa các vách tường.

- Vào đi - Một phút sau, tôi nghe thấy ông Billy lên tiếng, cùng lúc với một ngọn đèn được bật sáng.

Tôi xoay tay nắm cửa; cửa không khóa. Ông Billy đang loay hoay ở ngưỡng cửa nhà bếp, cái nhà bếp bé như cái mắt muỗi, vai ông quàng một cái áo choàng tắm, ông vẫn chưa ngồi vào xe lăn. Khi đã nhận ra được kẻ "phá làng phá xóm", đôi mắt của ông mở to trong thoáng chốc, rồi đôi mắt ấy chuyển sang sắc thái chịu đựng.

- Ừm, chào Bella. Cháu có việc gì mà đến sớm thế?

- Cháu chào bác Billy. Cháu muốn nói chuyện với Jake... Cậu ấy đâu rồi ạ?

- Ở ờ... bác không biết nữa - Ông nói dối, vậy mà... gương mặt vẫn thản nhiên như không.

- Bác có biết sáng nay bố cháu sẽ làm gì không? - Tôi hỏi gặng, trong người cảm thấy muốn phát bệnh, và đôi chân gần như muốn khuyu xuống.

- Làm sao mà bác biết được?

- Bố cháu và phân nửa đàn ông trong thị trấn đang súng ống trong tay, đổ xô vào rừng để săn những con sói khổng lồ đấy ạ.

Gương mặt của ông Billy thoáng biến sắc, nhưng ngay sau đó lại trơ ra, chẳng có lấy một chút cảm xúc nào.

- Vậy nên cháu muốn nói chuyện với Jacob, nếu bác không cảm thấy bị làm phiền - Tôi tiếp tục.

Ông Billy mím môi lại một lúc lâu.

- Bác... dám chắc là nó hãy còn ngủ - Cuối cùng, ông cũng lên tiếng, hất đầu về phía lối đi dẫn ra phòng khách - Dạo gần đây, nó hay về nhà khuya lắm. Nó cần được nghỉ ngơi... Có lẽ cháu không nên đánh thức nó dậy.

- Bây giờ thì đến phiên cháu - Tôi thì thầm đáp, chân bước xăm xăm về phía lối đi. Ông Billy chỉ còn biết nhìn theo và... thở dài.

Căn phòng riêng nhỏ xíu của Jacob nằm bên lối đi, cửa phòng chỉ rộng chưa đầy một mét. Tôi chẳng thèm gõ cửa, cứ thế mà tông cửa, đi thẳng vào; cánh cửa va vào tường một cái "cháppp"

Jacob - vẫn còn mặc nguyên chiếc quần cụt bằng len màu đen hồi đêm - đang nằm xéo trên chiếc giường đôi choán hết diện tích căn phòng, cách ba bức tường có vài xăngtimét. Jacob nằm xéo như vậy mà vẫn thiếu... chiều dài, chân và đầu của cậu ta phải gác cả lên thành giường. Cậu ta đang ngủ say, cái miệng khẽ mở, hơi thở rất đều. Âm thanh "phá cửa" kia cũng không thể làm cho cậu ta trở mình.

Lúc ngủ, gương mặt của Jacob thật bình lặng, bao nét giận dữ đã biến đi đằng nào mất. Quanh mắt cậu là những quầng thâm, vậy mà trước đây, tôi đã không hề nhận ra. Mặc dù đang mang một chiều cao quá khổ, nhưng lúc này, trông Jacob hãy còn trẻ con làm sao, và hoàn toàn mệt lử. Trong lòng tôi bỗng trào dâng một nỗi niềm xót xa.

Tôi lùi lại, khẽ khàng khép cánh cửa lại.

Ông Billy nhìn theo tôi chằm chặp, đôi mắt không giấu

được vẻ thận trọng, tò mò. Tôi chậm rãi bước trở ra phòng khách:

- Cháu nghĩ cháu nên để cho cậu ấy nghỉ ngơi.

Ông Billy gật đầu. Hai người chúng tôi nhìn nhau, dễ có đến cả một phút dài. Tôi những muốn hỏi ông Billy về vai trò của ông trong chuyện này. Ông nghĩ gì khi con trai của ông trở nên như thế chứ? Không hiểu được. Tôi chỉ biết là ông đã ủng hộ Sam như thế nào từ lúc khởi đầu thôi, vậy nên những kẻ sát nhân này sẽ chẳng đụng đến ông đâu. Làm sao ông lại có thể tự bào chữa cho mình được nhỉ, tôi thật không thể tưởng tượng nổi.

Trong đôi mắt đen nhánh của ông, tôi cũng có thể nhận ra hàng trăm câu hỏi dành cho mình, nhưng ông vẫn lặng im chịu đựng.

- Bác à - Mãi rồi tôi cũng lên tiếng, phá tan bầu không khí im lặng nặng nề giữa hai người - Cháu sẽ ra biển một lúc. Khi nào cậu ấy dậy, bác nói giúp cháu là cháu đang đợi, bác nhé?

- Tất nhiên rồi, tất nhiên rồi - Ông Billy gật đầu đồng ý.

Nhưng liệu ông ấy có nói giúp tôi không đây? Ừm, không sao, nếu ông ấy không làm, tôi sẽ lại cố gắng, đúng như vậy đấy!

Thế là tôi lái xe ra bãi biển Thứ nhất, cho xe đậu vào một lô đất trống. Trời vẫn còn tối lắm - mới chỉ vừa sắp sang rạng đông của một ngày ảm đạm đầy mây - nên khi vừa tắt đèn pha xe, khó khăn lắm tôi mới nhìn thấy được cảnh vật. Nhưng tôi cần phải để cho mắt quen với bóng tối, ngõ hầu còn có thể tìm ra một lối đi nhỏ cắt qua một đám cỏ mọc cao. Ở đây lạnh hơn, gió từ ngoài mặt biển đen ngòm thổi vào lồng lộng, tôi ấn sâu tay mình vào trong chiếc áo khoác mùa đông. Ít ra thì mưa cũng đã ngừng rơi.

Tôi dấn bước xuống bãi, đi thẳng ra đập ngăn nước biển nằm về phía bắc. Không thể thấy được đảo James hay những hòn đảo khác, chỉ thấy được mập mờ hình dáng của từng mép sóng. Một cách cẩn trọng, tôi bước đi trên mấy tảng đá, không quên nhìn dưới chân, đề phòng mấy khúc cây có thể khiến mình vấp ngã.

Và tôi đã tìm ra cái mà mình đang tìm kiếm trước khi tôi nhận thức được mình đang... tìm kiếm cái gì!? Chỉ còn cách có vài bước chân nữa thôi, từ trong tăm tối, nó lờ mờ hiện ra: một khúc gỗ dài, trắng phau, bị kẹt sâu trong đá. Bộ rễ chằng chịt của nó hướng ra biển, giống như hàng trăm xúc tu mỏng mảnh. Tôi không dám chắc đó có phải là cái khúc cây mà tôi và Jacob lần đầu tiên đã ngồi trò chuyện hay không - cuộc trò chuyện đã tạo ra những thay đổi, những rối ren mới cho cuộc đời của tôi - nhưng trông có vẻ vẫn là chốn cũ. Tôi ngồi xuống đúng nơi tôi đã từng ngồi, phóng tầm mắt ra mặt biển đen ngòm không rõ hình dạng.

Trông thấy Jacob như vậy - trong lúc ngủ, cậu ta mới ngây ngô và dễ bị tổn thương làm sao - bao nỗi khiếp sợ trong tôi chợt tiêu tán, cơn phẫn nộ của tôi cũng theo đó mà vỡ tan. Tôi vẫn chưa thể thay đổi đôi mắt mù quáng của mình để mà nhìn thẳng vào sự thật, có vẻ như tôi cũng giống như ông Billy mất rồi, ấy là không thể nói lời buộc tội Jacob. Không được, yêu thương không có nghĩa là đồng lõa, tôi tự nhủ.

Một khi mình yêu quý ai đó, thì không thể lúc nào người ta cũng đúng, và rồi mình cứ vào hùa với người ta. Dù Jacob có giết người hay không, cậu ta vẫn là người bạn thân nhất của tôi. Và tôi vẫn chưa biết phải xử trí việc này như thế nào.

Nhớ lại vẻ mặt thanh thản của Jacob trong lúc ngủ, lòng tôi bỗng dậy lên những mong muốn không thể chế ngự được về nỗi phải *bảo vệ* cậu ta. Thật phi lý hết sức.

Vô lý hay có lý đây? Tôi cứ "ngắm" đi "ngắm" lại mãi trong hồi tưởng cái vẻ mặt bình lặng của Jacob mà ra sức động não để tìm kiếm câu trả lời cho riêng mình, tìm cách che chở cho người bạn nhỏ, lần lần, bầu trời chuyển thành xám lúc nào tôi cũng không hay.

- Chào chị Bella!

Tiếng kêu của Jacob vang lên từ chỗ tối khiến tôi giật nảy mình, đứng bật ngay dậy. Tiếng gọi dịu dàng, gần như là rụt rè; nãy giờ, tôi vẫn mường tượng đến giọng nói ồm ồm như sóng vỗ vào bờ đá kia... nên trống ngực của tôi bắt đầu đập liên hồi. Ánh bình minh đang dần dần nhô lên từ phía chân trời, tôi nhận ra cái bóng của kẻ mới đến - nó thật khổng lồ.

- Jake hả?

Cậu bạn chỉ còn cách tôi có vài bước chân. Từng bước, từng bước một - những bước chân trĩu nặng lo âu - cậu ta tiến lại gần.

- Bố em bảo có chị đến, chị chờ em lâu rồi, phải không? Em biết chị có thể đoán ra mà.

- Ừưư, chị nhớ rồi - Tôi nói như một lời thì thầm.

Im lặng một lúc lâu... Dù rằng trời hãy còn tối lắm, vẫn chưa trông rõ một thứ gì, vậy nhưng làn da của tôi bỗng giần giật cơ hồ như thể đôi mắt cậu bạn đang chú mục vào gương mặt của tôi. Hẳn ánh sáng đã đủ để Jacob đọc được vẻ mặt của tôi, chẳng thế mà Jacob lại lên tiếng, giọng nói đột nhiên chuyển sang gắt gỏng.

- Chị chỉ cần gọi điện thoại là được rồi mà - Cậu ta nói một cách cay nghiệt.

Tôi gật đầu nhìn nhận:

- Chị biết.

Jacob bắt đầu dạo bước trên đá. Nếu nghe kỹ, loại bỏ ngoài tai tiếng sóng vỗ ì ầm, thể nào cũng nhận ra được tiếng bước chân rất đều của cậu ta - hệt như một điệu nhảy gót hài trên đá.

- Sao chị lại đến đây? - Jacob chợt ngừng bước, hỏi.

- Chị nghĩ rằng nếu đối diện thì sẽ tốt hơn.

Cậu bạn khụt khịt mũi:

- Ồ, sẽ tốt hơn kia à.

- Jacob, chị muốn cảnh báo em về...

- Về đội kiểm lâm và thợ săn chứ gì? Đừng lo. Bọn em biết cả rồi.

- Đừng lo à? - Lần này thì tới lượt tôi hỏi gặng trong nỗi hoài nghi - Jake, họ có súng đấy! Họ đặt bẫy, treo giải thưởng, và...

- Tụi em tự lo cho mình được - Jacob càu nhàu, lại bước đi - Người ta sẽ chẳng thu thập được gì đâu, ngoại trừ chỉ khiến mọi chuyện thêm phiền phức... Rồi họ sẽ lại sớm mất tích mà thôi.

- Jake! - Tôi rít lên.

- Cái gì? Đấy là sự thật mà.

Giọng nói của tôi le lói nỗi khiếp sợ.

- Làm sao em có thể... như vậy được? Em quen mọi người mà. Bố chị cũng vào rừng rồi đấy! - Ý nghĩ ấy khiến bụng tôi quặn lại,

Jacob lại dừng chân.

- Nhưng bọn em có thể làm gì hơn được đây?

Trên cao, những đám mây đã được mặt trời khoác cho một lớp áo màu hồng. Bây giờ thì tôi đã có thể nhìn thấy rõ được sắc mặt của cậu bạn - đầy ắp nỗi giận dữ, chán nản và thất vọng.

- Em có thể... ừm, cố gắng *không* trở thành... người sói được không? - Tôi đề nghị bằng một lời thầm thì.

Jacon tức tối vung cả hai tay lên cao.

- Chị làm như em chọn cuộc sống đó cho mình không bằng! - Cậu ta nói như hét lên - Phỏng có ích gì, khi mà bản thân chị cũng lo lắng cho những người bị mất tích?

- Chị không hiểu ý em.

Jacob giận dữ nhìn tôi, đôi mắt tối sầm hẳn lại, còn đôi môi thì vặn lại trong tiếng gầm gừ.

- Chị có biết điều gì làm cho em tức đến độ chỉ muốn phỉ nhổ không?

Tôi chùng xuống, vẻ mặt của cậu ta mang đầy thái độ thù địch. Dường như Jacob đang chờ đợi một câu trả lời, và tôi chỉ biết... lắc đầu.

- Cô đúng là kẻ giả nhân giả nghĩa, Bella ạ... cô ngồi đó,

mà khiếp sợ tôi! Công bằng ở chỗ nào? - Đôi tay Jacob run lên bần bật vì tức giận.

- *Giả nhân giả nghĩa?* Khiếp sợ quái vật mà tôi trở thành một kẻ giả nhân giả nghĩa ư, vậy là sao?

- Ôi trời! - Jacob rên rỉ, hai nắm tay run rẩy ép vào thái dương, đôi mắt nhắm nghiền lại - Cô có biết cô vừa nói gì không?

- Sao cơ?

Cậu ta tiến hai bước về phía tôi, cúi xuống, nhìn chằm chằm vào tôi bằng một đôi mắt nảy lửa.

- Ừm, tôi rất lấy làm tiếc vì tôi không phải là quái vật *đúng nghĩa* theo cái "gu" của cô, Bella ạ. Tôi biết tôi không được vĩ đại như bọn hút máu người không biết tanh, có đúng vậy không nào?

Tôi nhảy dựng lên, sừng sộ nhìn đáp trả lại cậu ta.

- Vâng, không phải! - Tôi hét lên - Cậu *không phải* như vậy, đồ ngốc, nhưng cậu lại *hành động* như thế đó!

- Cô nói vậy là sao? - Jacob gầm lên, cả thân người run rẩy vì bị kích động.

Và hoàn toàn bất ngờ, giọng nói của Edward lại vang lên cảnh báo tôi:

- Em phải cẩn thận, Bella - Giọng nói êm mượt như nhung của anh thánh thót bên tai tôi - Đừng đẩy cậu ta đi quá xa. Em cần phải làm cho cậu ta dịu lại.

Nhưng trong tình thế này đây, cho dù đó là lời nói trong đầu tôi cũng chẳng có chút kílô nào đâu.

Tuy vậy, tôi vẫn muốn xuôi theo anh. Tôi sẽ làm bất cứ điều gì vì giọng nói ấy.

- Jacob - Tôi xuống giọng, cố nói thật dịu dàng, mềm mỏng
- Có nhất thiết phải *giết* người không, Jacob? Chẳng phải là
còn có cách khác hay sao? Ý tôi là nếu ma-cà-rồng mà còn
biết cách tồn tại nhưng không phải giết người, thì tại sao
cậu lại không thử một lần cố gắng chứ?

Kẻ khó hiểu kia thình lình đứng bật dậy, cơ hồ như những
lời lẽ của tôi đã trở thành một dòng điện chạy xuyên qua
người cậu ta. Đôi lông mày của cậu ta giãn ra hết cỡ, còn
đôi mắt thì mở trừng trừng.

- Giết người? - Cậu ta hỏi lại.

- Chứ cậu nghĩ là chúng ta đang nói về chuyện gì vậy?

Jacob thôi không còn run rẩy nữa. Cậu ta hồ nghi nhìn
tôi với đôi chút hy vọng:

- *Em* tưởng là chúng ta đang nói về thái độ căm phẫn của
chị dành cho người sói.

- Ôi trời ơi, Jake, không phải như vậy. Không phải là vì
em là... sói. Chuyện đó không có là gì hết - Tôi khẳng định
một cách chắc nịch, và tôi biết mình nói ra điều đó là rất
thật lòng. Sự thật đúng là như vậy, tôi chẳng quan tâm đến
việc cậu ta biến thành một con sói khổng lồ; với tôi, cậu ta
vẫn là Jacob mà thôi - Nếu em có thể tìm được cách không
săn người nữa... ừm, tất cả những điều đó làm chị thấy khó
chịu. Họ là những người vô tội, Jake ạ, họ cũng giống như
bố chị, Charlie, và chị không thể cứ nhắm mắt làm ngơ trong
khi em...

- Thế ư? Thật chứ? - Jacob ngắt lời tôi, nụ cười lại xuất
hiện trên môi - Chị chỉ sợ em là một kẻ giết người à? Đó là lý
do duy nhất phải không?

- Lý do đó còn chưa đủ hay sao?

Jacob phá ra cười sằng sặc.

- Jacob Black, chuyện này có gì là vui chứ!

- Đúng, đúng - Cậu ta đồng ý, nhưng vẫn còn cười giòn như nắc nẻ.

Jacob lại sải một bước dài đến chỗ tôi, rồi bất ngờ ôm chầm lấy tôi.

- Chị nói thật chứ, thật sự chị không quan tâm đến việc em biến thành một con chó khổng lồ chứ? - Cậu ta hỏi, giọng nói đầy phấn khích vang lên bên tai tôi.

- Không - Tôi thở dốc - Nhưng... không-thể-thở-được, Jake!

Jacob vội buông tôi ra, nhưng vẫn nắm lấy hai cánh tay của tôi.

- Em không phải là kẻ sát nhân, Bella ạ.

Tôi quan sát sắc mặt của Jacob, rõ ràng cậu ta nói thật. Một sự thanh thản lan tỏa khắp hồn tôi.

- Thật chứ? - Tôi hỏi.

- Thật - Jacob nói chắc như đinh đóng cột.

Bây giờ tới lượt tôi ôm chầm lấy người bạn nhỏ. Bất giác tôi nhớ lại ngày đầu tiên bên hai chiếc xe máy - cậu ta thật to lớn, còn tôi... Lần này, tôi thấy mình thật nhỏ bé, nhỏ bé hơn cả một đứa trẻ nữa.

Cũng giống như lần ấy, người bạn nhỏ luồn tay vào tóc tôi.

- Em xin lỗi đã gọi chị là kẻ giả nhân giả nghĩa - Jacob thủ thỉ.

- Chị xin lỗi đã gọi em là kẻ sát nhân.

Người bạn nhỏ bật cười sảng khoái.

Vậy thì... Chợt nhớ ra một chuyện, tôi lùi lại để có thể nhìn rõ gương mặt của Jacob. Đôi lông mày của tôi nhíu lại trong nỗi lo lắng:

- Vậy còn Sam là sao? Những người khác thì thế nào?

Jacob lắc đầu, mỉm cười hồn hậu như thể vừa trút bỏ được khỏi đôi vai một gánh nặng.

- Tất nhiên là không. Chị không nhớ bọn em đã tự gọi mình là gì sao?

Ký ức trong tôi bỗng chốc trở nên thông thoáng... Tôi chỉ phải suy nghĩ có một giây...

-... Những chiến binh.

- Chính xác đấy.

- Nhưng chị không hiểu. Những gì đang diễn ra trong rừng thì phải giải thích như thế nào đây? Những du khách bị mất tích, rồi còn máu nữa?

Trong tức khắc, Jacob nghiêm mặt lại, nỗi lo lắng lại lẩn quất trong đôi mắt.

- Bọn em đang cố gắng làm nhiệm vụ của mình, chị Bella ạ. Bọn em đã cố gắng hết sức để bảo vệ họ, nhưng lúc nào bọn em cũng chậm chân một bước.

- Bảo vệ họ thoát khỏi cái gì? Không lẽ trong rừng có gấu thật sao?

- Chị Bella của em ơi, bọn em chỉ bảo vệ mọi người khỏi một thứ duy nhất mà thôi... đó là kẻ thù của bọn em. Đó là lý do vì sao bọn em tồn tại... tại vì bọn chúng cũng tồn tại.

Tôi ngây người ra, mắt vẫn chú mục vào Jacob, vậy thì

chỉ còn một đáp án mà thôi, kẻ sát nhân chính là... Máu dần dần rút khỏi mặt tôi, một tiếng thét nhỏ nhưng chứa đựng bao nỗi kinh hoàng bật khỏi môi tôi.

Jacob gật đầu.

- Em nghĩ là chị, hơn ai hết, có thể nhận ra được điều gì đang thực sự diễn ra.

- Laurent - Tôi thều thào - Hắn ta vẫn còn ở đây.

Jacob chớp chớp mắt, nghểnh đầu sang một bên.

- Laurent là ai?

Ôi cái đầu của tôi đang rối tung rối mù cả lên, tôi cố gắng lọc ra những gì chính xác nhất để trả lời.

- Em biết mà... em đã thấy hắn trên đồng cỏ đấy thôi. Em đã ở đó mà... - Những lời lẽ ấy thoát ra bằng một giọng kinh ngạc, khi mọi thứ đã hoàn toàn sáng rõ - Em đã ở đó, và em đã ngăn không để hắn giết chị...

- Àaaa, là con rận tóc đen phải không? - Jacob mỉm cười, một nụ cười rất dữ dằn - Đấy là tên hắn à?

Tôi bủn rủn cả người.

- Em đang nghĩ gì vậy? - Tôi thều thào - Hắn đã có thể giết em rồi đấy! Jake ạ, em không biết là nguy hiểm thế nào đâu.

Một tràng cười đắc chí lại vang lên cắt ngang lời tôi.

- Ôi dào, Bella, chỉ mỗi một tên ma-cà-rồng thì nào phải là vấn đề gì to tát đối với một đội hùng mạnh như bọn em đâu. Chuyện đó dễ như trở bàn tay ấy, còn vui nữa là đằng khác!

- Dễ? Cái gì dễ?

- Thì giết cái con quỷ hút máu tính giết chị đó. À, giờ thì

em không liệt hắn vào trong danh sách những tên sát nhân nữa - Jacob nói thêm - Ma-cà-rồng không thể coi là người được.

Tới nước này thì tôi chỉ còn có thể trệu trạo được vài tiếng mà thôi:

- Em... đã... giết... Laurent... rồi... ư?

Jacob gật đầu.

- Đúng, đấy là công sức của cả nhóm - Cậu bạn nhẹ nhàng chỉnh lại.

- Vậy là Laurent đã chết thật rồi sao? - Tôi thều thào.

Sắc mặt của Jacob bỗng dưng thay đổi:

- Chị không buồn về chuyện đó chứ, phải không? Hắn tính giết chị kia mà... và hắn đang ra tay; Bella ạ, bọn em đã chắc chắn điều đó nên mới tấn công. Chị cũng biết mà, đúng không?

- Chị biết điều đó. Không, chị không buồn... Ừm, chị... - Tôi cần phải ngồi xuống đã. Hai chân của tôi loạng choạng lùi lại, cuối cùng, cũng cảm nhận được khúc gỗ cạ nhẹ vào bắp chân mình, thế là tôi đổ sụp người xuống đó - Laurent chết rồi. Hắn sẽ không đến tìm chị nữa.

- Chị không bị mất trí đấy chứ? Hắn đâu phải là một trong những người bạn của chị hay là gì gì đâu, phải không nào?

- Bạn chị ư? - Tôi nhìn Jacob chằm chằm, tự dưng thấy váng vất và lúng túng, không biết phải làm gì, nhưng trên hết là... nhẹ nhõm; phải, tôi đang nhẹ nhõm chưa từng thấy. Đôi mắt của tôi bắt đầu ươn ướt, tôi lắp bắp - Không đâu, Jake ạ. Chị cảm thấy... thấy... lòng nhẹ thênh. Chị cứ nghĩ rằng hắn đang đi lùng chị... Hằng đêm, chị cứ lo canh cánh rằng hắn sắp bắt mình đến nơi, chị chỉ dám hy vọng rằng hắn sẽ bắt mình thôi và tha cho bố. Chị rất sợ, Jacob ạ... Nhưng bằng cách nào vậy? Hắn là ma-cà-rồng mà! Làm sao em có thể giết hắn được? Hắn rất mạnh, cứng như đá cẩm thạch vậy...

Người bạn nhỏ nhẹ nhàng ngồi xuống bên cạnh tôi, quàng tay ôm lấy tôi, vỗ về:

- Thì bọn em cũng có thể tạng giống như vậy mà, chị Bella. Bọn em cũng rất mạnh, rất cứng. Em ước gì khi ấy, chị nói với em rằng chị rất sợ. Nhưng chị không cần phải sợ nữa.

- Nhưng em có ở bên chị đâu - Tôi lầm bầm, tư lự.

- Ừ nhỉ, chị nói đúng.

- À à, Jake... chị nghĩ là em có biết... Ừm, đêm qua, em nói rằng em ở trong phòng chị là sẽ không an toàn cho em. Em cũng biết rằng ma-cà-rồng có thể đến bắt chị, đúng không. Có phải em muốn nói như vậy không?

Jacob ngỡ ngàng trong giây lát, rồi cậu ta cúi gằm mặt xuống đất:

- Không, em không có ý đó.

- Thế thì tại sao em lại nghĩ rằng em ở đó thì không an toàn?

Người bạn nhỏ ngước lên nhìn tôi bằng một đôi mắt ra chiều có lỗi:

- Em không nói rằng điều đó không an toàn cho *em*. Lúc ấy, em chỉ nghĩ cho chị thôi.

- Em nói vậy là sao?

Jacob lại cúi mặt xuống đất, đá đá chân vào phiến đá.

- Lý do em không được ở bên chị không phải chỉ có một

đâu, chị Bella. Em không được phép kể với chị bí mật của bộ tộc em, đó chỉ là một lý do thôi, ngoài ra, còn là vì điều đó sẽ không an toàn cho *chị*. Nếu em nổi điên... nếu em tức giận... chị có thể sẽ bị thương.

Tôi ngẫm nghĩ điều đó một lúc lâu:

- Vậy là em đã từng nổi khùng... khi chị mắng em... và em đã tức đến run cả người...?

- Vânggg - Người bạn nhỏ cúi mặt xuống thấp hơn nữa - Em điên như thế đó. Em phải giữ cho mình luôn được bình tĩnh. Em thề với chị rằng em không muốn nổi khùng một chút nào, dù cho chị có la lối gì em đi chăng nữa. Nhưng rồi, nhưng rồi... em đã rất buồn khi ngỡ rằng mình sẽ mất chị... khi chị không thể chấp nhận con người thật của em...

- Thế thì điều gì sẽ xảy ra... khi em nổi khùng ấy? - Tôi thì thầm hỏi.

- Em sẽ biến thành sói - Jacob cũng thì thầm khi đáp lời.

- Em không cần phải đợi đến khi trăng tròn sao?

Jacob trố mắt nhìn tôi:

- Đó chỉ là mấy phiên bản của Hollywood thôi chị, không đúng lắm đâu - Rồi người bạn nhỏ thở dài, nghiêm nghị trở lại - Chị không cần phải quá căng thẳng đâu, Bella. Bọn em đang để tâm tới chuyện này. Và bọn em sẽ đặc biệt để mắt tới chú Charlie cùng những người khác... bọn em sẽ không để cho chú xảy ra chuyện gì đâu. Hãy tin em nhé.

Hình như, hình như có một cái gì đó... một điều gì đó... đang dần dần hiện hình, mà đáng lẽ tôi đã phải nhận ra ngay rồi mới phải - cũng bởi chuyện Jacob và những người bạn đã đánh bại Laurent khiến tôi phân tâm, nên trong một lúc, tôi đã hoàn toàn bỏ sót nó - và cái điều gì đó vừa mới bùng nổ trong đầu tôi khi Jacob dùng đến thì hiện tại.

Bọn em đang để tâm tới chuyện này.

Vậy là mọi chuyện vẫn chưa kết thúc.

- Laurent chết rồi - Tôi há hốc miệng ra vì ngạc nhiên, toàn thân bỗng đông cứng như đá.

- Bella? - Jacob thảng thốt, đặt tay lên gò má tái mét không còn một hột máu của tôi.

- Nếu Laurent đã chết... một tuần trước... thì *hiện* thời, một kẻ khác đang nhận lãnh vai trò sát nhân.

Jacob gật đầu, hai hàm răng của cậu ta nghiến chặt vào nhau, và cậu gầm ghè:

- Bọn chúng có hai tên. Tụi em cho rằng ả bạn tình của hắn rất muốn quyết đấu một trận sống mái với tụi em lắm - theo truyền thuyết, bọn chúng sẽ không để cho chị yên đâu, một khi chị đã giết chết bạn tình của chúng - hiện thời thì ả cứ thoắt ẩn thoắt hiện, nhưng rồi sẽ sớm chường mặt ra thôi. Chậc, giá như tụi em biết được ả đang nhắm tới con mồi nào thì sẽ dễ tóm được ả hơn. Nhưng chẳng thấy ả bộc lộ điều đó. Ả cứ chạy loanh quanh vòng ngoài, cơ hồ như ả đang kiểm tra khả năng phòng bị của tụi em, ngõ hầu tìm đường lọt vào trong... nhưng mà *đích đến* là ở chỗ nào? Ả muốn đến đâu? Sam thì cho rằng ả đang tìm cách chia cắt tụi em, để chờ thời cơ...

Giọng nói của người bạn nhỏ mỗi lúc một nhạt dần, nhòa dần, mãi cho đến lúc nghe chẳng khác gì một mớ âm thanh đang chạy xuyên qua một đường hầm dài rồi đọng lại, để cuối cùng, tôi không còn cảm nhận được những lời lẽ ấy nữa. Trán tôi bắt đầu rịn mồ hôi, còn bụng thì quặn lại như thể cơn đau bụng vừa nhớ đến tôi mà viếng thăm. Chính xác thì tôi giống như đang phát bệnh.

Một cách đường đột, tôi chao người ra khỏi vòng tay của Jacob, gục lên thân cây. Cả thân hình của tôi nằm trong tình trạng chấn động với những cố gắng vô ích, cái bao tử trống rỗng của tôi bắt đầu thắt lại cùng những cơn buồn nôn đáng sợ, dù rằng tôi chẳng có thứ gì để mà nôn ra cả.

Victoria đang ở đây, đang lùng bắt tôi, giết hại những du khách trong rừng - nơi bố tôi đang tiến hành công việc điều tra...

Đầu óc tôi bắt đầu quay mòng mòng như chong chóng được gió.

Jacob đặt cả hai tay lên vai tôi, giữ cho tôi không bị trượt xuống đá. Tôi hoàn toàn có thể cảm nhận được hơi thở ấm áp của cậu ta đang phả lên má mình.

- Bella! Có chuyện gì vậy?

- Victoria - Hụt hơi, nhưng tôi vẫn thở lấy thở để, các hoạt động hô hấp trong tôi cứ bị đứt quãng từng hồi, từng hồi... rất khó chịu.

Trong đầu tôi, Edward bắt đầu gầm ghè cái tên ấy trong phẫn nộ.

Tôi vẫn còn cảm nhận được Jacob đang nâng tôi dậy, và trong sự lúng túng, vụng về, cậu bạn kéo tôi vào lòng, để cái đầu không còn chút sinh khí nào của tôi gục lên vai của cậu.

Bằng sự nỗ lực hết mình, Jacob cố gắng giữ lấy tôi cố định trong tư thế ấy, không để cho tôi phải chịu gật gưỡng. Người bạn nhỏ vuốt mái tóc ướt đẫm mồ hôi của tôi ra sau, không để cho chúng xòa xuống che kín mặt tôi.

- Ai thế? - Jacob hỏi - Chị có nghe thấy em nói gì không, Bella? Chị Bella?

- Cô ta không phải là bạn tình của Laurent đâu - Tôi thẽ thọt nói bên vai của Jacob - Bọn họ chỉ là bạn cũ thôi...

- Chị có muốn uống nước không? Hay đến bác sĩ nhé? Nói cho em biết em phải làm gì đi - Người bạn nhỏ tha thiết yêu cầu trong niềm hoảng hốt tột độ.

- Chị không ốm đâu... Chị sợ lắm - Tôi thều thào giải thích. Cái từ *sợ* kia cũng chẳng đủ để diễn tả tâm trạng của tôi lúc này.

Jacob vỗ nhè nhẹ vào lưng tôi:

- Chị sợ Victoria này hả?

Tôi gật đầu, không khỏi rùng mình.

- Victoria có phải là ả tóc đỏ không?

Người tôi lại run lên, giọng nói của tôi hốt nhiên trở thành thút thít:

- Ừ.

- Sao chị biết ả không phải là bạn tình của con quỷ chết dẫm kia?

- Laurent kể với chị rằng James là bạn tình của cô ta - Tôi giải thích, và như một phản xạ tự nhiên, cánh tay mang sẹo suốt đời của tôi bỗng giần giật.

Jacob giữ chặt lấy tôi bằng cánh tay to khỏe của mình,

đồng thời nâng mặt tôi hướng ra trước. Người bạn nhỏ nhìn thật sâu vào mắt tôi:

- Tên quỷ đó còn kể gì với chị nữa không, Bella? Chuyện này rất quan trọng. Chị có biết ả muốn gì không?

- Tất nhiên là chị biết - Tôi thều thào - Ả muốn bắt chị.

Jacob trợn mắt, nhưng ngay sau đó lại sa sầm xuống, chỉ còn lại hai khe hở hẹp.

- Tại sao? - Cậu bạn hỏi gặng.

- Vì Edward đã giết James - Tôi thều thào. Jacob giữ tôi chặt đến độ tôi không cần phải bấu chặt lấy cái lỗ hổng vô hình cứ mỗi khi nhắc đến tên anh nữa... Cậu ta ghì cứng lấy tôi - Cô ta... không thể quên được. Nhưng Laurent bảo rằng cô ta nghĩ giết chị sẽ hay hơn là giết Edward. Bạn tình phải chết cho bạn tình. Hình như cô ta đã không biết... vẫn chưa biết, rằng... rằng... - Tôi nuốt không khí vào họng một cách khó khăn - Rằng mọi chuyện đã không còn như xưa nữa. Edward đã không còn như xưa... nữa...

Jacob toàn tâm toàn ý nuốt từng lời nói của tôi, gương mặt của người bạn nhỏ hiển hiện đầy đủ tất cả các cung bậc của cảm xúc.

- Chuyện là vậy sao? Tại sao bọn nhà Cullen lại bỏ đi?

- Vì cuối cùng, chị chỉ là một con người không hơn không kém. Không có gì đặc biệt cả - Tôi giải thích, người run lên một cách yếu ớt.

Có một âm thanh gì đó nghe như là tiếng gầm gừ - không, không hẳn là tiếng gầm gừ, vẫn còn một chút gì đó là tiếng hậm hực của con người - đang sôi lên sùng sục trong lồng ngực của Jacob, sát ngay bên tai tôi.

- Một khi tên ma-cà-rồng đó đã ngu ngốc đến mức ấy rồi thì...

- Chị xin em - Tôi kêu lên một cách thiểu não - Chị xin em đấy. Đừng.

Jacob ngần ngừ một lúc, nhưng rồi cũng chịu gật đầu đồng ý.

- Chuyện này rất quan trọng - Người bạn nhỏ lặp lại, toàn bộ gương mặt của cậu ta lúc này hẳn đầy những tính toán - Đây đích thị là điều mà tất cả bọn em đều muốn biết. Chúng ta cần phải thông báo ngay đến mọi người.

Người bạn nhỏ đứng dậy, vực tôi đứng lên theo. Cậu ta dùng cả hai tay để giữ lấy thắt lưng tôi, đến khi chắc chắn rằng tôi sẽ không gục ngã nữa mới thôi.

- Chị không sao đâu - Tôi nói dối.

Nhưng Jacob vẫn giữ lấy một cánh tay của tôi.

- Chúng mình đi nào.

Người bạn nhỏ đưa tôi trở lại chiếc xe tải.

- Chúng ta đi đâu? - Tôi hỏi.

- Em vẫn chưa biết - Jacob thật thà thú nhận - Em sẽ gọi mọi người tới họp. À, chị hãy chờ ở đây một lát nhé? - Cậu ta để tôi dựa lưng vào chiếc xe tải rồi buông tay.

- Em đi đâu thế?

- Em sẽ trở lại ngay - Jacob hứa một cách chắc chắn, rồi quay gót, đi như lao qua chỗ đậu xe, chạy như bay qua đường, hướng thẳng vào bìa rừng. Cứ thế, bóng cậu thấp thoáng sau những rặng cây, mau mắn, mềm mại như một con hươu.

- Jacob! - Tôi gọi với theo muốn khản cả giọng, nhưng Jacob đã đi rồi.

Đây không phải là lúc thích hợp để ở một mình. Sau vài giây Jacob khuất dạng, tôi bỗng rơi vào tình trạng thở quá nhanh. Vô cùng hoảng hốt, tôi lê mình vào cabin, khóa trái cửa lại liền tấp lự. Ấy vậy mà tôi cũng vẫn chẳng cảm thấy khá hơn.

Victoria đang săn lùng tôi. Quả là nhờ có may mắn mà cô ta vẫn chưa tìm ra được tôi - à, may mắn cùng năm người sói trẻ tuổi kia nữa. Tôi nghe tiếng thở của mình buốt nhói. Dù cho Jacob có nói gì, nhưng cái ý nghĩ người bạn nhỏ đang ở đâu đó gần gần Victoria cũng đủ làm cho tôi cảm thấy rụng rời cả tay chân. Tôi không quan tâm đến việc cậu ta sẽ trở thành gì khi cơn tức giận của cậu ta vượt quá mức kiểm soát. Hiện tại, trong đầu tôi chỉ có mỗi hình ảnh của con người gớm guốc kia, gương mặt hoang dại của cô ta, mái tóc đỏ như lửa của cô ta, cùng dáng vẻ bất tử sặc mùi tử khí...

Nhưng mà theo lời của Jacob thì Laurent đã không còn có mặt trên cõi đời này nữa rồi. Liệu có thể như vậy được sao? Edward - như một phản ứng tự nhiên, tôi đưa tay lên ghì lấy ngực mình - đã kể với tôi rằng ma-cà-rồng khó bị tiêu diệt lắm cơ mà. Chỉ có ma-cà-rồng khác mới làm được việc đó thôi. Tuy nhiên, Jake đã nói rằng người sói cũng có thể tạng tương tự như vậy...

Cậu bạn ấy cũng nói rằng nhóm của cậu sẽ đặc biệt để mắt đến bố tôi - rằng tôi có thể tin người sói sẽ bảo vệ bố tôi được an toàn. Nhưng làm sao tôi có thể tin điều đó đây? Không ai trong chúng tôi an toàn cả! Nhất là Jacob, nếu cậu ta cứ kiên quyết xen vào giữa Victoria và bố tôi... xen vào giữa Victoria và tôi.

Tôi có cảm giác như mình lại sắp phải nôn thốc nôn tháo.

"Cộc, cộc, cộc", cửa sổ cabin bên phía tôi ngồi bỗng phát ra tiếng động... Khiếp đảm, tôi bắt đầu rên rỉ - nhưng đó là Jacob, người bạn nhỏ của tôi đã quay trở lại. Những ngón tay thanh mảnh, run run của tôi xoay xở mãi mới mở được cửa xe.

- Chị sợ lắm ư? - Cậu bạn hỏi trong lúc chui vào cabin.

Tôi chỉ lẳng lặng gật đầu.

- Đừng sợ. Bọn em sẽ bảo vệ chị, cả chú Charlie nữa. Em xin hứa đấy.

- Cái ý nghĩ em đi tìm Victoria còn đáng sợ hơn cả cái ý nghĩ cô ta đi tìm chị nữa kia - Tôi thều thào nói.

Jacob bật cười khúc khích.

- Chị phải tin tưởng vào bọn em mới phải chứ. Như thế là sỉ nhục đấy, biết không?

Tôi lắc đầu. Tôi đã từng được chứng kiến tận mắt ma-cà-rồng hành xử như thế nào rồi.

- Em vừa đi đâu thế?

Cậu bạn bặm môi lại, không nói năng gì.

- Sao thế? Lại bí mật à?

Jacob chau mày:

- Không hoàn toàn như vậy. Chỉ hơi không bình thường một chút thôi. Em không muốn làm cho chị phải sợ.

- Trong chuyện này, chị cũng là kẻ không bình thường mà, em cũng biết rồi đấy - Tôi cố gắng nở một nụ cười thật tươi, nhưng... không thành công lắm.

Jacob thì cười toe toét trở lại rất dễ dàng.

- Chắc vậy quá hả. Thôi được rồi. Chị biết không, khi bọn em là sói, bọn em có thể... nghe được lẫn nhau.

Đôi lông mày của tôi nhíu lại đầy vẻ ngờ nghệch.

- Không phải là nghe âm thanh đâu - Người bạn nhỏ tiếp tục giải thích - mà là... bọn em có thể nghe được *suy nghĩ*... của nhau... dù cho bọn em có ở cách xa nhau đến thế nào. Điều này rất có ích khi tụi em đi săn, nhưng bù lại, phải chịu nhiều đau đớn lắm. Thật xấu hổ quá... chưa ai có những bí mật kiểu như vậy cả. Kỳ lạ thật, chị nhỉ?

- Có phải đó là điều mà đêm qua em đã đề cập đến không, khi em nói rằng em sẽ kể với mọi người là đã gặp chị, dù rằng trong lòng em không muốn làm việc đó?

- Chị nhanh nhạy lắm.

- Cảm ơn em.

- Chị cũng rất có duyên... với những chuyện kỳ lạ. Em nghĩ chắc bí mật mới này của em sẽ khiến chị khó chịu lắm.

- Không đâu... ừm, em không phải là người đầu tiên chị biết có khả năng này. Vậy nên điều này không khiến chị ngạc nhiên lắm.

- Thật sao?... Khoan đã... chị đang nói đến lũ quỷ hút máu trong lòng chị hả?

- Chị mong rằng em không gọi họ như vậy.

Jacob bật cười khúc khích:

- Được thôi. Vậy thì nhà Cullen hả chị?

- Chỉ có... chỉ có Edward thôi - Tôi len lén vòng một tay ôm lấy thân mình.

Jacob có vẻ ngạc nhiên, song, tất nhiên là cũng chẳng lấy làm dễ chịu gì khi biết được chuyện này.

- Em cứ ngỡ đó là chuyện tầm phào. Em cũng có nghe nói là ma-cà-rồng có những... năng lực đặc biệt, nhưng em tưởng mấy cái đó chỉ có trong truyền thuyết mà thôi.

- Còn cái nào chỉ có trong truyền thuyết nữa không? - Tôi hỏi người bạn nhỏ một cách châm biếm.

Jacob cáu kỉnh nhìn tôi, nói:

- Chắc là không. Thôi được rồi, chúng ta sẽ gặp Sam và mấy người kia ở chỗ chúng ta hay tập xe máy nhé.

Tôi bật công tắc và cho xe tiến thẳng ra đường cái.

- Vậy là ban nãy, em biến thành sói, để nói chuyện với Sam hả? - Tôi lên tiếng, tính hiếu kỳ bất giác trỗi dậy.

Jacob gật đầu, có vẻ rất ngượng nghịu.

- Dạ, em cố gắng là sói chỉ trong một khoảng thời gian ngắn thôi... và cố gắng không nghĩ đến chị, vậy nên mọi người sẽ không biết được chúng ta cùng đi với nhau. Em sợ Sam không cho em đưa chị theo.

- Điều đó sẽ chẳng ngăn cản được chị đâu - Tôi vẫn chưa thể tống khứ ra khỏi đầu mình cái nhận thức rằng Sam là người xấu được. Cứ mỗi khi nghe thấy tên anh ta là tự dưng hai hàm răng của tôi nghiến vào nhau thật chặt.

- Vâng, nhưng mà điều đó thì lại ngăn cản được *em* đấy - Jacob trả lời, gương mặt lại đong đầy những ủ ê - Chị còn nhớ đêm hôm qua không, em đã không thể nói rõ với chị. Em đã không thể kể tất tần tật sự thật.

- Ưưư. Trông em cứ như bị tắt thở ấy.

Jacob bật cười khúc khích, nhưng chẳng tỏ vẻ gì là vui cả.

- Cũng chẳng còn gì phải giấu nhau nữa. Sam dặn em không

được kể với chị. Anh ấy là... đội trưởng, chị biết mà. Là thủ lĩnh đấy. Khi anh ấy bảo tụi em phải làm thế này, hay không được làm thế kia... Khi anh ấy muốn mọi chuyện phải được tiến hành như thế nào, ừm, thì bọn em, không một đứa nào được làm trái ý hết.

- Lạ nhỉ - Tôi làu bàu.

- Đúng, quả có lạ thật - Người bạn nhỏ cũng đồng ý với tôi - Giống như đặc tính của loài sói vậy.

- Hờ - Tôi chỉ đáp lại được có thế.

- Có đến hàng tá những thứ ấy... đặc tính của loài sói ấy mà. Em vẫn còn đang học. Em không thể tưởng tượng được Sam đã ra sao, khi phải một mình trải qua tất cả những điều ấy. Trong khi cứ thực mà nói, có cả đội bên cạnh giúp đỡ mà cũng còn phải chịu lắm gian truân nữa kìa.

- Sam trải qua chuyện ấy chỉ có một mình thôi sao?

- Dạ - Giọng nói của Jacob bỗng chùng xuống - Khi em... biến đổi, đó là điều... *hãi hùng* nhất, *kinh khủng* nhất mà em đã phải trải qua... Nó vượt xa tất cả những gì em có thể tưởng tượng ra được... Nhưng em không hề đơn độc... Nhiều lời chỉ dẫn đã hiện ra trong đầu em, giải thích cho em biết chuyện gì xảy ra, và em cần phải làm những gì. Có lẽ những lời chỉ bảo, động viên đó đã giúp em còn kiểm soát được mình. Nhưng mà Sam... - Nói tới đây, người bạn nhỏ lắc đầu - Chẳng có ai giúp đỡ Sam cả.

Thế thì... cần phải thay đổi cách nghĩ thôi. Nghe Jacob kể rõ như vậy, không thể nào mà không mủi lòng trước Sam. Tôi phải luôn tự nhắc mình rằng không có lý do gì để ghét con người ấy mới được.

- À này, liệu mọi người có nổi giận khi thấy chị đi với em không? - Tôi hỏi.

Jacob tức thì nhăn mặt, lè lưỡi:

- Ờ, cái này thì cũng dám lắm đấy.

- Có lẽ chị không nên...

- Không, không sao đâu - Jacob trấn an tôi - Chị biết hàng tá chuyện có thể giúp ích cho bọn em nhiều mà. Chị không có vẻ gì là người hời hợt, chẳng quan tâm gì đến thế giới xung quanh. Chị giống như là... em cũng không biết nữa, điệp viên hay là gì ấy. Chị theo sát mọi hoạt động của kẻ thù.

Tôi không khỏi giật mình khi nghe những lời lẽ vừa rồi, và bất giác cau mày với chính mình. Không lẽ... đó là điều Jacob muốn ở tôi? Những thông tin tay trong có thể giúp họ tiêu diệt được kẻ thù của họ? Dù sao thì tôi cũng không phải là điệp viên hay điệp báo gì ráo. Tôi không có chủ ý thu thập những tin tức đó. Lời nói của Jacob bất giác khiến cho tôi có cảm tưởng như mình đang là một kẻ phản bội.

Nhưng tôi vẫn muốn cậu ta ngăn chặn được Victoria, đúng thế không nhỉ?

Không, không đúng.

Tôi rất *mong* Victoria bị chặn đứng, tốt nhất là... trước khi cô ta kịp tra tấn tôi đến chết, hoặc là bắt được bố tôi, hay giết hại những du khách trong rừng. Nhưng tôi hoàn toàn không muốn Jacob là người làm công việc nguy hiểm đó, hay chỉ đơn thuần là cố gắng ngăn chặn cô ta lại. Tôi không muốn Jacob nằm trong bán kính một trăm dặm của cô ta.

- Giống như chuyện về tên ma-cà-rồng có khả năng đọc

được suy nghĩ của người khác ấy - Jacob tiếp tục nói, mặc cho tôi cứ để đầu óc ở mãi tận đâu đâu - Đó là điều bọn em rất muốn biết. Nó chứng tỏ rằng những *câu chuyện hoang đường* là có thật. Và mọi chuyện sẽ trở nên phức tạp hơn. À này, chị có biết Victoria có khả năng nào đặc biệt không?

- Chị không biết - Tôi ngần ngừ, rồi thở dài - Lẽ ra anh ấy nên đề cập đến mới phải.

- Anh ấy? Ồ, chị muốn nói đến Edward hả... ý, em xin lỗi, em quên. Chị không thích nói đến tên hắn ta... hoặc là nghe thấy cái tên ấy.

Tôi ghì chặt lấy bụng mình, cố gắng không để ý đến những đau đớn ở lồng ngực.

- Ừ, không thích, không thích một chút nào.

- Em xin lỗi.

- Sao em biết rõ về chị vậy, Jacob? Đôi lúc, chị có cảm giác là em có thể đọc được *suy nghĩ* của chị.

- Không phải đâu. Tại em chú ý thôi.

Lúc này, chúng tôi đã ra đến con đường đất nhỏ, nơi Jacob lần đầu tiên dạy cho tôi cách điều khiển xe máy.

- Liệu có được không? - Tôi không thể không hỏi lại cho chắc chắn.

- Được mà, được mà.

Tôi tấp xe vào lề đường rồi tắt máy.

- Xem ra, chị vẫn không vui, phải không? - Người bạn nhỏ khẽ hỏi.

Tôi gật đầu, mắt mơ màng nhìn về phía cánh rừng tối tăm, ảm đạm.

- Có bao giờ chị nghĩ rằng... như vậy có lẽ... sẽ tốt cho chị hơn?

Một cách chậm rãi, tôi hít vào, sau đó thở hắt ra.

- Không.

- Vì hắn không phải là người lý tưởng mà chị có thể...

- Chị xin em đấy, Jacob - Tôi ngắt ngang lời của kẻ đồng hành với mình, thì thầm nài nỉ - Chúng ta có thể không nói đến chuyện này được không em? Chị không thể chịu đựng được.

- Đồng ý - Người bạn nhỏ hít vào một hơi thật sâu - Em xin lỗi vì đã nói điều gì đó không phải.

- Đừng buồn như thế. Nếu mọi thứ đều khác đi thì có người chia sẻ mọi chuyện với mình, thật còn gì bằng.

Jacob gật đầu.

- Vâng, hai tuần qua, phải giữ bí mật với chị đúng là một cực hình. Không thể chia sẻ *cùng ai* quả thật là điều rất khủng khiếp.

- Ừ, rất khủng khiếp - Tôi xác nhận.

Jacob chợt hít vào một hơi thật đầy.

- Mọi người kia rồi. Chúng ta ra nào.

- Em chắc chứ? - Tôi hỏi lại trong lúc người bạn nhỏ mở cửa xe - Có lẽ chị không có mặt ở đó sẽ tốt hơn.

- Họ sẽ chấp nhận chị mà - Cậu ta trả lời, rồi cười toe toét - Hình như có kẻ đang sợ sói kìa?

- Ha ha - Tôi bật cười. Rồi tôi cũng leo ra khỏi cabin, vội vã đi vòng ra đằng trước mũi xe để đứng cạnh Jacob. Tâm trí tôi vẫn còn lưu lại nguyên vẹn hình ảnh của những con

424

vật khổng lồ trên đồng cỏ. Giống Jacob trước đây, tay tôi bắt đầu run lên bần bật - vì sợ hơn là vì giận.

Jake nắm lấy tay tôi, khẽ siết lại.

- Chúng mình đi nào.

14. GIA ĐÌNH

Tôi co rúm người lại bên cạnh Jacob, mắt quét một lượt cánh rừng ngõ hầu tìm người sói. Và khi họ xuất hiện, bước khỏi những lùm cây, tất cả đều chẳng như tôi đã mường tượng. Trong đầu tôi chứa toàn những hình ảnh về sói. Còn thực tế, trước mắt tôi đang là bốn thiếu niên cao to ở trần.

Một lần nữa, họ khiến tôi nghĩ đến hình ảnh của một bộ tứ, của những người anh em cùng sát cánh bên nhau trong hiểm nguy. Nhưng mà... cái cách họ đứng với nhau bên kia đường sao mà đồng bộ đến vậy, những cơ bắp rắn chắc, thuôn thuôn bên dưới lớp da màu nâu đỏ cũng y hệt nhau, họ còn giống nhau cả mái tóc đen cắt ngắn, và cả những cung bậc của cảm xúc lần lượt ẩn hiện trên gương mặt nữa.

Họ nhìn sang bên phía chúng tôi bằng cặp mắt tò mò xen lẫn với cảnh giác. Rồi khi nhận ra tôi, kẻ đang lấp lấp ló ló bên cạnh Jacob, thì... cùng một thời khắc, như đã có ám hiệu từ trước, bộ tứ nọ bắt đầu nổi cơn thịnh nộ.

Jacob tiến lên trước để chào thủ lĩnh... và tôi không khỏi bất ngờ... Sam vẫn là người cao nhất. Anh ta không còn được xem là một thiếu niên nữa. Gương mặt của Sam già dặn hơn - tuy không mang đường nét hay dấu vết gì khả dĩ phản ánh đúng độ tuổi, nhưng có thể thấy rõ là anh ta đã thực sự trưởng thành, điều đó hiển hiện rõ rệt trong dáng vẻ nhẫn nhịn của anh ta.

- Em làm gì vậy, Jacob? - Anh ta gặng hỏi.

Rồi một người khác, tôi không rõ - là Jared hay là Paul - bỗng len qua Sam và lên tiếng trước khi Jacob kịp định thần.

- Tại sao cậu không thể tuân theo quy định, hả Jacob? - Cậu ta nói như hét lên, tay vung loạn xạ trong không gian ra chiều đã hết chịu đựng nổi - Cậu đang nghĩ cái quái gì vậy, hả? Cô ta quan trọng hơn mọi thứ hay sao... quan trọng hơn cả bộ tộc à? Hơn cả những nạn nhân bị giết hại nữa chứ?

- Cô ấy có thể giúp chúng ta - Jacob nhẹ nhàng giải thích.

- Giúp? - Tay thiếu niên đang giận dữ ấy lại hét lên. Đôi tay của cậu ta bắt đầu run rẩy - Ờ ha, có thể lắm chứ! Tôi dám chắc rằng ả bồ của con quỷ hút máu chỉ *mong* giúp chúng ta... thua thôi!

- Không được nói chị ấy như thế! - Jacob cũng hét ngược trở lại, đau đớn trước lời lẽ châm chọc đầy ác ý của tay thiếu niên kia.

Cả người cậu ta run lên bần bật, suốt từ vai dọc xuống thân.

- Paul! Bình tĩnh lại - Sam quát to ra lệnh.

Paul miễn cưỡng gục gặc đầu, không dám không tuân theo, nhưng dáng vẻ xem ra vẫn còn căng thẳng lắm.

- Hây hây, Paul - Tiếng của một thiếu niên khác, hình như Jared thì phải, đang thì thầm - Cậu bình tĩnh lại đi.

Paul quay phắt đầu sang phía Jared, đôi môi vặn vẹo như thể sắp bùng nổ đến nơi. Sau đó, cậu ta quay đầu trở lại phía tôi. Jacob vội vã bước chéo sang che chắn cho tôi.

427

Thế là sự thể đã bị đẩy lên đến mức đỉnh điểm.

- Được lắm, bảo vệ *cô ta* đi! - Paul gầm lên giận dữ. Toàn thân cậu ta lại bắt đầu một cơn phập phồng, run rẩy khác. Cậu ta rụt đầu lại phía sau, giữa hai hàm răng bỗng vang lên những tiếng gầm gừ đáng sợ.

- Paul! - Sam và Jacob cùng nhất loạt thét lên.

Paul đổ sụp người xuống, toàn thân run rẩy, quằn quại dữ dội. Không gian vang rền những tiếng gầm rống, và rồi trên mặt đất trước mặt tôi, người thiếu niên bỗng biến đổi, lột xác hoàn toàn.

Một lớp lông xám bạc xuất hiện trên khắp thân hình của Paul, dần dần trở thành một hình hài to gấp năm lần hình thể bình thường của cậu ta - sinh vật to lớn mới xuất hiện ấy đang thu người lại, chuẩn bị lấy đà phóng tới.

Và kia, cái mõm dài đã nghếch lên, những chiếc răng nhọn hoắt lộ ra rõ mồn một, từ bộ ngực khổng lồ của con sói bỗng phát ra những tiếng "grừ, grừ" nghe thật khiếp đảm. Đôi mắt đen kịt chứa đầy những oán thù của nó xoắn chặt lấy tôi.

Vào đúng thời khắc đó, Jacob phóng như bay sang bên kia đường, nhắm thẳng vào con vật hung hãn.

- Jacob - Tôi thét lên.

Chỉ trong một thoáng, dọc sống lưng của Jacob bỗng giần giật một cách kỳ lạ. Cậu ta chúi người, lộn phốc đầu xuống trước.

Lại một tiếng thét man dại khác muốn xé toạc không gian, Jacob cũng biến đổi. Lớp da trên người cậu bị xé toạc, chiếc áo trắng, cái quần đen bị thổi tốc lên cao. Sự thể xảy ra nhanh đến nỗi nếu chẳng may mà tôi có chớp mắt, ắt hẳn là tôi sẽ bỏ lỡ dịp chứng kiến hết toàn bộ cuộc lột xác này. Jacob vừa kịp lao đi chỉ đúng trong một giây thì biến thành con sói khổng lồ có bộ lông màu nâu đỏ - con sói to lớn đến độ tôi không thể hiểu được làm sao nó có thể chui lọt vào thân xác của cậu bạn tôi - Và Jacob trong lốt sói ấy đã nhảy xổ vào con sói xám.

Ngay lập tức, người bạn nhỏ của tôi đã đụng phải sự tấn công của người sói khó chịu kia. Những tiếng cắn, sủa đầy giận dữ vang dậy như sấm bủa vào những thân cây.

... Trên mặt đất, nơi Jacob đã hóa thân thành sói, chỉ còn vương lại mấy mảnh quần áo trắng, đen đang phơ phất theo gió...

- Jacob! - Tôi lại kêu thét lên, lảo đảo bước lên phía trước.

- Cô cứ ở yên đấy đi, Bella - Sam cất tiếng ra lệnh cho tôi. Khó khăn lắm tôi mới có thể nghe được giọng nói của anh ta giữa những tiếng gầm ghè, cắn xé nhau của hai con sói khổng lồ. Chúng táp nhau, muốn xé nát nhau tan tành thành từng mảnh mới thôi, những chiếc răng sắc lẻm kia cứ nhằm vào cổ họng của đối phương mà đớp. Con sói Jacob dường như có ưu thế hơn, dễ dàng có thể nhận ra là nó to lớn hơn, và cũng khỏe hơn nữa. Nó liên tục thúc vai vào con sói xám, ra sức đẩy con này vào rừng...

- Đưa cô ấy đến nhà Emily đi - Sam hét to ra lệnh cho hai thiếu niên còn lại, cả hai người họ lúc này đang đứng như trời trồng, theo dõi trận quyết chiến với một vẻ mặt thích thú, say mê. Jacob đã thành công, con sói màu nâu đỏ đã đẩy được con sói xám ra khỏi khu vực đường cái, hiện giờ, cả hai con sói đều đã mất dạng trong khu rừng, mặc dù vậy, cái tiếng ăng ẳng, tiếng gầm gừ, tiếng ngoạm mồi vẫn còn vang vọng rất to. Ngoài này, Sam cũng bắt đầu lao xộc vào rừng, vừa chạy vừa đá tung giày ra khỏi chân. Khi đã đặt được chân vào trong những lùm cây um tùm, toàn thân của anh ta cũng bắt đầu lên cơn run rẩy.

Những tiếng sủa, tiếng cắn xé bỗng chốc loang dần, loang dần trong không trung. Rồi một cách đột ngột, toàn bộ âm thanh hỗn độn ấy tắt lịm, con đường lại trở nên im lìm.

Một thiếu niên bỗng bật cười ngặt nghẽo.

Tôi quay sang nhìn chằm chặp vào cậu ta, ngỡ ngàng - đôi mắt tôi mở rộng và hoàn toàn cứng đờ, cơ hồ như tôi không còn có thể chớp mắt lại được nữa.

Hình như cậu ta đang cười về cái thái độ của tôi thì phải.

- Chà chà, tại chị chưa chứng kiến cảnh này hàng ngày đấy - Cậu ta cười khúc khích. Gương mặt của cậu con trai này thuôn mảnh hơn gương mặt của những người còn lại, và trông có vẻ quen quen... Là Embry Call!

- Em thì cứ phải xem hoài - Người con trai khác, Jared, lầm bầm - hầu như là mỗi ngày.

- Ớ, nhưng mà không phải *ngày nào* Paul cũng mất hết tự chủ như thế - Embry phản đối, miệng vẫn còn xếch lên đến tận mang tai - Hình như cứ ba ngày thì hết hai ngày nó lại như thế.

Jared bỗng khựng lại để cúi xuống nhặt một vật gì đó trăng trắng. Cậu ta đưa cho Embry xem; một vật lòng thòng, rách tả tơi...

- Hư hết trơn rồi - Jared lên tiếng - Bác Billy nói đây là đôi giày cuối cùng bác ấy còn có thể mua được cho cậu ta... chắc từ giờ, Jacob sẽ phải đi chân đất thôi.

- Chiếc này thì còn nguyên vẹn - Embry nhận xét, tay cầm một chiếc giày trắng khác giơ lên - Jacob có thể nhảy cò cò - Nói rồi, cậu ta phá ra cười khanh khách.

Jared lúi húi đi thu nhặt những mảnh quần áo nằm vơ vất trên đất.

- Cậu nhặt giày cho Sam nhé? Mấy thứ này đành phải vất vào thùng rác thôi.

Embry chộp lấy đôi giày rồi lững thững tiến vào khoảng rừng chỗ Sam vừa mất dạng. Vài giây sau, cậu ta quay trở ra, trên tay là hai mảnh quần jean. Jared nhặt nhạnh hết tất cả những mảnh quần áo của Jacob và Paul, trông chúng chẳng khác gì mớ giẻ rách, vò lại thành cục. Bất chợt cậu ta khựng lại vì nhớ đến tôi.

Người thiếu niên chăm chú nhìn tôi, cẩn thận đánh giá.

- Hây dà, chị sẽ không xỉu, nôn mửa hay là gì gì chứ? - Cậu ta gặng hỏi.

- Chị không *nghĩ* thế - Tôi hổn hển thở.

- Trông chị chẳng khỏe tý nào. Có lẽ chị nên ngồi xuống một lát.

- Ừ - Tôi lầm bầm. Đây là lần thứ hai trong cùng một buổi sáng, tôi phải kẹp đầu mình vào giữa hai đầu gối.

- Lẽ ra Jake phải cho tụi mình biết mới phải - Embry phàn nàn.

- Cậu ta không nên để cho bạn gái dính líu vào chuyện này. Không biết cậu ta nghĩ gì nữa?

431

- Hừm, chuyện người sói thế là lộ rồi - Embry thở dài - Thế đấy, Jake.

Tôi ngước đầu lên, nhìn chăm chăm vào hai thiếu niên chẳng có vẻ gì là quan tâm đến vụ việc vừa xảy ra.

- Hai em không lo lắng gì cho bạn mình sao? - Tôi hỏi.

Embry tức thì chớp mắt, vẻ mặt cho thấy là đang ngạc nhiên.

- Lo lắng? Tại sao phải lo lắng?

- Cả hai cậu ấy có thể bị thương!

Embry và Jared phá ra cười hô hố.

- Em còn *hy vọng* rằng Paul sẽ đợp được cậu ta một nhát nữa kìa - Jared trả lời - Để cho cậu ta một bài học.

Mặt mũi tôi không còn một hột máu.

- Ừ, đúng vậy! - Embry vào hùa cùng Jared - Cậu *thấy* Jake không? Ngay đến Sam cũng còn không làm được như vậy nữa là. Cậu ta thấy Paul hùng hổ, thế là hăng tiết theo, thế là thế nào, chỉ có nửa giây là đã tấn công liền rồi sao? Đúng là dữ dằn thật.

- Paul vẫn còn đấu nữa đấy. Tôi cược với cậu mười đôla là cậu ta sẽ tặng cho Jacob một vết sẹo.

- Được, tôi cược với cậu. Jake là chiến binh bẩm sinh. Paul chẳng có cơ hội nào đâu.

Vừa dứt lời, cả hai thiếu niên ngoéo tay nhau, miệng cười kéo xếch lên đến mang tai.

Thấy chẳng có ai mảy may quan tâm, lo lắng gì cho Jacob và Paul, tôi cố gắng tự làm dịu mình, nhưng không thể nào tôi có thể xua đuổi ra khỏi đầu hình ảnh cắn xé nhau đầy tàn bạo của hai người sói kia được. Tôi nghe bụng mình bắt đầu sôi réo, nhức nhối xen lẫn với đói cồn cào, cái đầu thì quay cuồng, đau buốt với ngổn ngang những băn khoăn.

- Chúng ta đến nhà Emily đi. Chị biết không, thể nào chị ấy cũng có đồ ăn cho chúng ta - Embry cúi xuống nhìn tôi - Chị sẵn lòng cho tụi em quá giang chứ?

- Tất nhiên rồi - Tôi trả lời trong hơi thở đứt quãng.

Jared nhướng một bên mày lên, nói:

- Chắc cậu lái xe thì tốt hơn đấy, Embry. Trông chị ấy vẫn còn muốn xỉu đến nơi kia.

- Đúng rồi. Chìa khóa đâu rồi chị? - Embry hỏi tôi.

- Đang cắm sẵn trong máy ấy.

Embry mở cửa xe bên ghế ngồi cạnh phía người lái cho tôi.

- Chị vào đi - Cậu ta vui vẻ lên tiếng, đoạn nâng tôi lên và giúp tôi ngồi ngay ngắn vào ghế chỉ bằng duy nhất một tay. Xong xuôi, cậu ta ngắm nghía, đánh giá khoảng trống của ghế ngồi - Cậu phải ra sau ngồi rồi - Embry thông báo với Jared.

- Tốt thôi. Bụng dạ tôi cũng yếu lắm. Tôi không muốn ngồi trong cabin khi chị ấy nôn ra đâu.

- Tôi cược rằng chị ấy gan lỳ hơn thế nhiều. Chị ấy còn dám chơi với cả ma-cà-rồng kia mà.

- Năm đôla nhé? - Jared hỏi.

- Được. Nhưng sao tôi cứ cảm thấy mình có tội thế nào ấy. Chậc, kiểu này thì cứ bòn tiền của cậu hoài.

Nói rồi Embry leo vào cabin và bật máy xe, còn Jared thì nhanh nhẹn nhảy phốc lên thùng xe. Ngay khi cửa xe bên phía người lái vừa đóng lại, Embry quay sang thì thào với tôi:

- Chị đừng nôn ra nhé, được không? Em chỉ có duy nhất một đồng mười đôla thôi, ngộ nhỡ Paul cắn được Jacob...

- Được rồi - Tôi thì thào.

Embry lái xe đưa chúng tôi trở về làng.

- À chị, làm sao mà Jake dám chống lại tộc pháp vậy?

- Chống lại... chống lại cái gì?

- Ơ, là chống lại luật ấy. Chị biết không, không được để lọt tin tức ra ngoài. Làm sao mà cậu ta lại dám kể với chị chuyện này được nhỉ?

- Ồ, chuyện đó - Tôi lên tiếng trả lời, nhớ lại chuyện đêm qua, khi Jacob đã cố gắng nén lòng không dám kể rõ toàn bộ sự thật cho tôi biết - Chẳng phải là cậu ấy kể đâu. Chỉ là do chị đã đoán đúng thôi.

Embry bặm môi lại, ngạc nhiên.

- Ừmmm. Chắc là thế thật.

- Chúng ta đang đi đâu đây? - Tôi hỏi.

- Đến nhà của Emily. Chị ấy là bạn gái của Sam... à không, giờ thì chắc đã là hôn thê rồi. Ba người kia sẽ gặp chúng ta sau, sau khi Sam đã làm rõ ngọn ngành mọi chuyện. À, sau khi Paul và Jake về nhà nẵng được mấy cái quần áo mới nữa chứ, nếu như Paul có còn được cái quần cái áo nào.

- Liệu Emily có biết chuyện...?

- Có chứ. À chị, chị đừng có nhìn chằm chặp vào chị Emily nhé. Sam sẽ bực mình lắm đấy.

Tôi chau mày, thắc mắc:

- Ủa, mà tại sao chị lại phải nhìn chằm chặp vào chị ấy mới được chứ?

Embry có vẻ ái ngại.

- Giống như vừa nãy chị nhìn thấy đấy, quanh quẩn bên người sói thể nào mà chẳng có rủi ro - Đột nhiên, người thiếu niên bỗng chuyển sang đề tài khác - À này, chuyện tên ma-cà-rồng tóc đen ở cánh đồng ấy, chị không sao chứ? Trông hắn chẳng có vẻ gì là bạn của chị, nhưng sao... - Ember nhún vai.

- Không, hắn không phải là bạn của chị.

- Thế thì tốt rồi. Bọn em không muốn gây chuyện, vi phạm giao ước ấy mà, chị hiểu không?

- À, ừ, có lần Jake đã kể cho chị nghe về giao ước đó, lâu lắm rồi. Nhưng tại sao giết Laurent lại là vi phạm giao ước?

- Laurent - Người thiếu niên lặp lại, khụt khịt mũi, cơ hồ như cậu thấy buồn cười khi biết ma-cà-rồng cũng có tên - Ừm, bọn em đã dám tung hoành trên lãnh địa nhà Cullen. Kỳ thực thì bọn em không được phép tấn công bất kỳ tên nào, chí ít cũng là bọn Cullen, khi chúng không xâm phạm vào lãnh địa của bọn em... nếu chúng không vi phạm giao ước trước. Bọn em không biết tên tóc đen ấy có phải là họ hàng thân thuộc hay là gì gì của Cullen không. Có vẻ như chị biết hắn.

- Họ phải thế nào thì mới bị coi là vi phạm giao ước?

- Ấy là khi chúng cắn người. Nhưng Jake không thể chịu để chuyện đi đến nước đó rồi mới ra tay.

- Ồ. Ừm, cảm ơn mọi người. Chị rất biết ơn vì mọi người đã không... chờ đến lúc đó.

435

- Đó là vinh hạnh của bọn em mà - Dường như người thiếu niên đã nói đúng với nghĩa đen của từ ấy.

Embry cứ cho xe thong dong trên đường quốc lộ, đến khi đi quang qua một ngôi nhà ở cực đông thì quẹo vào một con đường đất nhỏ.

- Chiếc xe của chị chạy chậm rì à - Người thiếu niên buông lời nhận xét.

- Chị rất tiếc.

Ở cuối đường có một ngôi nhà nho nhỏ, thuở trước đã từng được sơn màu xám. Toàn bộ ngôi nhà chỉ có mỗi một ô cửa sổ bé xíu, nằm ngay bên cạnh một cái cửa ra vào đã ngả sang màu xanh nước biển, tuy nhiên, bồn hoa ở cửa sổ lại đầy những bông cúc vàng, cam rực rỡ, tạo cho toàn bộ căn nhà một nét gì đó tươi vui.

Embry mở cửa xe, hít hít mũi.

- Ưmmm, Emily đang nấu ăn.

Jared nhảy phóc xuống khỏi thùng xe, lừng lững đi lại phía cửa ra vào, nhưng bị Embry ngăn lại, cậu chàng đặt tay lên ngực Jared. Jared ngó sững vào tôi, một đôi mắt rất "biết nói", rồi thanh lọc lại cổ họng của mình...

- Ừm ừm, tôi không mang theo ví - Jared lên tiếng.

- Được thôi. Nhưng tôi sẽ không quên đâu.

Nói rồi, cả hai thiếu niên bước lên bậc thềm, tiến thẳng vào trong nhà, chẳng thèm gõ cửa. Tôi rụt rè bước vào theo.

Ở ngay đằng trước, cũng giống như nhà của ông Billy, không gian được bài trí chủ yếu là một căn bếp. Một người con gái trẻ có nước da màu đồng mượt mà và mái tóc dài, thẳng, đen nhánh đang đứng ở bên kệ bếp, ngay bên cạnh bồn rửa chén; cô đang khui một hộp bánh, xếp những chiếc bánh nướng xốp khá to ra một cái đĩa giấy. Trong giây phút ấy, tôi chợt nghĩ lý do khiến Embry dặn tôi không được nhìn chằm chặp vào cô gái đó là vì cô rất đẹp.

Cô gái lên tiếng:

- Các cậu đói rồi phải không? - Giọng nói cất lên thật du dương, và cô quay mặt lại, một nụ cười chỉ đọng trên nửa khuôn mặt.

Phần mặt bên phải của cô gái, từ chỗ tóc mọc xuống đến cằm là ba vết sẹo dày, đỏ bầm, dù rằng chúng đã liền da từ lâu. Có một vết rạch ở cuối khe mắt phải - con mắt của cô đen lay láy có hình quả hạnh, một đường nữa rạch ngang mép phải của cô, tạo thành một nụ cười nửa miệng dị hợm mang tính vĩnh cửu.

May mắn là Embry đã dặn dò tôi từ trước, nhanh như cắt, tôi găm mắt vào những chiếc bánh nướng xốp trên tay cô gái. Chúng mới thơm làm sao, hệt như mùi việt quất tươi vậy.

- Ủa - Emily lên tiếng, giọng nói đầy ắp nỗi ngạc nhiên - Ai đây?

Tôi ngước mắt lên, cố gắng tập trung vào nửa mặt bên trái của cô gái.

- Bella Swan - Jared trả lời, khẽ nhún vai. Ôi trời, hình như tôi đã là đề tài bàn tán của người ta từ trước đó rồi thì phải - Còn ai vô đây nữa?

- Cứ để cho Jacob tự quyết định đi - Emily lầm bầm bày tỏ ý kiến rồi nhìn chằm chặp vào tôi. Cả bên nửa gương mặt đã từng rất đẹp lẫn bên nửa gương mặt như hiện có của cô, chẳng có nửa nào là tỏ ra thân thiện cả - Ra cô là bạn của quỷ à?

Tôi trân người ra:

- Vâng. Còn chị là bạn của sói?

Cô gái nghe thấy thế, tức thì phá ra cười ngặt nghẽo, cả Embry và Jared cũng cười nghiêng ngả. Nửa mặt bên trái của cô gái thoáng ửng hồng.

- Tôi tin là thế - Nói rồi, cô quay sang Jared, hỏi - Sam đâu?

- Bella, ơ, sáng nay, Paul đã rất ngạc nhiên.

Emily trố bên mắt còn lành lặn của mình ra:

- À, ra là Paul - Cô gái thở dài - Em có nghĩ là mọi người sẽ đến trễ không? Chị đang tính làm trứng nè.

- Chị đừng lo - Embry lên tiếng - Nếu ba người có tới trễ, bọn em cũng sẽ không bỏ sót thứ gì đâu.

Emily bật cười thành tiếng rồi mở tủ lạnh.

- Chắc chắn là như vậy rồi - Cô gái đồng ý - Bella, cô có đói không? Ăn một cái bánh đi.

- Cảm ơn chị - Tôi trả lời rồi nhón tay lấy một chiếc bánh, bắt đầu nhấm nháp phần rìa. Bánh ngon thật, có vẻ như rất hợp với cái bụng yếu xìu của tôi lúc này. Embry bốc lấy cái thứ ba, nhét cả vào miệng.

- Chừa cho các anh em của mình với chứ - Emily trách và khỏ cái muỗng gỗ lên đầu cậu ta. Cái từ dùng trong lời lẽ của cô gái khiến tôi ngạc nhiên, nhưng hai thiếu niên kia thì lại chẳng tỏ vẻ gì cả.

- Đúng là tham ăn - Jared buông lời bình luận.

Tôi tựa lưng vào kệ bếp, quan sát ba người họ trêu đùa nhau hệt như trong một gia đình. Căn bếp của Emily quả là một nơi êm đềm và nền nã, này là những cái tủ trắng muốt, còn dưới chân là các ván lót sàn nhạt màu. Còn kia, trên chiếc bàn tròn nhỏ là một chiếc bình sứ rạn có hai màu xanh nước biển và trắng, cắm đầy những bông hoa dại. Trông Embry và Jared rất thoải mái khi ở đây.

Emily quyết định đánh hẳn một mẻ trứng to, dễ có đến vài chục quả trứng trong một cái tô lớn màu vàng. Cô xắn tay áo lên, chiếc áo sơ mi có màu hoa oải hương, nhờ vậy, tôi mới phát hiện thấy được những vết sẹo chạy dọc theo cánh tay bên phải của cô. Đúng là chơi với người sói cũng đầy những rủi ro, như Embry đã nhìn nhận.

Cửa ra vào chợt bật mở, Sam sừng sững hiện ra.

- Emily - Anh ta lên tiếng, giọng nói thấm đẫm tình yêu thương đến độ tôi cảm thấy ngượng ngùng, cơ hồ như mình có mặt trong căn nhà này là không nên vậy; Sam chỉ sải đúng có một bước chân là đến ngay bên cạnh người bạn gái của mình, đôi bàn tay to bè của anh ta ôm ghì lấy gương mặt của cô gái. Rồi một cách nhẹ nhàng, Sam cúi xuống, đặt nụ hôn lên những vết sẹo thẫm màu trên má cô, và sau đó là lên môi cô.

- Này này, thôi cái trò ấy đi - Jared phàn nàn - Em đang ăn mà.

- Thế thì ngậm miệng lại mà ăn đi - Sam đáp trả và lại tiếp tục hôn lên đôi môi không còn lành lặn của cô gái.

- Ôi trời ơi - Embry rên rỉ.

Thế này thì thật còn tệ hơn cả mấy bộ phim lãng mạn nữa; nó chân thật đến nỗi tôi hoàn toàn có thể cảm nhận được nỗi hân hoan, niềm vui sống và tình yêu mãnh liệt của hai người. Tôi đặt chiếc bánh xuống, vòng tay ôm lấy lồng ngực đã hoàn toàn trống rỗng của mình. Thế vẫn chưa đủ, tôi chú mục vào những bông hoa, cố gắng gạt ra khỏi đầu phút giây yên bình của họ, cũng như lờ phắt đi những nhức nhối của các vết thương đang bắt đầu ứa máu.

Chợt, tôi thấy thật biết ơn làm sao khi cuối cùng, Jacob và Paul cùng xuất hiện ở cửa ra vào; gì thế kia... tôi không giấu được nỗi sửng sốt: cả hai người thiếu niên ấy đang cười đùa rất vui vẻ. Paul thụi vào vai Jacob, còn Jacob thì đánh trả lại một cú ngay be sườn của Paul. Họ cười phá ra với nhau. Vậy là cả hai người họ đã bắt tay làm hòa rồi.

Jacob ném một cái nhìn bao quát khắp căn phòng. Đôi mắt của cậu bạn nhỏ chợt dừng lại khi nhận ra tôi đang đứng thu mình, lúng túng, tựa người vào cái kệ bếp và hầu như tách riêng lẻ loi một mình một góc bếp.

- Hây, chị Bells - Cậu bạn vui vẻ cất tiếng gọi. Rồi nhanh chân bước đến chỗ tôi, tất nhiên là khi đi ngang qua cái bàn, người bạn nhỏ không quên... bốc theo hai cái bánh - Em xin lỗi chuyện ban nãy nhé - Cậu ta thì thầm - Làm sao mà chị hãy còn đứng vững được hay thế?

- Em đừng lo lắng, chị vẫn ổn mà. Bánh ngon lắm - Tôi cầm chiếc bánh đang ăn dở của mình lên, tiếp tục nhấm nháp. Lồng ngực của tôi đã dễ chịu hơn ngay khi có Jacob ở bên cạnh.

- Ôi trời ơi! - Jared kêu lên như khóc thét, cắt ngang sự tập trung của chúng tôi.

Tôi ngước mặt lên, ra là cậu ta và Embry đang kiểm tra một cái vết màu hồng nhạt trên cánh tay của Paul. Embry thì ngoác miệng ra hết cỡ để cười, vẻ mặt vô cùng hả hê.

- Mười lăm đôla nhé - Cậu ta reo mừng.

- Em đã làm à? - Tôi khẽ hỏi Jacob, chợt nhớ lại vụ cá cược.

- Em chỉ hơi va quệt với cậu ta thôi. Khi mặt trời lặn, cậu ta sẽ lành lại ngay ấy mà.

- Khi mặt trời lặn à? - Tôi nhìn vào chứng tích vụ va quệt trên cánh tay Paul. Thật kỳ lạ, trông nó như đã trải qua vài tuần rồi vậy.

- Sói mà - Jacob thì thào.

Tôi gật đầu, cố giữ vẻ mặt cho thật tự nhiên.

- *Em* không sao chứ? - Tôi lại thì thầm hỏi.

- Không có lấy một vết cào nào đâu nhé - Người bạn nhỏ vênh mặt ra chiều tự mãn.

- Này, mấy đứa - Sam nói to, chấm dứt mọi cuộc trò chuyện trong căn phòng chật hẹp. Emily đang làm bếp, cô đổ hết trứng vào một cái chảo lớn, tay của Sam vẫn còn đặt hờ nơi lưng cô, đấy chỉ là một cử chỉ vô ý - Jacob có thông tin cho chúng ta nè.

Paul không có vẻ gì là ngạc nhiên. Jacob hẳn đã giải thích tất cả mọi chuyện cho cậu ta và Sam rồi. Hoặc... cũng có thể là họ đã đọc suy nghĩ của nhau.

- Tôi đã biết đầu đỏ muốn gì - Jacob nói với Jared và Embry

441

- Đó là điều ban nãy tôi muốn kể với các cậu - Người bạn nhỏ đá vào chân ghế Paul đang ngồi.

- Sao nào? - Jared hỏi.

Gương mặt của Jacob trở nên nghiêm nghị khi nói:

- Ả đang cố gắng trả thù cho bạn tình... hoàn toàn không phải là con quỷ tóc đen mà *anh em mình* đã giết đâu. Năm ngoái, bọn Cullen đã giết bạn tình của ả, nên bây giờ ả tìm cách tiếp cận Bella.

Chuyện này không còn xa lạ gì đối với tôi nữa, nhưng tôi vẫn không khỏi rùng mình.

Jared, Embry và Emily đồng loạt tập trung cái nhìn vào tôi, miệng há hốc kinh ngạc.

- Chị ấy chỉ là một cô gái yếu ớt thế kia - Embry phản đối.

- Điều ấy chẳng có ý nghĩa gì. Nhưng đó chính là lý do mà con quỷ hút máu kia muốn vượt qua hàng rào cản địa là chúng ta. Ả muốn đặt chân vào thị trấn Forks.

Cả ba người vẫn tiếp tục chú mục vào tôi, miệng vẫn chưa ngậm lại, dễ có đến cả một lúc lâu. Tôi cúi gằm mặt xuống.

- Tuyệt lắm - Cuối cùng, Jared lên tiếng, một nụ cười chợt nở ra trên khóe môi của cậu ta - Tụi mình có mồi câu ả rồi.

Nhanh như cắt, Jacob chụp lấy cái mở đồ hộp trên kệ bếp, ném thẳng vào đầu Jared. Và cũng nhanh như cắt, trước sự ngỡ ngàng của tôi, Jared vung tay lên chụp ngay lấy "vật thể lạ" trước khi nó phang vào mặt mình.

- Bella *không phải* là mồi câu, nghe rõ chưa.

- Cậu biết tôi muốn nói gì mà - Jared trả lời, vẻ mặt chẳng có gì gọi là nao núng.

- Vì thế, chúng ta sẽ phải thay đổi chiến thuật - Sam lên tiếng, phớt lờ vụ cãi vã vặt của đàn em - Chúng ta phải cố gắng giương ra vài cái bẫy, để xem ả đầu đỏ có bị mắc mưu không. Chúng ta sẽ phải tách ra, tất nhiên là anh không thích chuyện này. Nhưng một khi ả muốn tiếp cận Bella, có lẽ ả không mong tụi mình tách ra đâu.

- Quil cũng sắp gia nhập nhóm của tụi mình rồi - Embry lầm bầm - Vậy thì nhóm mình sẽ chia đều hơn.

Tất cả mọi người bất giác cúi mặt xuống. Tôi liếc nhìn Jacob, trên gương mặt của người bạn nhỏ chỉ hiện hữu duy nhất một nỗi tuyệt vọng, tâm trạng này y hệt như trong buổi chiều ngày hôm qua, ở bên ngoài ngôi nhà của cậu. Bất kể là hiện thời, ở đây, ngay giữa căn bếp ngập tràn hạnh phúc này, những chàng trai da đỏ không hề có vẻ gì khó chịu với định mệnh của mình, song, không một người sói nào lại muốn người bạn của mình cũng có chung số phận như mình.

- Ừm, chúng ta sẽ không tính như vậy - Sam trả lời bằng một giọng thật thấp, nhưng rồi ngay sau đó lại trở về với giọng nói bình thường - Paul, Jared và Embry sẽ trông coi vòng ngoài, Jacob và anh sẽ lo vòng trong. Anh em mình sẽ hợp lại một khi ả đầu đỏ kia đã mắc bẫy.

Tôi nhận thấy Emily không muốn Sam ở bên nhóm ít người hơn. Nỗi lo lắng của cô làm cho tôi phải liếc mắt sang Jacob, thực lòng mà nói, tôi cũng đang không yên tâm một chút nào.

Sam bắt gặp ánh mắt của tôi.

- Jacob nghĩ nếu cô có mặt ở La Push càng nhiều bao nhiêu thì càng tốt bấy nhiêu. Vì như vậy, ả đầu đỏ sẽ không biết phải tìm cô ở đâu cả.

- Thế còn bố tôi? - Tôi thảng thốt hỏi.

- Tháng ba là "tháng sôi nổi" - các trận đấu bóng rổ vòng loại giữa các trường đại học vẫn còn - Jacob tiếp tục nói - Em nghĩ bố em và bác Harry có thể xoay sở mời chú Charlie xuống, khi chú tan sở.

- Khoan đã - Sam xen vào, anh ta đưa một tay lên, mắt liếc nhìn Emily rồi chuyển sang tôi - Jacob nghĩ như vậy là tốt nhất, nhưng cô cũng nên tự mình quyết định. Cô cần phải nghiêm túc cân nhắc những rủi ro của cả hai lựa chọn. Sáng nay, cô cũng đã được mục kích thấy rồi đấy, ở đây, mọi thứ rất dễ bị rơi vào tình trạng nguy hiểm như thế nào, bọn nhóc này dễ mất kiểm soát lắm. Nếu cô chọn phương án ở với chúng tôi, tôi cũng không thể đảm bảo chắc chắn rằng cô sẽ được an toàn.

- Em sẽ không làm cho chị ấy bị thương đâu - Jacob lầm bầm nói, mặt cúi gằm xuống.

Sam vẫn thản nhiên như chưa hề nghe thấy câu nói của Jacob.

- Nếu như vẫn còn có một nơi nào đó khác mà cô cảm thấy an toàn hơn...

Tôi bặm môi lại. Tôi còn có thể đi đâu mà không đặt người khác vào vòng nguy hiểm đây? Một lần nữa, tôi co rúm người lại trước ý nghĩ không khéo lại để cho mẹ phải dính líu vào chuyện này - biến mẹ thành tấm bia (để người ta nhắm vào) như mình... - Tôi không muốn dẫn Victoria đi đến đâu khác cả - Tôi thì thào đáp.

Sam gật đầu.

- Đúng vậy. Để ả đầu đỏ ở đây sẽ tốt hơn, đây là nơi mà

chúng tôi có thể kết thúc được mọi chuyện một cách dễ dàng.

Bỗng chợt tôi chùn bước. Tôi không muốn Jacob hay bất kỳ ai khác trong số những người ở đây cố gắng *kết thúc* cuộc đời của Victoria. Tôi liếc nhìn gương mặt của Jake, bắt gặp ở cậu một vẻ thảnh thơi vô âu vô lo, hệt như trước lúc xảy ra vụ ẩu đả giữa cậu và Paul - đó là một gương mặt vô tư lự, không hề bận tâm chút nào đến việc săn ma-cà-rồng.

- Em sẽ cẩn thận, phải không? - Tôi hỏi mà cảm thấy rất rõ cổ họng của mình đang nghẹn lại.

Dường như trạng thái của tôi như thế đáng buồn cười lắm cho nên cả đám con trai chợt "huýt huýt", rồi cùng cười lăn bò toài. Ai cũng cười tôi - ngoại trừ Emily. Hốt nhiên bắt gặp ánh mắt của cô gái đang nhìn lại mình, bất giác tôi nhận ra gương mặt thật bên dưới lớp da mặt dị dạng kia. Gương mặt của cô vẫn đẹp, vẫn rạng rỡ, đi kèm với những lo lắng, thậm chí còn mãnh liệt hơn cả tôi nữa. Tôi buộc lòng phải quay mặt đi, trước khi tình yêu cháy bỏng ẩn sau những lo lắng ấy có thể khiến cho tôi đau đớn trở lại.

- Thức ăn đã xong rồi đây - Emily lên tiếng thông báo.

Ngay lập tức, mọi luận bàn chiến lược... rơi tõm vào dĩ vãng. Đám con trai háo hức bu quanh chiếc bàn ăn, một chiếc bàn rất khiêm tốn về diện tích, hoàn toàn có thể bị gãy vụn trước sức mạnh của họ bất kỳ lúc nào, và ngấu nghiến nhìn cái chảo trứng to đùng vừa được Emily đặt vào giữa bàn. Cũng giống như tôi, Emily ăn đứng, tựa người vào kệ bếp, ngõ hầu tránh cảnh náo nhiệt đang diễn ra ở bàn ăn, và quan sát mọi người bằng đôi mắt trìu mến. Thái độ của cô đã nói lên một điều: đây chính là gia đình của cô.

Nhưng nói gì thì nói, riêng đối với tôi thì đây không phải là điều tôi đã hình dung về đội người sói này.

Cả ngày hôm ấy, tôi cứ ở lỳ dưới La Push, phần lớn thời gian là ở nhà ông Billy. Ông có để lại lời nhắn trong điện thoại ở nhà bố và trong sở cảnh sát, thế nên cuối cùng, ngài cảnh sát trưởng đã xuất hiện vào giờ ăn tối với hai chiếc bánh pizza. May mắn là bố đã đem đến hai cái bánh to; Jacob ăn... một mình một cái.

Suốt cả buổi tối, tôi nhận ra rằng ngài cảnh sát trưởng quan sát chúng tôi bằng một đôi mắt nghi hoặc và đặc biệt là chú ý vào những thay đổi đến chóng mặt của Jacob. "Ngài" hỏi người bạn nhỏ về mái tóc; Jacob nhún vai, giải thích rằng để tóc ngắn thì tiện lợi hơn.

Tôi thì biết một điều rằng ngay khi bố con tôi đã lên xe về nhà là Jacob ngay lập tức cũng sẽ khởi hành - cậu sẽ chạy theo với thân phận của một con sói như thi thoảng cậu vẫn làm. Cậu cùng những anh em của mình, về mặt nào đó, vẫn ra sức theo dõi, nghe ngóng, tìm kiếm những biểu hiện cho thấy là Victoria đã quay trở lại. Nhưng kể từ đêm qua, khi nhóm của cậu đã rượt đuổi cô ta ra khỏi khu suối nước nóng - rượt đuổi cô ta đang nửa đường đến Canada, ấy là theo lời kể của Jacob - cả nhóm vẫn chưa thấy cô ta bén mảng về.

Tôi chẳng dám hy vọng là cái kẻ đáng sợ ấy sẽ chịu từ bỏ ý định của mình. Tôi không có được cái diễm phúc được bỏ qua đó.

Sau bữa ăn tối, Jacob đưa tôi ra xe, rồi cứ nấn ná ở cửa sổ của cabin, chờ cho ngài cảnh sát trưởng đánh xe đi trước.

- Tối nay, chị đừng sợ nhé - Jacob động viên, trong lúc

ngài cảnh sát trưởng giả vờ đang gặp chút phiền phức với sợi dây an toàn - Tụi em sẽ ở ngoài nhà, canh gác.

- Chị sẽ không lo lắng về mình đâu - Tôi hứa hẹn.

- Chị ngốc lắm. Săn ma-cà-rồng quả thực rất thú. Trong tình trạng rối tinh rối mù như hiện thời thì đó là phần vui nhất.

Tôi lắc đầu, nói:

- Nếu chị là đứa ngốc thì em là kẻ mất trí nặng lắm đấy.

Người bạn nhỏ phá ra cười khúc khích.

- Thôi, thư giãn đi nào, Bella yêu quý. Trông chị chẳng còn một chút sức lực nào kìa.

- Chị sẽ cố gắng.

Ngài cảnh sát trưởng bắt đầu nhấn còi một cách sốt ruột.

- Hẹn sáng mai gặp lại chị nhé - Jacob nói - Việc làm ưu tiên số một là xuống đây đấy.

- Ừ.

Ngài cảnh sát trưởng theo tôi về nhà. Suốt dọc đường đi, tôi không chú ý lắm đến hai luồng đèn pha rọi vào kính chiếu hậu của mình. Thay vào đó, đầu óc tôi nghĩ đến Sam, Jared, Embry và Paul; không biết họ đang ở đâu, lao mình trong đêm tối đến chốn nào. Không biết Jacob đã nhập bọn với họ chưa.

Vừa đặt chân vào nhà, tôi đã hối hả đi lên lầu, nhưng ngài cảnh sát trưởng đang ở sát ngay đằng sau tôi.

- Thế là thế nào, hả Bella? - Ngài lên tiếng trước khi tôi kịp trốn thoát - Bố tưởng là Jacob đã gia nhập vào cái băng đảng ở dưới đó và hai đứa đang gây lộn với nhau.

- Tụi con đã huề rồi bố ạ.

- Thế còn cái băng đảng kia?

- Con cũng không biết nữa... Ai mà hiểu được bọn con trai mới lớn hả bố? Họ thần bí lắm. Nhưng con đã gặp Sam Uley và vị hôn thê của anh ta rồi. Họ đối xử với con cũng tốt - Tôi nhún vai - Tất cả mọi chuyện chỉ là hiểu lầm.

Vẻ mặt của ngài cảnh sát trưởng đột ngột thay đổi.

- Bố không biết là cậu ta và Emily đã chính thức đi lại với nhau. Thật tốt quá. Cô bé khốn khổ.

- Bố có biết chị ấy gặp phải chuyện gì không?

- Cô bé bị gấu vồ, trên mạn bắc ấy, vào mùa cá hồi đẻ trứng... Một tai nạn khủng khiếp. Chuyện xảy ra được hơn một năm rồi. Bố nghe nói Sam khi ấy khổ tâm về chuyện này lắm.

- Thật khủng khiếp - Bất giác tôi lặp lại lời bố. Hơn một năm trước ư? Tôi dám cược rằng khi ấy, ở La Push hẳn đã bắt đầu sống lại huyền thoại người sói. Tôi thoáng rùng mình khi nghĩ đến cảm giác của Sam mỗi khi nhìn vào gương mặt của Emily.

Đêm hôm đó, tôi nằm thao thức rất lâu, cố gắng sắp xếp lại những sự kiện đã diễn ra trong ngày. Từ bữa ăn tối với ông Billy, Jacob và bố, cả một buổi chiều dài ở lỳ tại nhà gia đình Black, chờ đợi đến tê lòng để được nghe thông tin từ Jacob, rồi không khí trong căn bếp của Emily, cho đến cuộc ẩu đả kinh hồn của hai người sói, và cuộc chuyện trò với Jacob trên bãi biển...

Rồi tôi nghĩ đến điều Jacob nói vào sáng sớm hôm nay, về việc tôi là một kẻ giả nhân giả nghĩa. Tôi trằn trọc mãi về câu nói đó. Tôi không thích bị nghĩ rằng mình là một kẻ giả nhân giả nghĩa, đáng xét nhất chính là tôi tự huyễn hoặc mình bởi vì lẽ gì?

Tôi co người lại. Không, Edward không phải là kẻ sát nhân. Cho dù trong quá khứ tối đen của anh, ít ra, anh cũng chưa hề xuống tay với người vô tội.

Nhưng giả như anh *đã* từng làm như vậy rồi thì sao? Giả như trong suốt thời gian quen tôi, anh cũng giống như những ma-cà-rồng khác thì sao? Giả như khi ấy, mọi người cứ vào rừng là cũng biến mất y hệt như lúc này thì sao? Liệu tôi có thể rời xa anh không?

Tôi lắc đầu một cách buồn bã. Tình yêu thật phi lý, bất giác tôi nghĩ về bản thân mình. Càng yêu ai, người ta lại càng gây ra những việc thiếu sáng suốt.

Tôi trở mình, cố gắng nghĩ đến những chuyện khác... À, đúng rồi, Jacob và anh em của cậu ta đang lao mình trong bóng đêm ở ngoài kia. Và cứ thế, cứ thế, tôi miên man chìm vào giấc ngủ lúc nào không hay, giữa suy tưởng về những con sói đang ẩn mình trong đêm, ra sức bảo vệ cho tôi khỏi nguy hiểm. Thế rồi tôi mơ, tôi vẫn ở trong rừng, nhưng không còn lang thang nữa. Tôi cứ đứng đấy, tay nắm lấy bàn tay đầy sẹo của Emily, cùng cô nhìn vào khu rừng mịt mờ sương khói, trong lòng dậy lên bao nỗi âu lo, chờ đợi những người sói của chúng tôi trở về.

15. ÁP SUẤT

Lại một kỳ nghỉ xuân nữa tràn về thị trấn Forks. Buổi sáng thứ Hai, tôi đã tỉnh dậy rồi nhưng vẫn còn nằm nán lại trên giường vài giây để nghĩ ngợi. Kỳ nghỉ xuân năm ngoái, tôi cũng nằm trong tầm ngắm của một ma-cà-rồng. Trời ơi, cầu mong cho tất cả những chuyện này không trở thành một loại hình truyền thống quái gở nào đó ám lấy cuộc đời của tôi.

Giờ thì tôi đã quen thuộc với La Push lắm rồi. Gần như trọn ngày Chủ nhật, tôi chỉ loanh quanh ở ngoài bãi biển, còn ngài cảnh sát trưởng thì giết thời giờ với ông Billy ở cái "kho thóc" bé tẹo tèo teo. Ai cũng nghĩ tôi đi với Jacob, nhưng thật ra, Jacob có những chuyện khác phải làm, thế nên tôi chỉ lang thang có một mình mà không cho bố biết.

Đến khi Jacob trở về tìm tôi, cậu xin lỗi vì đã bỏ mặc tôi quá lâu. Người bạn nhỏ bảo rằng kế hoạch của cậu không phải lúc nào cũng phải thực hiện trong hối hả như thế, nhưng chừng nào mà Victoria còn chưa sa lưới thì người sói luôn phải ở trong tình trạng báo động đỏ như vậy.

Lúc này, chúng tôi đang sánh vai dạo bước trên bãi biển, lúc nào người bạn nhỏ cũng nắm lấy tay tôi.

Hành động đó cứ khiến tôi nghiền ngẫm mãi về điều Jared đã nói, về việc Jacob lúc nào cũng dồn hết tâm trí cho "bạn gái" của mình. Tôi cũng thừa hiểu rằng nhìn từ góc độ bên ngoài thì quan hệ giữa tôi và Jacob quả có giống như vậy thật. Nhưng miễn là Jake và tôi đều hiểu rõ mối quan hệ thật sự của hai đứa thì tôi quyết sẽ không để cho những lời đồn đại ấy làm ảnh hưởng đến mình. Song, có lẽ tôi sẽ không được như vậy đâu nếu như không ý thức được rằng thái độ tích cực của tôi đã làm cho Jacob không ghét bỏ thân phận của chính mình. Vả lại, bàn tay của người bạn nhỏ vẫn ấm quá, tôi không sao chối bỏ được.

Chiều thứ Ba, tôi đi làm - Jacob cưỡi "con ngựa sắt" bám theo tôi, để an tâm rằng tôi đến nơi an toàn - và tất nhiên là điều đó đã thu hút sự chú ý của Mike.

- Cậu đang hẹn hò với chú nhóc sống ở La Push hả? Cậu học sinh năm thứ hai trung học ấy? - Mike hỏi tôi, giọng nói đong đầy những hờn giận, ghen ty.

Tôi nhún vai, đáp:

- Không đúng với cái thuật ngữ ấy đâu. Dù rằng hầu hết thời gian của mình là ở bên Jacob thật đấy. Cậu ấy là bạn thân nhất của mình.

Đôi mắt của Mike tối lại, chứa đầy vẻ khôn ngoan; anh ta phản bác:

- Đừng tự dối lừa bản thân mình nữa, Bella. Cậu nhóc đó sẵn sàng làm tất cả vì cậu đấy.

- Mình biết chứ - Tôi thở dài - Cuộc sống thật rắc rối.

- Còn con gái thì thật nhẫn tâm - Mike lầm bầm.

Trong trường hợp này, tôi cũng phải thừa nhận sự quy kết ấy.

Tối hôm ấy, Sam và Emily đến nhà ông Billy, cùng bố con tôi ăn tráng miệng. Emily mang theo một chiếc bánh ngọt, lẽ ra là nên dành cho ai đó khắt khe, khó tính hơn là cho ngài cảnh sát trưởng vốn có tâm tính ôn hòa là bố tôi. Và tôi đã nhận ra, rằng khi cuộc trò chuyện diễn ra vui vẻ, êm đẹp với những chủ đề rất đỗi bình thường, thì bao nhiêu những lo lắng về nỗi ngài cảnh sát trưởng sẽ ấp ủ những suy nghĩ không mấy tốt đẹp về các băng đảng ở La Push đã hoàn toàn biến mất.

Jake và tôi bỏ ra ngoài sớm, để có một chút không gian riêng. Chúng tôi ra gara của người bạn nhỏ để chui vào chiếc Rabbit. Jacob ngả đầu ra sau, gương mặt rầu rầu, mệt mỏi.

- Em nên ngủ một chút, Jake à.

- Rồi em sẽ hết mệt ngay thôi.

Nói xong, người bạn nhỏ với tay cầm lấy tay tôi. Làn da của cậu nóng rực áp vào da tôi.

- Đây cũng là một trong những đặc tính của sói phải không? - Tôi hỏi - Chị muốn nói tới thân nhiệt ấy.

- Vâng. Tụi em ấm hơn người bình thường. Khoảng bốn mươi hai, bốn mươi ba độ. Em chẳng bao giờ thấy lạnh nữa. Em có thể để người như thế này - vừa nói, người bạn nhỏ vừa chỉ vào tấm thân trần của mình - mà đứng giữa cơn bão tuyết, chẳng hề hấn gì cả. Em đứng ở chỗ nào là chỗ đó, bông tuyết chảy thành nước hết.

- Em cũng mau lành da lành thịt nữa... đó cũng là đặc tính của sói luôn hả?

- Đúng, chị muốn xem không? Hay lắm đó - Người bạn nhỏ hấp háy mắt và cười toe toét. Cậu chồm qua người tôi, lục lợi trong ngăn kéo chứa đồ khoảng một phút. Rồi cậu rút ra một con dao bỏ túi.

- Không, không, chị không muốn xem đâu! - Tôi hét toáng

lên ngay khi vừa hiểu ra kẻ ngồi bên cạnh mình đang nghĩ gì - Em hãy cất nó đi.

Jacob bật cười thành tiếng nhưng vẫn trả con dao về lại chỗ cũ.

- Được rồi. Được rồi. Dù gì thì mau lành như vậy cũng rất tốt. Chứ ai lại dám đi gặp bác sĩ khi mà thân nhiệt của mình tăng cao như thể sắp chết đến nơi như thế.

- Ừ, chị cũng nghĩ vậy - Tôi nhìn nhận sau một phút đăm chiêu -... Và rồi em còn lớn như thổi nữa... đó cũng là một đặc tính ư? Và đó cũng là lý do khiến em lo lắng cho Quil, phải không?

- Vâng, với lại ông nội của Quil cũng nói rằng hiện thời có thể rán trứng trên trán thằng cháu của ông nữa - Gương mặt của Jacob lại trở nên trầm mặc, và tuyệt vọng - Sẽ không còn lâu nữa đâu. Không có tuổi chính xác... tất cả cứ diễn biến trong âm thầm, âm thầm và rồi đùng một cái... - Người bạn nhỏ bỗng im bặt, mãi đến một lúc lâu sau, cậu mới tiếp tục trở lại - Thẳng hoặc, khi buồn bực, khi lo nghĩ hay là gì gì đó, những thứ đó sẽ kích thích tố chất trong con người của mình sớm hơn. Nhưng em thì chẳng để tâm lo lắng điều gì cả... em luôn *vui vẻ* - Người bạn nhỏ bỗng bật cười một cách chua chát - Hầu hết là nhờ có chị. Đó là lý do tại sao em không biến đổi sớm hơn. Những tố chất ấy cứ âm thầm, âm thầm lớn lên trong em... em giống như một trái bom hẹn giờ vậy. Rồi chị biết nó lên dây cót cho em thế nào không? Sau khi đi xem bộ phim đó về, bố em bảo rằng trông em lạ lắm. Bố chỉ nói có thế thôi, vậy mà em đã cáu kỉnh với bố. Thế rồi em... em biến đổi, nhanh như một cơn lốc. Chỉ suýt chút nữa

453

là em đã cào nát mặt bố... người bố của em! - Jacob bỗng rùng mình, gương mặt tái nhợt không còn một hột máu.

- Em cảm thấy trong người tệ lắm, phải không Jake? - Tôi sốt sắng hỏi han, trong lòng không khỏi thấp thỏm, lo lắng, ước gì tôi có thể nghĩ ra được cách gì đó khả dĩ giúp được cậu bạn của tôi - Em khổ sở lắm phải không?

- Không, em không khổ sở - Jacob nhẹ nhàng chỉnh lại - Không còn cảm thấy khổ sở nữa. Giờ thì chị đã biết hết rồi. Trước đây thì rất khó khăn - Nói rồi, người bạn nhỏ nghiêng người về phía tôi, áp má lên đầu tôi.

Và cứ thế, cậu im lìm dễ có đến cả một lúc lâu, không biết cậu đang nghĩ gì. Mà có lẽ là tôi cũng chẳng muốn biết.

- Khó khăn nhất là chuyện gì? - Tôi thì thào, vẫn còn mong muốn được giúp đỡ người bạn thân nhất của mình.

- Khó khăn nhất là cái cảm giác... không còn kiểm soát được mình - Jacob chậm rãi trả lời - Cái cảm giác em không thể tin tưởng vào chính mình nữa... như là rồi đây có lẽ chị *sẽ chẳng* thèm ở bên em, như là mọi người rồi sẽ quay lưng lại với em. Như là... em chỉ là một con quái vật có thể làm đả thương người khác. Chị đã thấy Emily rồi đấy. Sam chỉ mất tự chủ trong đúng một giây... còn chị ấy thì lại ở quá gần... Giờ thì anh ấy không bao giờ có thể làm mọi thứ trở lại được như cũ. Em nghe thấy suy nghĩ của anh ấy... Em hiểu cái cảm giác đó như...

- Ai mà muốn mình là ác mộng, là quái vật đâu?

- Thế rồi mọi thứ đối với em lại trở nên dễ thở hơn, em chấp nhận nó dễ dàng hơn những người còn lại... Phải chăng điều đó có nghĩa là em ít nhân tính hơn Embry hay Sam? Em sợ rằng em đang đánh mất chính mình.

- Khó khăn lắm sao? Để em tìm lại chính mình ấy?

- Ban đầu - Người bạn nhỏ lại tiếp tục kể - em phải luyện tập cách biến đổi đi, biến đổi lại. Nhưng với em thì chuyện đó đơn giản hơn mọi người.

- Tại sao thế? - Tôi thắc mắc.

- Bởi vì ông cố nội của em là Ephraim Black, còn ông cố ngoại của em là Quil Ateara.

- Quil? - Tôi hỏi lại, cảm thấy là lạ.

- Là ông cố nội của cậu ấy - Jacob giải thích - Quil mà chị biết là người em họ con cô con cậu của em.

- Nhưng tại sao chuyện này lại liên quan đến hai người ông cố của em?

- Bởi vì Ephraim và Quil là hai thành viên của đội cuối cùng. Ông Levi Uley là người thứ ba. Em mang dòng máu của cả hai nhà. Em chẳng có cơ hội thoát đâu. Quil cũng vậy, cậu ấy cũng không có cơ hội.

Jacob bỗng trở nên lãnh đạm.

- Thế thì tốt đẹp nhất là chuyện gì? - Tôi hỏi, hy vọng câu hỏi này sẽ giúp người bạn nhỏ lấy lại tinh thần.

- Cái tốt nhất - Jacob trả lời, đột nhiên mỉm cười - chính là *tốc độ*.

- Nhanh hơn cả xe máy à?

Jacob gật đầu, trở nên sôi nổi hẳn lên:

- Xe máy chẳng thể so sánh được.

- Em có thể chạy...?

- Nhanh như thế nào hả? - Cậu bạn hoàn tất câu hỏi của tôi - Cũng đủ nhanh đấy. Em so sánh với cái gì bây giờ được nhỉ? Tụi em đã bắt... tên hắn là gì ta? Laurent à? Em nghĩ là chị, hơn ai hết, có thể cảm nhận được điều này.

Quả thực là như vậy, tôi hiểu điều này có ý nghĩa như thế nào. Nhưng tôi không thể hình dung nổi - sói mà lại có thể chạy nhanh hơn cả ma-cà-rồng hay sao. Bởi lẽ, một khi thành viên trong gia đình nhà Cullen mà đã chạy, thì coi như không ai còn có thể nhìn thấy được gì nữa rồi.

- Vậy nên chị hãy kể cho em nghe những điều em chưa biết đi - Jacob đột ngột đề nghị - Chuyện về ma-cà-rồng ấy. Làm sao chị có thể chịu nổi khi chơi với chúng? Chị không thấy sợ à?

- Không - Tôi đáp sẵng.

Âm điệu trong giọng nói của tôi đã khiến cho cậu bạn phải trầm ngâm đến cả một lúc lâu.

- Chị nói đi, tại sao gã ma-cà-rồng của chị lại giết James? - Bất chợt cậu bạn lại lên tiếng.

- James lúc ấy đang tìm mọi cách để giết chị... Chuyện này cũng giống như một trò chơi của hắn mà thôi. Và hắn đã thua. Em còn nhớ mùa xuân năm ngoái, khi chị còn nằm trong bệnh viện ở dưới Phoenix không?

Jacob hít vào một hơi thật sâu:

- Hắn thân với chị đến thế kia à?

- Anh ấy rất - rất - rất thân - Vừa trả lời, tôi vừa mân mê vết sẹo trên tay mình. Và Jacob đã nhận ra điều đó, cậu bạn bất ngờ giữ lấy bàn tay đang chuyển động rất nhẹ của tôi nơi vết sẹo.

- Cái gì đấy? - Người bạn nhỏ cầm lấy cả hai tay tôi, nhìn săm soi vào bàn tay phải - Vết sẹo này của chị trông ngộ quá chừng, nó lạnh lạnh thế nào ấy - Vừa nói, Jacob vừa nâng tay tôi lên, nhìn cho rõ hơn, ánh mắt của cậu bạn đột nhiên thay đổi, cậu há hốc miệng ra vì kinh ngạc.

- Ừ, đúng như em đã nghĩ đấy - Tôi lên tiếng xác nhận - James đã cắn chị.

Đôi mắt của người ngồi bên cạnh tôi mở căng tròn xoe, gương mặt vốn nâu đỏ chợt chuyển thành tái xanh tái xám. Trông cậu bạn nhỏ chẳng khác gì như người sắp đổ bệnh tới nơi.

- Nhưng nếu thằng quỷ đó cắn chị...? Sao chị lại không trở thành...? - Giọng nói của Jacob nghẹn lại.

- Edward đã cứu chị hai lần - Tôi thầm thì giải thích - Anh ấy đã hút nọc độc ra... em biết không, giống như người ta hút nọc rắn ra vậy - Tôi giật bắn người, chung quanh miệng của cái lỗ thủng vô hình ấy bắt đầu thốn đau.

Nhưng không chỉ có tôi mới có phản ứng như thế. Tôi cảm nhận được rất rõ ràng bên cạnh mình, Jacob cũng đang run rẩy. Cả chiếc xe cũng rung rinh.

- Cẩn thận nào, Jake. Hãy thư giãn đi. Bình tĩnh lại đi.

- Dạaa - Người bạn nhỏ hổn hển thở - Bình tĩnh lại, bình tĩnh lại - Cậu ta gật lấy gật để. Một lúc sau, chỉ còn có tay của Jacob là giần giật mà thôi.

- Em không sao chứ?

- Dạaa, cũng gần gần như vậy. Chị kể cho em nghe chuyện khác đi. Nói cho em biết một chuyện gì đó để em tập trung vào nó.

- Em muốn biết chuyện gì?

- Em cũng không biết nữa - Người bạn nhỏ khép mi mắt lại, rơi vào trạng thái trầm mặc - Ừm, những khả năng đặc biệt ấy. Trong bọn nhà Cullen, có kẻ nào có... năng lực đặc biệt nữa không? Đọc được suy nghĩ của người khác chẳng hạn?

Tôi ngập ngừng trong giây lát. Tôi có cảm giác như đây là câu hỏi cậu bạn dành cho "tình báo viên" của mình vậy, các lỗ chân lông trên tay tôi sởn hết cả lên. Nhưng... không, tôi không thể tưởng tượng được rằng con sói màu nâu đỏ lại có thể... chui vừa vào chiếc Rabbit - nếu bây giờ mà Jacob biến hình, cậu ta sẽ xé nát cả cái gara này không chừng.

- Jasper có thể... quyết định cảm xúc của những người xung quanh. Không phải theo hướng tiêu cực đâu, anh ấy chỉ làm người khác bình tĩnh trở lại, hay những gì khác cũng đại loại như vậy mà thôi. Cái này chắc sẽ giúp được Paul nhiều lắm đây - Tôi nói thêm, pha trò một cách vụng về - Alice thì có thể nhìn trước được những gì sắp xảy ra. Nhưng tương lai mà, em biết không, đâu phải là thứ đã được lên dây cót sẵn. Những điều bạn ấy trông thấy sẽ thay đổi khi người khác thay đổi kế hoạch thực hiện...

Giống như có lần cô bạn ấy đã nhìn thấy trước việc tôi bị chết... và rồi cô ấy còn trông thấy tôi trở thành thành viên mới của họ nữa. Nhưng hai điều này đã không xảy ra... Và có một điều sẽ không bao giờ xảy ra. Cái đầu của tôi bắt đầu quay mòng mòng - Có vẻ như tôi không còn có thể hít đủ ôxy trong không khí được nữa. Hai lá phổi của tôi không biết tứ tán đi đằng nào rồi.

Giờ thì Jacob đã lấy lại được bình tĩnh, cậu ngồi bất động bên cạnh tôi.

- Tại sao chị lại làm như thế? - Người bạn nhỏ đột ngột cất tiếng hỏi. Cậu khẽ kéo tay tôi, cánh tay đang ghì xiết lấy lồng ngực, nhưng phải chịu thua khi thấy tôi không có ý định thả lỏng tay ra. Bản thân tôi cũng ngỡ ngàng, từ nãy tới giờ, tôi cũng không nhận thức được là mình đang tự ôm ghì lấy lồng ngực của chính mình - Chị vẫn làm như thế mỗi khi buồn. Tại sao vậy?

- Mỗi lần nghĩ đến họ là chị lại cảm thấy đau - Tôi thều thào đáp - Chị không thể thở được... toàn thân cứ như bị vỡ vụn ra thành từng mảnh... - Thật lạ là bây giờ tôi lại có thể thổ lộ với Jacob nhiều như vậy. Giữa chúng tôi không còn bí mật nào nữa.

Người bạn nhỏ đưa tay vuốt nhẹ lên mái tóc của tôi.

- Không sao đâu, Bella, không sao đâu. Em sẽ không gợi lại chuyện cũ nữa. Em xin lỗi.

- Chị không sao - Tôi thở dồn dập - Cơn đau này diễn ra thường xuyên lắm. Không phải lỗi tại em đâu.

- Chúng ta là hai kẻ khá rắc rối đấy, phải không? - Jacob trầm tư - Cả hai chúng ta, chẳng ai có thể giữ được nguyên hình dạng của mình cả.

- Thật đau lòng - Tôi cũng ngậm ngùi xác nhận, vẫn chưa thể hít thở lại được bình thường.

- Ít ra thì chúng ta vẫn còn có nhau - Người bạn nhỏ nói, rõ ràng là cậu đã bình tâm trở lại với ý nghĩ ấy.

Rồi tới lượt tôi cũng bình tâm được trở lại.

- Ít ra là như vậy - Tôi gật đầu đồng ý.

Cứ mỗi khi tôi và Jacob ở bên nhau, tâm trạng của cả hai chúng tôi đều vô cùng thoải mái. Nhưng cậu bạn nhỏ của tôi đang buộc phải theo đuổi một công việc khác nguy hiểm và rất đáng sợ, thế là tôi lại lủi thủi một mình, chôn chân ở La Push để được an toàn, cùng một cái đầu chẳng có gì khác ngoài nỗi lo lắng.

Suốt thời gian đó, thật lòng mà nói, tôi cứ lo lắng không yên, vì tôi vốn không gần gũi được với ông Billy. Song, cuối cùng, tôi cũng đã nghĩ ra được một cách: tôi lôi sách vở ra chuẩn bị cho bài kiểm tra môn "Tích phân – Vi phân" tuần tới, cái món toán này thì tôi xem đến bao lâu cũng được. Nhưng rồi khi không còn gì để động tay động chân nữa, tôi có cảm giác như mình bị bắt buộc phải trò chuyện với ông Billy - xét cho cùng, đây là những quy tắc xã giao thông thường, không thể làm khác được. Vả lại, ông Billy không phải thuộc týp người mà ta có thể giữ im lặng được lâu, vậy nên tôi không bao giờ có thể hết lo lắng...

Chiều thứ Tư, để thay đổi không khí, tôi lò dò tìm đến nhà Emily. Ban đầu thì mọi chuyện cũng diễn ra khá tốt đẹp. Emily là người năng động nên không bao giờ chịu ở yên một chỗ. Cô ta cứ đi tới đi lui, hết ra sân lại trở vào căn nhà bé tí xíu, khi thì lau lau chùi chùi sàn nhà (mà chẳng thấy sàn nhà dơ ở chỗ nào), lúc lại nhổ một cái cây mọc dại, sửa lại cái bản lề bị hư, rồi ngồi vào khung cửi kéo sợi, và chẳng bao giờ thấy ngừng công việc nấu nướng. Cô phàn nàn một chút về nỗi bọn con trai một khi chạy đã đời xong là thế nào cũng lại ăn rất dữ, nhưng đồng thời cũng dễ dàng thấy rõ rằng cô luôn luôn quan tâm và lúc nào cũng sẵn sàng chăm sóc họ. Ở bên Emily, tôi cảm thấy rất tự nhiên, chẳng có gì phải ngại ngùng cả - sau tất cả mọi điều, cả hai chúng tôi đều đã nghiễm nhiên trở thành những người bạn của sói.

Tuy vậy, sau khi tôi có mặt ở đây được vài giờ thì Sam trở về. Chỉ kịp biết được rằng Jacob vẫn ổn, sự thể chẳng có gì mới, tôi đã phải lật đật rời khỏi ngôi nhà của Emily. Bởi vì, một khi hơi hướm của tình yêu, của sự mãn nguyện tràn ngập khắp căn nhà thì thử hỏi làm sao người trong cuộc còn có thể chú ý được việc gì nữa, chẳng một kẻ ngoài cuộc nào có thể làm loãng được bầu không khí ấy.

Thế là tôi lang thang ở ngoài bãi biển, cứ đi dọc hết chiều dài của bãi đá hình lưỡi liềm thì lại quay ngược trở lại đi tiếp, cứ thế, cứ thế...

Những lúc chỉ có một mình, tâm trạng của tôi lại trở nên tồi tệ. Sự thật là nhờ có Jacob, tôi được sống thật với lòng mình hơn, được trò chuyện và suy nghĩ về gia đình Cullen nhiều hơn. Bởi thế, giờ đây, dù cho tôi có cố làm cho mình xao lãng tới mức nào - tôi vẫn cứ phải buộc mình nghĩ đến nhiều thứ: tôi thật sự lo lắng, rất - rất lo lắng, cho Jacob cùng những anh em người sói của cậu ta. Tôi không sao yên lòng nổi khi bố cùng những người khác cứ đinh ninh một điều là họ đang săn thú. Tôi càng lúc càng trở nên thân thiết với Jacob mà hoàn toàn không có chủ định phát triển tình cảm ấy và tôi cũng không biết phải xử trí ra sao - không có một suy nghĩ thực tế hay tích cực nào, cũng như không có một nỗi lo lắng khắc khoải nào khả dĩ có thể khiến cho đầu óc của tôi quên đi được những cơn đau đang buốt nhói ở lồng

461

ngực. Cuối cùng, tôi không sao cất bước được nữa, bởi nỗi, tôi không thể thở được. Tôi phải ngồi xuống một mỏm đá khô ráo, bắt đầu co rúm người lại.

Jacob đã bắt gặp tôi trong tư thế ấy, nhìn vẻ mặt của cậu bạn, tôi hoàn toàn ý thức được rằng cậu đã hiểu được nguyên do...

- Em xin lỗi - Người bạn nhỏ lên tiếng ngay. Cậu đỡ tôi dậy, choàng cả hai cánh tay lên vai tôi. Chỉ tới lúc đó, tôi mới nhận ra là mình đang lạnh căm căm. Hơi ấm tỏa ra từ người cậu bạn khiến tôi cảm thấy bủn rủn cả người, nhưng ít ra thì tôi cũng đã có thể thở lại bình thường được rồi.

- Em đang phá hoại kỳ nghỉ xuân của chị - Jacob tự buộc tội mình khi chúng tôi cùng sóng bước trở ra phía biển.

- Không, không phải như vậy đâu. Chị chẳng có kế hoạch nào cả. Dù sao đi nữa thì chị cũng không nghĩ rằng chị thích kỳ nghỉ xuân.

- Sáng mai, em sẽ không bỏ đi nữa đâu. Mọi người có thể hành sự mà không cần có em. Chúng mình sẽ làm gì đó thật *vui* mới được.

Vui ư? Cái từ này bây giờ không còn phù hợp với cuộc đời của tôi nữa, nó nghe thật xa lạ và buồn cười.

- Vui ư?

- Vui là thứ chính xác chị đang cần đấy. Ummm... - Jacob phóng tầm mắt ra ngoài xa, qua khỏi đầu những con sóng to, xám xịt, dường như cậu bạn đang cân nhắc điều gì đó. Rồi trong lúc dõi mắt bao quát đường chân trời, cậu bỗng trở nên hào hứng.

- Có rồi! - Người bạn nhỏ reo lên - Em vẫn còn nợ chị một lời hứa.

- Em đang nói gì thế?

Buông tay tôi ra, Jacob chỉ tay xuống phía nam, chỗ có mấy vách đá, ở đó có một mặt đá bằng phẳng, hình bán nguyệt, chìa ra biển. Tôi nhìn theo, chẳng hiểu ất giáp gì.

- Chẳng phải là em đã hứa sẽ chỉ cho chị chơi trò cảm giác mạnh đó ư?

Tôi rùng mình.

- Ừừư, sẽ khá lạnh đó... nhưng không lạnh bằng hôm nay đâu. Chị có nhận thấy tiết trời đang thay đổi không? Áp suất đang thay đổi đấy. Ngày mai sẽ ấm hơn. Chị đồng ý không?

Cái mặt nước đen ngòm kia chẳng thấy hấp dẫn chút nào, và, nhìn từ góc này, những vách đá trông có vẻ như cao hơn lúc nào hết.

Trong những ngày vừa qua, cuộc sống của tôi đã đồng hành cùng giọng nói của Edward. Hầu như chỉ có những dịp đặc biệt, giọng nói du dương ấy mới chịu tìm về với tôi. Tôi đã quá yêu những âm thanh chỉ có trong ảo giác ấy mất rồi. Không có chúng, con đường tôi đang đi sẽ càng trở nên trắc trở hơn. Nhảy xuống khỏi vách đá... không còn nghi ngờ gì nữa, đó chính là liều thuốc cứu chữa tình trạng hiện thời của tôi.

- Ừ, đồng ý. Sẽ vui lắm đây.

- Thế là hẹn hò rồi đấy - Người bạn nhỏ đáp lời, quàng tay lên vai tôi.

- Được rồi... giờ thì chúng ta phải bắt đôi mắt của em nghỉ

ngơi thôi - Tôi không thích những vết thâm quầng kia đang bắt đầu trở thành những vết xăm vĩnh viễn bên dưới đôi mắt của người bạn nhỏ.

Sáng hôm sau, tôi dậy thật sớm, lén lén thay quần áo và gấp rút lẻn ra chiếc xe tải. Làm sao mà tôi không lén lút cho được, tôi tin lắm, rằng thể nào ngài cảnh sát trưởng nhà tôi cũng sẽ lên án cái kế hoạch hôm nay của tôi chẳng thua gì lên án cái xe máy đâu.

Cái ý nghĩ rằng mọi lo lắng sẽ rời bỏ mình khiến tôi khá hào hứng. Chắc chắn sẽ là *vui* lắm. Một buổi hẹn với Jacob, lại còn với cả Edward nữa... Tôi tự cười với mình một cách chua chát. Jake chẳng đã nói rồi đấy ư, rằng chúng tôi là hai kẻ rắc rối - mà tôi đúng là kẻ rắc rối thật. Tôi đã làm cho người sói phải trở về với đời sống đúng bản ngã của chính mình.

Có lẽ Jacob sẽ ra đón tôi, người bạn nhỏ vẫn hay làm như vậy mỗi khi nghe thấy tiếng động cơ xe nổ như sấm rền vang trên mặt đất báo hiệu tôi đến. Còn nếu không thì có lẽ là cậu ấy đang ngủ. Vậy thì tôi sẽ đợi - phải để cho cậu ấy nghỉ ngơi càng nhiều càng tốt. Cậu ấy cần được ngủ, và dẫu gì thì càng lúc tiết trời sẽ càng ấm hơn. Jake cảm nhận thời tiết đúng thật; đêm qua, tiết trời đã có sự thay đổi. Lúc này đây, ở trên cao, những đám mây dày đặc đang đè nặng lên không khí, làm cho tiết trời gần như ngột ngạt; ngày đang ấm, và những đám mây xám trên cao kia bỗng trở nên thật gần. Tôi bỏ lại chiếc áo len dài tay trong xe tải.

"Cộc-cộc-cộc", tôi gõ nhẹ lên cánh cửa.

- Vào đi, Bella - Ông Billy lên tiếng.

Ông ta ngồi ở bàn ăn, đang dở bữa với ngũ cốc.

- Jake vẫn còn ngủ hả bác?

- Ơ, không - Ông Billy bỏ muỗng xuống bàn, đôi lông mày nhíu lại với nhau.

- Có chuyện gì thế ạ? - Tôi hỏi gặng. Thái độ của ông Billy cho thấy chắc chắn là *có chuyện*.

- Embry, Jared và Paul đã phát hiện ra một dấu vết mới từ sáng sớm. Sam và Jake đã lên đường trợ giúp rồi. Sam hy vọng lắm, ả đang náu mình chỗ mấy ngọn núi. Cậu ấy nghĩ đây là cơ hội tốt để kết thúc tất cả mọi chuyện.

- Ôi không, bác Billy - Tôi kêu lên thảng thốt - Ôi không.

Ông Billy phá ra cười thành tiếng, âm điệu rất trầm và nhỏ.

- Chẳng lẽ cháu đã thích La Push đến độ muốn kéo dài thêm thời gian ở đây?

- Bác đừng đùa thế, bác Billy. Chuyện này rất đáng sợ, bác ạ.

- Cháu nói đúng - Ông Billy thừa nhận, song vẫn còn đầy vẻ tự mãn. Đôi mắt từng trải của người lớn tuổi ấy thật khó dò - Đây là một kẻ giảo hoạt.

Tôi bặm chặt môi lại.

- Bọn trẻ không gặp nguy hiểm như cháu nghĩ đâu. Sam thừa biết cậu ấy đang làm gì. Còn cháu, chính cháu đấy, mới là người mà cháu cần phải quan tâm. Ma-cà-rồng không muốn đụng độ với bọn trẻ đâu. Ả kia chỉ muốn tìm đường qua mặt bọn chúng... để gặp cháu.

- Sam biết như thế nào về những việc mình đang làm hả bác? - Tôi hỏi lại, bỏ ngoài tai những lo lắng của người đối diện dành cho mình - Họ chỉ mới giết được có một ma-cà-rồng thôi... mà đó cũng có khi chỉ là do ăn may.

- Mọi người biết rõ việc mình làm, rất nghiêm túc đấy, Bella ạ. Không bỏ sót một điều gì cả. Tất cả những gì chúng cần biết đều đã được truyền từ đời cha sang đời con, trải qua rất nhiều đời rồi.

Không ăn thua... tôi chẳng hề cảm thấy nhẹ nhõm chút nào như ông Billy mong muốn. Ký ức về Victoria man dại, dáng vẻ y như mèo, giết người không gớm tay vẫn còn hừng hực trong đầu tôi. Nếu cô ta không thể qua mặt được người sói, thì cuối cùng, cô ta cũng *sẽ* đương đầu với họ mà thôi.

Ông Billy lại tiếp tục ăn sáng, còn tôi thì ngồi thừ ra trên ghế xôpha với chiếc tivi, bâng quơ bấm tới bấm lui một vài kênh truyền hình. Nhưng rồi cũng chẳng được mấy nỗi. Trong căn phòng nhỏ tí teo, tôi nhanh chóng cảm thấy ngột ngạt, bị giam hãm, không làm sao thấy được những gì đang diễn ra ở bên ngoài các ô cửa sổ được buông rèm kín mít.

- Cháu sẽ ra biển - Tôi lên tiếng một cách đường đột, rồi hối hả tiến ra cửa.

Ở ngoài trời cũng chẳng khá hơn. Những đám mây trĩu nặng như cánh võng chứa đựng một sức nặng vô hình khiến cho không gian rộng lớn bỗng trở nên tù túng, không có lối thoát. Khi tôi ra tới bãi biển, cánh rừng trông trống trải đến lạ thường. Tôi không trông thấy bất kỳ một con vật nào - không có chim cũng chẳng có sóc. Tuyệt không có một tiếng

466

chìm. Tất cả đều chìm trong bầu không khí tĩnh lặng kỳ quái, thậm chí tiếng gió thổi qua những tán cây cơ hồ như cũng chẳng có.

Tôi vẫn còn có đủ khả năng để nhận thức được rằng tất cả những cái đó chỉ là kết quả của thời tiết, ấy vậy mà chúng vẫn khiến cho tôi nao lòng. Áp suất không khí cao, ấm áp đến độ các giác quan yếu ớt trong con người tôi vẫn có thể cảm nhận được rõ mồn một, cái "đài khí tượng" lâu lâu mới hoạt động này bỗng linh cảm về một chuyện gì đó. Tôi nhìn lên bầu trời; những đám mây trôi rất chậm, mặt đất chẳng có lấy một làn gió thoảng. Những đám mây ở tầng thấp nhất hoàn toàn xám xịt, tuy vậy, ở giữa những chỗ mây tan vẫn có thể trông thấy một lớp mây khác tím tái đến rợn người. Hôm nay, ông trời chắc đang có có một kế hoạch nào đó hung hiểm lắm. Các loài thú, vì thế, cũng đang ở trong trạng thái đề phòng thì phải.

Ngay khi vừa đặt chân ra tới bãi biển, tôi đã ước là mình không ra đây - tôi đã ra ngoài này quá nhiều lần rồi. Hầu như ngày nào tôi cũng mò đến bãi biển, cứ một mình lang thang, tha thẩn. Phải chăng vì nơi đây khác xa với những cơn ác mộng của tôi? Hay vì tôi không còn nơi nào khác để đi nữa? Một cách chậm chạp, tôi lê bước đến chỗ cái xác cây, lựa phần gốc mà ngồi để có thể tựa lưng vào những cái rễ rối tinh rối mù của nó. Bất giác tôi ngước mặt nhìn lên trên bầu trời hiểm ác, suy nghĩ ủ ê, thầm chờ đợi những giọt mưa đâu tiên phá tan bầu không gian cô tịch.

Không, tôi không được nghĩ đến mối nguy hiểm mà Jacob và những người bạn thân của cậu ấy đang phải đối mặt. Bởi vì Jacob sẽ không bị làm sao cả. Cứ nghĩ đến những điều rủi ro sẽ khiến cho tôi không thể chịu đựng được. Tôi đã bị mất mát quá đủ rồi - liệu số phận có đành tâm cướp nốt một chút yên bình còn sót lại này của tôi hay không? Thật không công bằng, không công bằng một chút nào cả. Nhưng có lẽ cũng tại tôi, có lẽ tại tôi đã vi phạm một điều cấm ky nào đó, có lẽ tại tôi đã dám bước qua một ranh giới nào đó được vạch sẵn dành cho mình. Có lẽ tôi đã phạm phải sai lầm khi dấn bước quá sâu vào những huyền thoại và những truyền thuyết cũng nên, hay hoặc là tôi đã phạm sai lầm khi dám quay lưng lại với thế giới con người. Có lẽ...

Không. Jacob sẽ không xảy ra chuyện gì đâu. Tôi phải tin vào điều đó, bằng không thì tôi sẽ không thể tồn tại được trên cõi đời này.

- Chao ôi! - Tôi rên rỉ trong lúc đứng bật dậy. Tôi không thể cứ ngồi yên như thế này được, nó còn tệ hơn cả phải nhúc nhắc bước đi nữa.

Sáng nay, tôi đã toan tính sẽ tìm lại giọng nói của Edward. Có lẽ đó là liều thuốc duy nhất giúp tôi có thể chịu đựng để mà sống được cho qua cái giai đoạn này. Dạo gần đây, lỗ thủng vô hình kia càng lúc càng nhay tôi dữ dội hơn, tựa hồ như nó đang trả đũa những lần phải nín nhịn tôi trước sự có mặt của Jacob. Những chỗ xung quanh lỗ thủng ấy nóng rát như sắp thiêu cháy tôi tới nơi.

Khi tôi bước đi, gió vẫn lặng nhưng biển lại dậy sóng, cứ liên tục vỗ vào bờ đá. Tôi cảm nhận rõ mồn một cơ thể của mình đang bị ghìm chặt lại dưới áp lực của giông tố sắp nổi. Chung quanh tôi, mọi thứ chợt quay cuồng. Không khí đang bắt đầu mang điện tích - tôi cảm nhận được rằng các sợi tóc của tôi không hề lay động.

Từ ngoài xa, những con sóng cuộn lên dữ hơn trước khi đổ bộ vào bờ. Đứng ở đây, tôi hoàn toàn có thể quan sát được cái hung bạo của đại dương; kia, những con sóng không ngừng đánh vào những vách đá, bắn tung đám bọt biển lên tận trời xanh. Trên cao, mây mỗi lúc mỗi trôi nhanh hơn, ấy vậy mà không gian vẫn lặng im như tờ. Thật quái lạ - cơ hồ như mây đang tự mình di chuyển. Tôi rùng mình, dù trong lòng biết rất rõ đây chỉ là những hiện tượng của áp suất thời tiết.

Trước mặt tôi, những vách đá giờ đây trông không khác gì một lưỡi dao đen nhẻm in hình lên bầu trời hung hiểm. Dán mắt vào chúng, tôi bất giác nhớ lại cái ngày Jacob đã kể cho tôi nghe chuyện về Sam và "băng đảng" của anh ta. Tôi nhớ đến những cậu con trai - những người sói - đã tung mình vào khoảng không. Hình ảnh những dáng người xoay tít thò lò trong không trung ấy vẫn còn hiện hữu rất sống động trong tâm trí của tôi. Đúng rồi, cú rơi đó hẳn sẽ đem lại cảm giác tự do lắm... giọng nói của Edward trong đầu tôi sẽ thế nào nhỉ - phẫn nộ, êm dịu và ngọt lịm... Nơi lồng ngực của tôi bất thần nhoi nhói một cách khó chịu.

Phải tìm cách mà dập tắt nó thôi. Chỉ trong vỏn vẹn có một giây, cơn đau nơi lồng ngực của tôi đã gia tăng dữ dội và càng lúc càng trở nên quá quắt hơn. Hai con mắt của tôi cứ dính chặt vào những vách đá cùng những con sóng vỡ.

Ừm, tại sao lại không nhỉ? Tại sao tôi lại không dập tắt nó ngay bây giờ?

Jacob đã hứa sẽ chỉ dẫn cho tôi cách chơi trò tìm cảm giác

mạnh kia mà, phải thế không nhỉ? Chỉ có điều là hiện thời, cậu bạn chưa thể thực hiện lời hứa ấy mà thôi, vì thế, tôi có nên thôi cái trò giải trí mà tôi đang cần - đang rất-rất-cần - đến này hay không, bởi lẽ Jacob đang phải mạo hiểm cuộc sống của cậu ấy? Jacob đang phải mạo hiểm tính mạng của mình, nguyên nhân cốt lõi là vì tôi. Giả như không phải vì tôi, Victoria sẽ không dám giết người ở đây... nhưng có thể sẽ tha hồ giết người ở chỗ khác, cách xa nơi này. Nếu Jacob xảy ra chuyện gì, tất cả đều là lỗi của tôi. Hiểu như vậy, tâm can của tôi lại đau nhói như vừa bị đâm một nhát chí mạng; tôi quay phắt người lại, chạy ra đường cái dẫn về nhà ông Billy, nơi đang đậu chiếc xe tải quen thuộc của tôi.

Tôi biết dọc trên con đường đi này có dẫn qua một lối nhỏ nằm rất gần với các vách đá, nhưng tôi vẫn phải tìm con đường nào dẫn ra mấy cái vách đá mà không đưa tôi lao đầu xuống bãi đá ngầm. Vừa chạy xe, tôi vừa để ý, tìm kiếm ngã hai, ngã ba... trong đầu vang lên rất rõ lời dặn của Jake dành cho tôi là chỉ nên nhảy ở độ cao vừa phải; nhưng khốn nỗi, con đường mòn này chẳng có ngã rẽ nào cả, cứ uốn lượn mãi để rồi dẫn ra một vách đá duy nhất mà thôi. Tôi không còn thời gian để trở ra tìm đường khác nữa - hiện thời, cơn bão đang kéo đến với tốc độ cực nhanh. Cuối cùng, tôi cũng xuống xe, gió cũng vừa nổi, thổi ngang người tôi đợt đầu tiên, những đám mây sà xuống thấp hơn nữa. Và rồi ngay khi tôi vừa đặt chân lên con đường đất cuối cùng - con đường được kết thúc bằng một mặt đá to, bằng phẳng, nhô ra biển - thì những giọt mưa đầu tiên bắt đầu rơi, "lộp độp, lộp độp"... Từng giọt, từng giọt bắn lên mặt tôi, xon xót...

Giờ thì chẳng còn gì khó khăn để tự thuyết phục mình rằng tôi không thể tìm kiếm lối đi khác - tôi *muốn* nhảy từ một chỗ cao nhất. Đây là điều vẫn hằng nấn ná mãi trong tâm trí của tôi. Tôi cần một độ cao thật cao để có cảm giác như mình được bay.

Tôi cũng phải nhìn nhận rằng đây là hành động ngốc nghếch nhất, khinh suất nhất trong vô số những hành động mà tôi đã từng làm. Ý nghĩ đó bất giác khiến tôi mỉm cười. Cơn đau trong lồng ngực đang đà thuyên giảm, cơ hồ như thân thể của tôi đang cảm ứng với giọng nói của Edward... Chỉ còn vài giây nữa thôi là tôi được nghe lại giọng nói của anh rồi.

Âm thanh tiếng sóng vỗ chợt nghe xa xăm làm sao, không hiểu tại sao nó lại có vẻ xa xăm hơn cả lúc tôi còn đang ở trên lối đi nhỏ có cây mọc um tùm nữa. Tôi không khỏi nhăn nhó khi bất chợt nghĩ đến nhiệt độ của nước, có lẽ nhiệt độ nước đã thay đổi. Nhưng tôi quyết không để cho điều đó ngăn cản mình.

Lúc này, gió thổi mạnh thêm, màn mưa trong phút chốc bị cuốn thành từng xoáy nước, từng xoáy nước, bắn tới tấp quanh tôi.

Tôi tiến ra miệng vực, mắt vẫn đăm đăm nhìn vào khoảng không ở trước mặt mình. Những ngón chân của tôi cứ mò mẫm bước về phía trước, lần mò theo mép đá cho khi đã đến được vị trí cần thiết. Tôi hít vào một hơi thật sâu và cứ đứng nguyên trong tư thế đó... chờ đợi.

- Bella!

Tôi mỉm cười, thở phào nhẹ nhõm.

Vâng? Tôi không dám trả lời lớn tiếng, sợ rằng âm lượng

giọng nói của mình sẽ phá vỡ ảo giác tuyệt đẹp đang có. Giọng nói của anh nghe rất thật và rất gần. Cứ mỗi lúc anh phản đối hành động của tôi là y như rằng ký ức của tôi lại tái hiện đầy đủ nhất giọng nói ấy - chất giọng êm mượt như nhung, ngân nga, du dương giống như tiếng đàn - một giọng nói tuyệt vời nhất thế gian.

- Em đừng làm như vậy - Anh ngăn cản.

Anh muốn em là con người thực thụ mà, tôi nhắc lại để anh nhớ. *Được thôi, hãy xem em đây.*

- Anh xin em. Hãy vì anh.

Nhưng dù gì thì anh cũng đã không còn ở bên em nữa rồi.

- Anh xin em mà - Giọng nói của anh chỉ còn là một lời thì thào lẩn khuất sau màn mưa mù mịt. Tóc tôi phất phơ trong gió lẫn trong mưa, quần áo thì đẫm đìa những nước là nước... Tôi ướt lướt thướt từ đầu tới chân, trông chẳng khác gì mới từ dưới biển chui lên, và tiếp theo, đây sẽ là... lần nhảy thứ hai. Tôi co người lại.

- Không, Bella! - Bây giờ, giọng nói của anh đã chuyển sang âm điệu phẫn uất, cơn giận này đáng yêu biết bao.

Khẽ mỉm cười, tôi duỗi thẳng tay ra trước, trong tư thế chuẩn bị nhảy, mặt ngước lên cao, hứng trọn màn mưa. Đã qua lâu lắm rồi cái ngày tôi còn đến hồ bơi - tập tểnh những cú nhảy đầu đời, trong lần tới đầu tiên. Tôi chúi người về phía trước, lấy đà...

Rồi tôi búng mình khỏi tảng đá.

Miệng tôi thét vang khi cả thân hình rơi vào khoảng không hệt như một ngôi sao băng - đấy là tiếng thét của niềm phấn khích tột cùng, hoàn toàn không hề vương một chút sợ hãi nào. Gió thốc điên loạn vào người tôi, ra sức chống lại trọng lực không gì có thể cưỡng lại nổi của trái đất... Cứ thế, lực hút xoáy lấy tôi, kéo tôi xuống, và cũng cứ thế tôi lao đi, lao đi hệt như một quả tên lửa sắp sửa găm vào mục tiêu.

Vâng! Cái từ một âm tiết duy nhất ấy cứ vang vọng mãi trong đầu tôi, ngay cả lúc tôi lướt thật ngọt thân mình vào trong nước. Lạnh quá, lạnh hơn cả mức tôi đã lo lắng trước đó, thêm vào đấy là cơn lạnh mà tôi đã hứng trước trong lúc rơi từ trên cao xuống.

Chìm sâu vào trong thứ nước biển đen ngòm, buốt giá, tôi cảm thấy rất đỗi tự hào về mình. Tôi đã không mảy may có lấy một sự xao động nào của nỗi sợ cả - chỉ có thuần túy chất adrenalin mà thôi. Quả tình, cú rơi chẳng đáng sợ chút nào. Trò chơi tìm cảm giác mạnh... Trò chơi thử thách. Rốt cuộc thì cảm giác mạnh là ở đâu, thử thách là ở chỗ nào nhỉ?

Đúng lúc tôi đang mơ mơ màng màng đến đó thì bỗng chợt... một luồng sóng ở đâu chồm tới cuốn lấy tôi.

Trước khi nhảy, tôi chỉ bận lòng trước kích cỡ đồ sộ, hùng vĩ của những vách đá, trước mối nguy hiểm về độ cao, về độ dốc đứng, mà hoàn toàn chẳng nghĩ ngợi gì đến thứ nước biển đen ngòm ngòm đang chờ đợi mình. Quả là có nằm mơ, tôi cũng không thể ngờ được rằng hiểm họa thực sự chính là thứ đang rình rập mình từ xa, bên dưới những con sóng đang không ngừng thi triển sức mạnh.

Tôi cảm nhận rõ ràng rằng ở ngay phía bên trên mình, những con sóng đang trong trận thủy chiến, cơn sóng này cuốn lấy tôi, cơn sóng kia giằng lại, cứ thế, tôi dập dềnh trong nước, hết nghiêng về bên này lại ngả về bên kia, cơ hồ như chúng đã quyết định sẽ chia đôi, mỗi bên giữ lấy một nửa thân người của tôi. Chỉ còn một cách thôi, một cách duy nhất tránh được cơn thủy triều gây ra những dòng chảy mạnh và làm biển động này: đó là nên bơi song song với bãi biển hơn là ra sức bơi vào bờ. Cái kiến thức này xem ra cũng hay hay, nhưng mà kỳ thực, tôi cũng chẳng rõ bãi bờ đang nằm ở phía nào nữa.

Đất liền nằm ở hướng nào? Tôi không sao xác định được.

Xung quanh tôi, khắp nơi chỉ toàn nước là nước, thứ nước biển đem ngòm; chẳng thấy chút ánh sáng nào khả dĩ có thể dẫn lối cho tôi trồi lên cả. Trong không trung, trọng lực có đầy đủ mọi quyền hành là vậy, ấy thế mà giữa mênh mông sóng nước như thế này, nó chẳng còn chút uy quyền nào nữa - tôi không cảm nhận được một lực hút nào kéo mình xuống, cũng chẳng có cảm giác là mình đang bị nhấn chìm. Thay vào đó, chỉ có duy nhất một luồng sóng cuốn lấy tôi, không quăng, thì dập tôi giống như đang hành hạ một con búp bê được nhồi bằng giẻ.

Một cách cố gắng, tôi nín thở, bặm môi lại thật chặt để giữ lấy chút ôxy cuối cùng còn sót lại.

Và tình thật, tôi không hề ngạc nhiên chút nào, khi ảo giác về Edward vẫn còn đọng lại nơi tôi. Anh đang ra sức động viên tôi, khi nhận ra rằng tôi sắp chết. Hiểu ra điều đó, tôi thất sắc. Phải rồi, tôi sẽ chết đuối. Tôi đang sắp chết đuối.

- Bơi đi em! - Tiếng Edward khẩn nài vang lên trong đầu tôi.

Bơi đi đâu hả anh? Chẳng có nơi nào ngoại trừ bóng đêm. Chẳng có nơi nào cho em bơi đến cả.

- Em hãy thôi ngay đi! - Anh ra lệnh - Em không được phép buông xuôi tất cả!

Nước biển lạnh buốt đã làm tê cứng tất cả tứ chi của tôi. Tôi không còn cảm nhận được những cú dập muốn chết đi sống lại của sóng như trước nữa. Giữa lúc này đây, đối với tôi, không chỉ còn là cơn hoa mắt đơn thuần, mà là quay cuồng một cách bất lực giữa biển dữ.

Nhưng tai tôi vẫn còn có thể nghe được giọng nói của anh. Tôi bắt buộc hai tay của mình phải quạt, hai chân của mình phải đập nhiều hơn, dù rằng mỗi giây trôi qua, tôi lại bị cuốn về phía khác. Không thể xoay chuyển được tình hình. Phải làm sao đây?

- Cố gắng lên! - Tiếng anh bật thét - Quỷ tha ma bắt, Bella, em hãy cố gắng lên đi.

Tại sao?

Tôi không muốn cố gắng nữa. Đây hoàn toàn chẳng phải là quyết định do nông nổi, do cái lạnh hay do sự thất bại hoàn toàn của đôi tay, khi mà các bắp thịt đã kiệt cùng sức lực. Thật lòng, tôi lấy làm vui mừng vì cuối cùng, mọi chuyện cũng đã phải kết thúc. Cách chết này rõ ràng là nhẹ nhàng nhất, so với tất cả những cái chết mà tôi đang phải đối mặt. Tôi cảm nhận được một sự an lành kỳ khôi.

Bất chợt, hiện ra trước mắt tôi những hình ảnh của ngày xưa - hiện tượng người ta vẫn hay bảo là khi không bỗng trông thấy hình ảnh cuộc đời mình hiện ra sờ sờ ngay trước

475

mắt mình. Tôi thì may mắn hơn tất thảy mọi người. Dù sao đi nữa thì ai đây, ai mới thật sự là kẻ đang mong muốn nhìn lại quá khứ nào?

Tôi trông thấy anh, và thế là tôi không còn ý định cố gắng nữa. Anh hiện ra rõ ràng quá, rõ ràng hơn cả hình ảnh có trong ký ức của tôi. Tiềm thức của tôi đã lưu giữ lại hình ảnh của Edward một cách hoàn hảo, không mảy may sai chệch một chi tiết nào, và hình ảnh ấy đang được tái hiện lại trong thời khắc cuối cùng này. Gương mặt toàn bích của Edward hiện ra rõ mồn một trước mắt tôi tựa thể như anh đang thực sự ở đó - làn da trắng muốt buốt giá của anh, hình dáng đôi môi của anh, đường nét ở quai hàm, ánh mắt vàng lấp lánh những tia nhìn giận dữ. Phải rồi, anh đang phẫn nộ, cũng đúng thôi, vì tôi đã đầu hàng. Hai hàm răng của anh đang siết chặt lại, hai cánh mũi phập phồng cơn thịnh nộ.

- Không! Bella, không!

Đôi tai của tôi đã ngập đầy thứ nước giá buốt, nhưng sao giọng nói của anh lại rõ rệt hơn bao giờ hết. Tôi phớt lờ lời lẽ của anh, chỉ ra sức tập trung vào âm điệu của giọng nói ấy. Tại sao tôi lại phải cố gắng khi mà tôi đang hạnh phúc ở chốn này kia chứ? Và ngay cả khi hai lá phổi của tôi những muốn nổ tung đòi không khí, đồng thời hai chân của tôi đang bị chuột rút vì giá lạnh, tôi vẫn hoàn toàn mãn nguyện. Đã bao lâu nay, tôi quên mất hạnh phúc thật sự là như thế này rồi.

Hạnh phúc - điều này đã làm cho cơn hấp hối của tôi trở nên có thể chịu đựng được.

Cuối cùng thì luồng sóng kia đã chiến thắng, nó bất ngờ xô tôi vào một vật gì đó rất cứng, có thể đó là một tảng đá không thể trông rõ hình thù giữa tình cảnh ảm đạm này. "Ahhh", tôi bị quật ngang ngực, đau đớn giống như vừa bị một thanh sắt đập phải, toàn bộ hơi thở còn sót lại ở hai lá phổi của tôi bắn phụt ra ngoài, tạo thành đám bọt khí trắng đục. Ngay lập tức, nước tràn vào cổ họng tôi, làm khé cả cổ. Thanh sắt hình như đang lôi tôi đi... xa khỏi Edward, kéo tôi xuống, càng lúc càng sâu, vùi thân thể tôi xuống tận đáy đại dương tối tăm.

Vĩnh biệt, em yêu anh! Ý nghĩ cuối cùng của tôi đột ngột tắt lịm.

16. PARIS

Trong thời khắc đó, đầu tôi va phải một mặt phẳng.

Không còn cách nào lần rõ ra phương hướng được nữa. Chắc chắn là tôi đã bị chìm nghỉm thật rồi.

Luồng sóng kia sẽ không nâng tôi dậy đâu. Nó đang quăng tôi vào chỗ có nhiều đá hơn. Tôi cảm thấy buốt nhói - đá động vào lưng tôi, từng nhịp, từng nhịp, cơ hồ như muốn đẩy nước ra khỏi hai lá phổi. "Ọc, ọc"... Âm thanh ấy nghe thật lạ, không hiểu sao nước cứ liên tục chảy ào ào ra khỏi miệng, khỏi mũi tôi. Khó chịu quá, vị mặn chát của muối trong nước biển như muốn thiêu đốt toàn bộ con người tôi, hai lá phổi của tôi cũng muốn bùng cháy, cổ họng tôi ngập đầy nước nên không sao thở được, những khối đá vẫn tiếp tục đánh vào lưng tôi. Hình như... tôi đang ở một nơi nào đó thì phải, không hiểu tại sao lại như thế, và xung quanh tôi, sóng vẫn vỗ vào bờ. Tôi không thể nhìn thấy gì hết ngoại trừ nước, nước ở khắp mọi nơi, nước tràn khắp mặt tôi.

- Thở đi! - Một giọng nói ở đâu đó bỗng cất lên ra lệnh cho tôi, giọng nói lo lắng đến phát dại. Lòng tôi chợt nhói đau khi nhận ra giọng nói ấy... đó không phải là giọng nói của Edward.

Song, tôi không thể làm theo mệnh lệnh này được. Nước như thác vẫn tuôn trào ra khỏi miệng tôi, không cho tôi có lấy một cơ hội nào để hít thở. Thứ nước đen ngòm, lạnh giá vẫn còn đầy ăm ắp trong lồng ngực của tôi, bỏng rát.

Đá lại đập vào lưng tôi, ngay giữa những khớp xương vai, một luồng nước khác lại thoát ra khỏi buồng phổi của tôi.

- Thở đi, Bella! Nào! - Jacob nài nỉ.

Thấp thoáng trước mắt tôi, những bóng đen hiện ra mập mờ, càng lúc càng lớn dần, lớn dần, che khuất cả ánh sáng.

Đá lại tiếp tục va vào lưng tôi.

Nhưng đá không lạnh như nước, chỗ da tôi tiếp xúc với nó nghe nóng ran. Có lẽ là... đúng rồi, đó là bàn tay của Jacob đang ra sức đẩy nước ra khỏi hai lá phổi của tôi. Thanh sắt đã lôi tôi ra khỏi biển cũng thật... ấm áp... Đầu tôi xoay tít như chong chóng, những bóng đen trước mặt tôi che phủ cả mọi vật...

Vậy là tôi lại đang hấp hối thêm lần nữa thì phải? Tôi không thích điều này một chút nào - nó không được dễ chịu như lần hấp hối trước kia. Hiện giờ thì tất cả đã tối đen, chẳng có thứ gì đáng cho tôi để mắt đến nữa. Dần dần, tiếng sóng cũng nhạt nhòa trong bóng đêm, rồi hoàn toàn trở nên im ắng; ngay đến cái thứ tiếng rì rào nào đó dường như được phát ra từ chính đôi tai của tôi...

- Bella? - Jacob lại cất tiếng hỏi, giọng nói của cậu bạn vẫn còn chất đầy nỗi căng thẳng, nhưng không còn phát hoảng như trước nữa - Bella, chị ơi, chị có nghe thấy em nói gì không?

Các bộ phận nội tạng trong tôi vẫn còn ở trạng thái quay tít thò lò, chúng trồi lên lộn xuống hệt như đang ở trong vùng nước dữ...

- Cô ấy bất tỉnh được bao lâu rồi? - Có tiếng nói của một người khác cất lên.

Cái giọng nói không phải của Jacob ấy khiến tôi sững sờ, buộc tôi phải tỉnh táo hơn.

Và rồi tôi nhận ra là mình đang bất động. Luồng sóng hung bạo kia không còn quấn lấy tôi nữa - nhưng cơn dập dềnh vẫn còn hiện hữu trong đầu tôi. Mặt phẳng bên dưới tôi láng o và hoàn toàn không hề chuyển động. Tôi có cảm giác như dưới tay mình hơi ram ráp.

- Em không biết - Jacob đáp lời, giọng nói cho thấy cậu bạn vẫn chưa hoàn toàn lấy lại bình tĩnh. Nhưng lạ là giọng nói ấy đang ở rất gần tôi. Ôi, đôi bàn tay... ấm áp quá, ắt hẳn là của người bạn nhỏ rồi - cậu ấy đang vuốt những sợi tóc ướt nhẹp ra khỏi má tôi - Vài phút rồi thì phải? Em kéo cô ấy lên bãi chưa lâu lắm đâu.

Thứ tiếng *rì rào* trong tai tôi không phải là tiếng sóng - mà chính là tiếng không khí chuyển động vào, ra nơi hai lá phổi của tôi. Mỗi hơi thở của tôi lúc này đều bỏng rát - mọi lối thở của tôi đều đau buốt như thể tôi đang lấy mớ bùi nhùi thép mà cọ vào chúng. Nhưng quả thật là tôi vẫn còn đang thở được.

Sau đó, toàn thân của tôi bỗng nhiên đông cứng lại. Hàng ngàn những tinh thể nhỏ bé, sắc lẻm đang chà xát lên mặt tôi, lên tay tôi, cái lạnh vì thế càng trở nên buốt giá hơn.

- Cô ấy đang thở. Rồi cô ấy sẽ tỉnh lại thôi. Mặc dù vậy, chúng ta vẫn không nên để cho cô ấy ở ngoài trời lạnh thế này. Anh không thích nhìn màu da của cô ấy mỗi lúc mỗi chuyển màu như vậy... - Lần này thì tôi đã nhận ra giọng nói ấy... giọng nói của Sam.

480

- Anh nghĩ nếu mình đưa cô ấy đi thì cô ấy sẽ vẫn ổn chứ?

- Khi cô ấy rơi xuống thì có bị thương ở lưng hay ở đâu không?

- Em không biết nữa.

Họ ngần ngừ.

Tôi cố gắng mở mắt ra. Sự nỗ lực ấy diễn ra dễ có đến cả phút đồng hồ, nhưng những gì tôi có thể thấy được chỉ là những đám mây tím, mây đen đang rũ hàng trăm những giọt mưa lạnh ngắt xuống mặt tôi.

- Jake? - Tôi gọi bằng một chất giọng sầu thảm.

Gương mặt của Jacob đột ngột hiện ra trên nền trời.

- Ồ - Người bạn nhỏ há hốc miệng ra vì ngạc nhiên, sự nhẹ nhõm hiển hiện rất rõ qua dáng vẻ của cậu. Đôi mắt cậu ướt đẫm nước mưa - Ôi Bella! Chị không sao chứ? Chị có nghe thấy em nói gì không? Chị có bị thương ở đâu không?

- Ch-chỉ ơ-ở cổ họng thôi - Tôi lắp bắp, đôi môi run rẩy vì lạnh.

- Vậy thì chúng ta ra khỏi đây nhé - Jacob đề nghị. Và nói là làm, người bạn nhỏ luồn tay xuống bên dưới thân hình của tôi, bế bổng tôi lên một cách nhẹ hẫng, giống hệt như người ta nhấc một chiếc hộp rỗng ruột. Vồng ngực của người bạn nhỏ trần trụi và ấm áp. Cậu khum vai lại để che mưa cho tôi. Đầu tôi gối lên cánh tay của cậu. Bất giác tôi ngoái nhìn lại phía sau, những con sóng dữ vẫn liên tục vỗ vào bờ cát.

- Em đưa cô bạn đi theo luôn chứ? - Tôi nghe thấy tiếng Sam hỏi.

- Dạ, rồi em sẽ khởi hành. Anh quay trở lại bệnh viện trước đi nha. Em sẽ gặp anh sau. Cảm ơn anh, anh Sam.

Cái đầu của tôi vẫn còn dập dềnh. Bởi vậy cho nên chẳng có lời nào của người bạn nhỏ lọt được vào trong lỗ tai của tôi cả. Sam im lặng không trả lời. Và tai tôi cũng không đón nhận được một tiếng động nào, không biết là anh ta đã bỏ đi hay chưa.

Cứ thế, Jacob bế tôi đi, ở phía sau lưng cậu, nước vẫn liếm vào bờ cát, trông có vẻ như chúng đang quần quại một cách khổ sở, cơ hồ như chúng đang tức tối vì đã để vuột mất tôi. Giữa lúc tôi đang nhìn lại một cách lơ đãng thì bất chợt xuất hiện một vệt màu lạ; ngay lập tức, cái vệt màu ấy hút lấy ánh mắt mơ màng của tôi - xa xa ngoài vịnh, một đốm lửa đang bập bùng nhảy múa trên mặt nước đen ngòm. Hình ảnh đó chẳng có ý nghĩa gì nhưng không hiểu sao tôi lại quan tâm đến nó như vậy. Tâm trí của tôi đang chao đảo với những ký ức về cái mặt nước đen - như không thể đen hơn được nữa - nổi sóng; khi ấy, tôi hoàn toàn mất phương hướng, nổi không ra nổi mà chìm cũng chẳng ra chìm. Cả cơ thể của tôi cứ dập dềnh, trồi hụp... Nhưng tại sao Jacob...

- Làm cách nào mà em tìm ra được chị thế?

- Lúc đó em đang đi đến chỗ chị mà - Người bạn nhỏ giải thích. Cậu đang bước như chạy trong màn mưa, lên khỏi bãi biển, tiến thẳng ra đường cái - Em đã lần theo vết bánh xe của chị để lại, và rồi em nghe thấy chị thét lên... - Nói đến đây, người bạn nhỏ rùng mình - Sao chị lại nhảy, hả Bella? Chị không nhận ra rằng trời đang chuyển bão, biển đang động ở ngoài đó hả? Chị không thể chờ em được sao? - Sự nhẹ nhõm đã trôi qua, bây giờ là lúc "cơn bão" mới thật sự kéo đến.

- Chị xin lỗi - Tôi lầm bầm nói - Thật quả là ngốc nghếch quá đi mất.

- Vâng, *quá* ngốc nghếch - Ân nhân của tôi gật đầu xác nhận, những giọt nước mưa theo quán tính văng ra khỏi những sợi tóc của cậu - Nào, chị có thể làm ơn ngừng mấy cái trò ngốc nghếch đó lại trong lúc không có mặt em ở bên cạnh chị được không? Em không thể nào tập trung làm nhiệm vụ được khi mà trong đầu cứ tồn tại cái ý nghĩ rằng sau lưng em, chị sắp sửa lao đầu ra khỏi vách đá.

- Ừ, tất nhiên là được - Tôi trả lời - Không sao đâu - Giọng nói của tôi nhừa nhựa y như người liên tục hút thuốc lá. Tôi cố gắng thanh lọc lại cuống họng của mình... và không thể nào tránh khỏi nhăn mặt; không ngờ chỉ hắng giọng thôi mà tôi cũng có cảm giác như mình đang nuốt dao vậy - Hôm nay có chuyện gì không em? Em đã... tìm ra cô ta chưa? - Bây giờ tới lượt tôi rùng mình, dù rằng hiện thời, áp bên thân thể nóng hổi một cách kỳ lạ của người bạn nhỏ, tôi không còn cảm thấy lạnh lẽo nữa.

Jacob lặng lẽ lắc đầu. Ra tới đường dẫn về nhà, cậu túc tắc chạy hơn là đang bước đi.

- Không. Ả đã lao xuống nước... Ở dưới nước thì bọn quỷ hút máu có lợi thế hơn. Đó là lý do vì sao em phóng vội về nhà... Em sợ rằng ả sẽ bơi ngược trở lại. Còn chị thì rất hay ra biển... - Jacob chợt ngừng lời, cổ họng của cậu như đang nghẹn lại.

- Sam cũng trở về với em... mọi người cũng về hết chứ? -

Tôi đang mong mọi người không còn tiếp tục truy tìm người phụ nữ đáng sợ đó nữa.

- Vâng. Cũng gần gần như vậy.

Tôi liếc nhìn người bạn nhỏ trong màn mưa, cố gắng đọc ra cảm xúc của người vừa cứu sống mình. Đôi mắt cậu bạn se lại, hẳn đầy những đau đớn.

Những lời lẽ vốn chẳng có ý nghĩa gì lắm với tôi trước đó chợt hiện ra sáng rõ.

- Lúc nãy, em có nói với Sam. Bệnh viện. Có ai đó bị thương sao? Cô ta đã làm cho bạn em bị thương hả? - Âm điệu trong giọng nói của tôi bỗng ngân lên độ quãng tám, nghe như tiếng... vịt kêu vì chất giọng đang bị khàn.

- Không phải, không phải. Khi tụi em quay trở lại, Embry đang chờ đợi tin tức. Là bác Harry Clearwater, chị ạ. Sáng nay, bác Harry lên cơn đau tim.

- Bác Harry ư? - Tôi lắc đầu, cố gắng hấp thụ những gì vừa được nghe kể - Ôi không! Bố chị có biết chuyện không?

- Có chứ. Chú Charlie cũng ở trong đó, với bố em.

- Bác Harry sẽ ổn chứ, em?

Đôi mắt của Jacob lại se lại:

- Hiện tại chẳng có gì khả quan hết, chị ạ.

Ngay tức khắc, một cảm giác tội lỗi tràn ngập trong lòng tôi - thật chẳng ra làm sao cái trò chơi lao đầu xuống khỏi vách đá đó, tôi cảm thấy ghét bản thân mình ghê gớm. Đang yên đang lành, khi không lại làm cho mọi người phải mất công lo lắng thêm cho mình. Tiêu phí thời gian để làm cái trò vô bổ ấy, rõ ràng không còn việc gì có thể ngốc nghếch hơn nữa.

- Chị có thể làm được gì không? - Tôi rụt rè hỏi.

Đúng thời khắc đó thì mưa ngừng rơi. Chỉ cho đến lúc người bạn nhỏ bước qua cửa vào nhà, tôi mới nhận ra là chúng tôi đã về lại "cái kho thóc" bé tí xíu. Cơn bão vẫn rú rít trên nóc nhà.

- Chị có thể ở *đây* - Vừa nói, Jacob vừa đặt tôi ngồi xuống chiếc ghế tràng kỷ thấp tè - Em muốn nói là... ở yên đây. Em sẽ đi lấy cho chị một bộ quần áo khác.

Tôi để cho đôi mắt của mình quen dần với bóng tối của căn phòng trong lúc Jacob đang lúi húi trong phòng riêng, rồi chẳng mấy lúc sau, khắp nhà vang lên những tiếng "xịch, rầm, rầm" phát ra từ căn phòng nhỏ xíu của người bạn nhỏ. Không có ông Billy, căn phòng khách chật hẹp này trở nên thật trống trải, gần như là tiêu điều. Lòng tôi bỗng nao nao, thắc thỏm đến kỳ lạ - có lẽ là bởi do tôi biết hiện ông Billy đang ở đâu.

Chỉ độ vài giây sau, Jacob trở ra. Cậu đưa cho tôi chồng quần áo vải bông màu xám.

- Mấy cái này đối với chị sẽ rộng khủng khiếp đây, nhưng em chỉ có thể thôi. Em, ơ... à, sẽ ra ngoài để chị thay đồ.

- Em đừng đi. Chị mệt quá, vẫn chưa thể cử động được đâu. Hãy cứ ở đây với chị.

Jacob ngồi bệt ngay xuống sàn, bên cạnh tôi, tựa lưng vào chiếc ghế tràng kỷ. Không rõ lần cuối cùng cậu bạn của tôi còn được ngủ là khi nào. Cứ như những gì tôi đang chứng kiến đây thì rõ ràng là người bạn nhỏ đang hoàn toàn mệt lử.

Rồi tựa đầu lên phần nệm bên cạnh tôi, người bạn nhỏ khẽ ngáp dài.

- Chắc là em nên nghỉ một chút...

Vừa nói xong, cậu bạn khép mắt lại. Tôi cũng để cho đôi mắt của mình khép lại theo.

Tội nghiệp bà Sue. Tội nghiệp ông Harry. Tôi biết rằng bố tôi sẽ luôn túc trực ở bên cạnh ông. Ông Harry là một trong những người bạn thân nhất của bố. Dù Jake có nhận xét tình hình xấu đến thế nào đi nữa, tôi vẫn tin, vẫn hy vọng rằng ông Harry sẽ vượt qua được tất cả - như ước vọng của bố tôi, như ước vọng của bà Sue, của Leah và của Seth...

Chiếc ghế xôpha của ông Billy được đặt ở ngay bên cạnh lò sưởi, vì thế lúc này tôi đã cảm thấy ấm áp trở lại, cho dù bộ quần áo của tôi đang mặc sũng sĩnh nước. Phía sau lưng tôi, hai lá phổi đau đến độ thà tôi chìm vào vô thức còn hơn là phải tỉnh táo như thế này. Nhưng rồi tôi phân vân, đang giữa lúc mọi người lo lắng trong bệnh viện như thế thì tôi lại điềm nhiên nằm ngủ, như vậy có bị xem là đành tâm không... hay tôi cần phải lầm rầm cầu nguyện cho người bạn chí cốt của bố tôi...? Bên cạnh tôi, Jacob bắt đầu thở đều, tiếng thở êm dịu ấy nghe y hệt như một bài hát ru em. Và tôi nhanh chóng chìm vào giấc ngủ.

Lần đầu tiên trong suốt một thời gian dài, giấc mơ của tôi đã trở về đúng với tên gọi là một giấc mộng lành. Thật ra đó cũng chỉ là sự tái hiện lại những ký ức cũ mà thôi - ánh mặt trời chói chang của bang Phoenix, gương mặt của mẹ tôi, một ngôi nhà trên cây cũ kỹ, một cái mền bông đã bạc màu, một bức tường treo toàn gương là gương, một ngọn lửa bập bùng trên mặt nước đen kịt... Và rồi tất cả bỗng chìm vào quên lãng, tôi quên chúng ngay khi một bức tranh khác xuất hiện.

Bức tranh cuối cùng này là thứ duy nhất còn đọng lại trong đầu tôi. Nó không có nghĩa gì cả - chỉ là một cảnh trí trên sân khấu. Một ban công lờ mờ hiện ra trong đêm, trên trời cao, một vầng trăng đã được vẽ sẵn. Và tôi nhận ra một cô gái trong chiếc áo ngủ đang tựa mình vào các chấn song, độc thoại.

Không có ý nghĩa gì cả... nhưng trông rất quen... tôi cố gắng nhớ lại... thôi đúng rồi, đó chính là Juliet.

Jacob vẫn đang ngủ; cậu đã lăn kềnh ra sàn nhà, hơi thở vẫn sâu và đều. Toàn bộ căn nhà trở nên tăm tối hơn bao giờ hết, bên ngoài cửa sổ, bóng tối đã phủ xuống tấm màn đen. Tôi vẫn ngồi im, cảm thấy vô cùng ấm áp, và quần áo cũng gần như đã khô ráo hoàn toàn. Duy chỉ còn phiền mỗi một nỗi là cái cổ họng của tôi vẫn rát như bị xát muối mỗi khi thở mà thôi.

Dẫu sao thì tôi cũng cần phải ngồi dậy - ít ra là để uống nước. Nhưng cả thân người tôi chỉ muốn nằm ườn ra đây, không muốn nhúc nhích.

Và rồi, thay vì động đậy tay chân, tôi lại nghĩ đến Juliet.

Tôi tự hỏi không biết nàng sẽ làm gì nếu như Romeo rời bỏ nàng, không phải vì chàng bị lưu đày mà vì chàng không còn yêu nàng nữa? Nếu như Rosalind luôn ở bên cạnh chàng, và lòng chàng thay đổi thì sao? Và nếu như, thay vì thành hôn với Juliet, chàng lại bỏ đi biệt tích thì sao?

Có lẽ tôi hiểu được cảm giác của Juliet.

Nàng sẽ không quay trở lại với cuộc sống cũ của mình, không thể quay lại hoàn toàn được. Nàng sẽ không thể tiếp tục đặt mình vào cái guồng quay của cuộc sống ấy. Tôi dám đoan chắc điều đó. Cho dù là có thể nàng sẽ sống được cho đến lúc lụ khụ, đầu tóc bạc phơ thì mỗi lần nhắm mắt lại, gương mặt của chàng Romeo cũng sẽ hiện ra phía sau đôi mi mắt ấy. Cuối cùng thì nàng Juliet cũng phải đành lòng với điều ấy mà thôi.

Và rồi tôi lại tự hỏi liệu rằng để cho cha mẹ hài lòng, và cũng là để giữ gìn hòa khí, Juliet có chấp nhận thành hôn với chàng Paris không? Không đâu, có lẽ là không, tôi tự... quyết định thay cho Juliet. Kỳ thực là câu chuyện không viết nhiều về chàng Paris. Chàng chỉ là một nhân vật nền - một anh chàng có địa vị, một mối đe dọa của Juliet, một kẻ mà nàng bị buộc phải lấy làm chồng.

Nếu như thân phận chàng Paris không dừng lại ở đó thì sao?

Nếu như Paris trở thành bạn của Juliet - người bạn rất thân, có thể được xem là thân nhất của nàng - thì chuyện sẽ thế nào nhỉ? Giả như chàng là người duy nhất mà nàng có thể giải bày tâm sự, giải bày những kỷ niệm tuyệt vời nàng đã từng có cùng chàng Romeo? Giả như chàng là người hiểu nàng, đã giúp nàng tìm lại được phần nào cảm giác của một con người bình thường? Giả như chàng là người kiên nhẫn và tốt bụng? Giả như chàng luôn quan tâm, chăm sóc cho nàng? Giả như Juliet nhận biết rằng nàng không thể tồn tại được nếu thiếu chàng Paris? Giả như chàng Paris thật lòng yêu nàng và thực sự mong muốn cho nàng được hạnh phúc? Thì sao... Thì sẽ như thế nào...?

Và... giả như Juliet cũng yêu Paris? Không giống như tình yêu mà nàng đã dành cho Romeo. Tất nhiên rồi, không có tình yêu nào có thể giống với tình yêu ấy, nhưng đủ để nàng cũng mong muốn cho chàng được hạnh phúc?

Khắp căn phòng chỉ vang lên đều đều mỗi tiếng thở của Jacob, tiếng thở thật chậm và thật sâu - hệt như một bài hát ầu ơ dành cho trẻ nhỏ, giống như tiếng kẽo kẹt nhè nhẹ của chiếc ghế bập bênh và không khác gì nhịp "tích tắc" của chiếc đồng hồ cổ... khiến cho lòng ta không cần chốn nào khác để ra đi... Đây chính là âm thanh của sự an ủi.

Giả như chàng Romeo đã thật sự ra đi không bao giờ trở lại, thì Juliet có nên chấp nhận chàng Paris hay không? Có lẽ là nàng sẽ cố gắng sắp xếp lại những gì còn dang dở của mình. Và có lẽ nàng sẽ có lại được phần nào hạnh phúc.

Tôi thở dài, và không kềm được tiếng rên rỉ khi sự thở dài của mình lại làm cho cổ họng rát đau như bị xát muối. Tôi đọc nhiều truyện quá, đến độ thành ra "lậm" luôn. Romeo sẽ chẳng bao giờ thay đổi quyết định của mình. Đó là lý do vì sao người đời vẫn nhớ đến tên chàng, luôn luôn gắn tên chàng vào với tên người yêu: Romeo và Juliet. Đó là lý do vì sao đây là một chuyện tình đẹp. Còn "Nàng Juliet bị phụ tình, cuối cùng sánh duyên cùng chàng Paris" sẽ chẳng bao giờ xảy ra.

Tôi nhắm mắt lại, tiếp tục mê đi, cố để đầu óc tránh xa khỏi vở kịch suy diễn ngớ ngẩn tôi không muốn lưu tâm kia nữa. Để quên đi, tôi nghĩ đến cái sự thật đã xảy ra - đó là việc tôi đã lao đầu ra khỏi vách đá - một hành động sai lầm ngốc nghếch nhất trong đời. Mà nào đâu chỉ có cái trò chơi thử thách ấy, còn vụ bày đặt tập lái xe gắn máy, mạo hiểm tính mạng của mình không khác chi anh chàng Evel Knievel[1] nữa chứ. Nếu có chuyện gì không may xảy đến với tôi thì sao? Khi ấy, bố sẽ phải làm thế nào? Cơn đau tim của ông Harry đột nhiên khiến tôi liên tưởng đến bản thân mình. Không, tôi không muốn chuyện ấy xảy ra đâu, bởi lẽ - nếu tôi thừa nhận sự thật này - thì điều đó có nghĩa là tôi buộc phải thay đổi cách sống của mình. Làm sao tôi có thể sống được như thế?

Có lẽ tôi vẫn sẽ sống được đấy. Dẫu rằng điều đó chẳng dễ dàng chút nào; thật lòng mà nói thì phớt lờ những ảo giác, cố gắng trưởng thành trong cuộc sống... sẽ khổ sở lắm. Nhưng biết đâu tôi lại làm được. Đúng, có lẽ tôi sẽ làm được - nếu như tôi có Jacob.

Nhưng hiện tại tôi vẫn chưa thể quyết định được. Chỉ nghĩ đến điều đó thôi là lòng tôi đã đau đớn biết dường nào rồi. Tôi phải nghĩ đến điều khác thôi.

Trong lúc tìm kiếm điều gì dễ chịu hơn để có thể tập trung tâm trí vào đó, những hình ảnh về biến cố lúc ban chiều chợt ùa vào hồn tôi... cái cảm giác được hòa mình vào không trung trong lúc rơi, màu nước đen kịt, những đòn hiểm của luồng sóng dữ... gương mặt của Edward... gương mặt của Edward - tôi dừng lại trước hình ảnh này một lúc lâu. Rồi đôi tay ấm áp của Jacob ra sức giành giật lại sự sống của tôi khỏi bàn tay của thần chết... Trên cao, những đám mây tím ngắt đang làm mưa làm gió... Rồi một ngọn lửa nhảy múa bập bùng trên những con sóng...

*

[1] Evel Knievel là người hùng của những pha nhào lộn môtô trong suốt thập niên 60 và 70 của thế kỷ XX, được hàng triệu người hâm mộ.

... Khoan đã, ánh lửa trên mặt biển ấy... sao tôi thấy quen quen. Lẽ tất nhiên, nó không thể nào là lửa thật được...

"Xoẹt, xoẹt...", tiếng bánh xe hơi cán lên bùn ở ngoài đường cái chợt cắt đứt mạch suy nghĩ của tôi. Tôi nhận biết được rằng có chiếc xe đang đỗ xịch ở cửa trước. Hai cánh cửa ra vào đột ngột mở bung rồi khép ngay lại. Tôi nghĩ mình nên đứng dậy, nhưng rồi lại thôi.

Giọng nói của ông Billy rất dễ nhận ra, ấy vậy mà lần này, giọng nói lại thật nhỏ, chỉ là thứ tiếng lầm bầm trầm đục.

Cánh cửa trong nhà lại bật mở, kèm theo đó là ánh đèn đột ngột lóe sáng. Nhất thời tôi bị lóa mắt, không thể nhìn thấy được một thứ gì. Jake tỉnh ngay giấc ngủ, vùng dậy, miệng há hốc vì ngạc nhiên.

- Xin lỗi - Ông Billy lầm bầm - Chúng ta không làm cho hai đứa mất giấc đấy chứ?

Một cách chậm chạp, tôi cố tập trung thị lực vào khuôn mặt của ông Billy, và tôi nhận ra gương mặt ấy đang hằn đầy nỗi khổ sở.

- Dạ không ạ, không có đâu bác Billy - Tôi thẽ thọt trả lời.

Ông Billy khẽ gật đầu, dáng vẻ cho thấy ông đang phải chịu đựng một nỗi đau đớn rất lớn. Một cách vội vàng, Jake chạy đến với bố mình, cậu cầm lấy tay ông. Nỗi đau khổ đã biến gương mặt vốn từng trải của người đàn ông da đỏ thành ra ngơ ngác, ngây ngô như một đứa trẻ - trông hơi "chõi" với dáng vẻ kinh nghiệm đầy mình của ông Billy.

Sam ở ngay phía sau ông, đang đẩy chiếc xe lăn qua ngưỡng cửa. Vẻ điềm tĩnh thường ngày của người thanh niên này cũng đã biến mất, thay vào đó là một gương mặt đau thương.

- Cháu rất lấy làm tiếc - Tôi thều thào nói.

Ông Billy gật đầu.

- Mọi người sẽ đau buồn lắm.

- Bố cháu đâu rồi bác?

- Bố cháu vẫn còn ở trong bệnh viện với Sue. Vẫn còn phải sắp xếp... nhiều việc lắm.

Tôi nuốt nước bọt một cách khó khăn.

- Có lẽ cháu nên quay lại đó - Sam lầm bầm nói, dứt lời, anh ta bước nhanh ra cửa.

Rụt tay ra khỏi tay của Jacob, ông Billy lăn xe qua gian bếp để về phòng của mình.

Jake nhìn theo bố trong giây lát, sau đó lại ngồi trở xuống sàn nhà, bên cạnh tôi. Cậu úp mặt vào tay. Ước gì tôi có thể nghĩ ra được một điều gì đó để nói... Tôi xoa vai người bạn nhỏ.

Mãi đến một lúc lâu sau, Jacob mới ngửng mặt lên, cậu cầm lấy tay tôi, áp nó lên mặt của mình.

- Chị cảm thấy thế nào rồi? Chị có ổn không? Lẽ ra em phải đưa chị đến bác sĩ hay làm cho chị một việc gì đó mới đúng - Cậu bạn cao lớn thở dài.

- Đừng bận tâm đến chị - Tôi khẽ khàng nói.

Người bạn nhỏ quay đầu lại để nhìn tôi, trong đôi mắt của cậu có vành đỏ.

- Trông chị không được khỏe kìa.

- Có lẽ tinh thần của chị cũng không được khỏe.

- Để em đi lấy xe tải đưa chị về nhà... Chắc là chị cần phải ở nhà trước khi chú Charlie về đến.

- Ừ.

Trong lúc chờ đợi cậu bé cao lớn, tôi lờ phờ nằm dài ra trên ghế xôpha. Ông Billy thì đang trầm mặc trong một căn phòng khác. Tôi có cảm giác như mình là một kẻ tò mò tọc mạch, cứ chĩa đôi mắt "cú vọ" qua những lỗ hổng hòng nhìn thấu nỗi đau riêng tư vốn không phải của mình.

Jake đi không lâu. Tôi chưa kịp trông thì đã nghe thấy tiếng sấm nổ ầm vang ngoài đường rồi. Không nói không rằng, người bạn nhỏ đỡ tôi ngồi dậy, dìu tôi đi... Tôi rùng mình, bên ngoài, trời rét căm căm, Jacob quàng tay ôm lấy vai tôi. Rồi không nói không rằng, cậu tự động ngồi vào chiếc ghế dành cho người lái, kéo tôi ngồi sát vào bên cạnh cậu, và vẫn giữ nguyên vòng tay ôm tôi thật chặt. Tôi tựa đầu vào vồng ngực của cậu bạn cao lớn.

- Đưa chị đi thế này thì làm sao em trở về nhà được? - Tôi hỏi.

- Em chưa về nhà đâu. Bọn em vẫn còn chưa bắt được con quỷ hút máu mà, chị nhớ không?

Tôi lại rùng mình - sự rùng mình này chẳng có liên quan gì tới cái lạnh cả.

Hành trình sau đó diễn ra trong im lặng. Bầu không khí lạnh lẽo cảm nhận được từ lúc mới bước chân ra khỏi cửa nhà của Jacob đã làm cho tôi tỉnh hẳn. Đầu óc tôi đã minh mẫn trở lại, nó làm việc rất hăng và rất nhanh.

Điều gì sẽ xảy ra đây, nếu như...? Việc gì là đúng đắn?

Hiện thời, tôi không thể tưởng tượng được cuộc đời của mình sẽ ra sao nếu không có Jacob - tôi co rúm người lại trước cái ý nghĩ cứ thử một lần tưởng tượng xem sao. Không hiểu tự lúc nào, cậu bạn cao lớn đã trở thành một phần quan trọng trong cuộc sống, trong sự tồn tại của tôi rồi. Nhưng từ bỏ cách sống hiện tại, tránh xa mọi người - ai vướng vào tôi cũng đều chẳng được yên thân kia mà... thì có phải là tàn nhẫn không, như Mike đã từng nhận định?

Bất chợt tôi nhớ đến điều ước trước đây của mình, rằng Jacob là em trai của tôi. Giờ thì tôi nhận ra là tất cả những gì tôi muốn đều là yêu cầu đối với người bạn nhỏ. Khi cậu giúp tôi như thế này, tôi chẳng còn cái cảm giác chị em nữa, mà thay vào đó là sự cảm nhận duy nhất: dễ chịu, ấm áp, thoải mái và thân tình. Rất an tâm. Jacob là bến bờ bình yên của tôi.

Và tôi hiểu trong lòng cậu bạn cao lớn này, tôi rất có quyền uy đối với cậu. Ừm, tôi chỉ nên phát huy cái quyền đó trong chừng mực mà thôi.

Vì lẽ đó, tôi phải kể hết mọi điều với cậu ấy. Như vậy mới công bằng. Tôi sẽ phải giải thích rõ ràng, để cậu ấy hiểu rằng không phải tôi đang ổn định lại tinh thần, rằng cậu ấy đối xử với tôi quá tốt. Jacob hiểu được rằng tôi bị tổn thương và điều ấy sẽ chẳng còn khiến cho cậu ngạc nhiên nữa, nhưng cậu ấy cũng cần phải biết đến mức độ tổn thương đó là như thế nào. Tôi cần phải thú nhận rằng tôi đã vui mừng ra sao... và như vậy cũng cần phải giải thích luôn về giọng nói êm đềm ấy. Cậu bạn của tôi cần phải biết mọi điều trước khi quyết định.

Nhưng mà, cho dù phải làm cho rõ ràng mọi điều là cần thiết đến đâu đi chăng nữa, thì tôi cũng hiểu rằng người bạn nhỏ sẽ vẫn luôn luôn ở bên cạnh tôi. Cậu thậm chí sẽ chẳng thèm để lọt vào tai cái sự thật ấy.

Nhưng muốn gì thì gì, tôi bắt buộc phải có thái độ thẳng thắn - phải kể thật với người bạn nhỏ tất cả những gì còn sót lại trong lòng mình, những mảnh vỡ của tình cảm, của cảm xúc. Đó là cách duy nhất để đối xử được với cậu ấy một cách công bằng. Liệu tôi sẽ có làm như vậy không? Và liệu rằng tôi sẽ có thể làm được như vậy hay không?

Chẳng lẽ làm cho Jacob vui vẻ, hạnh phúc lại là sai? Thật ra, cái phần tình cảm mà tôi dành cho cậu bạn chẳng hơn gì một tiếng vọng yếu ớt của cảm xúc, bởi lẽ trái tim của tôi hiện đang ở đâu đâu, nó phiêu du ở tận phương trời nào, và vẫn thường thổn thức vì chàng Romeo không kiên định; như thế là sai trái chăng?

Jacob đã dừng xe trước cửa nhà tôi, cậu tắt máy, và không gian hốt nhiên chìm trong yên lặng. Cũng giống như những lần khác, cậu bạn cao lớn có vẻ háo hức được biết những suy nghĩ đang nhảy múa trong đầu tôi.

Cậu quàng cánh tay còn lại quanh người tôi, ép chặt tôi vào ngực cậu, và cứ giữ cái tư thế ấy như vậy mãi một lúc lâu. Một lần nữa, cảm giác dễ chịu tràn ngập khắp tâm hồn tôi. Gần như tôi đã được trở về lại với con người thực thụ của chính mình.

Thoạt đầu, tôi nghĩ rằng Jacob đang nhớ tới ông Harry, nhưng rồi tôi tự biết ngay là mình đã lầm khi cậu bạn cao lớn lên tiếng, giọng nói của cậu đong đầy vẻ tiếc nuối:

- Em xin lỗi. Em biết chị không có cùng cảm giác với em, Bells ạ. Em nói thật đấy, em không hề nghĩ ngợi gì hết. Em

495

chỉ cảm thấy là mình rất vui khi chị được yên ổn. Chị biết không, em vui đến độ muốn... hát lên được... Và đó là thứ chẳng ai muốn nghe - Jacob bật cười, cái giọng khàn khàn của cậu ùa sâu vào tai tôi.

Hơi thở của tôi bỗng "lên nhiệt", tràn đầy cả cổ họng.

Chẳng phải Edward "lạnh lùng" không muốn tôi được hạnh phúc theo ý tôi đấy sao? Chẳng phải trong anh, tình cảm đã không còn đủ nồng nàn để đem lại hạnh phúc cho tôi đấy sao? Tôi biết là anh hoàn toàn có thể làm được. Và vì lẽ đó, anh sẽ không bực dọc gì với tôi đâu - về nỗi tôi sẽ dành một chút tình cảm mà anh không còn cần đến nữa cho người bạn nhỏ của tôi. Rốt cuộc thì hai tình yêu đó hoàn toàn khác nhau.

Jake áp cái má ấm áp lên đầu tôi.

Bây giờ, nếu tôi quay mặt sang bên cạnh - nếu tôi đặt môi mình lên bờ vai để trần của cậu bạn cao lớn... thì không còn nghi ngờ gì nữa, tôi biết chắc chắn điều gì sẽ xảy ra. Thật quá dễ dàng. Chẳng cần phải giải thích này nọ về mình với người bạn nhỏ nữa.

Nhưng tôi có thể thực hiện điều đó hay không? Tôi có thể phản bội trái tim trống vắng của tôi để cứu vớt quãng đời buồn thảm của mình không?

Đang trong lúc còn phân vân với việc có nên quay đầu sang bên cạnh hay không thì bụng tôi bỗng nôn nao một cách khác thường.

Và rồi, rất rõ ràng, rành rọt từng tiếng một - như thể tôi lại đang ở trong tình huống nguy hiểm - giọng nói êm dịu của Edward chợt xuất hiện, thì thầm bên tai tôi:

- Em hãy hạnh phúc nhé!

Tôi lặng người.

Thấy tôi như người đang bị đông cứng, Jacob vội buông tôi ra ngay tức thì, tay cậu đặt lên khóa cửa.

Khoan đã, tôi rất muốn kêu lên như vậy - *Xin hãy chờ một chút*. Nhưng tôi vẫn ngồi bất động trên ghế, lắng nghe âm điệu còn sót lại trong giọng nói của Edward.

Một cơn gió lạnh buốt chợt lùa vào cabin.

- Ôiii! - Jacob bỗng thở hắt ra như thể vừa bị ai đó thụi một quả đấm vào bụng - Quỷ sứ thật!

Vừa dứt lời, người bạn nhỏ đóng sập cửa lại, đồng thời vặn chìa khóa công-tắc. Đôi tay của cậu run rẩy dữ dội đến độ tôi không hiểu nổi làm sao cậu có thể... khởi động được máy xe.

- Có chuyện gì thế?

Jacob vặn tới vặn lui chùm chìa khóa; động cơ của chiếc xe khục khặc một chút rồi im bặt.

- Ma-cà-rồng - Cậu thốt lên.

Như một phản ứng tự nhiên, máu trên đầu tôi bất ngờ rút hết xuống làm cho tôi nhất thời váng vất.

- Sao em biết?

- Vì em có thể ngửi thấy được! Quỷ tha ma bắt!

Đôi mắt của người bạn nhỏ trở nên hoảng loạn, cứ chú mục vào con đường tối tăm trước mặt. Dường như bản thân cậu cũng ý thức được sự chấn động đang lan truyền khắp cơ thể.

- Rút lui hay bắt ả ngay đây? - Tôi nghe thấy cậu rít lên với chính mình.

Jacob quay phắt sang nhìn tôi, nhận ra ánh mắt kinh hoàng cùng gương mặt trắng bệch không còn một chút máu của kẻ đồng hành, cậu ngó quanh quất con đường trước mặt, nói:

- Được rồi. Hẵng cứ đưa chị ra khỏi đây đã.

Động cơ xe đột ngột lại vang lên ồn ã. Tiếng bánh xe rít lên trên mặt đường khi Jacob đánh xe quay ngược trở lại, hướng tới lối thoát duy nhất của chúng tôi lúc này. Hai luồng đèn pha quét ngang qua vỉa hè, rọi thẳng vào cánh rừng tăm tối, và cuối cùng là soi sáng một chiếc xe hơi đang đậu đối diện với ngôi nhà của tôi, ở bên kia đường.

- Dừng lại! - Tôi há hốc miệng ra vì kinh ngạc.

Đó là một chiếc xe hơi màu đen - một chiếc xe hơi không hề xa lạ đối với tôi. Tôi vốn là người mù tịt về xe hơi, song tôi vẫn có thể kể vanh vách những đặc điểm của chiếc xe đặc biệt đó. Đó là một chiếc Mercedes S55 AMG. Tôi biết rành rẽ về mã lực cũng như nội thất bên trong chiếc xe ấy. Nội việc chỉ ngắm nhìn nó thôi là cũng đã có thể cảm nhận được sức mạnh của hệ thống máy hoạt động êm ru của nó rồi. Tôi biết cả mùi da thuộc bọc ghế cùng những tấm kính đen hơn mức bình thường nữa, tính năng của những tấm kính ấy - tôi và chủ nhân của chiếc xe là những người biết rõ nhất - đó là để giảm đến mức tối đa ánh mặt trời buổi trưa rọi vào, để biển nắng cũng có thể trở thành bóng tối nhờ nhờ...

Đó là xe của bác sĩ Carlisle.

- Dừng lại! - Tôi lại thét lên, lần này âm lực được dồn nhiều hơi hơn, bởi lẽ Jacob đang hăm hở phóng xe đi.

- Cái gì?

- Không phải Victoria đâu. Dừng lại, dừng lại! Chị muốn trở lại.

Kéttt... Người bạn nhỏ dậm mạnh chân vào thắng, gấp đến độ tôi phải chống tay vào bảng đồng hồ cho khỏi ngã.

- Cái gì? - Người bạn nhỏ hỏi lại, hoàn toàn bị bất ngờ vì ngạc nhiên. Cậu ngó sững vào tôi bằng đôi mắt không còn hồn vía.

- Đó là chiếc xe hơi của bác sĩ Carlisle! Đó là gia đình Cullen. Chị biết.

Jacob ngó trân trân vào mặt tôi, nhận ra niềm hy vọng đang le lói của kẻ đồng hành, toàn thân cậu run lên.

- Nào Jake, em hãy bình tĩnh, bình tĩnh lại đi. Không có gì nguy hiểm đâu, đúng không nào? Thả lỏng người đi em.

- Ừ, ừ, bình tĩnh lại - Cậu bạn cao lớn hổn hển thở, đầu gục xuống và hai mắt nhắm nghiền. Trong lúc Jacob đang tập trung trấn tĩnh lại tinh thần để không trở thành sói, tôi nhìn ra ngoài cửa sổ, chú mục vào chiếc xe hơi màu đen.

Chỉ có bác sĩ Carlisle thôi, tôi tự nhủ với mình. Đừng mong đợi gì hơn nữa. Có lẽ là bà Esme... *Dừng suy nghĩ lại ở đó được rồi đấy*, tôi lại nói với chính mình. Chỉ là bác sĩ Carlisle thôi. Như thế đã là nhiều lắm rồi, hơn cả những gì tôi hy vọng được có trở lại nữa.

- Trong nhà chị có ma-cà-rồng đấy - Jacob rít lên - Vậy mà chị *muốn* quay trở lại sao?

Tôi quay sang Jacob, tiếc rẻ phải rời mắt khỏi chiếc xe Mercedes - lòng nao nao, sợ rằng khi mình quay đi thì chiếc xe sẽ biến mất.

- Ừ, chị muốn quay trở lại - Tôi trả lời, giọng nói chỉ lẩn khuất duy nhất nỗi ngạc nhiên trước câu hỏi của cậu bạn. Tất nhiên là tôi muốn quay trở lại rồi.

Gương mặt của Jacob lập tức đanh lại, những đau khổ mà tôi tưởng là sẽ không bao giờ còn trông thấy nữa lại hiện ra rõ mồn một. Và trước khi cậu bạn kịp đeo trở lại chiếc mặt nạ "sầu đời" ấy, tôi bắt gặp một sự phản bội bộc phát trong đôi mắt của cậu. Đôi tay của Jacob tiếp tục run rẩy. Trông cậu già hơn tôi đến mười tuổi.

Người bạn nhỏ hít vào một hơi đầy.

- Chị chắc chắn đây không phải là trò lừa chứ? - Cậu hỏi bằng một giọng từ tốn, khản đặc.

- Không phải trò lừa đâu. Là bác sĩ Carlisle đấy. Đưa chị trở lại đi!

Một cơn run bắn người xuất hiện nơi bờ vai rộng của Jacob, dù rằng trong đôi mắt của cậu vẫn không có lấy một chút xao động.

- Không.

- Jake à, được mà...

- Đã bảo là không cơ mà. Nếu muốn thì tự mình làm đi, Bella - Jacob sẵng giọng nói và những lời lẽ hung bạo cứ thế vang lên chát chúa bên tai tôi, tôi bất giác trở nên nao núng. Hai quai hàm của cậu bạn siết lại, nhưng rồi sau đó, chúng lại được thả lỏng ra.

- Nào, chị Bella - Jacob vẫn giữ giọng nói khe khắt, khản đặc - Em không thể quay lại được. Kẻ thù của em ở trong đó mà, em sẽ phải phạm luật hay không phạm luật đây...

- Không có giống như vậy đâu...

- Em phải đi báo cho Sam biết mới được. Chuyện này đã làm đảo lộn mọi thứ. Bọn em không thể để bị bắt gặp trên lãnh thổ của bọn chúng.

- Jake, đây không phải là chiến tranh!

Nhưng Jacob không nghe lời tôi. Trả xe về lại nấc số không, và cứ để cho máy chạy không như vậy, cậu bạn nhảy vọt ra ngoài cửa.

- Tạm biệt chị Bella - Jacob ngoái đầu lại, nói to - Em thực sự mong rằng chị sẽ không bị chết - Và cứ thế, người bạn nhỏ của tôi lao người vào trong bóng đêm, toàn thân run rẩy đến độ thân hình cậu mau chóng trở thành một chiếc bóng lờ mờ; rồi sau đó, thoắt một cái, Jacob biến mất trước khi tôi kịp mở miệng kêu.

Sự ăn năn lan tỏa thật nhanh khắp hồn tôi, ghìm chặt tôi vào ghế đến cả một giây dài. Tôi vừa mới làm gì Jacob vậy kìa?

Nhưng rồi nỗi hối hận đó cũng không giữ được tôi ở trong tư thế đó lâu hơn.

Khi lòng đã nguôi bớt, tôi chuyển sang ngồi ở ghế dành cho người lái, tay nắm lấy cái vôlăng. Song, cũng giống như Jake, tay tôi run rẩy một cách dữ dội, không thể làm được trò trống gì cả, phải đến một lúc lâu sau tôi mới tập trung được tinh thần. Một cách thận trọng, tôi quay xe lại, lái xe về thẳng nhà mình.

Tôi tắt đèn xe nên cả không gian chìm trong bóng tối tĩnh mịch. Bố đi vội quá nên quên không để đèn hàng hiên. Bất giác lòng tôi cảm thấy bị dằn vặt vì nghi ngờ, tôi nhìn chằm chằm vào ngôi nhà chìm sâu trong đêm tối. Ngộ nhỡ đây là một vố lừa thì sao?

Tôi nhìn trở lại chiếc xe hơi sang trọng màu đen, trong bóng tối mênh mông, nó gần như vô hình. Không, tôi biết rất rõ chiếc xe hơi này.

Vã cả mồ hôi hột, tôi lần tay tìm lấy chùm chìa khóa giấu bên trên khung cửa ra vào, đôi tay run bần bật nhiều hơn cả lúc trước. Một tay tôi vẫn đang không ngớt run rẩy nắm lấy tay nắm cửa... cho chắc, và nhờ vậy, chiếc chìa khóa tra vào cửa cũng như việc xoay mở cửa trở nên dễ dàng hơn. Và tôi cứ để cửa mở như vậy. Lối đi tối om om.

Những muốn lên tiếng chào cho không gian đỡ cô quạnh, nhưng sao cổ họng của tôi bỗng trở nên khô khốc. Tiếng thở của tôi không sao nín lại được - "hộc, hộc, hộc..."

Tôi tiến một bước vào bên trong nhà, dò dẫm tìm công tắc đèn. Trời tối quá - hệt như cái mặt biển đen ngòm kia... Công tắc đèn biến đi đằng nào mất rồi nhỉ?

Ừ, nước biển đen ngòm, với một ánh lửa bập bùng nhảy múa trên đầu những ngọn sóng. Không, không thể là lửa được, nhưng thế thì là cái gì nhỉ?... Những ngón tay của tôi lần lần theo mấy bức tường, cứ thế lần mò, lần mò, và run rẩy...

Là cái gì nhỉ? Bất chợt, từng lời nói hồi chiều của Jacob vang vọng trong đầu tôi, tất cả chợt hiện ra sáng rõ... *Ả đã lao xuống nước... Ở dưới nước thì bọn quỷ hút máu có lợi thế hơn. Đó là lý do vì sao em phóng vội về nhà... Em sợ rằng ả sẽ bơi ngược trở lại.*

Bàn tay tôi đang mò mẫm trong bóng tối chợt khựng lại,

cả thân người bỗng chốc đông cứng lại trong giây lát, giờ thì tôi đã hiểu tại sao mình lại ngờ ngợ ngọn lửa màu cam trên sóng nước rồi.

Mái tóc của Victoria, mái tóc phật nhờ trong gió, mái tóc màu lửa...

Con người đáng sợ ấy đã ở ngay đó. Ở ngay bờ vịnh cùng tôi và Jacob. Chẳng may Sam lúc ấy không có mặt, chẳng may khi ấy chỉ có hai đứa tôi, thì...? Tôi không thể thở hay di chuyển được nữa.

Bóng đèn vụt sáng, dù rằng bàn tay cứng đờ của tôi vẫn chưa tìm ra công tắc điện.

Tôi lóa mắt trong thứ ánh sáng trắng xóa đột nhiên bùng lên, và rồi nhận ra có một người đang đứng đó, một người đang chờ đợi tôi.

17. VỊ KHÁCH

Dáng người im lìm, nước da trắng muốt cùng cặp mắt đen huyền, to tròn đang chú mục nhìn tôi - vị khách đứng giữa lối đi, tĩnh lặng như một pho tượng, vẻ đẹp lộng lẫy tỏa ra hừng hực.

Hai đầu gối của tôi lập tức run rẩy, thiếu chút nữa là khuyu ngã. Rồi liền ngay sau đó, tôi lao người về phía kẻ đang đứng chờ mình.

- Alice, trời ơi, Alice! - Tôi thét lên và... "rầm"... Mặt trăng, mặt trời ở đâu bỗng xuất hiện và quay mòng mòng quanh đầu tôi.

Tôi đã quên mất là cơ thể của cô bạn tôi rất *cứng*; hành động của tôi thật không khác gì là lao mình vào một bức tường bằng ximăng cả.

- Bella? - Alice cất tiếng kêu, giọng nói vừa ngạc nhiên xen lẫn với nhẹ nhõm.

Tôi ôm chặt lấy bạn của mình, hít vào đầy buồng phổi mùi hương thân quen. Mùi hương này không giống với bất kỳ thứ mùi nào khác - không phải mùi hương thoang thoảng của hoa hay mùi thơm nồng của thảo mộc hoặc xạ hương. Trên thế giới này, không có mùi nước hoa nào có thể so sánh bằng được. Và vì thế, tôi không thể nào đánh giá chính xác được mùi hương ấy.

Trong giây lát, tôi không hề nhận ra rằng mình đã không

còn há hốc miệng ra vì ngạc nhiên nữa - chỉ đến khi biết được rằng mình đang được đưa đến chiếc ghế tràng kỷ trong phòng khách, và đến khi Alice ôm tôi vào lòng, tôi mới nhận thức được rằng mình đang thổn thức. Giữa lúc này đây, tôi không khác gì một kẻ đang co mình trong một hốc đá lạnh buốt, một hốc đá uốn lượn theo hình thể của thân hình tôi. Cô bạn vỗ nhè nhẹ vào lưng tôi, đợi tôi trấn tĩnh lại tinh thần.

- Mình xin lỗi - Tôi sụt sịt - Chỉ tại... gặp lại bạn, mình... mừng quá!

- Ừ, Bella. Mọi chuyện thế là ổn rồi.

- Ừ - Tôi reo to. Ít nhất là một lần trong đời, tôi đã náo nức đến như vậy.

Alice bỗng thở dài, nói:

- Mình quên mất bạn là người rất giàu tình cảm.

Tôi ngước nhìn cô bạn qua hai hàng nước mắt. Ôi trời, chiếc cổ xinh xắn của cô bạn đang gồng cứng lại, né ra xa khỏi tôi, đôi môi của cô ấy bặm vào nhau thật chặt. Và đôi mắt kẻ đang đối diện với tôi đen như hắc ín.

- Ơ - Tôi thở hắt khi nhận ra vấn đề của cô bạn. Alice đang khát. Còn tôi thì luôn luôn thơm ngon. Đã lâu lắm rồi, tôi không còn nhớ đến chuyện đó nữa - Mình xin lỗi.

- Là lỗi của mình mà. Lâu rồi, mình không còn đi săn. Lẽ ra mình không nên để cổ họng của mình khát khô đến thế. Tại hôm nay mình vội quá - Cái nhìn dành cho tôi của cô bạn bỗng chốc nghiêm lại - Nói cho mình biết đi, bạn có thể giải thích với mình là làm sao bạn vẫn còn sống được không?

Sao... Tôi khựng người, những cơn nức nở tức thì tan biến. Tôi đã hiểu mọi chuyện, rằng chuyện gì lẽ ra đã phải xảy ra, và rằng vì sao Alice lại có mặt ở đây.

Tôi nuốt đánh "ực" không khí vào bụng.

- Bạn đã trông thấy mình rơi xuống biển?

- Không - Alice nhẹ nhàng chỉnh lại, đôi mắt sa sầm xuống - Mình đã trông thấy bạn *nhảy* xuống.

Lần này thì tới lượt tôi mím chặt môi lại... nhưng là đang nghĩ xem có cách giải thích nào không tố cáo là tôi đã mất trí không.

Alice chậm rãi lắc đầu.

- Mình đã nói với anh ấy là chuyện này thể nào cũng xảy ra, nhưng anh ấy không tin. "Bella đã hứa với anh rồi" - Cô bạn giả giọng của anh trai mình giống đến nỗi toàn thân tôi đông cứng lại ngay tức thì, vết thương lòng bắt đầu tác oai tác quái - "Em cũng đừng có chăm chăm dò tìm tương lai của cô ấy" - Cô bạn tiếp tục trích dẫn lại lời anh - "Chúng ta gây nguy hiểm cho cô ấy như thế là đủ lắm rồi".

Nhưng mà không có ý dò tìm không có nghĩa là mình không *trông thấy* - Cô bạn tiếp tục kể - Không phải là mình theo dõi bạn, mình thề đấy, Bella ạ. Chỉ vì chúng ta đã rất thân nhau... Thế rồi khi mình thấy bạn nhảy xuống khỏi vách đá, mình không nghĩ ngợi gì cả, cứ thế lên thẳng máy bay. Mình biết mình sẽ đến trễ, nhưng mình *không thể làm gì được* cả. Thế là mình đến thẳng đây, đinh ninh rằng dẫu sao cũng có thể giúp được chú Charlie, nhưng rồi chẳng hiểu sao bạn lại lái xe về nhà - Cô bạn lắc đầu, lấy làm khó hiểu. Giọng nói trở nên ngập ngừng - Mình đã thấy bạn chìm trong nước, và mình đã đợi, đợi bạn ngoi lên, nhưng không thấy tăm hơi của bạn đâu cả. Có chuyện gì vậy? Tại sao bạn lại có thể đối xử với chú Charlie như thế? Bạn không nghĩ sao, rồi chú ấy sẽ như thế nào? Còn anh mình nữa? Bạn có biết anh Edward...

Vừa nghe thấy tên anh, tôi đã ngắt ngang lời cô bạn. Kỳ thực, để thưởng thức giọng nói ngân nga như tiếng chuông của cô bạn, tôi sẵn sàng để cô bạn tiếp tục nói, cho dẫu cô bạn có hiểu lầm tôi đến thế nào. Nhưng đây là tên anh... tôi buộc lòng phải lên tiếng:

- Alice à, mình không có ý định tự sát.

Cô bạn nhìn tôi hồ nghi.

- Bạn muốn nói rằng bạn không hề lao người ra khỏi tảng đá đó ư?

- Không, tức là... - Tôi nhăn nhó - Thật ra, chỉ là trò chơi giải trí thôi.

Nghe thấy thế, Alice tức thì nghiêm sắc mặt lại.

- Mình đã trông thấy mấy người bạn của Jacob chơi trò chơi thử thách đó - Tôi nhấn mạnh - Thấy cũng... vui. Mà mình thì đang chán đời...

Cô bạn tiếp tục chờ đợi.

- Lúc đó mình không nghĩ là bão sẽ ảnh hưởng đến biển. Kỳ thực là mình không hề ngờ đến nước.

Nhưng Alice vẫn không chấp nhận sự thật đó. Tôi hoàn toàn có thể thấy rõ là cô bạn vẫn giữ nguyên ý kiến cho rằng tôi muốn tự tử. Vậy thì tôi buộc phải hỏi thẳng thôi:

- Bạn thấy mình nhảy xuống biển, thế thì tại sao bạn lại không trông thấy Jacob?

Cô bạn đáng mến lập tức nghiêng đầu sang một bên, có lẽ là đầu óc của cô ấy đang quay mòng mòng.

Tôi tiếp tục nói:

- Kỳ thực là mình có thể sẽ chết đuối nếu như Jacob không nhảy theo. Ừm, thôi được rồi, không phải có thể mà là chắc chắn, được chưa nào. Nhưng cậu ấy đã cứu mình, đã kéo mình ra khỏi bàn tay của thần chết, dù rằng mình hầu như không cảm nhận được chuyện đó, nhưng mình biết là chính cậu ấy đã kéo mình lên bờ. Mình ở dưới biển chưa được một phút thì đã được cứu rồi. Sao bạn lại không trông thấy điều đó?

Alice chau mày, bối rối:

- Có người kéo bạn lên bờ ư?

- Ừ. Jacob đã cứu mình.

Hằng hà sa số các cảm xúc hiện ra chớp nhoáng trên gương mặt của cô bạn... Dường như Alice đang gặp chuyện gì thì phải - khả năng tiên thị của cô không được hoàn chỉnh ư? Tôi không biết nữa. Nhưng rồi một cách cẩn trọng, cô bạn cúi người xuống, kề mũi khịt khịt hít ngửi bờ vai của tôi.

Như một phản ứng tự nhiên, tôi lại trân mình ra.

- Bạn đừng đùa nữa - Alice lẩm bẩm, và lại tiếp tục kề mũi khịt khịt nơi bờ vai của tôi.

- Bạn đang làm gì vậy?

Alice phớt lờ câu hỏi của tôi:

- Vừa nãy, bạn ở ngoài đó với ai vậy? Hình như bạn tranh cãi với người ta ghê lắm.

- Jacob Black đấy. Cậu ấy... cũng là bạn thân của mình, có lẽ là như vậy. Ít ra thì cậu ấy... - Tôi nhớ đến vẻ phẫn nộ của Jacob, gương mặt đanh lại vì mất niềm tin, không rõ bây giờ cậu ấy là thế nào với tôi nữa.

Alice gật đầu, xem chừng đang rất quan tâm đến câu trả lời của tôi.

- Bạn sao thế?

- Mình không biết nữa - Cô bạn trả lời - Mình cũng không hiểu thế là thế nào.

- Ừm, ít ra thì mình cũng đã không chết.

Alice đảo mắt và nói:

- Anh ấy thật chủ quan khi cho rằng bạn có thể sống được một mình yên ổn. Cả đời mình chưa từng thấy ai lại dễ dàng đối diện với thần chết như bạn cả.

- Nhưng mình vẫn sống mà - Tôi nhắc.

Chợt Alice khựng lại như vừa nghĩ ra một điều gì đó.

- Ừm, nếu sóng dữ dội như vậy thì làm sao cậu Jacob ấy lại có thể xoay xở mà cứu bạn được cơ chứ?

- Jacob rất... mạnh.

Hình như Alice có cảm nhận được sự miễn cưỡng trong giọng nói của tôi, đôi lông mày của cô lập tức nhướng lên.

Tôi bặm ngay môi lại. Đây có phải là điều bí mật hay không? Nếu đây là điều bí mật thì tôi nên trung thành với ai nếu như phải chọn giữa Jacob và Alice?

Ôi, bí mật thật khó giữ làm sao... Và tôi đã quyết định xong. Jacob đã biết mọi chuyện rồi, vậy tại sao Alice lại không được quyền biết chứ?

- Bạn biết không, cậu ấy, ừm... là người sói - Tôi thú nhận, giọng nói bỗng gấp gáp một cách lạ thường - Người Quileute chỉ biến thành sói khi có ma-cà-rồng. Họ biết bác sĩ Carlisle từ rất lâu rồi. Có phải bạn và bác sĩ Carlisle cùng trở lại không?

Alice trố mắt ra nhìn tôi một lúc lâu, ngỡ ngàng, nhưng sau đó cũng dịu lại, đôi mắt của cô chớp chớp.

- Ừm, có lẽ đó là lời giải thích cho mùi hương - Cô bạn lầm bầm - Nhưng liệu đó có phải cũng là lời giải thích cho chuyện mình không thể thấy hết mọi chuyện không? - Cô bạn chau mày, vầng trán trắng muốt nhăn lại.

- Mùi hương? - Tôi lặp lại.

- Bạn mang trên mình một thứ mùi rất đáng sợ - Alice lơ đãng trả lời, đôi lông mày vẫn chưa giãn ra - Người sói ư? Bạn chắc chắn chứ?

- Chắc chắn - Tôi nói cứng như đinh đóng cột, và bất giác nhăn mặt lại khi chợt nhớ tới cảnh Paul và Jacob vật nhau trên đường - Mình nghĩ cái hồi mà người sói xuất hiện lần cuối cùng ở Forks, chắc là bạn chưa sống với bác sĩ Carlisle phải không?

- Ừ. Lúc ấy, mình vẫn chưa đi tìm ông - Alice vẫn miên man trong nỗi trầm tư. Rồi đột nhiên, đôi mắt của cô bạn mở rộng, cô quay sang nhìn tôi, sửng sốt tột cùng - Bạn thân của bạn là người sói hả?

Một cách ngượng ngùng, tôi gật đầu.

- Cậu ta chính chức là người sói bao lâu rồi, Bella?

- Chưa được lâu đâu - Tôi trả lời, giọng nói không khỏi dè chừng - Cậu ấy mới chỉ là người sói có vài tuần thôi.

Cô bạn nhìn tôi trừng trừng.

- Một người sói *trẻ* ư? Thế thì càng tệ hơn! Anh Edward

nói đúng... bạn có sức hút đối với các mối hiểm nguy... y như nam châm vậy. Bạn không thể tránh xa các rắc rối được sao?

- Người sói chẳng có vấn đề gì cả - Tôi hậm hực làu bàu, phản đối cái giọng điệu chỉ trích của cô bạn.

- Ừ, nhưng đó là khi họ chưa mất hết bình tĩnh - Alice bực bội lắc đầu - Tất cả đều tùy thuộc ở bạn, Bella ạ. Ma-cà-rồng đã rời khỏi thị trấn rồi, bất cứ ai cũng sẽ tốt với bạn, hơn hẳn bọn mình. Cớ sao bạn không chọn mà lại đi kết giao ngay với những nhân vật khủng khiếp khác như thế?

Tình thật là tôi không muốn tranh cãi với Alice - tôi vẫn còn đang xúc động trong nỗi vui mừng vì sự có mặt ở đây của Alice, thật sự ở đây, vì rằng tôi có thể lại được chạm vào làn da đẹp như đá cẩm thạch của cô bạn và được nghe lại giọng nói ngân nga hệt như tiếng chuông vang trong gió của cô - nhưng những gì cô bạn vừa nói đều sai hết cả.

- Không phải đâu, Alice, ma-cà-rồng vẫn còn lai vãng ở đây, ừm... cũng không phải là nhiều lắm. Và đó là toàn bộ vấn đề. Nếu không có những người sói, hẳn Victoria đã bắt mất mình từ đời nào rồi; nếu không có Jake và những người bạn của cậu ấy, Laurent hẳn đã kết liễu đời mình còn trước cả Victoria nữa ấy chứ. Bởi thế...

- Victoria? - Alice rít lên - Rồi còn Laurent nữa?

Tôi gật đầu, đôi mắt đen nhánh của cô bạn thân vụt hiện lên nỗi kinh hoàng. Tôi chỉ tay vào ngực mình, nói tiếp:

- Nam châm chuyên hút những rắc rối, bạn nhớ không?

Cô bạn lắc đầu thêm lần nữa:

- Kể hết cho mình nghe đi... từ đầu đến cuối ấy.

Không, tôi không thể kể chuyện chiếc xe máy và giọng nói trong tâm tưởng của tôi được... Nghĩ là làm, tôi giấu nhẹm hai chuyện kia đi, mà cũng chỉ giấu có thế thôi, còn lại, tôi kể tất tần tật với cô bạn, cho đến cả câu chuyện xui xẻo hôm nay. Alice không thích cách giải thích theo kiểu cho qua của tôi về nỗi buồn chán và mấy cái vách đá, vì thế, tôi thay đổi "chiến lược", hướng cô bạn về hình ảnh ngọn lửa kỳ lạ mà tôi đã trông thấy trên biển, và thổ lộ cho cô biết tôi đã nghĩ đến điều gì. Thế là xong... đôi mắt của Alice sa sầm xuống, chỉ còn là hai cái khe hở rất hẹp. Chưa bao giờ tôi thấy cô bạn của mình lại... dễ sợ đến như vậy - đó là chân dung nguyên dạng của một ma-cà-rồng chính hiệu. Tôi nuốt khan một cách khó khăn và kể nốt chuyện về ông Harry.

Tôi đã độc thoại một cách đúng nghĩa - trong lúc tôi kể chuyện, cô bạn của tôi không hề ngắt lời một lần nào. Thỉnh thoảng, cô chỉ khe khẽ lắc đầu, vầng trán nhíu lại, các nếp nhăn hằn rất sâu, sâu đến nỗi bất kỳ ai, trong đó có tôi, cũng phải liên tưởng đến hình ảnh người thợ đá tài ba đã khắc những nếp nhăn đó trên khối đá cẩm thạch là nước da của Alice - mà phải khắc sao cho nó không bị mòn, vẹt với thời gian kìa. Cô bạn không nói, còn tôi, cuối cùng, cũng im lặng, quặn lòng trước sự ra đi của ông Harry. Chợt tôi nghĩ đến bố, lẽ ra bố phải về sớm rồi. Không biết bố có làm sao không?

- Sự ra đi của bọn mình đã không làm cho bạn sống tốt lên, có phải không? - Alice thẫn thờ hỏi.

Tôi bật cười - một tiếng cười có hơi cuồng loạn một chút.

- Dù sao thì chuyện đó đã chẳng bao giờ là chuyện quan

trọng, đúng không? Nó không giống như mọi người ra đi là vì lợi ích của mình.

Alice cau có nhìn xuống sàn nhà, dễ có đến cả một lúc lâu như thế.

- Ừm... Hôm nay mình bốc đồng quá. Lẽ ra mình không nên đến đây.

Tôi cảm nhận rất rõ rằng bao nhiêu máu nóng trên mặt tôi vừa rút đi đâu hết. Bụng tôi bỗng nôn nao.

- Bạn đừng đi, Alice - Tôi thì thào. Những ngón tay của tôi bấu ngay lấy chiếc cổ áo sơmi trắng tinh của cô bạn, tôi nói trong tiếng thở gấp - Đừng rời bỏ mình.

Đôi mắt của Alice mở rộng hết cỡ.

- Thôi được - Alice trả lời, cô bạn phát âm rõ ràng từng tiếng một - Tối nay, mình sẽ không đi đâu cả. Hãy hít thở thật sâu vào đi nào.

Tôi cố gắng thực hiện theo lời của cô bạn trong tình trạng không làm sao mà ra lệnh được cho hai lá phổi của mình.

Alice chăm chú quan sát tôi tập trung thở. Cô bạn đợi cho đến khi tôi bình tĩnh trở lại mới lên tiếng:

- Trông bạn tệ quá, Bella ạ.

- Thì hôm nay mình vừa mới suýt chết đuối mà - Tôi nhắc cho cô bạn nhớ.

- Còn tệ hơn thế nữa. Trông bạn cứ như ở dưới sình dưới cống chui lên ấy.

Tôi ngượng ngùng.

- Được rồi, mình sẽ cố gắng hết sức.

- Ý của bạn là sao?

- Sẽ không dễ đâu. Nhưng mình sẽ làm.

Cô bạn của tôi chau mày lại.

- Mình đã nói với anh ấy rồi mà - Cô bạn tự nói với chính mình.

- Alice à - Tôi thở dài - Bạn nghĩ là bạn muốn nhìn thấy gì thế? Mình muốn hỏi là ngoài việc trông thấy xác chết của mình ấy? Bạn mong chờ được nhìn thấy mình tung tăng chạy nhảy, hát hò rùm beng lên ấy hả? Bạn hiểu được mình hơn thế kia mà.

- Mình hiểu bạn chứ. Chỉ là mình hy vọng thôi.

- Thế thì phải xét lại mình thôi, chắc mình vốn là kẻ không có chỗ đứng trong xã hội khó hiểu này.

Chợt... "Reng, reng"... Điện thoại nhà tôi đổ chuông.

- Chắc là bố mình đấy - Tôi đoán chừng và lảo đảo đứng dậy, không quên chộp lấy bàn tay cứng như đá của Alice dẫn theo vào nhà bếp (Tôi nghi lắm, làm sao tôi có thể yên tâm để cô bạn ở ngoài tầm mắt được).

- Bố ạ? - Tôi trả lời điện thoại.

- Không phải, là em - Phía đầu dây bên kia, Jacob lên tiếng.

- Jake!

Alice chăm chú quan sát sắc mặt của tôi.

- Chỉ là muốn kiểm tra cho chắc rằng chị vẫn còn sống thôi (!?) - Giọng nói của Jacob gắt gỏng.

- Chị vẫn ổn. Chị đã nói với em rằng không phải...

- Được rồi - Người bạn nhỏ cắt ngang lời tôi - Em tắt máy đây. Tạm biệt.

"Kịch"... Jacob gác máy.

Tôi thở dài, bất giác ngửa đầu ra sau để nhìn lên trần nhà.

- Sắp có chuyện rồi đây.

Alice khẽ bóp tay tôi:

- Người ta không thích mình có mặt ở đây.

- Chuyện thường ngày ở huyện ấy mà. Nhưng dù sao, đấy cũng không phải là việc của họ.

Cô bạn nhẹ nhàng vòng tay ôm lấy tôi.

- Thế bây giờ chúng ta làm gì? - Alice trầm ngâm. Có vẻ như cô bạn đang tự nhủ với chính mình, thời gian cứ thế trôi đi - À, có đấy. Vẫn còn nhiều việc chưa giải quyết xong.

- Việc gì?

Gương mặt của Alice đột nhiên tỏ ra cảnh giác.

- Mình không chắc nữa... Mình cần phải nói chuyện với bố.

Cô bạn bỏ đi sớm như vậy sao? Bụng tôi lại bắt đầu thắt lại.

- Bạn ở lại được không? - Tôi nài nỉ - Mình xin bạn đấy! Chỉ một lúc thôi. Mình nhớ bạn nhiều lắm - Giọng nói của tôi run run rồi vỡ òa.

- Ừ, được mà, nếu bạn nghĩ đó là ý hay - Đôi mắt Alice đượm buồn.

- Tất nhiên mình lúc nào cũng nghĩ như vậy. Bạn ở đây nhé... Bố mình sẽ rất vui đấy.

- Mình có nhà mà, Bella.

Tôi gật đầu, thất vọng nhưng cũng đành chịu. Vẫn không thôi quan sát tôi, cô bạn chợt ngập ngừng:

- Chặc, chí ít thì mình cũng cần phải đi lấy cái vali quần áo.

Nghe thấy thế, tôi ôm chầm ngay lấy cô bạn của mình.

- Alice, bạn thật là tốt!

- Và mình cũng nghĩ rằng mình cần phải đi săn. Ngay bây giờ - Cô bạn nói thêm một cách gượng gạo.

- Úi - Tôi lùi lại một bước.

- Bạn có thể tránh xa các rắc rối trong vòng một tiếng đồng hồ được không? - Alice hỏi một cách hồ nghi, và trước khi tôi kịp trả lời, cô bạn đưa một ngón tay lên, khép mắt lại. Gương mặt của cô bạn trở nên phẳng lặng, vô hồn trong vài giây.

Sau đó, cô bạn mở mắt ra, tự trả lời câu hỏi của chính mình.

- Ừ, bạn sẽ không sao. Ít ra là tối hôm nay - Nói xong, cô bạn nhăn mặt lại. Và dù là ở trong trạng thái đó, người bạn này của tôi cũng vẫn đẹp không thua gì một thiên thần.

- Bạn sẽ trở lại chứ? - Tôi khẽ khàng hỏi.

- Mình xin hứa... Mình chỉ đi độ một tiếng đồng hồ thôi.

Như một phản ứng tự nhiên, tôi liếc mắt nhìn lên chiếc đồng hồ trên bàn ăn. Cô bạn bật cười, hơi rướn người tới, hôn lên má tôi, rồi quay bước đi ra cửa.

Tôi hít vào một hơi thật sâu. Rồi Alice sẽ quay lại. Tôi thấy lòng mình thật nhẹ nhàng.

Trong lúc chờ đợi, tôi quyết định lao vào làm hàng trăm việc để cho đầu óc của tôi luôn luôn được bận rộn. Trước hết, tôi phải tắm cái đã. Trút bỏ quần áo, tôi thử khịt khịt mũi hít ngửi đôi vai của chính mình và tuyệt chẳng cảm nhận được một thứ mùi nào cả, trừ cái mùi mằn mặn và mùi tảo biển của đại dương. Không hiểu Alice nói đến cái mùi hương rất đáng sợ là thứ mùi gì.

Tắm rửa xong xuôi, tôi xuống nhà bếp. Không có dấu hiệu nào cho thấy là mới đây, ngài cảnh sát trưởng đã bỏ vào bụng món gì, có lẽ khi vừa trở về nhà, "ngài" đã lại phải vội đi ngay. Đi tới đi lui trong gian bếp, tôi khẽ ngân nga một giai điệu nào đó... nhưng hơi thiếu nhạc lý.

Trong lúc món thịt hầm đang quay trong lò vi sóng, tôi đi lau chiếc ghế tràng kỷ, thay mấy tấm lót và cái gối cũ. Alice cũng chẳng cần đâu, nhưng ngài cảnh sát trưởng thì cần phải thấy một chút thay đổi trong căn nhà. Trong lúc làm việc, tôi cẩn thận không để mắt liếc nhìn đồng đồ. Không có lý gì phải tự mình làm khổ mình cả; Alice chẳng đã hứa rồi đấy thôi.

Cứ thế, tôi lúi húi lo bữa tối, mà chẳng biết mùi vị thức ăn ra sao - chỉ thấy rát và đau ở cái cổ họng thiếu nước mà thôi. Lúc nào tôi cũng cảm thấy khan khát trong cổ, dù rằng đã uống cỡ hai lít nước vào bụng. Dường như tất cả muối trong người tôi đã khử hết tất cả lượng nước rồi thì phải.

Trong lúc tiếp tục chờ đợi, tôi ra phòng đằng trước, cố tập trung vào cái tivi.

Trời, Alice đã có mặt ở đó, đang ngồi chễm chệ trên "chiếc giường ngẫu hứng" của mình. Đôi mắt của cô bạn lấp lánh sắc màu của kẹo làm bằng bơ đun với đường. Cô mỉm cười, tay vỗ vỗ vào chiếc gối, nói:

- Cảm ơn bạn nhé.

- Bạn về sớm quá - Tôi reo lên, tinh thần phấn chấn hẳn.

Và tôi ngồi xuống bên cô bạn thân của mình, ngả đầu vào vai cô. Alice dịu dàng ôm lấy tôi, thở dài:

- Bella à. Chúng mình *sẽ* làm gì với bạn nhỉ?

- Mình không biết nữa - Tôi thật thà thú nhận - Mình đã cố gắng trong khổ sở.

- Mình biết.

Im lặng...

- Anh... anh ấy... - Tôi hít vào một hơi thật sâu. Phát âm tên anh thật khó khăn, mặc dù giờ đây, tôi đã có thể nghĩ đến cái tên ấy - Edward có biết bạn đang ở đây không? - Tôi không thể không hỏi câu này được. Cuối cùng, sau tất cả mọi sự thì anh vẫn là nỗi đau của tôi. Khi cô bạn đi khỏi, tôi đã xác nhận lại với mình về điều này; tôi đã nghĩ về nỗi đau ấy, và đã muốn đổ bệnh.

- Không.

Vậy là chỉ có một lý do duy nhất thôi:

- Anh ấy không ở với bác sĩ Carlisle và bà Esme sao?

- Anh ấy dọn ra ngoài được vài tháng nay rồi.

- Ồ - Hẳn anh vẫn đang tìm cách quên đi tất cả. Tôi cố gắng tập trung... tính hiếu kỳ của mình vào câu hỏi an toàn hơn - Bạn nói rằng bạn đã bay đến đây... Lúc đó bạn đang ở đâu thế?

- Mình ở Denali. Mình đang ở nhà bà Tanya.

- Vậy là Jasper cũng ở đó? Anh ấy có đi cùng bạn không?

Alice lắc đầu.

- Anh ấy không chấp nhận sự can thiệp của mình. Bọn mình đã hứa là... - Cô bạn ngừng lại, và âm điệu trong giọng nói của cô bỗng thay đổi - Bạn có tin rằng chú Charlie sẽ không bực bội gì khi thấy mình ở đây không? - Cô bạn hỏi, trong giọng nói đong đầy nỗi lo lắng.

- Bố mình nghĩ bạn rất tuyệt vời, Alice ạ.

- Ừm, chúng ta cũng sắp được biết rồi.

Không còn nghi ngờ gì nữa, chỉ vài giây sau, tôi đã nghe thấy tiếng xe tuần tra của cảnh sát lăn bánh vào khuôn viên nhà. Tôi muốn nhảy dựng lên, hối hả ra mở cửa.

Bố tôi thẫn thờ nhấc từng bước chân, đôi mắt thất thần nhìn xuống đất, đôi vai cũng không còn sức sống nào, rũ xuống. Tôi bước ra ngoài để đón bố; hầu như bố thậm chí cũng chẳng còn biết đến sự hiện diện của tôi, cho đến khi tôi quàng tay ôm lấy thắt lưng của bố. Chỉ tới lúc ấy, bố mới ôm lấy tôi.

- Con rất tiếc chuyện của bác Harry, bố à.

- Bố sẽ rất nhớ bác ấy - Bố lầm bầm.

- Cô Sue thế nào rồi bố?

- Cô ấy vẫn còn trong trạng thái ngơ ngác, giống như là chẳng hiểu chuyện gì vậy. Sam đang ở bên cô ấy... - Giọng nói của bố cứ thều thào như người bị hụt hơi - Tội nghiệp tụi nhỏ. Leah chỉ hơn con có một tuổi, còn thằng cu Seth thì mới có mười bốn tuổi thôi... - Bố tôi lắc đầu.

Quàng tay ôm lấy tôi thật chặt, bố bắt đầu bước đến cửa ra vào.

- À, bố ơi - Có lẽ tốt hơn hết là đừng để bố ngỡ ngàng - Bố có biết ai đang ở đây không?

Bố nhìn tôi, gương mặt chẳng có một chút cảm xúc nào.

Bố khe khẽ lắc đầu, và trong lúc... xoay khớp cổ như vậy, bố chợt phát hiện ra và nhìn chằm chằm vào chiếc xe Mercedes đậu ở bên kia đường, ánh sáng từ đèn hàng hiên hắt ra làm cho màu nước sơn đen bóng loáng của nó càng thêm lộng lẫy. Và trước khi bố tôi kịp có phản ứng, Alice đã xuất hiện sừng sững ở ngưỡng cửa.

- Cháu chào chú Charlie - Cô bạn tôi lên tiếng, giọng nói run run vì cố kềm chế cảm xúc - Cháu xin lỗi vì đã đến đúng lúc mọi người gặp phải chuyện buồn như thế này

- Alice Cullen ư? - Ngài cảnh sát trưởng nhìn săm soi vào dáng người mảnh khảnh đang đứng ở trước mặt mình, cơ hồ như ngài không dám tin vào đôi mắt của mình nữa - Alice, có phải là cháu không?

- Dạ, là cháu đây ạ - Alice lên tiếng xác nhận - Cháu có việc đến nhà người quen rồi tiện thể đến đây luôn.

- Có phải Carlisle...?

- Dạ không ạ. Cháu chỉ đến một mình.

Dĩ nhiên là cả Alice và tôi đều hiểu rằng ngài cảnh sát trưởng không thật sự hỏi về bác sĩ Carlisle. Cánh tay của ngài trên vai tôi bỗng cứng lại.

- Bạn ấy có thể ở lại đây, phải không bố? - Tôi hỏi xin phép - Con đã mời bạn ấy rồi.

- Tất nhiên là vậy chứ - Ngài cảnh sát trưởng trả lời ngay tắp lự - Bố con chú rất vui khi có thêm cháu, Alice ạ.

- Cháu cảm ơn chú, chú Charlie. Cháu biết thời gian này thật khó khăn...

- Không, không sao đâu, thật đấy. Chú sẽ thật sự bận lắm

đây, phải lo cho gia đình của ông Harry mà; Bella có bạn ở bên cạnh thì tốt quá.

- Bữa tối, con đã dọn sẵn trên bàn rồi, bố - Tôi nhắc ngài cảnh sát trưởng.

- Cảm ơn, Bells - Bố bóp nhẹ vai tôi một lần nữa rồi lê bước vào gian bếp.

Alice trở lại chiếc ghế tràng kỷ, còn tôi thì bước theo cô bạn. Lần này, cô bạn tự động kéo đầu tôi ngả vào vai cô.

- Trông bạn mệt mỏi quá.

- Ừưư - Tôi xác nhận rồi khẽ nhún vai - Những lần đối mặt với thần chết, mình đều bị như thế... À, bác sĩ Carlisle nghĩ gì khi bạn đến đây?

- Bố mình vẫn chưa biết. Bố và mẹ đang đi săn mà. Vài ngày nữa, hai người mới về.

- Dù sao thì... bạn cũng sẽ không kể lại với *người ta* chứ... khi *người ta* về nhà? - Tôi hỏi, và cô bạn biết tôi không có ý ám chỉ bác sĩ Carlisle.

- Không đâu. Anh ấy sẽ bứt đầu mình ra đấy - Alice trả lời một cách dứt khoát.

Tôi bật cười, và không thể nén nổi một tiếng thở dài.

Quả tình tôi không muốn ngủ, tôi chỉ muốn ngồi trò chuyện thâu đêm với cô bạn Alice của tôi thôi. Mệt mỏi - kỳ thực thì như thế cũng không đúng lắm với trạng thái của tôi lúc này - cả ngày hôm nay, tôi đã phải ngồi gục người trên chiếc ghế tràng kỷ ở nhà của Jacob. Chính cái cơ sự bị dập dồi trên biển đã bòn rút hết toàn bộ sức mạnh có được trong con người tôi, hai con mắt của tôi hiện giờ không còn sức để mà mở

521

nữa. Tôi cứ ngồi trong tư thế gục đầu lên bờ vai cứng như đá của cô bạn mà chìm vào cõi vô thức yên bình lúc nào không hay - hơn tất cả những gì tôi từng hy vọng.

Mãi cho tới khi tôi tỉnh dậy rất sớm, tôi vừa trải qua một giấc ngủ sâu không mộng mị, tinh thần hoàn toàn khỏe khoắn, tuy nhiên, toàn thân của tôi vẫn còn ê ẩm lắm. Tôi đang nằm trên ghế tràng kỷ, đắp trên người tôi là tấm mền mà tôi đã đem ra cho Alice; rồi tôi nghe thấy tiếng của cô bạn và bố đang trò chuyện với nhau trong bếp. Hình như bố đang chuẩn bị bữa ăn sáng cho cô bạn của tôi.

- Chuyện tệ như thế nào ạ, thưa chú Charlie? - Tiếng của Alice hỏi thật mềm mỏng, và tôi nghĩ ngay đến gia đình Clearwater, hai người đang nói về họ thì phải.

Ngài cảnh sát trưởng thở dài, đáp:

- Tệ ơi là tệ.

- Chú kể cho cháu nghe đi. Cháu muốn biết chính xác đã xảy ra chuyện gì sau khi gia đình cháu chuyển đi.

Im lặng một chút... Chỉ có tiếng "kịch" của tủ chén đóng lại và tiếng "kích" của chiếc đồng hồ đếm ngược trong bếp lò báo hiệu đã trở về số không. Tôi chờ đợi, cả thân người co rúm lại.

- Chưa bao giờ chú cảm thấy mình vô dụng đến như thế - Bố tôi tiếp tục câu chuyện một cách chậm rãi - Chú không biết mình cần phải làm gì cả. Trong tuần đầu tiên, chú nghĩ mình phải đưa nó vào bệnh viện. Nó chẳng chịu ăn, chẳng chịu uống, hay hoạt động gì hết. Bác sĩ Gerandy thì cứ quanh đi quẩn lại mãi một lời giải thích: "rối loạn tâm lý", nhưng chú không dám để cho ông ấy lên gặp nó. Chú lo rằng nó sẽ sợ.

- Nhưng cuối cùng, bạn ấy cũng bỏ tính xấu ấy rồi mà chú?

- Chú đã gọi điện cho cô Renée, đề nghị cô tới để đưa nó đi Florida. Chú chỉ không muốn mình là người... ừm, nếu nó buộc phải đi bệnh viện hay đến nơi nào đó đại loại như vậy. Chú hy vọng rằng ở với mẹ, nó sẽ khá hơn. Nhưng rồi khi cô chú đang sắp xếp quần áo cho nó, nó bỗng ngồi bật dậy và thở lấy thở để. Chưa bao giờ chú thấy nó dữ dằn như thế. Nó cũng chưa bao giờ nổi giận với ai, nhưng mà, ôi trời ơi, phải nói là nó đã thật sự nổi cơn tam bành. Nó giằng lấy quần áo, ném tứ tung, hét muốn bể nhà rằng cô chú không được buộc nó phải ra đi như thế... Rồi cuối cùng, nó òa khóc nức nở. Chú nghĩ đã đến lúc nó phải đối diện với bước ngoặt mới. Chú làm sao có thể tranh cãi với nó được khi mà nó cứ khăng khăng đòi được ở lại đây... Sau đó, hình như nó có khá hơn lên...

Bố tôi chợt dừng lại. Bây giờ thì câu chuyện đã trở nên khó nghe... Làm sao không khó nghe cho được, khi mà tôi vừa thật sự thấm thía rằng mình đã từng gây đau khổ cho bố quá nhiều.

- Nhưng rồi... sao nữa hả chú? - Alice lại lên tiếng.

- Nó đi học và đi làm trở lại, nó ăn, nó ngủ, nó làm bài tập về nhà, và làm việc nhà. Ai hỏi nó thì nó trả lời. Nhưng mà nó thế nào ấy, nó... vô hồn. Đôi mắt của nó chẳng có chút thần thái nào. Có hàng trăm những thứ vặt vãnh về nó... Này nhé, nó không nghe nhạc nữa; chú tìm thấy một mớ đĩa CD bị bẻ gãy trong thùng rác. Rồi nó cũng chẳng thèm rớ tới quyển sách nào. Nó cũng chẳng màng đến tivi; khi tivi mà được bật lên ấy à, nó lủi ngay sang phòng khác, trong khi ngày xưa thì nó xem dữ lắm. Cuối cùng thì chú hiểu ra rằng nó đang lảng tránh những thứ có thể gợi cho nó nhớ đến... thằng kia.

"Khó khăn lắm, chú mới có thể bắt chuyện với nó; mà nói chuyện, chú cũng lo nữa, sợ lỡ nói phải điều gì đó khiến nó buồn - cháu không biết chứ, những cái nho nhỏ cũng khiến nó buồn ghê lắm - và rồi chẳng thấy nó tự giác tham gia hoạt động gì ráo trọi. Chú hỏi gì thì nó đáp cầm chừng vậy thôi".

"Lúc nào cũng thấy nó lủi thủi một mình. Nó chẳng thèm gọi điện thoại lại cho bạn bè, lâu dần rồi người ta cũng chẳng gọi điện thoại cho nó nữa".

"Nhưng ban đêm mới thật sự là sống dở chết dở. Chú vẫn còn phải nghe nó hét hằng đêm đấy..."

Tôi hoàn toàn có thể cảm nhận được là bố đang rùng mình... vì sợ. Tôi cũng... rùng mình theo, khi nhớ lại. Bất giác tôi thở dài. Tôi đã tra tấn, hành hạ dây thần kinh chịu đựng của bố quá thể, tôi đã không để cho bố có được một giây phút nào bình yên.

- Cháu xin lỗi chú, chú Charlie - Alice thì thào, giọng nói vô cùng rầu rĩ.

- *Lỗi* không phải của cháu - Ôi trời, cách trả lời của ngài cảnh sát trưởng cho thấy rõ là "ngài" đang quy trách nhiệm cho người khác - Cháu luôn là bạn tốt của nó.

- Nhưng dẫu sao thì hiện thời bạn ấy cũng có vẻ đã khá lên rồi, phải không chú?

- Ưưư. Kể từ khi nó chơi với thằng Jacob Black, chú mới thấy là nó tiến bộ lên thấy rõ. Khi nó về đến nhà mới thấy hai bên má của nó có chút hồng hào, đôi mắt của nó cũng có chút sinh khí. Chú thấy nó vui vẻ hơn - Bố tôi chợt ngừng lại một lúc, rồi khi tiếp tục trở lại câu chuyện, giọng nói thay đổi hẳn - Thằng bé chỉ thua nó có một tuổi, mấy tháng, và chú vẫn biết nó chỉ xem thằng bé là bạn, nhưng chú nghĩ bây giờ thì hình như là hơn thế, hoặc là đã hơn thế từ trước rồi mà chú không hay - Bố tôi kể bằng một chất giọng gần như là khiêu khích. Đúng, thực chất thì đó đúng là một lời cảnh cáo, không phải dành cho Alice, mà là để cho Alice nhắn lại cho "*ai kia*" - Thằng Jake lớn hơn cái tuổi của nó, cháu ạ - Bố tôi lại tiếp tục kể, giờ thì bố nói bằng chất giọng đề phòng - Thằng bé chăm sóc bố cũng giống như con Bella chăm sóc mẹ nó vậy, rất chu đáo. Jake đã trưởng thành. Thằng bé giống mẹ nên cũng đẹp lắm. Jake là một đứa tốt... dành cho con Bella, cháu hiểu không - Bố tôi nhấn đi nhấn lại điều ấy.

- Dạ, Bella có cậu ấy thật là tốt quá - Alice gật đầu xác nhận.

Ngài cảnh sát trưởng thở dài thườn thượt, rồi bất ngờ lại bổ sung vào cái mặt còn lại của vấn đề:

- Ờ, thật ra thì mọi việc cũng hơi thái quá thì phải. Chú không biết nữa... ngay cả đối với Jacob, thi thoảng chú vẫn nhìn thấy trong mắt con Bella có cái gì đó lạ lắm, chú tự hỏi không biết mình có thật sự hiểu rõ nỗi đau trong lòng nó hay không. Thật không bình thường, Alice ạ, và điều đó... điều đó khiến chú lo sợ. Quả là không bình thường chút nào. Nó không còn giống như việc ai đó... đã bỏ rơi nó nữa, mà giống như ai đó đã chết rồi vậy - Giọng nói của bố tôi run run rồi vỡ òa.

Giống như *ai đó* đã chết - giống như *tôi* đã chết rồi vậy. Bởi lẽ không đơn giản chỉ là việc mất đi một tình yêu đã khắc cốt ghi tâm, sự mất mát đó chưa đủ sức để giết ai cả; mà là mất cả tương lai, mất cả một gia đình - toàn bộ cuộc đời mà tôi đã chọn...

Bố tôi lại tiếp tục bằng một giọng nói mất hết hy vọng:

- Chú không biết là nó có sẽ vượt qua được hay không nữa. Chú không biết tinh thần của nó có đủ sức để hàn gắn lại những chuyện kiểu như thế này hay không. Nó lúc nào cũng kiên gan, dù là với một chuyện nhỏ nhặt nhất. Nó không quên quá khứ đâu, nó không thay đổi suy nghĩ đâu.

- Bạn ấy là người như vậy - Alice nhìn nhận bằng một giọng khô khốc.

- Và, Alice à... - Ngài cảnh sát trưởng bỗng ngập ngừng - Bây giờ thì, cháu biết là chú quý cháu như thế nào, đúng không, chú cũng biết là con bé nó vui thế nào khi gặp lại cháu, nhưng mà... chú hơi lo là chuyến viếng thăm của cháu sẽ ảnh hưởng đến nó...

- À, vâng, cháu cũng đang lo như thế, chú Charlie ạ, cháu cũng lo lắng y như vậy. Nếu cháu biết trước thì cháu sẽ không đến đâu, chú. Cháu thành thật xin lỗi chú.

- Đừng xin lỗi, cháu gái. Ai mà biết trước được mọi chuyện chứ? Chỉ là có lẽ điều đó sẽ tốt cho con bé thôi.

- Cháu mong là chú nói đúng.

Im lặng... trong một lúc lâu, không gian yên ắng đến lạ

thường, chỉ còn nghe có tiếng lách cách của đĩa, nĩa, và tiếng nhai của ngài cảnh sát trưởng mà thôi. Không biết Alice đang giấu thức ăn ở đâu.

- Alice, chú phải hỏi cháu một chuyện - Bố tôi bỗng lên tiếng bằng một giọng lúng túng, vụng về.

Alice vẫn bình tĩnh.

- Vâng, chú nói đi ạ.

- Nó cũng đâu có trở lại đâu, phải không? - Tôi hoàn toàn có thể nhận ra giọng nói gằn gằn vì cố kiềm nén nỗi tức giận của bố.

Và Alice trả lời, vẫn bằng giọng nói nhỏ nhẹ nhưng chắc chắn:

- Anh ấy thậm chí là không biết cháu đang ở đây nữa, chú ạ. Lần cuối cùng cháu còn nói chuyện với anh ấy là khi anh ấy đang ở Nam Mỹ.

Ôi trời, tôi trân người khi tiếp nhận được thông tin mới này, cần phải tập trung lắng nghe hơn nữa mới được.

- Ít ra cũng phải vậy chứ - Ngài cảnh sát trưởng khụt khịt mũi - Ừm, chú hy vọng là nó sẽ tìm thấy niềm vui.

Và lần đầu tiên trong đời, tôi nghe thấy Alice nói cứng:

- Cháu không nghĩ như thế đâu ạ, chú Charlie.

Tôi biết, kèm theo lời nói đó là ánh mắt bất bình của cô bạn.

"Kéttt", có tiếng ghế đang bị đẩy ra khỏi bàn, miết trên sàn nhà. Chắc là ngài cảnh sát trưởng đang đứng dậy, chứ Alice chẳng bao giờ lại gây ồn như thế. Rồi sau đó có tiếng nước chảy, bắn tung tóe lên chiếc đĩa.

Có vẻ như hai người sẽ không nói gì thêm về Edward nữa, có lẽ, tôi nên "thức dậy" là vừa.

Nghĩ là làm, tôi trở mình, cố tình làm cho chiếc ghế kêu lên kẽo kẹt, tiếp theo là tôi ngáp thật lớn.

Trong gian bếp chẳng thấy động tĩnh gì.

Vì vậy, tôi lại nằm thẳng ra và cất tiếng rên rỉ.

- Alice? - Tôi lên tiếng một cách... ngây thơ; cũng may, cái tiếng khào khào tự nhiên trong họng tôi càng làm cho hành động đó trở nên rất thật.

- Mình đang ở trong bếp, Bella - Alice trả lời to, giọng nói vẫn nhẹ nhàng, thanh thoát... Vậy là cô bạn không biết gì đến vụ nghe lỏm của tôi. Mà cũng chưa chắc, Alice giỏi che giấu mấy cái chuyện này lắm.

Cuối cùng, bố tôi cũng phải ra khỏi nhà - bố đang giúp cô Sue Clearwater thu xếp mọi chuyện để tổ chức tang lễ. Ngày của tôi sẽ dài lắm đây, nếu như không có Alice. Chẳng thấy cô bạn nói năng gì đến việc sẽ ra đi, và tôi cũng không hỏi. Tôi biết điều đó là không thể tránh khỏi, nhưng tôi vẫn muốn gạt nó ra khỏi đầu.

Thay vào đó, chúng tôi trò chuyện về gia đình của cô bạn - nhắc đến tất cả mọi người, trừ một người.

Bác sĩ Carlisle đang làm việc ca đêm ở Ithaca và làm công tác giảng dạy bán thời gian ở Đại học Cornell. Bà Esme thì đang phục chế một căn nhà thuộc thế kỷ mười bảy, một công trình kiến trúc lịch sử trong khu rừng nằm về phía bắc của thành phố. Emmett và Rosalie vừa thực hiện chuyến chu du vài tháng ở châu Âu để hưởng tuần trăng mật mới, nhưng cả hai cũng đã quay về rồi. Jasper thì đang học Đại học Cornell, khoa Triết. Alice thì đang... nghiên cứu gia phả, đào sâu thêm những thông tin tôi tình cờ biết được về cô vào mùa xuân năm ngoái. Cô đã lần ra được cái dưỡng trí viện, nơi cô đã trải qua những năm cuối cùng của cuộc đời con người đúng nghĩa - một cuộc đời mà cô không còn lưu lại một chút ký ức nào.

- Thật ra, tên mình là Mary Alice Brandon - Cô bạn kể với tôi bằng một giọng cực kỳ thanh thản - Mình có một đứa em gái tên là Cynthia. Con gái của nó... tức là cháu mình... hiện vẫn còn sống ở Biloxi.

- Bạn có biết được lý do vì sao... bạn bị đưa vào nơi đó không? Điều gì đã khiến cho bố mẹ của bạn cực đoan đến độ đó? Cho dù là con gái của mình có khả năng nhìn trước được tương lai đi chăng nữa...

Cô bạn chỉ chậm rãi lắc đầu, đôi mắt màu hoàng ngọc của cô thoáng lộ vẻ trầm tư:

- Mình không tìm được nhiều thông tin về bố mẹ. Mình đã đi tìm tất cả các bài báo thời đó. Gia đình mình không được đề cập đến, dòng dõi nhà mình không thuộc loại được báo chí quan tâm. Hôn ước của bố mẹ mình vẫn còn, cả của Cynthia - cái tên không được cô bạn thốt ra tự nhiên lắm - Ngày sinh của mình và cả... ngày mất nữa. Mình đã tìm thấy mộ phần của mình. Ở cái dưỡng trí viện ấy, mình đã "chôm chỉa" được mấy tờ giấy cho mình nhập viện. Ngày tháng trên tờ giấy và ngày tháng trên mộ phần của mình hoàn toàn giống nhau.

Tôi không biết phải nói sao với người bạn tội nghiệp của mình, và rồi, sau một lúc im lặng, Alice tiếp tục nói đến những chuyện sáng sủa hơn.

Bây giờ, gia đình Cullen đang quây quần bên nhau, tất nhiên là ngoại trừ một người, đang thụ hưởng kỳ nghỉ xuân của Đại học Cornell ở Denali với bà Tanya cùng gia đình của bà. Tôi lắng nghe những tin tức rất đỗi bình thường ấy một cách háo hức, dẫu rằng cô bạn chẳng đả động gì đến người mà tôi lúc nào cũng quan tâm. Biết được thông tin về một gia đình mà tôi đã hằng mơ ước mình sẽ là một thành viên ở trong đó, với tôi, thế là quá đủ rồi.

Thời gian cứ thế trôi đi, cho đến khi không gian tối mịt, ngài cảnh sát trưởng mới lò dò trở về nhà. Trông bố tôi kiệt sức còn hơn cả tối hôm qua nữa. Bố sẽ trở lại vùng đất riêng vào sáng mai để dự tang lễ của ông Harry, vậy nên bố phải đi nghỉ sớm. Thế là tôi lại ngồi trên ghế tràng kỷ với Alice.

Tờ mờ sáng hôm sau, mặt trời vẫn đang còn ngủ, nhưng bố tôi đã bước xuống lầu rồi, trông bố y như một người khác vậy. Bố mặc một bộ comlê cũ kỹ tôi chưa từng thấy bao giờ. Chiếc áo véttông bị banh hẳn ra, hình như là chật quá không cài cúc vào được thì phải. Còn chiếc cà vạt khi so với toàn thể trang phục thì xem chừng hơi quá khổ. Bố rón rén đi ra cửa, ý chừng không muốn làm cho chúng tôi thức giấc. Tôi tiếp tục giả vờ ngủ, để bố có thể an nhiên mà đi. Alice cũng đang tựa vào tay ghế, "thiêm thiếp"...

Ngay khi ngài cảnh sát trưởng vừa bước chân ra khỏi cửa, Alice đã ngồi bật ngay dậy. Bên dưới tấm mền bông, cô bạn vẫn chỉnh tề trong bộ quần áo đang mặc.

- Nào, hôm nay chúng ta sẽ làm gì? - Cô bạn hỏi.

- Mình không biết nữa... Bạn có nghĩ ra được cái gì vui vui không?

Alice mỉm cười, lắc đầu.

- Dầu sao thì vẫn còn sớm quá.

Thế là tôi quyết định làm việc nhà, chẳng gì thì trong cả cái quãng thời gian tôi ở La Push đã khiến cho việc nhà đăng đăng đê đê ra. Tôi muốn làm một việc gì đó, việc gì cũng được, miễn là nó làm cho cuộc sống của bố tôi có thể dễ thở hơn - có lẽ khi bước chân về nhà, nhận ra căn nhà sạch sẽ và gọn gàng ngăn nắp, hẳn bố cũng sẽ thoải mái được ít nhiều. Tôi quyết định bắt tay vào chùi rửa nhà tắm - hiện nó đang là nơi bừa bãi nhất.

Đúng lúc tôi đang chà bồn tắm, và làm sắp xong, thì chuông cửa bỗng réo vang.

Ngay lập tức, tôi nhìn Alice, trông cô bạn rất lúng túng, gần như là lo lắng, rất lạ. Chưa bao giờ tôi thấy Alice trong trạng thái thế.

- Vâng, ra ngay! - Tôi nói to về phía cửa trước, lúi húi ngồi dậy và rửa vội hai tay.

- Bella à - Alice lên tiếng, giọng nói đong đầy nỗi thất vọng - Hình như mình đã đoán ra ai rồi, có lẽ mình nên ra ngoài là tốt nhất.

- Đoán ư? - Tôi không thể không hỏi lại. Alice phải *đoán* từ khi nào vậy nhỉ?

-... Bằng không thì lặp lại sai lầm tai hại của mình về tiên thì sao, có lẽ là Jacob hoặc một trong những... người bạn của cậu ta.

Tôi nhìn cô bạn của mình chằm chặp, đôi lông mày không khỏi nhíu lại.

- Bạn không thể *nhìn thấy* người sói?

Cô bạn lập tức nhăn nhó:

- Có vẻ như là vậy đấy.

Và tôi có thể thấy rõ là cô bạn rất không vui trước sự thật này - rất-rất không vui.

"Reng, renggg...". Dưới nhà, chuông cửa vẫn tiếp tục reo, những hai lần liền, một cách sốt ruột.

- Bạn không cần phải đi đâu cả, Alice ạ. Bạn ở đây trước kia mà.

Cô bạn bật cười, một tiếng cười gờn gợn những bi ai.

- Bạn tin mình đi, mình và Jacob Black mà ở chung một phòng sẽ không hay đâu.

Nhanh như cắt, cô bạn hôn lên má tôi trước khi lẻn tới cửa phòng của ngài cảnh sát trưởng - để ra ngoài theo lối cửa sổ, tất nhiên là như thế rồi.

"Reng..." Dưới nhà, chuông cửa lại reo.

18. TANG LỄ

Tôi phóng hết tốc lực xuống lầu và mở cửa như phá.

Đúng là Jacob. Dù cho có không nhìn thấy đi chăng nữa, Alice cũng vẫn nhanh nhạy như thường.

Người bạn nhỏ đang đứng cách cửa khoảng hai mét, chiếc mũi nhăn nhăn như đang đánh hơi, nhưng gương mặt thì vẫn tĩnh tại - y như đang đeo mặt nạ vậy. Jacob không hề có một biểu hiện nào ra vẻ tức giận với tôi, nhưng tôi có thể nhận ra đôi tay của cậu bạn hơi có chút run rẩy.

Thái độ khinh khỉnh ấy của cậu lại tiếp diễn. Nó khiến tôi nhớ lại cái buổi chiều đáng sợ khi cậu quyết định chọn Sam thay vì tôi, tôi cảm nhận rõ mồn một là cằm của mình đã hướng lên, sẵn sàng trả lời mọi câu hỏi.

Đằng sau Jacob, chiếc Rabbit vẫn đang nổ máy, Jared ngồi ở vôlăng, còn Embry thì ngồi ở ghế bên cạnh. Và tất nhiên là tôi thừa hiểu cái lý do ấy: họ sợ để người anh em của mình đến đây một mình. Điều này không khỏi khiến tôi chợt buồn, kèm theo một chút bực dọc. Gia đình Cullen đâu có như họ nghĩ đâu.

- Chào em - Không thấy cậu bạn nhỏ nói gì nên tôi quyết định lên tiếng.

Jake mím chặt môi lại, vẫn còn chùng chình ở cửa ra vào. Đôi mắt của cậu liếc ngang liếc dọc khắp khuôn viên nhà.

Tôi nghiến răng lại:

- Bạn ấy không có ở đây. Em đang cần gì ư?

Cậu bạn có vẻ ngần ngại, hỏi:

- Chị ở có một mình?

- Ừ - Tôi thở dài.

- Em nói chuyện với chị một phút thôi, được không?

- *Tất nhiên* là được, Jacob ạ. Em vào nhà đi.

Jacob ngoái lại nhìn mấy người bạn của mình. Tôi thấy Embry có hơi lắc lắc đầu. Nhìn thấy cảnh đó, không hiểu sao, tôi bỗng cảm thấy khó chịu vô cùng.

Tôi nghiến răng lại.

- Đúng là nhát gan - Tôi lầm bầm.

Đôi mắt của Jake tức thì nhìn xoáy trở lại vào mặt tôi - đôi mắt to, màu nâu đen sâu hoắm hẳn đầy những phẫn nộ. Đôi quai hàm của cậu bạn nghiến lại, và cậu lăm lăm - chẳng có cách mô tả nào khác về cách đi này - bước lên hàng hiên, khẽ nhún vai khi đi phớt qua tôi để vào nhà.

Trước khi đóng sầm cánh cửa nhà, tôi nhìn trở lại Jared và Embry - tôi không thích cái kiểu nhìn khe khắt của họ dành cho tôi - phải chăng họ thật sự lo rằng tôi sẽ làm cho Jacob bị thương?

Jacob ở ngay lối vào, mắt nhìn chằm chằm vào mớ mền, gối trong phòng khách.

- Ngủ kia à? - Jacob cất tiếng hỏi, âm điệu trong giọng nói thật mỉa mai.

- Ừưư - Tôi trả lời với một giọng ngoa ngoắt không kém. Tôi không thích Jacob khi cậu hành xử như vậy - Liên quan gì đến em chứ?

Jacob lại nhăn nhăn mũi như thể vừa ngửi thấy một mùi gì đó khó chịu.

- Thế người bạn quý hóa của "cô" đâu? - Jacob nhại lối nói của tôi, và tôi không khó khăn gì để nhận ra điều này.

- Bạn ấy đi có việc. Nào, Jacob, em muốn nói gì với chị?

Dường như trong phòng có một cái gì đó khiến cho Jacob bực bội - hai cánh tay dài ngoẵng của cậu bạn cứ run run. Cậu không thèm trả lời câu hỏi của tôi. Thay vào đó, cứ thẳng tiến vào gian bếp, đôi mắt của cậu ta hoạt động không ngừng nghỉ, dò xét khắp mọi ngóc ngách.

Tôi bước theo Jacob. Cậu ta đi tới đi lui không biết mệt ở chỗ bệ bếp ngắn ngủn.

- Này - Tôi lại lên tiếng, chặn ngang lối của Jacob. Cuối cùng, cậu bạn cũng phải dừng lại, cúi xuống nhìn tôi chằm chằm - Em làm sao vậy?

- Tôi không thích phải ở đây.

Đến nước này thì thật là quá lắm. Tôi cau mày, còn đôi mắt của kẻ đối diện thì se lại.

- Thế thì tôi xin lỗi vì cậu đã phải tới đây - Tôi lầm bầm - Sao cậu không nói thẳng với tôi là cậu cần gì để còn được sớm rời khỏi đây?

- Tôi chỉ muốn hỏi cô vài câu. Không lâu đâu. Chúng tôi còn phải quay lại dự tang lễ nữa.

- Được rồi. Thế thì hỏi cho xong đi - Có lẽ tôi cũng đang quá quắt với con người đang nóng như lửa này, nhưng quả tình, tôi không muốn cậu ấy phải nhìn những cảnh này để rồi đau lòng. Tôi biết tôi đã không công bằng. Tối hôm qua,

535

tôi đã chọn *kẻ hút máu* thay vì chọn cậu. Tôi đã làm cho cậu bị tổn thương trước.

Jacob hít vào một hơi thật sâu, những ngón tay run rẩy của cậu ta đột nhiên ngưng lại. Gương mặt của kẻ đang đối diện với tôi bỗng chuyển sang trầm mặc.

- Một tên Cullen đang ở đây với cô à? - Cậu ta lên tiếng.

- Đúng vậy. Alice Cullen.

Jacob gật đầu một cách tư lự, hỏi:

- Cô ta sẽ ở đây bao lâu?

- Lâu hay mau đều tùy thuộc vào bạn ấy - Giọng nói của tôi vẫn còn đẫm màu sắc "chiến tranh" - Tôi mời bạn ấy ở lại mà.

- Cô có nghĩ rằng cô... Tôi xin cô đấy... Làm ơn giải thích cho cô bạn quý hóa của cô hiểu về kẻ kia đi... cái ả Victoria ấy.

Nghe đến cái tên này, mặt tôi không khỏi tái nhợt tái nhạt.

- Tôi đã kể với bạn ấy rồi.

Jacob gật đầu.

- Cô nên biết rằng khi bọn Cullen ở đây thì chúng tôi chỉ có thể canh chừng vùng đất của chúng tôi mà thôi. Vậy nên cô chỉ có thể an toàn ở La Push. Tôi không thể bảo vệ cho cô ở đây.

- Được rồi - Tôi trả lời lí nhí.

Kẻ đối diện quay mặt đi, mắt nhìn chằm chằm ra ngoài cửa sổ. Im lặng...

- Hết chưa?

Vẫn để đôi mắt dán vào ô cửa kính, Jacob trả lời:

- Vẫn còn một điều nữa.

Tôi chờ đợi để được nghe, nhưng cậu ta vẫn "ngậm hột thị".

- Nói đi? - Tôi giục.

- Mấy tên còn lại liệu có sẽ quay về không? - Jacob hỏi bằng một giọng lạnh lùng, không có âm vực. Bất giác tôi nhớ tới thái độ lúc nào cũng bình tĩnh của Sam. Jacob đang trở nên giống Sam hơn... Không hiểu tại sao điều này lại làm cho tôi bực bội quá thể.

Bây giờ thì tới lượt tôi "ngậm hột thị". Jacob quay sang nhìn tôi, đôi mắt lộ rõ vẻ thăm dò.

- Thế nào? - Cậu ta hỏi, cố gắng che giấu nỗi căng thẳng phía sau sự bình lặng.

- Không - Cuối cùng tôi phải trả lời. Hoàn toàn miễn cưỡng - Họ sẽ không trở về.

Thái độ của kẻ đối diện vẫn không hề thay đổi:

- Được. Xong rồi.

Tôi trân trối nhìn Jacob, bao nhiêu bực bội chất chứa trong tôi tới lúc này mới chịu bùng nổ.

- Ừ, giờ thì hãy chạy nhanh lên. Tới mà mách lại với Sam rằng những tên quái vật đáng ghê tởm kia sẽ không bao giờ quay lại mà làm phiền các người nữa.

- Được - Kẻ đối diện đáp một cách bình tĩnh.

Mà có lẽ là như thế thật. Jacob quay lưng lại tôi, lặng lẽ bỏ đi. Tôi chờ được nghe tiếng cửa trước đóng lại, nhưng rồi chẳng nghe thấy gì cả. Đôi tai của tôi chỉ cảm nhận được duy nhất có tiếng tích tắc của chiếc đồng hồ. Thật ngạc nhiên, sao cậu ta lại có thể ra đi mà không gây ra một tiếng động nhỏ được nhỉ.

Đúng là một thảm họa. Làm sao mà chỉ trong một thời gian ngắn, tôi lại có thể làm cho người bạn nhỏ ghét tôi đến như vậy được kia chứ?

Một khi Alice đi khỏi, liệu cậu ấy có tha thứ cho tôi không? Nếu cậu ấy không tha thứ thì sao?

Tôi ngã người vào cái bệ bếp, úp mặt vào hai lòng bàn tay. Làm sao tôi lại có thể xáo tung mọi thứ lên như thế được? Nhưng tôi biết làm gì khác đây? Ngay cả vào lúc muộn mằn như thế này, tôi cũng không thể nghĩ ra được cách gì hay hơn, không thể nghĩ ra được hành động nào tốt hơn.

- Bella...? - Bỗng có tiếng của Jacob cất lên, trong tiếng gọi ấy chất đầy nỗi bồn chồn không yên.

Tôi ngửng mặt lên, nhận ra Jacob vẫn còn đang đứng tần ngần ở ngay ngưỡng cửa nhà bếp; trong lúc tôi đang bị xáo trộn tâm can, cậu ta vẫn chưa bỏ đi. Chỉ đến khi nhìn thấy những giọt nước mắt đang lấp lánh trên tay mình, tôi mới biết rằng mình đang khóc.

Vẻ bình tĩnh trên gương mặt của Jacob tức thì biến mất; gương mặt của cậu lại trở nên băn khoăn và lưỡng lự. Một cách vội vã, cậu ta bước lại chỗ tôi, đột ngột cúi người xuống, để đôi mắt của cậu nằm ngang tầm với đôi mắt của tôi.

- Lại như thế rồi, phải không?

- Như thế gì cơ? - Tôi hỏi lại, giọng nói run run, vỡ òa.

- Em lại thất hứa. Xin lỗi chị.

- Được rồi - Tôi lẩm bẩm - Lần này là tại chị.

Mặt Jacob đanh lại.

- Em biết chị đối với họ như thế nào. Lẽ ra em không nên ngỡ ngàng như thế.

Và rồi tôi đọc được vẻ khiếp sợ trong đôi mắt của kẻ đối diện. Tôi muốn giải thích với người bạn thân này của mình rằng Alice thật sự là người như thế nào, tôi muốn bảo vệ cô bạn trước những cáo buộc của cậu ấy, nhưng có một điều gì đó bỗng ngăn tôi lại, nó cảnh báo với tôi rằng chưa phải lúc để làm việc đó.

Vì thế, tôi chỉ nói được có mỗi một câu... cụt lủn:

- Xin lỗi em.

- Chúng mình đừng lo lắng về chuyện đó nữa, được không? Cô ta chỉ ghé thăm chị thôi, đúng không? Rồi cô ta sẽ ra đi và mọi thứ sẽ trở lại như cũ.

- Chị không thể cùng lúc là bạn của cả hai người sao? - Tôi hỏi, giọng nói run run đang ra sức che giấu một chút đau thương tôi vừa nhận biết được.

Jacob chậm rãi lắc đầu:

- Không, em không nghĩ như vậy là được.

Tôi khụt khịt mũi, mắt chăm chăm nhìn vào đôi bàn chân to lớn của kẻ đối diện.

- Nhưng em sẽ đợi, có phải vậy không? Em sẽ vẫn là bạn của chị, cho dù chị vẫn quý mến Alice?

Tôi hỏi mà không dám ngước mắt lên, sợ phải nhìn thấy phản ứng của cậu bạn trong câu hỏi cuối cùng. Jacob trù trừ đúng một phút mới chịu lên tiếng, vậy là hình như tôi đã đúng khi quyết định không nhìn cậu bạn.

- Vânggg, mãi mãi em sẽ là bạn của chị - Jacob trả lời một cách cộc cằn - Cho dù chị có yêu quý ai đi chăng nữa.

- Em hứa chứ?

-Vâng, em hứa.

Tôi cảm nhận rõ mồn một đôi tay ấm áp của người bạn nhỏ vòng qua người mình, một cách tự nhiên, tôi ngả người vào ngực cậu, chưa hết sụt sịt.

- Tốt quá.

- Vânggg - Nói xong, cậu bạn cao lớn hít ngửi mái tóc của tôi - Ơơơ.

- Sao thế! - Tôi hỏi gặng, và ngước nhìn lên, nhận ra mũi của cậu bạn đang nhăn lại - Tại sao mọi người cứ làm như thế với chị? Chị không có mùi gì mà!

Jacob thoáng mỉm cười.

- Có, chị có mùi... mùi của chị giống như *bọn chúng*. Khỉ thật. Quá ngọt ngào... ngọt đến phát bệnh. Và... lạnh lẽo. Nó làm cháy cả mũi em.

- Thật ư? - Thế thì quả là kỳ lạ. Alice thơm đến tuyệt vời kia mà. Dù sao thì cũng là đối với một con người thực thụ - Nhưng sao Alice cũng nghĩ rằng chị có mùi nhỉ?

Nụ cười của Jacob lập tức tắt ngúm.

- Hừm. Có lẽ đối với cô ta, mùi của em cũng khó chịu lắm đây. Hừm.

- Ummm, nhưng cả hai người lại rất thơm đối với chị - Tôi lại gục đầu vào vồng ngực của cậu bạn. Khi cậu bước ra khỏi ngưỡng của nhà tôi, chắc chắn tôi sẽ nhớ cậu lắm đây. Chặc, đây đúng là sống theo kiểu nước đôi rồi, chứ còn sao nữa.

Một mặt thì tôi lại muốn Alice lưu lại đây mãi mãi. Tôi sẽ chết mất (tất nhiên là nói theo kiểu ẩn dụ) nếu cô bạn lại bỏ tôi mà đi. Nhưng rồi làm sao tôi có thể chịu nổi nếu không được nhìn thấy Jake trong suốt cả khoảng thời gian dài như vậy? *Đúng là lộn xộn*, tôi nghĩ.

- Em sẽ nhớ chị lắm - Jacob thì thào, cắt đứt mạch cảm nghĩ của tôi - Từng phút, em cứ mong cho cô ta sớm rời khỏi nơi này cho rồi.

- Em thật sự không cần phải như vậy đâu, Jake.

Người bạn nhỏ thở dài.

- Không, phải như thế thôi, chị Bella ạ. Chị... yêu quý cô ta mà. Vậy nên tốt hơn hết là em không nên ở gần cô ta. Em không tin rằng em có đủ tự chủ để kềm chế bản tính của mình. Nếu em vi phạm giao ước, anh Sam sẽ hóa điên mất, vả lại... - Giọng nói của Jacob chuyển sang âm điệu mỉa mai -... chị chắc cũng đâu có muốn cô bạn quý hóa của chị bị chết dưới tay em.

Trước lời lẽ của Jacob, như một phản ứng tự nhiên, tôi lùi lại, nhưng cậu ta càng siết chặt vòng tay hơn, quyết không cho tôi thoát.

- Trốn tránh sự thật sẽ chẳng được gì cả. Hãy đối diện với tất cả đi, Bells.

- Chị không thích mọi chuyện xảy ra theo chiều hướng đó.

Jacob buông một tay xuống, nhưng để dùng bàn tay to lớn đó để nâng cằm tôi lên, bắt tôi phải nhìn thẳng vào mặt cậu.

- Ừưư. Nếu cả hai ta đều là con người thực thụ thì dễ xử hơn chứ gì, có phải vậy không?

Tôi thở dài.

Cứ thế, chúng tôi nhìn nhau, trong một lúc lâu. Bàn tay cậu bạn chạm vào da tôi âm ẩm nóng. Trên gương mặt của mình, tôi hoàn toàn nhận thức được rằng chỉ có duy nhất một nỗi buồn vời vợi - hiện tại, tôi không muốn nói lời tạm biệt, cho dẫu là chỉ xa người bạn nhỏ trong một khoảng thời gian ngắn. Mà cũng thật lạ, gương mặt người bạn nhỏ cũng trầm lắng một nỗi niềm y như vậy, và rồi, khi cả hai đứa tôi, không ai chịu quay mặt đi, Jacob bỗng thay đổi.

Cậu không còn níu lấy tôi nữa, Jacob đưa tay còn lại lên, những ngón tay ấm nóng lại chạm vào má tôi, vờn nhẹ xuống quai hàm của tôi. Tôi hoàn toàn có thể cảm nhận được những ngón tay của cậu bạn đang run rẩy - nhưng lần này không có tác động của cơn giận dữ nào. Người bạn nhỏ áp lòng bàn tay vào má tôi, và khuôn mặt của tôi bị giữ cứng ngắc trong hai bàn tay cháy bỏng của cậu.

- Bella - Jacob thì thầm.

Tôi trân mình, im lặng.

Không! Tôi vẫn chưa quyết định xong. Tôi không biết mình có thể làm được điều đó hay không, và bây giờ thì tôi không còn thời gian để nghĩ nữa. Nhưng dù sao thì lúc này đây, tôi có nghĩ đến cách đẩy cậu bạn ra, song, chẳng có hiệu quả gì, vả lại, tôi cũng là kẻ sống dối lòng mình.

Tôi nhìn trở lại người bạn nhỏ. Cậu ta không còn là cậu bé Jacob *của tôi* nữa, nhưng vẫn có thể luôn là của tôi. Gương mặt của cậu ta thật đáng yêu và thân thiết đến lạ lùng. Về nhiều mặt, tôi đã hướng lòng mình về cậu mất rồi. Cậu là bến bờ êm ả và yên bình của hồn tôi. Ngay bây giờ, tôi có thể chọn cậu, và cậu sẽ là của tôi.

Nhưng Alice sẽ quay trở lại, không, không có điều gì thay đổi cả. Tình yêu thật sự của lòng tôi đã vĩnh viễn mất đi rồi. Chàng hoàng tử sẽ không bao giờ còn trở lại để hôn tôi, để đánh thức tôi dậy khỏi giấc ngủ vùi nữa. Cuối cùng thì tôi cũng đâu phải là công chúa. Vậy thì có chuyện thần tiên nào nói về những nụ hôn *khác* không? Không lẽ trên trần thế này, chẳng có điều gì có thể xóa bỏ được những lời nguyền?

Có lẽ sẽ dễ dàng hơn - nếu như tôi nắm lấy tay của người bạn nhỏ hay là được người bạn nhỏ ôm ấp. Có lẽ tôi sẽ cảm thấy dễ chịu hơn. Có lẽ tôi sẽ không còn cảm giác là một kẻ phản bội nữa. Vả lại, nói gì thì nói, tôi phản bội ai cơ chứ? Chỉ có phản bội chính lòng tôi mà thôi.

Vẫn nhìn thật sâu vào mắt tôi, Jacob bắt đầu đưa mặt tới. Và tôi thì vẫn hoàn toàn chưa có quyết định.

Bất chợt... "Rengggg..." Tiếng chuông điện thoại đinh tai nhức óc bất ngờ reo vang, cả Jacob và tôi đều giật nảy mình, nhưng Jacob không vì thế mà mất tự chủ. Rất đĩnh đạc, Jacob buông cằm tôi ra, để... với tay nhấc ống nghe. Nhưng bàn tay để lên má tôi vẫn không suy suyển lấy một milimét. Đôi mắt nâu đen của cậu vẫn chưa chịu rời khỏi mắt tôi. Phần tôi, không có được thần kinh thép như kẻ đối diện, nên cái đầu cứ quay cuồng, chẳng có nổi một phản ứng, ngay cả việc lợi dụng tình huống để thư giãn đôi chút.

- Nhà Swan nghe đây - Jacob lên tiếng trả lời, giọng nói khàn khàn của cậu thật nhỏ nhưng đầy mạnh mẽ.

Ai đó ở đầu dây trả lời, và Jacob bất thình lình thay đổi tư thế. Cậu bạn đứng thẳng người lên, tay kia buông khỏi mặt tôi. Đôi mắt của cậu trong phút chốc trở nên lạnh lùng, nhưng cả gương mặt không biểu lộ lấy một chút cảm xúc; thôi đúng rồi, tôi dám cược bằng hết "ngân sách đại học" rằng đó là Alice.

Hoàn hồn lại, tôi đưa tay đón lấy cái ống nghe. Nhưng Jacob cố tình không để ý đến tôi.

- Chú ấy không có ở đây - Jacob trả lời, giọng nói đầy vẻ đe dọa.

Đầu dây bên kia trả lời thật ngắn, dường như là hỏi thăm gì đó, bởi lẽ cậu bạn của tôi trả lời một cách miễn cưỡng:

- Chú ấy đang ở chỗ đám tang.

Sau đó, Jacob gác máy.

- Đồ quỷ hút máu dơ bẩn - Cậu ta thì thầm trong miệng. Rồi cậu nhìn tôi, gương mặt mang đầy vẻ đau khổ.

- Ai mà em gác máy vậy? - Tôi há hốc miệng ra vì ngạc nhiên, bực bội đến mức không thể chịu đựng nổi - Đây là *nhà* chị, điện thoại *của chị* kia mà.

- Cô bình tĩnh lại đi! Là hắn gác máy trước chớ bộ!

- Hắn? "Hắn" là ai?!

Jacob nhếch mép cười:

- *Bác sĩ* Carlisle Cullen.

- Tại sao cậu không để cho tôi nói chuyện với ông ấy?!

- Hắn không hỏi đến cô - Jacob lạnh lùng trả lời. Gương mặt của cậu ta vẫn không biểu hiện một chút xúc cảm nào, hoàn toàn vô hồn, nhưng đôi tay thì đang run lên - Hắn hỏi chú Charlie và tôi đã trả lời. Tôi không thấy mình bất lịch sự ở khoản nào cả.

- Cậu nghe tôi nói này, Jacob Black...

Nhưng rõ ràng là con người mưa nắng thất thường này không có ý muốn nghe. Cậu ta ngoái đầu lại, như thể ở phòng ngoài kia vừa có người kêu tên cậu ta. Đôi mắt của Jacob mở rộng, toàn thân bỗng chốc cứng đờ, rồi ngay sau đó run rẩy. Như một phản ứng tự nhiên, tôi cũng ra sức lắng nghe, nhưng cả hai tai của tôi chẳng thu nhận được một tiếng động nào.

- Tạm biệt Bells - Jacob gầm ghè rồi quay ngoắt, tiến thẳng ra cửa trước.

Tôi chạy theo sau.

- Cái gì vậy?

Hốt nhiên, Jacob đột ngột đứng lại, miệng lầm bầm nguyền rủa. Tôi lỡ đà, đâm sầm vào cậu ta. Rồi Jacob bất ngờ quay lại, xô dạt tôi sang một bên. Tôi ngã xuống đất, đôi chân vô tình vướng vào chân của cậu ta.

- Hây, úi! - Tôi bất bình khi Jacob vội vàng giật chân lại.

Tôi lồm cồm ngồi dậy, còn người kia thì lao về phía cửa sau; rồi vô cùng bất ngờ, toàn thân của cậu ta cứng đờ.

Alice đang đứng bất động ở chân cầu thang.

- Bella - Cô bạn nghẹn ngào.

Ra sức đứng dậy, tôi lảo đảo bước về phía Alice. Đôi mắt của cô bạn không còn chút hồn vía nào, cô đang nhìn vào nơi nào đó xa xăm, gương mặt ủ rũ, và trắng toát, trắng hơn cả xương nữa. Thân hình mảnh dẻ của Alice rung lên vì nội tâm bị rúng động mạnh.

- Alice, có chuyện gì vậy? - Tôi thét lên, đặt tay lên gương mặt cô bạn, ra sức trấn tĩnh người bạn của mình.

Ngay lập tức, Alice nhìn thẳng vào mắt tôi, gương mặt nở rộng trong đau đớn.

- Anh Edward - Cô bạn chỉ thì thầm có bấy nhiêu.

Và trong giây phút ấy, cơ thể của tôi, trước câu trả lời của cô bạn, đã phản ứng nhanh hơn thần trí của mình. Tôi không hiểu tại sao cả căn phòng bỗng quay vùn vụt, hay những tiếng gầm thét không rõ từ đâu bỗng vang đầy trong tai tôi. Trí não của tôi ra sức hoạt động, nhưng vẫn không thể hiểu được vì sao gương mặt của Alice lại thảm thiết đến thế kia. Hay Edward có thể xảy ra chuyện gì? Trong khi toàn thân bủn rủn, tôi cố gắng thư giãn trong thời khắc yên bình ngắn ngủi trước khi sự thật có thể đốn ngã tôi hoàn toàn.

Chiếc cầu thang bỗng dốc hẳn xuống một cách kỳ quái.

Tiếng thét phẫn nộ của Jacob hốt nhiên vang lên trong tai tôi, người bạn nhỏ của tôi đã tuôn ra một tràng những lời báng bổ. Tôi ý thức được trong người mình đang hình thành một thái độ phản đối cậu ta. Rõ ràng những người bạn mới của Jacob đã ảnh hưởng không tốt đến tính cách vốn dĩ lương thiện của cậu.

Tôi đang ở trên chiếc ghế tràng kỷ, mà cũng chẳng hiểu vì sao tôi lại có mặt ở đây; Jacob vẫn không ngớt nguyền rủa. Hình như đang có... động đất thì phải - bởi lẽ chiếc ghế tràng kỷ bên dưới cơ thể của tôi đang rung lên.

- Cô đã làm gì cô ấy vậy? - Cậu ta hỏi gặng.

Nhưng Alice phớt lờ cậu ta.

- Bella? Bella ơi, hãy bỏ cái thói quen xấu đó đi. Chúng ta phải nhanh lên.

- Ở lại - Jacob lên giọng cảnh cáo.

- Cậu thôi đi, Jacob Black - Alice lên giọng trở lại - Cậu cũng không muốn làm điều đó khi đang ở quá gần cô ấy kia mà.

- Tôi không nghĩ là sự tự chủ của mình có vấn đề - Jacob vặn lại, nhưng giọng nói của cậu ta đã có phần dịu lại.

- Alice - Giọng nói của tôi yếu xìu - Có chuyện gì vậy? - Tôi hỏi, cho dù trong lòng không hề muốn nghe.

- Mình không biết nữa - Đột nhiên cô bạn chuyển sang giọng thê thiết - Anh ấy đang nghĩ gì vậy kìa?

Dù đang choáng váng, nhưng tôi vẫn cố gượng dậy. Và tôi nhận ra là mình đang níu lấy cánh tay của Jacob. Đúng, chính là cậu ta đang run rẩy, chứ chẳng phải do động đất nào cả.

Tôi nhìn Alice, cô bạn đang rút trong túi ra một chiếc điện thoại di động nhỏ màu bạc. Ngón tay cô lướt trên phím số nhanh như chớp.

- Chị Rose, em cần phải nói chuyện với Carlisle, *ngay bây giờ* - Từ ngữ trong miệng cô bạn tuôn ra thật dồn dập - Được rồi, ngay khi bố trở lại. Không, em sẽ lên máy bay. Nào, chị có nghe bất cứ tin tức gì về anh Edward không?

Alice dừng lại một chút, từng giây trôi qua, gương mặt của cô bạn càng tỏ ra kinh hãi. Miệng cô mở thành chữ O tròn vành vạnh, chiếc điện thoại run lẩy bẩy trong tay cô.

- Tại sao? - Cô bạn thở dốc - *Tại sao* chị lại làm như thế, Rosalie?

Dù câu trả lời của đầu dây bên kia có là gì cũng khiến hai quai hàm của Alice nghiến lại vì phẫn uất. Đôi mắt của cô bạn bừng bừng rồi lại sa sầm xuống ngay.

- Trời ơi, chị tính cách nào cũng sai, Rosalie ạ, có chuyện rồi đấy, chị không nghĩ vậy sao? - Alice hỏi một cách ngoa ngoắt - Vâng, đúng thế. Cô ấy hoàn toàn bình yên... Em đã sai... Chuyện dài lắm... Còn chị thì sai phần sau, vậy nên em mới gọi điện thoại... Vâng, em thấy chính xác là như vậy đấy.

Giọng nói của Alice trở nên nặng nề, đôi môi cô bạn ấn sâu vào răng.

- Trễ rồi, Rose ạ. Chị để lời sám hối ấy cho ai tin chị đi - "Táppp", những ngón tay run rẩy của Alice đóng ngay điện thoại lại, khá mạnh tay.

Đôi mắt của cô bạn hiện đầy vẻ uất ức khi hướng vào tôi.

- Alice - Tôi hối hả lên tiếng. Tôi không thể để cô bạn nói trước tôi được. Tôi cần phải tranh thủ trước cô bạn vài giây, bằng không, những lời lẽ của cô bạn sẽ hủy hoại phần đời còn lại của tôi mất - Alice, bác sĩ Carlisle đã về rồi. Vừa nãy, bác sĩ có gọi điện thoại...

Cô bạn nhìn tôi chằm chằm, gương mặt ngây ra.

- Bao lâu rồi? - Alice hỏi bằng một giọng không có thần khí.

- Nửa phút, trước khi bạn có mặt.

- Thế đã nói những gì? - Bây giờ thì Alice đã hoàn toàn tập trung, sốt ruột chờ đợi câu trả lời của tôi.

- Mình không được nói chuyện với bác sĩ - Mắt tôi nhìn sang Jacob.

Cô bạn ngay tức khắc chiếu đôi mắt sắc lạnh vào Jacob. Cậu ta nao núng, nhưng vẫn quyết ở ngay bên cạnh tôi. Cậu khềnh khàng ngồi xuống, cơ hồ như vẫn đang cố sức dùng thân mình để bảo vệ tôi.

- Ông ta hỏi chú Charlie, và tôi đã bảo rằng chú Charlie không có ở đây - Jacob trả lời bằng một giọng bực bội.

- Chỉ có thế thôi à? - Alice hỏi gặng, giọng nói của cô bạn lạnh giá như đá.

- Thế rồi ông ta cúp máy - Jacob cũng sẵng giọng đáp lại. Một cơn run nhẹ chạy dọc theo sống lưng của cậu bạn, cả người tôi cũng run theo.

- Cậu nói với bác sĩ rằng bố tôi đang ở chỗ đám tang mà - Tôi nhắc Jacob.

Nhanh như cắt, Alice quay đầu sang phía tôi:

- Chính xác thì cậu ấy đã nói những gì?

- Cậu ấy nói rằng "Chú ấy không có ở đây", thế rồi bác sĩ Carlisle hỏi bố mình ở đâu, nghe Jacob trả lời rằng "Chú ấy đang ở chỗ đám tang".

Alice rên rỉ, hai đầu gối run rẩy và đổ sụp người xuống.

- Nói cho mình biết đi, Alice - Tôi thì thào.

- Không phải Carlisle gọi điện thoại đâu - Cô bạn nói một cách tuyệt vọng.

- Cô đang gọi tôi là kẻ nói dối đấy hả? - Bên cạnh tôi, Jacob gầm ghè.

Nhưng Alice phớt lờ cậu ta đi, vẫn giữ đôi mắt đang nhìn xoáy vào gương mặt hoang mang của tôi.

- Là Edward đấy - Những lời lẽ thốt ra chỉ còn là tiếng thì thầm chán nản - Anh ấy nghĩ rằng bạn chết rồi.

Thần trí của tôi bắt đầu hoạt động. Quả tình tôi không sợ những từ ngữ kia, một nỗi nhẹ nhõm trong lòng dần dần lan tỏa, xóa sạch những khúc mắc u uẩn trong đầu tôi.

- Rosalie đã nói với anh ấy rằng mình tự tử, đúng không? - Tôi hỏi, thở phào như vừa trút được một gánh nặng.

- Ừ - Alice gật đầu xác nhận, đôi mắt lại sáng rực những hờn căm - Cứ như những lời biện hộ của chị ấy thì chị ấy đã tin như vậy. Mọi người đã quá tin vào tiên thị của mình, tin đến độ không có lấy một chút hoài nghi rằng nó vẫn còn có thể thiếu sót. Nhưng chị ấy đã biết rõ anh ấy là người thế nào rồi mà còn kể như vậy! Chẳng lẽ chị ấy không nhận ra... hay chú ý thấy rằng...? - Giọng nói của cô bạn tắt dần trong kinh hãi.

- Vậy nên Edward mới gọi điện thoại đến đây và nghĩ rằng Jacob nói đến tang lễ *của mình* - Giờ thì tôi đã hiểu ra cớ sự. Bất giác tôi nhớ lại tình cảnh của mình lúc ở gần cái chết, lúc chỉ cách giọng nói của anh có vài xăngtimét, mà nghe lòng đau nhói. Những móng tay của tôi bấu chặt vào tay Jacob, nhưng cậu ta không hề động đậy.

Alice nhìn tôi bằng một cái nhìn rất lạ.

- Bạn không hề lo lắng... - Cô bạn thều thào.

- Ừm, thời gian này, chúng ta chẳng làm được gì đâu, nhưng rồi mọi chuyện sẽ sáng tỏ thôi. Lần tới, nếu anh ấy gọi điện thoại, chúng ta sẽ nói với anh ấy rằng... thực sự... thì... - Tôi dừng lời. Cái nhìn chằm chằm của Alice làm cho cổ họng của tôi nghẹn lại.

Tại sao cô bạn lại khổ sở như thế kia? Vì cớ gì mà gương mặt cô quận lại trong đau đớn và kinh hãi như thế? Điều cô bạn đã nói với Rosalie trên điện thoại là gì nhỉ? Điều cô bạn đã trông thấy... và lời sám hối của Rosalie; Rosalie chẳng bao giờ xót xa trước những gì xảy đến với tôi kia mà. Nhưng giả như chị ấy làm tổn thương gia đình mình, tổn thương em trai mình...

- Bella - Alice tiếp tục thều thào - Anh Edward sẽ không gọi điện thoại nữa đâu. Anh ấy tin Rosalie.

- Mình. Không. Hiểu - Miệng tôi mấp máy vài lời nhưng không ra hơi. Quả tình tôi không thể phát âm rõ ràng từng tiếng để cô bạn có thể hiểu tôi muốn nói gì.

- Anh ấy đang trên đường đến Ý.

Đối với tôi, câu nói ấy chỉ cần qua một nhịp đập của quả tim là đã hiểu.

Giọng nói của Edward lại vọng về bên tai tôi, lần này thì không còn là những âm thanh giả tạo đến từ những ảo giác nữa, mà là một thứ giọng ngang phè xuất phát từ cõi ký ức xa xăm của tôi. Nhưng chỉ những từ ấy thôi cũng đã đủ để xé toạc lồng ngực của tôi ra rồi. Những lời nói ấy thuộc về cái thời mà tôi dám cuộc mọi thứ của mình lẫn... không phải của mình rằng khi ấy anh vẫn còn yêu tôi.

Ừm... là anh sẽ không sống nữa nếu không có em - anh đã nói như thế khi chúng tôi xem đến cảnh Romeo và Juliet chết bên nhau, ở đây, ngay tại căn phòng này. *Nhưng anh thật sự không biết cách làm điều đó... Anh biết Emmett và Jasper sẽ chẳng bao giúp anh đâu... anh đã nghĩ đến chuyện đi Ý và làm một điều ngớ ngẩn nào đó để chọc tức Volturi... Em không được chọc giận họ... Trừ khi em muốn chết.*

Trừ khi em muốn chết.

- KHÔNG! - Tiếng thét đinh tai nhức óc của tôi vang lên sau câu nói thều thào của Alice đã làm cho mọi người giật nảy mình. Tôi cảm nhận rõ mồn một máu nóng vừa dồn lên mặt mình khi chợt nhận ra điều cô bạn đã trông thấy - Không! Không, không, không! Anh ấy không được làm như thế! Anh ấy không được làm như thế!

- Anh ấy đã quyết định như vậy ngay khi bạn của bạn khẳng định một điều rằng tất cả đã quá trễ, rằng không ai còn có thể cứu được bạn nữa.

- Nhưng anh ấy... anh ấy *đã bỏ đi* kia mà! Anh ấy đã không còn cần mình nữa. Chuyện này thì có gì khác đâu? Anh ấy thừa biết rằng một ngày nào đó, mình cũng sẽ chết thôi mà?

- Mình không tin rằng anh ấy có ý định sống lâu hơn bạn một phút, một giây nào đâu - Alice trả lời một cách sầu thảm.

- Sao *anh ấy* dám làm như thế! - Tôi hét lên. Giờ thì tôi đang đứng trên chính đôi chân của mình, không còn dựa vào ai cả; một cách ngập ngừng, Jacob cũng đứng dậy, để xen vào giữa Alice và tôi.

- Ôi trời ơi, cậu làm ơn đứng sang một bên đi, Jacob! - Vừa nói, tôi vừa lách qua thân thể đang run rẩy của cậu ta một cách sốt ruột - Bây giờ chúng ta phải làm gì? - Tôi nài xin Alice. Phải có cách gì đó chứ - Chúng ta không thể gọi cho anh ấy sao? Còn bác sĩ Carlisle?

Cô bạn buồn bã lắc đầu.

- Đó là điều trước nhất mình đã thử làm. Anh ấy đã vứt điện thoại vào một thùng rác ở Rio[1]... Mình nghe có tiếng ai đó rất lạ trả lời điện thoại... - Cô bạn thì thào.

*

[1] Rio: thành phố nằm về phía đông nam Brazil.

- Ban nãy bạn nói là chúng ta phải nhanh lên. Nhanh gì thế? Sao chúng ta không làm ngay đi, làm gì cũng được!

- Bella, mình... mình không nghĩ rằng mình có thể nhờ bạn...
- Cô bạn ngừng lời, do dự.

- Nhờ đi! - Tôi lớn tiếng.

Alice đặt cả hai tay lên vai tôi, giữ tôi đứng yên, những ngón tay của cô bạn hết co lại duỗi, cố tìm từ để diễn đạt.

- Có khả năng chúng ta sẽ đến trễ. Mình đã thấy anh ấy đang tìm đến Volturi... và xin được chết - Những lời này vừa được thốt ra, cả hai chúng tôi đều co rúm người lại, đôi mắt của tôi đột nhiên chẳng còn trông thấy gì nữa. Chúng nhập nhòe những nước - Tất cả còn phụ thuộc vào lựa chọn của họ. Mình không thể thấy được, cho đến lúc họ quyết định xong.

"Giả như họ sẽ nói "không", hoàn toàn có khả năng này - bởi lẽ ông Aro rất quý mến Carlisle, ông không muốn làm mất lòng bố mình đâu - thì thể nào Edward cũng dùng tới kế hoạch dự phòng. Những con người này luôn ra sức bảo vệ thành phố của mình. Nếu Edward làm điều gì đó tổn hại đến sự yên bình của họ, anh ấy nghĩ bọn họ sẽ thẳng tay để ngăn chặn hành động của anh ấy. Vâng, anh ấy nghĩ đúng. Họ sẽ thẳng tay."

Tôi đăm đăm nhìn Alice, hai quai hàm nghiến chặt vào nhau trong tuyệt vọng. Khoan đã, hình như tôi vẫn chưa nghe thấy lời giải thích nào cho việc bọn tôi vẫn còn phải đứng ở đây mà chưa đi ngay được.

- Nếu họ đồng ý ban "ân huệ" cho anh ấy, thì chúng ta sẽ trễ. Còn nếu họ nói "không", và anh ấy thực hiện xong kế hoạch đã định hòng thử thách lòng kiên nhẫn của họ, thì chúng ta cũng trễ luôn. Còn nếu anh ấy vẫn còn lòng vòng tính cách này nọ... thì may ra chúng ta còn kịp.

- Đi!

- Bạn nghe mình nói này, Bella! Cho dù chúng ta có kịp thời gian hay là không, thì chúng ta cũng sẽ ở giữa lòng thành phố của Volturi. Giả như anh ấy thành công, mình cũng sẽ bị xem là kẻ đồng lõa. Còn bạn, bạn là một con người thực thụ, không chỉ biết quá nhiều về cái thế giới đen tối này, mà còn thơm phưng phức nữa. Nếu là cơ may, có lẽ bọn họ sẽ ra tay giết tất cả chúng ta rất nhẹ nhàng... cho dù là đối với bạn đi chăng nữa, hình phạt cũng không đến nỗi kinh hoàng như giờ ăn tối của họ đâu.

- Đó là điều đang cầm chân chúng ta ở đây sao? - Tôi hoài nghi - Nếu bạn sợ thì mình sẽ đi một mình - Ngay lập tức, trong đầu tôi lập ra bảng tính xem "ngân sách" của mình còn được bao nhiêu, và không khỏi thắc mắc, liệu Alice có sẽ cho tôi mượn thêm hay không...

- Mình chỉ sợ bạn bị giết thôi.

Tôi khụt khịt mũi vì bực:

- Ngày thường, chẳng phải mình đã đâm đầu vào chỗ chết rất nhiều lần đấy ư! Cho mình biết mình cần phải làm gì đi!

- Bạn viết một bức thư để lại cho chú Charlie. Mình gọi điện thoại cho các công ty hàng không.

- Charlie ư - Tôi thở hổn hển.

Không phải là sự có mặt của tôi sẽ bảo vệ được bố, nhưng lẽ nào tôi lại bỏ bố một mình, để bố đối mặt với...

- Tôi sẽ không để cho bất cứ điều gì xảy ra với chú Charlie đâu - Giọng nói của Jacob tuy nhỏ nhưng rất cộc cằn và tức tối - Hứa chắc đấy.

Tôi ngước mắt nhìn cậu ta, Jacob đang cau có trước vẻ mặt bi thảm của tôi.

- Nhanh lên, Bella - Alice hối hả xen vào.

Tôi chạy vào bếp ngay tấp lự, mở tủ "rầm rầm", lôi tất cả mọi thứ ra khỏi tủ, và quẳng hết xuống sàn nhà để tìm cây bút. Một bàn tay mềm mại, có nước da màu nâu đỏ đưa cây bút cho tôi.

- Cảm ơn cậu - Tôi lầm bầm nói, rồi dùng răng mở nắp bút. Một cách lặng lẽ, cậu ta đưa cho tôi một tập giấy mà bố con tôi vẫn hay dùng để viết các lời nhắn gửi trên điện thoại. Tôi xé bỏ mấy trang đã đầy chữ, và lại quẳng tung tóe ra sàn nhà.

Thưa bố, tôi viết. *Con đi với Alice. Edward đang gặp chuyện. Khi con trở về, bố la mắng con thế nào, con cũng chịu. Con cũng biết thời gian lúc này thật khó khăn. Con xin lỗi bố rất nhiều. Con yêu bố lắm, bố ạ. Bella.*

- Đừng đi - Jacob thì thầm. Khi không còn trông thấy bóng dáng của Alice đâu nữa, bao nỗi tức tối của Jacob hoàn toàn biến mất.

Tôi không muốn phí phạm thời gian để tranh cãi với Jacob.

- Tôi xin cậu, xin cậu, *xin cậu làm ơn* chăm sóc cho bố tôi - Tôi lên tiếng và lao mình ra đằng trước. Alice đang chờ tôi ở ngưỡng cửa, chiếc túi xách đã sẵn sàng trên vai cô.

- Bạn lấy ví theo đi... bạn cần phải mang chứng minh nhân dân mà. Nào, *làm ơn* nói cho mình biết là bạn đã có hộ chiếu rồi đấy nhé. Mình không có thời gian để quên bất cứ một cái gì đâu.

Tôi gật đầu và tức tốc chạy lên cầu thang, đầu gối tôi run rẩy vì phấn khích, may là mẹ đã muốn tổ chức lễ cưới với dượng Phil trên bãi biển ở Mexico. Lẽ tất nhiên, giống như mọi dự định khác của mẹ, chuyện cưới xin này đã không đúng như kế hoạch. Nhưng không phải là trước khi tôi đã thu xếp tất cả công việc đâu vào đấy cho mẹ rồi.

Tôi nhào vào phòng, chụp lấy cái ví cũ, một chiếc áo thun đã giặt ủi sạch sẽ, một chiếc quần thể thao, cho hết vào balô, à, còn bàn chải đánh răng nữa, tôi nhét đại bàn chải đánh răng vào phần trên cùng. Xong xuôi, tôi nhao người xuống cầu thang. Cái cảm giác ngờ ngợ này... tình cảnh này, sao quen thuộc với tôi quá. Ít ra thì cũng không giống như lần trước - tôi rời bỏ thị trấn Forks để *chạy trốn* những tên ma-cà-rồng khát máu chứ không phải là dấn thân *đi tìm* họ - tôi không phải đích thân nói lời tạm biệt bố.

Cửa ra vào đã mở sẵn, Jacob và Alice đang đứng ở trước cửa... theo cái tư thế đối đầu nhau, cả hai đứng xa quá nên thật khó mà đoán được là họ đã "khẩu chiến" với nhau chưa. Có vẻ như chẳng ai nhận ra sự xuất hiện cũng khá ầm ĩ của tôi.

- Có lẽ thi thoảng cô cũng biết tự chủ đấy, nhưng cái bọn quỷ hút máu mà cô tính đem cô ấy đến kia... - Jacob đang cáu giận kết tội cô bạn của tôi.

- Vâng. Cậu nói đúng, người sói ạ - Alice cũng nạt nộ trở lại - Volturi là những kẻ hoàn thiện nhất trong thế giới của bọn tôi... Họ chính là lý do khiến cậu sởn tóc gáy khi ngửi thấy hơi của tôi. Họ là nền tảng ác mộng của đời cậu, là nỗi kinh hoàng tiềm ẩn bên trong bản năng của cậu. Đừng tưởng là tôi không hề biết chuyện đó.

- Biết vậy mà cô vẫn đành tâm đem cô ấy đến chỗ bọn chúng giống như là góp một chai rượu cho bữa tiệc hả! - Jacob thét lên.

- Thế cậu nghĩ nếu tôi để bạn ấy ở lại thì bạn ấy sẽ tốt hơn sao, với một Victoria lúc nào cũng lần theo bạn ấy?

- Bọn tôi có thể xử lý được ả đầu đỏ đó.

- Thế thì tại sao tới tận giờ phút này, cô ta vẫn còn săn lùng bạn tôi?

Jacob gầm ghè, một cơn rùng mình chạy dọc theo sống lưng của cậu.

- Thôi đi! - Tôi thét lên với cả hai người, bực bội vì mất hết cả kiên nhẫn - Tranh luận sau được không, đi nào!

Alice tức thì quay ra xe, và nhanh chóng biến mất. Cũng trong tư thế gấp rút, tôi bước theo cô bạn, nhưng bỗng khựng lại... Chết thật, tôi chưa khóa cửa.

Bằng bàn tay run rẩy, Jacob nắm lấy tay tôi.

- Tôi xin cô, Bella. Tôi xin cô đấy.

Đôi mắt nâu đen của người bạn nhỏ lấp lánh những giọt nước. Cổ họng tôi chợt nghẹn lại.

- Jake, tôi *phải*...

- Không, cô không phải như vậy. Cô chẳng cần phải như vậy, thật đấy. Cô hãy ở đây với tôi. Cô sẽ sống. Vì chú Charlie. Vì tôi.

"Rìii, rìii"... Động cơ Mercedes của bác sĩ Carlisle đã khởi động; cái âm điệu khá ầm ĩ ấy cho thấy sợi dây thần kinh kiên nhẫn của Alice đang... sắp đứt.

Tôi lắc đầu quầy quậy, nước mắt văng tóe ra xung quanh.

Tôi giật tay lại, và người bạn nhỏ thôi không cản trở tôi nữa.

- Đừng chết đấy, Bella - Giọng nói của Jacob nghẹn ngào - Cô đừng đi. Đừng!

Giả như tôi sẽ không bao giờ còn được gặp lại cậu bạn ấy nữa thì sao?

Ý nghĩ ấy khiến cho những giọt nước mắt trong tôi không còn là lặng lẽ nữa; lồng ngực của tôi bật lên những tiếng nức nở. Trong thời khắc ngắn ngủi ấy, tôi bất chợt ôm chầm lấy thắt lưng của người bạn nhỏ, gục gương mặt đầm đìa nước mắt vào vồng ngực của cậu. Người bạn nhỏ cũng đặt bàn tay to lớn của mình lên tóc tôi, như thể làm như vậy sẽ giữ được chân tôi ở lại.

- Tạm biệt Jake - Tôi gỡ bàn tay đặt trên tóc mình, và hôn vào lòng bàn tay ấy. Không, tôi không thể nhìn vào gương mặt của người bạn đang đứng đối diện với mình, nếu làm thế, tôi sẽ không thể nào chịu nổi được - Tôi xin lỗi cậu - Tôi thì thào.

Rồi tôi quay phắt người lại, chạy hết tốc lực ra chỗ chiếc xe hơi. Cánh cửa xe dành cho tôi đã mở sẵn. Quàng cái balô vào chỗ tựa đầu, tôi ngồi vào xe, đóng sầm cửa lại.

- Chăm sóc Charlie dùm tôi! - Tôi hướng mặt qua cửa sổ, thét to - nhưng Jacob không còn ở đó nữa. Khi Alice nhấn ga và tiếng bánh xe rít lên thì cùng lúc, dường như có tiếng ai đó đang thét lớn; chúng tôi ngay tức khắc đối diện với con đường, mắt tôi bất chợt bắt gặp một vật gì đó trăng trắng nằm gần chỗ mấy lùm cây. Một mảnh giày.

19. CUỘC ĐUA

Chúng tôi chỉ dư có vài giây khi bắt kịp chuyến bay, và rồi sau đó là hứng chịu sự tra tấn thật sự. Chiếc máy bay cứ đứng ỳ ra trên đường băng, còn các tiếp viên hàng không thì cứ đi đi lại lại ở giữa lối đi, chỉnh lại mấy chiếc túi trên giá đựng đồ để mọi thứ đều vừa khít. Mấy viên phi công thì nhoài người ra khỏi buồng lái, trò chuyện với các tiếp viên hàng không khi họ đi ngang qua. Bàn tay của Alice giữ cứng lấy vai tôi - ngõ hầu muốn giữ cho tôi ngồi yên - sau một hồi tôi cứ nhấp nha nhấp nhổm trên ghế.

- Máy bay chắc chắn là nhanh hơn xe rồi - Cô bạn nhỏ nhẹ nhắc nhở để trấn an tôi.

Tôi gật đầu đúng lúc định nhổm lên để ngó ngó nghiêng nghiêng thêm lần nữa.

Cuối cùng thì chiếc máy bay cũng uể oải lăn bánh ra khỏi cổng, tốc độ có tăng lên nhưng cứ thong thả, từ từ từng chút một, khiến tôi đã sốt ruột lại còn thêm căng thẳng. Tôi những mong khi máy bay cất cánh, mình sẽ khuây khỏa được ít nhiều, nhưng không dè, máu nôn nóng vẫn chẳng hề giảm đi.

Trong lúc máy bay vẫn còn đương lên cao, Alice đã nhắc lấy chiếc ống nghe gắn trên lưng ghế trước mặt, không quên xoay lưng về phía cô tiếp viên hàng không đang nhìn mình bằng con mắt phản đối. Nhưng khi nhìn thấy cảm xúc đang hiển hiện như thế nào đó trên mặt tôi, cô tiếp viên cũng thôi thái độ dè chừng của mình.

Tôi cố gắng phớt lờ những lời thì thầm to nhỏ của Alice dành cho Jasper; thật lòng mà nói, tôi không hề muốn nghe lỏm chuyện riêng của ai cả, nhưng rồi vẫn có mấy từ loáng thoáng lọt vào tai tôi:

- Em không thể nói chắc được, em chỉ vẫn đang xem anh ấy làm một lô một lốc những chuyện khác nhau thôi, anh ấy liên tục thay đổi quyết định... Một cuộc tắm máu khắp thành phố, tấn công một người bảo vệ, nhấc bổng một chiếc xe hơi lên khỏi đầu ngay giữa quảng trường lớn... Toàn là những trò tố giác họ thôi... Anh ấy thừa biết đó là cách nhanh nhất để buộc họ phải ra tay...

"Không, anh không thể làm như thế được - Cô bạn chợt hạ thấp giọng xuống, dù rằng giọng nói của cô bạn đang là gần như không thể nghe thấy được rồi, tôi chỉ ngồi cách cô bạn có vài xăngtimét mà có nghe rõ được gì đâu. Bất giác, tôi cố gắng tập trung vào đôi tai của mình hơn nữa - Anh nói với Emmett là đừng... Trời, anh đi theo anh Emmett và chị Rosalie, ngăn hai người đó lại đi... Anh nghĩ kỹ đi, Jasper. Nếu anh ấy trông thấy bất kỳ ai trong chúng ta, anh có nghĩ rằng anh ấy sẽ làm gì không?"

Alice gật đầu.

"Chính xác như vậy đó. Em nghĩ Bella là cơ hội duy nhất, nếu như... còn có cơ hội... Em sẽ làm mọi thứ có thể làm được, nhưng anh cứ chuẩn bị sẵn tinh thần cho bố Carlisle; những chuyện bất ngờ thường có ảnh hưởng không tốt."

Rồi cô bạn bật cười, trong tiếng cười có cái gì đó chua chát.

"Em đã nghĩ đến chuyện đó rồi... Dạ, em hứa - Giọng nói của cô bạn chợt chuyển sang nài xin - Đừng đi theo em. Em

560

hứa mà, Jasper. Bằng cách này hay cách khác, em sẽ thoát...
Em yêu anh."

Cô bạn gác máy, ngửa người ra sau, hai mắt nhắm nghiền:

- Mình ghét phải nói dối anh ấy.

- Kể với mình hết đi, Alice - Tôi nài nỉ - Mình không hiểu
gì cả. Vì sao bạn lại nói Jasper ngăn Emmett lại, tại sao không
để mọi người giúp chúng ta?

- Vì hai lý do - Alice thì thào, hai mắt vẫn khép - Lý do
thứ nhất thì mình đã nói với anh Jasper rồi. Đó là bọn mình
có thể ngăn được Edward... với điều kiện là Emmett có thể
chạm được tay lên anh ấy, và bọn mình cần phải ngăn anh
ấy lại đủ lâu để có thể thuyết phục cho anh ấy tin rằng bạn
vẫn còn sống. Nhưng trên thực tế thì bọn mình đâu có thể ú
òa với Edward được. Anh ấy mà thấy bọn họ đến là sẽ ra tay
nhanh hơn. Anh ấy sẽ ném một chiếc Buick qua khỏi một
bức tường hay qua một chướng ngại vật nào đó, và thế là
nhà Volturi sẽ xuống tay giải quyết anh ấy.

"Đó cũng chính là lý do thứ hai, lý do mình không thể kể
với Jasper được. Bởi lẽ, nếu mọi người ở đó và nhà Volturi
đã giết Edward, thì thể nào mọi người cũng sẽ tấn công họ.
Bella - Cô bạn mở bừng mắt ra, nhìn tôi khẩn khoản - Nếu
bọn mình có cơ may thắng... nếu như có cách đó, đó là chỉ
bằng cách đánh lại họ thôi, nếu mà bốn đứa mình có thể
cứu được anh ấy thì sự thể có lẽ sẽ khác. Nhưng thực tế thì
bọn mình không thể nào làm được điều đó, và Bella ạ, mình
không muốn mất Jasper theo cách đó.

Bây giờ thì tôi đã hiểu vì sao cô bạn lại thiết tha mong tôi
hiểu cho mình. Cô đang bảo vệ Jasper khỏi mối nguy hại mà

chúng tôi, và của Edward nữa, có thể gặp phải. Tôi hiểu và không hề nghĩ xấu cho cô bạn. Tôi gật đầu liền tắp lự.

- Nhưng Edward không thể nghe thấy bạn ư? - Tôi hỏi - Không lẽ khi anh ấy nghe thấy suy nghĩ của bạn, rằng mình vẫn còn sống, rằng toàn bộ chuyện này thật ra không phải như anh ấy tưởng, thì anh ấy vẫn không biết thực hư sao?

Thật ra thì không thể áp dụng lý trí ở đây được. Tôi cũng không tin là anh còn đủ thần trí để mà làm như vậy. Điều đó không có nghĩa gì cả! Tôi vẫn còn nhớ như in những lời lẽ đau buồn của anh, ngày chúng tôi cùng ngồi với nhau trên ghế xôpha xem đến cảnh Romeo và Juliet lần lượt tự tử. *Anh sẽ không sống nữa nếu không có em* - Anh đã nói như vậy, như thể đó là kết cuộc duy nhất của đời anh. Nhưng rồi những gì anh đã nói với tôi - rất quả quyết - ở trong rừng khi anh quyết định rời xa tôi đã xóa sạch cái dấu chấm hết đó rồi kia mà.

- Giả như anh ấy vẫn nghe - Cô bạn giải thích - Vấn đề chỉ là anh ấy tin hay không tin mà thôi, bạn cũng có thể nói dối trong suy nghĩ được kia mà. Giả như bạn chết thật rồi, và mình vẫn cố gắng ngăn anh ấy lại. Thế là mình cứ nghĩ "cô ấy vẫn còn sống, cô ấy vẫn còn sống", càng làm ra vẻ thật thà chừng nào, càng tốt chừng nấy. Anh ấy thừa biết điều đó.

Tôi nghiến răng lại trong tuyệt vọng.

- Nếu như có cách nào đó không dính đến bạn, Bella ạ, mình tuyệt đối sẽ không lôi bạn vào nguy hiểm như thế này đâu. Mình thật tệ quá.

- Bạn đừng có ngớ ngẩn như thế. Mình chẳng có việc gì để

bạn phải lo lắng cả - Tôi nôn nóng lắc đầu và khoa tay - Bạn nói cho mình biết đi, về chuyện bạn nói dối Jasper ấy.

Cô bạn mỉm cười một cách cay đắng.

- Mình hứa với anh ấy rằng mình sẽ tẩu thoát thật nhanh, không để họ giết mình. Nhưng đó không phải là điều mình có thể đoan chắc được... không phải là với một chuyến đi ít có khả năng thành công như thế này - Alice nhướng mày lên, sợ sệt hơn là nghiêm túc.

- Volturi thật ra là ai vậy? - Tôi hỏi gặng, vẫn bằng chất giọng thì thào - Điều gì lại khiến họ mạnh hơn Emmett, Jasper, Rosalie và bạn chứ? - Thật khó có thể hình dung ra nổi vẫn còn một thứ có thể đáng sợ hơn thế.

Alice hít vào một hơi thật sâu, rồi bất ngờ dịu lại, ánh mắt của cô bạn bỗng đổi hướng qua vai tôi, sa sầm xuống. Ngay lập tức, tôi quay lại, nhận ra một người đàn ông ngồi ở bên kia lối đi, ông ta đang nhìn sang phía khác như thể chẳng nghe thấy chúng tôi nói gì. Nhìn tướng mạo thì ông ta có vẻ như là một thương gia, trong bộ comlê đen, với chiếc càvạt sang trọng và một chiếc máy tính xách tay đặt trên đùi. Trong lúc tôi bực bội nhìn người đàn ông thì ông ta mở chiếc máy vi tính ra, và rất tự nhiên, ông ta đeo tai nghe vào.

Tôi nghiêng người về phía Alice. Cô bạn ghé môi sát tai tôi, tiếp tục thì thào nốt câu chuyện còn dang dở:

- Mình ngạc nhiên là bạn đã nhận ra cái tên này - Cô bạn nói - Vậy là khi mình nói anh ấy đang trên đường sang Ý, là bạn đã hiểu ngay ý mình muốn nói gì. Lúc đó, mình cứ nghĩ là mình sẽ phải giải thích với bạn chứ. Edward đã kể những gì với bạn rồi?

- Anh ấy chỉ nói rằng đây là một gia đình lâu đời rất có thế lực... giống như hoàng tộc vậy. Và rằng không nên chọc giận họ, trừ khi muốn... chết - Tôi thì thào đáp lại. Những từ cuối cùng này, tôi phải khó khăn lắm mới thốt ra được.

- Bạn phải hiểu thế này - Cô bạn lên tiếng, lần này, giọng nói còn nhỏ hơn trước và thận trọng hơn - Nhà Cullen của bọn mình thật ra là một gia đình độc nhất vô nhị về nhiều mặt, hơn cả những gì mà bạn biết cơ. Vì thật... *khác thường* khi bọn mình đông như vậy mà lại sống hòa thuận, yêu thương nhau. Gia đình bà Tanya ở phía bắc cũng tương tự như vậy, và Carlisle đã phát hiện ra rằng chính cách sống kiêng khem sẽ khiến bọn mình dễ sống tốt hơn, sợi dây liên kết giữa tụi mình chính là tình yêu thương chứ không phải dựa trên sự tồn tại hay lợi ích. Ngay cả cái nhóm bộ ba của James thật ra cũng thuộc vào hàng nhóm lớn rồi đó... vậy mà bạn thấy Laurent bỏ đi dễ dàng không. Những kẻ như bọn mình, theo lệ thường, chỉ lang bạt một mình, hoặc đi theo cặp mà thôi. Theo như những gì mình biết thì gia đình Carlisle là nhóm lớn nhất, tồn tại lâu nhất... Nhưng vẫn trừ một trường hợp. Nhà Volturi.

"Cơ bản là họ chỉ có ba người, Aro, Caius và Marcus."

- Mình đã nhìn thấy họ rồi - Tôi lầm bầm - Trên một bức tranh trong phòng làm việc của bác sĩ Carlisle.

Alice gật đầu.

- Về sau, có thêm hai người phụ nữ nhập bọn, nên hiện thời, gia đình họ có năm người. Mình không biết rõ lắm, nhưng mình ngờ rằng điều khiến họ có thể sống hòa thuận với nhau... chính là do tuổi tác của họ. Bọn họ đã có trên ba ngàn tuổi rồi. Hoặc cũng có thể chính những năng lực đặc biệt đã ban thêm cho họ lòng khoan dung. Cũng giống như Edward và mình, Aro và Marcus... có những khả năng trời ban.

Cô bạn tiếp tục kể trước khi tôi kịp lên tiếng hỏi.

- Mà cũng có khi chính tình yêu đối với sức mạnh đã gắn kết họ lại. Cái gọi là hoàng tộc ấy chính là lời giải thích dễ hiểu nhất.

- Nhưng mà nếu chỉ có năm...

- Năm người, đó chỉ là số thành viên của một gia đình - Cô bạn nhẹ nhàng chỉnh lại - Và hoàn toàn chưa gộp thêm đám bảo vệ đấy.

Tôi hít vào một thật sâu.

- Nghe... nghiêm trọng quá.

- Ừ, đúng vậy - Alice đoan chắc với tôi - Lần cuối cùng, bọn mình được nghe nói đến thì đội bảo vệ vĩnh cửu có tổng cộng chín người. Những kẻ còn lại thì... chỉ làm trong một khoảng thời gian thôi. Con số đó luôn luôn thay đổi. Và rất nhiều người trong số họ có những năng lực đặc biệt... không, phải nói là những năng lực thần kỳ mới đúng, những năng lực mà so với họ, mình chỉ thuộc vào hạng nhãi nhép mà thôi. Nhà Volturi chọn họ theo năng lực, theo thể chất và theo những tố chất khác nữa.

Tôi mở miệng ra, toan hỏi nữa thì đã phải khép ngay miệng lại. Tôi không nghĩ rằng mình lại muốn biết thêm những thứ quái quỷ này còn tệ đến mức độ nào.

Người đồng hành với tôi gật đầu, cơ hồ như đã hiểu tâm sự của tôi.

- Họ rất ít khi đối đầu với ai. Bởi lẽ, chẳng có ai lại mất trí đến độ đi gây thù chuốc oán với họ. Bọn họ chỉ sống quanh quẩn trong thành phố của mình, họ chỉ ra ngoài khi có nhiệm vụ thôi.

- Nhiệm vụ? - Tôi không thể không hỏi lại.

- Edward không kể với bạn là họ làm gì à?

- Không - Tôi trả lời và cảm nhận được rất rõ rằng gương mặt của mình đang ngây ra.

Alice lại hướng ánh mắt ngang qua đầu tôi, về phía người đàn ông nọ, rồi đôi môi lạnh ngắt của cô bạn lại kề vào sát tai tôi:

- Anh ấy gọi họ là gia đình hoàng tộc cũng có lý do đấy... tầng lớp thống trị. Trên một ngàn năm qua, trong thế giới của bọn mình, họ luôn ở vị trí của kẻ ban hành và bảo vệ luật lệ... gọi nôm na là trừng phạt những kẻ tội đồ. Họ thực thi cái nhiệm vụ đó nghiêm khắc lắm.

Đôi mắt của tôi mở tròn xoe vì kinh hoàng.

- Cũng có *luật lệ* sao? - Tôi hỏi khá lớn tiếng.

- Suyttt!

- Sao không ai nói với mình từ trước? - Tôi thì thào một cách giận dữ - Mình muốn nói là mình đã muốn... trở thành một người như bạn kia mà! Sao lúc đó không ai giải thích luật lệ cho mình?

Alice bật cười khúc khích trước phản ứng của tôi.

- Không có phức tạp như vậy đâu, Bella à. Chỉ có duy nhất một giới hạn thôi, cốt lõi của nó... nếu bạn suy nghĩ một chút, tự bạn cũng có thể nhận ra được.

Tôi đăm chiêu suy nghĩ.

- Không, mình chẳng biết gì cả.

Alice lắc đầu thất vọng.

- Chắc là tại vì nó rõ ràng quá. Bọn mình chỉ cần giữ bí mật về sự tồn tại của mình là được.

- Ồ - Tôi lẩm bẩm. *Thật* quá rõ ràng.

- Nó hiển nhiên là thế, cho nên hầu hết những kẻ như mình đã không bị kiểm soát - Cô bạn tiếp tục nói - Nhưng rồi vài thế kỷ trôi qua, thỉnh thoảng một người trong thế giới của bọn mình bỗng nhiên chán đời. Hay mất trí. Mình không rõ nữa. Thế là nhà Volturi vào cuộc trước khi hành động của người kia ảnh hưởng đến họ hay ảnh hưởng đến tất cả những người còn lại.

- Vậy là Edward...

- Đang có ý định làm cái điều dại dột đó ngay trong thành phố của họ... thành phố mà họ đã bảo vệ an toàn cái bí mật ấy trong suốt ba ngàn năm qua, từ thời kỳ của những người Etrucan lận. Họ bảo vệ thành phố kỹ đến nỗi không cho phép có bất kỳ một cuộc săn mồi nào diễn ra trong thành phố. Vậy nên có thể nói Volterra là thành phố an toàn nhất trên thế giới, ít ra là không nằm trong vùng tấn công của ma-cà-rồng.

- Nhưng bạn nói rằng họ không đi đâu cả. Vậy họ ăn làm sao?

- Họ không đi đâu cả. Họ dùng "thực phẩm" lấy từ bên ngoài vào, thỉnh thoảng là từ những nơi rất xa. Việc lấy "thực phẩm" này thường được giao cho những tay bảo vệ, khi họ không phải ra ngoài tiêu diệt những kẻ phạm luật, hay bận phải bảo vệ thành phố trước những trò phá đám...

- Trước những tình cảnh thế này, như Edward - Tôi hoàn tất câu nói của cô bạn. Bây giờ, gọi tên anh sao trở nên dễ dàng đến lạ. Tôi không hiểu khác biệt này là do đâu. Có lẽ là bởi tôi không có ý định duy trì sự sống này thêm một phút một giây nào nữa, nếu như sẽ không còn được trông thấy anh, hoặc nếu như chúng tôi đến trễ. Thật dễ chịu làm sao khi biết rằng cuối cùng cũng có một con đường để đi cho mình.

- Mình không tin rằng đây là tình cảnh tương tự - Cô bạn thì thầm, giọng nói lộ rõ sự bực tức - Bạn không hiểu gì về những ma-cà-rồng muốn tự tử đâu.

"Ahhh..." Tôi buột miệng thét lên - nhưng chỉ là một tiếng thét trong câm lặng, song, có vẻ như Alice cũng hiểu đó là phản ứng của đau đớn. Cô bạn choàng cánh tay mảnh khảnh nhưng rất chắc chắn lên vai tôi.

- Chúng ta sẽ làm tất cả những gì có thể được, Bella à. Mọi chuyện vẫn chưa kết thúc mà.

- Ừ, vẫn chưa kết thúc - Tôi quyết định sẽ xuôi theo lời an ủi của cô bạn, dù biết rằng hy vọng của chúng tôi cực kỳ mong manh - Nếu chúng ta làm rối tung mọi chuyện lên, thể nào nhà Volturi cũng sẽ ra tay.

Alice lặng người đi.

- Nghe bạn nói cứ như đó là chuyện vui lắm vậy.

Tôi nhún vai.

- Thôi đi Bella, bằng không, khi chúng ta vừa đặt chân xuống New York là sẽ bay về Forks liền đấy.

- Cái gì?

- Bạn thừa biết mà. Nếu chúng ta đến trễ, không thể cứu Edward được, thì mình sẽ cố hết sức để trả bạn nguyên vẹn về với chú Charlie, và mình không muốn bạn gây ra bất cứ một rắc rối nào hết. Bạn có hiểu không?

- Ừ, mình hiểu mà, Alice.

Alice khẽ ngả người ra sau để có thể trông rõ được sắc mặt của tôi.

- Không được gây rối đấy.

- Xin lấy danh dự ra mà thề - Tôi thì thào.

Cô bạn trố cả hai mắt ra mà nhìn tôi.

- Giờ thì hãy để mình tập trung. Mình đang cố gắng xem xem anh ấy đang định làm gì.

Vẫn giữ nguyên vòng tay choàng quanh vai tôi, Alice ngả đầu vào thành ghế, mắt nhắm nghiền lại. Cánh tay để không của cô bạn đưa nhanh lên, đỡ lấy gương mặt, các đầu ngón tay của cô không ngớt miết vào thái dương.

Tôi nhìn cô bạn một lúc lâu. Cuối cùng, cô ấy cũng rơi vào trạng thái im lìm, hệt như một pho tượng đá được đẽo gọt vô cùng tỉ mỉ, công phu. Từng phút, từng phút một cứ thế trôi qua, nếu mà tôi đã không quen không biết gì về Alice thì tôi đã cho rằng cô ấy ngủ rồi. Và tất nhiên là tôi không dám đánh thức cô bạn dậy để hỏi xem cô đang trông thấy gì nữa.

Và tôi mong mình vẫn còn có điều gì đó bình yên để nghĩ đến. Không, tôi không được nghĩ đến những chuyện kinh hoàng trước mắt, hay tệ hơn cả kinh hoàng nữa, đó chính là nguy cơ tôi và Alice sẽ bị thất bại - nếu tôi không muốn mình phải bật thét lên ở đây.

Vả lại, tôi cũng đâu có biết trước được điều gì. Cũng có thể, nếu tôi rất-rất-rất may mắn, thì tôi sẽ cứu được Edward. Nhưng tôi cũng không ngốc nghếch đến độ cho rằng cứu được anh cũng đồng nghĩa với việc sẽ được ở bên anh. Tôi sẽ không thay đổi, tôi sẽ vẫn là tôi của ngày trước. Trên đời này, chẳng có lý do gì để anh cần đến tôi đâu. Thấy được anh, rồi tôi cũng sẽ lại mất anh mà thôi...

Rồi tôi sẽ lại phải chống chọi với nỗi đau. Đây là cái giá mà tôi sẽ phải trả cho việc cứu lấy anh. Được, tôi sẽ trả hết.

Bất giác tôi nhìn quanh, tất cả các hành khách trong khoang đang xem phim. Người đàn ông ở bên kia lối đi đang đeo tai nghe. Thỉnh thoảng tôi lại trông thấy vài hình người chạy qua chạy lại trên màn ảnh nhỏ xíu, nhưng không thể biết được đấy là phim lãng mạn hay phim kinh dị.

Thời gian như kéo dài ra vô tận, cuối cùng, chiếc máy bay cũng hạ cánh xuống New York. Alice vẫn ngồi im như một pho tượng. Rùng mình, tôi vươn tay ra, ngập ngừng... lại rụt tay về. Cứ thế đến hơn mười lần, bỗng bất chợt, cả không gian chấn động, máy bay đã tiếp đất an toàn.

Đến lúc này thì...

- Alice - Cuối cùng, tôi phải lên tiếng - Alice, chúng ta phải xuống thôi.

Tôi chạm vào cánh tay của cô bạn.

Một cách chậm rãi, Alice nhẹ nhàng mở mắt ra. Cô lắc lắc đầu một lúc.

- Có gì mới không? - Tôi thì thầm hỏi, hoàn toàn nhận

570

thức được rằng người đàn ông thương nhân kia đang sẵn sàng dỏng tai về phía chúng tôi bất cứ lúc nào.

- Cũng không hẳn - Cô bạn thì thào đáp chỉ vừa đủ để cho tôi nghe thấy - Edward đang đến gần. Anh ấy vẫn đang tính xem nên mở lời như thế nào.

Chúng tôi vội vã chạy xuống thang để chuyển máy bay, dẫu sao, như thế cũng vẫn còn hơn là phải chờ với đợi. Ngay khi máy bay vừa cất cánh, Alice lại nhắm mắt lại, tiếp tục trở về với trạng thái im lìm cũ. Còn tôi thì chẳng còn cách nào khác hơn là kiên nhẫn chờ đợi. Khi khoang hành khách bắt đầu tối đèn, tôi mở tấm mành che cửa sổ ra, nhưng chẳng thể trông thấy gì khác ngoài một khoảng trời tối đen.

Bất giác, tôi tự lấy làm mừng vì đã trải qua nhiều tháng luyện tập cách tập trung tư tưởng. Thay vì cứ mãi mường tượng đến những chuyện kinh hoàng có thể xảy đến với bản thân (cho dẫu Alice có nói gì đi nữa thì tôi cũng sẽ không đi hết quãng đời này đâu), tôi nghĩ đến những chuyện đỡ nguy hiểm hơn. Chẳng hạn như khi trở về nhà, tôi sẽ phải nói sao với ngài cảnh sát trưởng? À, một bài toán khá hóc búa đây, đủ để làm bận rộn đầu óc của tôi suốt mấy tiếng đồng hồ. Còn Jacob nữa chứ? Cậu ấy đã hứa là sẽ chờ đợi tôi, nhưng mà lời hứa ấy liệu có còn hiệu nghiệm không? Hay là tôi sẽ lại phải tiếp tục cuộc sống vò võ một mình ở nhà, chẳng có ai thèm lý tới? Nhưng thôi, có lẽ tôi chẳng *muốn* sống nữa đâu, chuyện gì xảy ra cũng mặc kệ nó đi.

Hình như chỉ mới trải qua được có vài giây, Alice đã lay vai tôi - tôi đã thiếp đi lúc nào không hay.

- Bella - Cô bạn rít lên, giọng nói vang lên khá lớn trong

cái khoang hành khách đang đắm chìm trong thứ ánh sáng mờ mờ, đầy những người đang ngủ.

Tôi tỉnh lại ngay lập tức - Tôi không say ngủ đến độ chẳng còn nhớ được chuyện gì với chuyện gì.

- Sao rồi?

Trong ánh sáng mờ mờ của ngọn đèn đọc sách phía sau chúng tôi, đôi mắt của Alice bất ngờ lấp lánh.

- Không sao - Cô bạn cười rạng rỡ - Ổn rồi. Họ đang cân nhắc, nhưng họ đã quyết định từ chối anh ấy.

- Nhà Volturi ư? - Tôi thì thầm, cả người bất thần chao đảo.

- Tất nhiên rồi, Bella ạ, ngồi cho vững nào. Mình còn có thể thấy là họ tính nói gì nữa.

- Nói cho mình biết đi.

Chợt có một tiếp viên đi lại phía chúng tôi, bước chân rất khẽ.

- Tôi lấy cho quý khách một cái gối nhé - Cái kiểu thì thào của anh ta đích thị là đang có ý quở trách chúng tôi chuyện trò hơi lớn tiếng.

- Dạ không, cảm ơn anh - Ánh mắt rạng rỡ của Alice ngước lên nhìn anh ta, không quên kèm theo một nụ cười có sức quyến rũ khó cưỡng. Và tất nhiên điều đó đã có tác dụng rõ ràng... Người thanh niên quay đi, bước chân chuệnh choạng suýt ngã.

- Kể cho mình biết đi - Tôi cố gắng nói thật nhỏ.

Và Alice thì thầm vào tai tôi:

- Họ thích anh ấy. Họ cho rằng năng lực đặc biệt của anh ấy rất có ích. Họ sẽ mời anh ấy gia nhập với họ.

- Vậy, anh ấy sẽ trả lời thế nào?

- Mình vẫn chưa thấy gì, nhưng mình cuộc rằng bức tranh này sẽ đầy màu sắc đấy - Cô bạn toét miệng ra cười một lần nữa - Đây là tin tức tốt lành đầu tiên, là cơ may đầu tiên của chúng ta. Họ thích anh ấy, họ không hề muốn làm hại anh ấy... một cách "phí phạm", đó là từ thông dụng của Aro. Vậy là anh ấy buộc phải nghĩ đến cách khác. Anh ấy càng suy tính lâu bao nhiêu thì chúng ta càng có cơ hội nhiều bấy nhiêu.

Không, như thế vẫn chưa đủ để cho tôi hy vọng, lòng tôi vẫn chưa thể nhẹ nhõm như cô bạn được. Chúng tôi vẫn có khả năng đến trễ như thường. Và giả như tôi không thể lọt qua được những bức tường kia để đột nhập vào giữa lãnh địa của nhà Volturi, tôi sẽ không thể nào tránh được chuyện bị Alice lôi về nhà.

- Alice?

- Ừ?

- Mình thấy lạ quá. Sao bạn lại có thể trông thấy rõ ràng như thế? Trong khi những lần khác, bạn đều thấy mọi thứ xa xăm... Vậy là sao?

Ánh mắt của Alice đanh lại. Không biết có phải là cô đang đoán xem tôi sẽ nghĩ đến điều gì không.

- Mọi thứ rất rõ ràng, bởi vì chúng đang xảy ra hay sắp sửa xảy ra, và mình thực sự tập trung. Còn những gì ẩn hiện trong mơ hồ thì tự chúng đến, những hình ảnh ấy chỉ lờ mờ và xa xăm. Hơn nữa, mình thấy những kẻ như mình dễ dàng hơn là nhìn thấy những người như bạn. Edward thậm chí còn trông thấy dễ hơn vì mình và anh ấy rất hợp nhau.

- Thảng hoặc, bạn cũng trông thấy mình - Tôi nhắc lại cho cô bạn nhớ.

Alice lắc đầu.

- Không rõ lắm đâu.

Tôi thở dài.

- Mình rất mong những gì bạn thấy về mình là sự thật. Hồi đầu, trước khi chúng ta gặp nhau, bạn đã trông thấy mình...

- Bạn muốn nói tới chuyện gì vậy?

- Bạn đã trông thấy mình trở thành người như bạn - Tôi lí nhí trả lời.

Cô bạn thở dài:

- Lúc đó thì có thể là như vậy.

- Lúc đó... - Tôi lặp lại.

- Thật đấy, Bella à... - Alice ngập ngừng, và rồi có vẻ như cô bạn đã quyết định xong - Mình nghĩ điều này còn hơn cả sự lố bịch nữa. Mình đang cân nhắc xem tự mình có nên biến đổi bạn hay không...

Tôi nhìn cô bạn trân trối, toàn thân đông cứng lại vì sửng sốt. Trong giây phút đó, đầu óc của tôi cố gắng phản đối lại cô bạn. Tôi sẽ không thể chịu đựng nổi nếu như cô bạn thay đổi quyết định ấy.

- Mình làm bạn sợ ư? - Alice ngạc nhiên - Mình cứ tưởng bạn mong muốn được như vậy.

- Đúng thế! - Tôi há hốc miệng ra vì ngạc nhiên - Ôi Alice, bạn làm điều đó ngay đi! Mình sẽ giúp bạn được nhiều thứ lắm... Mình cũng không làm vướng chân vướng cẳng bạn. Nào, bạn thực hiện đi.

- Suyt, Bella, suyt - Cô bạn nhắc nhở. Anh chàng tiếp viên ban nãy lại hướng tầm mắt về phía chúng tôi - Bạn cân nhắc lại xem nào - Cô bạn thì thào - Chúng ta đâu có đủ thời gian. Ngày mai là bọn mình vào đến Volterra rồi. Còn bạn thì phải quằn quại tới vài ngày lận - Cô bạn le lưỡi - Mình cũng không tin là các vị hành khách này sẽ có thể bình tĩnh được đâu.

Tôi bặm môi lại.

- Bạn mà không làm bây giờ thì bạn sẽ thay đổi quyết định cho mà xem.

- Không - Alice chau mày, vẻ mặt buồn rười rượi - Mình không nghĩ là mình sẽ làm như vậy. Anh ấy sẽ giận lắm. Úy! Nhưng mà liệu anh ấy có thể làm gì được nhỉ?

Tim tôi đập nhanh hơn.

- Anh ấy chẳng làm gì được đâu.

Cô bạn bật cười khe khẽ, rồi ngay sau đó lại thở dài.

- Bạn tin tưởng vào mình quá, Bella à. Mình không dám tin chắc là mình *có thể* làm được đâu. Có khả năng mình sẽ không dừng được cho đến lúc bạn chết mất.

- Thì mình cũng sẽ gặp những chuyện như vậy thôi mà.

- Bạn kỳ lạ thật đấy, ngay cả là đối với một con người thực thụ.

- Cảm ơn.

- Được rồi, giờ thì bọn mình cứ tạm quyết định như vậy đi. Trước tiên là phải sống cho qua ngày mai cái đã.

- Hay lắm - Chí ít thì tôi cũng còn có một cái gì đó để mà bám víu, để mà hy vọng. Nếu Alice giữ đúng lời hứa, và nếu cô bạn không lỡ đà giết chết tôi thì Edward có thể tha hồ

575

làm tất cả những gì anh ấy mong muốn, tôi sẽ đi theo anh. Tôi sẽ không để anh phải bận tâm lo cho tôi nữa. Mà có khi... khi tôi đã trở nên xinh đẹp và tràn đầy sức mạnh, anh sẽ chẳng thể nào mà bỏ rơi tôi vì những niềm vui khác được đâu.

- Ngủ đi nào - Cô bạn động viên tôi - Có tin gì mới, mình sẽ gọi bạn dậy ngay.

- Biết rồi - Tôi cằn nhằn, giờ thì tôi làm sao mà ngủ nghê được nữa. Alice rút cả hai chân lên ghế, vòng hai tay ôm bó lấy chân, rồi gục đầu lên gối. Cứ thế, cô bạn lắc lư lắc lư... Tập trung...

Chẳng còn biết làm gì khác, tôi ngả đầu lên ghế, ngắm nhìn cô bạn. Chợt bất thần, cô bạn của tôi quắc mắt nhìn về phương trời phía đông, bầu trời chỉ vừa mới rạng.

- Có chuyện gì thế? - Tôi thảng thốt hỏi khẽ.

- Họ đã từ chối anh ấy rồi - Cô bạn thì thào. Lần đầu tiên, tôi không còn thấy cô bạn hăng hái nữa.

Cổ họng của tôi tức thì nghẹn lại, giọng nói trở nên run rẩy:

- Anh ấy sẽ làm gì?

- Lộn xộn lắm. Mình chỉ thấy một loạt những hình ảnh thoáng qua thôi, anh ấy đang liên lục thay đổi quyết định.

- Quyết định như thế nào? - Tôi nhấn giọng.

- Rất tệ - Cô bạn thì thào - Anh ấy quyết định sẽ đi săn.

Cô bạn nhìn tôi và cảm nhận được vẻ khờ khạo đang hiện ra trên mặt kẻ đối diện.

- Ngay trong thành phố - Alice giải thích - Anh ấy chỉ mới

quyết định thôi. Và đã lại thay đổi quyết định vào phút chót rồi.

- Anh ấy không muốn làm cho bác sĩ Carlisle thất vọng - Tôi lầm bầm. Không, điều cuối cùng anh ấy còn thực hiện trên cõi đời này không phải là điều đó.

- Ừ, có lẽ thế - Cô bạn đồng ý với tôi.

- Liệu chúng ta có kịp thời gian không? - Tôi hỏi, không khí trong khoang hành khách bỗng thay đổi áp lực. Tôi cảm nhận rõ mồn một máy bay đang chúc xuống.

- Mình cũng hy vọng như vậy... nếu như anh ấy quyết định chọn giải pháp cuối cùng, biết đâu đấy.

- Giải pháp cuối cùng... đó là gì?

- Rất đơn giản. Anh ấy chỉ việc bước ra ngoài ánh sáng.

Chỉ việc bước ra ngoài ánh sáng. Thế là hết.

Thế là đủ rồi. Hình ảnh của Edward trên cánh đồng - óng ánh, lấp lánh, tựa hồ như làn da của anh là một tập hợp của hàng triệu những viên kim cương đan kết lại - chợt hiện lên thật rõ ràng trong trí nhớ của tôi. Không ai đã từng nhìn thấy hình ảnh ấy mà lại có thể quên được cả. Nhà Volturi chắc chắn sẽ không bỏ qua cho anh đâu, nếu họ không còn muốn giữ bí mật trong thành phố của mình.

Tôi nhìn vào tia sáng hiu hắt đang rọi qua những ô cửa sổ không kéo mành.

- Chúng ta sẽ đến trễ - Tôi thều thào, cổ họng nghẹn lại vì hốt hoảng.

Cô bạn lắc đầu.

- Hiện thời, anh ấy đang nghiêng về quyết định "đánh trống

khua chiêng" sao cho thật rầm rộ. Anh ấy muốn càng có nhiều "khán giả" càng tốt, vậy nên anh ấy sẽ chọn quảng trường lớn, ngay bên dưới tháp đồng hồ. Ở đó có những bức tường rất cao. Anh ấy sẽ đợi cho đến lúc mặt trời lên cao nhất.

- Vậy là bọn mình còn thời gian đến trưa?

- Đó là nếu chúng ta may mắn. Nếu anh ấy quyết định như vậy.

Trong buồng lái, viên phi công đã bắt đầu dùng đến hệ thống loa phóng thanh - ban đầu là tiếng Pháp, sau đó là tiếng Anh - thông báo máy bay sắp hạ cánh. Các đèn báo dây an toàn bắt đầu nhấp nháy và kêu "bíp, bíp".

- Florence cách Volterra bao xa vậy bạn?

- Cái đó còn tùy thuộc vào việc bạn lái xe nhanh hay chậm chứ... Bella?

- Hả?

Cô bạn nhìn tôi đăm chiêu.

- Mình không biết là bạn sẽ có phản đối hay không về việc mình muốn "mượn đỡ" một chiếc xe ôtô hạng xịn?

Một chiếc Porsche màu vàng chóe không rõ ở đâu bỗng phóng rầm rộ trên đường, và đột ngột đỗ xịch ngay trước mặt tôi, chỉ cách tôi có vài bước chân, trên lưng xe có gắn một huy hiệu màu xám, đề chữ TURBO được viết theo lối chữ thảo. Vỉa hè của phi trường đầy những người là người, và ai cũng ngó tôi chằm chằm.

- Nhanh lên, Bella! - Alice giục giã tôi qua ô cửa sổ bên

ghế ngồi cạnh tài xế.

Ngay lập tức, tôi chạy tới cái cửa xe đang để mở, lao mình vào ghế ngồi, và có cảm giác như mình đang tròng lên mặt một cái vớ đen chỉ khoét có hai cái lỗ ở chỗ con mắt vậy.

- Ôi trời ơi, Alice - Tôi phàn nàn - Đời thuở nhà ai lại đi "chôm" ngay một chiếc xe sặc sỡ thế này cho người ta chú ý?

Nội thất bên trong chiếc xe toàn được bọc bằng da màu đen, các ô cửa sổ cũng được lắp bằng kính đen. Ngồi bên trong một chiếc xe như thế này quả là cũng... an toàn đấy, giống như đang ở giữa đêm khuya vậy.

Alice bắt đầu nổi máu "yêng hùng xa lộ", cô bạn phóng rất nhanh, len lỏi giữa sân bay đông nghẹt - lách cả vào giữa những khoảng trống rất khiêm tốn giữa những chiếc xe hơi - còn tôi thì... không thể không co rúm người lại, hai tay run rẩy thắt dây an toàn.

- Mình không nghĩ như vậy - Cô bạn nhẹ nhàng chỉnh lại - Quan trọng là mình có "chôm" được một chiếc xe hơi chạy nhanh hay không thôi. Và mình đã gặp may.

- Ừ, đến chỗ rào chắn của cảnh sát thì sẽ "thú vị" lắm đó.

Alice nghe tôi nói thế liền phá ra cười nghiêng ngả.

- Tin mình đi Bella. Bất kỳ rào chắn nào, nếu có, cũng sẽ *ở sau* lưng chúng ta mà thôi - "Rầmmm", nói là làm, cô bạn tông thẳng vào thùng sắt tây... như thể đang chứng minh cho lời khẳng định của mình vậy.

Tôi nhìn ra ngoài cửa sổ, chiêm ngưỡng thành phố Florence, nhưng đến cảnh sắc của xứ Toscana thì phải đầu hàng cả hai tay... vì tất cả những gì trôi qua ô cửa xe đều là những cái bóng mờ. Đây là chuyến đi xa đầu tiên của tôi, và có lẽ cũng là chuyến đi cuối cùng. Kiểu lái xe của Alice lúc này đã khiến cho hồn vía của tôi bay lên mây, dẫu tôi vẫn biết rằng mình hoàn toàn có thể tin tưởng vào tay lái của cô bạn. Và rồi... khi thoáng trông thấy những ngọn đồi, những thị trấn nằm bao bọc trong mấy bức tường giống như những tòa lâu đài, mặt tôi lại trắng bệch không còn một hạt máu.

- Bạn có thấy gì nữa không?

- Đang có chuyện gì ấy - Alice thì thào - Dường như là lễ hội. Đường phố đông nghẹt người và cờ đỏ. Hôm nay là ngày mấy nhỉ?

Thật sự tôi cũng không nhớ chắc lắm:

- Hình như là mười lăm.

- Trời ơi, mỉa mai thay. Hôm nay là ngày lễ Thánh Marcus.

- Vậy là sao?

Cô bạn bật cười chua chát:

- Hàng năm, thành phố vẫn tổ chức ngày lễ này. Theo truyền thuyết, thì Thánh Marcus là một nhà truyền bá đạo Cơ-đốc, ừm, là cha Marcus... Marcus của nhà Volturi đấy... một ngàn năm trăm năm trước đã đánh đuổi tất cả các ma-cà-rồng ra khỏi Volterra. Truyền thuyết kể rằng trong lúc ông ta ở Romania, đang bị hành hình vì đạo mà vẫn còn ra sức đánh đuổi ma-cà-rồng. Tất nhiên đấy chỉ là chi tiết được thêu dệt thêm thôi... chứ thật ra, ông ta chẳng hề bao giờ rời khỏi thành phố. Và cũng chính thành phố này là nơi đã sản sinh ra mấy trò mê tín, về những thứ như thánh giá và tỏi. *Cha* Marcus sử dụng chúng hiệu nghiệm lắm. Ma-cà-rồng từ đó chẳng thấy quậy phá thành phố Volterra nữa, vậy thì chắc là mấy thứ đó có tác dụng thật - Nụ cười của cô bạn đầy chất mỉa mai - Thế là nghiễm nhiên cái ngày này trở thành ngày lễ của thành phố, được cả lực lượng cảnh sát bảo vệ... Tóm lại, Volterra là một thành phố an toàn đến mức kỳ lạ. Cảnh sát ở đây được ca ngợi dữ dội.

Dần dà, tôi đã hiểu ra được điều cô bạn muốn ám chỉ, khi cô nói đến hai chữ *mỉa mai*.

- Chắc chắn họ sẽ không thể vui nổi nếu như Edward làm xáo tung mọi chuyện lên, làm lộ hành tung của họ vào ngay ngày lễ Thánh Marcus, phải không?

Cô bạn lắc đầu, vẻ mặt thật khổ sở:

- Không đâu. Họ ra tay nhanh lắm.

Tôi quay mặt đi, cố ngăn hàm răng đang cắn chặt lấy môi dưới. Chảy máu lúc này thật không hay chút nào.

Trên bầu trời màu xanh nhạt, mặt trời đang càng lúc càng lên cao một cách đáng sợ.

- Anh ấy vẫn còn nuôi ý định đến trưa hả Alice? - Tôi kiểm tra lại.

- Ừ. Anh ấy đã quyết định là sẽ đợi. Và họ cũng đang đợi anh ấy.

- Hãy nói cho mình biết mình phải làm gì.

Cô bạn vẫn dán mắt vào con đường quanh co trước mặt - cây kim trên bảng đồng hồ đo tốc độ đang nằm bẹp hẳn về bên phải.

- Bạn không cần phải làm gì cả. Anh ấy chỉ cần thấy bạn

trước khi bước ra ngoài nắng là được. Và anh ấy phải trông thấy bạn trước khi trông thấy mình.

- Kế hoạch của chúng ta là gì?

"Vèooo"... Trước tay lái lụa của Alice, một chiếc xe hơi đỏ chạy ngược chiều với chúng tôi cũng có vẻ như đang đua thục mạng.

- Mình sẽ cố chở bạn đến thật gần, gần nhất trong khả năng của mình, và rồi bạn sẽ chạy về hướng mình chỉ.

Tôi gật đầu ngay tắp lự.

- Cố gắng đừng để bị vấp ngã đấy - Cô bạn nói thêm - Hôm nay, chúng ta không có thời gian cho những cơn chấn động đâu.

Tôi nhăn mặt, rên rỉ. Cái này thì thật đúng là đặc tính của tôi - hủy hoại mọi thứ, hủy hoại cả thế giới... chỉ trong chốc lát vì một trò ngớ ngẩn.

Mặt trời mỗi lúc một lên cao, còn Alice thì đang ra sức đua hết tốc lực với nó. Nắng quá, và tôi không khỏi hoảng hồn. Cũng có thể vào phút chót, anh ấy thấy không cần phải đợi đến trưa nữa.

- Kia rồi - Alice bất chợt lên tiếng, chỉ tay vào một thành phố nhỏ mọc trên ngọn đồi gần nhất; trông nó giống hệt như một tòa lâu đài.

Tôi nhìn theo hướng tay cô bạn, trong lòng bỗng hình thành một nỗi sợ hãi mới. Từ buổi sáng hôm qua đến giờ - mà tôi có cảm tưởng như đã một tuần trôi qua rồi - kể từ khi Alice nhắc đến tên anh ở chân cầu thang, trong tôi chỉ thành hình duy nhất một nỗi sợ. Vậy mà giờ đây, khi tận mắt ghi nhận hình ảnh của những bức tường màu hung đỏ cổ xưa và những ngọn tháp đứng sừng sững trên đỉnh của một ngọn đồi dốc đứng, cảm xúc trong tôi lại khác, tôi kinh hãi cho chính bản thân mình nhiều hơn.

Phải thừa nhận rằng thành phố rất đẹp. Nó hoàn toàn khiến cho tôi phải kính sợ.

- Volterra - Giọng nói của Alice chợt trở nên lạnh căm và thiếu sức sống.

20. VOLTERRA

Chúng tôi bắt đầu lên dốc, con đường mỗi lúc mỗi dày người hơn. Càng lên cao, những chiếc xe hơi càng nép vào nhau sát rạt; dù có tài ba thế nào, Alice cũng không thể nào len, lách được nữa. Chúng tôi đành phải chậm chạp nhích từng chút, từng chút một sau đuôi một chiếc Peugeot màu vỏ dà nhỏ nhắn.

- Alice - Tôi rền rĩ. Đồng hồ trên bảng xe dường như đang phi chứ không còn là chạy nữa.

- Chỉ có một đường lên mà thôi - Alice cố gắng xoa dịu tôi, nhưng giọng nói cũng căng thẳng không kém tôi là mấy.

Những chiếc xe hơi tiếp tục nhích lên, chiếc này nối đuôi chiếc kia, cứ thế tạo thành những hàng dài. Trên cao, vầng thái dương vẫn thản nhiên chiếu tỏa từng quầng nắng chói lọi xuống nhân gian, có vẻ như vầng dương đang ở vào đúng tâm của bầu trời.

Từng chiếc, từng chiếc xe một kiên nhẫn lăn bánh vào thành phố. Khi chiếc xe nổi đình nổi đám mà chúng tôi đang ngồi trong tiến đến gần hơn, tôi mới nhận ra rằng tất cả xe hơi đều tấp hết vào lề đường, ai ngồi trong xe cũng bước hết ra ngoài để đi bộ. Chắc dây thần kinh chịu đựng của họ đã bị đứt rồi - tôi thầm nghĩ - chuyện này cũng dễ hiểu thôi. Cuối cùng, chiếc xe cũng đến khúc ngoặt, và chỉ đến lúc này, tôi mới ngỡ ngàng, toàn bộ bãi đậu xe đều đã kín hết chỗ, và kia, ở ngay cổng chào của thành phố là hằng hà lũ lượt người đang ùn ùn kéo nhau tiến vào. Không ai được lái xe vào trong thành phố.

- Alice - Tôi lên tiếng báo động.

- Mình biết - Cô bạn của tôi chỉ trả lời có bấy nhiêu, gương mặt vẫn lạnh băng như đá.

Tôi nhìn quanh, chiếc xe đang bò ra đường theo đúng nghĩa nên tôi có thể dễ dàng quan sát mọi thứ, đúng rồi, trời đang trở gió. Đoàn người tiến vào cổng chào đang nắm chặt lấy mũ, kéo ra khỏi mặt. Quần áo của họ phồng phềnh, phất phơ. Khắp nơi, đâu đâu cũng toàn một màu đỏ - áo đỏ, mũ đỏ, cờ đỏ - cứ chậm rãi di chuyển từng chút một. Cái cổng chào của thành phố lúc này trông giống như đang được buộc một dải ruybăng vô cùng dài, dải ruybăng ấy đang phơ phất trong gió - gió chợt nổi mạnh, tấm khăn quàng cổ đỏ thẫm đang buộc trên tóc của một cô gái bị giật phăng, nhanh như cắt, trôi vào không gian, giãy giụa, quằn quại hệt như một thực thể có linh hồn. Cũng rất nhanh, cô gái nhảy phắt lên, vung tay để bắt chiếc khăn lại, nhưng không kịp; càng lúc, chiếc khăn càng bay lên cao, lên cao, và cuối cùng dính vào tường, trở thành một miếng vá bất đắc dĩ mang màu máu, chõi hẳn với màu tường cổ xưa đã xỉn màu.

- Bella - Alice thì thầm thật nhanh bằng một giọng nói vô cùng căng thẳng - Mình không thể thấy được tay bảo vệ ở đây sẽ quyết định ra sao... nhưng nếu mình không thành công, bạn đành phải đi một mình thôi. Bạn cần phải chạy. Chỉ cần hỏi người ta Palazzo dei Priori, và chạy theo hướng họ chỉ bạn là được. Nhớ đừng để lạc đường đấy.

- Palazzo dei Priori, Palazzo dei Priori - Tôi lặp đi lặp lại từ này, cố gắng nuốt cho trôi.

Palazzo dei Priori, hay còn gọi là "tháp đồng hồ". Ừ, mình sẽ đi, sẽ tìm cho ra cái nơi đặc biệt đó bên trong thành phố, phía sau các bức tường này.

Tôi gật đầu.

- Ừ, Palazzo dei Priori.

- Edward sẽ ở bên dưới cái tháp đồng hồ, phía bắc quảng trường. Bên phải tháp có một ngõ hẹp, Edward sẽ nấp ở đó... chỗ đó là bóng râm mà. Anh ấy cần phải thấy bạn trước khi bước ra ngoài nắng.

Tôi gật đầu ngay lập tức.

Lúc này, chúng tôi đang ở rất gần ranh giới cuối cùng dành cho xe ôtô. Một người đàn ông, trong bộ đồng phục màu xanh nước biển, đang điều khiển giao thông, ra hiệu cho các xe quay lại khỏi bãi đậu xe không còn một chỗ trống. Một cách ngoan ngoãn, tất cả các xe đều quay đầu lại tìm chỗ đậu... Và đến lượt xe của Alice.

Người đàn ông mặc đồng phục có dáng vẻ khá uể oải, ông ta không có vẻ chú ý gì đến mọi thứ xung quanh. Rất bất ngờ, Alice nhấn ga, ngoặt gấp qua người đàn ông và cứ thế phóng thẳng tới cổng. Ông ta hét lên một câu gì đó với chúng tôi, song vẫn đứng yên tại chỗ, tiếp tục chỉ dẫn cho các xe khác... không bắt chước hành động ngang ngược đó, nhưng tất nhiên giờ đây, có phần hối hả và bực dọc.

Người thanh niên đứng ở cổng chào cũng mặc một bộ đồng phục tương tự. Khi xe của chúng tôi tiến đến gần anh ta, đám đông du khách đang lũ lượt nối theo nhau vào cổng

586

lẫn đám đông đang đi trên vỉa hè đều trố mắt vào chiếc Porsche lòe loẹt, hợm hĩnh.

Người bảo vệ tiến ra giữa đường. Rất cẩn thận, Alice lái xe chếch về một góc, trước khi nhấn thắng dừng hẳn. Vậy là ánh mặt trời rọi xuống ngay cửa sổ ở phía tôi, còn cô bạn thì vẫn ở trong bóng râm, bình an vô sự. Nhanh như cắt, Alice với tay ra sau, chộp lấy một vật gì đó trong túi xách.

Khỏi nhìn cũng biết, người bảo vệ đi vòng qua phía bên kia chiếc xe, với vẻ mặt không thể không hầm hầm - "cọc cọc cọc cọc" - anh ta liên tục gõ vào cửa sổ bên phía Alice một cách tức tối.

Cửa sổ xe nhanh chóng được hạ xuống lưng chừng, và tôi nhận ra ngay trên gương mặt của người thanh niên lúc này chỉ hiện hữu duy nhất một sự kinh ngạc, khi anh ta được trông thấy gương mặt đeo kính mát của tay "quái xế".

- Xin lỗi cô, hôm nay chỉ có xe du lịch mới được vào thành phố - Tay bảo vệ nói tiếng Anh bằng một giọng hơi đặc. Thái độ của anh ta lúc này rất bối rối, như thể anh ta đang ước sao cho mình có thể thông báo được cho cô gái đẹp một cách lạ thường thế này những thông tin tốt lành hơn.

- Đây là xe du lịch... tự túc - Alice trả lời, không quên kèm theo một nụ cười quyến rũ "chết người". Nói rồi, cô bạn thò tay ra cửa, đưa ra ngoài ánh sáng mặt trời. Ôi trời, toàn thân tôi đông cứng lại, nhưng rồi tôi bất ngờ nhận ra cô bạn đã đeo một chiếc găng tay màu vỏ dà, dài đến tận khuỷu tay tự lúc nào. Cô bạn nắm lấy tay của người bảo vệ, lúc này vẫn còn tỳ lên cửa sổ... kéo vào trong xe hơi. Cô đặt vào tay anh ta một vật gì đó, rồi bóp những ngón tay của anh ta lại.

587

Rụt tay về, người bảo vệ không khỏi giật mình, mắt nhìn chằm chằm vào một cọc tiền dày cộp. Tờ hóa đơn rút tiền bên ngoài có ghi chú là một nghìn đôla.

- Trò đùa sao? - Anh ta nói không ra hơi.

Nụ cười của Alice vẫn rạng rỡ:

- Cái đó... còn tùy thuộc vào suy nghĩ của anh.

Người thanh niên ngó sững vào Alice, đôi mắt tròn xoe. Tôi liếc mắt thật nhanh vào cái đồng hồ trên bảng, thần kinh căng cứng như dây đàn. Nếu Edward vẫn trung thành với kế hoạch của mình thì chúng tôi chỉ còn có vỏn vẹn năm phút đồng hồ nữa mà thôi.

- Tôi hơi vội một chút - Cô bạn nói khéo, nụ cười vẫn còn y nguyên trên môi.

Tay bảo vệ nháy mắt hai lần với cô bạn, rồi rất nhanh, nhét tiền thật sâu vào chiếc túi bên trong của chiếc áo véttông. Sau đó, rất tự nhiên, người thanh niên lùi ra khỏi ô cửa sổ, tay không quên vẫy mời xe của chúng tôi tiến vào. Hình như không một du khách nào nhận ra cuộc trao đổi "ít lời mà nhiều ý" này. Không dám chần chừ, Alice lái thẳng xe vào thành phố, cả hai chúng tôi đều thở phào nhẹ nhõm.

Đường đi thật hẹp, rải đầy đá sỏi, nhưng chỉ có một màu duy nhất; những tòa nhà quét vôi nâu vàng phai màu vì thời gian đang che mát cho con đường. Hình như đây chỉ là một con hẻm thì phải. Cờ đỏ tiếp tục xuất hiện trên tường, mỗi lá cờ cách nhau vài mét, gió rít lên từng hồi, luồn tận vào trong con hẻm nhỏ, những lá cờ cứ bay phần phần, phần phật.

Lại tiếp tục tắc nghẽn giao thông, người người đi bộ nên

chúng tôi chẳng nhích lên được bao nhiêu.

- Chỉ còn một chút nữa thôi - Alice động viên tôi; còn tôi thì nắm chặt lấy tay nắm cửa, sẵn sàng lao người ra khỏi xe bất cứ lúc nào cô bạn mở lời.

Alice đột ngột tăng ga, rồi cũng đột ngột dừng lại. Đám đông ngoảnh mặt về phía chúng tôi, dứ dứ nắm đấm và hét lên đầy giận dữ. Khỏi nói cũng biết, tôi thật sự lấy làm mừng vì đã không hiểu ý nghĩa của những câu hét đó. Rồi thật bất ngờ, Alice rẽ ngoặt xe vào một con đường nhỏ hoàn toàn không phải dành cho xe hơi; tất cả mọi người đều thất kinh hồn vía, tức tốc dạt hết cả ra, người nào người nấy ra sức nép vào vỉa hè để "nhường" lối cho chúng tôi. Đến cuối đường, chúng tôi lại rẽ vào một con đường khác. Ở chỗ này, những tòa nhà nằm hai bên đường, tòa nào cũng cao, lên đến đỉnh thì hơi de ra, để đảm bảo cho ánh sáng mặt trời không thể nào chiếu xuống được vỉa hè - những lá cờ đỏ tiếp tục tung hoành trong gió, gần như là chạm hẳn vào nhau. Ở đây, người ta còn chen chúc dày đặc hơn cả ở những chỗ khác. Alice buộc lòng phải ngừng xe. Còn tôi thì đã mở cửa sẵn trước khi chiếc xe dừng lại hẳn.

Cô bạn chỉ vào phần đường được nới rộng, nơi có ánh sáng mặt trời chan hòa rực rỡ.

- Ở kia kìa, hiện thời, chúng ta đang ở rìa phía nam của quảng trường. Bạn chạy thẳng lên đó, đến chái phải của tháp đồng hồ. Mình cũng sẽ tìm đường đi vòng lên đó...

Hơi thở của cô bạn đột nhiên ngừng lại, và khi lên tiếng trở lại, giọng nói của cô bạn gần như chỉ còn là một tiếng rì rầm.

- Bọn họ *ở khắp mọi nơi*!

Toàn thân tôi đông cứng lại trong phút chốc, Alice đành phải... "trợ lực", đẩy tôi ra.

- Đừng để ý đến họ. Bạn chỉ có hai phút thôi. Đi đi, Bella, đi đi! - Cô bạn thét lên, đồng thời cũng chui ra khỏi xe.

Tôi vụt chạy, không kịp ngoái lại nhìn cô bạn đang lẩn vào trong bóng mát, cũng như không kịp ngừng lại để đóng cửa xe. Trời ơi, gì kia, không còn giữ được một chút ôn hòa nào nữa, tôi xô dạt một người phụ nữ béo múp míp trên đường, rồi cứ thế, tôi cắm đầu cắm cổ chạy một mạch, tâm trí vẫn để ý một chút đến xung quanh, trừ những hòn đá sỏi mấp mô ở dưới chân.

Vừa thoát khỏi con đường nhỏ âm u, tôi lóa mắt trước một biển nắng rực rỡ ở quảng trường trung tâm. Gió thốc vào tôi, lùa sâu vào mái tóc và hất tung chúng vào mắt, vào mũi của tôi; trong phút chốc, tôi chẳng còn thấy trời trăng gì nữa cho đến khi... "Rầm", tôi không thể hiểu được tại sao mình lại không chú ý đến bức tường người từ trước.

Giờ thì không còn đường tiến nữa, không thể tìm thấy một khe hở nào giữa một rừng người đang đứng sát rạt vào nhau. Tôi xô đẩy mọi người một cách thô bạo, đồng thời chống đỡ lại những cánh tay cũng đang ra sức xô đẩy tôi đi, và nghe rõ mồn một hàng loạt những thang âm của cảm xúc... từ đau đớn cho đến cáu giận trên "chiến trường chỉ có một mình kẻ địch là tôi", nhưng may thay không có một từ nào tôi nghe mà hiểu cả. Xung quanh tôi lúc này chỉ toàn là những gương mặt tức tối và kinh ngạc, giữa một rừng áo, cờ đỏ lòe đỏ loẹt. Một người phụ nữ tóc vàng cau có nhìn tôi, chiếc khăn quàng đỏ quấn quanh cổ bà ta... trông rất giống với một vết thương khi bị... Thật gớm ghiếc! Tôi vội vàng quay mặt đi chỗ khác. Một chú bé đang cưỡi trên cổ một người đàn ông bỗng nhe răng ra cười với tôi, đôi môi của cậu ta vều ra một cách khác thường, và những chiếc răng nanh bằng nhựa hiện ra... Ôi trời ơi!

Bất chợt, cả đám đông nhao nhao, hàng ngàn thân người chen chúc, xô đẩy nhau, và tôi mau chóng bị dồn, ép sang hướng khác. Nhưng chao ôi, may mắn quá, chiếc đồng hồ đang hiện ra ở trước mặt tôi, mà cũng không hiểu có phải là ngay từ đầu, tôi đã đi chệch hướng không nữa. Cả hai cây kim của chiếc đồng hồ đều đang chĩa thẳng lên vầng thái dương khắc nghiệt - trời hỡi, cho dẫu tôi có ra sức chen lấn đến đâu, hung hãn đến cỡ nào, tôi cũng vẫn sẽ bị trễ mất thôi. Tôi còn chưa đi được nửa đường nữa kia. Tôi sẽ không thể thực hiện nổi điều này. Tôi là một kẻ ngốc nghếch, một kẻ chậm chạp và quá "con người"; tất cả mọi người đều sẽ chết chỉ vì điều đó.

Tôi hy vọng Alice sẽ ra được đến đây. Tôi ước sao từ trong bóng râm ở đâu đó, cô bạn sẽ nhìn thấy tình trạng của tôi và biết rằng tôi đã thất bại, vậy là cô sẽ phải quay về nhà với Jasper.

Đôi tai của tôi căng rộng ra hết cỡ, cố gắng tiếp thu tất cả mọi âm thanh, chú ý xem ngoài những thang âm đầy cảm xúc xung quanh mình ra, có thang âm nào là thang âm khi nhận ra một điều gì đó khác thường hay không: những tiếng thở hổn hển, không, đúng hơn là tiếng thét, của ai đó... khi Edward lọt vào giữa nhỡn giới của họ.

Nhưng đột nhiên, dường như có một khoảng trống bất ngờ hiện ra trước mắt tôi; giữa đám đông này là một khoảng trống. Ngay tức khắc, tôi lạo mình tới phía trước, rất hăm hở... cho đến lúc đôi chân va phải những viên gạch. Thật không thể tin được, đây chính là đài phun nước ở trung tâm quảng trường, nó rất lớn và vuông vức.

Mừng rỡ đến suýt bật khóc, tôi nhảy ngay lên gờ tường, rồi lao thẳng xuống hồ nước; mực nước chỉ ở lưng chừng ngang đầu gối của tôi. Cứ thế, tôi vùng chạy, nước bắn lên tung tóe xung quanh. Cho dẫu lúc này đang chói chang ánh nắng mặt trời, nhưng gió vẫn thổi từng cơn lạnh buốt, cái ướt vô tri vô giác như được thổi vào một luồng sức mạnh hòng đánh bại tôi. Da thịt tôi tê buốt, nhói đau. Đài phun nước rộng quá, nhưng không sao, miễn là nó dẫn tôi đi xuyên qua được trung tâm quảng trường trong vòng vài giây ngắn ngủi, vậy là tốt lắm rồi. Tôi cứ chạy, cứ chạy, không cho phép đôi chân của mình có lấy một giây nghỉ ngơi, cho đến lúc chân tôi đá phải gờ tường. Cơ hội dù nhỏ nhoi cũng không được bỏ lỡ - nghĩ là hành động, tôi đứng lên bờ tường, biến nó thành tấm nhún để có đà mà lao vào đám đông.

Lần này thì sự thể trở nên khác hẳn, cả đám đông nhanh chóng dạt ra, nhường lối cho tôi, mà cũng dễ hiểu thôi, khi tôi chạy, nước đang thấm đẫm trong bộ quần áo trên người tôi văng ra tứ tung như thế kia mà, có ai lại không muốn tránh thứ nước lạnh ngắt đó chứ. Tôi ngước nhìn đồng hồ một lần nữa.

"Đinh đoong..." - tiếng chuông đồng hồ vang vọng khắp quảng trường. Những viên đá sỏi dưới chân tôi được truyền âm, run lên bần bật. Trẻ con kêu thét, bịt cả hai tai lại. Tôi cũng bắt đầu thét lên, guồng chân vẫn ra sức quay đều.

- Edward! - Tôi lấy hết sức bình sinh mà gọi, dù rằng trong thâm tâm vẫn biết điều đó là vô ích. Cả quảng trường huyên náo tiếng nói cười, còn giọng nói của tôi... thật ra, đó chỉ là một sự nỗ lực trong tuyệt vọng mà thôi, bởi lẽ tôi cũng chẳng còn hơi sức nữa. Nhưng tôi vẫn không đầu hàng, vẫn tiếp tục thét gọi tên anh.

"Đinh đoong..." - chuông đồng hồ lại điểm. Tôi chạy ngang qua một cậu bé đang được bồng trong tay mẹ - trong ánh mặt trời rực rỡ, mái tóc của cậu bé gần như là trắng phau. Tôi vẫn chạy, vẫn chạy, len cả vào giữa một nhóm những người đàn ông cao kều, tất cả đều mặc áo ngắn tay màu đỏ thẫm - loại áo này thường là biểu trưng của một tổ chức nào đó - và nhận được một tràng những lời mắng mỏ. "Đinh đoong..." - chuông đồng hồ lại ngân vang.

Vừa may cho tôi, bên cạnh những người đàn ông này là một khoảng trống, khoảng trống giữa những du khách đứng bâng quơ dưới tháp đồng hồ. Mắt tôi cố căng ra tìm kiếm - trên một lối đi hẹp tăm tối dẫn vào tòa dinh thự bên dưới tháp, nằm về phía mạn phải của quảng trường - một bóng hình thân thuộc. Nhưng vô vọng, tôi không thể nhìn thấy gì cả, vẫn còn đông người quá. "Đinh đoong..." - Trên cao, chuông đồng hồ lại gióng giả ngân vang.

Bây giờ thì cũng khó mà quan sát. Không còn rừng người chắn gió, nên gió tha hồ táp vào mặt tôi, thiêu đốt cả hai mắt của tôi. Không rõ đó có phải là nguyên nhân khiến tôi rơi nước mắt không, hay là do phản ứng của cơ thể tôi trước sự tuyệt vọng... "Đinh đoong..." - chuông đồng hồ lại đổ bên tai tôi.

Một gia đình nhỏ bốn người đang đứng ở gần lối vào nhất. Hai bé gái xúng xính trong bộ đầm đỏ thẫm, đuôi tóc đen nổi bật với những chiếc ruy băng cùng màu. Bố của chúng không cao lắm, nên qua vai của ông ta, tôi mong sao có thể trông thấy được một bóng hình sáng lấp lánh. Tôi gấp rút lao mình tới chỗ họ, cố gắng nhìn qua hai làn nước mắt cay buốt. "Đinh đoong..." - đồng hồ lại điểm. Bé gái nhỏ nhất bịt ngay hai tai lại.

Bé gái lớn hơn chỉ cao tới ngang thắt lưng mẹ, dường như cô bé không chú ý đến tiếng chuông đồng hồ, cho nên cô bé chỉ làm một động tác đơn giản là ôm lấy chân mẹ, mắt nhìn về những khoảng bóng râm ở phía sau. Bất chợt, cô bé níu lấy tay mẹ, chỉ về một khoảng không gian tăm tối. "Đinh đoong..." - chuông đồng hồ lại vang lên, và cũng là lúc tôi đang ở rất gần bọn họ.

Tôi đang ở rất gần cái gia đình ấy, đủ để nghe thấy tiếng nói véo von của cô bé. Bố của hai đứa trẻ trố mắt nhìn tôi khi tôi cố lách qua gia đình họ, lào khào gọi tên anh.

Cô bé chị bật cười khúc khích và nói một điều gì đó với mẹ, tay vẫn chỉ về chỗ bóng râm, dáng vẻ cho thấy đang sốt ruột lắm.

Tôi chạy vòng qua người cha của hai đứa trẻ - nhanh như cắt, ông ta chộp vội lấy con gái, đưa bé thoát khỏi đường chạy của tôi trong gang tấc - guồng chân của tôi ra sức quay nhanh hơn, nhắm thẳng tới chỗ tối sau lưng cái gia đình bé nhỏ ấy. "Đinh đoong..." - trên cao, chuông đồng hồ lại réo vang.

594

- Edward, không! - Tôi thét lên, nhưng tiếng thét của tôi đã lạc trong âm điệu vang vọng ấy.

Giờ thì tôi đã có thể trông thấy rõ hình hài của anh. Và nhận ra rằng anh không hề trông thấy tôi.

Anh, thật sự là anh rồi, lần này không phải là do bộ máy ảo giác trong tôi đang hoạt động nữa. Và tôi cũng phải thừa nhận một điều rằng những ảo giác kia còn tệ hại hơn cả không hoàn thiện nữa; chưa bao giờ chúng công bình với anh cả.

Edward đứng đó, nghiêm trang như một pho tượng, chỉ cách đầu đường có vài bước chân. Đôi mắt anh nhắm nghiền, vết thâm quầng quanh mắt nổi rõ hơn bao giờ hết, đôi tay anh hoàn toàn ở trong tư thế thả lỏng, lòng bàn tay xoay ra trước. Vẻ mặt anh mới bình lặng làm sao, cơ hồ như anh đang mơ thấy những điều gì đó tuyệt vời lắm. Làn da trắng như đá cẩm thạch nơi ngực anh lộ rõ mồn một - dưới chân anh là vô số những đốm sáng trắng. Ánh sáng trên mặt đường cũng lấp lánh bởi làn da đặc biệt của anh.

Tôi chưa từng thấy một điều gì đẹp hơn thế - thậm chí đương lúc chạy, hổn hển thở và gào thét như điên như dại, tôi vẫn có thể cảm nhận được điều đó. Trong phút chốc, bảy tháng trời vừa qua chẳng hề có một ý nghĩa nào. Giả như anh có chẳng cần đến tôi nữa cũng chẳng sao. Đời này, kiếp này, tôi sẽ chẳng bao giờ ước mong một điều gì khác ngoại trừ anh.

"Đinh đoong..." - chuông đồng hồ lại điểm. Anh nhẹ nhàng sải bước ra ngoài ánh sáng.

- Không! - Tôi thét lên - Edward, nhìn em đây này!

Nhưng anh không nghe thấy gì hết. Trên môi anh thoáng

hiện một nụ cười. Anh vẫn tiếp tục sải chân... bước chân cuối cùng dẫn anh vào biển nắng chói lòa.

"Rầmmm..." Tôi lao thẳng người vào Edward, mạnh đến nỗi, nếu đôi tay của anh không giữ lấy tôi, và nâng tôi dậy, hẳn tôi đã phải nằm đo đất rồi. Nhưng cú hích đó cũng đủ mạnh để đánh bật mọi hơi thở còn sót lại trong tôi ra ngoài, và cổ tôi những muốn gãy ngoặt ra sau.

"Đinh đoong..." - chuông đồng hồ lại ngân lên gióng giả. Một cách chậm rãi, đôi mắt đen của kẻ cố chấp mở ra.

Anh cúi xuống nhìn tôi, sững sờ.

- Ngạc nhiên thật đấy - Anh lên tiếng, giọng nói du dương ẩn chứa bao nỗi ngạc nhiên, xen lẫn với một niềm vui sướng - Carlisle nói đúng thật.

- Edward - Tôi cố gắng thở lại, nhưng giọng nói chẳng còn có lấy một chút hơi - Anh bước vào chỗ mát đi. Anh phải bước vào chỗ mát!

Edward lập tức trân người ra. Bàn tay anh khẽ vuốt lên má tôi. Dường như anh vẫn chưa hiểu là tôi đang ra sức ngăn anh lại. Tôi đã dùng hết sức bình sinh của mình để đẩy anh vào tường kia mà. "Đinh đoong..." - chuông đồng hồ lại điểm, nhưng anh không hề có một phản ứng nào.

Kỳ lạ thật đấy, theo tất cả những gì mà tôi có được trong nhận thức của mình thì cả hai chúng tôi hiện đang ở bên bờ vực của cái chết. Ấy vậy mà không hiểu tại sao tôi lại cảm thấy *dễ chịu* vô cùng. Tôi cảm thấy bình yên cả về tinh thần lẫn thể chất. Tôi hoàn toàn có thể cảm nhận rõ mồn một tim mình đang reo vui trong lồng ngực, bầu máu nóng đang tuôn chảy rất hăng và các mạch đập trong người tôi đang hoạt động rộn rã. Hai lá phổi của tôi ngập tràn hương thơm dịu ngọt tỏa ra từ làn da của anh. Lồng ngực trong tôi vẫn lành lặn như thể chưa từng có một vết thủng nào, dù là rất nhỏ. Tôi nguyên vẹn - đúng, nguyên vẹn chứ không phải là đang phục hồi, không phải là đang lên da non một vết thương đã âm ỉ bao ngày.

- Ôi, anh không thể tin được là sự thể lại nhanh đến thế. Anh chẳng cảm nhận được điều gì cả... Họ tốt thật đấy - Edward trầm ngâm, đôi mắt lại khép lại và khẽ áp đôi môi hoàn mĩ lên tóc tôi. Giọng nói của anh ngọt ngào như mật và êm dịu như nhung - *Thần Chết đã hút hết mật ngọt trong hơi thở của em, nhưng vẫn chưa chạm được đến dung nhan của em* - Anh lầm bầm, những lời lẽ này... đúng rồi, là lời nói của chàng Romeo trong nhà mồ. "Đinh đoong..." - chuông đồng hồ ngân lên lần cuối - Em vẫn thơm hệt như vậy - Edward vẫn tiếp tục thì thào - Có lẽ đây *là* địa ngục cũng nên. Nhưng anh không quan tâm. Anh sẵn sàng chấp nhận tất cả.

- Nhưng em đã chết đâu - Tôi ngắt lời anh - Anh cũng vậy, anh không hề chết! Em xin anh, Edward, chúng mình đi thôi. Bọn họ không ở xa đây đâu.

Vừa dứt lời, tôi vùng dậy trong tay anh, đôi lông mày của anh tức thì nheo lại vì ngỡ ngàng.

- Như vậy là sao? - Anh hỏi thật dịu dàng.

- Chúng mình không chết, vẫn chưa chết đâu! Nhưng chúng mình cần phải ra khỏi đây trước khi nhà Volturi...

Từng lời lẽ của tôi đã làm hồi phục lại nhận thức trong anh, có lẽ thế, bởi vì tôi thấy gương mặt vốn im lìm của anh thoáng có sự biến đổi. Và trước khi tôi kịp hoàn thành câu nói, anh đột nhiên kéo phắt tôi dậy, bước ra khỏi rìa của bóng râm - ra khỏi ranh giới giữa bóng tối và ánh sáng; và hoàn toàn không một chút khó khăn nào, anh xoay phắt tôi ra sau... chỉ trong đúng một tíc tắc, lưng tôi nép hẳn vào bức tường gạch, còn anh thì đứng quay lưng lại phía tôi, mắt nhìn về phía cuối đường. Đôi tay của anh giang rộng ra, che chở cho tôi.

Hiếu kỳ, tôi lé mắt nhìn qua phía dưới cánh tay của Edward... Từ giữa lối nhỏ âm u bất chợt xuất hiện hai "hắc y nhân".

- Rất hân hạnh được tiếp kiến hai ngài - Giọng nói của Edward thật bình tĩnh và lễ độ, ít ra là ở vẻ bề ngoài - Có lẽ hôm nay tôi sẽ không nhờ đến các ngài nữa. Nhưng dẫu sao, tôi cũng sẽ rất lấy làm cảm kích, nếu hai ngài chuyển giúp lời cảm ơn của tôi đến chủ nhân của các ngài.

- Chúng ta hãy nói về vấn đề này ở nơi thích hợp hơn nhé? - Một giọng nói dịu ngọt nhưng mang đầy vẻ đe dọa cất lên.

- Tôi không thấy rằng điều đó là cần thiết - Lúc này, giọng nói của Edward đã trở nên rắn lại - Tôi thuộc nằm lòng luật lệ của các ngài, ngài Felix ạ. Và tôi chẳng hề phạm một luật lệ nào cả.

- Felix muốn ám chỉ trò đùa với mặt trời của ngươi đấy - Người kia giải thích bằng một giọng nói cực kỳ êm dịu. Cả hai đều gói người trong chiếc áo choàng màu khói xám dài chấm đất, hai chiếc áo choàng của họ xao động vì gió - Chúng ta hãy đến chỗ kín đáo hơn.

- Tôi sẽ theo sau các ngài ngay - Edward đáp lời bằng một

giọng nói khô khốc - Bella, sao em không trở ra quảng trường mà chung vui lễ hội với mọi người đi?

- Không được, phải mang cô gái đó theo - Người thứ nhất vặc lại, dường như lời thì thầm đó có kèm theo một cái liếc mắt thì phải.

- Tôi không có ý định này - Phép lịch sự của Edward đã bốc hơi theo gió, giọng nói của anh thật lạnh lẽo và ngang phè. Thân người anh hơi đổ về phía trước, tư thế quen thuộc khi chuẩn bị... chiến đấu.

- Không - Tôi không thể không lên tiếng.

- Suyt - Anh thì thào, chỉ vừa đủ cho một mình tôi nghe.

- Felix - Người thứ hai, có vẻ như là một người biết điều, can thiệp vào - Không phải là ở đây - Nói đoạn, ông ta quay sang Edward - Ngài Aro chỉ muốn nói chuyện lại với ngươi thôi, nếu ngươi quyết định không làm phiền đến bọn ta nữa.

- Tất nhiên rồi - Edward đồng ý - Nhưng cô gái này không cần phải đi theo.

- Ta e rằng điều đó là không thể được - "Người lịch sự" lên tiếng bằng một giọng khá tiếc nuối - Bọn ta chỉ làm theo lệnh mà thôi.

- Thưa ngài Demetri, thế thì *tôi* e rằng tôi không thể nhận lời mời của ngài Aro được.

- Được thôi - Felix ậm ừ. Đôi mắt của tôi chú mục vào cái người vừa mới nói đó, ôi... không thể nào, nhìn bờ vai của ông ta mà xem, ông ta hẳn phải rất lực lưỡng và rất cao. Vóc dáng "lực điền" ấy khiến cho tôi nhớ đến Emmett.

- Ngài Aro chắc sẽ thất vọng lắm - Demetri thở dài.

- Vâng, nhưng tôi chắc chắn rằng ngài ấy sẽ chẳng làm sao cả - Edward trả lời.

Anh vừa dứt lời, Felix và Demetri đã tiến thẳng ra đầu ngõ, họ nhẹ nhàng tách ra... và trong phút chốc, Edward bị kẹp ở giữa. Họ đang buộc anh phải dấn sâu vào ngõ tối, tránh trở thành mục tiêu của hàng vạn cặp mắt trên quảng trường. Không hề có một tia sáng nào, dù nhỏ xíu, lấp lánh trên làn da của họ - họ an toàn trong hai tấm áo choàng ấy.

Nhưng Edward không hề di chuyển lấy một xăngtimét. Anh vẫn gồng mình để bảo vệ cho tôi.

Và rồi đột ngột, Edward hơi ngoái đầu lại, chú mục nhìn vào ngõ tối đầy gió. Demetri và Felix cũng làm y như vậy, một phản ứng thường thấy trước một âm thanh hay một động tĩnh nào đó quá mờ nhạt đối với đôi tai của tôi.

- Mong mọi người vui lòng giữ phép lịch sự tối thiểu cho, có được không ạ? - Một giọng nói du dương cất lên đề nghị - Ở đây có phụ nữ mà.

Trong chớp mắt, đã thấy Alice xuất hiện ngay bên cạnh Edward, dáng vẻ vô cùng tự nhiên, không hề mảy may có một chút xíu nào của sự căng thẳng. Trông cô bạn của tôi thật mỏng manh và bé nhỏ làm sao. Đôi tay của cô đu đưa như một đứa trẻ.

Demetri và Felix tức khắc đứng thẳng người lên, một cơn gió mạnh chợt thổi thốc qua con ngõ hẹp, hai chiếc áo choàng màu xám khói khẽ phất phơ, xao động. Gương mặt của Felix đanh lại. Hình như họ không thích những số chẵn.

- Với lại, ở đây chẳng phải chỉ có riêng chúng ta - Alice tiếp tục nhắc nhở.

Demetri lập tức ngoái cổ lại phía sau lưng, chỉ cách họ khoảng vài mét, ngoài quảng trường, cái gia đình bé nhỏ, những cô bé xúng xính trong bộ áo đầm đỏ đang trố mắt nhìn chúng tôi. Người vợ đang thì thầm to nhỏ gì đó với người chồng, dáng vẻ ra chiều cấp bách lắm, đôi mắt vẫn bám riết lấy năm người chúng tôi. Nhưng khi chợt nhận ra ánh mắt của Demetri đang nhìn mình, bà vội quay sang phía khác. Người đàn ông cũng bước đi khoảng vài bước, vỗ nhẹ vào vai một người đàn ông trong nhóm người mặc áo ngắn tay màu đỏ thẫm.

- Nào Edward, xin vui lòng, chúng ta hãy nhân nhượng nhau một chút - Demetri lên tiếng.

- Đúng đấy - Edward gật đầu đồng ý - Ngay bây giờ, chúng tôi sẽ ra đi, và thế là đảm bảo không có một nhân chứng nào.

Demetri thở dài thất vọng.

- Chí ít thì chúng ta cũng phải nói chuyện riêng với nhau một chút chứ.

Hiện thời, cả sáu người đàn ông mặc áo đỏ đều đã nhập chung vào cùng gia đình kia, ai nấy đều đang chĩa những cặp mắt lo lắng vào chúng tôi. Và tôi đã hiểu được rõ nguyên nhân, sự thể quá rõ ràng mà, chính thế đứng bảo vệ tôi của anh... đã khiến cho họ bất an. Lòng tôi những muốn thét lên với họ, hô hoán tất cả mọi người hãy chạy đi.

Hàm răng của Edward nghiến vào nhau, nghe rất rõ:

- Không.

Felix mỉm cười.

- Đủ rồi đấy.

Một giọng nói cao vút, lạo xạo bất chợt cất lên sau lưng chúng tôi.

Ngay lập tức, tôi lại lé mắt nhìn qua bên dưới cánh tay kẻ đang bảo vệ mình. Một dáng người nhỏ nhắn, cũng mặc áo choàng kín mít, đang bước lại phía chúng tôi. Tình thế đã gian nan này lại càng thêm nguy khốn, chắc chắn lại là thành viên của họ rồi. Còn ai khác vào đây được nữa chứ.

Có lẽ là một cậu bé, tôi thầm nghĩ. Người mới đến cũng nhỏ nhắn hệt như Alice, có mái tóc hoe hoe nâu cắt ngắn, nhưng chải rất thẳng và mượt. Trong chiếc áo choàng - sẫm màu hơn hai người lớn, gần như là màu đen - cơ thể nhỏ nhắn kia thật mảnh mai, vừa có khả năng là con trai, lại cũng vừa có khả năng là con gái. Nhưng gượm đã, vẻ mặt sắc sảo quá, như vậy khó có thể là gương mặt của con trai được. Đôi mắt to tròn, đôi môi đầy đặn... Nếu mà thiên sứ trong bức họa của Botticelli có thêm hai đặc điểm này nữa thì sẽ không khác gì một... bức phù điêu kiểu gôtíc. Nhất là hai mống mắt đo đỏ kia...

Vóc dáng của người mới đến chẳng có gì đặc biệt, nên phản ứng của mọi người trước cách xuất hiện của cô ta làm cho tôi ngạc nhiên. Felix và Demetri dịu xuống ngay tức thì, thế tấn công vừa rồi hoàn toàn biến mất, thay vào đó, họ lùi trở lại vào bóng râm, chỗ mấy bức tường.

Edward cũng buông xuôi hai tay và nguội xuống ngay - nhưng dáng vẻ vẫn còn cảnh giác lắm.

- Jane - Anh thở dài trong nhẫn nhịn một cách tỉnh táo.

Alice thì chỉ lặng lẽ khoanh tay lại trước ngực, thái độ vẫn dửng dưng như không.

- Theo ta - Jane lại lên tiếng, giọng nói đều đều kiểu trẻ con. Cô ta chỉ buông ra có bấy nhiêu từ, rồi nhẹ nhàng bước vào bóng tối.

Felix nở một nụ cười tự mãn và ra hiệu cho chúng tôi đi trước.

Alice bước theo Jane ngay tắp lự. Đi song hàng với cô bạn là Edward đang vòng tay ôm ngang thắt lưng của tôi để dìu tôi đi cùng. Con đường mỗi lúc mỗi hẹp lại và thoai thoải dốc. Tôi ngước mắt nhìn anh, biết bao nhiêu câu hỏi đong đầy trong mắt, nhưng anh chỉ lắc đầu. Không gian thật vắng lặng, không hề nghe thấy bất kỳ một tiếng động nào ở đằng sau, nhưng tôi biết họ vẫn đang theo sát chúng tôi từng bước.

- Được rồi, Alice - Edward bắt đầu lên tiếng - Đáng lý ra anh không nên ngạc nhiên khi thấy em ở đây mới phải.

- Là lỗi của em - Alice trả lời cùng một tông giọng với anh - Bởi thế nên em mới phải sửa sai.

- Có chuyện gì vậy? - Giọng nói của anh thật nhã nhặn, hình như anh đang rất quan tâm. Mà có lẽ cũng là mối quan tâm của... mấy cái tai đang ở đằng sau nữa...

- Chuyện dài dòng lắm - Cô bạn liếc mắt nhìn tôi rồi quay sang chỗ khác - Tóm lại là bạn ấy nhảy ra khỏi vách đá, nhưng không phải là tự tử. Dạo gần đây, cô bạn này thích ba cái trò thể thao mạo hiểm lắm.

Đỏ bừng mặt, tôi cứ lầm lũi bước đi, mắt nhìn thẳng phía trước, dõi tìm bóng dáng của cái người nhỏ nhắn mặc áo choàng, nhưng chẳng còn thấy tăm hơi đâu nữa. Tôi hoàn toàn có thể hình dung ra được những gì anh đang thu lượm

603

trong suy nghĩ của Alice - Suýt chết đuối, những tên ma-cà-rồng dai như đỉa, những bạn bè người sói...

- Ừm - Edward chỉ thốt ra có bấy nhiêu, giọng nói du dương thường trực nơi anh đã biến mất đi đằng nào.

Cuối cùng cũng đến chỗ rẽ, nhưng con đường vẫn tiếp tục dốc xuống, vậy là không thể thấy được quảng trường kết thúc ở chỗ nào, chỉ thấy cùng đường có một bức tường gạch nhẵn nhụi, không có cửa sổ. Và cái cô nàng Jane kia đã hoàn toàn mất dạng.

Alice không hề tỏ ra bất ngờ, cô bạn vẫn bạo dạn bước gần đến chỗ bức tường. Và rồi rất nhẹ nhàng, thanh thoát, cô bạn trượt xuống một cái hố đã được mở sẵn trên đường.

Cái hố trông hệt như một đường ống thoát nước chìm sâu vào lòng đất. Tôi đã không hề nhận ra sự tồn tại của nó mãi cho đến lúc Alice biến mất một cách bất ngờ, nắp đậy mới chỉ để mở có một nửa mà thôi. Cái hố rất nhỏ, hoàn toàn tối đen.

Tôi rùng mình.

- Không sao đâu, Bella - Edward thì thào - Alice sẽ đỡ em.

Tôi nhìn vào cái hố một cách nghi ngại. Nếu ở phía sau, Demetri và Felix không đang chờ đợi - trong im lặng và tự mãn, có lẽ Edward sẽ xuống trước.

Tôi ngồi xuống, thò chân xuống cái lỗ trống nhỏ nhắn.

- Alice? - Tôi cất tiếng khe khẽ, giọng run run.

- Mình ở ngay đây, Bella à - Cô bạn trấn an tôi. Nhưng sao tôi nghe như giọng nói ấy phát ra từ một nơi nào đó... xa xăm lắm.

Edward nắm lấy hai cổ tay của tôi - đôi tay anh lạnh như đá mùa đông - từ từ hạ tôi xuống bóng tối đen ngòm.

- Được chưa? - Anh hỏi.

- Anh thả bạn ấy ra đi - Alice đáp vọng lại.

Một cách gấp rút, tôi nhắm nghiền mắt lại, để không phải trông thấy bóng tối, hai hàm răng nghiến lại trong hoảng hốt, môi bặm chặt để không thoát ra tiếng kêu nào. Và cuối cùng, Erdward buông tay.

Không gian hốt nhiên im ắng đến lạ thường, nhưng diễn ra không lâu. Không khí thổi thốc qua người tôi chỉ trong khoảng nửa giây, và rồi vừa đúng vào cái lúc tôi thắc thỏm, thì đôi tay của Alice ở đâu bỗng đưa ra đỡ ngay lấy tôi.

"Hấp..." - Thể nào mình mẩy của tôi cũng sẽ có mấy chỗ bị bầm tím cho mà xem, đôi tay của Alice cứng quá mà. Cô bạn đỡ tôi đứng xuống đất.

Ở đây chỉ hơi lờ mờ tối chứ không tối đen như tôi tưởng. Từ miệng hố để hở bên trên, chút ít ánh sáng rọi xuống, soi loang loáng mấy phiến đá âm ẩm dưới chân tôi. Nhưng chỉ đúng một giây sau, ánh sáng tắt rụi, rồi Edward bất chợt xuất hiện bên cạnh tôi; tôi nhìn thấy thân hình anh hiện ra loáng thoáng. Anh vòng tay quanh người tôi, kéo tôi vào sát người anh và lại tiếp tục dìu tôi tiến bước. Tôi cũng ôm lấy thắt lưng của anh bằng cả hai cánh tay của mình... Còn tiếp theo sau đó là... vấp, và sẩy chân như thường lệ khi tôi đi trên mặt đá gồ ghề... "Kéttt" - không gian vang rền âm thanh nặng nề của tiếng kim loại... Nắp hố đã được đóng lại hoàn toàn.

Chút ánh sáng tàn còn sót lại mau chóng chìm vào tăm

tối. "Thịch, thịch..."- tiếng chân bước loạng choạng của tôi vang lên rõ mồn một trong bóng đêm; âm thanh loang xa, loang xa, nhưng tôi cũng không dám chắc chắn là như vậy. Bởi lẽ, ngoài tiếng chân của tôi ra, còn phải kể đến cả tiếng trống ngực đập loạn xạ của kẻ là con người thực thụ duy nhất này nữa mới đúng - À không, còn có một thứ âm thanh khác nữa, nó xuất hiện đúng một lần... đó là tiếng thở dài sốt ruột phát ra ở đằng sau chúng tôi.

Edward vẫn ôm chặt lấy tôi. Cánh tay còn lại của anh đưa lên mặt tôi, ngón tay cái êm mượt của anh khẽ mơn man bờ môi của tôi. Thỉnh thoảng, tôi lại cảm nhận được gương mặt của anh gục sâu vào tóc mình. Đây là phút hạnh ngộ duy nhất mà tôi còn có thể có được với anh. Bất giác tôi nép chặt hơn nữa vào người anh.

Trong phút giây này đây, hình như anh đang thật sự cần đến tôi, chỉ cần như thế thôi là đã quá đủ đối với tôi rồi, chỉ cần điều đó thôi là bao khiếp đảm về đường hầm tăm tối, cũng như về hai tên ma-cà-rồng đang lảng vảng ở phía sau lưng tôi thoáng chốc đã không còn nữa. Không, có lẽ mọi sự chẳng là gì khác ngoài cảm giác mặc cảm - cũng bởi mặc cảm đó mà anh mới đến đây xin được chấm dứt cuộc sống, khi lòng anh cứ đinh ninh rằng tôi tự tử hoàn toàn là do lỗi tại anh. Không, tôi không muốn quan tâm đến những động cơ đó, nhất là khi cảm nhận được đôi môi hoàn mỹ kia đang đặt lên trán mình. Ít ra thì trước lúc chết, tôi cũng vẫn còn được ở bên cạnh anh. Điều đó chẳng phải còn tuyệt diệu hơn một cuộc sống kéo dài đằng đẵng sao.

Ước gì tôi có thể hỏi anh chuyện gì đang xảy ra. Tôi nóng

lòng muốn biết chúng tôi sẽ chết ra sao - có lẽ biết sớm, chuẩn bị trước tinh thần thì sẽ tốt hơn. Nhưng tôi không thể mở miệng được, cho dẫu chỉ là một lời thì thầm, trong lúc chúng tôi đang bị vây như hoàn cảnh lúc này đây. Họ có thể nghe thấy hết mọi động tĩnh - từng hơi thở của tôi, từng nhịp tim đập của tôi.

Con đường dưới chân chúng tôi mỗi lúc mỗi thêm dốc xuống, đưa chúng tôi tiến sâu vào lòng đất, nó khiến lòng tôi trỗi dậy một nỗi lo sợ bị giam giữ. Chỉ còn duy nhất bàn tay của Edward - mềm mại - đang áp lên má tôi, là thứ duy nhất có thể ngăn giữ được tiếng thét cứ chực chờ ở cổ họng của tôi.

Cứ thế, chúng tôi tiến bước, dấn sâu vào trong không gian xám xịt; không rõ ánh sáng đến từ nơi nào, mà đường hầm này không hề tối đen theo tự nhiên. Đường ống thấp tè, và có hình vòng cung, mấy giọt nước từ trên trần nhỏ xuống lớp đá xám ngoét giống như đang rỉ mực.

Tôi liên tiếp rùng mình, có lẽ là vì sợ chăng? Tôi cũng không rõ nữa, chỉ đến khi hai hàm răng đánh vào nhau loạn xạ, tôi mới biết rằng mình đang lạnh. Quần áo của tôi vẫn ướt mềm, mà nhiệt độ dưới lòng thành phố này thì hình như đang biến đổi. Nó buốt giá như làn da của Edward vậy.

Chợt nhận ra tình cảnh của tôi, anh đột ngột buông tay, chỉ còn nắm lấy bàn tay của tôi mà thôi.

- K-kh-ông - Tôi lập cập, vội vàng ôm lấy anh. Tôi không cần biết mình có bị đông thành đá hay không. Tôi xa anh đã bao lâu rồi nhỉ?

Một cách cố gắng, anh dùng bàn tay chà xát lên cánh tay của tôi, hy vọng có thể làm cho tôi ấm lên được phần nào.

Chúng tôi hối hả tiến sâu vào đường hầm, không, đường hầm hối hả nuốt lấy tôi thì phải. Nhưng sự chậm chạp rất con người của tôi đã khiến cho ai đó đã phải phát cáu - có lẽ là Felix - ông ta liên tục thở dài rất to sau lưng tôi.

Cuối đường hầm là một tấm lưới sắt khác - những thanh sắt đã rỉ sét, nhưng to cỡ bắp tay của tôi. Một cánh cửa nhỏ, được đan bằng những thanh sắt nhỏ hơn, đã mở sẵn ở đó. Edward cúi người xuống, cùng tôi chui qua cánh cửa... để lọt vào một căn phòng làm bằng đá rất to và rất sáng. "Kình h..." - Cánh cửa sắt tức thời đóng lại, kèm theo đó là tiếng "cạch h h..." - Ổ khóa đã được chốt xong. Tôi hốt hoảng đến mức không dám ngoái lại phía sau.

Cuối căn phòng dài lại là một cái cửa nhỏ khác, nhưng được làm bằng gỗ, nặng trình trịch. Giống như cánh cửa trước, cánh cửa này cũng được để mở.

Chúng tôi bước vào phòng, tôi nhìn quanh, ngạc nhiên nhưng bất giác cảm thấy nhẹ nhõm. Nhưng ở bên cạnh tôi, ngược lại với trạng thái đó, Edward đang cực kỳ căng thẳng, hai hàm răng của anh đang nghiến chặt vào nhau.

21. LỜI PHÁN QUYẾT

Chúng tôi bước ra một lối đi sáng rực nhưng không có ấn tượng gì đặc biệt. Những bức tường nhờ nhờ trắng, sàn nhà được lót thảm xám loại thường. Trên trần là những bóng đèn huỳnh quang thông dụng được lắp đặt đều nhau. Nơi đây ấm hơn, và hiển nhiên là tôi cảm thấy dễ chịu hẳn. Sau khi đã mòn chân ở chốn ẩm thấp, tối tăm - nơi cống rãnh của ma-cà-rồng, tự nhiên đối với tôi, hành lang này thật sự phải nói là... quá đỗi tuyệt vời.

Có vẻ như Edward không có cùng một cảm nhận như tôi. Anh ném ánh mắt u ám về phía cuối hành lang dài, ở đó có một nhân vật đang đứng trước thang máy - nhân vật này có vóc người nhỏ nhắn, gần như ẩn mình trong chiếc áo choàng đen.

Anh dìu tôi tiến bước, Alice cũng nhanh nhẹn sóng bước bên cạnh tôi. Cánh cửa nặng trịch đằng sau chúng tôi cũng đồng thời kêu lên kẽo kẹt... khi được đóng lại, và tiếp theo đó là các âm thanh "cách cách..." vang rền... Then cửa đã được gài đâu vào đó.

Jane đang đứng ở chỗ thang máy, một tay để vào giữa hai cánh cửa để chờ chúng tôi. Thái độ của cô ta vẫn hờ hững như trước, chẳng có gì thay đổi.

Bước vào buồng thang máy, cả ba ma-cà-rồng nhà Volturi trở nên nhẹ nhõm thấy rõ. Họ hất áo choàng ra sau, những chiếc mũ trùm đầu cũng theo đà mà rớt xuống vai họ. Cả Felix và Demetri đều có nước da hanh hanh màu ôliu, kết hợp với màu nhợt nhạt trắng bệch, tạo thành một gam màu rất cổ quái. Mái tóc đen của Felix thì cắt ngắn, trong khi mái tóc của Demetri thì bồng bềnh thả xuống đến vai. Mống mắt của họ hầu như được viền một màu đỏ lè lẹt, rồi cái đường viền ấy tiến lên một chút nữa thì chợt thẫm lại, cho đến khi nó bao quanh đồng tử thì trở thành một màu đen huyền duy nhất. Đằng sau lớp áo choàng là những bộ quần áo đương đại, nhạt màu và không có đặc điểm rõ rệt. Tôi co rúm người vào một góc, nép chặt mình vào Edward. Bàn tay của anh vẫn không ngừng chà xát lên cánh tay của tôi. Đôi mắt của anh vẫn không rời Jane lấy một giây.

Cái thang máy chỉ phải hoạt động một chút thì ngừng lại. Chúng tôi bước ra một căn phòng giống hệt như một khu vực tiếp tân sang trọng, toàn bộ các bức tường đều được đóng panô, sàn nhà được trải thảm màu xanh lục, dày cộp. Căn phòng không có cửa sổ, thay vào đó, khắp nơi đều treo những bức tranh đầy màu sắc về vùng quê xứ Toscana. Mấy chiếc ghế tràng kỷ bọc da được sắp đặt trông rất ấm cúng, trên mấy cái bàn láng o có đặt những chiếc bình bằng phalê, trong bình, có rất nhiều các loại hoa đủ màu sắc. Hương hoa ngào ngạt làm cho tôi bất giác nhớ đến nhà quàn.

Ở chính giữa phòng là một quầy tiếp tân bóng lưỡng, cao, làm bằng gỗ gụ; tôi trố mắt ra một cách ngỡ ngẩn vì ngạc nhiên khi trông thấy một cô gái đang đứng ở sau quầy.

Cô gái có vóc người cao ráo, nước da ngăm và đôi mắt màu xanh lục. Chắc chắn cô sẽ rất đẹp... nếu ở bên những người khác - chứ không phải là ở đây. Bởi lẽ cô ta là một con người thực thụ, một con người đúng nghĩa như tôi đây. Tôi không thể đoán nổi lý do gì mà cô lại có thể ở đây, có thể tự nhiên quanh quẩn và hoàn toàn thoải mái bên ma-cà-rồng như vậy.

Cô gái nở nụ cười lịch sự, chào đón.

- Chào Jane - Cô gái lên tiếng. Gương mặt của cô không biểu lộ bất kỳ một sự ngỡ ngàng nào khi trông thấy "gánh hát" của Jane. Cô ta không ngạc nhiên khi thấy Edward, thấy bộ ngực mập mờ những tia sáng lấp lóe dưới ánh đèn của anh, hay thậm chí là ngạc nhiên khi thấy tôi, tóc tai có phần rũ rượi và hình thể thì y như con mèo mới từ dưới sình hay hoặc dưới cống chui lên.

Jane gật đầu.

- Gianna.

Chúng tôi lại tiếp tục dấn bước qua mấy lần cửa đôi nữa.

Khi đi ngang qua quầy tiếp tân, Felix nháy mắt với Gianna, và cô gái đáp lại bằng tiếng cười khúc khích.

Cuối cùng, sau khi đã đi qua hết những lần cửa, chúng tôi lại đến một sảnh có quầy tiếp tân khác. Nơi đây, có một cậu bé da trắng, mặc bộ comlê xám óng ánh như hạt trai, có lẽ là người em song sinh của Jane. Mái tóc của người này đen hơn, đôi môi không đầy đặn, nhưng trông rất dễ thương. Cậu ta tiến lại phía chúng tôi, mỉm cười, ôm chầm lấy người chị, nói như reo:

- Chị Jane.

- Alec - Jane lên tiếng đáp lại rồi ôm lấy cậu bé. Hai người họ hôn chào nhau. Sau đó, cậu bé đưa mắt nhìn khắp lượt chúng tôi.

- Các ngài cử chị đi "dẫn độ" một người, và chị đã đưa về được những hai... "rưỡi".

Cậu bé nhìn tôi và đưa ra lời bình phẩm:

- Làm tốt lắm.

Jane bật cười - tiếng cười hí hửng, khanh khách như tiếng trẻ con.

- Mừng ngươi trở lại, Edward - Alec chào anh - Trông ngươi khá hơn rồi đấy.

- Vâng, có khá hơn - Edward trả lời bằng một giọng ngang phè.

Tôi liếc nhìn gương mặt nặng nề của anh, lòng tự hỏi không biết trong những ngày qua, đương lúc anh khổ sở thì gương mặt ấy đã trông sầu thảm đến mức nào?

Alec bật cười hinh hích, tò mò nhìn tôi đang níu lấy Edward.

- Đây là nguyên nhân của mọi rắc rối à? - Cậu ta hỏi với âm điệu hồ nghi.

Edward chỉ đáp lại bằng một nụ cười mỉm khinh khỉnh. Rồi ngay sau đó, anh cứng người lại.

- Xi-rô hảo hạng đấy - Ở phía sau, Felix đột ngột lên tiếng một cách vu vơ.

Edward quay phắt người lại, những tiếng gầm gừ khe khẽ bắt đầu bật lên từ lồng ngực của anh. Felix mỉm cười - hắn đưa tay ra, lòng bàn tay để ngửa, ngoắt ngoắt, khiêu khích Edward.

Bất chợt Alice xen vào, cô chạm vào tay anh trai mình.

- Thôi, bỏ đi anh - Alice nói như khuyên nhủ.

Cả hai anh em họ nhìn vào mắt nhau trong một lúc lâu.

Tôi ước sao mình có thể nghe thấy được cuộc trao đổi ấy. Có lẽ là Alice vừa khuyên anh không nên gây hấn với Felix, bởi tôi thấy Edward hít vào một hơi thật sâu rồi quay sang Alec.

- Ngài Aro thấy ngươi, hẳn sẽ hài lòng lắm - Alec nói tiếp như thể chưa có chuyện gì xảy ra.

- Đừng để đức ngài phải chờ - Jane lên tiếng nhắc nhở.

Edward gật đầu ngay tắp lự.

Alec và Jane, tay trong tay, dẫn đường cho chúng tôi tiến vào một hành lang khác, hành lang này được trang trí vô cùng công phu. Liệu rằng lần này sẽ có kết thúc được không?

Cả hai không để tâm đến những cánh cửa ở cuối hành lang - những cánh cửa đều được mạ vàng - mà dừng lại ở ngay giữa đường, kéo một tấm panô ra, để lộ một cánh cửa gỗ. Cửa không khóa. Alec mở cửa cho Jane.

Tôi chỉ muốn kêu lên khi Edward dìu tôi bước vào một chốn mới. Lại là những phiến đá lót đường y như ở quảng trường, vẫn là một ngõ hẹp và hệ thống cống rãnh. Vẫn lại là nơi tối tăm và lạnh lẽo.

Cuối cùng, chúng tôi cũng đến một tiền sảnh, tiền sảnh không lớn lắm, nhưng dẫn vào một căn phòng sáng sủa, thênh thang, lồng lộng, tròn vành vạnh, hệt như một tòa tháp trong lâu đài... mà cũng có khi là như thế thật. Trên cao hai tầng, những ô cửa sổ dài hắt những tia ánh sáng mặt trời hình chữ nhật lên nền đá ở bên dưới. Không hề có ánh sáng nhân tạo. Những vật dụng làm bằng gỗ duy nhất có trong phòng chính là vài chiếc ghế đồ sộ to như ngai vàng của hoàng đế, được sắp đặt cách quãng đều nhau và cong theo mấy bức tường đá. Ở ngay chính giữa căn phòng, có hơi lõm xuống một chút, là một ống dẫn nước khác. Tôi ngờ ngợ, không biết đây có phải là một lối đi nữa của họ hay không, giống như cái miệng cống ở trên đường.

Căn phòng... không hề vắng người. Một số ít người đang tụ tập trò chuyện với nhau, xem chừng thoải mái lắm. Những tiếng thì thầm khe khẽ, những giọng nói êm dịu nghe như tiếng hát thoang thoảng trong không gian. Hai người phụ nữ da trắng trong bộ đầm mùa hè chợt ngừng cuộc nói chuyện, cả hai đang ở giữa luồng sáng, và, giống y hệt như hai lăng kính, làn da của họ hắt ánh sáng bảy sắc lên những bức tường màu hung đỏ xung quanh.

Chúng tôi bước vào phòng, ngay tức khắc, tất cả mọi gương mặt thanh tú đều quay lại nhìn vào "đoàn hát" chúng tôi. Đa số những người bất tử đều mặc quần tây, áo sơmi dài tay và cài cúc kín cổ - những thứ tạm thời bảo vệ thân phận của họ trước "công cụ chiếu yêu". Một người đàn ông lên tiếng, phá vỡ bầu không khí im lặng vừa bao trùm - ông ta mặc một chiếc áo choàng đen như mực, và dài quét đất - nhìn ông ta, thoạt đầu, tôi cứ đinh ninh rằng mái tóc dài, đen óng ả của ông ta chính là chiếc mũ trùm đầu.

- Ôi Jane, cô bé đáng yêu của ta, con đã quay trở lại rồi! - Ông ta thốt lên những lời này trong nỗi hân hoan, nhưng âm điệu giọng nói lại nhẹ như gió thoảng.

Nói xong, ông ta tiến lên trước, cử động mềm mại một cách kỳ lạ đến độ miệng tôi há hốc ra lúc nào cũng không hay, còn đôi mắt của tôi thì mở tròn xoe một cách ngớ ngẩn. Ngay cả với Alice, cô bạn có tướng đi uyển chuyển như đang múa, cũng không thể sánh bằng ông ta được.

Khi con người đặc biệt đó lướt đến gần hơn, tôi càng kinh ngạc hơn nữa khi nhìn thấy gương mặt của ông ta. Không giống như những gương mặt có vẻ đẹp thần thánh ở xung quanh người đàn ông này (ông ta không một mình tiến lại phía chúng tôi, mà có thêm một số người theo sau ông ta, và vài người trong số họ vượt lên trước trong tư thế phòng bị của những vệ sĩ). Tôi không thể khẳng định rằng gương mặt của con người đặc biệt ấy là một gương mặt đẹp, hay là một gương mặt bình thường. Nhưng tôi có thể đoan chắc rằng từng đường nét trên gương mặt ấy là hoàn hảo. Tuy nhiên, dưới con mắt của tôi, ông ta hoàn toàn khác với những ma-cà-rồng ở bên cạnh. Làn da của ông ta trắng toát, trắng như củ hành và trông rất mềm mại (một sự tương phản màu sắc rõ rệt với mái tóc đen dài ôm quanh gương mặt của ông ta). Bất giác trong tôi bỗng dâng lên một mong muốn kỳ lạ và đáng sợ: tôi muốn chạm tay lên má của ông ta, để xem làn da ấy có mềm hơn làn da của Edward hay Alice không, hay nó sẽ mịn màng kiểu như phấn. Nhưng cũng không khác những ma-cà-rồng đang có mặt ở xung quanh, đôi mắt của ông ta óng ánh đỏ, song là một màu đỏ dìu dịu và đùng đục; không rõ thị lực của ông ta... có vì vậy mà giảm hay không?!

Con người đặc biệt đó lướt đến chỗ Jane, ôm ghì lấy gương mặt của cô ta bằng đôi bàn tay mảnh khảnh như giấy, và một cách nhẹ nhàng, ông ta hôn phớt lên đôi môi đầy đặn của Jane, sau đó, lại lùi xuống một bước.

- Dạ vâng, thưa Đức ngài - Jane mỉm cười; cử chỉ này khiến cô ta giống hệt như một đứa trẻ con đáng yêu - Con đã đưa được hắn đến cho ngài, còn sống nguyên, như ngài mong muốn.

- Ôi Jane - "Đức ngài" kia cũng mỉm cười đáp lại - Con lúc nào cũng làm cho ta thoải mái.

Vừa dứt lời, ông ta đưa ngay cặp mắt "đầy sương mù" về phía chúng tôi, nụ cười chợt sáng rỡ - gương mặt lộ rõ vẻ ngây ngất.

- Cả Alice và Bella nữa này - "Đức ngài" hoan hỉ nói, kèm theo một tràng pháo tay đầy phấn khích - Ngạc nhiên thật đấy! Tuyệt vời!

Sửng sờ, tôi trố mắt nhìn ông ta, cái cách ông ta gọi tên tôi mới thân tình làm sao, cứ như thể chúng tôi là những người bạn cũ tình cờ gặp lại nhau vậy.

Chợt "đức ngài" quay sang tay "chúa ngục" to lớn của chúng tôi.

- Felix, tử tế một chút xem nào, với lại, ngươi đi thông báo cho các anh em của ta hay rằng khách đã đến rồi nhé. Ta dám đoan chắc họ không muốn bỏ lỡ cơ hội này đâu.

- Vâng, thưa đức ngài - Felix gật đầu ngay lập tức, rồi hắn biến mất vào đúng con đường mà chúng tôi vừa đi để đến đây.

- Ngươi hiểu rồi chứ, Edward? - "Đức ngài" quay sang mỉm cười với Edward, nụ cười vừa trìu mến, vừa có ý quở trách thường thấy ở một người ông trong gia đình - Ta đã nói với ngươi thế nào nhỉ? Ngươi không thấy vui vì hôm qua, ta đã không ban cho ngươi cái điều mà ngươi mong muốn phải không?

- Không, tôi rất vui, thưa ngài Aro - Anh trả lời, vòng tay của anh đang ôm ngang thắt lưng tôi xiết lại chặt hơn.

- Ta rất thích những kết thúc có hậu - Ông Aro thở dài -
Những chuyện như thế thật là hay. Nhưng ta muốn được biết
toàn bộ câu chuyện. Chuyện là sao vậy, hở Alice? - Vừa dứt
lời, ông ta quay sang Alice, đôi mắt "mịt mù sương khói" tỏa
đầy nỗi hiếu kỳ bám chặt lấy cô bạn của tôi - Có vẻ như anh
trai của ngươi tin rằng năng lực của ngươi là tuyệt đối không
có sự sai lầm, nhưng mà hình như có cái gì đó bị trục trặc.

- Ôi, còn lâu tôi mới đạt được cái gọi là "tuyệt đối không
có sự sai lầm", thưa ngài - Cô bạn nở một nụ cười rạng rỡ.
Trông Alice có vẻ như đang vô cùng thoải mái, ngoại trừ hai
bàn tay đang nắm lại thật chặt kia - Như hôm nay ngài cũng
đã biết rồi đấy, tôi vẫn cứ luôn phải đi sửa chữa những sai
lầm do mình gây ra đó thôi.

- Người khiêm tốn quá - Ông Aro lên tiếng quở trách - Ta
đã được trông thấy rất nhiều những kỳ tích đáng ngạc nhiên
của người, phải nói rằng ta chưa bao giờ thừa nhận bất cứ
một năng lực nào như năng lực của người cả. Rất tuyệt!

Nhanh như cắt, Alice liếc mắt sang Edward. Và ông Aro
đã không hề bỏ sót chi tiết đó.

- Ta xin lỗi nhé, chúng ta biết về nhau không được chính
đáng, phải không? Cũng tại ta có cảm giác như đã biết tường
tận về người rồi nên cứ tự nhiên mà nói tới vậy thôi. Thật
ra hôm qua, anh trai người đã giới thiệu người cho chúng ta
rồi, bằng một cách rất đặc biệt. Người biết không, ta phải
tạm mượn đến một ít năng lực đặc biệt của anh trai người,
chỉ tại ta bị giới hạn khả năng đó, còn cậu ta thì không -
Ông Aro lắc đầu, giọng nói đượm màu "ghen tị".

- Nhưng luận về độ mạnh thì lại vượt trội theo... cấp số mũ - Edward bổ sung vào một cách cộc lốc. Rồi anh nhìn Alice, giải thích - Ngài Aro cần có sự tiếp xúc trực tiếp mới nghe được suy nghĩ, nhưng ngài lại nghe được nhiều hơn anh. Em cũng biết là anh chỉ nghe được những gì đang diễn ra trong đầu của em thôi mà, phải không? Còn ngài Aro thì có thể nghe được tất cả những gì tồn tại trong đầu của em.

Đôi lông mày thanh nhã của Alice nhướng lên gần như tức thì, còn Edward thì cúi đầu xuống.

Và cũng vậy, ông Aro đã không để lọt khỏi mắt hai cử chỉ đó.

- Nhưng giá mà có thể nghe được từ một khoảng cách khá xa... - Ông ta tiếp tục lên tiếng, tay chỉ về phía anh và Alice, chỉ trong đúng một cái chớp mắt, ông ta đã đứng ngay bên cạnh hai người -... Thì thật là *tiện lợi*.

Ánh mắt của "đức ngài" bất chợt hướng qua vai của chúng tôi. Cả Jane, Alec và Demetri, nãy giờ đang đứng im bên cạnh chúng tôi, nhất loạt quay ngoắt đầu lại.

Tôi là người cuối cùng quay đầu lại phía sau. Felix đã trở lại, đằng sau hắn ta là hai người mặc áo choàng đen khác đang lướt tới. Cả hai đều rất giống ông Aro, một người thậm chí còn "sao y" luôn cả mái tóc đen mềm mượt của ông ta nữa. Người còn lại thì có mái tóc dài chấm vai, trắng như tuyết - đồng màu với gương mặt của ông ta. Gương mặt của họ y hệt nhau, và cùng có làn da mỏng giống như tờ giấy.

Bộ ba trong bức tranh của Carlisle như vậy là đã xuất hiện đủ bộ, từ hồi bức tranh được vẽ, tính tới nay, đã trải qua ba trăm năm, nhưng hình dáng của ba người họ vẫn không có gì thay đổi.

- Marcus, Caius, xem này! - Ông Aro ngân nga - Cuối cùng thì Bella vẫn sống, Alice cũng ở đây với cô gái! Chẳng phải như thế là rất tuyệt vời sao?

Cả hai nhân vật mới đến, chẳng có người nào tỏ vẻ gì cho thấy đó là điều *tuyệt vời* cả. Thậm chí, người đàn ông tóc đen có dáng vẻ rất chán nản, tựa hồ như hàng bao thiên niên kỷ qua, ông ta đã phải chịu đựng quá nhiều sự nhiệt tình, hồ hởi của người anh em Aro. Người có mái tóc bạch kim thì tỏ ra cáu kỉnh.

Sự thờ ơ của cả hai nhân vật mới đến không hề làm cho ông Aro mất vui.

- Cũng phải biết chuyện gì đã chứ - Giọng nói của ông Aro hệt như một giọng hát thánh thót.

Ma-cà-rồng tóc bạch kim bỏ đi, tiến thẳng tới một chiếc ghế gỗ. Ma-cà-rồng còn lại vẫn đứng ở bên cạnh Aro, ông ta nhẹ nhàng đưa tay ra, thoạt đầu, tôi nghĩ là ông ta muốn bắt tay ông Aro. Nhưng ông ta chỉ chạm nhẹ vào lòng bàn tay của ông Aro, rồi bỏ tay xuống ngay tức khắc. Ông Aro nhướng một bên lông mày đen nhánh lên. Và thật lạ lùng, tôi không hiểu làm thế nào mà làn da mỏng như giấy kia lại không hề có một nếp nhăn.

Edward khụt khịt mũi, Alice nhìn anh như thầm hỏi.

- Cảm ơn Marcus - Ông Aro trả lời - Chuyện này thật sự thú vị đấy.

Và chỉ sau đó một giây, tôi nhận ra được rằng ông Marcus đã truyền suy nghĩ của mình sang cho ông Aro.

Nhưng ông Marcus chẳng có một biểu hiện nào cho thấy rằng điều ông ta đang nghĩ đến là thật sự *thú vị* cả. Bước chân của ông ta nhẹ thênh khi rời khỏi chỗ vừa đứng gần ông Aro, để đến chỗ của ông Caius - đang ngồi ở mé tường. Hai ma-cà-rồng khác lẳng lặng đi theo ông ta - có lẽ họ là lính, như tôi đã đoán từ trước. Hai người phụ nữ mặc bộ đầm mùa hè cũng tiến đến, đứng bên cạnh ông Caius, dáng vẻ của họ lạnh lùng nhưng thái độ đầy sự phòng bị cũng y hệt như vậy. Nghĩ đến việc ma-cà-rồng cũng cần có người bảo vệ không khỏi khiến cho tôi muốn bật cười,... hay là họ dễ bị tổn thương vì làn da của họ quá mỏng chăng?

Ông Aro vẫn tiếp tục lắc đầu.

- Ngạc nhiên thật đấy - Ông ta thốt lên - Thật là quá đỗi ngạc nhiên.

Alice thoáng buồn vì không hiểu cớ sự. Edward bèn quay sang em gái thì thầm rất nhanh vài câu.

- Ngài Marcus nhìn thấy được các mối quan hệ. Ngài ngạc nhiên trước tình cảm mãnh liệt của anh và cô ấy.

Ông Aro mỉm cười.

- Tiện lợi thật - Ông ta tự tấm tắc với chính mình, rồi quay sang nói với chúng tôi - Ta có thể đoan chắc với các ngươi rằng Marcus khá ngạc nhiên.

Tôi đưa mắt nhìn sang Marcus, gương mặt của ông ta đang khựng lại, phải, tôi tin điều đó.

- Tới giờ cũng khó mà giải thích - Ông Aro trầm ngâm, chú mục vào cánh tay của Edward đang ôm chặt lấy tôi. Thật khó mà theo được dòng tư tưởng lộn xà lộn xộn của ông Aro.

Khó thì khó vậy nhưng mà... vẫn phải cố theo - Sao ngươi có thể đứng gần cô bé đó được như vậy?

- Không nỗ lực thì không thể được đâu, thưa ngài - Edward trả lời một cách điềm tĩnh.

- Nhưng mà vẫn còn... ừm đúng là *la tua cantante!* Thật lãng phí làm sao!

Edward phá ra cười nhưng chẳng có vẻ gì gọi là vui vẻ cả.

- Tôi lại nghĩ đó là cái giá.

Ông Aro nhìn anh một cách hoài nghi.

- Một cái giá quá cao.

- Nhưng tôi đã chọn.

Ông Aro phá ra cười khanh khách.

- Nếu như ta không lần ra hơi cô bé trong ký ức của ngươi, hẳn ta sẽ không thể nào tin được rằng trên đời này lại có người sở hữu một loại máu hấp dẫn đến như thế. Ta chưa lần nào có được cảm xúc này. Hầu hết những kẻ như chúng ta đều sẽ đánh đổi mọi thứ vì cái thứ máu quý giá đó, thế mà ngươi...

- Lại lãng phí nó - Edward hoàn tất câu nói của ông ta, giọng nói của anh lúc này mang đầy vẻ chế nhạo.

Ông Aro lại bật cười.

- Ôi, ta nhớ đến anh bạn Carlisle của ta làm sao! Ngươi làm ta nhớ đến cậu ấy... chỉ có điều là cậu ấy không có nổi xung thiên lên như vậy.

- Carlisle vượt hẳn tôi ở nhiều mặt, thưa ngài.

- Chưa bao giờ ta cho rằng chuyện gì Carlisle cũng có thể tự chủ được, và ngươi đang làm cho bố của mình xấu hổ đấy.

- Không có chuyện đó đâu - Edward sốt ruột trả lời, cơ hồ như thể anh đã quá mệt mỏi với những kiểu mào đầu như thế này. Điều đó làm cho tôi càng cảm thấy sợ hơn; tôi không thể làm gì khác ngoài việc cố gắng mường tượng xem anh đang hình dung đến điều gì...

- Ta lấy làm hài lòng trước thành công của cậu ấy - Ông Aro trầm ngâm nghĩ ngợi - Ký ức của người về cậu ấy quả thật là món quà vô giá đối với ta, tuy rằng những ký ức ấy có làm cho ta vô cùng ngạc nhiên. Ta không hiểu được làm sao mà... nào, nói cho ta biết đi, về thành công của cậu ấy trên con đường dị giáo mà cậu ấy đã quyết đi cho bằng được. Ta nghĩ rằng theo thời gian, cậu ấy sẽ yếu đi rất nhiều vì sự lãng phí đó. Ta đã nhạo báng suy nghĩ của Carlisle, khi cậu ấy thổ lộ rằng sẽ tìm người chia sẻ cái lối sống đi ngược lại bản ngã của mình ấy. Tuy nhiên, dù sao ta cũng lấy làm vui mừng vì mình đã sai.

Edward không buồn đáp lại.

- Nhưng còn sự kềm chế *của người*! - Ông Aro thở dài - Ta không ngờ trên đời này lại còn có một sức mạnh lớn đến như vậy. Để kháng lại được mùi hương quyến rũ đó, người không chỉ một lần kềm chế là xong, mà phải cố đi cố lại, cố đi cố lại... nếu ta không tự nghiệm ra điều đó, ta cũng không bao giờ có thể tin nổi đâu.

Edward im lặng nhìn vẻ mặt thán phục của ông Aro, không hề biểu lộ bất cứ một cảm xúc nào. Tôi đã quen thuộc lắm với cái gương mặt ấy - thời gian chẳng thể nào thay đổi được điều này - đủ để biết rằng phía sau vẻ mặt ấy là cả một nội tâm đang sôi sục. Tôi nỗ lực giữ cho nhịp thở của mình điều hòa thật đều.

- Ôi, chỉ cần nhớ lại việc con người bé nhỏ kia đã hấp dẫn ngươi ra sao... - Ông Aro phá ra cười khanh khách -... là ta lại thấy khát rồi.

Edward tức thì đông cứng người lại.

- Đừng có mất bình tĩnh như thế - Ông Aro trấn an anh - Cô gái sẽ không làm sao đâu. Nhưng ta tò mò quá, về một chuyện vô cùng đặc biệt - Đôi mắt của ông ta chợt chuyển hướng sang tôi, nhìn tôi bằng một cái nhìn thích thú - Được không? - Ông ta hỏi một cách hiếu kỳ, đoạn đưa một tay lên.

- Ngài cứ hỏi cô ấy đi - Edward đáp lại bằng một giọng ngang phè.

- Tất nhiên là thế rồi, ôi, ta thật khiếm nhã làm sao! - Ông Aro nói - Cô Bella - Ông ta gọi đích danh tôi - Tôi cứ bị ám ảnh về nỗi cô là người duy nhất không chịu sự tác động của năng lực Edward... Ngoại lệ này thật là thú vị! Tôi đang tự hỏi, vì năng lực của chúng tôi rất giống nhau, nên cô có thể vui lòng cho phép tôi thử được không, để xem cô có phải cũng là một ngoại lệ *của tôi* chăng?

Tôi ngước nhanh mắt lên nhìn anh, kinh hãi. Dù rằng lời đề nghị của ông Aro rất lịch sự, tôi cũng không tin rằng mình còn có sự lựa chọn nào khác. Tôi kinh hoàng trước cái ý nghĩ sẽ phải để cho ông ta chạm đến người của mình, nhưng đồng thời tôi cũng hồi hộp làm sao trước cái mong muốn ngoan cố là được cảm nhận cái làn da của ông ta.

Edward gật đầu khích lệ tôi - bởi lẽ anh cũng tin chắc rằng ông Aro sẽ không làm tôi bị thương, hay bởi lẽ chúng tôi không còn có sự lựa chọn nào khác? Tôi không biết nữa.

Tôi quay sang ông Aro, và một cách chậm rãi, đưa tay lên - run rẩy.

Ông ta tiến tới gần hơn, tôi tin rằng ông ta thật sự chỉ muốn thử. Nhưng làn da mỏng tang kia trông lạ quá, nó kỳ dị và khiến người ta phải hoảng sợ... Hốt nhiên tôi cảm thấy bất an trong lòng. Gương mặt của kẻ đối diện đang ngập tràn sự tự tin, hơn cả những gì mà ông ta đã nói ra ngoài miệng.

Ông Aro đưa tay ra, cơ hồ như muốn bắt tay tôi, để cho làn da rất mỏng manh của ông ta có thể chạm được vào làn da của tôi. Làn da ấy thật ra lại cứng, nhưng sao tôi lại có cảm giác như nó rất giòn và dễ vỡ vụn - chứ không hoàn toàn như đá granit - và làn da ấy lạnh hơn tôi tưởng.

Đôi mắt lờ mờ của ông Aro như mỉm cười với tôi, ghim chặt lấy tôi, không để tôi có cơ hội nhìn sang hướng khác. Đôi mắt ấy thôi miên người ta một cách kỳ lạ và khó chịu.

Cuối cùng, tôi đã có thể quan sát toàn bộ gương mặt của ông Aro. Sự tự tin chợt dao động, bắt đầu ngờ ngợ, và cuối cùng là hoài nghi hoàn toàn, nhưng sau rốt, ông ta cũng điềm tĩnh đeo trở lại chiếc mặt nạ thân thiện.

- Rất thú vị - Ông Aro lên tiếng, khẽ buông tay tôi ra và bước lùi lại.

Tôi lại liếc vội mắt lên nhìn Edward, vẻ mặt của anh vẫn điềm tĩnh, nhưng hình như đang giấu giếm một chút đắc ý thì phải.

Ông Aro vẫn tiếp tục lùi lại, gương mặt lộ rõ vẻ trầm tư. Ông ta im lặng, quét mắt nhìn một lượt bao quát cả ba chúng tôi. Rồi bỗng đột nhiên ông ta lắc đầu.

- Kẻ đầu tiên - Ông ta tự nói với chính mình - Ta tự hỏi không biết có phải cô bé đó cũng là ngoại lệ đối với những

624

thuộc hạ tài giỏi của chúng ta không... Jane?

- Không! - Edward gầm lên. Nhanh như cắt, Alice ôm chặt lấy tay anh trai, ra sức ngăn lại. Nhưng anh đẩy cô bạn của tôi ra.

Jane mỉm cười với ông Aro, khuôn mặt của cô ta vô cùng tươi tắn:

- Vâng, thưa đức ngài.

Edward vẫn tiếp tục gầm ghè, tiếng gầm gừ liên tục thoát ra từ lồng ngực của anh, anh chú mục vào ông Aro bằng ánh mắt hiểm ác. Cả căn phòng chìm trong im lặng, ai cũng trố mắt nhìn anh, không dám tin vào mắt mình, cơ hồ như thể anh đã hớ hênh nói phạm phải một điều gì đó không nên nói. Felix ngoác miệng ra cười toe toét, vẻ mặt vô cùng phấn chấn, hắn hồ hởi tiến lên phía trước một bước. Ông Aro lừ mắt nhìn hắn, lập tức hắn đông cứng người lại, nụ cười tươi rói bỗng chuyển thành ảm đạm.

Ông Aro nói với Jane:

- Ta đang tự hỏi, bé cưng, rằng Bella có phải là ngoại lệ của con không?

Tôi hoàn toàn có thể nghe thấy giọng nói dõng dạc của con người quyền uy này, tiếng nói đã át cả tiếng gầm gừ tức giận của Edward. Anh buông tôi ra, nhanh chóng di chuyển lên trước để che chắn cho tôi trước hàng loạt những cặp mắt "cú vọ". Như một bóng ma, ông Caius bất chợt xuất hiện, cùng đoàn tùy tùng của mình, ánh mắt quét một lượt khắp căn phòng, theo dõi "pha hồi hộp".

Jane nhẹ nhàng tiến đến chỗ chúng tôi, trên môi nở một nụ cười "ban phúc".

- Đừng anh! - Alice thét lên khi Edward bung mình về phía cô gái nhỏ nhắn.

Và trước khi tôi kịp định thần lại, trước khi bất cứ ai kịp nhảy vào giữa họ, và trước cả khi đám vệ sĩ của ông Aro kịp hiểu rõ là đã xảy ra chuyện gì, Edward đã đổ sụp người xuống đất.

Không một ai chạm vào anh, nhưng anh lại quằn quại đau đớn trên nền đá. Tôi nhìn anh trong nỗi hoảng hốt.

Jane vẫn mỉm cười với anh, trong giây phút đó, tôi chợt hiểu ra tất cả. Rằng vì sao Alice lại đề cập đến những *năng lực thần kỳ*, rằng vì sao mọi người, ai nấy đều dè chừng Jane, và rằng tại sao Edward lại lao mình lên trước để cản cô ta trước khi cô ta kịp làm điều đó với tôi.

- Làm ơn thôi đi! - Tôi rít lên, căn phòng trống trải trong phút chốc vang đầy tiếng thét đinh tai nhức óc của tôi. Không kìm được lòng mình nữa, tôi lao mình vào giữa anh và Jane. Nhưng nhanh như cắt, Alice ôm cứng lấy tôi, mặc kệ những giằng co, giãy giụa của tôi. Trên nền đất lạnh, Edward đang co rúm người lại, nhưng tuyệt nhiên trên môi anh không hề có lấy bất cứ một âm thanh nào. Đau đớn lan tỏa khắp người tôi, đầu óc tôi muốn nổ tung khi phải chứng kiến cảnh anh bị hành hạ.

- Jane - Ông Aro ra lệnh bằng một chất giọng nhẹ nhàng. Cô gái nhỏ nhắn ngước ngay mắt lên, trên đôi môi vẫn giữ nguyên nụ cười hởi lòng hởi dạ, nhưng đôi mắt thì nheo lại vì thắc mắc. Khi Jane quay mặt đi, toàn thân của Edward trở nên bất động.

Ông Aro nghếch đầu nhìn tôi.

Còn Jane thì đưa nụ cười "hiền lành" về phía tôi.

Nhưng tôi không quan tâm đến cô ta. Mối lo của tôi lúc này là anh. Tôi giãy giụa một cách vô vọng và yếu ớt trong vòng tay cứng như thép của Alice, tuyệt vọng nhìn anh.

- Anh ấy không sao đâu - Alice thì thầm cố trấn an tôi, nhưng giọng nói vẫn không sao giấu được sự căng thẳng. Trong lúc đó, Edward cũng vừa ngồi dậy, rồi đứng thẳng lên. Đôi mắt chúng tôi giao nhau, và tôi nhận ra một nỗi khiếp sợ hằn sâu trong đôi mắt hoàn mỹ ấy. Trải qua nỗi kinh hoàng vừa rồi, làm sao mà không sợ cho được, tôi thầm nhủ. Nhưng tôi chỉ vừa kịp nghĩ đến đó, anh đã quay phắt sang nhìn Jane, rồi trở lại nhìn tôi... gương mặt bỗng dịu lại, nhẹ nhõm.

Tôi cũng nhìn Jane, cô ta không còn cười nữa. Con người nhỏ nhắn ấy lừ mắt nhìn tôi, đôi quai hàm đanh cứng lại trong sự tập trung cao độ. Như một phản ứng tự nhiên, tôi co rúm người lại, chờ đợi một cơn đau.

... Nhưng...

Không có chuyện gì xảy ra cả.

Edward lại đứng điềm nhiên bên cạnh tôi. Anh khẽ chạm vào tay Alice, cô bạn lại trả tôi cho anh.

Ông Aro bật cười khanh khách.

- Ha ha ha - Ông ta lại tuôn tiếp ra một tràng cười khác - Thật tuyệt vời!

Jane rít lên vì thất vọng, cô ta chồm người về phía trước như sắp sửa lao mình lên đến nơi.

- Đừng bực dọc như thế, cô bé - Giọng nói của ông Aro thật bùi ngùi ra chiều an ủi, không quên đặt kèm bàn tay trắng như thoa phấn lên vai của cô ta - Cô gái đó là ngoại lệ của tất cả chúng ta.

Vành môi trên của Jane ấn mạnh vào răng, đôi mắt xoáy vào tôi đầy vẻ khinh ghét.

- Ha ha ha - Ông Aro lại cất tiếng cười ròn rã - Ngươi hay thật đấy, Edward ạ, có thể chịu đựng được điều đó. Ta tò mò... nên thử nhờ Jane, để xem phản ứng của Jane sẽ như thế nào - Ông ta lắc đầu thán phục.

Edward trừng mắt nhìn ông ta, lửa phẫn nộ đong đầy trong ánh mắt.

- Bây giờ ta phải làm sao với các ngươi đây? - Ông Aro thở dài.

Edward và Alice đông cứng người lại như hóa đá. Đây là giây phút anh và cô bạn đang chờ đợi. Còn tôi thì run rẩy như bị lạnh.

- Ta không nghĩ rằng ngươi sẽ thay đổi quyết định, ta nói không sai chứ? - Ông Aro hỏi anh, song đôi mắt lại tràn đầy hy vọng - Năng lực của ngươi là một sự bổ trợ tuyệt vời cho cái gia đình nhỏ bé của ngươi mà.

Edward ngập ngừng. Ở bên kia, Felix và Jane đang lắc đầu lè lưỡi, so vai rụt cổ.

Có vẻ như anh cũng đang đắn đo từng lời lẽ của mình.

- Tôi nghĩ... tôi không thể... nhận lời ngài.

- Còn Alice? - Ông Aro tiếp tục hỏi, giọng nói vẫn đong đầy hy vọng - Có lẽ cô thích ở bên chúng tôi chăng?

- Cảm ơn ngài, nhưng e rằng tôi cũng không thể nhận lời ngài được - Alice bình tĩnh trả lời.

- Cuối cùng là cô, Bella? - Lần này, khi hỏi, ông Aro nhướng mày lên.

Bên cạnh tôi, Edward rít lên khe khẽ. Còn tôi thì ngây người nhìn ông Aro. Ông ta có đang đùa hay không? Ông ta đang ngỏ ý mời tôi... dùng bữa tối với ông ta thì phải? Chứ nếu không, sao lại...

Cuối cùng, ma-cà-rồng có mái tóc bạch kim - ông Caius - là người phá tan bầu không khí im lặng đến nghẹt thở ấy.

- Sao cơ? - Ông ta hỏi gặng ông Aro; giọng nói của ông ta, dù rằng không hơn gì một lời thì thầm, nhưng người ta vẫn có thể cảm nhận được rõ sự ngang phè trong đó.

- Anh Caius, rõ ràng anh cũng thấy đó là năng lực tiềm ẩn kia mà - Ông Aro nhẹ nhàng trách cứ - Kể từ lúc chúng ta gặp Jane và Alec tới bây giờ, tôi chưa từng thấy một khả năng nào lại đầy hứa hẹn đến thế. Anh có thể tưởng tượng được là cô gái sẽ làm được những gì một khi đã trở thành người của bọn mình không?

Ông Caius quay đi, gương mặt đanh lại. Còn Jane, trong đôi mắt của cô ta đang ngùn ngụt những điều ám muội vì bị đem ra so sánh với một kẻ tầm thường là tôi.

Bên cạnh tôi, Edward cũng đang nổi đóa. Tôi hoàn toàn có thể nghe thấy được những tiếng "ùng ục" phát ra từ lồng ngực của anh, và cái âm thanh ấy đang chuẩn bị chuyển sang tiếng gầm ghè đáng sợ. Không, không thể nào để cho cái ngọn lửa giận ở trong anh sẽ lại làm hại anh lần nữa.

- Dạ không, xin... cảm ơn... ngài - Những lời nói của tôi không hơn gì một lời thều thào trong khẩn cấp, chúng vỡ òa trong nỗi sợ.

Ông Aro thở dài.

- Chặc, tiếc thật. Quả là lãng phí một tài năng.

Edward rít lên:

- Hoặc là gia nhập, hoặc là chết, có đúng như thế không, thưa ngài? Tôi đã lờ mờ nhận ra điều đó khi bị buộc phải đặt chân vào căn phòng này. Tôi cũng đã được biết khá tường tận luật của ngài rồi.

Giọng nói của anh khiến tôi ngạc nhiên. Đích xác đó là âm thanh của lửa hận, nhưng lời lẽ thì vẫn vô cùng cẩn trọng - cơ hồ như anh đã suy nghĩ, lựa chọn kỹ càng lắm rồi mới dám lên tiếng.

- Tất nhiên là không phải như vậy - Ông Aro hấp háy mắt, ngạc nhiên - Bọn ta họp ở đây, Edward, là để chờ Heidi trở về. Hoàn toàn không phải là vì chuyện của ngươi.

- Aro - Ông Caius rít lên - Luật là luật, chúng phải bị xử theo luật.

Edward lừ mắt nhìn kẻ vừa lên tiếng.

- Luật như thế nào, thưa đức ngài tôn kính? - Anh hỏi gặng. Ắt hẳn anh cũng thừa biết ông Caius đang nghĩ gì, tuy nhiên, anh vẫn hỏi lại để buộc ông ta phải công khai nói thẳng nó ra.

Ông Caius chỉ ngón tay xương xẩu vào người tôi.

- Cô gái này đã biết quá nhiều. Ngươi đã làm lộ bí mật của chúng ta - Giọng nói của ông ta nhẹ hẫng, mỏng manh - mỏng manh như chính làn da của ông ta vậy.

- Ở chỗ của ngài cũng có vài con người thực thụ kia mà, thưa ngài - Edward "phủ đầu" một cách nhẹ nhàng. Và tôi nghĩ ngay đến cô gái ở quầy tiếp tân xinh đẹp đã nhìn thấy ban nãy.

Gương mặt của ông Caius nhăn lại vì một cảm xúc mới. Không hiểu đó có phải là một nụ cười hay không?

- Ừ - Ông ta thừa nhận - Nhưng khi bọn họ không còn hữu dụng đối với bọn ta nữa, họ nghiễm nhiên sẽ trở thành... nguồn sống của bọn ta. Còn ngươi thì tuyệt nhiên không có ý định này. Nếu cô gái đó phản bội bí mật của tất cả chúng ta, ngươi sẽ có xuống tay với cô gái đó không? Ta nghĩ rằng không - Ông Caius chế giễu.

- Thưa ngài, tôi sẽ không... - Tôi lên tiếng, chỉ là một lời thì thầm thôi. Nhưng ông Caius đã lừ mắt nhìn tôi, buộc tôi phải im lặng.

- Và ngươi cũng không muốn cô gái đó trở thành thành viên của bọn ta - Ông ta tiếp tục "phân tích" - Vì vậy, cô ta nghiễm nhiên là một "gót chân Asin" của chúng ta. Nội chỉ mỗi việc này thôi, cô gái đó đã không còn được quyền *sống* nữa rồi. Nếu ngươi muốn, ngươi cứ đi đi.

Edward thở mạnh.

- Ta nghĩ như thế đó - Ông Caius nói, bằng một giọng nói có phần thư thái. Gã Felix khẽ rướn người về phía trước, háo hức.

- Nếu ngươi không... - Ông Aro chợt cắt ngang câu chuyện. Có vẻ như ông ta không được vui với cái hướng đi của câu chuyện - Nếu ngươi không có ý định biến cô gái đó trở thành bất tử.

Edward bặm chặt môi lại, ngần ngừ một lúc trước khi lên tiếng trả lời:

- Thế nếu như tôi sẽ làm như vậy?

Ông Aro mỉm cười, vẻ tươi tỉnh lại xuất hiện.

- Thì có sao, ngươi tự do về nhà và gửi lời thăm hỏi của ta đến anh bạn Carlisle - Giọng nói của ông ta chợt ngập ngừng - Nhưng e rằng ngươi sẽ phải tuyên thệ điều đó đấy.

Dứt lời, ông ta giơ nhẹ tay lên.

Ông Caius, vừa nãy cáu bẳn là vậy, giờ đã dịu ngay xuống.

Đôi môi của Edward mím chặt đến mức chỉ còn một vết hằn. Anh nhìn thật lâu vào mắt tôi, và đôi mắt của tôi cũng nhìn anh thăm thẳm.

- Tuyên thệ đi, anh - Tôi thì thào - Em xin anh.

Chẳng lẽ điều đó lại ghê tởm lắm hay sao? Không lẽ anh *thà* chấp nhận cái chết chứ không chịu biến đổi tôi? Bụng tôi bỗng dưng quặn lại như vừa phải hứng chịu một cú đá đích đáng.

Edward nhìn tôi chằm chằm, trên mặt hắn đầy những nét khổ sở như đang bị tra tấn.

Alice bất chợt bước thẳng tới chỗ ông Aro. Tôi và anh cùng quay phắt lại nhìn theo. Bàn tay của cô bạn đưa lên.

Cô bạn không nói một lời nào.

Đám bảo vệ "lo xa", vội tiến lên trước để cản Alice, nhưng ông Aro phẩy tay, buộc cả đám phải lui lại. Ông ta tiến lên trước, vẻ háo hức và hiếu kỳ lộ rõ trong ánh mắt. Ông ta nắm lấy tay Alice.

Và rồi, ông ta khẽ cúi đầu, hướng mặt xuống cái nắm tay đó, nhắm đôi mắt lại, tập trung thần trí. Toàn thân Alice bất động, gương mặt ngây ra. Tôi nghe rõ tiếng hai hàm răng của Edward đang nghiến vào nhau.

Trong giây phút ấy, chẳng ai có bất kỳ một cử động nào. Ông Aro đông cứng người lại. Từng giây, từng giây một trôi qua là mỗi lúc dây thần kinh chịu đựng của tôi lại càng thêm căng cứng. Không biết tình hình này sẽ kéo dài đến bao giờ, liệu chúng tôi còn phải chịu đựng sự căng thẳng này bao lâu nữa? Hay lại sắp sửa nảy sinh thêm chuyện xấu gì đây - có thể đó sẽ là chuyện xấu thậm tệ, xấu hơn cả tình hình hiện tại?

Thời gian tra tấn cứ thế tiếp diễn, tiếp diễn... Bất chợt...

- Ha ha ha - Ông Aro đột ngột cất lên tiếng cười phá tan bầu không khí tĩnh lặng đến rợn người, đầu ông ta vẫn chúi về phía trước, nhưng rất từ tốn, ông ta ngước mắt lên, đôi mắt ngập tràn sự tươi vui - Thật *tuyệt vời*!

Alice đáp lại bằng tiếng cười nhạt:

- Tôi rất vui vì ngài thích điều đó.

- Ta đã được thấy lại những gì ngươi đã thấy... đặc biệt là những chuyện còn chưa xảy ra! - Ông ta lắc đầu kinh ngạc.

- Nhưng nó sẽ xảy ra - Cô bạn của tôi nhắc lại, giọng nói vẫn điềm tĩnh.

- Ừ, ừ, nhất định là thế rồi. Chắc chắn sẽ không có vấn đề gì.

Ông Caius thì có vẻ hậm hực thấy rõ - với nỗi hậm hực đó, chắc hẳn ông ta sẽ rất thông cảm với Felix và Jane.

- Này Aro... - Ông Caius phàn nàn.

- "Ngài" Caius kính mến - Ông Aro tươi cười cắt ngang - Xin "ngài" đừng để cho nỗi muộn phiền gặm nhấm tâm hồn của mình... "Ngài" hãy nghĩ đến những điều có thể xảy ra đi!

Hôm nay, bọn họ không theo ta, nhưng ta có thể hy vọng vào tương lai. "Ngài" hãy tưởng tượng đi... chỉ một mình cô gái Alice trẻ trung này thôi cũng sẽ khiến cho cái gia đình bé nhỏ của chúng ta vui biết chừng nào rồi... Ngoài ra, tôi cũng đang hết sức tò mò đây, tôi muốn chờ xem Bella sẽ trở thành một chiến binh như thế nào?

Xem ra, ông Aro đã bị thuyết phục hoàn toàn. Hình như ông ta vẫn chưa nhận ra rằng khả năng tiên thị của Alice là hoàn toàn chủ quan thì phải. Hôm nay, cô bạn vừa quyết định sẽ biến đổi tôi, chính điều đó đã tạo ra hình ảnh của ngày mai. Trong vô vàn những quyết định, thì quyết định của cô bạn tôi chỉ là một phần nhỏ tham dự vào, không thể không kể đến quyết định của những người khác có liên quan - trong đó có cả quyết định của Edward - điều có thể tác động sẽ khiến cho dự tính của Alice thay đổi, và vì vậy, tương lai có nhiều khả năng cũng sẽ bước sang một hướng khác.

Liệu rằng cái điều mà cô bạn của tôi mong muốn ấy có thực sự quan trọng đối với bản thân tôi không; nếu tôi *trở thành* ma-cà-rồng thì liệu có xảy ra điều gì bất trắc không, khi đó là điều mà Edward căm ghét nhất? Ngộ nhỡ anh thà chọn cái chết còn hơn là chấp nhận việc tôi trở thành một nhân vật bất tử, muôn đời ở bên anh? Bất giác tôi kinh hãi, cảm nhận rõ mồn một rằng mình đang từ từ rơi xuống một vực thẳm, không có đường leo lên...

- Bây giờ chúng tôi đi được rồi chứ, thưa ngài? - Edward lên tiếng, giọng nói cực kỳ thản nhiên.

- Ừ, ừ - Ông Aro trả lời một cách vui vẻ - Nhưng nhớ đến chơi đấy nhé. Sẽ vui lắm đấy!

- Chúng ta cũng sẽ đến thăm các ngươi - Ông Caius cũng góp lời, đôi mắt của ông ta tự nhiên cụp xuống giống kiểu nhìn "nặng mi" của một con thằn lằn - để an tâm rằng các ngươi làm đúng như những gì đã hứa. Nếu ta là các ngươi, ta sẽ không lãng phí thời gian đâu. Nên nhớ là sẽ không có cơ hội lần thứ hai đâu nhé.

Quai hàm của Edward nghiến chặt vào nhau, nhưng anh vẫn gật đầu một cách dứt khoát.

Ông Caius nở một nụ cười tự mãn rồi tiến về phía ông Marcus - nãy giờ vẫn ngồi im, không màng đến "thế sự".

Gã Felix thì rên rỉ.

- À Felix - Ông Aro mỉm cười, tâm trạng vô cùng phấn khởi - Heidi sắp về đến đây rồi đấy. Cố chịu đựng một chút nữa đi.

- Ừm - Giọng nói của Edward chợt biến đổi - Vậy thì bọn tôi nên đi sớm một chút, sẽ hay hơn.

- Ừ - Ông Aro đồng ý ngay tấp lự - Ý kiến hay đấy. Không thì sẽ dễ bị phiền phức. Nhưng dù sao, các ngươi cũng hãy đợi ở bên dưới nhé, đợi đến tối đã, nếu được.

- Vâng, thưa ngài - Edward đồng ý, còn tôi thì co rúm người lại trước cái ý tưởng đợi đến hết ngày mới được "tháo cũi sổ lồng".

- À, còn đây nữa - Ông Aro nói tiếp, đồng thời ngoắt tay ra hiệu cho Felix. Không dám chậm trễ, Felix nhanh chân bước ngay đến. Ông Aro cởi chiếc áo choàng xám của gã, kéo ra khỏi vai, rồi quảng nó cho Edward - Cầm lấy đi. Ngươi rất dễ bị chú ý.

Edward khoác chiếc áo vào người, kéo mũ chùm lên đầu.

Ông Aro thở dài, nhận xét:

- Nó rất hợp với ngươi.

Edward phá ra cười khúc khích, nhưng rồi nụ cười chợt tắt ngúm, anh ngoái đầu lại, nói:

- Cảm ơn ngài Aro. Chúng tôi sẽ chờ ở bên dưới.

- Tạm biệt những người bạn trẻ - Ông Aro đáp lại, đôi mắt của ông ta cũng chú mục vào cùng một hướng với đôi mắt của anh.

- Chúng ta đi thôi - Edward giục giã tôi và Alice.

Demetri ra hiệu cho chúng tôi đi theo, ông ta bước vào lối đi mà chúng tôi đã đến, nhưng xem ra lối thoát duy nhất đã... bị chặn.

Edward nhanh chóng kéo tôi vào sát người anh. Alice cũng nép sát vào người tôi, gương mặt của cô bạn sắt lại.

- Không kịp mất rồi.

Tôi nhìn xoáy vào cô bạn, kinh hãi, nhưng trên gương mặt của cô bạn chỉ đọng lại duy nhất một nỗi buồn sâu thẳm. Và... đó là lần đầu tiên trong đời, tôi được nghe thấy thứ giọng đó - một giọng nói cộc cằn, khỏe khoắn... À không, rất khỏe, từ bên ngoài tiền sảnh vọng vào:

- Chả thấy gì đặc biệt - Giọng nói "như nước vỡ bờ" của một người đàn ông oang oang khắp căn phòng.

- Xưa như trái đất - Giọng nói chán nản, the thé của một phụ nữ cất lên phụ họa.

Họ vừa dứt lời, một đám đông bỗng ùa qua cánh cửa bé nhỏ, lấp đầy cả căn phòng đá chật hẹp. Ông Demetri ra hiệu cho chúng tôi nhường đường. Cả ba chúng tôi, ai nấy đều nép hết vào bức tường buốt giá, lấy chỗ cho dòng người trẩy qua.

Hai người đi đầu, nghe giọng thì biết là người Mỹ, ngó dáo dác khắp một lượt căn phòng.

- Chào các vị! Chào mừng các vị đến thăm Volterra! - Tôi dễ dàng nhận ra được giọng nói của ông Aro đang lảnh lót trong tòa tháp rộng lớn.

Tất cả những người còn lại, có lẽ cũng phải tới hơn bốn mươi người, bước thành hàng một theo sau cặp đi đầu. Nhiều người trầm trồ về cảnh quan y hệt như những du khách. Một vài người thậm chí còn bấm cả máy ảnh nữa. Một số người khác thì trông có vẻ thất vọng, cơ hồ như điều dẫn họ đến nơi này "hóa ra cũng chỉ có thế". Tôi đặc biệt chú ý đến một cô gái đa đen bé nhỏ. Quanh cổ cô là một chuỗi tràng hạt, còn trên tay của cô là một cây thánh giá được nắm khư khư không lúc nào rời. Cô bước chậm hơn những người còn lại, dáng vẻ ngơ ngác; cuối cùng, cô cũng đánh bạo khều nhẹ một người, hỏi người ta bằng một thứ tiếng xa lạ. Nhưng dường như không một ai hiểu cô, giọng nói của cô mỗi lúc một run rẩy.

Edward kéo đầu tôi áp vào ngực của anh, nhưng đã quá trễ. Tôi vừa hiểu được cớ sự.

Ngay khi cô gái da đen bé nhỏ vừa khuất dạng, Edward liền vội vã kéo tôi bước nhanh vào cánh cửa. Tôi nhận ra vẻ kinh hoàng đang hiện hữu trên gương mặt của mình, những giọt nước mắt chợt tuôn chảy như suối.

Hành lang vàng rực được trang trí công phu hoàn toàn

tĩnh lặng, trống trải... ngoại trừ sự hiện diện của một người phụ nữ đẹp lộng lẫy như tượng. Cô ta nhìn xoáy vào chúng tôi một cách hiếu kỳ... đặc biệt là tôi.

- Mừng bà trở về, thưa quý bà Heidi - Từ phía sau lưng chúng tôi, ông Demetri đột ngột lên tiếng.

"Bà" Heidi mỉm cười lơ đãng. Bà ta khiến tôi nhớ đến Rosalie, dù rằng họ chẳng có nét gì giống nhau - chỉ vì cả hai đều quá đẹp, một vẻ đẹp trời ban, một vẻ đẹp không thể nào quên được. Và hình như mắt tôi không thể ngó sang chỗ khác.

Cách ăn mặc của bà ta càng làm tôn thêm vẻ đẹp đó: Đôi chân dài hiếm có trong đôi vớ dài, màu đen, càng nổi bật hơn bên dưới chiếc váy ngắn cũn cỡn. Trên nữa là chiếc áo tay dài, cổ cao, bó sát vào người, được làm bằng chất nhựa dẻo, có màu đỏ. Mái tóc dài, màu gụ của bà ta cực kỳ óng ả; còn đôi mắt, đó là một đôi mắt lạ lùng, một đôi mắt tím - một màu mắt... là kết quả của đôi kính sát tròng xanh lơ... cố che đậy đôi mống mắt đỏ tía rợn người.

- Demetri - Bà ta đáp lời bằng một giọng nói êm mượt như tơ, trong lúc đôi mắt không ngừng đánh qua đánh lại giữa khuôn mặt của tôi và chiếc áo choàng xám của Edward.

- Một mẻ lưới bội thu, thưa quý bà - Ông Demitri buông lời ca tụng, hốt nhiên, tôi chợt hiểu ra cái ý nghĩa của bộ quần áo bó sát dễ đập vào mắt người ta kia... Bà ta không chỉ là kẻ quăng lưới, mà còn là một miếng mồi...

- Cảm ơn về lời khen - Bà Heidi nở một nụ cười đẹp mê hồn - Ngài không đến thưởng thức luôn sao?

- Tôi sẽ về ngay, thưa quý bà. Mong bà dành lại cho tôi chút ít.

Bà Heidi gật đầu đồng ý, đoạn lướt nhanh qua cửa... sau cái nhìn tò mò cuối cùng dành cho tôi.

Edward rảo chân bước, ra sức dìu tôi đi thật nhanh... thật xa. Nhưng chưa kịp đến cánh cửa cuối hành lang, cánh cửa được trạm trổ công phu, đằng sau chúng tôi đã bắt đầu vang lên những tiếng kêu la thảm thiết.

22. CHUYẾN BAY

Ông Demetri để chúng tôi ở lại phòng tiếp tân sang trọng, nơi cô gái Gianna vẫn đứng trực sau chiếc quầy bóng láng. Tiếng nhạc réo rắt, tươi vui khẽ cất lên từ đâu đó.

- Đừng đi đâu cho tới lúc tối trời đấy - Ông ta cảnh báo chúng tôi.

Edward gật đầu, và ông Demetri vội vã quay gót bỏ đi.

Hình như Gianna không ngạc nhiên mấy trước sự thay đổi này, dù rằng đôi mắt của cô ta có "xét đoán" chiếc áo choàng mượn của Edward một lúc khá lâu.

- Em có làm sao không? - Edward thì thầm, anh hỏi thật nhỏ, nhỏ đến mức người bình thường khó mà nghe thấy được. Giọng nói của anh có gợn cái gì đó thô ráp; tuy nó vẫn êm dịu song tôi vẫn cảm nhận được trong đó có âm sắc thô, với đầy những khắc khoải. Anh còn căng thẳng trước tình thế của chúng tôi, có lẽ là như vậy.

- Tốt hơn hết là anh tìm chỗ nào cho bạn ấy ngồi đi, không khéo bạn ấy ngã mất - Alice lên tiếng - Bạn ấy sắp vỡ vụn ra đến nơi rồi.

Chỉ đến khi đó, tôi mới nhận biết rằng mình đang run rẩy, run rẩy dữ dội, toàn bộ thân hình tôi rung lắc đến độ hai hàm răng cũng va vào nhau cầm cập; cả căn phòng như chao đảo, mờ mịt trước mắt tôi. Trong giây phút hoảng loạn ấy, tôi chợt nghĩ đến Jacob - phải chăng trước khi lột xác thành người sói, cậu ta cũng đã từng rơi vào trạng thái giống như tôi hiện thời?

Bất thình lình, bên tai tôi vang lên một hồi những tiếng động lạ, những tiếng động "hích, hích, hích..." chẳng có gì đặc biệt, cứ rộn rã vang vọng khắp không gian... Chúng cũng khả ố y hệt như cái bản nhạc tươi vui ấy. Đầu óc tôi lúc này chỉ chuyên chú đến việc kềm chế cơn run rẩy của mình, nên không màng để tâm xem cái tiếng động kỳ quặc ấy phát ra từ đâu.

- Suyt, Bella, suyt - Edward lên tiếng nhắc nhở tôi, anh dìu tôi ra chỗ chiếc ghế xôpha xa nhất, ngõ hầu tránh cặp mắt tò mò của cô gái trực ở quầy tiếp tân.

- Em nghĩ là bạn ấy đang bị kích động. Hay anh thử đập vào người bạn ấy xem - Alice đề nghị.

Và đáp lại lời đề nghị ấy là một cái nhìn muốn nổ cả đồng tử của Edward.

Tôi chợt hiểu ra. Ôi! Cái tiếng động lạ ấy hoàn toàn phát ra từ người tôi. Chính xác hơn, chúng chính là những tiếng nức nở đã và đang thi nhau tuôn trào ra khỏi lồng ngực của tôi. Cũng chính chúng là nguyên nhân làm cho toàn thân tôi run rẩy.

- Không sao đâu, em an toàn rồi, không sao đâu - Anh lặp đi lặp lại câu nói ấy, và kéo tôi vào lòng, không quên choàng chiếc áo khoác quanh người tôi, tránh cho tôi khỏi phải run rẩy thêm khi tiếp xúc với làn da của anh.

Trong thâm tâm, tôi cũng hiểu cái phản ứng này của mình thật ngốc nghếch. Tôi phải ngắm nhìn gương mặt của anh kia chứ, làm sao có thể biết được rằng cần phải nhìn bao lâu mới được coi là thỏa nỗi nhớ mong? Vả lại, anh đã được cứu sống, tôi cũng vừa được cứu sống, và rồi tiếp theo sau đây... anh sẽ lại rời xa tôi, ngay khi chúng tôi được thả tự do. Vậy mà đôi mắt của tôi lại đầm đìa những nước là nước; nước làm nhòe hết mọi đường nét trên gương mặt anh, tiếc quá - ngốc quá đi.

Nhưng đằng sau đôi mắt đẫm nước này, nơi mà nước mắt không thể nào tràn đến được, tôi vẫn trông thấy ràng ràng một vẻ mặt hốt hoảng của người phụ nữ nhỏ bé có đeo chuỗi tràng hạt quanh cổ.

- Tất cả những người ấy... - Tôi nấc lên.

- Anh hiểu, Bella - Anh thì thào.

- Thật kinh tởm.

- Ừ, thật kinh tởm. Anh ước sao em đã không phải trông thấy cảnh ấy, Bella.

Tôi gục đầu lên vồng ngực lạnh giá của anh, kéo chiếc áo choàng dày cộp lên lau nước mắt. Một cách cố gắng, tôi hít thở thật sâu, cố trấn tĩnh lại.

- Tôi nên lấy cho các bạn một thứ gì chăng? - Một giọng nói nhã nhặn vang lên. Đó là Gianna, cô ta đang nhô đầu qua vai Edward, đôi mắt vừa lộ vẻ quan tâm, vừa lộ vẻ sành sỏi, có pha lẫn một chút bàng quan. Có vẻ như cô ta chẳng hề e ngại chút nào khi để cho gương mặt của mình cách chỉ vài xăngtimét với gương mặt của một "tên" ma-cà-rồng có thái độ rõ ràng là khó chịu với cô ta. Có lẽ Gianna hoàn toàn không biết điều đó, mà rất có thể là do cô ta đã xử lý quá tốt công việc của mình cũng nên.

- Không - Edward trả lời một cách lạnh lùng.

Gianna gật đầu, mỉm cười với tôi rồi bỏ đi.

Đợi đến lúc cô gái đã đi khá xa rồi, tôi mới lên tiếng:

- Cô ấy có biết chuyện gì đang diễn ra ở đây không anh? - Tôi hỏi gặng, giọng nói của tôi rất nhỏ và hoàn toàn khản đặc. Tôi đang lấy lại bình tĩnh, hơi thở của tôi đã điều hòa được rất đều.

- Có. Cô ấy biết tất tần tật mọi chuyện - Edward trả lời tôi.

- Thế cô ấy có biết rằng một ngày nào đó, họ cũng sẽ xuống tay với cô ấy không?

- Cô ấy đã có liệu trước chuyện đó rồi - Anh trả lời.

Tôi ngạc nhiên.

Gương mặt của Edward thật khó dò.

- Cô ấy đang hy vọng một ngày nào đó, họ sẽ quyết định giữ cô ấy lại.

Tôi cảm nhận rõ mồn một rằng máu nóng đang rút cạn sạch khỏi gương mặt của mình.

- Cô ấy muốn trở thành người như họ hả anh?

Anh gật đầu gần như ngay tức thì, ánh mắt đăm chiêu nhìn xoáy vào gương mặt của tôi, cố gắng dò ra phản ứng trên đó.

Tôi rùng mình.

- Làm sao cô ấy có thể mong muốn như vậy được - Tôi thều thào với chính mình hơn là tìm kiếm một câu trả lời - Làm sao cô ấy có thể đành lòng chứng kiến cảnh đoàn người lũ lượt kéo nhau vào trong căn phòng đáng sợ đó, rồi lại muốn trở thành *một phần* của nó chứ?

Edward không trả lời. Gương mặt của anh quặn lại vì một điều gì đó.

Và trong lúc ngắm nhìn gương mặt toàn bích của anh, cố gắng hiểu ý nghĩa của sự thay đổi ấy, thì bất chợt trong tôi, cảm xúc bỗng dâng trào. Tôi đang thực sự ở đây, trong vòng tay của Edward. Mọi thứ sao mà chông chênh quá, nhưng dẫu sao thì chúng tôi - trong thời khắc này - đã tạm thời thoát khỏi được chiếc lưỡi hái của tử thần.

- Ôi Edward - Tôi thút thít, bắt đầu nức nở trở lại. Lại một phản ứng ngốc nghếch tiếp theo. Những giọt nước mắt nặng trĩu lại che phủ lấy nhãn quang của tôi, không cho tôi được nhìn thấy gương mặt của anh, không, điều này là không được đâu. Tôi chỉ còn thời gian đến hoàng hôn mà thôi. Giống như trong những câu chuyện cổ tích vậy, đó chính là thời hạn để chấm dứt mọi phép thuật.

- Em làm sao? - Anh, vẫn không thôi lo lắng, vỗ nhè nhẹ vào lưng tôi.

Và như một phản ứng tự nhiên, tôi vòng tay qua cổ anh - liệu điều tệ hại nhất anh có thể làm là gì đây? Là sẽ đẩy tôi ra - và rồi lại kéo tôi vào lòng?

- Lúc này đây, em thật ngốc khi cứ để cho mình chìm vào hạnh phúc thế này, phải không anh?- Tôi cất tiếng hỏi. Giọng nói lại vỡ òa.

Nhưng anh không hề đẩy tôi ra. Ngược lại, anh ghì chặt lấy tôi hơn nữa vào lồng ngực cứng và lạnh như đá của mình, chặt đến mức tôi không còn làm sao có thể thở nổi được nữa, dù rằng hai lá phổi của tôi đã lành kể từ lúc tôi được chạm vào người anh.

- Anh hiểu em muốn nói đến điều gì - Anh thì thào - Nhưng chúng mình có nhiều lý do để hạnh phúc lắm. Trước tiên là chúng mình đều được sống.

- Vâng - Tôi thì thầm - Có lý do ấy.

- Và cả hai ta lại có nhau - Anh thở thật đều. Hơi thở của anh ngọt lịm đến độ toàn bộ đầu óc của tôi những muốn lâng lâng bay bổng.

Tôi chỉ lẳng lặng gật đầu, chắc chắn anh không đặt nặng vấn đề đó bằng tôi.

- Và nếu gặp may, ngày mai, chúng mình vẫn còn được hít thở khí trời.

- Vâng, hãy hy vọng như thế - Tôi đáp lời một cách khó khăn.

- Viễn cảnh rất đẹp, Bella à - Alice đoan chắc với tôi. Từ nãy đến giờ, cô bạn im lìm quá, tôi gần như đã quên hẳn sự hiện diện của cô bạn - Mình sẽ lại được trông thấy anh Jasper ít nhất là trong vòng hai mươi bốn tiếng đồng hồ tới - Cô bạn nói thêm một cách hài lòng.

Alice may mắn thật. Cô bạn còn có niềm tin vào tương lai của chính mình.

Còn tôi thì không dám rời mắt khỏi gương mặt của Edward, dẫu chỉ là một lúc. Tôi lặng ngắm nhìn anh, thầm cầu nguyện cho tương lai sẽ không bao giờ đến. Rằng hiện tại này sẽ tồn tại mãi mãi, nếu như... nếu như mọi chuyện lại trở về với trật tự cũ, tôi sẽ kết thúc sự tồn tại của chính mình.

Edward cũng không hề rời mắt khỏi tôi, đôi mắt đen huyền dịu dàng và sâu thẳm quá, lúc này, ru ngủ lòng tôi thật dễ biết bao. Hẳn anh cũng đang có cùng một cảm xúc y như tôi vậy. Và tôi đã bấu víu vào giấc mơ ấy. Ừ, anh cũng đang nghĩ như tôi, bất giác, giây phút êm đềm này bỗng trở nên ngọt ngào quá đỗi.

Anh dùng mấy ngón tay khẽ mơn nhẹ dưới mắt tôi.

- Trông em mệt mỏi quá.

- Còn anh, trông khát quá - Tôi cũng thì thào đáp lại, vừa nói vừa ngắm nghía những vết thâm quầng bên dưới đôi mắt đen yêu dấu.

Anh nhún vai:

- Đâu có.

- Có đúng thật như vậy không? Em ngồi với Alice cũng được mà - Tôi đề nghị, nhưng lòng nghe buồn chơi vơi; chẳng thà tôi chết trong vòng tay của anh còn hơn là phải xa rời vị trí này, dẫu chỉ một xăngtimét.

- Em đừng làm thế - Anh thở dài, hơi thở dịu ngọt phả nhẹ lên mặt tôi - Chưa bao giờ anh kềm chế được cái bản ngã xấu xa *đó* tốt cho bằng lúc này

Tôi có hàng triệu câu hỏi muốn hỏi anh. Câu đầu tiên đang chập chờn trên vành môi, nhưng tôi cố ghìm cái lưỡi của mình lại thật chặt. Tôi không muốn làm xấu thêm hiện trạng này, một tình thế dở khóc dở cười, trong một căn phòng khiến tôi phát bệnh, và dưới đôi mắt của kẻ muốn trở thành quái vật thật sự.

Ở đây, trong vòng tay của anh, thật dễ an ủi lòng rằng anh đang cần tôi. Không, tôi không muốn nghĩ đến động cơ của anh lúc này - có thể anh dịu dàng với tôi chẳng qua chỉ là để trấn an tôi, giữa lúc anh, Alice, và tôi đang lâm vào tình huống ngàn cân treo sợi tóc; mà cũng có thể là lòng

646

anh đang trĩu nặng vì mặc cảm tội lỗi, vì đã lôi kéo tôi và Alice đến chốn này, nhưng rồi lại cảm thấy nhẹ nhõm vì tôi không phải chết vì anh. Có lẽ quãng thời gian vừa trải qua đã quá đủ rồi, tôi không nên làm phiền anh nữa. Mà cũng có sao đâu. Tôi đang hạnh phúc như thế này kia mà, cho dẫu chỉ là trong giấc mộng ngắn ngủi - thì cũng có sao đâu.

Tôi thả mình trong vòng tay của anh, ôn lại từng đường nét trên gương mặt anh, mơ màng...

Đôi mắt của anh cũng long lanh khi dò từng đường nét trên mặt tôi, cơ hồ như anh cũng đang làm một hành động như tôi vậy, trong lúc anh và Alice đang tính toán chuyện về nhà như thế nào. Giọng nói của hai anh em nhà Cullen rất nhanh và nhỏ nên chắc chắn là Gianna không thể nghe kịp. Bản thân tôi cũng chỉ nắm được phân nửa nội dung. Hình như thành phố này sắp sửa "nảy nòi" thêm một vụ trộm cắp nữa. Bất giác tôi nghĩ đến chiếc Porsche màu vàng, không biết nó đã được quay về với "khổ chủ" chưa?

- Thế họ nói cái gì mà liên quan đến *ca sĩ* vậy anh? - Alice chợt hỏi.

- À, *la tua cantante* - Edward nhớ ra. Anh phát âm cụm từ đó kèm theo một chút âm điệu.

- Vâng, cụm từ đó đấy - Alice đáp lời, và tôi tập trung trở lại ngay tức khắc. Tôi cũng đang thắc mắc về cái cụm từ lạ lùng đó.

Edward nhún vai:

- Đó là cách họ gọi những người có mùi hương đặc biệt quyến rũ giống như mùi hương của Bella đối với anh. Họ gọi Bella là *cô ca sĩ* của anh... bởi lẽ máu của Bella cũng dịu ngọt, cuốn hút, mê hoặc anh... hệt như đặc điểm của một giọng hát vàng vậy.

Alice bật cười khúc khích.

Toàn thân tôi mệt mỏi rã rời, cơ thể đã lên tiếng đòi đi ngủ, nhưng tôi ra sức chống lại cơn mỏi mệt đó. Ở bên anh, tôi không muốn để lãng phí một giây nào. Thảng hoặc, khi đang trò chuyện cùng Alice, anh đột ngột cúi xuống hôn tôi - đôi môi phẳng, cứng cáp như thủy tinh của anh khẽ để lên tóc tôi, trán tôi, và chóp mũi của tôi. Mỗi lần như vậy, tôi như tiếp được một luồng điện chạy dọc theo cơ thể, truyền vào quả tim đã bao ngày ngủ quên. Những tiếng trở mình của nó như vang vọng khắp căn phòng.

Quả là thiên đàng - nhưng có mang một chút hơi hướm của địa ngục.

Cứ thế, tôi hoàn toàn lãng quên thời gian. Chỉ đến khi vòng tay của Edward bỗng nhiên thít chặt tôi hơn, cả anh và Alice đều cùng nhìn về phía cuối phòng, cả hai đôi mắt đều trở nên cảnh giác, tôi lại lên cơn yếu bóng vía. Tôi ném mình vào vồng ngực của Edward khi Alec đang tiến qua cửa - đôi mắt của con người này bây giờ đã rực rỡ một màu hồng ngọc, và sau khi đã dùng qua "bữa trưa", bộ comlê màu xám nhạt của cậu ta vẫn không có lấy một vết bẩn.

May thay, đó là tin tức tốt lành.

- Bây giờ, các người được tự do - Alec thông báo với chúng tôi, giọng nói của cậu ta ấm áp đến độ người không biết sẽ lầm tưởng chúng tôi là những người bạn tri kỷ - Chúng ta yêu cầu các người không được nấn ná trong thành phố.

Edward trả lời không hề có chút giả tạo; giọng nói của anh lạnh băng:

- Không có chuyện đó đâu.

Alec mỉm cười, gật đầu rồi quay gót bỏ đi.

- Xin đi theo hành lang bên phải, đến chỗ quẹo sẽ gặp thang máy - Gianna lên tiếng trong lúc Edward đỡ tôi dậy - Ở tiền sảnh có cầu thang đi xuống, dẫn ra đường. Và giờ thì tạm biệt - Cô ta nói thêm một cách tử tế. Tôi bỗng tự hỏi, không biết năng lực của cô gái này có đủ để cứu cô ta hay không?

Alice đáp lại "sự tử tế" đó bằng một cái nhìn u ám.

Tôi hoàn toàn nhẹ nhõm khi biết sẽ được thoát khỏi chốn này bằng một lối đi khác; nhưng không biết liệu có lại phải tiếp tục đi lòng vòng ở dưới mặt đất này hay không.

Cuối cùng, chúng tôi cũng bước qua một tiền sảnh được bài trí vô cùng sang trọng. Và tôi là người duy nhất ngoái nhìn lại tòa lâu đài cổ xưa, mặt tiền của nó được trạm trổ vô cùng công phu cho mục đích thương mại. Từ đây, tôi không thể nhìn thấy được cái tháp canh, và đó là điều khiến tôi dễ chịu.

Mọi người vẫn còn ca hát và nhảy múa trên đường. Khi chúng tôi đặt chân trên mặt đường lát sỏi, chật chội, đèn đường mới mở. Trên cao, mây đã phai màu, bầu trời đã chuyển sang xám, nhưng những tòa nhà mọc lên cao quá, lại chen chúc nhau nên người ta dễ có cảm giác như trời đã tối hẳn.

Cả đám đông cũng chuyển sang màu đen. Chiếc áo choàng dài chấm đất của Edward may thay không bị nổi bật, nếu là một buổi tối bình thường ở Volterra thì hẳn anh đã nằm trong tầm ngắm của nhiều người rồi. Giờ đây, những người xung quanh tôi, ai nấy đều hãnh diện trong chiếc áo choàng bằng satanh đen bóng, không quên đeo theo những chiếc răng nanh bằng nhựa, giống như cậu bé mà tôi đã trông thấy sáng nay trên quảng trường; xem ra, người lớn cũng thích hóa trang như thế này lắm chứ không riêng gì trẻ con.

- Lố lăng quá - Edward thì thào nhận xét.

Và tôi đã không nhận ra rằng Alice không còn ở bên cạnh mình nữa. Tôi định quay sang hỏi cô bạn, nhưng cô đã đi mất từ lúc nào rồi.

- Alice đâu rồi hả anh? - Tôi thì thầm hỏi, không giấu được sự hốt hoảng.

- Cô ấy đi lấy chiếc túi cho em. Hồi sáng này, cô ấy phải tìm chỗ cất túi mà.

Ôi, tôi quên mất là mình đã bỏ vào đó chiếc bàn chải đánh răng. Có nó, vẻ bề ngoài của tôi sẽ được "tút" lại đáng kể lắm.

- Bạn ấy cũng đi "mượn đỡ" một chiếc xe hơi, phải không anh? - Tôi đoán mò.

Anh cười toe toét.

- Chưa đâu, chúng mình phải ra ngoài đã.

Có vẻ như đường dẫn đến cổng chào của thành phố còn xa lắm. Nhận ra tôi đã kiệt sức, Edward vòng tay qua thắt lưng của tôi, dìu tôi đi.

Tôi không tránh được sự rùng mình khi anh đưa tôi đi ngang qua cái mái vòm làm bằng đá đen. Bên trên, những khung lưới sắt khổng lồ, cổ xưa, trông giống hệt cửa nhà giam, sẵn sàng rớt xuống bất cứ lúc nào để nhốt chúng tôi lại.

Cứ thế, anh dìu tôi đến bên một chiếc xe hơi màu đen - phải tinh ý lắm mới nhận ra nó, nó nằm khuất bên phải cổng chào - đang nổ máy sẵn. Và rồi thật ngạc nhiên, anh ngồi vào băng ghế sau cùng tôi, thay vì ngồi ở ghế của người lái.

Alice tỏ vẻ hối tiếc:

- Em xin lỗi - Cô bạn quơ tay về phía bảng đồng hồ - Không có nhiều lựa chọn lắm.

- Không sao đâu, Alice - Anh ngoác miệng ra cười toe toét - Đâu phải chiếc nào cũng là 911 Turbo đâu.

Cô bạn thở dài:

- Chắc em sẽ phải tìm một chiếc... hợp pháp mới được. Đi nó, thích lắm, trên cả tuyệt vời.

- Anh sẽ tặng em nhân dịp Giáng sinh - Edward hứa một cách chắc nịch.

Cô bạn quay lại cười với anh trai của mình, đồng thời cho xe phóng xuống sườn đồi quanh co và tăm tối. Tim tôi muốn nhảy ra ngoài.

- Màu vàng nhé - Cô bạn lên tiếng.

Edward vẫn ôm chặt tôi trong vòng tay. Trong chiếc áo choàng xa lạ, tôi cảm thấy thật ấm áp và dễ chịu. Hơn cả dễ chịu nữa.

- Bây giờ em ngủ đi, Bella - Anh thì thầm - Mọi chuyện đã kết thúc rồi.

Tôi hiểu anh muốn nói đến những hiểm nguy, đến cơn ác mộng trong thành phố cổ xưa, nhưng tôi vẫn phải nuốt vào một cách khó khăn mới trả lời được:

- Em không muốn ngủ. Em không mệt - Chỉ có câu cuối

cùng là nói dối mà thôi. Tôi không dám chợp mắt một tý nào. Chút ít ánh sáng trong chiếc xe hơi có được đều phát ra từ bảng đồng hồ, nhưng cũng đủ để cho tôi có thể trông rõ mặt anh.

Anh đặt môi mình vào hõm tai của tôi.

- Nào, cố ngủ đi em - Anh động viên.

Tôi vẫn lắc đầu.

Anh thở dài:

- Em vẫn cứ bướng bỉnh như ngày nào.

Phải, tôi bướng bỉnh; tôi đã cố gắng chống lại đôi mi mắt nặng trĩu, và tôi đã thắng. Con đường tối om om thế này chẳng thể làm gì được. Ánh sáng ở sân bay Florence khiến mọi thứ trở nên dễ dàng hơn: tôi đánh được răng và thay được một bộ quần áo tươm tất. Alice cũng có thể mua được cho Edward bộ quần áo mới; còn số phận của chiếc áo choàng, anh đã bỏ vào một thùng rác ở bên đường. Chuyến bay đến Rôma ngắn đến nỗi tôi chưa kịp... mệt thì đã tới lúc bước xuống máy bay. Tôi biết chuyến bay từ Rôma đi Atlanta mới thật sự là một thử thách, nhất là khi Alice đã đặt cho chúng tôi những ghế ngồi hạng nhất... vô cùng êm ái. Buộc lòng, tôi phải hỏi xin người tiếp viên hàng không một lon nước ngọt.

- Bella - Giọng nói của Edward đầy chất phản đối. Anh thừa biết tôi chịu đựng rất kém chất cafêin.

Alice ngồi ở ngay đằng sau chúng tôi. Tôi loáng thoáng nghe thấy mấy câu trao đổi của cô bạn với Jasper qua điện thoại.

- Em không muốn ngủ - Tôi lại "ra rả" cái điệp khúc của

mình. Lần này, tôi đành thòng thêm một lý do rất dễ tin, bởi lẽ đó là sự thật - Bây giờ mà em nhắm mắt lại, thể nào em cũng sẽ thấy những điều không muốn thấy. Em sẽ gặp ác mộng cho mà xem.

Và lần này thì anh không còn tranh cãi với tôi nữa.

Đây là lúc thuận lợi để trò chuyện, để có được những câu trả lời tôi cần - *cần*, nhưng thực sự không còn *thiết* nữa; tôi đang thất vọng trước cái ý nghĩ về những gì mình có thể nghe được. Tạm thời, anh và tôi sẽ ở bên nhau, ở trên máy bay như thế này, anh không thể bỏ đi được - Đúng, ít ra là như vậy, chuyện ấy vốn dĩ chẳng dễ dàng gì. Vả lại, nếu như chúng tôi có nói gì với nhau bây giờ thì ngoài Alice ra, chẳng còn ai có thể nghe thấy chúng tôi được cả. Trời đã khuya lắm rồi, hầu hết hành khách đều đã tắt đèn và thì thầm hỏi mượn cái gối. Trò chuyện sẽ giúp tôi đẩy lui được cơn mệt.

Nhưng mà, vẫn ngang bướng, tôi khóa chặt lưỡi của mình cùng hằng hà sa số các câu hỏi. Trong lúc mệt mỏi rã rời cả về tinh thần lẫn thể chất như thế này, lập luận của tôi rất có thể bị gãy; bên cạnh đó, tôi cũng hy vọng rằng với việc trì hoãn buổi trò chuyện như thế, tôi sẽ có thêm vài giờ nữa được ở bên anh - buổi trò chuyện sẽ diễn ra vào một buổi tối khác, có thể, giống như cách thức của nàng Scheherazade trong "Một nghìn lẻ một đêm" vậy.

Thế là tôi cứ tiếp tục uống xôđa, và kháng cự lại cả những cái chớp mắt. Bên cạnh tôi, Edward có vẻ như hài lòng với việc ôm tôi trong vòng tay, những ngón tay của anh cứ mải miết mơn lên gương mặt của tôi. Tôi cũng lần theo từng đường nét trên gương mặt của anh. Tôi không thể ngăn mình làm điều đó được, dù rằng từ sâu thẳm trong thâm tâm, tôi cũng lo sợ sau này, vì thế mà mình sẽ bị tổn thương hơn - những lúc lại phải chịu đựng nỗi cô đơn, lủi thủi một mình. Anh vẫn tiếp tục hôn lên tóc tôi, lên trán, lên cổ tay của tôi... nhưng không bao giờ đặt nụ hôn lên môi tôi, và như vậy, đối với tôi là tốt nhất. Cuối cùng thì liệu một trái tim đã bị hủy hoại còn có khả năng đập trở lại như bình thường được nữa hay không? Tôi đã trải qua quá nhiều những chuyện có thể kết thúc cuộc đời mình, mà gần đây nhất là những ngày vừa qua, nhưng điều đó chẳng khiến tôi mạnh mẽ thêm lên chút nào. Thay vào đó, tôi lại càng cảm thấy mình mong manh, cơ hồ như chỉ cần một từ thôi cũng có thể làm cho tôi vỡ tan ra thành muôn ngàn mảnh.

Edward vẫn im lìm, lặng lẽ. Có lẽ anh hy vọng tôi sẽ chợp mắt được một lát. Cũng có thể là anh chẳng có điều gì để nói.

Hết sức cố gắng, tôi lại tiếp tục chống đỡ hai mi mắt nặng trình trịch của mình. Khi máy bay đáp xuống phi trường Atlanta, tôi tỉnh táo hẳn; trên bầu trời Seattle, tôi còn kịp nhìn thấy cả ánh mặt trời của buổi bình minh lấp ló sau những rặng mây, trước khi Edward nhanh tay kéo sập tấm mành cửa sổ. Tôi thầm tự hào với chính mình. Tôi đã không bỏ lỡ một phút nào cả.

Cả Alice lẫn Edward, không ai ngạc nhiên khi trông thấy những gì đang chờ mình ở sân bay Sea-Tac, nhưng tôi thì không khỏi giật mình. Jasper... anh ta chính là người tôi trông thấy đầu tiên - nhưng có vẻ như Jasper không nhìn thấy tôi. Đôi mắt của anh ta chỉ chú mục vào mỗi một mình Alice. Và một cách nhanh nhẹn, cô bạn của tôi lao mình ngay về phía anh ta. Song, cả hai không ôm chầm lấy nhau như thường thấy ở những đôi tình nhân khác. Họ chỉ đơn thuần nhìn vào mắt nhau, thật sâu... thật lâu...; vậy mà không hiểu sao, giây phút đó lại riêng tư đến độ tôi cảm thấy mình cần phải quay mặt sang chỗ khác.

Bác sĩ Carlisle và bà Esme thì lặng lẽ đứng chờ ở một góc, trong bóng mát của những cột tường to, cách xa máy dò kim loại. Bà Esme tiến tới đón tôi, bà ôm ghì lấy tôi, và vòng tay của bà bỗng chợt trở nên ngượng nghịu... bởi lẽ Edward cũng đang ôm lấy tôi.

- Cảm ơn cháu rất nhiều - Bà Esme nói vào tai tôi.

Sau đó, bà ôm chầm lấy Edward, vẻ mặt vô cùng khổ sở, nếu không cố kìm nén, có lẽ bà cũng đã òa khóc rồi.

- Con *không bao giờ* được đẩy mẹ vào tình huống đó nữa, nghe rõ chưa? - Bà Esme gần như gào lên.

Edward toét miệng ra cười, nhưng cũng ra chiều ăn năn:

- Con xin lỗi mẹ.

- Cảm ơn cháu, Bella - Bác sĩ Carlisle lên tiếng - Tất cả chúng tôi đều nợ cháu.

- Không có đâu, thưa ông - Tôi lầm bầm. Chợt, cơn buồn ngủ hồi đêm thắng thế. Tôi có cảm giác như cái đầu không còn nằm trên cổ mình nữa.

- Cô bé ngất đi rồi kìa - Bà Esme quở trách Edward - Chúng ta đưa cô bé về nhà mau nào.

Không biết "nhà" có phải là nơi tôi cần đến lúc này không, tôi cứ loạng choạng bước đi trong phi trường, mắt nhắm mắt mở; Edward dìu tôi một bên, bà Esme dìu tôi một bên. Tôi không rõ Alice và Jasper có đi theo chúng tôi hay không, toàn thân tôi mệt lử, không còn sức để mà ngoái lại kiểm tra nữa.

Tôi nghĩ rằng mình đang ngủ gà ngủ gật, tuy rằng đôi chân vẫn bước đến chỗ chiếc xe hơi. Rồi thật bất ngờ, tôi tỉnh lại đôi chút, ai kia nhỉ... Emmett và Rosalie đang ẩn mình trong bóng râm của bãi đậu xe, cả hai đang tựa người vào chiếc xe hơi đen bóng. Edward cứng người lại.

- Đừng con - Bà Esme thì thầm - Nó đã phải chịu dày vò, cắn rứt nhiều lắm rồi.

- Chị ấy nên như thế - Edward trả lời, không hề có ý muốn điều chỉnh cho giọng nói nhỏ xuống.

- Chị ấy không có lỗi gì đâu, anh - Tôi xen vào, giọng nói thều thào không còn chút hơi sức.

- Chúng ta hãy cho nó cơ hội chuộc lỗi - Bà Esme lấy giọng khuyên nhủ - Bố mẹ sẽ đi chung xe với Alice và Jasper.

Edward xoáy đôi mắt hừng hực lửa phẫn nộ vào cô gái tóc vàng đẹp tuyệt trần nhưng gương mặt thì lại đang vô cùng thiểu não, cô gái ấy đang đứng đợi chúng tôi.

- Em xin anh, Edward - Tôi cố gắng lên tiếng. Trong thâm tâm, tôi còn không muốn đi chung xe với Rosalie hơn cả anh nữa, nhưng tôi đã gây nên quá nhiều mối bất hòa trong gia đình anh rồi.

Anh thở dài và dìu tôi tiến tới chỗ chiếc xe.

Không nói năng gì, Emmett và Rosalie nhanh nhẹn ngồi ngay vào ghế trước, còn Edward thì đỡ tôi ngồi vào ghế sau. Bây giờ thì tôi biết chắc chắn mình không thể nào còn chống đỡ nổi được hai mi mắt nữa. Thất bại, tôi gục đầu vào ngực anh, để mặc cho đôi mi của mình khép lại. Và tôi lờ mờ cảm nhận được rằng chiếc xe hơi đang từ từ nổ máy.

- Edward à... - Rosalie húng hắng nói.

- Tôi biết rồi - Edward đáp sẵng, giọng nói không có một chút "khoan hồng".

- Bella à - Rosalie tiếp tục cất giọng êm dịu.

Ôi trời, ngay lập tức, đôi mắt của tôi mở bừng ra vì sửng sốt. Đây là lần đầu tiên Rosalie chịu nói chuyện trực tiếp với tôi.

- Dạ, chị Rosalie? - Tôi hỏi lại, ngập ngừng.

- Chị xin lỗi em, Bella. Thật tình, chị cũng khổ sở lắm, chị biết ơn em vô cùng, vì sau tất cả những tai hại chị đã gây ra, em lại không màng hiểm nguy đi cứu em trai chị. Chị xin em, xin em hãy nói rằng em sẵn lòng tha thứ cho chị.

Những lời lẽ ấy được thốt ra rất ngượng nghịu và nghèn nghẹn, bởi lẽ Rosalie đang vô cùng lúng túng, nhưng dù sao đi nữa, xem ra, chúng cũng thật sự xuất phát từ cái tâm chân thành.

- Vâng, hiển nhiên là như thế rồi, chị Rosalie - Tôi lầm bầm đáp lời, cố gắng bám víu lấy một cơ hội có thể làm cho người đang nói chuyện với tôi bớt ghét mình - Thật ra thì chị chẳng có lỗi gì cả. Quả thật là em đã lao người ra khỏi vách đá. Lẽ tất nhiên là em tha thứ cho chị.

Giọng nói của tôi nghe nhựa nhựa thế nào ấy.

- Đợi đến khi cô bé tỉnh đã rồi mới tính, Rose ơi - Emmett bật cười khinh khích.

- Em tỉnh mà - Tôi trả lời; giọng nói liến thoắng như đang cố ngăn một tiếng ngáp dài.

- Để cho cô ấy ngủ đi - Edward cắt ngang, trong giọng nói của anh đã có chút "nắng ấm".

Lúc này, không gian im ắng hoàn toàn, chỉ còn mỗi tiếng "rì rì..." của động cơ xe đang hoạt động. Hẳn tôi đã chìm vào một giấc ngủ say, bởi lẽ hình như chỉ vài giây sau, tôi bỗng nghe thấy có tiếng cửa mở, và Edward bế tôi ra khỏi xe. Nhưng mắt tôi vẫn không tài nào mở ra nổi. Có lẽ tôi vẫn còn đang ở phi trường.

Và rồi...

- Bella! - Trời đất ơi, đó là giọng nói của... ngài cảnh sát trưởng, "ngài" đang hét lên từ đằng xa.

- Bố - Tôi lầm bầm, ra sức rũ sạch trạng thái ngần ngừ vô thức.

- Suyt - Edward thì thầm - Không sao đâu, em đã về nhà an toàn rồi. Em cứ ngủ đi.

- Ta không thể tin nổi là mi vẫn còn có gan để chường mặt đến đây đấy - Bố tôi gầm lên với Edward, giọng nói của bố thật gần.

- Đừng... bố ơi - Tôi rên rỉ. Nhưng tất nhiên là ngài cảnh sát trưởng chẳng thèm nghe tôi.

- Nó làm sao thế? - "Ngài" hỏi gặng.

- Cô ấy chỉ bị mệt thôi, thưa ông Charlie - Edward nhẹ nhàng trả lời - Cháu xin ông, xin ông hãy để cho cô ấy được nghỉ ngơi.

- Đừng có dạy khôn ta! - Ngài cảnh sát trưởng được thể gầm lên - Đưa nó đây. Mi hãy bỏ tay ra!

Edward buộc lòng chuyền tôi cho bố, nhưng tôi vẫn ngoan

cố... níu chặt lấy anh, những ngón tay bám dai... như kẹo kéo. Và tôi cảm nhận rõ mồn một ngài cảnh sát trưởng đang ra sức kéo tay tôi ra.

- Đừng mà, bố ơi - Lần này thì tôi có cố gắng "thả hồn" vào trong giọng nói của mình, và có tăng thêm cho nó một chút âm lượng. Đồng thời tôi cũng ra sức đưa mắt về phía ngài cảnh sát trưởng, nhìn ngài bằng đôi mắt lờ đờ - Xin bố hãy chỉ nổi giận với một mình con thôi.

Hiện thời chúng tôi đang ở trước cửa nhà tôi. Cửa ra vào đang để mở. Trên trời cao, mây phủ dày đặc, thật khó mà đoán được đang là thời khắc nào trong ngày.

- Còn phải chờ con nhắc nữa à, cứ chờ đó rồi xem - Ngài cảnh sát trưởng "hứa hẹn" - Vào nhà đi.

- Vâng. Anh cho em xuống - Tôi thở dài, nói với Edward.

Và anh nhẹ nhàng đặt tôi xuống. Tôi nhận thức rõ rằng mình đang đứng, nhưng sao chẳng cảm nhận được đôi chân. Nhưng dù sao thì tôi vẫn phải bước tới chứ, nghĩ là làm, tôi lê bước, cho đến khi cái vỉa hè chợt quay cuồng và lao vào mặt tôi. Nhưng "hấp", trong giây phút cuối cùng, trước khi khối bêtông kịp va vào người tôi, đôi tay của Edward đã nhanh như cắt giữ tôi lại.

- Xin ông hãy cho cháu được phép đưa cô ấy lên lầu - Edward lên tiếng - Rồi cháu sẽ đi, thưa ông.

- Không - Hoảng hốt, tôi gào lên. Tôi vẫn chưa có câu trả lời cho mình. Ít ra, anh cũng phải ở lại vì điều đó chứ, chẳng lẽ đây lại là một đòi hỏi quá đáng hay sao?

- Anh sẽ không đi xa đâu - Edward hứa một cách chắc

nịch bằng chất giọng thầm thì khe khẽ vào tai tôi, không để cho ngài cảnh sát trưởng nghe lỏm được một từ nào.

Và rồi tôi không nghe thấy một lời nào của ngài cảnh sát trưởng nữa, Edward cứ thế bước vào nhà tôi. Đôi mắt của tôi chỉ tiếp nhận được hình ảnh mập mờ của những bậc thang. Và điều cuối cùng tôi còn cảm nhận được, đó chính là đôi tay lạnh giá của Edward thong thả gỡ nhẹ những ngón tay của tôi ra khỏi chiếc áo sơmi của anh.

23. SỰ THẬT

Tôi có cảm giác như mình đã ngủ từ lâu lắm rồi - cơ thể tôi cứng đờ, cơ hồ như trong suốt lúc ngủ, tôi chẳng hề trở mình một lần nào vậy. Đầu óc của tôi cứ mê mẩn và chậm chạp một cách kỳ quái; đủ các loại giấc mơ lạ lùng - mộng thường lẫn ác mộng - cứ thi nhau ùa qua đầu tôi. Chúng như hiện ra sờ sờ ngay trước mắt tôi. Địa ngục và thiên đường, kinh hoàng và hạnh phúc trộn lẫn vào nhau thành một trạng thái khó tả. Nôn nóng và sợ hãi, hai cảm xúc ấy cùng đồng thời xuất hiện trong một giấc mơ bi thương, khi guồng chân của ta đã xoay tít, xoay đến mức không còn có thể xoay nhanh hơn được nữa... Và rồi xung quanh tôi không biết cơ man nào là quái vật, những tên ác quỷ có đôi mắt đỏ lè đỏ lẹt, vẻ đáng sợ của chúng lấn át hoàn toàn cái vẻ ngoài lịch sự và sang trọng. Giấc mơ ấy vẫn còn mãnh liệt lắm - tôi thậm chí còn nhớ được cả những cái tên. Nhưng phần mạnh nhất, rõ rệt nhất của giấc mơ trong tôi hoàn toàn không phải là nỗi kinh hoàng. Đó chính là chàng thiên sứ với tâm hồn vô cùng trong sạch.

Làm sao có thể để cho chàng ra đi, để khi tỉnh dậy, lại phải tiếp tục những chuỗi ngày vô vọng. Giấc mơ này không đáng phải bị tống khứ vào nhà mồ của những giấc mơ, nơi chôn vùi những giấc mơ mà tôi không muốn gặp lại một chút nào. Đầu óc của tôi càng lúc càng tỉnh táo hơn, nó đã bắt

661

đầu hướng ra cõi thực, và tôi đang ra sức chống đối lại điều đó, ra sức trì níu lấy giấc mơ. Không rõ hôm nay là thứ mấy rồi, tôi chỉ biết rằng Jacob, trường học và công việc đang chờ đợi tôi. Tôi hít vào một hơi thật sâu, lòng tự hỏi làm sao mình có thể đủ dũng khí mà mở mắt ra đối diện với cuộc sống bây giờ?

Có một vật gì đó bất chợt chạm vào trán của tôi, bằng một lực rất nhẹ...

Như một phản ứng tự nhiên, tôi nhắm nghiền mắt lại. Tôi vẫn còn đang mơ, hình như thế thì phải, nhưng sao tôi lại có cảm giác nó thật một cách khác thường. Hiện thời, tôi đã ở rất gần ngưỡng cửa của cuộc sống rồi... Giờ đây, trong bất cứ khoảnh khắc nào, giấc mơ của tôi, cùng chàng thiên sứ của tôi, cũng sẽ tan biến.

Nhưng tôi chợt nhận ra mọi điều đều rất thật - thật - thật đến mức không tốt cho tôi. Thật cả đôi tay cứng như đá đang cuộn quanh người tôi nữa. Nếu tôi cứ để cho sự việc trôi theo dòng chảy xa vời ấy, chắc chắn sau này tôi sẽ phải hối hận. Thở dài nhẫn nhịn, tôi mở bừng mắt ra để xua tan ảo giác.

- Ôi chao! - Tôi há hốc miệng ra vì ngạc nhiên, và ngay lập tức, tôi phải đưa ngay tay lên dụi mắt.

Trời ơi, rõ quá mà, tôi đã để cho ảo giác này đi quá xa rồi; có lẽ tôi đã sai lầm khi buông xuôi cho trí tưởng tượng của mình vượt khỏi tầm kiểm soát như vậy. Ừ, thôi được, thật ra thì dùng từ "buông xuôi" ở đây là không đúng. Tôi đã *đẩy* trí tưởng tượng của mình vượt khỏi tầm kiểm soát - nên bây giờ nó mới hiển hiện thành ảo giác rõ mồn một như thế - và tới nước này thì thần trí của tôi bắt buộc phải xuất hiện thôi.

662

Chưa được nửa giây sau, tôi đã tìm ra đáp án cho mình, nói rằng tôi mất trí cũng được, miễn sao những ảo giác đó còn êm đềm thì tôi còn tiếp tục ở lại.

Nghĩ đến đó, tôi lại mở mắt ra - Edward vẫn hiện diện ở trước mắt tôi, gương mặt toàn bích của anh chỉ cách gương mặt của tôi có vài xăngtimét.

- Anh khiến em sợ ư? - Anh thì thào, giọng nói đong đầy lo lắng.

Tốt quá rồi, hệt như không hề có ảo giác vậy. Gương mặt, giọng nói, mùi hương, tất thảy mọi thứ - đều hiện ra sáng rõ. Nhưng sao... tôi ngớ người ra trong giây lát, những gì hoàn mỹ nhất trong trí tưởng tượng của tôi lại không được thể hiện. Đôi mống mắt của anh đen như hắc ín, những thâm quầng bên dưới chúng cũng thật đậm màu. Không thể nào, Edward trong ảo giác lúc nào cũng hoàn thiện hơn thế kia mà.

Tôi chớp chớp mắt, cố nhớ lại sự kiện cuối cùng mà mình chắc chắn là hiện thực. Alice ư... không, Alice là một phần trong giấc mơ của tôi, liệu cô bạn ấy có thật sự đã quay trở lại đây không, hay cô bạn ấy chỉ là khởi đầu của cơn ảo giác. Khoan đã, đúng rồi, cô bạn ấy có quay lại vào cái ngày tôi suýt chết đuối...

- Thôi, *chết rồi*... - Tôi khều khào. Cổ họng vẫn còn nghẹn trong vô thức.

- Em làm sao thế, Bella?

Tôi cau mày nhìn anh một cách buồn bã. Gương mặt của anh thậm chí còn lo lắng hơn cả vừa nãy.

- Em chết rồi, phải không anh? - Tôi rền rĩ - Em bị chết

đuối. Chết rồi, chết rồi, chết rồi! Điều này sẽ giết bố em mất.

Edward cũng cau ngay mặt lại:

- Em đâu có chết, Bella.

- Thế thì tại sao em còn chưa tỉnh dậy? - Tôi vặn lại, nhướng đôi lông mày lên.

- Em *đang* tỉnh mà.

Tôi lắc đầu:

- Đúng rồi, phải rồi. Là anh muốn em nghĩ như vậy mà. Và khi em tỉnh dậy, mọi thứ sẽ càng tồi tệ hơn. À không, đó là nếu em tỉnh dậy thôi, chứ em không còn có khả năng đó nữa, bởi lẽ em đã chết rồi. Ôi, kinh khủng thay. Tội nghiệp bố em. Mẹ em, còn Jake nữa... - Tôi ngừng lại, cảm thấy kinh hãi trước những gì mình đã gây ra.

- Giờ thì anh đã hiểu em nhầm anh với cơn ác mộng nào rồi - Anh mỉm cười một cách cay đắng, nụ cười hiện ra rồi tắt rất nhanh - Nhưng anh không sao hình dung được em đã trải qua những gì mà lại sợ địa ngục đến thế. Không lẽ trong lúc anh ở xa, em đã giết nhiều người lắm à?

Tôi nhăn mặt:

- Không có đâu. Chỉ là vì nếu như em ở địa ngục thì em sẽ không thể ở bên anh được.

Anh thở dài.

Đầu óc tôi cuối cùng cũng tỉnh táo hơn. Tôi vội vàng đưa mắt sang chỗ khác - một cách miễn cưỡng - chỉ trong đúng một tích tắc, ra ngoài bóng đêm, khung cửa sổ vẫn để mở, rồi trở lại nhìn anh. Và dần dần từng bước một, tôi nhớ lại các chi tiết... một cảm giác ấm áp là lạ bất chợt lan tỏa trên má tôi, có lẽ hiện giờ, phần da thịt ở chỗ đó hồng hào lắm... Đúng rồi, anh đang thực sự hiện hữu ở đây, bên cạnh tôi, còn tôi thì đang lãng phí thời gian vì làm một con bé ngốc nghếch.

- Hóa ra tất cả những chuyện đó là thật, phải vậy không anh? - Cho tới tận lúc này, tôi cũng vẫn chưa thể tin hẳn giấc mơ kia của mình là thật. Tôi không sao ép buộc được thần trí của mình vào trong cái niềm tin đó.

- Cái đó cũng còn tùy - Nụ cười của Edward vẫn còn se sắt - Nếu em cho rằng chúng mình suýt chút nữa đã bỏ mạng ở Ý, thì, ừ, sự thật đúng là như vậy đấy.

- Kỳ lạ chưa - Tôi trầm ngâm trong suy tưởng - Em đã đến Ý rồi sao. Anh biết không, em chưa lần nào đi xa quá Albuquerque cả?

Anh trố mắt nhìn tôi.

- Có lẽ em nên ngủ tiếp đi thì hơn. Em vẫn chưa hồi phục được tinh thần.

- Em không còn mệt nữa - Giờ thì mọi thứ đều đã sáng rõ - Mấy giờ rồi anh? Em đã thiếp đi được bao lâu rồi?

- Mới chỉ hơn một giờ sáng thôi. Em đã ngủ được khoảng mười bốn tiếng đồng hồ rồi đó - Anh trả lời.

Tôi duỗi thẳng người ra, toàn thân vẫn còn cứng quèo.

- Ôi, bố em? - Tôi chợt nhớ ra... nhân vật quan trọng.

Edward chau mày:

- Bố em đang ngủ. Ừm... Anh đã vi phạm phép nhà em mất rồi, em có biết không. Ừm, mà cũng không hẳn đã là như vậy; bởi vì bố em đã bảo anh là không bao giờ được bước

chân qua ngưỡng cửa nhà em nữa, mà sự thật thì anh đã...
leo vào bằng cửa sổ... Nhưng có thế nào thì mục đích cũng
giống nhau cả thôi.

- Bố em cấm anh không được đặt chân đến đây ư? - Tôi
hỏi lại, nỗi ngạc nhiên mau chóng tan chảy thành nỗi tức
giận.

Đôi mắt của anh trở nên buồn xa xăm:

- Còn có điều gì khác nữa đâu?

Đôi mắt của tôi dại hẳn đi. Tôi sẽ phải nói chuyện lại với
bố thôi - có lẽ đã đến lúc phải nhắc nhở cho bố biết rằng
con gái của bố đã dư điều kiện để được gọi là trưởng thành
rồi. Điều đó, thật ra chẳng phải là chuyện to tát gì, tất nhiên
là thế, nhưng đối với chuyện cấm đoán này thì... nó sẽ được
"thêm dầu, thêm lửa" cho phừng phừng lên. Mà xét cho cùng
thì bố cũng không có lý do gì để ban lệnh cấm cả. Tôi hướng
suy nghĩ của mình đến những điều ít đau lòng hơn.

- Chuyện sẽ như thế nào, hả anh? - Tôi lên tiếng, không
chỉ vì do thắc mắc thật sự, mà còn bởi lẽ tôi muốn cuộc trò
chuyện với anh được diễn ra bình thường, để vẫn còn đây
vòng tay đang ôm ghì lấy tôi. Trong lòng tôi, đang ngùn ngụt
những mong muốn, khắc khoải nồng nhiệt. Tôi không thể
rời xa vòng tay yêu thương của anh được.

- Em hỏi vậy là có ý gì?

- Nghĩa là em nên nói thế nào với bố em? Em phải giải
thích lý do vì sao em lại bỏ nhà đi tới... mà em đi mấy ngày
vậy anh? - Tôi lẩm nhẩm tính toán thời gian.

- Chỉ có ba ngày thôi - đôi mắt anh se lại, nhưng lần này,
nụ cười của anh đã tự nhiên hơn - Thật ra, anh cũng đang

hy vọng em tìm được một lời giải thích nào đó khả thi. Anh chẳng nghĩ ra được gì cả.

Tôi rên lên khe khẽ:

- Ôi, anh đề cao em quá đấy.

- À, có lẽ Alice sẽ tìm được một lý do nào đó cho chúng mình - Anh trấn an tôi.

Nghe nói vậy, tôi cảm thấy nhẹ nhõm vô cùng. Có thế chứ, ai mà tin nổi cái "lý do chính đáng" của tôi? Mỗi giây phút anh ở đây - thật gần thế này, gương mặt hoàn mỹ của anh phát sáng lờ mờ theo ánh sáng của mấy con số điện tử trên chiếc đồng hồ báo thức của tôi - thật quý báu biết bao, tôi nâng niu từng giây phút ấy.

- Vậy thì - Tôi lại bắt đầu, cố đề cập đến điều thứ yếu nhất mà tôi vẫn rất quan tâm. Bây giờ, tôi đã trở về nhà an toàn rồi, và anh có thể bỏ đi bất cứ lúc nào. Tôi phải làm sao đặt được anh trong tình huống phải luôn luôn trò chuyện với tôi. Thiên đàng tạm bợ này sẽ không thể nào được coi là hoàn chỉnh nếu như thiếu vắng giọng nói của anh - Quãng thời gian trước ba ngày vừa qua, anh đã làm những gì?

Ngay lập tức, gương mặt của anh thoáng hiện một chút e dè.

- Chẳng có gì vui vẻ cả.

- Tất nhiên là thế rồi - Tôi lầm bầm.

- Sao em lại nhăn mặt như thế?

- Ừm... - Tôi mím chặt môi lại, cân nhắc - Nếu như cuối cùng, anh chỉ là giấc mơ, thì chắc chắn anh sẽ chỉ trả lời như vậy. Trí tưởng tượng của em hẳn đang hoạt động tốt lắm đây.

Anh thở dài:

- Nếu như anh kể với em, thì rồi em sẽ không tin rằng mình đang gặp ác mộng chứ?

- Ác mộng! - Tôi lặp lại một cách bực tức.

Anh vẫn đang chờ đợi câu trả lời của tôi.

- Vâng, có lẽ là như vậy - Tôi trả lời sau đúng một giây suy nghĩ - Nếu như anh kể với em.

- Anh... đi săn.

- Anh chỉ làm được mỗi một việc đó thôi ư? - Tôi quở trách - Điều đó chẳng thể chứng minh được là em đang tỉnh.

Edward ngập ngừng, sau đó nói tiếp; giọng anh thật chậm rãi, dường như anh đang cố lựa chọn từ ngữ một cách cẩn trọng:

- Anh không đi săn vì mục đích tồn tại... Anh chỉ thử... lần theo dấu vết thôi. Và anh đã thực hiện cái công việc đó không được giỏi cho lắm.

- Anh lần theo cái gì thế? - Tôi hỏi lại, không giấu được sự ngạc nhiên.

- Chẳng có gì quan trọng cả, em à - Anh trả lời. Nhưng sao... sắc mặt của anh lại không khớp với những gì anh nói; trông Edward có vẻ cau có và khó chịu.

- Em không hiểu.

Anh lại ngần ngừ. Gương mặt của anh, gương mặt lấp lánh ánh sáng xanh kỳ dị, đanh lại vì giận dữ.

- Anh... - Edward hít vào một hơi thật sâu - Anh nợ em một lời xin lỗi. À không, không, anh nợ em nhiều, nhiều, nhiều, nhiều hơn thế nữa. Nhưng mà, xin em hãy hiểu cho anh rằng...

- Lời nói của anh bắt đầu được thốt ra nhanh hơn. Anh đang xúc động, tôi nhận ra điều ấy; mỗi lần như vậy, anh hay nói gấp gáp như thế, và những lúc như thế, tôi phải tập trung lắm mới hiểu được anh -... rằng anh không, không hề lường được hậu quả. Anh không ngờ rằng mình đã để lại quá nhiều những phức tạp và rắc rối như vậy. Anh cứ đinh ninh rằng em ở đây là an toàn. Tuyệt đối an toàn. Anh không nghĩ ra được rằng Victoria - Đôi môi anh quặn lại khi nhắc đến cái tên đó -... sẽ quay trở lại. Anh thừa nhận rằng ngày ấy, khi trông thấy cô ta, anh đã sơ ý không tìm hiểu kỹ, lúc ấy, hầu như anh chỉ tập trung chú ý đến suy nghĩ của James mà thôi. Nhưng quả thật, anh không thể nhìn ra được nội tâm của người phụ nữ đó. Anh không nhận ra rằng họ là một cặp. Và giờ thì có lẽ anh đã biết được nguyên nhân. Cô ta đã quá tin tưởng vào hắn, cái ý nghĩ hắn thất bại chưa hề một lần hiện hữu trong đầu của cô ta. Chính sự tự tin quá đáng đó đã che lấp hoàn toàn cảm xúc của cô ta về hắn, và điều đó đã khiến cho anh không nhìn ra được mối thâm tình giữa họ, không nhìn ra được giữa họ còn có một sợi dây liên kết khác.

"Tuy nhiên, đó không phải là lời bào chữa cho việc anh đã để em ở lại đối mặt với mọi việc. Khi anh được nghe lại những gì em đã tâm sự với Alice, rồi những gì Alice nhìn thấy, anh nhận ra rằng em đã phải đặt cuộc đời của mình vào tay những *người sói* còn non nớt, dễ mất tự chủ, đó là điều kinh khủng nhất trên đời, cũng chẳng thua kém gì sự săn đuổi của Victoria cả - Edward bỗng rùng mình, những lời lẽ đang tuôn trào chợt khựng lại một giây - Xin em hiểu cho anh rằng anh hoàn toàn không hề có ý niệm nào về chuyện này. Anh chỉ cảm thấy mình muốn lả đi, lả từ trong tận sâu thẳm tâm hồn, thậm chí là ngay cả lúc này đây, khi anh còn có thể nhìn thấy em, khi anh còn ý thức được rằng em vẫn bình yên trong vòng tay anh. Anh hối hận lắm, về..."

- Anh thôi đi - Tôi cắt ngang lời anh. Đôi mắt mang nặng u buồn của anh cứ xoắn lấy tôi. Tôi cố gắng chọn tìm từ ngữ thích hợp để đáp lại - những từ ngữ có thể cởi bỏ cho anh cái gông cùm nghĩa vụ mà anh đang tự mang, những từ ngữ có thể cởi bỏ cho anh cái gánh nặng đang khiến cho anh phải dằn vặt và đau khổ. Ôi, làm cho chúng thoát ra thành lời mới khó làm sao. Tôi không biết mình có thể nói ra những điều đó mà không làm cho anh bị tổn thương được không. Không được, tôi phải cố gắng lên, bởi lẽ đó là điều đúng đắn cần phải làm. Tôi không muốn là khởi nguồn của tội lỗi và khổ đau trong đời anh. Anh hoàn toàn xứng đáng được hưởng hạnh phúc, dù cho sau đó... tôi có phải trả giá như thế nào cũng mặc.

Kỳ thực, trong thâm tâm, tôi vẫn mong muốn để lại điều này cho buổi trò chuyện cuối cùng giữa hai chúng tôi. Những lời lẽ mà tôi đang nghĩ đến đây sẽ chỉ đem đến những kết thúc sớm hơn dự định mà thôi.

Tôi tự tạo cho gương mặt của mình thật bình lặng - như đã từng "diễn" như thế trong những tháng ngày cố gắng tỏ ra bình thường trước bố.

- Edward - Cuối cùng tôi cũng lên tiếng. Tên anh có khiến cổ họng của tôi nhói đau một chút trước khi nó kịp thoát ra khỏi vành môi. Trong giây phút này đây, tôi chợt cảm nhận được sự hiện hữu của cái lỗ thủng vô hình, đang chờ đợi thời khắc anh bỏ đi, để được loang rộng ra mà hành hạ tôi. Tôi không hiểu được làm sao giữa lúc như thế này, tôi lại vẫn còn có thể tồn tại được trong cuộc đời - Chuyện này cần phải được kết thúc. Anh không thể suy nghĩ mọi việc theo hướng đó được. Anh không thể để... để cái bị gọi là *tội lỗi* đó... đeo bám lấy cuộc đời anh. Anh không thể chịu trách nhiệm trước mọi chuyện xảy đến với em ở đây. Anh không hề có lỗi gì cả, đây chỉ là một phần cuộc sống của em. Vậy nên sắp tới đây, cho dẫu em có bị vấp ngã trước mũi chiếc xe buýt, hay có bị việc gì khác, anh phải hiểu rằng anh không có việc gì phải ăn năn hay cắn rứt cả. Anh không thể cứ tìm đến Ý vì lý do hối hận đã không cứu được em. Ngay cho dù là em đã lao người ra khỏi cái vách đá đó và đã chết, đó cũng là sự lựa chọn của cá nhân em, hoàn toàn *không phải lỗi ở anh*. Em biết bản tính... bản tính của anh là luôn nhạy cảm trước mọi chuyện, nhưng anh không thể để điều đó đẩy anh đến chỗ cực đoan được! Thật là vô trách nhiệm hết chỗ nói mà... Anh thử nghĩ đến bà Esme, đến bác sĩ Carlisle và đến cả...

Tôi đã để mình đi quá xa, và giờ thì tôi đang đứng bên bờ vực của sự mất mát. Tôi ngừng lại để hít vào một hơi thật sâu, hy vọng có thể lấy lại được bình tĩnh. Tôi phải để anh được tự do. Phải rồi, tôi phải làm sao cho điều này không bao giờ được tái diễn nữa mới được.

- Isabella Marie Swan - Anh thì thào, một cảm xúc kỳ lạ chợt xuất hiện trên nét mặt của anh. Anh gần như hóa điên thật sự - Em cho rằng anh đến xin nhà Volturi cho anh được chết *là vì anh cảm thấy bị cắn rứt ư?*

Trong phút chốc, tôi cảm nhận rất rõ ràng rằng mặt của mình đang ngây ra.

- Chẳng phải như thế sao?

- Thế thì em cứ nghĩ rằng anh đau khổ là vì bị lương tâm cắn rứt đi. Nhiều hơn những gì em có thể tưởng tượng được ấy.

- Thế thì... ủa mà anh đang nói gì thế? Em không hiểu.

- Bella, anh đến nhà Volturi bởi lẽ anh nghĩ rằng em đã chết rồi - Anh trả lời tôi, giọng nói thật dịu dàng, nhưng ánh mắt của anh lại se sắt - Cho dẫu anh có không liên quan gì đến cái chết của em - Anh rùng mình khi nói ra những lời cuối cùng đó -... Ngay cả khi ấy, có *không phải* là lỗi của anh đi chăng nữa, anh cũng vẫn sẽ đến Ý. Quả thực, đáng ra anh nên cẩn thận hơn... Anh nên nói chuyện trực tiếp với Alice, hơn là phải thông qua chị Rose. Nhưng mà khi nghe nói bố em đang ở chỗ đám tang, thì anh phải nghĩ làm sao đây? Phải nghĩ rằng: thế thì đã sao ư?

"Khó khăn... - Anh tiếp tục lầm bầm, giọng nói lại trở nên xa xăm, mơ hồ đến độ tôi cũng không dám chắc chắn vào những gì mình nghe được nữa - Lúc nào chúng mình cũng phải ở vào tình thế khó khăn. Sai lầm này tiếp nối sai lầm khác. Anh sẽ không bao giờ chỉ trích Romeo nữa."

- Nhưng em vẫn không hiểu - Tôi nhấn đi nhấn lại - Đó là vấn đề của riêng em cơ mà. Vậy thì sao?

- Anh xin lỗi, em nói sao gì cơ?

- Thế nếu em *chết* thì sao?

Edward chăm chú nhìn tôi, đôi mắt lộ rõ vẻ hồ nghi... Mãi đến một lúc lâu sau, anh mới lên tiếng trả lời.

- Em không nhớ rằng trước đây, anh đã chẳng từng nói tất cả với em rồi đó ư?

- Em nhớ *tất cả* những gì anh đã nói với em - (Kể cả những lời anh phủ nhận làm đau lòng em nữa!)

Anh mơn nhẹ đầu ngón tay lên bờ môi dưới của tôi.

- Bella, có vẻ như em đã hiểu lầm ý anh - Anh nhắm mắt lại, khẽ gật gù cùng nụ cười nửa miệng. Nhưng đó không phải là một nụ cười vui - Anh cứ nghĩ rằng mình đã giải thích rõ ràng với em rồi. Bella, anh không thể sống được trong một thế giới mà em không còn tồn tại nữa.

- Em... - Đầu óc của tôi chợt váng vất khi cố gắng tìm kiếm một từ ngữ thích hợp -... lạ quá - Đúng rồi, chính xác là như vậy. Tôi không thể cảm nhận được những gì anh đang nói.

Edward vẫn nhìn xoáy vào mắt tôi, cái nhìn mới thiết tha làm sao!

- Chắc chắn anh là một kẻ nói dối siêu hạng, Bella à.

Tôi rùng mình, toàn bộ các cơ bắp trên người tôi đông cứng lại ngay lập tức. Trong lồng ngực của tôi bắt đầu dậy sóng; cơn đau khiến tôi không sao thở được.

Một cách vội vã, Edward lắc vai tôi, ra sức làm cho cái cơ thể cứng đờ trong tay anh mềm lại.

- Cho anh nói xong đã! Anh là một kẻ nói dối, vì anh muốn em nhanh chóng tin anh, nhưng anh không còn như thế nữa - Anh nhăn mặt - Ôi... đau lòng biết bao.

Tôi chờ đợi, nhưng cơ thể vẫn chưa chịu dịu xuống.

- Khi chúng mình ở trong rừng, khi anh nói với em những lời chia tay... - (Không, em không cho phép mình nhớ đến những câu nói đó. Nhưng em sẽ cố gắng giữ mình, chỉ trong giây phút này thôi) -... Em sẽ không đời nào chịu để cho anh đi đâu - Anh thì thào - Anh có thể biết trước được điều đó. Thật lòng, anh cũng không muốn như vậy, anh có cảm giác như xa em chính là anh tự kết liễu cuộc đời mình, nhưng anh biết rằng nếu anh không thể thuyết phục em tin rằng anh không còn yêu em nữa, anh sẽ chỉ kéo em ra xa khỏi cuộc đời của chính em mà thôi. Anh hy vọng em sẽ đi tiếp con đường của mình, một khi em nghĩ rằng *anh đã đi xa*, và em đã làm được như thế.

- Anh đã đoạn tuyệt - Tôi thì thào qua vành môi cứng đờ.

- Đúng như em nói. Nhưng anh không thể ngờ được tại sao lại dễ dàng đến như thế. Trong đầu anh đã hình dung đến những điều đau đớn tiếp theo... rằng anh sẽ phải nói dối hàng tiếng đồng hồ, phải trồng thành cây cái hạt giống nghi ngờ trong đầu em, em mới hoàn toàn tin anh. Anh đã nói dối, anh xin lỗi em... xin lỗi em vì đã làm em tổn thương, anh xin lỗi vì đó là một nỗ lực không ra gì. Anh xin lỗi vì anh đã không thể che chở cho em khỏi những kẻ có cùng thân phận như anh. Anh nói dối để em được an toàn, nhưng kết quả hoàn toàn ngược lại. Anh xin lỗi.

"Nhưng làm sao mà em lại có thể tin những lời nói ấy của anh được, hả Bella? Làm sao mà em... sau cả ngàn lần đã nghe anh nói rằng anh yêu em, em lại có thể để cho một từ duy nhất phá hủy được toàn bộ lòng tin của em đối với anh như thế?"

Tôi không thể trả lời. Tôi bàng hoàng đến nỗi không thể hình thành được cho mình một câu trả lời hoàn chỉnh.

- Anh có thể thấy điều đó trong đôi mắt của em, rằng em hoàn toàn *tin* là anh không còn cần đến em nữa. Một điều vô lý và ngớ ngẩn nhất trên đời... như thể anh vẫn có thể tồn tại được trên đời mà không cần có em vậy!

Cơ thể của tôi vẫn chưa thể cử động được. Những lời anh nói sao tôi vẫn không thể hiểu, thôi đúng rồi, bởi lẽ chúng không hề có thật.

Anh lại lắc vai tôi, không mạnh, nhưng cũng đủ để hai hàm răng của tôi va vào nhau.

- Bella - Edward thở dài - Nói cho anh biết đi, thật sự khi ấy em đã nghĩ gì vậy?

Khóe mắt tôi chợt cay cay. Những giọt nước mắt cứ thế dâng lên và rồi cứ thế tuôn xuống má.

- Em biết mà - Tôi nức nở - Em *biết* rằng mình đang mơ đây mà.

- Trời ơi, em thật là... - Anh nói và bật cười, tiếng cười vụt hiện rồi biến mất cũng rất nhanh, tiếng cười của sự thua cuộc - Anh biết phải làm sao để cho em tin anh bây giờ? Em không mơ đâu, và em cũng không hề chết. Anh đang ở đây và anh yêu em. Anh *vẫn* luôn yêu em, và anh *sẽ* chỉ luôn yêu em. Khi xa nhau, mỗi giây trôi qua, anh đều nghĩ đến em, đều mường tượng đến gương mặt của em trong trí nhớ của mình. Khi anh nói rằng anh không cần đến em nữa, đó là lời báng bổ đen tối nhất trong đời anh.

Tôi lắc đầu, những giọt nước mắt tiếp tục lăn dài khỏi khóe mắt.

- Em không tin anh, có phải không? - Anh thều thào, gương mặt trắng bệch hơn cả lúc bình thường, dù là trong thứ ánh sáng tờ mờ, tôi vẫn có thể trông thấy rõ được điều đó - Tại sao em chỉ có thể tin được những lời nói dối, và để ngoài tai những lời nói thật... Tại sao?

- Em chẳng có lý do gì để được anh yêu cả - Tôi giải thích, giọng nói vỡ òa - Em luôn biết điều đó.

Đôi mắt anh sa sầm xuống, hai quai hàm nghiến chặt lại.

- Anh sẽ chứng minh rằng em đang tỉnh - Anh nói chắc như đinh đóng cột.

Sau lời nói đó là khuôn mặt của tôi bị giữ chặt lại trong đôi bàn tay cứng như thép của Edward, anh hoàn toàn phớt lờ những nỗ lực muốn quay đầu đi của tôi.

- Xin anh đừng - Tôi thều thào.

Anh dừng lại, đôi môi của anh chỉ còn cách gương mặt của tôi vỏn vẹn có một xăngtimét.

- Tại sao? - Anh hỏi gặng. Hơi thở của anh phả vào mặt tôi khiến đầu óc tôi quay cuồng.

- Khi em tỉnh dậy - Thấy anh mở miệng toan phản đối, tôi bèn ngay tức khắc chỉnh lại - Được rồi, em không nhắc đến điều đó nữa... Khi anh lại bỏ ra đi, chỉ duy điều ấy thôi, em cũng đã khó sống lắm rồi.

Anh hơi nhích đầu ra xa một chút, để xem xét thật kỹ gương mặt của tôi.

- Hôm qua, khi anh tính chạm vào em, em... em đã rất e dè, rất thận trọng, và bây giờ vẫn vậy. Anh muốn biết tại sao. Có phải vì anh đã quay lại quá trễ không? Bởi vì anh đã làm cho em bị tổn thương quá nhiều? Bởi vì em đã xa anh rồi, như anh đã từng mong muốn? Anh bị như vậy... cũng đáng lắm. Anh sẽ không tranh cãi với quyết định của em. Anh chỉ xin em đừng cố gắng không làm anh bị tổn thương... Xin hãy cho anh biết em có còn yêu anh không, sau mọi điều anh đã gây ra cho em. Có được không, Bella? - Anh thều thào.

- Anh có còn câu hỏi nào ngớ ngẩn hơn thế nữa không?

- Em chỉ cần trả lời anh thôi. Anh xin em.

Tôi hậm hực nhìn anh trong một phút rồi mới đáp:

- Tình cảm em dành cho anh sẽ không bao giờ thay đổi. Lúc nào em cũng yêu anh... Anh có làm gì cũng không thay đổi được điều đó!

- Anh chỉ cần biết như thế thôi.

Anh vừa dứt lời, đôi môi hoàn mỹ của anh đã ở ngay trên môi tôi, và lần này thì tôi không còn kháng cự lại nữa. Không phải bởi vì anh mạnh hơn tôi gấp cả ngàn lần, mà bởi ngay khi môi chúng tôi giao nhau, mọi ý chí trong tôi đều tiêu tan hết. Lần hôn này không hề có một chút dấu vết nào của sự cẩn trọng giống như những lần khác còn lưu lại trong trí nhớ của tôi, tôi hoàn toàn cảm thấy dễ chịu... Nếu cảm xúc đó còn có thể kéo dài được, thì chi bằng hãy đáp lại anh...

Tôi hôn anh, như một phản ứng tự nhiên, trái tim của tôi rộn lên giai điệu muôn thuở và hơi thở cũng trở nên dồn dập hơn. Các ngón tay của tôi di chuyển một cách man dại trên gương mặt anh. Tôi hoàn toàn cảm nhận được cơ thể cứng như đá cẩm thạch của anh đang áp rất sát vào người mình, bất giác, tôi thấy vui vì anh đã làm trái lời tôi - không có khổ đau nào trên thế giới này có thể bù đắp được trọn vẹn mà thiếu đi mất điều thiêng liêng ấy. Đôi tay của anh mò mẫm gương mặt tôi, cũng giống như tôi đang men theo từng đường nét hoàn mỹ trên gương mặt của anh vậy. Và rồi, khi chúng tôi rời nhau, anh thì thầm gọi tên tôi.

Tôi cảm thấy váng vất, còn anh thì lùi xuống, nằm áp tai mình lên tim tôi.

Tôi vẫn nằm yên, toàn thân mê mẩn, chờ đợi hơi thở của mình dịu lại.

- Giờ đây - Anh lên tiếng, giọng nói vẫn êm dịu như vốn dĩ - Anh sẽ không bao giờ rời xa em nữa.

Tôi vẫn không trả lời, và có vẻ như anh đã nhận ra thái độ hoài nghi trong sự im lặng của tôi.

Anh vội ngước đầu lên, buộc tôi phải hứng lấy ánh mắt thiết tha ấy.

- Anh sẽ không đi đâu nữa. Anh sẽ không đi đâu mà không có em - Anh nói thêm một cách nghiêm nghị - Anh đã để em ở lại đây bởi lẽ anh muốn em có được một cuộc sống con người đúng nghĩa, vui vẻ và tự nhiên. Anh đã nhận ra rằng mình đã gây ra cho em những gì: lúc nào cũng đặt em vào vòng nguy hiểm, kéo em ra xa khỏi cái thế giới thuộc về em, và đe dọa mạng sống của em mỗi khi chúng mình bên nhau. Vậy nên anh đã muốn thử. Anh phải làm *một điều gì đó*, và có vẻ như anh ra đi là cách duy nhất. Nếu như anh không tin rằng em sẽ sống tốt hơn, thì Bella, không bao giờ anh có thể rời xa em. Anh vốn là một kẻ ích kỷ vô cùng kia mà. *Em là tất cả những gì quan trọng nhất mà anh cần... mà anh muốn trong cuộc đời này. Điều anh cần và muốn chỉ là được ở bên em mà thôi, bây giờ và mãi mãi, anh không còn đủ nghị lực để rời xa em nữa. Anh có rất nhiều lý do để ở lại đây, ôi, xin cảm ơn trời vì điều đó! Có lẽ em sẽ không được an toàn, dù cho chúng mình có ở xa nhau bao nhiêu dặm đi chăng nữa.

- Xin anh đừng hứa gì với em cả - Tôi thì thào. Nếu tôi để mình hy vọng, và khi tất cả chỉ như những quả bong bóng xà phòng vỡ tan... tôi sẽ chết mất. Khi mà những tên ma-cà-rồng nhẫn tâm kia không thể kết liễu được cuộc đời tôi, thì chính niềm hy vọng trong tôi sẽ làm thay họ được điều đó.

Và đôi mắt đen kia chợt ánh lên những tia nhìn giận dữ:

- Em nghĩ rằng anh đang nói dối em ư?

- Không... không phải là nói dối - Tôi lắc đầu, cố gắng tìm từ ngữ để có thể diễn tả mạch lạc hơn. Để chắc chắn giả thuyết rằng anh vẫn còn *yêu* tôi, trong lúc tôi vẫn còn bướng bỉnh, lạnh lùng như thế này đây, tôi sẽ không ngã vào trong cái bẫy hy vọng đó - Bây giờ, có lẽ... cảm xúc của anh là thật đấy. Nhưng rồi ngày mai, có thể anh lại nghĩ ra những lý do khác để rồi lại bỏ rơi em thì sao? Hay tháng sau, khi Jasper lại mất hết tự chủ trước em?

Anh trở nên nao núng.

Bất giác tôi nghĩ đến những ngày cuối cùng của một cuộc sống thật sự, trước khi anh rời xa tôi, cố gắng tái hiện lại chúng qua "đầu độc" - là những gì anh đang kể với tôi. Rồi từ quá khứ xa xăm ấy, tôi mường tượng đến tâm trạng của anh trong lúc vẫn yêu tôi, mà lại quyết định rời xa tôi hoàn toàn vì sự an nguy của tôi, rồi vẻ nghiền ngẫm, thái độ im lặng đến lạnh lùng của anh hẳn là có nỗi niềm riêng.

- Dường như anh không chỉ nghĩ đến một quyết định duy nhất, có phải như vậy không anh? - Tôi đoán chừng - Anh sẽ kiên trì làm đến cùng điều anh cho là đúng.

- Anh không mạnh mẽ như em nghĩ đâu, Bella - Edward trả lời - Đúng và sai đã không còn là vấn đề tối quan trọng đối với anh nữa; và sự thật thì anh đã muốn quay về. Trước khi Rosalie cho anh biết tin về em, anh đã định sẽ sống cù bơ cù bất trong khoảng một tuần nữa, thậm chí là chỉ một ngày nữa thôi. Lúc ấy, anh đang phân vân giữa hai lựa chọn đó. Nhưng đấy chỉ là vấn đề thời gian mà thôi, không có ý nghĩa gì lắm, trước khi anh lại ló mặt lên cửa sổ phòng em và xin em chấp nhận cho anh quay trở lại. Bây giờ thì anh đang rất sẵn lòng làm điều đó đây, nếu như em cho phép.

Ngay lập tức, tôi nhăn mặt lại:

- Em xin anh đấy, anh hãy nghiêm túc với em đi.

- Ôi, anh rất nghiêm túc mà - Anh khăng khăng và tỏ ra hậm hực - Em có thể lắng nghe những gì anh đã định là sẽ nói với em không, Bella? Hãy cho anh cơ hội được nói hết với em rằng em có ý nghĩa như thế nào đối với anh nhé?

Anh chờ đợi, dò xét kỹ lưỡng gương mặt của tôi rồi nói tiếp, sau khi đã chắc chắn rằng tôi đang lắng nghe.

- Trước khi anh gặp em, Bella, cuộc đời của anh tựa như một bầu trời không trăng. Nó tối đen, nhưng vẫn còn có những vì sao lấp lánh, cùng lẽ sống của đời anh... Thế rồi em như một vì sao băng lướt vào bầu trời anh. Mọi thứ đột nhiên bừng sáng, rực rỡ và đẹp đẽ quá đỗi. Khi em xa rồi, khi ánh sao băng đã trôi về phía cuối trời xa thẳm, mọi thứ lại chìm vào tối tăm. Không có gì thay đổi, nhưng đôi mắt của anh đã bị lòa vì ánh sáng của em mất rồi. Anh không còn có thể nhìn thấy các vì sao được nữa. Và lẽ sống của đời anh cũng chẳng còn ở trong anh.

Tôi muốn tin anh, nhưng những điều anh vừa mô tả thực chất lại chính là cuộc đời của tôi khi không có anh - một cuộc đời tối tăm, ảm đạm, không có lối thoát.

- Đôi mắt của anh rồi sẽ tự khắc điều chỉnh lại được mà - Tôi lầm bầm.

- Nhưng vấn đề là không được.

- Thế còn những niềm vui khác của anh?

Edward bật cười, nhưng trong tiếng cười ấy không hề có dấu vết nào của sự thích thú.

- Đó chỉ là một phần của sự dối trá mà thôi, ái tình của anh. Không có niềm vui nào ngoại trừ... những *đau khổ* cả. Trái tim của anh gần chín mươi năm qua đã không còn đập nữa, nhưng rồi tất cả như đổi khác. Anh có cảm giác như tim mình đã biến mất... giống như trong người anh hoàn toàn trống rỗng vậy. Cơ hồ như anh đã để lại mọi thứ trong người mình ở đây, bên em...

- Hay quá nhỉ - Tôi tiếp tục lầm bầm.

Một bên mày của anh chợt nhướng lên:

- Hay ư?

- Em muốn nói rằng kỳ lạ thật... Vì em cũng giống y như vậy. Hầu như toàn bộ nội tạng trong người em cũng biến mất. Suốt một thời gian dài, em thật sự không thể thở nổi - Tôi hít vào một hơi thật đầy, cảm thấy dễ chịu - Và cả trái tim của em cũng thế. Nó không còn hiện hữu nữa.

Edward nhắm mắt lại, tiếp tục nằm áp tai lên tim tôi. Tôi cứ giữ nguyên tư thế như vậy, nằm yên, mà cảm nhận độ mềm, mịn của mái tóc anh chạm vào má mình, và để thưởng thức hương thơm tỏa ra từ người anh.

- Vậy, đi săn không phải là niềm vui của anh sao? - Cuối cùng, tôi lên tiếng, vì ngạc nhiên, và cũng vì cần tự làm cho mình lãng đi. Tôi đang ở trong nguy cơ hy vọng. Và tôi sắp không thể ngăn được mình được nữa. Trái tim của tôi đập mạnh, dường như nó đang hò hét trong lồng ngực của tôi.

- Không - Anh thở dài - Đó không bao giờ là niềm vui cả, mà là một điều cần phải làm.

- Anh nói vậy là sao?

- Nghĩa là, cho dù anh không hề nghĩ rằng Victoria sẽ gây ra nguy hiểm, nhưng anh vẫn lo, anh không thể để cô ta cao chạy xa bay cùng với... Ừm, như anh đã nói, anh rất sợ điều đó. Anh đã lần theo cô ta tới Texas, và rồi anh đi sai xuống tới Brazil... trong khi thực tế là cô ta ở đây - Anh rên rỉ - Anh thậm chí đã chẳng ở đúng đại lục nữa! Và rồi quãng thời gian đó đối với anh, thật lòng mà nói, còn tệ hại hơn cả những gì được coi là đáng sợ nhất...

- Anh săn lùng *Victoria* ư? - Không kìm được lòng, tôi hét toáng lên, âm lượng cao độ khoảng hai quãng tám.

Trong không gian, tiếng thở nặng nề của bố tôi bỗng trở nên lựng khựng, tôi muốn rụng rời cả tim, nhưng rồi sau đó, tiếng thở ấy đã tự trở lại được với âm thanh đều đều...

- Phải! Nhưng không được tốt - Edward trả lời, ngắm nghía vẻ mặt giận dữ của tôi với thái độ bối rối - Nhưng lần này, anh sẽ làm tốt hơn. Hơi thở của kẻ kia sẽ không còn làm vẩn đục bầu không khí trong lành này nữa.

- Đó không phải là chuyện... cần bàn đến nữa - Xoay sở lắm, cuối cùng tôi cũng thốt ra được. Tôi gần như đã mất trí hẳn. Ngay cả khi anh có đồng minh là Emmett hay Jasper giúp sức đi chăng nữa - Không, ngay cho dù là anh có đồng minh là Emmett *và* Jasper giúp sức đi chăng nữa; điều đó còn tệ hơn cả những gì tôi có thể tưởng tượng ra được: Jacob Black đang đứng chắn trước mặt một Victoria hoang dại và có dáng điệu của loài mèo. Tôi không thể chịu đựng nổi khi hình dung ra cảnh Edward cũng có mặt ở đó, cho dẫu là anh dày dạn kinh nghiệm hơn người bạn thân mang một nửa dòng máu con người của tôi.

- Điều đó đối với cô ta là đã quá muộn rồi. Nhưng anh có thể chờ vào một dịp khác, chứ không phải là bây giờ, không phải là sau khi...

Tôi lại cắt ngang lời anh, cố gắng điều chỉnh giọng nói của mình mềm mại hơn:

- Chẳng phải anh đã hứa với em là anh sẽ không rời xa em nữa đấy ư? - Vừa hỏi, tôi vừa cố gắng không bận tâm đến những lời lẽ đó, không để chúng cắm rễ vào tim mình - Nó không phù hợp với chuyện săn đuổi hết ngày này đến ngày khác, hết nơi này đến nơi khác, có phải như vậy không anh?

Edward cau mày, từ trong lồng ngực của anh đã bắt đầu thoát ra những tiếng gầm gừ khe khẽ.

- Anh sẽ giữ lời hứa của anh, Bella. Nhưng Victoria kia - Những tiếng gầm gừ trở đã nên tròn vành, rõ tiếng hơn -... sẽ phải chết. Sớm thôi.

- Anh đừng nóng nảy như vậy - Tôi cố nói lời ngăn cản anh, đồng thời che đậy sự hoảng loạn - Có lẽ cô ta sẽ không quay lại nữa đâu. Đội của Jake đã làm cho cô ta sợ rồi. Thật sự mình chẳng có lý do gì để đi tìm Victoria đâu anh. Vả lại, em còn có những vấn đề khác lớn hơn chuyện Victoria mà.

Đôi mắt của anh chợt sa sầm xuống, nhưng anh vẫn gật đầu:

- Ừ, đúng rồi. Người sói cũng là cả một vấn đề đấy.

Tôi khụt khịt mũi:

- Em không có ý nói tới *Jacob*. Những gì em đang gặp phải còn tệ hại hơn rất nhiều tất cả những gì mà năm người sói trẻ kia gộp lại có thể gây nên.

Có vẻ như Edward còn muốn nói điều gì đó, nhưng rồi lại lắng vào suy tư rất lung. Hai hàm răng của anh nghiến chặt vào nhau. Và cuối cùng, anh cũng đã chịu lên tiếng:

- Thật chứ, em? - Anh hỏi - Vậy thì vấn đề lớn nhất mà em đang phải đối mặt là gì? Nó thật sự đã khiến cho cái việc Victoria quay trở lại tìm em trở thành chuyện tầm thường, vặt vãnh ư?

- Thế còn chuyện lớn thứ hai của em? - Tôi tìm cách thoái thác.

- Được rồi, anh nghe em nói đây - Anh đồng ý, nhưng tỏ ra ngờ vực.

Tôi im lặng, vì đang phân vân không biết là mình có thể nói đến cái tên ấy hay không.

- Còn có những người khác nữa sẽ đến tìm em - Tôi thì thào, cố gợi cho anh nhớ lại.

Anh thở dài, nhưng phản ứng không mạnh mẽ như tôi đã hình dung sau thái độ của anh khi nhắc đến tên Victoria.

- Nhà Volturi chỉ là chuyện lớn *thứ hai* sao?

- Có vẻ như anh không lo lắng về chuyện đó? - Tôi chợt nhận ra.

- Ừm, họ có nhiều thời gian để suy đi, tính lại một vấn đề. Thời gian, theo quan niệm của họ, rất khác với thời gian trong suy nghĩ của em, thậm chí khác cả với suy nghĩ của anh nữa. Họ tính năm theo cách em tính ngày. Bởi vậy, anh sẽ không lấy làm ngạc nhiên khi đến năm em ba mươi tuổi, em mới bất chợt hiện ra trong tâm trí của họ - Anh nhẹ nhàng giải thích thêm.

Và tôi rùng mình.

Ba mươi tuổi.

Vậy là lời hứa của anh, cuối cùng cũng chẳng có ý nghĩa gì cả. Một ngày nào đó, khi tôi bước sang tuổi ba mươi, anh sẽ không thể nào còn ở bên tôi được nữa. Nỗi đau này khiến tôi chợt nhận ra rằng tôi lại vừa bắt đầu hy vọng, trong khi tôi đã không hề cho phép mình làm điều đó.

- Em không cần phải sợ đâu, Bella - Anh ra sức trấn an tôi, lo lắng khi nhận ra những giọt nước mắt lại bắt đầu dâng tràn nơi khóe mắt của tôi - Anh sẽ không để cho họ làm hại em đâu.

- Đó là trong lúc anh còn ở đây - Nếu anh ra đi, tôi thật sự không còn muốn quan tâm đến những gì xảy ra với mình nữa.

Đôi tay cứng như đá của anh bắt đầu lại ghì chặt lấy gương mặt của tôi, đôi mắt của bóng đêm ngùn ngụt lực hút của lỗ đen nhìn thật sâu vào mắt tôi.

- Anh sẽ không bao giờ rời xa em nữa.

- Nhưng anh nói rằng *ba mươi* - Tôi thì thào. Nước mắt bắt đầu tuôn chảy - Vậy là sao? Nghĩa là anh sẽ ở lại, nhưng cứ để mặc cho em già đi hay sao? Đúng như thế rồi.

Đôi mắt của anh dịu lại, nhưng hai quai hàm của anh đã đanh cứng.

- Ừ, anh sẽ làm như vậy. Anh còn có lựa chọn nào khác sao, Bella? Anh không thể sống thiếu em được, nhưng anh cũng sẽ không đời nào hủy hoại linh hồn của em.

- Có thật là... - Tôi cố gắng giữ cho giọng nói của mình sao cho thật tự nhiên, nhưng câu hỏi này quả thật khó cất thành lời quá. Tôi bỗng nhớ lại gương mặt của anh khi ông Aro gần như xuống nước nài xin anh biến tôi thành bất tử. Vẻ mặt của anh khi ấy như muốn đổ bệnh đến nơi. Vậy thì cuối cùng, sự biểu hiện đó, thái độ khăng khăng muốn gìn giữ bản chất con người thực thụ trong tôi đó, có hoàn toàn đúng là vì vấn đề linh hồn của tôi không, hay bởi chính anh cũng không biết anh có thật sự muốn tôi quanh quẩn bên anh lâu đến thế?

- Ừ, em nói đi? - Anh tỏ ra quan tâm, chờ đợi câu trả lời của tôi.

Và tôi thay đổi câu hỏi. Câu hỏi này rất khó để thốt thành lời nhưng cũng không có nghĩa là khó đến độ không thể nói được:

- Nhưng rồi khi em già đi và người ta sẽ nghĩ em là mẹ của anh thì sao? Rồi có thể còn là *bà* của anh nữa? - Giọng nói của tôi nghẹn lại vì sợ hãi, trong tôi chợt hiện lên gương mặt của bà ngoại trong giấc mơ đêm nào.

Toàn bộ gương mặt của anh bây giờ đã dịu lại. Anh nhẹ nhàng lau sạch nước mắt trên mặt tôi bằng chính đôi môi của anh.

- Chuyện đó không có ý nghĩa gì đối với anh hết - Hơi thở

của anh phả nhẹ vào mặt tôi - Với anh, em mãi mãi là điều đẹp để nhất trong cuộc đời này. Dĩ nhiên là... - Anh chợt ngập ngừng, một thoáng do dự xuất hiện trên gương mặt của anh - Một ngày nào đó, nếu như em đã lớn tuổi hơn anh rất nhiều... nếu như em cần một điều nào đó hơn anh... anh sẽ hiểu, Bella ạ. Anh xin hứa sẽ không cản trở em nếu như em muốn rời xa anh.

Đôi mắt anh long lanh và thành thật đến nao lòng. Anh nói cơ hồ như đã đặt hết tất cả những suy nghĩ, những trăn trở bao lâu nay vào trong cái quyết định "xử ép" tôi này.

- Anh cũng biết là cuối cùng rồi em sẽ phải chết mà, đúng không? - Tôi hỏi gặng.

Tất nhiên là anh đã suy nghĩ trước về điều đó rồi.

- Anh cũng sẽ đi theo em, anh sẽ làm hết sức để đạt được điều đó.

- Điều này thật là... - Tôi cố gắng tìm đúng từ để diễn đạt -... đáng sợ.

- Bella, đó là con đường đúng đắn duy nhất cơ mà...

- Chúng ta hãy quay trở lại điều vừa đề cập cách đây một phút đi... - Tôi ngắt ngang lời anh; giận dữ càng dễ khiến cho tôi thêm kiên quyết và suy nghĩ thông thoáng hơn - Anh vẫn nhớ đến nhà Volturi, phải không? Em không thể cứ sống mãi kiếp người được. Họ sẽ giết em. Cho dù là họ chẳng nghĩ đến em cho đến lúc em *ba mươi* tuổi - Tôi rít lên khi nói ra cái từ đó - Anh thực sự cho rằng họ sẽ quên sao?

- Không - Anh trả lời một cách chậm rãi, đồng thời lắc đầu - Họ sẽ không quên đâu. Nhưng mà...

- Nhưng mà sao cơ?

Tôi nhìn anh một cách thận trọng, nhận ra điều đó, anh cười, khóe miệng xếch lên tới tận mang tai. Hình như tôi không phải là người duy nhất đang nổi dóa.

- Anh có một vài kế hoạch.

- Và những kế hoạch này - Tôi tiếp lời anh, mỗi từ nói ra đều ngoa ngoắt - Tất cả những kế hoạch đó đều xoay chung quanh việc bảo vệ "bản sắc" *con người* của em.

Thái độ của tôi khiến vẻ mặt của anh đanh lại.

- Đương nhiên rồi - Giọng nói của anh trở nên cộc cằn và gương mặt thần thánh chợt trở nên ngạo mạn.

Cả anh và cả tôi đều hậm hực nhìn nhau trong một lúc lâu.

Cuối cùng, tôi cũng thở vào một hơi thật sâu, kênh vai lên, kéo tay anh xuống để ngồi dậy.

- Em muốn anh rời khỏi căn phòng này ư, Bella? - Anh đột ngột cất tiếng hỏi. Và câu hỏi ấy đã khiến tim tôi run rẩy vì kích động, tôi chợt hiểu ra rằng anh đang bị tổn thương, cho dù anh cố gắng không để lộ ra điều đó.

- Không - Tôi trả lời anh - *Em* sẽ đi.

Nói là làm, tôi leo xuống khỏi giường, mặc cho anh nhìn theo với vẻ mặt ngờ vực không hề che giấu. Tôi dò dẫm trong bóng tối, tìm kiếm đôi giày.

- Anh có thể hỏi em đi đâu được không? - Anh lại lên tiếng.

- Em đến nhà anh - Tôi trả lời, vẫn tiếp tục mò mẫm tìm giày.

Anh đứng dậy, tiến đến chỗ tôi.

- Giày của em đây. Em định đến đó bằng cách nào?

- Xe tải của em.

- Có thể nó sẽ đánh thức bố của em dậy đấy - Anh ngăn cản tôi.

Tôi thở dài.

- Em biết. Nhưng cùng lắm thì em cũng sẽ chỉ bị "cấm cung" mấy tuần thôi. Làm gì còn rắc rối nào hơn thế nữa đâu anh?

- Không đâu. Bố em sẽ mắng anh đấy, không phải là mắng em đâu.

- Nếu anh có ý nào hay hơn, thì em đang nghe đây.

- Em ở lại đây đi - Anh rụt rè đề nghị, vẻ mặt không có lấy một chút hy vọng.

- Không được. Nhưng anh cứ tự nhiên băng rừng tìm về mái nhà xưa đi - Tôi trả lời anh, thầm ngạc nhiên về nỗi mình vẫn còn có thể buông lời chòng ghẹo được, rồi lăm le tiến đến cửa phòng.

Nhưng nhanh như cắt, anh đã có mặt ở đó trước tôi, chặn tôi lại.

Khẽ chau mày, tôi quay ra cửa sổ. Nó chẳng xa mặt đất được bao nhiêu, vả lại, bên dưới còn có cỏ nữa...

- Thôi nào - Anh thở dài - Anh sẽ đưa em đi.

Tôi nhún vai:

- Ừm, đằng nào thì cũng vậy. Vả chăng, có lẽ anh *cũng nên* có mặt ở đó.

- Tại sao thế?

- Bởi vì anh là người cứng đầu cứng cổ quá mà, em chắc rằng anh cũng muốn thể hiện quan niệm của mình.

- Về cái gì? - Anh hỏi qua kẽ răng.

- Đây không còn là chuyện của riêng mình anh nữa. Và anh cũng không phải là cái rốn của vũ trụ mà có thể tự quyết định mọi việc, anh hiểu không - (Vũ trụ của riêng mình em, tất nhiên là đã trở thành chuyện khác rồi) - Nếu như anh tính để nhà Volturi ra tay với chúng ta chỉ vì khăng khăng muốn bảo vệ cái "bản sắc" con người vớ vẩn nào đó nơi em, thì gia đình anh cũng cần phải có ý kiến.

- Ý kiến về cái gì chứ? - Anh hỏi, phát âm rõ ràng từng tiếng một.

- Về sự bất tử của em. Em sẽ biểu quyết.

24. BIỂU QUYẾT

Edward không vui, điều đó quá dễ dàng nhận ra trên gương mặt anh. Nhưng bỗng, không cần tranh luận thêm một lời nào nữa, anh bế thốc lấy tôi và nhẹ nhàng lao mình ra ngoài cửa sổ. Rồi anh đáp xuống đất nhẹ thênh, hệt như loài mèo, không hề có một chút xíu nào gọi là nảy xóc. Hóa ra cái cửa sổ phòng tôi cách xa mặt đất hơn tôi tưởng.

- Xong rồi - Anh lên tiếng, giọng nói lẩn khuất sự phản đối - Em lên đi.

Nói xong, anh giúp tôi leo lên lưng anh, sau đó, anh bung mình vào khoảng không. Lần này, sau tất cả những gì đã xảy ra, trong tôi lại có một cảm giác rất đỗi yên bình và dễ chịu. Tất nhiên, đây là điều không ai có thể quên được, nó giống như vi vu lướt gió trên chiếc xe đạp vậy.

Không gian yên ả và tối tăm, Edward cứ thế lao mình đi trong khu rừng vắng lặng, hơi thở của anh tỏa ra thật chậm và đều - không gian tối tăm đến nỗi những thân cây lướt dọc qua chúng tôi gần như trở nên vô hình, và gió, chỉ có cường độ của gió thổi ào ào qua mặt là điều duy nhất có thể giúp tôi cảm nhận được tốc độ của anh – tốc độ của mình. Và trong bầu không khí ẩm ướt ấy, đôi mắt của tôi không còn bị nhói buốt như cái hồi bị gió thốc ở quảng trường nữa, mà hoàn toàn dịu mát. Điều này cũng giống như bầu không khí thoáng mát, êm ả của đêm đen tương phản một trời một vực với cái nắng gay gắt, chói chang của ngày vậy. Hệt như cái mền bông rất dày ngày xưa mà tôi vẫn chơi quấn vào người, màu đen lúc này đem lại cảm giác thân thuộc và chở che biết bao.

Tôi vẫn còn nhớ rằng mình rất sợ kiểu chạy băng rừng như thế này, tôi đã từng phải luôn nhắm tịt mắt lại. Nhưng giờ đây, tôi lại cảm thấy cái phản ứng đó thật ngớ ngẩn làm sao. Tôi vẫn mở hai mắt thật to, tựa cằm lên vai anh, và má tôi thì áp vào cổ của anh. Tốc độ nhanh hơn xe máy những một trăm lần khiến tôi dào dạt một cảm giác phấn khích kỳ lạ. Tôi quay mặt nhìn anh, và rồi không kìm được lòng mình, tôi khẽ ấn nhẹ đôi môi vào chiếc cổ lạnh như đá của anh.

- Cảm ơn em - Anh lên tiếng, những bóng cây đen kịt mập mờ vẫn trôi ngược lại phía chúng tôi với một tốc độ kinh hồn - Phải chăng điều đó có nghĩa là... em đã quyết định rằng mình đang tỉnh?

Tôi bật cười. Âm thanh tiếng cười nghe rất tự nhiên, nó phát ra dễ dàng, không hề có một chút gượng ép - một tiếng cười *đúng nghĩa*.

- Ưmmm, vẫn chưa hoàn toàn đâu. Mà hơn thế nữa, dù có thế nào thì em cũng sẽ không tỉnh dậy đâu. Ít ra thì cũng không phải là đêm nay.

- Nếu như được làm một điều gì đó duy nhất trong cuộc đời - Anh lầm bầm, gần như là nói với chính mình - Anh chỉ mong được khôi phục lại lòng tin nơi em.

- Em tin *anh* - Tôi khẳng định chắc nịch với Edwarrd - Em chỉ không tin bản thân mình thôi.

- Em hãy nói rõ hơn cho anh biết đi, Bella.

Vừa dứt lời, anh bắt đầu giảm tốc lực để có thể dạo bước cùng tôi - và tôi cũng có thể trò chuyện được với anh, khi gió đã lặng - có lẽ chúng tôi cũng không còn ở xa nhà của anh nữa. Chính xác thì tôi đã cảm nhận được tiếng trở mình của con sông ở đâu đó rất gần trong bóng đêm.

- Ừmmm - Tôi xáo tung đầu óc của mình lên để tìm đúng từ diễn đạt - Em không tin mình có đủ... Để xứng với anh. Em chẳng có gì để *giữ* được anh cả.

Edward dừng lại, nhẹ nhàng đỡ tôi xuống khỏi lưng anh. Và đôi tay dịu dàng ấy vẫn không hề buông tôi ra, ngay cả sau khi tôi đã đứng được vững vàng trên mặt đất; anh ôm lấy tôi, kéo tôi áp sát vào vồng ngực của mình.

- Em giữ anh chắc lắm, không gì có thể phá vỡ được đâu, Bella, và điều đó là vĩnh cửu - Anh thì thầm - Xin em đừng bao giờ nghi ngờ điều đó.

Nhưng làm sao tôi có thể không nghĩ ngờ đây?

- Em chẳng chịu nói với anh... - Anh lầm bầm.

- Em không nói với anh điều gì?

- Rằng vấn đề lớn nhất mà em đang gặp phải ấy.

- Anh đoán thử xem nào - Tôi thở dài và quệt ngón tay trỏ vào đầu mũi của anh.

Anh gật đầu.

- Anh tệ hơn nhà Volturi - Anh trả lời một cách dứt khoát - Anh nghĩ rằng mình đã đoán đúng.

Tôi trố mắt nhìn anh.

- Điều tệ hại nhất mà nhà Volturi có thể làm là giết em.

Anh kiên nhẫn chờ đợi câu trả lời của tôi, ánh mắt không giấu được sự căng thẳng.

- Đó là anh có thể rời xa em - Tôi giải thích - Nhà Volturi, Victoria... họ chẳng là gì khi đặt bên cạnh chuyện này cả.

Ngay cả là trong bóng đêm, tôi vẫn nhận ra được vẻ đau đớn đang quặn thắt trên gương mặt của anh - nó làm cho tôi nhớ lại lúc anh phải quằn quại dưới cái nhìn của Jane, nét mặt của anh lúc ấy cũng y như thế. Tôi cảm thấy toàn thân mình bủn rủn và mềm nhũn; trong thời khắc đó, tôi tự giận mình vì đã nói ra sự thật.

- Đừng anh - Tôi thì thào, giơ tay lên chạm vào gương mặt của anh - Xin anh đừng buồn như thế.

Anh khẽ nhếch môi nở một nụ cười gượng gạo, nhưng nụ cười đó không sao hòa hợp được với ánh mắt.

- Nếu như chỉ có một cách khiến em có thể tin rằng anh *không thể* rời xa em được - Anh thì thầm - Thì đó là thời gian, thời gian là thứ có thể thuyết phục được em.

Tôi thích cái ý niệm về thời gian như vậy.

- Vâng - Tôi đồng ý.

Anh vẫn chưa nguôi ngoai. Tôi cố gắng nghĩ ra những điều nho nhỏ để làm anh phân tâm.

- Vậy thì... khi anh quyết định sẽ ở lại đây... Em có thể lấy lại những món đồ của mình không? - Tôi hỏi, cố gắng giữ giọng nói của mình thật nhỏ nhẹ.

Và nỗ lực của tôi đã thành công, trong một chừng mực nào đó: anh bật cười. Song, ánh mắt của anh vẫn còn thăm thẳm những bi thương.

- Những món đồ của em chưa bao giờ bị lấy đi - Anh trả lời - Anh biết mình đã sai, khi hứa với em rằng em sẽ bình yên khi không phải nhìn thấy những vật kỷ niệm. Nhưng mà anh lại muốn để lại một thứ gì đó của mình ở bên em, anh thật là ngốc nghếch và trẻ con. Chiếc đĩa nhạc, những tấm hình, hai tấm vé của chúng mình... tất cả đều vẫn còn nằm ở dưới ván sàn nhà em.

- *Thật thế ư?*

Anh gật đầu, trên gương mặt thoáng hiện chút tươi tắn khi thấy nỗi vui mừng của tôi trước một sự thật nhỏ bé. Nhưng như thế vẫn chưa đủ để xóa nhòa hoàn toàn nỗi khổ đau đang in hằn trên mặt anh.

- Em nghĩ rằng - Tôi lên tiếng một cách chậm rãi - Em không biết nữa, nhưng em tự hỏi phải chăng là... Em nghĩ rằng, lúc nào em cũng cảm nhận được điều đó.

- Em cảm nhận được điều gì?

Trong thâm tâm, tôi chỉ muốn rửa sạch hoàn toàn nỗi thống khổ trong mắt anh, nhưng rồi khi tôi càng nói, những lời đó lại càng thật lòng hơn những gì tôi mường tượng.

- Một phần trong em, có lẽ là tiềm thức, không bao giờ thôi tin rằng anh vẫn luôn quan tâm đến em, lo lắng cho sự sống còn của em. Có thể đó là lý do vì sao em hay nghe thấy những giọng nói.

Không gian chợt chìm trong im lặng...

- Những giọng nói ư? - Giọng nói của anh chợt trở nên gấp gáp.

- À, chỉ là giọng nói của một người duy nhất thôi, là giọng nói của anh. Chuyện dài lắm, anh ạ - Vẻ mặt của anh khựng lại vì cảnh giác, tôi cũng khựng lại, nhưng trong lòng tràn ngập nỗi ước ao rằng mình đã không kể lại chuyện ấy. Có khi nào anh nghĩ rằng thần kinh của tôi đang bị trục trặc, giống như những người khác không? Mà những người khác nghĩ về tôi như vậy là có đúng không? Nhưng không sao, ít ra thì cái dáng vẻ của anh - như người đang phải chịu đựng sức nóng của biển lửa - đã không còn nữa.

- Anh có thời gian mà - Giọng nói của anh không còn được tự nhiên như trước.

- Nhưng... thảm hại lắm.

Anh vẫn kiên nhẫn chờ đợi.

Còn tôi thì không biết phải bắt đầu như thế nào.

- Anh có nhớ Alice đã kể với anh những gì về trò chơi tìm cảm giác mạnh không?

Và anh lên tiếng ngay tấp lự, không hề nhấn mạnh hay lên giọng ở bất kỳ một chỗ nào.

- Em nhảy ra khỏi vách đá để tìm vui.

- Ờ, đúng vậy. Và trước đó nữa, là với cái xe máy...

- Còn có xe máy nữa hả? - Anh hỏi lại. Tôi đã quá quen thuộc với giọng nói của anh, đủ để nhận ra rằng phía sau vẻ điềm tĩnh ấy là một điều gì đó đang lẳng lặng thành hình.

- Hình như em chưa kể với Alice chuyện đó.

- Ừ.

- À, ừm, chuyện đó... Anh biết không, em phát hiện ra rằng... khi em đang làm một điều gì đó nguy hiểm, hay là khờ dại... thì những gì có liên quan tới anh lại hiện ra rõ nét hơn trong em - Tôi thật thà thú nhận, cảm thấy mình đã mạnh mẽ hơn - Em có thể nhớ được giọng nói của anh những lúc anh tức giận ra sao. Em hoàn toàn nghe được giọng nói ấy, cơ hồ như anh đang hiện diện ngay ở bên cạnh em vậy. Hầu như lúc nào em cũng phải cố gắng không nhớ đến anh, nhưng những lần mạo hiểm như vậy thì lòng em không phải chịu đau đớn nữa, bởi lẽ những lúc như thế, em lại có được cái cảm giác là đang được anh bảo vệ. Em cảm nhận được rằng anh không muốn em bị thương.

"Và rồi, ừm, em lại thắc mắc, phải chăng em có thể nghe được giọng nói của anh rõ ràng như vậy là bởi vì, ẩn sau tất cả những điều đó, em luôn biết rằng chưa bao giờ anh thôi yêu em..."

Một lần nữa, khi tôi lại lên tiếng, những lời nói ra đều có mang theo bên trong chúng sức mạnh của lòng tin, của lẽ phải. Ở đâu đó trong tận cùng nơi sâu thẳm của linh hồn, tôi đã nhận ra sự thật.

Giọng nói của anh chợt cất lên nghèn nghẹn:

- Em... mạo hiểm... mạng sống của mình... là để được nghe...

- Suyt - Tôi ngắt lời anh - Chờ em một chút. Hình như em đã tìm thấy được ánh sáng rồi.

Tôi nghĩ đến buổi tối ở Port Angeles, cái thời điểm mà tôi đã gặp ảo giác lần đầu tiên. Tôi từng nghĩ đến hai khả năng: hoặc điên rồ, hoặc một ước mơ đã được tái hiện lại đầy đủ. Và tôi đã không nghĩ ra được khả năng thứ ba.

Nhưng nếu...

Nếu như ta quá tin vào một điều gì đó, tin một cách chân thành, nhưng thật ra là đã tin lầm, thì sao? Và nếu như ta quá bướng bỉnh, quá ngoan cố, cứ khăng khăng nhất định là ta đúng, và ta sẽ không bao giờ nhận ra được sự thật, thì sao? Liệu sự thật có cố gắng lên tiếng không, hay sẽ mãi lặng câm?

Khả năng thứ ba: Edward yêu tôi. Sợi dây liên kết giữa anh và tôi không phải là loại có thể đứt lìa do thiếu vắng, hoặc do khoảng cách hay do thời gian. Và cho dẫu anh có đặc biệt, có hoàn mỹ, có hoàn hảo hơn tôi đến thế nào đi chăng nữa, thì tình cảm của anh dành cho tôi cũng sẽ không bao giờ thay đổi, giống như tình cảm của tôi vẫn hằng dành cho anh; như mãi mãi tôi thuộc về anh, và như mãi mãi anh là của tôi vậy.

Phải chăng đó là điều tôi đã cố gắng nói với chính mình khi đó?

- Ôi!

- Bella?

- Ôi. Xong rồi. Em đã thấy rồi.

- Thấy ánh sáng của em ư? - Anh hỏi, giọng nói run run và căng thẳng.

- Thấy rằng anh yêu em - Tôi thốt lên đầy kinh ngạc. Sức mạnh của lòng tin và lẽ phải một lần nữa lại tràn ngập khắp hồn tôi.

Dù đôi mắt vẫn còn long lanh những lo lắng, nhưng nụ cười tinh quái tôi yêu thích nhất lại sáng ngời trên gương mặt anh.

- Ừ, anh yêu em.

Tim tôi rộn lên những tươi vui, cơ hồ như sắp sửa nổ bung giữa những chiếc xương sườn. Trái tim đánh động khắp lồng ngực và làm nghẹn cổ họng của tôi, trong phút chốc, tôi không sao cất nổi được lời.

Anh thật sự cần tôi theo cách tôi cần anh - suốt đời. Và vì lẽ đó, nỗi sợ duy nhất trong anh chính là hủy hoại linh hồn tôi, cùng những bản chất của con người thực thụ trong tôi, chính nỗi sợ ấy đã khiến anh để mặc tôi sống – chết theo lẽ thường. Chướng ngại của tôi – linh hồn của tôi đấy, nếu như đem so với nỗi sợ rằng anh không cần tôi, xem ra chỉ là chuyện tầm thường, vặt vãnh.

Anh ôm riết lấy gương mặt của tôi bằng cả hai bàn tay lạnh giá, và đắm đuối hôn tôi cho đến lúc tôi toàn toàn choáng váng, cả khu rừng như chao đảo, anh mới buông. Rồi rất nhẹ nhàng, anh cúi xuống, áp trán mình lên trán tôi, và tôi nhận ra rằng tôi không phải là người duy nhất đang hít thở một cách khó khăn.

- Em phản ứng với chuyện đó tốt hơn anh đấy, em có biết không - Anh lên tiếng.

- Tốt hơn chuyện gì, hả anh?

- Chuyện tồn tại. Ít ra thì em cũng đã nỗ lực. Em thức dậy vào mỗi buổi sáng, cố gắng thể hiện thái độ bình thường đối với bố, ép mình theo đúng khuôn khổ của cuộc đời em. Còn anh, khi mất đi điều quý báu của cuộc đời, anh hoàn toàn... sống dở chết dở. Anh không thể ở bên gia đình... không thể ở bên bất cứ ai cả. Anh xấu hổ nếu phải thừa nhận rằng anh hay co mình lại, ít nhiều là để chịu đựng nỗi đau - Anh cười, khóe miệng xếch lên đến tận mang tai, ngượng ngùng - Chuyện đó còn thảm hại hơn là nghe thấy những giọng nói nữa.

Một cảm giác nhẹ nhõm bất chợt ùa vào hồn tôi, vậy là anh đã thật sự hiểu được lòng tôi - dễ chịu làm sao khi tất cả những điều đó lại có ý nghĩa với anh như thế. Dù sao đi nữa, anh cũng không nhìn tôi với một cảm xúc dành cho một người bị mất trí. Anh chỉ nhìn tôi với một cảm xúc duy nhất... cảm xúc anh yêu tôi.

- Chỉ có một giọng nói thôi - Tôi khẽ khàng chỉnh lại.

Anh bật cười rồi quàng tay kéo sát tôi vào bên phải của mình, bắt đầu đưa tôi đi tiếp.

- Anh chỉ chiều theo ý của em về chuyện này mà thôi - Anh bỗng lên tiếng, bâng quơ chỉ tay vào bóng tối. Loáng thoáng hiện ra trước mặt tôi một khoảng trống bao la... và ngôi nhà đột ngột xuất hiện -... Còn mọi người, dù có nói gì đi chăng nữa thì anh cũng không nghe đâu.

- Mọi người bây giờ cũng y như vậy đấy.

Anh nhún vai một cách thờ ơ.

Cứ thế, anh dẫn tôi bước qua cái cửa chính đang mở sẵn, trong nhà tối om, anh đưa tay bật các công tắc đèn. Căn phòng vẫn nguyên vẹn như trong trí nhớ của tôi ngày trước - cây đàn đại dương cầm và những chiếc ghế tràng kỷ trắng phau, cả cái cầu thang uốn đồ sộ trắng toát. Không có bụi, không còn những tấm vải trùm màu trắng.

- Carlisle? Esme? Rosalie? Emmett? Jasper? Alice? - Edward cất tiếng gọi, âm lượng trong tiếng gọi ấy của anh không hề lớn hơn âm lượng mà tôi vẫn hằng sử dụng khi nói chuyện bình thường. Tuy nhiên, mọi người vẫn có thể nghe rõ mồn một.

Bác sĩ Carlisle đột ngột xuất hiện bên cạnh tôi, cơ hồ như ông đã có mặt ở đó từ trước rồi.

- Mừng cháu trở lại, Bella - Bác sĩ mỉm cười với tôi - Sáng nay, chúng tôi có thể làm gì được cho cháu nào? Để xem, vào giờ này... chắc không phải là một cuộc viếng thăm thông thường rồi, đúng không?

Tôi gật đầu.

- Vâng. Nếu có thể được, cháu rất muốn được nói chuyện với mọi người ngay bây giờ. Chuyện rất quan trọng ạ, thưa ông.

Vừa trả lời bác sĩ, tôi vừa ngước mắt lên nhìn anh, tôi không thể nào ngăn mình không làm như thế. Gương mặt của anh lúc này hẳn đầy thái độ phê phán, nhưng cũng vừa tỏ ra cam chịu. Tôi nhìn sang bác sĩ Carlisle, ông cũng đang chú mục vào Edward.

- Ừ, tất nhiên là được rồi - Bác sĩ Carlisle trả lời - Nhưng sao chúng ta lại không nói chuyện ở phòng khác nhỉ?

Vừa dứt lời, ông đã đi trước dẫn đường. Chúng tôi đi qua căn phòng khách tràn ngập ánh đèn rồi rẽ vào phòng ăn, bác sĩ đưa tay bật các công tắc đèn. Những bức tường vẫn trắng toát, trần nhà vẫn cao vút giống y hệt như trong phòng khách. Ở giữa phòng, bên dưới chúc đài treo thòng xuống khá thấp là một chiếc bàn ăn hình ôvan bóng láng, chung quanh bàn là tám chiếc ghế. Bác sĩ Carlisle nhấc chiếc ghế ở ngay đầu bàn mời tôi ngồi.

Chưa lần nào tôi được trông thấy gia đình Cullen sử dụng chiếc bàn ăn này - với họ, đây chỉ là một vật trang trí mà thôi. Họ không bao giờ ăn trong nhà.

Ngay khi tôi vừa ngồi vào chiếc ghế, căn phòng ăn không còn chỉ có ba người. Bà Esme đã bước theo Edward, sau lưng bà là tất cả các thành viên còn lại trong gia đình.

Bác sĩ Carlisle ngồi xuống bên phải tôi, Edward thì ngồi bên tay trái. Những người khác đều ngồi xuống trong im lặng. Alice cười rất tươi với tôi, cơ hồ như cô bạn đã nắm được cớ sự. Emmett và Jasper thì có vẻ hiếu kỳ, còn Rosalie thì hướng đến tôi với một nụ cười mỉm, nụ cười vẫn còn e dè và ngập ngừng. Nụ cười đáp lại của tôi cũng chẳng hơn gì, cũng rụt rè và nhút nhát y như chị. Và đó sẽ là khởi nguồn cho những nụ cười thân quen về sau.

Bác sĩ Carlisle gật đầu với tôi.

- Cuộc họp này là của cháu.

Như một phản ứng tự nhiên, tôi nuốt khan. Ánh mắt của tất cả mọi người khiến tôi mất hết cả bình tĩnh. Bên dưới mặt bàn, Edward đang nắm chặt lấy tay tôi. Tôi nhìn trộm anh, nhưng anh đang nhìn những người khác, gương mặt đột nhiên đanh lại.

- Vâng ạ - Tôi dừng lại để lấy hơi - Cháu hy vọng là Alice đã kể cho ông bà và các anh, chị đây nghe chuyện xảy ra ở Volterra.

- Mình đã kể hết mọi chuyện rồi - Alice xác định với tôi.

Tôi ném cho cô bạn một cái nhìn đầy ẩn ý.

- Còn về chuyện thanh gươm đang treo trên đầu chúng ta?

- Có cả chuyện đó nữa - Cô bạn gật đầu.

- Hay quá - Tôi thở phào nhẹ nhõm - Vậy là mọi người đã nắm được hết mọi chuyện.

Ai nấy đều kiên nhẫn chờ đợi, còn tôi thì đang cố gắng sắp xếp lại những suy nghĩ trong đầu của mình.

- Vậy nên cháu đang gặp phải rắc rối - Tôi bắt đầu - Alice đã hứa với nhà Volturi rằng cháu sẽ trở thành thành viên của mọi người. Họ sẽ cử người đến đây kiểm tra, và cháu biết rằng đó là một điều cực kỳ tồi tệ... một điều cần phải tránh.

"Vì lẽ đó, vô hình trung, tất thảy mọi người chúng ta đều bị dính líu vào chuyện này. Cháu rất lấy làm tiếc - Tôi nhìn lần lượt từng gương mặt hoàn mỹ, và sau cùng, dừng lại ở gương mặt đẹp nhất. Đôi môi của Edward đang trễ xuống trong nhăn nhó - Nhưng nếu như mọi người không cần đến cháu, cháu cũng sẽ không làm bất cứ điều gì để mọi người phải chấp nhận cháu cả, cho dẫu Alice có luôn ủng hộ cháu hay là không".

Bà Esme toan cất lời, thì tôi đã kịp đưa tay lên ngăn lại.

- Cháu xin lỗi bà, xin bà hãy cho cháu được nói hết. Tất cả mọi người đã biết điều cháu luôn mong muốn. Và cháu cũng biết chắc rằng mọi người đã biết anh Edward nghĩ gì. Cháu nghĩ cách công bằng nhất cho quyết định này là ông bà, các anh, chị sẽ biểu quyết giúp cháu và anh Edward. Nếu mọi người quyết định rằng không cần có cháu,... cháu nghĩ mình sẽ quay lại Ý một mình. Cháu không thể nào để cho *họ* đến *đây* được - Vầng trán của tôi hốt nhiên nhăn lại khi tôi cân nhắc đến điều này.

Trong không gian bỗng vang lên tiếng gầm gừ khe khẽ thoát ra từ lồng ngực của Edward, nhưng tôi vẫn phớt lờ anh.

- Bởi thế nên cháu mong mọi người hãy quyết định thay

cháu, và cho dù kết quả có như thế nào, cháu cũng sẽ không bao giờ đẩy mọi người vào chỗ nguy hiểm, cháu chỉ cần mọi người biểu quyết là có hay không thôi, cho việc cháu trở thành ma-cà-rồng.

Tôi khẽ mỉm cười khi nói ra cái từ cuối cùng, và nhìn bác sĩ Carlisle, ông sẽ là người quyết định đầu tiên.

- Khoan đã - Edward đột ngột xen vào.

Tôi hậm hực nhìn anh, ánh mắt sa sầm xuống. Còn anh thì chỉ nhướng mày nhìn tôi, bàn tay nắm tay tôi dưới gầm bàn hơi siết lại.

- Con cũng có điều muốn nói trước khi mọi người biểu quyết.

Tôi thở dài.

- Về mối nguy hiểm mà Bella vừa đề cập đến - Anh tiếp tục giãi bày - Con không nghĩ rằng cả nhà ta cần phải lo lắng quá.

Anh bỗng nhiên sôi nổi hẳn lên. Anh tỳ cánh tay trái lên cái mặt bàn láng o và chồm người về phía trước.

- Mọi người biết không - Anh giải thích, mắt nhìn thẳng vào từng người một - Khi mọi chuyện đã ngã ngũ, có một lý do khiến con không muốn bắt tay ông Aro. Bởi lẽ có một điều họ không hề nghĩ ra, và con thì cũng không muốn họ lần ra được điều đó - Anh cười, cái cười làm cho khóe miệng xếch lên đến tận mang tai.

- Điều gì? - Alice lên tiếng ngay tức thì. Và tôi dám chắc vẻ mặt của mình lúc này cũng đang hoài nghi không kém gì cô bạn.

- Nhà Volturi quá tự tin, và vì một lý do rất thú vị. Khi họ quyết định tìm kiếm một ai, đó sẽ chẳng bao giờ là vấn đề cả. Em còn nhớ ông Demetri không? - Anh quay sang nhìn tôi.

Tôi rùng mình. Và anh hiểu đó là phản ứng của sự thừa nhận.

- Chính ông ta là người đảm trách việc tìm người... Tìm người là năng lực đặc biệt của ông ta, và cũng là lý do vì sao họ giữ ông ta lại.

"Trong suốt quãng thời gian chúng con ở bên họ, con đã "thâm nhập" vào não bộ của họ hòng vớ được một điều gì đó có thể cứu được chúng con, và con đã vận dụng tối đa khả năng của mình để góp nhặt thông tin. Con đã biết năng lực của ông Demetri hoạt động ra sao. Ông ta là một tay săn có hạng... và khả năng đó mạnh hơn James gấp một ngàn lần. Năng lực của ông ta hoạt động cũng khá giống con hay giống ông Aro. Ông ta bắt được... tín hiệu ư? Con không biết phải giải thích chuyện này như thế nào... Có thể nói là ông ta có khả năng bắt được... mạch... suy nghĩ của người khác, rồi lần theo người ta. Phạm vi hoạt động của cái "ăng-ten" ấy rất lớn, ở những khoảng cách xa thật xa.

Tuy nhiên, sau vài trò thí nghiệm nho nhỏ của ông Aro, chà..." - Edward nhún vai.

- Anh nghĩ rằng ông ta sẽ không thể tìm ra em ư? - Tôi hỏi thẳng thừng.

Edward ra chiều tự mãn.

- Anh dám đoan chắc điều đó. Ông Aro tin tưởng hoàn toàn vào con ách chủ bài này của mình. Nhưng khi ông ta và Jane không thể chạm được vào suy nghĩ của em, thì có nghĩa em là ngoại lệ của tất cả mọi người.

- Thế thì chuyện đó giúp ích được gì cho chúng ta?

- Giúp ích được chứ, Alice có thể cho chúng mình biết khi nào họ đến thăm, và anh sẽ giấu em đi. Họ sẽ chẳng làm gì được đâu - Anh trả lời với một niềm hân hoan tột độ - Mọi nỗ lực của họ sẽ chẳng khác nào tìm kiếm một cọng rơm lẫn trong đống cỏ khô vậy!

Vừa dứt lời, anh và Emmett nhìn nhau đầy tự mãn.

Nhưng chuyện này chẳng có ý nghĩa gì cả.

- Nhưng họ có thể tìm ra anh - Tôi nhắc cho anh nhớ.

- Và anh có thể tự lo cho mình.

Emmett bật cười khúc khích, anh ta chồm người qua chiếc bàn, về phía Edward, đoạn giơ lên nắm đấm.

- Kế hoạch rất hoàn hảo, người anh em - Anh ta thốt lên đầy phấn khích.

Edward khẽ đấm tay vào cái nắm đấm đó.

- Không - Rosalie rít lên.

- Không đời nào - Tôi ủng hộ ý kiến đó của chị.

- Tốt - Jasper gật gù nhận định.

- Các anh mất trí hết rồi - Alice lầm bầm.

Bà Esme thì chỉ lừ mắt nhìn Edward.

Tôi sửa lại tư thế ngồi của mình cho thật ngay ngắn, cố gắng không để bị phân tâm. Đây là "hội nghị bàn tròn" *của tôi* mà.

- Vâng. Vậy là anh Edward cũng đã nói rõ suy nghĩ của mình - Tôi bình tĩnh lên tiếng - Chúng ta sẽ cùng biểu quyết.

Lần này, tôi nhìn thẳng vào Edward; cách lấy ý kiến của anh sẽ... hơi khác với mọi người một chút, như thế là rất tốt.

- Anh có muốn em là thành viên mới của gia đình anh không?

Đôi mắt của anh đanh lại và đen như đá lửa.

- Không phải theo cách đó. Em vẫn phải là một con người theo đúng nghĩa của từ này.

Tôi gật đầu, cố giữ cho gương mặt của mình không bị biến sắc để có thể tiếp tục công việc của mình.

- Alice?

- Mình ủng hộ bạn.

- Anh Jasper?

- Tôi ủng hộ Bella - Anh ta trả lời, giọng nói vô cùng nghiêm trang.

Tôi có hơi ngạc nhiên, vì đã không dám tin rằng anh ta sẽ ủng hộ mình. Nhưng cố kìm nén không để lộ cảm xúc, tôi tiếp tục:

- Chị Rosalie?

Cô gái thoáng ngập ngừng, rồi đôi môi tuyệt mỹ, đầy đặn đang bặm lại ấy chợt bật ra một từ duy nhất:

- Không!

Vẫn cố gắng duy trì nét mặt bình thản như không, tôi khẽ xoay đầu, tiếp tục, nhưng bỗng Rosalie đưa cả hai tay lên, hai lòng bàn tay đều hướng cả về phía tôi.

- Để chị giải thích đã - Rosalie lên tiếng một cách gấp gáp - Chị không hề có ác cảm nào về chuyện em sẽ trở thành em gái của chị. Chỉ vì... đây là một cuộc đời mà chị hoàn toàn không muốn chọn cho mình. Chị đã ước sao có người cho chị một phiếu chống.

Gật đầu một cách chậm rãi, tôi quay sang Emmett.

- Trời ơi, tôi ủng hộ Bella chứ còn sao nữa! - Anh ta cười toe toét làm cho khóe miệng kéo xếch lên tới tận mang tai - Tôi vẫn có thể tìm được cách khác để đấu một trận với tay Demetri này.

Khỏi nói cũng biết tôi nhăn nhó tới cỡ nào, và rồi tôi nhìn bà Esme.

- Tất nhiên rồi, Bella. Tôi đã xem cháu là thành viên của gia đình mình từ lâu.

- Cháu cảm ơn bà, bà Esme - Tôi khẽ khàng nói rồi quay sang bác sĩ Carlisle.

Hốt nhiên tôi cảm thấy căng thẳng, tôi ước rằng phải chi mình đã hỏi ý kiến của ông trước tiên. Tôi biết chắc chắn rằng đây là "phiếu bầu" quan trọng nhất, "phiếu bầu" mang tính chất quyết định, hơn hẳn số đông.

Nhưng bác sĩ Carlisle không hề nhìn tôi.

- Edward - Ông lên tiếng.

- Không - Edward gầm gừ. Quai hàm của anh đanh lại, còn môi thì ấn chặt vào răng.

- Đó là cách duy nhất có ý nghĩa - Bác sĩ Carlisle nhấn mạnh - Không có cô bé, con đã chọn cách từ bỏ mạng sống của mình, và ta thì không hề được lựa chọn.

Edward buông tay tôi, thô bạo đẩy lùi chiếc ghế của mình ra khỏi bàn. Anh hầm hè bước ra khỏi phòng, tiếng gầm gừ vang lên khe khẽ.

- Tôi nghĩ rằng cháu đã biết câu trả lời của tôi.

Tôi vẫn dán mắt theo Edward.

- Cháu cảm ơn ông, bác sĩ Carlisle - Tôi lầm bầm.

"Rầmmm..." Bầu không gian im ắng chợt vang lên một tiếng động chói tai, phát ra từ một căn phòng khác.

Nao núng, tôi vội vã nói:

- Đó là tất cả những gì cháu cần. Cháu xin cảm ơn tình cảm của tất cả mọi người đã muốn giữ cháu lại. Đó cũng chính là cảm xúc trong lòng cháu đối với tất cả mọi người - Ở câu cuối cùng, giọng nói của tôi chợt vỡ òa theo dòng chảy của cảm xúc.

Bà Esme bất ngờ xuất hiện ngay sát bên cạnh tôi, đôi tay lạnh giá của bà ôm chầm lấy tôi.

- Bella yêu quý của tôi - Bà thì thào.

Tôi cũng vòng tay ôm lấy bà. Trong nhỡn giới của mình, tôi nhận ra Rosalie đang cúi đầu nhìn xuống mặt bàn, bất giác tôi "ngộ" ra lời nói của mình có thể hiểu theo hai nghĩa.

- Ưm, Alice - Tôi lên tiếng khi bà Esme đã buông tôi ra - Bạn muốn thực hiện điều này ở đâu?

Alice sửng sốt nhìn tôi, đôi mắt mở tròn trong kinh hãi.

- Không! *Không!* KHÔNG! - Edward gầm lên, và như một tia chớp, anh đã sừng sững xuất hiện trở lại trong căn phòng. Anh hiện ra ngay trước mặt tôi, trước khi tôi kịp chớp mắt, và rồi anh cúi xuống nhìn tôi trân trối, gương mặt nhăn nhó vì giận dữ - Em có bị làm sao không vậy? - Anh thét lên - Bộ em mất trí rồi hả?

Tôi co rúm người lại, như một phản ứng tự nhiên, đưa hai tay lên bịt tai lại.

- Ưmmm, Bella - Alice xen vào, giọng nói đong đầy lo lắng

- Mình không nghĩ là mình đã *sẵn sàng* làm điều đó. Mình cần phải chuẩn bị...

- Bạn đã hứa rồi mà - Tôi nhắc lại cho cô bạn nhớ, hậm hực nhìn qua cánh tay của Edward.

- Mình biết, nhưng mà... Mình nói thật đấy, Bella! Mình không biết cách nào để *không* lỡ đà hại chết bạn.

- Bạn làm được mà - Tôi động viên cô bạn - Mình tin bạn.

Bên cạnh tôi, Edward lại gầm gừ trong cơn thịnh nộ.

Alice lắc đầu quầy quậy, gương mặt tái mét không còn một hột máu.

- Bác sĩ Carlisle? - Tôi quay sang nhìn ông.

Edward giữ cứng lấy mặt tôi, buộc tôi phải nhìn anh. Tay kia, anh vung về phía bác sĩ Carlisle, lòng bàn tay hướng về phía ông.

Nhưng bác sĩ vẫn phớt lờ động tác ấy của anh.

- Tôi có thể thực hiện điều đó - Ông trả lời câu hỏi của tôi. Tôi ước sao cho mình có thể đọc được cảm xúc của ông lúc này - Cháu sẽ không gặp bất cứ nguy hiểm nào về khả năng tự chủ của tôi.

- *Tốt quá* - Tôi hy vọng ông có thể hiểu được những gì tôi muốn nói; trong tình trạng quai hàm của tôi đang bị Edward giữ cứng như thế này, phát âm cho rõ ràng một từ nào đó, thật khó làm sao.

- Khoan đã - Edward gầm ghè qua kẽ răng - Không thể thực hiện điều đó ngay bây giờ được.

- Không có lý do gì để không làm điều đó ngay bây giờ - Tôi vặn lại, giọng nói thoát ra khỏi cửa miệng hoàn toàn bị biến âm.

- Anh có thể nghĩ ra được vài lý do đấy.

- Tất nhiên là anh nghĩ ra được rồi - Tôi trả lời một cách gắt gỏng - Giờ thì hãy buông em ra.

Edward buông tay, rồi anh khoanh ngay hai tay lại trước ngực.

- Chỉ cần hai giờ đồng hồ nữa thôi, bố em sẽ đến đây tìm em đấy. Anh sẽ không qua mặt bố em để rồi cả đội cảnh sát phải vào cuộc đâu.

- Ôi, cả ba người - Bất giác tôi cau mày.

Đây vẫn là vấn đề đau đầu nhất. "Ngài" Charlie, "bà" Renée. Giờ sẽ còn có thêm cả "cậu" Jacob nữa. Những người tôi sẽ đánh mất, những người tôi sẽ làm tổn thương. Ước gì có một cách nào đó mà chỉ có tôi là kẻ duy nhất phải hứng chịu mọi nỗi đau thương; và tất nhiên, tôi cũng hiểu được rằng làm gì còn có cách nào.

Nhưng cuộc sống con người đúng nghĩa của tôi sẽ càng khiến cho mọi người khổ sở hơn mà thôi. Sự gần gũi của tôi sẽ đặt bố vào vòng nguy hiểm. Sự thân thiết của tôi sẽ kéo Jake vào vực thẳm của hiểm nguy khi dẫn dụ kẻ thù của cậu xâm nhập vào vùng đất mà chắc chắn cậu sẽ đứng ra bảo vệ. Và mẹ tôi - tôi không thể liều lĩnh đến thăm mẹ cùng với một mớ hành trang nguy hiểm đến chết người như thế được!

Tôi là một kẻ có sức hút đặc biệt đối với các mối nguy hiểm, và tôi đã chấp nhận điều đó như một đặc điểm bẩm sinh về mình rồi.

Chấp nhận điều đó, tôi biết mình cần phải bảo vệ được

chính mình và bảo vệ được những người mà mình thương yêu, ngay cả khi điều đó cũng đồng nghĩa với việc tôi không thể ở *bên* họ. Tôi cần phải có sức mạnh.

- Nếu vẫn còn giữ ý định sống *kín đáo* - Edward lên tiếng, vẫn giữ kiểu nói qua kẽ răng, nhưng hiện thời thì anh đang nhìn sang bác sĩ Carlisle - Con đề nghị chúng ta ngưng cuộc nói chuyện này ít nhất là cho đến khi Bella tốt nghiệp xong trung học, và rời khỏi nhà chú Charlie.

- Một yêu cầu xác đáng đấy, Bella - Bác sĩ Carlisle nhìn nhận.

Tôi cố hình dung ra phản ứng của bố tôi khi bố thức dậy vào buổi sáng - sau tất cả những gì bố đã phải trải qua: từ sự ra đi của ông Harry vào tuần trước, cho tới vừa rồi là vụ trốn nhà không có lý do của tôi - và mới nhất là bất ngờ phát hiện ra chiếc giường của cô con gái rượu trống không. Bố tôi không đáng phải chịu như vậy. Chỉ còn phải chờ đợi ít lâu nữa thôi, ngày tốt nghiệp trung học cũng không còn xa mấy...

Tôi bặm môi lại thật chặt.

- Em sẽ cân nhắc chuyện này.

Edward dịu xuống ngay thấy rõ. Đôi quai hàm của anh nới lỏng ra.

- Có lẽ anh nên đưa em về nhà - Anh đề nghị, giọng nói bây giờ đã bình tĩnh hơn, nhưng rõ ràng là đang hối thúc tôi rời khỏi nơi này - Ngộ nhỡ mà bố em dậy sớm thì sẽ không hay chút nào.

Tôi nhìn bác sĩ Carlisle:

712

- Sau khi cháu tốt nghiệp, thưa bác sĩ?

- Cháu đã có lời hứa của tôi rồi đấy.

Tôi hít vào một hơi thật sâu, mỉm cười, quay sang Edward:

- Vâng. Anh hãy đưa em về đi.

Nhanh như cắt, Edward đưa tôi ra khỏi nhà trước khi bác sĩ Carlisle kịp hứa với tôi một điều gì khác. Lần này, anh dẫn tôi đi theo lối cửa sau nên tôi không thể biết được trong phòng khách đã bị vỡ bể thứ gì.

Hành trình trở về nhà diễn ra trong yên lặng. Trong tôi tràn ngập cảm giác chiến thắng, có pha lẫn một chút tự mãn, cùng một nỗi sợ đến ám ảnh; tất nhiên là thế rồi, nhưng tôi cố gắng không để cho đầu óc của mình "đi lạc" đến vùng "cấm địa" đó. Bây giờ, nếu tôi cứ lo lắng đến nỗi đau - cả về thể chất lẫn tinh thần - thì sẽ không có lợi cho bản thân chút nào, vậy nên tốt nhất là đừng nghĩ đến nó nữa. Chuyện gì phải đến tất sẽ đến.

Cứ thế, Edward phóng thẳng đến nhà tôi, không một lần dừng lại. Rồi anh nhảy phóc qua cửa sổ chỉ trong vòng... chưa đầy nửa giây. Trong căn phòng nhỏ bé của tôi, anh khẽ gỡ đôi tay của tôi đang ôm quanh cổ anh, nhẹ nhàng đặt tôi ngồi xuống giường.

Có lẽ tôi cũng nắm được phần nào suy nghĩ của anh lúc này, nhưng biểu hiện của anh khiến tôi không khỏi ngạc nhiên. Thay vì nộ khí xung thiên như vừa rồi, anh lại có vẻ như đang tính toán. Anh cứ đi tới đi lui trong căn phòng tối om om, còn tôi thì nhìn theo với mối nghi ngờ càng lúc càng lớn dần.

- Anh có đang suy tính điều gì đi chăng nữa thì cũng chẳng ăn thua gì đâu - Tôi lên tiếng "đánh động".

- Suỵt. Anh đang suy nghĩ.

- Ôi trời ơi - Tôi rên rỉ và gieo mình xuống giường, kéo cái mền lên quá khỏi đầu.

Không gian vẫn chìm trong êm ả, rồi rất đột ngột, anh kéo cái mền xuống để có thể trông thấy tôi. Không rõ anh đã nằm xuống bên cạnh tôi tự lúc nào. Một cách dịu dàng, anh vuốt mấy lọn tóc vương trên má tôi xuống.

- Nếu em không thấy bực bội, anh mong em đừng giấu gương mặt của mình đi như thế. Anh đã sống không có gương mặt ấy đến xanh xao cả cõi lòng rồi. Bây giờ... hãy nói cho anh nghe đi.

- Nói... nói gì cơ? - Tôi hỏi lại một cách miễn cưỡng.

- Giả như em sẽ có được một thứ mà em luôn ao ước có được trong cuộc đời này, thứ gì cũng được, thì đó sẽ là gì nhỉ?

Tôi cảm nhận rất rõ ràng rằng trong đôi mắt của mình đang đầy ắp những hoài nghi.

- Anh.

Edward lắc đầu quầy quậy, ra dáng sốt ruột lắm.

- Thứ gì mà em chưa có ấy.

Tôi không biết là anh đang cố gắng đẩy tôi đi tới đâu, bởi thế cho nên tôi phải suy nghĩ thật kỹ càng trước khi trả lời. Tôi cần phải đề cập đến điều gì mà tôi vừa mong mỏi, nhưng đồng thời lại không bao giờ có thể xảy ra mới được. Đúng rồi, như vậy là chắc ăn nhất.

- Em mong... bác sĩ Carlisle sẽ không phải làm điều đó. Em mong là chính *anh* sẽ biến đổi em.

Vô cùng thận trọng, tôi quan sát thật kỹ gương mặt của anh, chờ đợi một cơn thịnh nộ nơi anh, cơn thịnh nộ mà tôi đã từng chứng kiến ở nhà anh. Nhưng sao... lạ quá, tôi ngạc nhiên, anh chẳng hề thay đổi thái độ. Gương mặt ấy vẫn đang tư lự, đăm chiêu, và có vẻ như vẫn còn mải mê tính tính toán toán gì đó lung lắm.

- Để có được điều đó, em sẵn sàng đánh đổi điều gì?

Trời ơi, thật không dám tin vào tai của mình nữa. Tôi trố mắt nhìn gương mặt điềm tĩnh kia một cách ngớ ngẩn và buột miệng đáp:

- Bất cứ điều gì cũng được.

... Tôi đã không kịp suy nghĩ cho chín chắn...

Edward khẽ mỉm cười, rồi anh bặm môi lại:

- Năm năm?

Thật chẳng khác chi như sét đánh ngang tai, mặt tôi ngay lập tức nhăn nhúm bởi bị kẹp giữa thất vọng và sợ hãi.

- Em vừa bảo bất cứ điều gì cũng được kia mà - Anh trích dẫn lại lời tôi.

- Vâng, nhưng mà... anh sẽ dùng thời gian để tìm cách tránh né điều đó. Việc liền tay thì không chậm trễ, em không muốn để lỡ mất cơ hội. Vả lại, cuộc đời của một con người đúng nghĩa chỉ toàn gặp phải những hiểm nguy mà thôi... ít ra là đối với em. Vậy nên bất cứ điều gì cũng được, trừ *điều đó*.

Anh cau mày.

- Ba năm?

- Không!

- Chẳng lẽ điều em đạt được chẳng đáng giá một chút nào hay sao?

Bất giác tôi ngẫm lại mình, tôi cần điều đó biết bao nhiêu. Nhưng tốt hơn hết là cứ phải giữ bộ mặt lạnh lùng, tôi thầm quyết định, không nên để cho anh biết là điều đó đối với tôi *đáng quý* biết nhường nào. Có như vậy thì tôi mới mong có lợi thế được.

- Sáu tháng?

Anh trợn tròn mắt:

- Ít quá, không được.

- Thế thì một năm - Tôi "ngã giá" - Đó là giới hạn cuối cùng của em.

- Ít nhất cũng phải cho anh hai năm.

- Không có chuyện đó đâu. Em muốn có được điều đó năm em mười chín tuổi. Xấp xỉ hai mươi cũng không được. Nếu như anh có thể bất tử trong hàng số "mười" thì em cũng phải như thế.

Edward ngẫm nghĩ điều đó mất cả phút đồng hồ.

- Thôi được. Chúng mình quên hết mấy cái giới hạn thời gian ấy đi. Nếu em muốn anh là người... thì em chỉ cần đồng ý một điều kiện thôi.

- Điều kiện ư? - Giọng nói của tôi ngang ngang - Điều kiện gì mới được cơ?

Đôi mắt của anh trở nên cẩn trọng, và rồi anh phát âm từng tiếng một, vô cùng chậm rãi:

- Chấp nhận kết hôn với anh trước đã.

716

Tôi nhìn chú mục vào anh, chờ đợi...

- Được rồi. Thế phần gay cấn nhất là gì vậy, em chưa thấy?

Anh thở dài:

- Em làm anh tự ái quá, Bella. Anh đang cầu hôn em mà, thế mà em lại nghĩ rằng anh đang đùa.

- Edward, em xin anh nghiêm túc lại cho.

- Anh đang nghiêm túc một trăm phần trăm đây, Bella - Anh trân trối nhìn tôi, gương mặt không hề có một chút dấu vết nào của sự đùa bỡn.

- Ôi, thôi được rồi - Tôi trả lời, giọng nói run run một nỗi kích động - Em chỉ mới có mười tám tuổi.

- Ừm, nhưng mà anh đã gần một trăm mười tuổi rồi. Đã đến lúc anh cần phải ổn định cuộc sống.

Tôi quay mặt đi, phóng tầm mắt ra ngoài cửa sổ tối tăm, cố hết sức kìm nén nỗi hoảng loạn trước khi nó bộc lộ ra cho anh biết.

- Edward, hiện thời, hôn nhân không phải là ưu tiên số một của em, anh có hiểu không? Nó giống như "nụ hôn của Giuđa" dành cho mẹ và bố của em vậy.

- Cách dùng từ nghe mới hay làm sao.

- Anh hiểu em muốn nói gì mà.

Anh thở vào thật sâu.

- Xin đừng nói với anh rằng em sợ sự ràng buộc - Giọng nói của anh đầy hoài nghi, và tôi hoàn toàn hiểu anh muốn ám chỉ đến điều gì.

- Không phải như vậy - Tôi nhẹ nhàng phản kháng - Em... sợ mẹ. Mẹ em sẽ "ca cho tắt bếp" luôn, nếu như em dám kết hôn trước ba mươi tuổi.

- Bởi vì mẹ muốn em trở thành một người bất tử hơn là muốn em kết hôn chứ gì, không biết đó là ý của em hay ý của mẹ em nữa - Anh bật cười một cách ranh mãnh.

- Anh đang giễu cợt em đấy.

- Bella, nếu như em cho rằng sự ràng buộc trong đời sống hôn nhân là hoàn toàn khác với việc đánh đổi linh hồn mình cho một cuộc sống bất tử của ma-cà-rồng... - Anh lắc đầu - Nếu như em không đủ can đảm để kết hôn với anh, thì...

- Khoan đã - Tôi buộc lòng phải cắt ngang lời anh - Nếu em chấp nhận lời cầu hôn của anh thì sao? Nếu như em yêu cầu anh đưa em đến Vegas ngay bây giờ thì sao? Liệu em có thể trở thành một ma-cà-rồng trong ba ngày không?

Anh mỉm cười, những chiếc răng trắng muốt hiện ra lấp loáng trong đêm.

- Tất nhiên là thế rồi - Anh trả lời, hiển nhiên là anh đã bắt giò được tôi - Để anh đi lấy xe.

- Anh thật là xấu! - Tôi lầm bầm - Em sẽ cho anh mười tám tháng.

- Nhất định rồi đấy nhé - Anh trả lời, miệng cười rộng đến tận mang tai - Anh thích điều kiện này.

- Được. Sau khi tốt nghiệp trung học xong, em sẽ nhờ bác sĩ Carlisle giúp em chuyện này.

- Tốt thôi, nếu như em thật sự muốn thế - Anh nhún vai, nụ cười lại càng rạng rỡ như một thiên thần.

- Anh đúng là... - Tôi rên rỉ -... một tên yêu quái xấu xa.

Anh bật cười khúc khích.

- Đó là lý do vì sao em không muốn kết hôn với anh ư?

Tôi lại rên rỉ thêm lần nữa.

Anh nghiêng người về phía tôi, trong đôi mắt bóng đêm của anh dường như đang âm ỉ một ngọn lửa vô hình; ngọn lửa ấy đã thiêu rụi toàn bộ sức tập trung ở nơi tôi.

- Cho anh biết đi, Bella! - Hơi thở dịu mát, thơm lừng của anh phả nhẹ vào mặt tôi.

Trong thời khắc ấy, tôi bỗng hoàn toàn quên mất động tác hít thở là như thế nào. Và khi đã phục hồi lại được hơi thở đầu tiên, tôi lắc đầu quầy quậy, cố xua tan cái bóng sương mịt mờ trong đầu.

- Phải chăng mọi chuyện sẽ tốt đẹp hơn nếu như anh đã có thời gian chuẩn bị sẵn một chiếc nhẫn?

- Không! Không cần phải có nhẫn! - Tôi gần như là hét váng lên.

- Ôi, giờ thì em đã chấp nhận rồi - Anh thì thào.

- Ơ...

- Bố em đã dậy rồi, anh phải đi thôi - Giọng nói của Edward chợt chùng xuống, ngậm ngùi.

Tim tôi như ngừng đập.

Trong một tích tắc ngắn ngủi, anh đã cảm nhận được cảm xúc của tôi.

- Liệu anh trốn trong tủ áo của em thì có trẻ con quá không?

- Không đâu - Tôi trả lời một cách gấp gáp - Anh hãy ở lại với em. Em xin anh đấy.

Edward mỉm cười, rồi mất dạng...

... Tôi chỉ còn lại một mình, run rẩy trong bóng tối, chờ ngài cảnh sát trưởng vào kiểm tra. Bất giác tôi nghĩ đến Edward, anh biết chính xác mình đang làm gì, và tôi dám cược rằng tất cả những vẻ ngạc nhiên, sửng sốt hằn đầy những tổn thương ấy chỉ là một phần của màn kịch, mà tôi là khán giả duy nhất. Tất nhiên, tôi vẫn còn có bác sĩ Carlisle làm "hậu chước", nhưng giờ thì tôi biết rằng mình đã có cơ hội được chính Edward biến đổi, tôi mong muốn điều đó biết dường nào. Anh hoàn toàn nắm được cái thóp đó, và anh đã "chơi xấu".

"Kéttt", cánh cửa phòng tôi đột ngột bật mở.

- Ồ, con chào bố.

- Chào Bella - Giọng nói của bố nghe thật lúng túng vì bị bất ngờ - Bố không biết là con đã thức.

- Vâng ạ. Con đang chờ bố dậy để con có thể đi tắm - Tôi bắt đầu ngồi dậy.

- Được rồi - Bố trả lời và đưa tay bật đèn. Tôi hơi chói mắt đôi chút trước nguồn sáng bất ngờ, và cố gắng rời mắt khỏi cái tủ - Bố con mình nói chuyện trước đã.

Thôi chết rồi, tôi không khỏi nhăn mặt. Tôi đã quên không hỏi Alice xem có "kế sách" nào hay không.

- Bố biết là con đang gặp rắc rối.

- Dạaa, con hiểu.

- Ba ngày qua, bố như hóa điên. Bố từ *đám tang* của ông Harry trở về nhà thì con đã đi khỏi. Jacob chỉ nói với bố rằng con đi với Alice Cullen, và rằng nó nghĩ con đang gặp rắc rối. Con chẳng thèm để lại cho bố số điện thoại, và con cũng chẳng hề gọi về cho bố. Bố không làm thế nào để biết được là con đang ở đâu hay khi nào thì con sẽ trở về, mà cũng không biết là con có trở về hay không nữa. Con có nghĩ cho bố rằng... bố... - Bố tôi không thể hoàn tất được câu nói. Bố hít vào một hơi thật khó khăn rồi lại tiếp lời - Lần này, con có thể cho bố biết lý do vì sao bố không nên đưa con đến Jacksonville không?

Đôi mắt của tôi tối sầm lại. Đây là lời đe dọa, chứ còn gì? Thế thì... hai người cùng có thể chơi một trò chơi. Nghĩ rồi tôi đứng dậy, kéo chiếc mền lên quấn quanh người.

- Bởi vì con sẽ không đi.

- Chỉ một phút thôi, thưa "cô".

- Bố ơi, con sẵn sàng chịu trách nhiệm cho tất cả những gì mình đã làm, bố có thể nhốt con ở nhà bao lâu cũng được. Con cũng sẽ làm việc nhà, giặt quần áo và rửa chén cho tới khi nào bố nghĩ là con đã nhận được một bài học đích đáng. Con cũng biết rằng bố hoàn toàn có quyền bắt con dọn ra khỏi nhà nữa... Nhưng bố ơi, con sẽ không đến Florida đâu.

Gương mặt của bố chuyển sang màu đỏ ửng. Bố hít vào một hơi thật sâu trước khi lên tiếng đáp lại.

- Con có thể giải thích cho bố biết là con đã đi đâu không?

Thật là khốn khổ.

- Dạ... chuyện khẩn cấp lắm bố.

Bố nhướng mày lên, chờ đợi một lời giải thích xác đáng của tôi.

Tôi hít vào đằng miệng một hơi thật đầy, phồng căng cả má, rồi thổi ra thật mạnh.

- Bố ơi, con không biết phải kể với bố như thế nào. Tất cả chỉ là hiểu lầm. Ông nói gà, bà nói vịt. Mọi thứ cứ rối beng cả lên, không còn có thể kiểm soát được nữa.

Bố vẫn kiên nhẫn chờ đợi, đôi mắt nheo nheo nhìn xoáy vào tôi đầy ắp những nghi ngờ.

- Bố biết không, Alice kể với Rosalie rằng con đã lao đầu ra khỏi vách đá... - Tôi cố gắng thanh minh thanh nga, nỗ lực "bò" càng gần đến sự thật chừng nào thì càng tốt chừng nấy, để cho cái "năng lực" nói dối dở tệ của tôi không hủy hoại đi mất cái "lý do chính đáng" kia, nhưng mà... nhìn đôi mắt của bố đang trố ra như thế kia... Có lẽ là bố-không-biết-gì-về-chuyện-vách-đá.

Thật là khốn khổ. Tự dưng toàn thân của tôi lại lạnh toát.

- A, hìhì, hình như con chưa kể với bố chuyện đó - Tôi tiếp tục giãi bày - Không có chuyện gì đâu bố. Chỉ là chuyện vớ vẩn thôi, con đi bơi với Jake đó bố. Nhưng mà rồi Rosalie kể với Edward, anh ấy rất buồn. Cách chị ấy biểu đạt giống như con có ý định tự tử hay là làm một điều gì đó dại dột đại loại như vậy. Anh ấy không chịu trả lời điện thoại, vậy nên Alice "lôi" con tớiii... Los Angeles, để giải thích trực tiếp - Tôi nhún vai, hy vọng cú lỡ miệng vừa mới rồi của mình không bị bố chú ý để bố có thể quên đi lời giải thích khá sáng tỏ kia.

Gương mặt của ngài cảnh sát trưởng đông cứng lại:

- Con *đã* từng muốn tự tử hả, Bella?

- Dạ không, không có chuyện đó đâu bố. Chỉ là con chơi với Jake thôi. Trò chơi tìm cảm giác mạnh ấy mà bố. Trẻ con ở La Push chơi trò đó suốt. Như con đã nói rồi, chuyện không có gì cả.

Giờ thì gương mặt của ngài cảnh sát trưởng đã tăng nhiệt độ - từ đông cứng trở nên hừng hực lửa nộ.

- Thế thì có liên quan gì đến cái tên Edward Cullen kia? - "Ngài" quát váng lên - Nó là đứa đã bỏ rơi con, không thèm liên lạc với con lấy nửa lời kia mà...

- Lại là hiểu lầm nữa đấy bố ạ - Tôi cắt ngang lời của ngài cảnh sát trưởng.

Gương mặt của "ngài" tức thì giãn ra.

- Nghĩa là bây giờ nó lại quay về đây à?

- Con không rõ kế hoạch chính xác là như thế nào. Con nghĩ là gia đình Cullen sẽ ở đây luôn.

Ngài cảnh sát trưởng lắc đầu, tĩnh mạch trước trán bắt đầu co nở.

- Bố muốn con tránh xa nó ra, Bella. Bố không tin nó. Nó đã không tốt với con. Bố sẽ không cho phép nó làm con sống dở chết dở như vậy nữa đâu.

- Vâng - Tôi đáp sẵng.

Chợt ngài cảnh sát trưởng ngả người ra sau.

- Ôi trời ơi - "Ngài" kêu lên, gương mặt lộ rõ vẻ ngạc nhiên - Chắc con sẽ khổ sở lắm.

- Vâng - Tôi nhìn thẳng vào mắt bố - Ý con muốn nói là "Dạ, con sẽ dọn ra khỏi nhà".

Đôi mắt của bố lại có dịp mở to hơn bao giờ hết, gương mặt bố bắt đầu chuyển sang màu cánh gián. Sự kiên quyết nơi tôi chợt dao động, lòng tôi bỗng ngập tràn nỗi xót xa và lo lắng cho sức khỏe của bố. Bố đâu có trẻ hơn ông Harry...

- Bố ơi, con không muốn dọn ra khỏi nhà đâu - Tôi cố nói bằng một giọng mềm mỏng - Con yêu bố lắm. Con biết rằng bố lo lắng cho con, nhưng bố cần phải tin con, bố ơi. Nếu bố thật lòng muốn con sống ở đây, bố hãy bỏ qua cho Edward, nha bố. Mà bố có còn muốn con sống ở đây với bố nữa không?

- Thật chẳng hợp lý chút nào cả, Bella. Còn thừa biết là bố muốn con ở đây với bố mà.

- Vậy thì bố hãy vui vẻ trở lại với Edward nhé, bởi vì anh ấy sẽ luôn luôn ở bên cạnh con - Tôi nói một cách quyết đoán. Lòng tin nơi tôi càng lúc càng dâng lên mạnh mẽ.

- Nhưng không phải là ở dưới mái nhà của bố - Ngài cảnh sát trưởng cũng phán quyết một câu xanh rờn.

Tôi thở ra một cách nặng nhọc.

- Bố à, tối nay con mong rằng bố chưa đưa ra quyết định cuối cùng... À ừm, hình như là đã sáng rồi. Bố hãy suy nghĩ điều này trong vài ngày nữa, bố nhé! Nhưng con xin bố hãy hiểu rằng Edward và con đã dự liệu hết tất cả mọi việc rồi.

- Bella...

- Bố ơi, bố hãy suy nghĩ đã - Tôi khăng khăng - Và trong lúc bố làm điều đó, con muốn xin bố một ít phút riêng tư. Con muốn đi tắm.

Gương mặt của ngài cảnh sát trưởng đã chuyển thành màu tím tái, nhưng "ngài" cũng quay gót bỏ đi, sau khi đóng đến "rầm" như muốn phá cánh cửa phòng tôi. Và sau đó, tôi nghe rõ mồn một những tiếng động chân rất mạnh ở các bậc cầu thang.

Tôi giật phắt cái mền ra khỏi người, và bất thần nhận ra Edward đã có mặt ở đó tự lúc nào. Anh đang trầm tư trên chiếc ghế bập bênh như thể anh vẫn luôn có mặt ở đó trong suốt cuộc nói chuyện của bố con tôi.

- Em xin lỗi - Tôi thì thào.

- Không phải là anh không xứng đáng bị như thế - Anh lầm bầm đáp lời - Nhưng anh xin em, đừng tranh cãi với bố về anh nữa.

- Anh đừng lo lắng về chuyện đó - Tôi thở dài, lay hoay gom những vật dụng cá nhân và tìm lấy một bộ quần áo sạch sẽ - Khi cần, em vẫn buộc lòng phải làm thế, chẳng còn cách nào khác. Hay anh đang định nhắc nhở em rằng em không còn có chỗ nào để ra đi? - Tôi mở to mắt khi thốt ra câu nói đùa ấy.

- Em sống chung một nhà với toàn ma-cà-rồng nhé?

- Có lẽ đó là nơi an toàn nhất cho một người như em. Vả lại... - Tôi cười tươi tỉnh - Nếu bố đuổi em ra khỏi nhà, em sẽ không cần phải chờ cho đến lúc tốt nghiệp, có phải không anh?

Quai hàm của anh tức thì đanh lại.

- Sao mà em háo hức với cái kiếp sống bất tử đầy tội lỗi đó thế không biết - Anh lầm bầm.

- Anh biết không, anh thật sự không tin vào nhận định đó đâu.

- Ồ, thế sao? - Anh nổi dóa.

Anh hậm hực nhìn tôi, toan mở miệng phản bác thì đã bị tôi "chặn đầu" trước.

- Giả như anh thật sự tin rằng anh đã đánh mất linh hồn, thì khi em tìm thấy anh ở Volterra, anh sẽ phải nhận ra ngay điều gì đang xảy ra, thay vì nghĩ rằng cả hai ta đều đã chết. Không, anh không hề nhận ra điều gì cả... anh lại còn nói rằng: "*Ngạc nhiên thật đấy. Carlisle nói đúng thật*" - Tôi nhắc lại cho anh nhớ, lòng hân hoan với niềm vui chiến thắng - Cuối cùng thì trong anh vẫn còn hy vọng.

Trong phút chốc, Edward "đắc thắng" chợt trở nên nao núng.

- Từ giờ trở đi, chúng mình sẽ cùng hy vọng, nha anh? - Tôi đề nghị - Nhưng điều đó chưa hẳn đã là quan trọng. Được ở bên anh, em không cần thiên đường nữa.

Một cách chậm rãi, anh đứng lên, bước tới gần tôi, hai bàn tay của anh nhẹ nhàng ôm lấy gương mặt của tôi, đôi mắt của anh chìm sâu vào đôi mắt tôi.

- Mãi mãi - Anh đáp lời tôi một cách thiêng liêng, thần sắc vẫn còn để lộ một chút bối rối.

- Em cũng chỉ cần có như thế thôi - Tôi trả lời, và nhướng thẳng người lên, đặt môi mình vào môi anh.

PHẦN KẾT:
BẢN GIAO ƯỚC

Cuối cùng, mọi thứ cũng trở lại bình thường - như thể cái thị trấn Forks nhỏ bé này chưa từng xuất hiện một thây ma biết thở là tôi - trong một khoảng thời gian ngắn, ngắn hơn cả mức tôi tưởng tượng nữa. Cái bệnh viện tỉnh lẻ lại háo hức, xôn xao hẳn lên trước sự trở về của bác sĩ Carlisle, ai nấy đều lộ vẻ vui thích không hề che giấu khi biết rằng "phu nhân" của bác sĩ, bà Esme đã nhận ra rằng cuộc sống ở Los Angeles không hề phù hợp với bà. Còn tôi, vì tôi đã bỏ lỡ mất bài kiểm tra "Tích phân – Vi phân" trong lúc lang thang bên trời tây, nên hiện tại, tương lai của Alice và Edward đang "xán lạn" hơn của tôi. Đột nhiên, đại học lúc này lại trở thành ưu tiên số một (đại học vẫn là kế hoạch B, xếp sau cái hy vọng mong manh rằng Edward sẽ thực hiện cái việc thay đổi tôi, thay vì bác sĩ Carlisle; lời hứa "mười tám tháng" của anh đang khiến tôi phân vân trước lời hứa chắc nịch của vị bác sĩ khả kính rằng tôi chỉ cần tốt nghiệp trung học). Tôi đã bỏ qua quá nhiều kỳ hạn nộp đơn vào đại học rồi, nhưng chẳng nhằm nhò gì cả, Edward có cả hàng tá bộ đơn khác bắt tôi phải điền vào mỗi ngày. Anh đã từng viết đơn xin vào đại học Harvard, nên đơn từ đối với anh không phải là chuyện gì khó khăn. Ôi, may nhờ có sự chậm trễ của tôi, mà cuối cùng chúng tôi quyết định sẽ vào trường Đại học cộng đồng Peninsula năm sau.

Ngài cảnh sát trưởng vẫn còn buồn phiền về tôi, nên chẳng trò chuyện gì với Edward cả. Nhưng ít ra, Edward cũng đã được phép đặt chân trở lại vào nhà tôi - trong những giờ được phép ghé thăm theo chỉ định của "ngài". Còn tôi thì không được bước chân *ra khỏi* cửa.

Nhưng lẽ tất nhiên, trường học và công việc vẫn là những ngoại lệ, các bức tường vàng xỉn ảm đạm trong các lớp học giờ đây trở nên đẹp một cách lạ lùng trước đôi mắt của tôi. Tôi có rất nhiều việc phải làm cùng người "bạn học" vẫn thường ngồi bên cạnh mình.

Edward vẫn tiếp tục theo chương trình học đã đăng ký hồi đầu năm, nghĩa là vẫn học chung với tôi ở hầu hết các lớp. Sau chuyến dời nhà của gia đình Cullen để dọn về Los Angeles (như thiên hạ vẫn nghĩ), thái độ của tôi khi ấy đã xuống dốc một cách thê thảm đến độ chiếc ghế trống bên cạnh tôi bấy lâu nay chẳng có ai muốn ngồi nữa, nó bị bỏ không trong im lìm. Ngay cả Mike, vốn vẫn luôn hăm hở trước các cơ hội thuận tiện, cũng chỉ dám giữ khoảng cách vừa phải với tôi. Và nay, Edward đã quay trở lại, ngồi vào đúng vị trí đó; tám tháng vừa qua *gần như* chẳng khác gì một ác mộng khuấy đảo lòng người.

"Gần như" chứ chưa phải là hoàn toàn. Thứ nhất, bởi vì tôi chỉ bị "cấm cung". Còn thứ hai là trước khi có sự xuống dốc kia, tôi và Jacob vẫn chưa phải là những người bạn thân nhất. Nên tất nhiên là sau đó, tôi đã không phải ăn năn, cắn rứt về cậu.

Tôi không được tự do xuống La Push chơi, và Jacob cũng chẳng đến thăm tôi. Thậm chí cậu bạn ấy cũng chẳng thèm nhận điện thoại của tôi nữa.

Hầu như tối nào tôi cũng gọi điện thoại đến nhà ông Billy, sau khi Edward bị ngài cảnh sát trưởng "đuổi về" - đúng chín giờ tối, mà "ngài" lúc nào cũng tỏ ra hể hả và cương quyết khi làm việc đó - và trước khi Edward lẻn vào nhà tôi trở lại qua lối cửa sổ, khi ngài cảnh sát trưởng đã ngủ say. Sở dĩ tôi phải chọn thời điểm này là bởi tôi nhận ra rằng Edward luôn giữ một vẻ mặt duy nhất mỗi khi tôi đề cập đến cái tên Jacob - vừa có ý phản đối lại vừa có ý đề phòng... và hình như có cả giận dữ nữa. Có lẽ đó là vì bản tính định kiến về người sói vốn có sẵn trong tiềm thức của anh, nhưng dẫu sao, chưa bao giờ anh lại thể hiện điều đó thành lời như Jacob vẫn gọi những người như anh là "bọn chấy, rận".

Vì thế cho nên tôi không hay nhắc đến cái tên Jacob cho lắm.

Mỗi khi có Edward ở bên cạnh, tôi khó mà nghĩ ra được chuyện gì không vui - cho dù là nghĩ đến người bạn thân nhất của mình, người có lẽ bây giờ cũng đang buồn nẫu ruột vì tôi. Mỗi khi nghĩ đến Jake, lòng tôi lại dâng tràn một cảm giác tội lỗi vì đã không thể nghĩ đến cậu nhiều hơn.

Chuyện cổ tích lại tiếp diễn. Chàng hoàng tử đã quay trở lại, câu thần chú đã được hóa giải. Nhưng tôi vẫn không biết phải làm sao với nhân vật còn lại của mình. Cuối cùng, hạnh phúc *của chàng* là ở nơi nào?

Từng ngày, từng ngày vẫn cứ êm ả trôi qua, và Jacob vẫn tiếp tục không nhận điện thoại của tôi. Dần dà, trong tôi lại hình thành một nỗi lo lắng. Điều này cũng giống như những tiếng nước chảy nhỏ giọt sau lưng tôi mà tôi không thể nào khóa vòi hay phớt lờ đi được - Tóc, tóc, tóc. Jacob, Jacob, Jacob.

Vậy nên, cho dù tôi không đề cập *nhiều* đến Jacob, nhưng thi thoảng tôi vẫn không kềm lòng được, mỗi khi mối lo âu, thắc thỏm sôi trào.

- Thật là bất lịch sự! - Một buổi chiều thứ Bảy, khi Edward đến chỗ làm đón tôi, tôi không kềm được sự bộc bạch nỗi lòng của mình. Giận dữ trước mọi việc bao giờ cũng dễ dàng hơn là chịu đựng cảm giác có lỗi - Kỳ cục hết chỗ nói!

Tôi đã thay đổi cách thức của mình, với hy vọng sẽ nhận được tiếng trả lời của người khác. Lần này, tôi gọi cho Jake ở ngay nơi làm việc, nhưng chỉ nhận được có mấy lời giải thích chẳng giúp ích gì được của ông Billy. Lại là ông Billy.

- Ông Billy nói rằng cậu ấy không *muốn* nói chuyện với em - Tôi nổi dóa, mắt nhìn chằm chằm vào màn mưa dày đặc bên ngoài ô cửa sổ - Rằng: nó đang ở ngay đây nè, nhưng chẳng muốn bước lấy ba bước ra bắt điện thoại của cháu! Bình thường, ông Billy vẫn nói rằng cậu ấy ra ngoài, hay đang bận, đang ngủ, hay là gì gì đó khác. Em muốn nói rằng không phải là em không biết ông ấy đang nói dối em, nhưng ít ra thì ông ấy cũng nên chọn cách từ chối nào cho lịch sự một chút chứ. Chắc là bây giờ, ông ấy cũng đang ghét em lắm. Thật không công bằng!

- Không phải là ghét em đâu, Bella - Edward trả lời một cách xa vắng - Không ai ghét em cả.

- Rành rành ra đó mà anh - Tôi lầm bầm, khoanh hai tay lại trước ngực, một cử chỉ ngang bướng thường khi. Bây giờ thì trong tôi không còn tồn tại một lỗ thủng nào nữa... Nhưng tôi cũng vẫn còn nhớ được cái cảm giác trống rỗng đó là như thế nào.

- Jacob biết bọn anh đã trở lại, anh đoan chắc rằng cậu ấy biết anh đang ở bên em - Edward nhẹ nhàng giải thích - Cậu ấy sẽ không lại gần anh đâu. Gốc rễ của mối thù ấy đã ăn sâu vào tận trong máu của cậu ấy rồi.

- Thật là ngớ ngẩn. Cậu ấy thừa biết gia đình anh không hề... giống như những ma-cà-rồng khác.

- Nhưng giữ khoảng cách an toàn vẫn tốt hơn chứ em.

Tôi nhìn ra ngoài ô cửa kính chắn gió, dõi về một chốn xa xăm nào đó, và thấy hiện ra trước mắt tôi gương mặt của Jacob, với dáng vẻ hầm hè đáng sợ mà tôi luôn phản đối.

- Bella, bọn anh vẫn là bọn anh - Anh vẫn giữ giọng nói dịu dàng - Anh có thể tự chủ được, nhưng anh không dám chắc cậu ấy cũng làm được như vậy. Cậu ấy còn quá trẻ. Điều đó sẽ giống như một cuộc chiến thật sự, và anh không biết anh có thể ngừng tay trước khi gi... - Anh chợt ngừng lời, nhưng rồi lại nhanh chóng hoàn tất câu nói của mình - Trước khi anh có thể làm cậu ấy bị thương không. Em sẽ không vui. Và anh cũng không muốn điều đó xảy ra.

Tôi nhớ lại điều Jacob đã nói trong gian bếp, giọng nói khàn khàn khỏe khoắn của cậu từ quá khứ vọng về trong tâm tưởng của tôi, nghe rõ mồn một: *Em không tin rằng em có đủ tự chủ để kềm chế bản tính của mình... Vả lại, chị chắc cũng đâu có muốn cô bạn quý hóa của chị bị chết dưới tay em.* Nhưng cuối cùng, cậu cũng đã khắc chế được bản tính ấy, lúc đó...

- Edward Cullen - Tôi thì thào - Phải chăng anh đã định nói rằng *giết* cậu ấy? Em nói có đúng không?

Anh vội quay mặt đi, mắt nhìn đăm đắm vào màn mưa. Ở phía trước chúng tôi, đèn đỏ đã chuyển sang màu xanh mà tôi chẳng hề nhận ra, và anh lại tiếp tục cho xe lăn bánh, anh lái xe rất chậm, không giống với kiểu lái thường ngày của anh chút nào.

- Anh sẽ cố gắng... hết mình... để không phạm phải điều đó - Cuối cùng, Edward trả lời.

Tôi không thể rời mắt khỏi anh, miệng há hốc, nhưng Edward vẫn tiếp tục nhìn thẳng vào con đường phía trước mặt. Chúng tôi lại dừng lại ở một cột đèn giao thông khác, nhưng lần này là sát mép đường.

Hốt nhiên tôi nhớ lại điều đã xảy ra cho chàng Paris khi chàng Romeo trở về. Kịch bản viết rất đơn giản: *Họ đấu với nhau. Và Paris ngã xuống.*

Điều đó thật ngớ ngẩn. Không có lý nào lại như thế.

- Ừm - Tôi lên tiếng, hít vào một hơi thật sâu, lắc đầu để xua đi những lời lẽ ấy - Chuyện đó sẽ không bao giờ xảy ra đâu, vậy nên không có lý do gì để phải lo lắng cả. Hiện giờ bố em đang canh đồng hồ đấy. Có lẽ anh nên mau mau đưa em về nhà trước khi em lại gặp rắc rối vì tội về trễ.

Tôi quay sang nhìn anh, mỉm cười một cách miễn cưỡng.

Mỗi khi tôi nhìn vào gương mặt của anh, nhìn vào gương mặt đẹp hoàn mỹ một cách lạ lùng như thế, tim tôi lại rộn lên những nhịp đập mạnh, khỏe và *sống* hơn bao giờ hết. Lần này, nhịp tim bình thường đang uể oải của tôi bỗng trỗi dậy hối hả hơn bao giờ hết... nhưng là do tôi đã nhận ra được cảm xúc đang ẩn đằng sau vẻ mặt im lìm như tượng kia.

- Em gặp rắc rối đấy, Bella - Anh thì thào, đôi môi không hề động đậy.

Như một phản ứng tự nhiên, tôi nép sát vào anh, ôm lấy tay anh và nhìn theo hướng anh đang nhìn. Tôi cũng không rõ mình đang dự cảm đến điều gì nữa - có lẽ là một Victoria đang đứng giữa đường với mái tóc màu lửa đang bay phần phật trong gió, hay là một hàng những chiếc áo choàng đen cao lớn... hay một đội người sói đang... mất hết bình tĩnh. Song, thực tế thì tôi đã chẳng trông thấy gì hết.

- Chuyện gì vậy anh? Có chuyện gì vậy?

Anh hít vào một hơi thật sâu trước khi nói:

- Bố em...

- Bố em? - Tôi kêu rít lên.

Edward quay sang nhìn tôi, vẻ mặt vô cùng điềm tĩnh; trong một thoáng, toàn bộ nỗi hoảng loạn trong tôi nhanh chóng bị xóa sạch.

- Bố em... có lẽ sẽ *không* giết em đâu, nhưng mà bố em đang nghĩ đến điều đó đấy - Anh nói với tôi, và tiếp tục lái xe tiến lên phía trước rồi rẽ vào con đường dẫn vào nhà tôi. Nhưng anh lái xe vượt quá khỏi nhà và đậu bên cạnh những hàng cây, khuất khỏi tầm nhìn từ trong nhà trông ra.

- Em làm gì sai ư? - Tôi há hốc miệng ra vì ngạc nhiên.

Chỉ thấy Edward nhìn vào nhà tôi. Tôi cũng nhìn theo anh, và bỗng sững người lại; tôi nhận ra ngay lập tức một vật đang sừng sững ở ngay lối dẫn vào nhà, bên cạnh chiếc xe tuần tra của cảnh sát. Vật ấy sáng bóng, đỏ tươi, và đã nhìn một lần thì không thể nào quên được... Trời ơi, chiếc xe máy của tôi đang "đứng khoe mẽ" ngay trước cửa nhà.

Edward đã nói rằng ngài cảnh sát trưởng đang rất sẵn sàng kết liễu đời tôi, vậy thì chắc chắn "ngài" đã biết điều đó - rằng chiếc xe ấy là *của tôi*. Đúng rồi, chỉ có một người duy nhất có thể đứng đằng sau cánh gà để nhắc tuồng mà thôi.

- Không! - Tôi thở dốc - *Tại sao cơ chứ?* Tại sao Jacob lại làm điều này với em? - Lòng tôi bất chợt quặn lại vì bị phản bội. Tôi đã hoàn toàn tin tưởng Jacob, tin tưởng trao cho cậu toàn bộ bí mật của tôi. Tôi đã xem cậu là bến bờ bình yên của mình, là người thân tín. Tất nhiên, ngay bây giờ thì mọi thứ đã không còn được như xưa nữa, nhưng tôi không nghĩ rằng trong căn nguyên, một điều gì đó đã thay đổi. Không, tôi không nghĩ rằng tình cảm của tôi dành cho Jacob đã *thay đổi.*

Nhưng tôi đã làm gì để đáng bị như vậy? Bố tôi sẽ nổi điên lên mất - và tệ hơn nữa là bố sẽ lo lắng, đồng thời bị tổn thương. Bố chẳng đã phải chịu đựng quá đủ rồi đó sao? Không bao giờ tôi có thể hình dung ra được là Jacob lại có thể vụn vặt và *tầm thường* đến thế. Nước mắt tôi bỗng trào ra, hai mắt cảm thấy nhức nhối, nhưng đó không phải là những giọt nước mắt của phiền muộn. Tôi đã bị đâm sau lưng. Hốt nhiên, lửa giận trong tôi tỏa ra ngùn ngụt, đầu óc bấn loạn, cơ hồ như sắp nổ tung.

- Cậu ta còn ở đây không anh? - Tôi rít lên.

- Còn, cậu ấy đang chờ chúng mình ở... - Edward gật đầu

trả lời, đôi mắt dõi về một lối mòn nhỏ, ngăn mép rừng ra làm hai.

Tôi lao mình ra khỏi xe, hai bàn tay nắm lại rất chặt, đôi chân xăm xăm đi về phía những lùm cây... Lần này thì cậu ta sẽ chết với tôi!

Nhưng tại sao Edward lại phải nhanh chân hơn tôi?

Tôi chưa kịp bước tới cái lối nhỏ ấy thì vòng tay của anh đã ôm chặt lấy thắt lưng của tôi.

- Để em đi! Em sẽ cho cậu ta biết tay! *Này tên phản bội!* - Tôi cất tiếng gọi về phía bìa rừng.

- Bố sẽ nghe thấy tiếng của em đấy - Edward cảnh báo tôi - Và một khi bố đã lôi được em vào nhà, có thể bố sẽ xây tường bít cửa cho mà xem.

Như một phản ứng tự nhiên, tôi đưa mắt về phía căn nhà, nhưng hầu như tôi chỉ nhìn thấy được có chiếc xe máy đỏ. Tôi chỉ thấy được có mỗi một màu đỏ. Cái đầu của tôi lại bắt đầu rúng động.

- Cho em nói chuyện với Jacob, sau đó, em sẽ thưa chuyện với bố - Tôi vùng vẫy một cách vô vọng.

- Jacob Black muốn gặp anh. Đó là lý do vì sao cậu ấy vẫn còn ở đây.

Toàn thân của tôi khựng lại - cuộc chiến mà tôi định dành cho cậu bạn đang hừng hực trong đầu chợt tắt ngúm. Đôi tay của tôi thoắt trở nên mềm nhũn. *Họ đấu với nhau. Và Paris ngã xuống.*

Máu nóng trong người tôi sôi lên, nhưng hoàn toàn không phải là do nỗi tức giận.

- Nói chuyện? - Tôi không thể không hỏi lại.

- Ừ, đại khái là như vậy.

- Đại khái thế nào? - Giọng nói của tôi run run.

Rất dịu dàng, Edward vuốt những lọn tóc ra khỏi mặt tôi.

- Em đừng lo, cậu ấy không đến đây để gây sự với anh đâu. Cậu ấy chỉ... là người phát ngôn cho đội của mình mà thôi.

- Ôi.

Edward lại nhìn về phía ngôi nhà, cánh tay đang ôm tôi bỗng cứng lại, rồi đôi chân của anh bước vội về phía những lùm cây, kéo theo cả tôi.

- Chúng mình nên nhanh lên. Bố em đang mất hết cả kiên nhẫn rồi.

Và chúng tôi đã không phải đi quá xa, Jacob đang đứng đợi gần đó. Cậu ta tựa lưng vào một thân cây phủ đầy rêu, gương mặt đanh cứng, hầm hè đúng như tôi đã mường tượng. Cậu ta nhìn tôi, nhìn Edward, rồi nhún vai, kèm theo một tiếng cười khẩy đầy vẻ khinh miệt. Jacob đi chân không, người hơi đưa về phía trước, hai nắm tay run run. Trông cậu ta đã to ra, hơn cả lần cuối cùng tôi còn trông thấy cậu. Không hiểu sao, cậu ta vẫn đang tiếp tục nhổ giò, lớn phổng một cách kỳ lạ. Giờ đây, nếu như hai người đứng gần nhau, hẳn Jacob sẽ cao vượt hơn Edward.

Thế nhưng khi chúng tôi vừa nhác nhìn thấy bóng dáng của Jacob, Edward đã dừng ngay lại, cách cậu ta một khoảng khá xa. Edward đột ngột thay đổi tư thế, anh khẽ tiến lên hơn tôi nửa bước, để tôi đứng ở phía sau anh. Tôi ló mặt ra khỏi lưng của Edward để nhìn sững vào Jacob - buộc tội cậu bằng chính "đôi mắt biết nói" của mình.

Và rồi... Tôi những tưởng khi nhìn thấy vẻ phẫn nộ, giễu cợt của Jacob, lửa giận sẽ càng ngùn ngụt cháy trong tôi. Nhưng không, thay vào đó, hình ảnh cậu bạn trong lần cuối cùng chúng tôi còn gặp nhau bất chợt hiện về... những giọt nước mắt lã chã rơi trên khuôn mặt của cậu. Nỗi tức giận trong tôi chợt lắng xuống, đôi mắt của tôi cứ nhìn như dán vào Jacob, nói không nên lời. Thời gian cứ thế trôi qua, dễ có đến cả một lúc lâu - tôi ghét làm sao cuộc hội ngộ của chúng tôi lại thành ra nông nỗi này.

- Bella - Jacob lên tiếng, kèm theo một cái gật đầu chào tôi, nhưng không hề rời mắt khỏi Edward.

- Tại sao? - Tôi thều thào, cố gắng che đậy nỗi nghẹn ngào đang dâng trào trong cổ họng - Tại sao cậu có thể đối xử với tôi như vậy, Jacob?

Nụ cười khinh bỉ nơi cậu bạn chợt tan biến, nhưng trên gương mặt của cậu vẫn hằn đầy vẻ tàn nhẫn.

- Như thế là tốt nhất.

- Tôi nên hiểu thế nào đây? Cậu muốn bố tôi *siết cổ* tôi đến chết thì phải? Hay cậu muốn bố tôi lên cơn đau tim giống như ông Harry? Cho dẫu cậu có ghét cay ghét đắng tôi đến thế nào thì chẳng lẽ vì thế, cậu lại có thể hành xử như vậy với *bố tôi được ư*?

Jacob nhăn mặt, đôi lông mày của cậu ta nhíu sát vào nhau, nhưng cậu ta không trả lời.

- Cậu ấy không muốn làm tổn thương ai cả... cậu ấy chỉ

muốn em bị cấm cửa, để em sẽ không được phép ở bên anh - Edward lầm bầm giải thích những gì đang hiện hữu trong lòng Jacob.

Anh vừa dứt lời, đôi mắt của Jacob đã lập lòe những tia nhìn hiểm ác xoáy thẳng vào anh.

- Trời ơi, Jake! - Tôi rên lên - Tôi *đang bị* cấm cửa mà! Tại sao cậu lại có thể nghĩ rằng tôi không xuống La Push là vì trừng phạt cậu không trả lời điện thoại của tôi?

Jacob quay đầu sang nhìn tôi, ban đầu là ra vẻ khó hiểu.

- Thế thì là vì lý do gì? - Cậu ta hỏi, nhưng rồi sau đó ghìm cứng quai hàm lại, cơ hồ như hối tiếc vì đã thốt lên câu hỏi đó.

- Cậu ấy nghĩ là vì anh không cho em đi, chứ không phải là vì bố em - Edward lại lên tiếng giải thích.

- Thôi ngay đi - Jacob thét lên.

Edward không trả lời.

Jacob rùng mình, hai hàm răng lại siết chặt thêm vào nhau, giống y hệt như hai nắm tay của cậu ta vậy.

- Quả là Bella đã không thổi phồng... năng lực của anh - Cậu ta nói qua kẽ răng - Vậy thì hẳn anh đã biết tôi đến đây vì mục đích gì.

- Vâng - Edward trả lời một cách mềm mỏng - Nhưng trước khi cậu bắt đầu, tôi muốn nói vài lời.

Jacob chờ đợi, hai bàn tay liên tục hết nắm vào lại thả ra, cơ hồ như đang cố gắng kềm chế cơn run rẩy đang dồn xuống hai tay.

- Cảm ơn cậu - Edward tiếp tục lên tiếng, giọng nói nghèn

nghẹn chứa đựng tất cả sự chân thành - Không bao giờ tôi có thể nói hết được lòng biết ơn sâu sắc của mình đối với cậu. Tôi sẽ mang ơn cậu cho đến tận cùng... sự tồn tại của mình.

Jacob ngây người nhìn anh, cơn run rẩy chợt tan biến, toàn thân cậu ta đông cứng lại vì ngạc nhiên. Và rồi rất nhanh sau đó, cậu ta liếc mắt sang tôi, nhưng trên gương mặt của tôi chỉ hiển hiện duy nhất một vẻ khó hiểu.

- Vì cậu đã bảo vệ sự sống cho Bella - Edward giải thích, giọng nói thật nồng nhiệt nhưng cũng rất dứt khoát - Khi mà... tôi đã không thể làm được.

- Edward... - Tôi bắt đầu lên tiếng, nhưng anh đã đưa tay lên ngăn lại, mắt anh vẫn không rời khỏi Jacob.

Cuối cùng Jacob cũng hiểu ra, cậu ta trở lại vẻ mặt hằn học.

- Tôi không làm điều đó vì anh.

- Tôi biết. Nhưng điều đó vẫn không thay đổi được lòng biết ơn của tôi. Tôi mong cậu hiểu rằng, nếu như có bất kỳ một điều gì đó trong khả năng của tôi, mà tôi có thể làm được cho cậu...

Jacob nhướng một bên mày lên.

Edward lắc đầu.

- Điều đó nằm ngoài khả năng của tôi.

- Thế thì là của ai? - Jacob gầm lên.

Edward nhìn xuống tôi.

- Của cô ấy. Tôi là kẻ nắm bắt rất nhanh, Jacob Black ạ, và tôi không thể lặp lại cùng một sai lầm những hai lần. Tôi sẽ ở đây cho đến khi nào cô ấy muốn tôi đi.

Trong giây phút đó, tôi như đắm chìm hoàn toàn vào đôi mắt vàng sẫm, đang hút chặt lấy ánh mắt của tôi. Mẩu đối thoại tôi không thể nghe được cũng không quá khó đoán nữa. Điều duy nhất mà Jacob mong muốn ở Edward là anh hãy biến mất mãi mãi.

- Không bao giờ - Tôi thì thầm, vẫn bị hút hồn bởi đôi mắt của Edward.

Jacob bỗng khục khặc.

Một cách miễn cưỡng, tôi rời mắt khỏi Edward, không ngăn được cái cau mày trước thái độ của Jacob.

- Cậu còn mong muốn điều gì khác nữa sao, Jacob? Cậu muốn tôi gặp rắc rối... và ý nguyện của cậu đã thành công mỹ mãn rồi đấy. Có lẽ bố tôi sẽ gửi tôi vào học viện quân sự. Nhưng điều đó sẽ chẳng chia cắt được tôi khỏi Edward đâu. Trên đời này, không thứ gì có thể làm được điều ấy. Cậu còn muốn gì nữa chứ?

Jacob vẫn dán mắt vào Edward.

- Tôi chỉ muốn nhắc nhở bọn bạn hút máu của cô một vài điểm có trong giao ước của đôi bên mà thôi. Vào lúc này, giao ước chính là thứ duy nhất ngăn tôi không cắn nát cổ họng của hắn ra đấy.

- Chúng tôi không quên - Anh dõng dạc trả lời cùng lúc với câu hỏi của tôi.

- Những điểm gì vậy?

Jacob vẫn nhìn Edward hằm hè, nhưng cũng chịu khó trả lời tôi:

- Giao ước nói rất cụ thể. Nếu bất cứ tên nào trong số chúng cắn người, cuộc đình chiến sẽ chấm dứt. *Cắn* chứ không phải giết - Cậu ta nhấn mạnh. Và cuối cùng, cậu ta nhìn tôi, đôi mắt hoàn toàn lạnh lùng.

Chỉ trong đúng một tích tắc ngắn ngủi, tôi đã hiểu được cái hàm ý sâu xa của sự khác biệt đó, gương mặt của tôi cũng trở nên lạnh băng không kém gì của Jacob cả.

- Đó không phải là việc của cậu.

- Chết tiệt... - Cậu ta chỉ thốt được có bấy nhiêu.

Tôi không ngờ lời nói thẳng của mình lại có một sức tàn phá đến như thế. Mặc dù Jacob đến đây là để nhắc nhở, nhưng cậu ta không hề hay biết nội tình của tôi. Hẳn cậu ta chỉ nghĩ đến việc cảnh báo là vì muốn lo xa. Cậu ta không nhận ra - hay không muốn tin - rằng tôi đã có sự lựa chọn của riêng mình. Rằng tôi đang có ý định trở thành một thành viên của gia đình Cullen.

Câu trả lời của tôi gần như đã đẩy Jacob tới vạch cuối cùng của sự chịu đựng. Cậu ta ấn chặt hai nắm đấm vào hai bên thái dương, nhắm nghiền mắt và co người lại, cơ hồ như đang ra sức kềm chế cơn biến chuyển. Gương mặt màu nâu đỏ của cậu ta chợt chuyển sang tái xanh tái xám.

- Jake? Cậu không sao chứ? - Tôi lên tiếng một cách đầy lo âu.

Rồi tôi vội vã bước tới phía người bạn nhỏ, nhưng vừa bước được nửa bước, Edward đã giữ tôi lại, anh kéo tôi về lại sau lưng anh.

- Em cẩn thận! Cậu ấy không còn tự chủ được nữa - Anh cảnh báo tôi.

Nhưng dường như Jacob vẫn còn giữ được một chút gì đó của lý trí; chỉ có đôi tay của cậu là run rẩy mà thôi. Cậu ta quắc mắt nhìn Edward với thái độ hoàn toàn khinh ghét.

- Hộc. Tôi sẽ không bao giờ làm gì cho cô ấy bị thương.

Nhưng cả tôi, cả Edward đều không hề quên mối nguy hiểm đang chờ đợi mình, không hề quên lời tố cáo của người vừa mới nói ra điều tốt đẹp. Một tiếng rít nhỏ chợt thoát ra từ vành môi của Edward. Như một phản ứng tự nhiên, Jacob siết chặt hơn nữa nắm tay của mình.

- BELLA! - Tiếng gầm của ngài cảnh sát trưởng bỗng vang vọng trong không gian, xuất phát từ phía ngôi nhà - ĐI VÀO NHÀ NGAY!

Cả ba người chúng tôi trong giây lát đứng sững ra như trời trồng, lắng nghe tiếng thở dài câm lặng tiếp theo của đất trời bao la.

Tôi là người đầu tiên lên tiếng, giọng nói run rẩy:

- Thôi chết rồi.

Cơn phẫn nộ của Jacob cũng chợt nguôi ngoai.

- Tôi xin lỗi - Cậu ta lầm bầm - Tôi chỉ muốn làm một điều gì đó trong khả năng của mình... Tôi chỉ cố gắng...

- Cảm ơn - Cơn ớn lạnh ở tôi đã làm tiêu tan sức mạnh của lời chế nhạo ấy. Tôi nhìn ra đường, chờ đợi ngài cảnh sát trưởng, đang nổi xung thiên như một con bò mộng bị trêu tức, hùng hổ bước qua đám dương xỉ ẩm ướt mà tìm tôi, một mảnh vải đỏ đáng ghét đang phất phơ, run rẩy trước mắt "ngài".

- Chỉ còn một điều nữa thôi - Edward nói với tôi, rồi anh

nhìn Jacob - Chúng tôi không tìm ra dấu vết của Victoria bên phần đất của chúng tôi... Bên cậu có không?

Chỉ cần Jacob suy nghĩ đến điều đó, Edward sẽ biết ngay câu trả lời, nhưng cuối cùng, Jacob đã chọn cách trả lời bằng tiếng nói:

- Lần cuối cùng là khi Bella... từ chỗ chúng tôi về lại đây. Bọn tôi đã khiến ả nghĩ rằng ả đã thoát khỏi bọn tôi, nên cứ ung dung tiến vào... bọn tôi từ từ siết chặt vòng vây, sắp sửa mai phục được ả...

Một cơn lạnh ở đâu bỗng chạy dọc xuống sống lưng của tôi.

- Nhưng rồi đột nhiên ả vùng thoát rất nhanh. Gần như ngay khi đánh hơi thấy mùi hương của cô gái nhỏ nhắn của các người, ả đã chạy tháo thân rồi. Từ đấy, không còn thấy ả bén mảng đến gần vùng đất của bọn tôi, và của các người nữa.

Edward gật đầu.

- Khi người phụ nữ đó quay trở lại, cô ta sẽ không còn là chuyện phải lo của các cậu nữa. Chúng tôi sẽ...

- Ả đã giết người trên lãnh địa của bọn tôi - Jacob rít lên - Ả là của bọn tôi!

- Không... - Tôi bắt đầu phản đối cả hai lời tuyên bố.

- *BELLA!* TA ĐÃ *THẤY* CHIẾC XE HƠI CỦA NÓ, VÀ TA *BIẾT* CON ĐANG Ở NGOÀI ĐÓ! NẾU TRONG VÒNG *MỘT* PHÚT NỮA MÀ CON KHÔNG CHƯỜNG MẶT *VÀO* CÁI NHÀ NÀY...! - Ngài cảnh sát trưởng không ngần ngại đưa ra lời đe dọa.

- Mình đi thôi - Edward bảo tôi.

Tôi ngoái lại nhìn Jacob, lòng se sắt. Liệu tôi có còn được trông thấy cậu ta nữa hay không?

- Tôi xin lỗi - Cậu ta thì thầm khẽ đến độ tôi phải nhìn vào vành môi của cậu mới đoán ra được ý nghĩa của lời nói đó - Tạm biệt Bella.

- Cậu đã hứa - Tôi nhắc lại lời cậu bạn một cách tuyệt vọng - Chúng ta vẫn là bạn, có phải không?

Jacob chậm rãi lắc đầu, cổ họng tôi nghe nghẹn đắng, gần như tôi không thể thở nổi nữa.

- Cô biết tôi cố gắng giữ lời hứa đó như thế nào mà, tuy nhiên... tôi không còn biết phải thực hiện điều đó ra sao nữa. Không phải bây giờ... - Cậu ta cố giữ vẻ mặt hằn học, nhưng rồi nao núng, và vẻ hằn học biến mất - Em nhớ chị - Người bạn nhỏ thốt lên. Cậu đưa một tay về phía tôi, những ngón tay duỗi thẳng ra, cơ hồ như cậu ao ước rằng chúng đủ dài để vượt qua được khoảng cách giữa cậu và tôi.

- Chị cũng vậy - Tôi cũng thốt lên. Cánh tay cũng vươn về phía cậu.

Và dường như chúng tôi đã với tới nhau, nỗi đau của người bạn nhỏ vang vọng trong tâm khảm tôi - nỗi đau của cậu, nỗi đau của tôi.

- Jake... - Tôi bước về phía cậu. Tôi muốn quàng tay ôm lấy cậu, muốn xóa nhòa những bi thương trên gương mặt cậu.

Nhanh như cắt, Edward kéo tôi trở lại, đôi tay của anh - lúc này trở thành đôi tay của sự ngăn trở thay vì là bảo vệ.

- Không sao đâu anh - Tôi hứa với Edward, và ngước nhìn

lên gương mặt của anh, đôi mắt chất chứa tất cả tấm chân tình của tôi. Tôi đang rất muốn đọc được những cảm xúc của anh hiện có trên nét mặt.

Nhưng đôi mắt thăm thẳm của anh thật khó dò, mặt anh đang ngây ra, hoàn toàn lạnh lùng.

- Không, không được đâu.

- Để cô ấy yên - Jacob gầm ghè, lửa thịnh nộ lại tỏa ra ngùn ngụt - Cô ấy *muốn* kia mà! - Nói dứt lời, người bạn nhỏ tiến lên trước hai bước. Vẻ mong đợi lấp lánh trong đôi mắt của cậu. Lồng ngực của cậu cũng đang phập phồng chuyển động.

Edward đẩy tôi ra sau lưng anh, rồi quay phắt lại nghênh diện với Jacob.

- Không! Edward...!

- ISABELLA SWAN!

- Đi nào anh! Bố em mất hết bình tĩnh rồi! - Giọng nói của tôi chứa đầy sự hốt hoảng, nhưng hiện thời thì không phải là vì ngài cảnh sát trưởng - Nhanh đi anh!

Tôi ra sức kéo Edward, và anh đã dịu xuống đôi chút. Một cách chậm rãi, anh kéo tôi lùi lại, đôi mắt vẫn dán dính vào Jacob, dè chừng.

Jacob cau có nhìn chúng tôi, vẻ hiểm ác lại hiện rõ mồn một trên gương mặt của cậu. Bao mong muốn cũng nhạt nhòa dần trong ánh mắt, và rồi, trước khi cánh rừng trở thành vật cản giữa chúng tôi, gương mặt của cậu bạn hốt nhiên trở nên dúm dó những nét bi ai.

Và tôi hiểu, kể từ đây, cái nhìn đau đáu ấy của Jacob sẽ

ám ảnh mãi tâm trí của tôi, cho đến khi nào tôi được thấy lại nụ cười hồn nhiên của cậu.

Cũng trong giây phút ấy, tôi hẹn với lòng mình rằng *sẽ* phải tìm lại nụ cười nơi cậu. Tôi sẽ phải tìm cho được cách giữ lấy bạn mình.

Vòng tay của Edward quanh thắt lưng tôi chợt thít chặt lại, kéo tôi vào sát anh hơn. Đó là điều an ủi duy nhất có thể ngăn lại được những giọt nước mắt trong tôi.

Tôi lại phải đối mặt với những vấn đề nghiêm trọng.

Người bạn thân nhất của tôi đã gộp tôi vào hàng ngũ kẻ thù của cậu rồi.

Victoria vẫn còn tự do, những người tôi yêu thương vô hình trung lại bị lôi vào vòng nguy hiểm.

Nếu tôi không sớm trở thành ma-cà-rồng, nhà Volturi sẽ kết liễu đời tôi.

Và giờ đây, nếu như tôi *đạt được* ý nguyện đó, những người sói Quileute sẽ cố gắng hoàn thành sứ mệnh của họ - săn lùng và tiêu diệt gia đình tương lai của tôi. Trong thâm tâm, tôi không nghĩ rằng họ thực sự có cơ hội đó, nhưng liệu người bạn thân nhất của tôi có liều tính mạng của cậu để làm cái việc ấy không?

Các vấn đề mới nghiêm trọng làm sao. Nhưng hốt nhiên, khi chúng tôi vừa băng qua những lùm cây cuối cùng, khi gương mặt tím tái của bố xuất hiện trước mắt tôi, không hiểu sao tất cả những điều đó chợt chìm vào vô nghĩa.

Edward dịu dàng siết lấy tôi.

- Đã có anh ở đây rồi.

Tôi cố gắng hít vào một hơi thật đầy.

Vâng, đó là sự thật. Edward đang ở bên tôi, vòng tay của anh đang choàng quanh người tôi.

Chỉ cần có điều đó thôi, tôi sẵn sàng đối đầu với tất cả.

Tôi kênh vai lên, bên tôi lúc này đã có thiên thần hộ mệnh; tôi mạnh mẽ tiến bước, dũng cảm đón nhận lấy điều không thể tránh được trong cuộc đời.

Trăng non

STEPHENIE MEYER

Tịnh Thủy *dịch*

Chịu trách nhiệm xuất bản:

Nguyễn Minh Nhựt

Biên tập:

Kim Tuyến

Xử lý bìa:

Bùi Nam

Sửa bản in:

Công Anh

Kỹ thuật vi tính:

Thanh Hà

NHÀ XUẤT BẢN TRẺ

161B Lý Chính Thắng - Quận 3 - Thành phố Hồ Chí Minh
ĐT: 39316289 - 39316211 - 38465595 - 38465596 - 39350973
Fax: 84.8.38437450 - E-mail: nxbtre@ hcm.vnn.vn
Website: http://www.nxbtre.com.vn

CHI NHÁNH NHÀ XUẤT BẢN TRẺ TẠI HÀ NỘI

Phòng 602, Số 209 Giảng Võ, Phường Cát Linh, Quận Đống Đa - Hà Nội
ĐT: (04) 37734544 · Fax: (04) 35123395
E-mail: chinhanh@nxbtre.com.vn

Khổ 13x19cm. Số: 61-2010/CXB/1230-282/Tre. Quyết định
xuất bản số: 02A/QĐ - Tre, ngày 14 tháng 01 năm 2010.
In 5.000 cuốn, tại Xí nghiệp In Nguyễn Minh Hoàng.
Địa chỉ: 100 Lê Đại Hành, P.7, Q.11, TP HCM. ĐT: 38555812.
In xong và nộp lưu chiểu tháng 01 năm 2010.